விண்ணளவு சாதனை

விண்ணளவு சாதனை

உங்களிடம் மறைந்து கிடக்கும் சக்தியை விடுவித்து
வெற்றிக்கனியைப் பறிக்கத் தேவையான
உபாயங்களும் உத்திகளும்

பிரையன் டிரேசி

தமிழில்: நாகலட்சுமி சண்முகம்

MANJUL

மஞ்சுள் பப்ளிஷிங் ஹவுஸ்

First published in India by

MANJUL

Manjul Publishing House
Corporate and Editorial Office
• 2nd Floor, Usha Preet Complex, 42 Malviya Nagar, Bhopal 462 003 - India
Sales and Marketing Office
• 7/32, Ansari Road, Daryaganj, New Delhi 110 002 - India
Website: www.manjulindia.com

Distribution Centres
Ahmedabad, Bengaluru, Bhopal, Kolkata, Chennai,
Hyderabad, Mumbai, New Delhi, Pune

Tamil language translation of
Maximum Achievement - Strategies and Skills that Will Unlock Your Hidden Powers to Succeed by *Brian Tracy*

This edition first published in 2012
Fifth impression 2021

ISBN 978-81-8322-295-2

Translation by Nagalakshmi Shanmugam
Editing & Typesetting by PSV Kumarasamy

Printed and bound in India by Saurabh Printers Private Limited.

*என் கனவிலும் எதிர்பார்த்திராத விதத்தில்
என்னருமைத் தோழியாகவும், அற்புதமான
மனைவியாகவும், அன்பான அன்னையாகவும், என்
தொழிற்கூட்டாளியாகவும் விளங்கும் பார்பராவுக்கு
நான் இந்நூலை அன்புடன் சமர்ப்பிக்கிறேன்.
நீ எனக்குச் செய்துள்ள எல்லாவற்றிற்கும் என்
இதயங்கனிந்த நன்றிகள். என்னை ஒரு மகா
அதிர்ஷ்டக்காரனாய் உணர வைத்துள்ளாய் நீ.
கடவுள் உன்னை ஆசிர்வதிப்பாராக!*

உள்ளடக்கம்

நன்றி

ஒரு புத்தகம் எழுதுவது என்பது நம்புதற்கரிய, அற்புதமானதொரு காரியம், குறிப்பாக அது உங்களுடைய முதல் புத்தகமாக இருக்கும்போது. அதற்குப் பல ஆண்டுகால ஆராய்ச்சியும் அனுபவமும் தேவைப்படுகிறது. பின்னர் அதை எழுத்தில் வடிக்கவும் திருத்தி எழுதவும் பல மாதங்கள் ஆகின்றன. இப்புத்தகம் நான் நடத்தி வருகின்ற ஆயிரக்கணக்கான பயிலரங்குகளில் இருந்தும், கடந்த பல ஆண்டுகளில் என்னுடன் பணிபுரிந்த எண்ணற்ற நபர்களின் ஆலோசனைகளில் இருந்தும் உருவான ஒன்று.

என் வாழ்க்கையே ஒரு நீண்ட, தொடர்ச்சியான, தனிப்பட்ட மற்றும் தொழில்முறை வளர்ச்சியின் வெளிப்பாடாக அமைந்திருந்தது. அதில் நான் படித்த ஆயிரக்கணக்கான நூல்களும், கேட்ட கணக்கிலடங்கா ஆடியோ கேசட்டுகளும், பங்கேற்றுக் கொண்ட நூற்றுக்கணக்கான பயிலரங்குகளும் அடங்கும். ஜேம்ஸ் ஜாய்ஸ் எழுதிய 'உலிசெஸ்' நாவலில் வரும் கதாபாத்திரமான டென்னிஸன் கூறியதுபோல, "நான் சந்தித்த அனைத்தின் ஒரு பகுதிதான் நான்." என்மீது தாக்கத்தை ஏற்படுத்தியவர்களுக்குக் கணக்கு வழக்கில்லை என்றாலும், இப்புத்தகம் சாத்தியமானதற்குக் காரணமாக இருந்த ஒரு சிலருக்கு நான் நன்றி கூற விரும்புகிறேன்.

முதலில், கடந்த பல வருடங்களாக என்னுடைய பயிலரங்குகளில் பங்கேற்று வந்துள்ள பல அற்புதமான ஆண்களுக்கும் பெண்களுக்கும் நான் நன்றி கூற விரும்புகிறேன்.

அவர்களுடைய கண்ணோட்டங்கள், அபிப்பிராயங்கள், மற்றும் பங்களிப்புகள் மிகவும் மதிப்புமிக்கவையாகவும், இப்புத்தகத்தை எழுதுவதற்குப் பேருதவியாகவும் இருந்தன. நான் யாரைக் குறிப்பிடுகிறேன் என்று உங்களுக்குத் தெரியும். உங்களுக்கு எனது கோடி நன்றிகள் உரித்தாகுக.

குறிப்பாக, மனத்தின் சக்தி குறித்து என் கண்களைத் திறந்த ஜான் பாயிலுக்கு நான் நன்றி கூறுகிறேன். சராசரி மனிதனுக்குள் இருக்கும் அற்புதமான சக்தி குறித்த அபாரமான கண்ணோட்டத்தை எனக்கு அளித்த எர்ல் நைட்டிங்கேலுக்கும், தனது 'வெற்றியின் உளவியல்' என்னும் சுயமுன்னேற்ற ஆடியோ கேசட்டில் குறிப்பிட்டிருந்த வெற்றிக் கொள்கைகளை எனக்குத் தொகுத்து வழங்கியமைக்காக டெனிஸ் வெயிட்லிக்கும் எனது மனமார்ந்த நன்றிகள். என் சிந்தனையில் குறிப்பிடத்தக்கத் தாக்கத்தை ஏற்படுத்தியமைக்காக, அற்புதமான சிந்தனாவாதிகளான ஸ்டீபன் கவி, கென் பிளான்சார்ட், டாம் பீட்டர்ஸ், சிக் சிக்லர், ஜிம் ரோன், டோனி ராபின்ஸ் மற்றும் வெயின் டயர் ஆகியோருக்கு என் நன்றிகள்.

கடந்த பல வருடங்களாக என் கருத்துக்களை ஆடியோவில் தரமாகப் பதிவு செய்ய உதவிய நைட்டிங்கேல்—கோனன்ட் நிறுவனத்தைச் சேர்ந்த விக் கோனன்ட், கெவின் மெக்எனிலே, மைக் வில்பான்ட் மற்றும் ஜில் ஷாச்டர் ஆகியோருக்கு என் உளமார்ந்த நன்றிகள்.

வட அமெரிக்கா நெடுகிலும் கடந்த பல வருடங்களாக என் பயிலரங்குகளில் என்னுடன் ஆர்வமாகப் பங்கேற்று, பல்லாயிரக்கணக்கானோருக்கு இக்கோட்பாடுகளை எடுத்துச் செல்ல உதவியமைக்காக ஜான் ஹம்மான்ட், டேன் பிராட்லேனட், ஜிம் ஹாஃப்மேன் மற்றும் ரூசனே சான்டேஜ் ஆகியோருக்கு என் நன்றிகள்.

என்னுடைய முந்தைய மற்றும் தற்போதைய நிறுவனத்தில் எனக்கு எண்ணற்றோர் ஏராளமாக உதவியுள்ளனர். என் தொழிலின் துவக்க காலத்தில் பல வருடங்களாகப் பல இடங்களுக்கு என்னுடன் பயணித்து, வைகறை முதல் அர்த்த ராத்திரி வரை உடனிருந்த விக்டர் ரிஸ்லிங்கிற்கு என் நன்றிகள். என் நண்பரும் பங்காளியுமான மைக்கேல் உல்ஃப்புக்கும், என் விற்பனை இயக்குனர் டோனா வில்லேரில்லிக்கும் என் நன்றிகள். என் நிர்வாகச் செயலாளர்களும், தனி உதவியாளர்களுமான மேவிஸ் ஹன்ஹாக் மற்றும் ஷிர்லி

வெட்ஸ்டோனுக்கு என் நன்றிகள்; அவர்களுடைய தட்டச்சு மற்றும் பல முறை நிகழ்ந்த மறுதட்டச்சுக்கள் இல்லாமல் இப்புத்தகம் வெளிவந்திருக்காது.

எனக்கு ஆதரவும் ஊக்குவிப்பும் வழங்கிய சைமன் & ஷுஸ்டர் நிறுவனத்தில் உள்ள என் நண்பர்களுக்கு என் நன்றிகள், குறிப்பாக என் எடிட்டர் பாப் பென்டருக்கு. இதில் எல்லோரையும்விட மிக முக்கியப் பங்கு வகித்தவர் எனது லிட்ரரி ஏஜென்ட் மார்கரெட் மெக்பிரைட்தான்; என்மீதும் என் வேலைமீதும் அவர் வைத்திருந்த நம்பிக்கையும் விசுவாசமும்தான் என்னை இப்புத்தகத்தை எழுதத் தூண்டின. மார்கரெட், உங்களுக்கு என் இதயம் கனிந்த நன்றிகள்.

என் வாழ்க்கையில் நான் கற்றுள்ள பாடங்களிலேயே மிக முக்கியமான பாடம், எவருமே எதையும் ஒருபோதும் தனியாக நின்று சாதித்ததில்லை என்பதுதான். நாம் எல்லோரும் எல்லாவற்றிற்கும் பிறரைச் சார்ந்தே இருக்கிறோம். நான் இன்னும் பலருக்கு நன்றி தெரிவிக்க விரும்பினாலும், அது பக்கம் பக்கமாக நீளும் என்பதால் இன்னும் ஒரே ஒருவருக்கு மட்டும் நன்றி கூறி இதை முடித்துக் கொள்கிறேன். அவர் என்னுடைய அற்புதமான மனைவி பார்பரா. எல்லாவற்றிற்கும் அவருக்கு என் நன்றிகள், குறிப்பாக இப்புத்தகத்தில் மாதக்கணக்காக நான் மூழ்கியிருந்த சமயங்களில் என்னைப் பொறுமையுடன் சகித்துக் கொண்டமைக்காக. கடைசியாக என் குழந்தைகளான கிறிஸ்டினா, மைக்கேல், டேவிட் மற்றும் கேத்தரினுக்கு, நான் இதை எழுதிக்கொண்டிருந்தபோது உங்களுடன் அதிக நேரத்தைச் செலவிட முடியவில்லை; அதை ஈடு செய்யும் விதத்தில் நான் நடந்து கொள்வேன் என்று உங்களுக்கு உறுதியளிக்கிறேன்.

முன்னுரை

இப்போது நீங்கள் கற்றுக் கொள்ளவிருக்கும் செயற்திட்டம் உங்கள் வாழ்க்கையைப் பரிபூரணமாக மாற்றக்கூடிய ஒன்று. இப்புத்தகத்தில் தொகுத்துக் கூறப்பட்டுள்ள செயல்முறைகள் எதுவும் புதிதானவையல்ல. காலங்காலமாக மீண்டும் மீண்டும் கற்பிக்கப்பட்டு வந்திருக்கும் விஷயங்கள்தான் அவை. இந்தக் கொள்கைகளும் செயல்முறைகளும் லட்சக்கணக்கான மக்களால் பின்பற்றப்பட்டு, சந்தேகத்திற்கு இடமில்லாமல் நிரூபிக்கப்பட்டு வந்துள்ளன. எண்ணற்ற வெற்றி வரலாறுகள் இவற்றை அடிப்படையாகக் கொண்டு படைக்கப்பட்டுள்ளன.

இந்த யோசனைகளையும் வழிமுறைகளையும் உங்கள் அன்றாட வாழ்வில் ஒன்றிணைத்துச் செயல்படுத்துவதன் மூலம், நீங்கள் அதிக மகிழ்ச்சியானவராகவும், கூடுதல் ஆரோக்கியம் உடையவராகவும், அதிகத் தன்னம்பிக்கை கொண்டவராகவும் ஆவீர்கள். குறிக்கோள் மற்றும் முன்னோக்கு குறித்து உங்களிடம் நல்ல தெளிவு பிறக்கும். நீங்கள் அதிக நேர்மறையாகவும், அதிக ஒருமித்தக் கவனத்துடனும் இருப்பீர்கள். உங்கள் இலக்குகளை அடையத் தேவையான கூடுதல் திறனைப் பெறுவீர்கள். உங்கள் வாழ்வில் இடம்பெற்றுள்ள முக்கியமான நபர்களுடன் நீங்கள் நல்லுறவை வளர்த்துக் கொள்வீர்கள். உங்கள் தொழில் வாழ்க்கையில் அதிக வெற்றியுடன் விளங்குவீர்கள். உங்களைப் பற்றி நீங்கள் அற்புதமாக உணர்வீர்கள்.

உங்களுக்குள் ஆழமாகப் புதைந்திருக்கும், நீங்கள் இதுவரை பயன்படுத்தியிராத அளப்பரிய ஆற்றலை எவ்வாறு விடுவிப்பது

என்பதை நீங்கள் கற்றுக் கொள்வீர்கள். ஒவ்வோர் அத்தியாயத்திலும் கொடுக்கப்பட்டிருக்கும் பயிற்சிகளைக் கடைபிடிப்பதன் மூலம், நீங்கள் மேற்கொள்ளும் முயற்சிக்கு ஏற்றவாறு பலன்களைப் பெறுவீர்கள். நீங்கள் இதுவரை எட்டியிராத உயரிய வெற்றி, சாதனை, மற்றும் மாபெரும் மகிழ்ச்சி ஆகியவற்றை நோக்கி உங்கள் ஒட்டுமொத்த வாழ்க்கையை இட்டுச் செல்வீர்கள்.

வாழ்க்கை என்பது சரியான எண்களைச் சரியான வரிசையில் திருப்பினால் திறக்கும் சாவியில்லாத நவீனப் பூட்டுப் போன்றது. முறையான எண்ணங்கள் மற்றும் நடவடிக்கைகளைச் சரியான வரிசையில் நீங்கள் ஒழுங்கமைத்துக் கொள்ளும்போது, நீங்கள் உண்மையிலேயே விரும்பும் ஆரோக்கியம், செல்வம், மகிழ்ச்சி, வெற்றி, மனஅமைதி போன்ற எதையும் சாதிப்பதற்கான வழி திறக்கும். சரியான காரியங்களைச் சரியான வழியில் செய்தால், நீங்கள் விரும்பும் விளைவுகளைப் பெறுவீர்கள். உங்களுக்கு என்ன வேண்டும் என்பதை உங்களால் துல்லியமாகத் தீர்மானிக்க முடிந்தால், உங்களுக்கு முன் அதை மற்றவர்கள் எவ்வாறு சாதித்தனர் என்பதை உங்களால் கண்டுபிடிக்க முடியும். அவர்கள் செய்த அதே விஷயங்களை நீங்கள் செய்தால், அவர்கள் பெற்றுள்ள அதே விளைவுகளை நீங்களும் பெறுவீர்கள்.

வெற்றிக்கான இந்த இரகசியம் மிகவும் இலகுவானது. அதனால்தான் பெரும்பாலானவர்கள் இதைக் கண்டுகொள்ளத் தவறிவிடுகின்றனர். நீங்கள் விரும்பும் எதையும் உங்களால் பெற முடியும், அது எவ்வளவு முக்கியமாக உங்களுக்குத் தேவை என்பதைப் பொறுத்து. அதோடு, மற்றவர்கள் அதை அடைவதற்கு எவ்வளவு விடாமுயற்சியுடன் கடினமாக முயற்சித்திருந்தனரோ, அந்த அளவு முயற்சிக்கு நீங்களும் தயாராக இருக்கும் பட்சத்தில் நீங்கள் விரும்புவது நிச்சயமாக உங்களை வந்தடையும்.

நீங்கள் யார் என்பது இங்கு முக்கியமல்ல. நீங்கள் ஓர் இளைஞராக இருக்கலாம் அல்லது ஒரு முதியவராக இருக்கலாம்; ஆணாக இருக்கலாம் அல்லது பெண்ணாக இருக்கலாம்; கறுப்பாக இருக்கலாம் அல்லது சிவப்பாக இருக்கலாம்.. நீங்கள் ஒரு செல்வச் செழிப்பான குடும்பத்தில் பிறந்திருந்தாலும் சரி அல்லது வறிய குடும்பத்தில் பிறந்திருந்தாலும் சரி, அதுவும் ஒரு பொருட்டல்ல. இயற்கை

நடுநிலையானது, பாரபட்சமற்றது. அது மக்களைப் பாகுபடுத்திப் பார்ப்பதில்லை. ஒருதலைபட்சமாக நடந்து கொள்வதில்லை. நீங்கள் எதை அதனிடம் கொடுக்கிறீர்களோ, துல்லியமாக அதையே அது உங்களுக்குத் திருப்பித் தருகிறது. நீங்கள் எதை விதைக்க விரும்புகிறீர்கள் என்பதைத் தீர்மானிக்கும் சக்தி உங்களிடம் உள்ளது.

கதே இவ்வாறு எழுதியுள்ளார்: “வேடிக்கைப் பேச்சு இயற்கைக்குப் புரிவதில்லை. அது எப்போதும் உண்மையானது, தீவிரமானது, கடுமையானது. அது எப்போதும் சரியானது. தவறுகளும் பிழைகளும் எப்போதும் மனிதனுடையவை. இயற்கையைப் போற்றிப் பாராட்டும் திறனற்ற மனிதனை இயற்கை அவமதிக்கிறது. பொருத்தமான, தூய்மையான, உண்மையான மனிதனுக்கே அது தன் இரகசியங்களை வெளிப்படுத்துகிறது.”

வெற்றி பெறாத மனிதர்கள் தங்கள் தோல்விக்கான காரணங்களைத் தங்களுக்கு வெளியே தேடுவதற்குப் பழக்கப்பட்டுவிட்டதால், இந்த யோசனையை அவர்களால் அவ்வளவு சுலபமாக ஏற்றுக் கொள்ள முடிவதில்லை. ஆனால் இதற்கான ஆதாரம் நம்மைச் சுற்றி எல்லா இடங்களிலும் உள்ளது. நீங்கள் உங்களைச் சுற்றி எங்கு பார்த்தாலும், கறுப்பர்கள், வெள்ளையர்கள், இளைஞர்கள், முதியவர்கள், கற்றறிந்த அல்லது கல்வியறிவு பெற்றிராத ஆண்களும் பெண்களும், அவர்களது பின்புலம் எதுவாக இருந்தாலும் சரி, அரும்பெரும் சாதனைகளைப் புரிந்து தாங்கள் வாழும் சமூகத்திற்கு மதிப்பாகப் பங்காற்றிக் கொண்டிருப்பதை நீங்கள் காண்பீர்கள்.

அதே சமயம், நல்ல பின்புலம் மற்றும் சிறந்த கல்வியறிவு கொண்ட, அனுகூலமான வாழ்க்கையை வாழ்ந்து கொண்டிருக்கும் மக்கள் தங்கள் வாழ்வில் எதையும் சாதிக்காமல் இருப்பதை நீங்கள் பார்க்கிறீர்கள். தங்களுக்கு விருப்பமில்லாத வேலையில் இருந்து கொண்டு, தங்களுக்கு மகிழ்ச்சியளிக்காத உறவுகளில் உழன்று கொண்டு, தங்களிடம் குடிகொண்டிருக்கும் ஆற்றலில் ஒருசில சதவீதத்தை மட்டுமே உபயோகித்துக் கொண்டு, மகிழ்ச்சியையும் சாதனையையும் அனுபவிக்க முடியாமல் அவர்கள் சிரமப்பட்டுக் கொண்டிருக்கின்றனர்.

மகிழ்ச்சியாகவும் வெற்றிகரமாகவும் வாழ்வதற்கும், வாழ்வில் உண்மையிலேயே நீங்கள் பெற விரும்பும்

விஷயங்களை அதிகமாகப் பெறுவதற்குமான வழி, வாழ்க்கை எனும் பூட்டிற்கான சரியான எண்வரிசையைக் கண்டறிவதுதான். அதிர்ஷ்டக் காற்று வீசுவதற்குக் காத்துக் கொண்டிருப்பதற்குப் பதிலாக, நீங்கள் செய்ய விரும்பும் விஷயங்களைச் செய்து, நீங்கள் சாதிக்க விரும்பும் விஷயங்களை ஏற்கனவே சாதித்துள்ள மக்களைப் பற்றிப் படித்து அவர்களை அப்படியே நீங்கள் பின்பற்ற வேண்டும்.

இப்புத்தகம் அதைப் பற்றியதுதான். தனிமனித சாதனையைப் பற்றிக் கண்டறியப்பட்டுள்ள மிகச் சிறந்த விஷயங்களை எந்தவிதமான ஜோடனையும் சிக்கலும் இன்றி, செயல்படுத்துவதற்கு எளிதான விதத்தில் இப்புத்தகம் தொகுத்துக் கொடுத்துள்ளது. உங்கள் வாழ்வின் ஒவ்வொரு பகுதியிலும் உள்ள பூட்டுக்களைத் திறப்பதற்கான எண்வரிசைகளை இதில் விவரிக்கப்பட்டுள்ள செயற்திட்டம் உங்களுக்குக் கொடுக்கிறது.

இந்த யோசனைகள் நிச்சயமாகப் பலனளிக்கும் என்பதற்கு என்னிடம் இரண்டு முக்கியமான காரணங்கள் உள்ளன. முதலில், பல வருடங்களாக நான் இவற்றை வெற்றிகரமாகப் பரிசோதித்துப் பார்த்து வந்துள்ளேன். இரண்டாவதாக, இதை நான் பத்து லட்சத்திற்கும் அதிகமான மக்களுக்குக் கற்றுக் கொடுத்துள்ளேன். இந்த யோசனைகளைத் தங்கள் வாழ்வில் தீவிரமாகச் செயல்படுத்திய ஒவ்வொருவருக்கும் இவை அற்புதமாகப் பலனளித்துள்ளன.

மக்களில் சிலர் சட்டம் பயில்கின்றனர், சிலர் பொறியியல் படிப்பை மேற்கொள்கின்றனர். சிலர் விளையாட்டுச் செய்திகளைப் படித்து, கால்பந்து, கூடைப்பந்து, அல்லது கிரிக்கெட் போன்ற விளையாட்டுக்களில் நிபுணர்களாகின்றனர். மற்றவர்கள், சமையல், வரலாறு, கணினி, அல்லது இன்னும் பிற துறைகளில் சேர்ந்து அவற்றைக் கற்பதில் பல மணிநேரங்களைச் செலவிடுகின்றனர். வெற்றியை நான் அதன் பல வடிவங்களில் ஆராய்ந்திருக்கிறேன்.

ஒருசிலர் மட்டும் ஏன் மற்றவர்களைவிட அதிக வெற்றிகரமாகத் திகழ்கின்றனர் என்பதைத் தெரிந்து கொள்ளும் விருப்பம் சிறு வயதிலிருந்தே எனக்கு இருந்து வந்தது. என்னைச் சுற்றி எல்லா இடங்களிலும் நான் பார்த்த செல்வம், மகிழ்ச்சி, மற்றும் செல்வாக்கு ஆகியவற்றில் நிலவிய ஏற்றத்தாழ்வுகள் எனக்குக் குழப்பத்தை ஏற்படுத்தின. வெளிப்படையாகத் தெரியும் இந்தச் சமமின்மைக்கு நிச்சயமாகப் பொருத்தமான

காரணங்கள் இருக்க வேண்டும் என்று நான் நம்பினேன். அவற்றைக் கண்டுபிடிக்க நான் உறுதியான தீர்மானம் மேற்கொண்டேன்.

நான் ஓர் ஏழைக் குடும்பத்தில் இருந்து வந்தவன். என் ஏழ்மையை நான் வெறுத்தேன். என் தந்தைக்கு நிரந்தரமான வேலை இருக்கவில்லை. மிக அடிப்படைத் தேவைகளைப் பூர்த்தி செய்வதற்கு வேண்டிய பணத்திற்கே நாங்கள் சிரமப்பட வேண்டியிருந்தது. எனது பத்தாவது வயதுவரை, நான் அணிந்த ஆடைகளில் பெரும்பாலானவை மற்றவர்கள் தானமாகக் கொடுத்தவையே.

நான் வளர்ந்து வந்த நேரத்தில் என் நடத்தை பிரச்சனைக்குரியதாக இருந்தது. நான் எப்போதும் ஏதாவது ஒரு பிரச்சனையில் சிக்கிக் கொண்டே இருந்தேன். காரணம் புரியாமல் வாழ்க்கையின்மீது கோபமும் வெறுப்பும் கொண்டிருந்தேன். பலமுறை நான் பள்ளியில் இருந்து தற்காலிகமாக நீக்கப்பட்டேன். இரண்டு உயர்நிலைப் பள்ளிகளில் இருந்து வெளியேற்றப்பட்டேன். எனது ஏழாவது வகுப்புமுதல் பன்னிரண்டாம் வகுப்புவரை, மற்ற எந்தவொரு மாணவனைக் காட்டிலும் மிக அதிகமாக வகுப்புக் காவலில் வைக்கப்பட்டவன் நான்தான்.

உயர்நிலைப் பள்ளியில் நான் தேறவில்லை. உயர்நிலைக் கல்வியின் கடைசி ஆண்டில் ஏழுக்கு ஆறு பாடங்களில் தோல்வியுற்றேன். ஒரு சிறிய ஹோட்டலில் பாத்திரம் கழுவும் வேலைதான் எனக்குக் கிடைத்த முதல் வேலை. அதன் பிறகு, நான் வெவ்வேறு கூலி வேலைகளில் ஈடுபட்டேன், விடுதிகளிலும், சிறிய ஹோட்டல்களிலும், ஒற்றை அறை கொண்ட குடியிருப்பு வீடுகளிலும் தங்கினேன். சில சமயங்களில் என் காரிலோ அல்லது அதனருகே இருந்த கட்டாந்தரையிலோ படுத்து உறங்கினேன்.

மர ஆலைகளில் மரங்களை அடுக்கும் வேலையைச் செய்தேன். சில காலம் கிணறுகள் வெட்டினேன். பிறகு கட்டிடத் தொழிலாளியாக வேலை பார்த்தேன். பிறகு ஒரு தொழிற்சாலையில் உற்பத்தித் துறையில் வேலை செய்தேன். எனக்கு இருபத்தியோரு வயதாக இருந்தபோது, நார்வே நாட்டைச் சேர்ந்த ஒரு சரக்குக் கப்பலில் சமையலறையில் உதவியாளனாக வேலை செய்தேன். கப்பலில் உலகைச் சுற்றிப் பார்த்தேன். அடுத்த ஒருசில வருடங்களுக்கு, என் கையில் இருந்த பணம் தீரும்வரை பயணம் செய்தேன். மீண்டும்

பயணிப்பதற்குத் தேவையான பணத்தைச் சேர்க்கும்வரை கடினமாக உழைத்தேன்.

எனக்கு இருபத்து மூன்று வயதானபோது, பகல் நேரங்களில் ஒரு பண்ணைத் தொழிலாளியாக வேலை செய்தேன். இரவு நேரங்களில், அந்த விவசாயியின் பண்ணையில் இருந்த வைக்கோலின்மீது படுத்து உறங்கினேன். கூலி வேலை எதுவும் கிடைக்காத நிலை ஏற்பட்டபோது, விற்பனைத் துறைக்குள் காலெடுத்து வைத்தேன். கமிஷன் அடிப்படையில் வேலைக்குச் சேர்ந்தேன். அன்றாடச் சம்பளம் கிடைத்ததால், சாப்பாட்டிற்கும் தினசரி வாடகைக்கு அறை எடுத்துத் தங்குவதற்கும் ஏதுவாக இருந்தது.

வாழ்க்கையைப் பற்றி எனக்குக் கற்றுக் கொடுத்த இந்த ஆரம்பகால அனுபவங்கள் நெடுகிலும், "சிலர் ஏன் மற்றவர்களைவிட அதிக வெற்றிகரமாகத் திகழ்கின்றனர்?" என்ற கேள்விக்கான விடையை நான் தொடர்ந்து தேடிக் கொண்டே இருந்தேன்.

நான் கற்றுக் கொள்வதில் வெறியாய் இருந்தேன். விஷயங்களைத் தெரிந்து கொள்வதிலும், அவற்றைப் புரிந்து கொள்வதிலும் நான் தீவிர ஆர்வம் கொண்டிருந்தேன். என்னைச் சுற்றி நடந்து கொண்டிருந்த விஷயங்களுக்கு அர்த்தம் கற்பிக்கக்கூடிய அனைத்தையும் நான் படித்தேன். அது என்னுடைய மாபெரும் தேடலாக இருந்தது.

நான் ஒரு யதார்த்தவாதி. சிறப்பான விளைவுகளைப் பெறுவதற்கு நான் உடனடியாகச் செய்யக்கூடிய சில குறிப்பிட்ட விஷயங்கள் பற்றிய தெளிவான விளக்கங்களை நான் தேடினேன். பிரம்மாண்டமான கோட்பாடுகள் அல்லது புரிபடாத கொள்கைகள் குறித்து எனக்கு அவ்வளவாகப் பொறுமை இருக்கவில்லை. நான் எதிர்கொள்ளும் ஒவ்வொரு யோசனை குறித்தும் நான் கேட்கும் ஒரே கேள்வி, "இது பலனளிக்குமா?" என்பதுதான்.

நான் விற்பனைத் துறைக்குள் நுழைந்து பல மாதங்கள் ஆன பிறகு, "ஒருசில விற்பனையாளர்கள் மற்றவர்களைவிட எப்படி அதிக வெற்றியாளர்களாக விளங்குகின்றனர்?" என்ற கேள்விக்கான பதிலைத் தீவிரமாகத் தேடத் துவங்கினேன். விற்பனையைப் பற்றி எனக்குக் கிடைத்த அனைத்தையும் நான் படித்தேன், சந்தையில் இருந்த அனைத்து ஒலிநாடாக்களையும் கேட்டேன், பல பயிற்சிக் கருத்தரங்குகளிலும் கலந்து கொண்டேன். விற்பனையில் சாதனை படைத்தவர்களிடம்,

அவர்கள் எவ்வாறு விற்பனை செய்தனர் என்பதையும், விற்பனையாளர்கள் எப்போதும் எதிர்கொள்ளும் பிரச்சனைகளை அவர்கள் எவ்வாறு சமாளித்தனர் என்பதையும் கேட்டுத் தெரிந்து கொண்டேன்.

எனக்கு அர்த்தமுள்ளதாகத் தோன்றிய அனைத்தையும் நான் முயற்சித்துப் பார்த்து, காலப்போக்கில் அவற்றை மேம்படுத்தினேன். என் விற்பனை படிப்படியாக அதிகரிக்கத் துவங்கியது. ஆறு மாதங்களில் நான் என் நிறுவனத்தின் முதன்மை விற்பனையாளனாக ஆனேன். விரைவில், எனக்குப் பலனளித்த உத்திகளை நான் மற்றவர்களுக்குக் கற்றுக் கொடுக்கத் துவங்கினேன். அவற்றைச் செயல்முறைப்படுத்திய பல விற்பனையாளர்களும் முதன்மை நிலையை அடைந்தனர்.

நான் நிர்வாகத்திற்குள் காலெடுத்து வைத்தபோது, மற்றவர்கள் வாயிலாகச் சிறப்பான விளைவுகளைப் பெறுவதற்கு எனக்கு உதவக்கூடிய அனைத்தையும் நான் படித்தேன். நான் படித்தவற்றைப் பயன்படுத்தி ஒரு பெரிய விற்பனை நிறுவனத்தை உருவாக்கினேன். என் நிறுவனம் ஆறு நாடுகளில் இயங்கிக் கொண்டிருக்கிறது. ஒவ்வொரு மாதமும் கோடிக்கணக்கான டாலர்களை ஈட்டிக் கொண்டிருக்கிறது.

வீடுமனை வாங்கல் விற்றல் துறையில் நான் ஈடுபடத் தீர்மானித்தபோது, மீண்டும் புத்தகங்களின் பக்கம் திரும்பினேன். அத்தொழிலில் ஈடுபடுவதற்கான உரிமத்தைப் பெற்றேன். அத்துறையைப் பற்றி அனைத்தையும் படித்தேன். நான் அதுவரை எந்தவொரு கட்டிடத்தையும் உருவாக்கியிருக்காத நிலையிலும், என் முதல் பணித்திட்டத்தில், முப்பது லட்சம் டாலர்கள் மதிப்பு வாய்ந்த ஒரு பேரங்காடியை உருவாக்கி விற்றேன். இத்துறையைப் பற்றிப் படித்தும், இதில் வெற்றிகரமாக விளங்கிய மற்றவர்களிடம் கேள்விகளைக் கேட்டும் நான் எனக்குத் தேவையான விஷயங்களைத் தெரிந்து கொண்டேன்.

அடுத்த ஐந்து ஆண்டுகளில், பலகோடி டாலர்கள் பெறுமானமுள்ள வர்த்தகரீதியான, தொழில்ரீதியான, மற்றும் குடியிருப்பு வீடுகள் ஆகியவற்றை வாங்குவது, இணைப்பது, திட்டமிடுவது, உருவாக்குவது, வாடகைக்கு விடுவது, மற்றும் விற்பது போன்றவற்றிற்கு நான் பொறுப்பேற்றேன்.

வாடகைக்கு எடுக்கப்பட்ட மேசை நாற்காலிகளுடன் ஒரு சிறிய ஒற்றை அறை வீட்டிலிருந்த நான், என் சொந்த வீட்டிற்குக் குடிபெயர்ந்தேன். பிறகு நீச்சல் குளம் மற்றும்

மூன்று கார்களை நிறுத்துவதற்கான இடவசதியுடன்கூடிய ஒரு பெரிய வீட்டிற்கு நான் சொந்தக்காரனானேன்.

விற்பனை, நிர்வாகம், மற்றும் வியாபாரம் ஆகியவற்றைப் பற்றி நான் படித்து, அதன் மூலம் சிறப்பாகப் பொருளீட்டினேன். உயர்நிலைப் பள்ளிப் படிப்பை நான் தொலைதூரக் கல்வி முறையில் இரவில் படித்து முடித்தேன். என் வாழ்க்கை அனுபவங்களின் அடிப்படையிலும், கல்லூரி நுழைவுத் தேர்வில் அதிக மதிப்பெண்கள் பெற்றதன் அடிப்படையிலும், வணிக மேலாண்மை நிர்வாகவியல் பட்டப்படிப்பில் சேர்வதற்கு எனக்கு அனுமதி கிடைத்தது. வியாபாரக் கோட்பாடுகள், திட்டமிடுதல், சந்தையியல் ஆகியவற்றைப் பற்றிப் படிப்பதில் மூன்று வருடங்களைச் செலவிட்டேன். இதன் விளைவாக நான் ஒரு நிர்வாக ஆலோசனையாளராக ஆகி, என் அறிவையும் அனுபவத்தையும் கொண்டு என் வாடிக்கையாளர்களுக்குக் கோடிக்கணக்கான டாலர்களைச் சம்பாதித்தும் சேமித்தும் கொடுத்தேன்.

மகிழ்ச்சி என்ற விஷயமும், சிலர் ஏன் மற்றவர்களைவிட அதிக மகிழ்ச்சியாகவும் அதிக நிறைவாகவும் இருக்கின்றனர் என்ற கேள்வியும் எப்போதும் என் ஆர்வத்தைத் தூண்டி வந்துள்ளன. இதற்கான விடையைக் கண்டுபிடிப்பதற்காக நான் உளவியல், தத்துவம், சமயம், மெய்யறிவியல், உத்வேகம், தனிமனித சாதனை ஆகியவற்றைப் பற்றிப் படித்தேன்.

என் தனிமனித ஆளுமை தொடர்பான பிரச்சனைகளைக் கையாள்வதற்காக, உறவுகள், உளவியல், தகவல் பரிமாற்றம், ஆளுமை வகைகள் ஆகியவற்றைப் படித்தேன். எனக்குத் திருமணமானபோது, குழந்தை வளர்ப்பு மற்றும் பெற்றோர் செயல்பாடு ஆகியவற்றைப் பற்றி அனைத்தையும் படித்தேன், கேட்டேன். நான் சந்தித்த மக்களுடன் நல்லுறவை வளர்த்துக் கொள்வதற்காக, மனித உறவுகள் குறித்தப் புத்தகங்களைப் படித்தேன்.

கடந்தகாலத்தையும் நிகழ்காலத்தையும் நன்றாகப் புரிந்து கொள்வதற்காகவும், சில நாடுகளும் நாட்டின் சில பகுதிகளும் ஏன் பிற நாடுகளைவிடச் செழிப்பாக உள்ளன என்பதைப் பற்றித் தெரிந்து கொள்வதற்கும் வரலாறு, பொருளியல், அரசியல் ஆகியவற்றை நான் படித்தேன்.

மொத்தத்தில், இருபத்தைந்து ஆண்டுகளில் இருபதாயிரம் மணிநேரங்களுக்கும் மேலாக நான் புத்தகங்களைப் படிப்பதில் முதலீடு செய்துள்ளேன். இவற்றில் பல புத்தகங்களை நான்

ஒரே சமயத்தில் படித்தேன். சில புத்தகங்களை இரண்டு மூன்று ஆண்டுகளாகத் தீவிரமாகப் படித்தேன். அதை ஒரு வெறியென்றே கூறலாம். ஆனால் இந்த ஆய்வுகள் அனைத்திலும் ஒரு விஷயம் பொதுவாக இருந்தது: நடைமுறைச் சாத்தியத்தைப் புரிந்து கொள்ளும் நோக்கிலேயே நான் அவற்றைப் படித்தேன். மேம்பட்ட விளைவுகளை உடனடியாகப் பெறுவதற்கு உதவக்கூடிய, நடைமுறையில் செயல்படுத்தக்கூடிய நிரூபிக்கப்பட்ட யோசனைகள், உள்நோக்குகள், மற்றும் வழிமுறைகளைக் கண்டுபிடிக்கும் முயற்சியில் மேற்கொள்ளப்பட்ட ஒரு தொடர் தேடல்தான் இந்த ஆய்வுகள்.

இதன் வாயிலாக நான் ஒரு மாபெரும் விஷயத்தைக் கண்டுபிடித்தேன். நான் விரும்பும் எந்தவொரு விஷயத்திலும் வெற்றி பெறுவதற்குத் தேவையான எதையும் என்னால் கற்றுக் கொள்ள முடியும் என்பதை நான் கண்டறிந்தேன். விஷயங்களைப் பற்றிய அறிவு எல்லாவற்றையும் சாத்தியமாக்குகின்றது.

ஏழ்மையிலிருந்து தப்பிப்பதற்கும், எப்போதும் பணத்தைப் பற்றிக் கவலைப்படுவதில் இருந்து விடுபடுவதற்கும் எனக்கு இருபதாண்டுகள் ஆயின. எனவே, வெற்றியைப் பற்றி நான் கற்றறிந்துள்ள விஷயங்களை அனைவரும் பயன்படுத்தும் விதத்தில் யோசனைகளாகத் தொகுத்துக் கொடுத்தால், ஆயிரக்கணக்கான டாலர்களையும் பல வருடக் கடின உழைப்பையும் மிச்சப்படுத்த உதவக்கூடிய உத்திகளை மக்களுக்கு என்னால் வழங்க முடியும் என்று நான் தீர்மானித்தேன்.

1981ம் ஆண்டு, மற்றவர்கள் பயன்படுத்தக்கூடிய 'வெற்றிச் செயல்முறை' ஒன்றை நான் உருவாக்கினேன். அதை நான் இரண்டு நாள் பயிலரங்கின் வடிவில் கொடுத்தேன்.

நான் இந்த யோசனைகளை என் பயிலரங்கில் ஆணித்தரமாக எடுத்துரைத்தேன். மற்றவர்களுடன் இவற்றைப் பகிர்ந்து கொள்ள வேண்டும் என்ற ஒரு தீவிரமான ஆர்வம் என்னிடம் இருந்தது. இந்த யோசனைகள் பலனளித்தன என்பதை நான் அறிந்திருந்தேன். இச்செயல்முறையின் ஒரு சிறு பகுதியை ஒருவர் செயல்படுத்தினால்கூட, அவரது வாழ்வில் வேகமான, நேர்மறையான மாற்றங்கள் நிகழும் என்பதில் எனக்கு உறுதியான நம்பிக்கை இருந்தது.

எனது இந்தப் பயிலரங்கு சூடுபிடிப்பதற்கு மூன்று ஆண்டுகள் ஆயின. அந்த சமயத்தில், என் செயற்திட்டத்தை மேம்படுத்துவதிலும் மெருகூட்டுவதிலும் நான் மும்முரமாக ஈடுபட்டேன். படிப்படியாக, அதிலிருந்த குறைபாடுகளை நான் களையக் களைய, என் பயிலரங்கு பிரபலமாகத் துவங்கியது. அதிகமான மக்கள் வெகு தொலைவிலிருந்து வந்து அதில் கலந்து கொள்ள ஆரம்பித்தனர்.

துவக்கத்தில் இருந்தே மக்கள் என் பயிலரங்கைப் பற்றி இவ்வாறு விவரித்தனர்: "வாழ்க்கைக்கான ஒரு புதிய வாய்ப்புக் கிடைப்பதைப் போன்றது இது. எதிர்காலத்தை நாமே தீர்மானித்துக் கொள்வதற்கான ஒரு வெற்றுக் காசோலை போன்றது இது."

1984ம் ஆண்டு, பயிற்சித் திட்டங்களை ஒலி மற்றும் ஒளி ஊடகங்கள் வாயிலாக வெளியிடுவதில் தலைசிறந்து விளங்கும் நைட்டிங்கேல்—கானன்ட் நிறுவனம் என் பயிலரங்கை 'த சைக்காலஜி ஆஃப் அச்சீவ்மென்ட்' என்ற தலைப்பில் ஒலிநாடாவாக வெளியிட்டது. அது உடனடியாக விற்பனையில் முதன்மையிடத்தைப் பிடித்தது. இன்றுவரை அது சுமார் ஐந்து லட்சம் பிரதிகள் விற்பனையாகியுள்ளது.

1985ம் ஆண்டு, என்னால் தனிப்பட்ட முறையில் பயிலரங்கை நடத்த இயலாத அளவுக்கு மிக அதிக எண்ணிக்கையிலான மக்கள் அதில் கலந்து கொள்ள விரும்பியதால், அதை வீடியோவில் பதிவு செய்து, தேவையான செயல்முறைப் புத்தகங்களையும் கொடுத்து, அதை மக்களிடம் எடுத்துச் செல்வதற்காகத் தனிப்பட்ட முறையில் நான் பலரைப் பயிற்றுவித்தேன். 'த ஃபீனிக்ஸ் செமினார் ஆன் த சைக்காலஜி ஆஃப் அச்சீவ்மென்ட்' என்று அதற்கு நாங்கள் பெயரிட்டோம். அது மிகவும் பிரபலமடைந்து, இன்று பன்னிரண்டு மொழிகளில் மொழியாக்கம் செய்யப்பட்டு இருபத்து நான்கு நாடுகளில் வழங்கப்பட்டு வருகின்றது.

தனிப்பட்ட முறையிலும் பெருநிறுவனங்களிலும் மாற்றத்திற்கான ஒரு கருவியாக இது பயன்படுத்தப்படுகின்றது. இந்தப் பயிற்சித் திட்டத்தில் பங்கு கொள்ளும் மக்கள் தங்களைப் பற்றியும், தங்கள் குடும்பங்கள், வேலை, மற்றும் தங்கள் வாழ்வின் ஒவ்வோர் அம்சத்திலும் அதிக நன்னம்பிக்கை உடையவர்களாக, நேர்மறையானவர்களாக உருவாகின்றனர். அவர்கள் அதிகமான தன்னம்பிக்கையும் தகுதியும் நிறைந்தவர்களாகவும், தங்கள் வாழ்வை

ஆக்கபூர்வமான வழியில் இயக்கக்கூடிய திறன் படைத்தவர்களாகவும் உருவெடுக்கின்றனர்.

பெருநிறுவனங்கள் இந்தப் பயிலரங்கைத் தங்கள் உற்பத்தி, செயற்திறன், மற்றும் விளைவுகளை மேம்படுத்துவதற்குப் பயன்படுத்துகின்றன. குழுவாக இணைந்து செயல்படுவது மற்றும் ஒட்டுமொத்தத் தர நிர்வாகத் திட்டங்களின் அடிப்படைப் பயிற்சியாக அவர்கள் இப்பயிலரங்கைப் பயன்படுத்துகின்றனர். இதன் மூலம், தரமான மக்களை உருவாக்குவது அவர்களது லட்சியம். பிறகு, அந்தத் தரமான மக்கள் அந்நிறுவனத்தை உருவாக்குகின்றனர்.

இக்கொள்கைகளை எழுத்து வடிவில் தர வேண்டும் என்று என்னிடம் பயிற்சி பெற்றுள்ள ஆயிரக்கணக்கான மக்கள் என்னிடம் விடுத்த வேண்டுகோளுக்கு இணங்கவே நான் இப்புத்தகத்தை எழுதியுள்ளேன். என் பயிலரங்கில் நான் கூறும் அதே விஷயங்களைத்தான் இதில் நான் தொகுத்துக் கூறியுள்ளேன். மகிழ்ச்சி, இணக்கம், ஆரோக்கியம், உண்மையான செழிப்பு ஆகியவற்றுடன்கூடிய சிறப்பான வாழ்க்கையை வாழ்வதற்கான ஒரு முழுமையான, விரிவான அணுகுமுறைதான் இப்புத்தகம்.

நாம் துவங்குவதற்கு முன் உங்களிடம் இன்னும் ஒரே ஒரு விஷயத்தை நான் கூறிக் கொள்ள விரும்புகிறேன்: பல வருடங்களாக, என்னிடம் பயிற்சி பெற்றுள்ளவர்களில் பலர் என்னிடம் திரும்பி வந்து, "என் வாழ்வில் நிகழ்ந்துள்ளதைக் கேள்விப்பட்டால் நீங்கள் நம்ப மாட்டீர்கள்!" என்று கூறியுள்ளனர்.

இந்த யோசனைகளை நடைமுறைப்படுத்தத் துவங்கியது முதலாகத் தங்கள் வேலையிலும் தனிப்பட்ட வாழ்க்கையிலும் ஏற்பட்டுள்ள அற்புதமான விஷயங்களைப் பற்றி அவர்கள் என்னிடம் பகிர்ந்து கொள்கின்றனர்.

இந்தக் கோட்பாடுகளை நீங்கள் உங்கள் வாழ்வில் கடைபிடிக்கத் துவங்கும்போது, நீங்கள் ஒருபோதும் கற்பனை செய்திராத அளவுக்குப் பல வெற்றிகளை அனுபவிப்பீர்கள் என்பதையும், நீங்கள் இவற்றை எவ்வளவு அதிகமாகப் பயன்படுத்துகிறீர்களோ, அவ்வளவு அதிகமாக அவை உங்களுக்குப் பலனளிக்கும் என்பதையும் நான் அறிவேன். உங்கள் எதிர்கால வெற்றிக்கு உங்கள் கற்பனைதான் எல்லை!

1

உங்கள் வாழ்க்கையை ஓர் உன்னதமான கலைப்படைப்பாக ஆக்குங்கள்

இது சாதனைக் காலகட்டம். முன்பு எந்தவொரு காலத்திலும் இல்லாத அளவுக்கு இன்று அதிகமான மக்கள் அதிகமான துறைகளில் அதிகமான விஷயங்களைச் சாதித்துக் கொண்டிருக்கின்றனர். வரலாற்றில் எந்தக் காலகட்டத்திலும் இல்லாத அளவுக்கு இன்று மக்கள் அதிவேகத்தில் வெற்றியாளர்களாக உருவாகிக் கொண்டிருக்கின்றனர். இன்று உங்கள் கனவுகளை நிஜமாக்குவதற்கு, முன்பு ஒருபோதும் இல்லாத அளவுக்கு வாய்ப்புகள் குவிந்து கிடக்கின்றன.

மனிதகுலம் ஒரு பொற்காலத்திற்குள் அடியெடுத்து வைத்துக் கொண்டிருப்பதாக பிரபலமான தொழிலதிபர்களும் முன்னோக்குச் சிந்தனையாளர்களும் கணித்துக் கொண்டு இருக்கின்றனர். குடியாட்சி, தனிமனித சுதந்திரம், மற்றும் முதலாளித்துவம் போன்ற மேற்கத்திய உலகின் கருத்துக்கள்

இன்று உலகம் முழுவதும் வேகமாகப் பரவி வருகின்றன. எங்கெல்லாம் அவை தீவிரமாகக் கடைபிடிக்கப்படுகின்றனவோ அங்கெல்லாம் செழிப்பு, வளர்ச்சி, மற்றும் சுதந்திரம் ஆகியவை கோலோச்சுகின்றன. மாபெரும் வெற்றி, சுதந்திரம், மகிழ்ச்சி, மற்றும் பொருளாதாரச் சுதந்திரம் ஆகியவற்றை நீங்கள் அடைவதற்கு இக்கணத்தைவிட மேலான நேரம் இதுவரை இருந்ததில்லை.

உங்கள் வாழ்க்கையை எவ்வாறு மேம்படுத்துவது, உங்கள் இலக்குகளை எவ்வாறு அடைவது, வெற்றி மற்றும் மகிழ்ச்சிக்கான உங்களது முழுமையான ஆற்றலை எவ்வாறு உணர்ந்து கொள்வது ஆகியவற்றை இப்புத்தகம் உங்களுக்குக் காட்டும். நீங்கள் யாராக இருந்தாலும் சரி, உங்கள் சூழ்நிலை எதுவாக இருந்தாலும் சரி, நீங்கள் இதுவரை சாதித்துள்ள விஷயங்களைவிட அதிகமாக சாதிப்பதற்கான திறன் இக்கணத்தில் உங்களுக்குள் இருக்கிறது. உங்களது முந்தைய சாதனைகளை மிஞ்சி இன்னும் அதிகமாக சாதிப்பதற்கான ஆற்றல் உங்களிடம் உள்ளது. நீங்கள் இதுவரை கற்பனை செய்திராத அளவுக்கு சாதிப்பதற்கும், பெறுவதற்கும், உருவாவதற்கும் உங்களால் முடியும். நீங்கள் செய்ய வேண்டியதெல்லாம் அது எப்படி என்பதைக் கற்றுக் கொண்டு, பிறகு நீங்கள் கற்றுக் கொண்டுள்ளவற்றைச் செயல்படுத்த வேண்டியது மட்டும்தான்.

இப்புத்தகத்தில் கொடுக்கப்பட்டுள்ள அனைத்து விஷயங்களும் ஆயிரக்கணக்கானோரின் நிஜ வாழ்வில் பரிசோதிக்கப்பட்டு நிரூபிக்கப்பட்டு வந்துள்ளன. இந்த யோசனைகளை நானும் என் சொந்த வாழ்க்கையில் வெற்றிகரமாகப் பரிசோதித்துப் பார்த்திருக்கிறேன். நான் எதுவும் பெரிதாக சாதிக்காமல் போயிருந்தால்கூட யாரும் என்னைக் குறைகூற முடியாத அளவுக்கு மிகப் பின்தங்கிய நிலையிலேயே நான் என் வாழ்க்கையைத் துவக்கினேன்.

என் சொந்தக் கதை

நான் 1944ம் ஆண்டு கனடா நாட்டில் பிறந்தேன். என் பெற்றோர்கள் மிகவும் நல்லவர்கள், கடினமாக உழைத்தவர்கள். ஆனால் ஒருபோதும் எங்களிடம் போதிய பணம் இருந்ததில்லை. நான் வளர்ந்து வந்த காலத்தில், "நமக்கு அது கட்டுப்படியாகாது, நமக்கு அது கட்டுப்படியாகாது, நமக்கு அது

கட்டுப்படியாகாது," என்ற வார்த்தைகளை மந்திரம்போல் என் பெற்றோர்கள் அடிக்கடிக் கூறிக் கொண்டிருந்தது என் நினைவில் உள்ளது. எந்தப் பொருளாக இருந்தாலும் சரி, எங்களுக்கு அது கட்டுப்படியாகவில்லை. பெரும் பொருளாதார வீழ்ச்சியை அவர்கள் எதிர்கொள்ள நேரிட்டது. எல்லா நேரத்திலும் பணத்தைப் பற்றிக் கவலைப்படும் அனுபவத்திலிருந்து அவர்களால் ஒருபோதும் மீண்டு வரவே முடியவில்லை.

நான் பருவ வயதிற்குள் காலெடுத்து வைத்தபோது, பல குடும்பங்கள் எங்களைவிட நல்ல நிலையில் இருந்ததை முதன்முதலாக நான் கண்டறிந்தேன். அவர்களிடம் அழகான வீடுகளும், புதிய ஆடைகளும், நல்ல கார்களும் இருந்தன. பணத்தைப் பற்றி நாங்கள் கவலைப்பட்ட அளவுக்கு அவர்கள் கவலைப்படவில்லை என்பதுபோல் தோன்றியது. எங்கள் குடும்பத்தினரால் கற்பனை செய்துகூடப் பார்க்க முடியாத பல விஷயங்கள் அவர்கள் வாழ்வில் தாராளமாக இருந்ததை நான் கண்டேன். இந்த நேரத்தில்தான், "சிலர் ஏன் மற்றவர்களைவிட அதிக வெற்றியாளர்களாக விளங்குகிறார்கள்?" என்ற கேள்வியை எனக்கு நானே கேட்டுக் கொள்ளத் துவங்கினேன்.

மற்றவர்களைக் காட்டிலும் சிலர் மட்டும் எவ்வாறு அதிகமான பணத்தையும், மகிழ்ச்சியான குடும்ப உறவுகளையும் அனுபவிக்கின்றனர், அழகான மாளிகைகளில் வசிக்கின்றனர், வாழ்விலிருந்து அதிக மகிழ்ச்சியையும் திருப்தியையும் பெறுகின்றனர் என்று நான் வியக்கத் துவங்கினேன்.

நான் தனியாக அதிக நேரம் செலவிட்டதால், இந்தக் கேள்வியைப் பற்றிச் சிந்திக்க என்னிடம் ஏராளமான நேரம் இருந்தது. பிறர் என்னைத் 'தோல்வியாளன்' என்று அழைத்தனர். நான் படிப்பில் கவனம் செலுத்தாமல், வகுப்பில் வெறுமனே வளைய வந்து கொண்டிருந்தேன். மோசமான சிறுவர்களுடன் நான் கூட்டு சேர்ந்தேன். பிறரது கவனத்தைக் கவர்வதற்காக நான் எப்போதும் ஏதாவது பேசிக் கொண்டே இருந்ததால், இறுதியில் அனைவரும் என்னைச் செல்லாக்காசாக மதித்தனர்.

எல்லோரும் ஏதாவது ஒரு விதத்தில் ஒரு நல்ல காரியத்தைச் செய்கின்றனர் என்று கூறப்படுகிறது - மோசமான ஓர் உதாரணத்திற்கு அவர்கள் சுட்டிக்காட்டப்படுவதாக இருந்தாலும்கூட. அவர்களில் நானும் ஒருவன். "நீ உன் போக்கை மாற்றிக் கொள்ளாவிட்டால், பிரையன்

டிரேசியைப்போல் ஆகிவிடுவாய்," என்று ஆசிரியர்களும் பெற்றோர்களும் தங்கள் குழந்தைகளுக்கு எச்சரிக்கை விடுப்பதற்காகச் சுட்டிக்காட்டும் ஒரு சிறுவனாக நான் இருந்தேன்.

எனக்குப் பதினாறு வயதாக இருந்தபோது, ஒரு மாபெரும் உண்மை என் வாழ்க்கையை மாற்றி அமைத்தது. என் வாழ்வில் உள்ள விஷயங்கள் மாற வேண்டும் என்றால், நான் மாற வேண்டும் என்ற உண்மை ஒருநாள் எனக்குத் தெளிவாகியது. மகிழ்ச்சியற்று இருப்பதும், செல்லாக்காசாக இருப்பதும், எப்போதும் பிரச்சனைக்கு ஆளாவதும் எனக்குப் பிடிக்கவில்லை என்றால், அது குறித்து ஏதாவது செய்ய வேண்டியது என் பொறுப்பு என்பதை உணரத் தலைப்பட்டேன். "சிலர் ஏன் மற்றவர்களைவிட அதிக வெற்றியாளர்களாக விளங்குகிறார்கள்?" என்ற கேள்விக்கான விடையை நான் தேட முற்பட்டதன் துவக்கம் இதுதான்.

உயர்நிலைப் பள்ளிப் படிப்பைப் பாதியில் நிறுத்திவிட்டு, ஒருசில வருடங்கள் கூலி வேலை செய்த பிறகு, சிறிதளவு பணத்தைச் சேமித்துக் கொண்டு உலகைச் சுற்றிப் பார்க்கப் புறப்பட்டேன்.

நான் இதுவரை எண்பது நாடுகளுக்கும் மேலாகப் பயணித்துள்ளேன் அல்லது அவற்றில் வேலை பார்த்துள்ளேன். பெரும்பாலான மக்களால் கற்பனை செய்ய முடியாத பல சூழ்நிலைகளில் நான் இருந்திருக்கிறேன், பல அனுபவங்களைப் பெற்றிருக்கிறேன். கையில் காசின்றி, உண்ண உணவின்றி, இருக்க இடமின்றி, தொலைதூர நாடுகளில் நான் கட்டாந்தரையில் படுத்துத் தூங்கியிருக்கிறேன்.

பின்னாளில் உலகின் தலைசிறந்த நகரங்களில் நான் அழகிய ஹோட்டல்களில் தங்கி, அருமையான உணவகங்களில் உணவருந்தியிருக்கிறேன். காலப்போக்கில், 26 கோடி டாலர்கள் பெறுமானமுள்ள நிறுவனத்தின் மூத்த நிர்வாக அதிகாரியாக ஆனேன். நான் நான்கு அதிபர்களையும் மூன்று பிரதமர்களையும் சந்தித்திருக்கிறேன். நானும் என் மனைவியும் அமெரிக்க அதிபருடன் அமர்ந்து உணவருந்த வேண்டும் என்று ஓர் இலக்கை நிர்ணயித்த ஆறு மாதங்களுக்குள் அந்த இலக்கை அடைந்தோம்.

காலப்போக்கில், பலவிதமான பாடங்களை நான் கற்றுள்ளதை நான் நினைத்துப் பார்க்கிறேன். நான் கற்றுக் கொண்டுள்ள பாடங்களில் மிக முக்கியமானது இது: உங்களால்

பார்க்க முடியாத ஓர் இலக்கை உங்களால் அடைய முடியாது. அற்புதமான விஷயங்கள் என்னவென்றே தெரியாதபோது, உங்கள் வாழ்வில் அவற்றை உங்களால் அடைய முடியாது. உங்களுக்குள் இருக்கும் அசாதாரணமான சக்தியைக் கட்டவிழ்த்துவிடுவதைப் பற்றி நீங்கள் தீவிரமாக இருந்தால், முதலில் உங்களுக்கு என்ன வேண்டும் என்பது குறித்து நீங்கள் மிகத் தெளிவாக இருக்க வேண்டியது அவசியம்.

நான் அனுபவித்துள்ள ஒவ்வொரு வெற்றியும், நான் என் இலக்கை அடைந்த பிறகு அது எவ்வாறு இருக்கும் என்று சிந்தித்துப் பார்ப்பதற்கு நேரம் எடுத்துக் கொண்ட பிறகே என்னை வந்தடைந்தது. மாபெரும் வெற்றிகளைக் குவித்துள்ள பல மனிதர்களிடம் நான் பேசியதிலிருந்து, அவர்கள் அனைவரிடமும் ஒரு குணநலன் பொதுவாக இருந்ததை நான் கண்டேன். தங்களுக்குத் துல்லியமாக எது வேண்டும் என்பதை அவர்கள் அறிந்திருந்தனர். தங்கள் கனவு வாழ்க்கையும் தங்கள் சாதனைகளும் எவ்வாறு இருக்கும் என்பதைப் பற்றிய தெளிவான காட்சி அவர்களிடம் இருந்தது. தாங்கள் உருவாக்க விரும்பிய எதிர்காலம் குறித்து அவர்கள் கொண்டிருந்த முன்னோக்கு, அவர்கள் முன்னேறிச் செல்வதற்கான உத்வேகத் தூண்டுகோலாக அமைந்தது. அவர்கள் முதலில் தங்கள் இலக்குகளை நிர்ணயித்தனர், பிறகு அந்த இலக்குகள் யதார்த்தமாயின.

இலக்குகளை நிர்ணயிப்பது இப்பயிற்சித் திட்டத்தின் ஒரு முக்கிய அம்சம். ஐந்தாவது அத்தியாயத்தில் நான் இதைப் பற்றி விரிவாக விளக்குகிறேன். ஆனால் அதற்கு முன்பு, ஒருசில மக்கள் மட்டுமே செய்யும் ஒரு விஷயத்தை நீங்கள் செய்ய வேண்டும். இச்செயற்திட்டம் உங்களுக்குப் பலன் கொடுக்க வேண்டும் என்றால், நீங்கள் அதைச் செய்வது இன்றியமையாதது. அது இதுதான்: உங்களைப் பொறுத்தவரை "வெற்றி" என்பது எது என்பதை நீங்கள் துல்லியமாகத் தீர்மானித்துக் கொள்ள வேண்டும். உங்கள் வாழ்க்கையை ஓர் உன்னதமான கலைப்படைப்பாக உங்களால் ஆக்க முடியும் என்றால், அது எவ்வாறு இருக்கும் என்பதை நீங்கள் தீர்மானிக்க வேண்டும்.

உங்கள் விடைகளைத் திரித்துக் கூறாதீர்கள். உங்களுக்கு நேர்மையாக நடந்து கொள்ளுங்கள். ஒவ்வொரு சூழ்நிலையிலும் நீங்கள் அடைய விரும்பும் விளைவுகளை முதலில் வரையறுத்துக் கொள்ளுங்கள். அந்த விளைவுகளைப் பெறுவது

உங்களுக்கு ஏன் முடியாது என்பதற்கான காரணங்களை நினைத்து உங்கள் மனத்தைக் குழப்பிக் கொள்ளாதீர்கள். உங்களுக்கு உண்மையிலேயே என்ன வேண்டும் என்று தீர்மானித்து, அதை அடைவதற்கு உங்களை முழுமனத்துடன் அர்ப்பணிப்பதில் இருந்துதான் மாபெரும் சாதனைகள் அனைத்தும் துவங்குகின்றன.

வெற்றிக்கான ஏழு அம்சங்கள்

நீங்கள் அதிகமாக விரும்பும் எந்தவொரு விஷயத்தையும், அல்லது உங்கள் மகிழ்ச்சிக்கு இன்றியமையாதது என்று நீங்கள் கருதும் எந்தவொரு காரணியையும் இந்த ஏழு அம்சங்களில் ஏதேனும் ஒன்றில் அடக்கிவிடலாம். வெற்றி மற்றும் மகிழ்ச்சி குறித்து இதுவரை எழுதப்பட்டுள்ள அல்லது கண்டுபிடிக்கப்பட்டுள்ள அனைத்துடனும் இந்த ஏழு அம்சங்களும் இசைவாகப் பொருந்துகின்றன. உயரிய செயற்திறனுடன் விளங்கும் மக்களின் வாழ்க்கையையும் சாதனைகளையும் இந்த அம்சங்கள் சித்தரிக்கின்றன. நீங்கள் விரும்பும் அனைத்தும் இவற்றில் அடங்கும்.

உங்களை எல்லாக் கணங்களிலும் மகிழ்ச்சியாக வைத்திருக்க எந்த விகிதாச்சாரத்தில் இந்த ஏழு அம்சங்களையும் கலந்தால் சரியாக இருக்குமோ, அதைச் செய்யும்போது உங்கள் வாழ்க்கை உன்னதம் அடைகிறது. உங்கள் வெற்றியையும் மகிழ்ச்சியையும் இவற்றில் ஏதேனும் ஒன்று அல்லது அதற்கு மேற்பட்ட அம்சங்களின் கூட்டு இணைப்பாக நீங்கள் வரையறுத்துக் கொள்வதன் மூலம், உங்கள் இலக்கை நீங்கள் தெளிவாக உருவாக்குகிறீர்கள். பிறகு, நீங்கள் எவ்வளவு சிறப்பாகச் செயல்படுகிறீர்கள் என்பதை உங்களால் அளவிட முடியும். உங்கள் வாழ்க்கையில் மேம்பாடு ஏற்பட வேண்டுமென்றால் நீங்கள் எந்தெந்தப் பகுதிகளில் மாற்றங்களை ஏற்படுத்த வேண்டும் என்பதை உங்களால் அடையாளம் கண்டுகொள்ள முடியும்.

ஒரு கச்சிதமான எதிர்காலத்தைப் பற்றிய ஒரு தெளிவான முன்னோக்கை நீங்கள் முதலில் உருவாக்க வேண்டும். உங்கள் வாழ்க்கை ஏற்கனவே எல்லா விதத்திலும் கச்சிதமாக இருப்பதாக நீங்கள் உங்கள் மனக்கண்ணில் பார்ப்பதன் மூலம் உங்களுக்குள் இருக்கும் அளப்பரிய சக்தியை நீங்கள் விடுவிக்கத் துவங்குகிறீர்கள். இங்கிருந்து நீங்கள் எங்கே போகிறீர்கள், அங்கு போய்ச் சேர்ந்தவுடன் உங்கள் வாழ்க்கை எவ்வாறு

காட்சியளிக்கும் என்பதற்கான ஒரு தெளிவான வரைபடத்தை உருவாக்குவதுதான் உங்கள் முதல் வேலை. இந்த வரைபடம், உங்கள் கனவை நனவாக்கும் முயற்சியில் நீங்கள் செய்யும் அனைத்தையும் அளவீடு செய்து ஒப்பிடுவதற்கான ஒரு கொள்கையாக, வழிகாட்டியாக, முன்மாதிரியாக அமையும்.

மனஅமைதி

வெற்றிக்கான ஏழு அம்சங்களில் முதலாவதும், மிக முக்கியமானதுமாக விளங்குவது மனஅமைதி. இதுதான் மனிதகுலத்திற்குக் கிடைக்கக்கூடிய மிக உயர்ந்த நல்ல விஷயம். அது இல்லாமல், வேறு எதற்கும் அவ்வளவு மதிப்புக் கிடையாது. அதனால், மனஅமைதிக்காக உங்கள் வாழ்நாள் முழுவதும் நீங்கள் முயற்சிக்கிறீர்கள். குறிப்பிட்ட எந்தவொரு சமயத்திலும் நீங்கள் எவ்வாறு செயல்படுகிறீர்கள் என்பதை, நீங்கள் எவ்வளவு மனஅமைதியை அனுபவிக்கிறீர்கள் என்பதை வைத்து வழக்கமாக நீங்கள் மதிப்பிடுகிறீர்கள்.

மனஅமைதி என்பது உங்களுடைய உள்ளார்ந்த வழிக்காட்டி. உங்களுடைய உயர்ந்த மதிப்பீடுகள் மற்றும் உள்ளார்ந்த நம்பிக்கைகள் ஆகியவற்றுடன் நீங்கள் இணக்கமாக வாழ்ந்து கொண்டிருக்கும்போது, உங்கள் வாழ்க்கை கச்சிதமான சமநிலையில் இருக்கும்போது, நீங்கள் மனஅமைதியை அனுபவிக்கிறீர்கள். ஏதோ காரணங்களுக்காக உங்கள் மதிப்பீடுகளை நீங்கள் விட்டுக்கொடுக்கும்போதோ அல்லது உங்களுடைய உள்ளார்ந்த வழிகாட்டுதலுக்கு எதிராக நீங்கள் செயல்படும்போதோ, முதலில் பலிகடா ஆவது உங்கள் மனஅமைதிதான்.

உங்கள் நண்பர்கள் மற்றும் குடும்பத்தினருடனான உங்கள் உறவுகளில் துவங்கி, நீங்கள் பணியாற்றும் நிறுவனத்துடனான உங்கள் உறவுகள்வரை, மனிதகுலம் சிறப்பாகச் செயல்படுவதற்கு மிகவும் இன்றியமையாதது மனஅமைதி மற்றும் இணக்கம். மனிதர்களுக்கு இடையேயான அனைத்துக் கருத்துப் பரிமாற்றங்களும் தழைப்பதற்கு இணக்கமான உறவுகள் அவசியம். மனஅமைதி குறித்து ஒருவர் கொண்டிருக்கும் தீவிர விருப்பம், பிறரின் மனஅமைதிக்கு ஊறு விளைவிக்காமல் இருக்கும் விதத்தில்தான் அனைத்து நன்னடத்தைகளும், நீதிபோதனைகளும், செயலாண்மைத் திறமும், சமுதாயக் கட்டுப்பாட்டு ஒழுங்குமுறைகளும் அமைக்கப்பட்டுள்ளன.

பெருநிறுவனங்களில், சக ஊழியர்களுக்கிடையே நிலவும் இணக்கத்தின் அளவைக் கொண்டு மனஅமைதியைக் கணக்கிடலாம். தங்களைப் பற்றி நல்லவிதமாக உணரும் மக்களைக் கொண்ட நிறுவனங்கள்தான் அதிக உற்பத்தியையும் அதிக லாபத்தையும் அனுபவிக்கின்றன. வேலையில் அவர்கள் பாதுகாப்பாகவும் மகிழ்ச்சியாகவும் உணர்கின்றனர். அவர்கள் எப்போதும் வேலையில் மும்முரமாக இருந்தாலும்கூட, உள்ளுக்குள் அமைதியை அனுபவிக்கின்றனர்.

மனஅமைதிதான் உங்களுடைய இயல்பான, இயற்கையான நிலை என்பது ஓர் அற்புதமான உண்மை. மகிழ்ச்சி உங்களது பிறப்புரிமை. அது உங்களுக்குச் சொந்தமானது. அதிர்ஷ்டம் இருந்தால் எப்போதாவது அனுபவிப்பதற்கான ஒன்றல்ல அது. மனஅமைதிதான் உங்கள் இருத்தலின் மையம். மற்ற அனைத்தையும் மகிழ்ச்சியாக அனுபவிப்பதற்கான அடிப்படைத் தேவை அது.

மனஅமைதியை அடைவது உங்கள் வாழ்வின் மையக் கொள்கையாக இருக்க வேண்டும். அதுதான் உங்கள் முதன்மை இலக்காக இருக்க வேண்டும். பிற இலக்குகள் அனைத்தும் அதைச் சுற்றி அமைய வேண்டும். உண்மையில், உங்கள் சொந்த மகிழ்ச்சி, திருப்தி, நன்றாக இருக்கிறோம் என்ற உணர்வு ஆகியவற்றை நீங்கள் எவ்வளவு தூரம் அடைகிறீர்களோ, அந்த அளவுதான் நீங்கள் வெற்றி பெற்றுள்ளீர்கள் என்று அர்த்தம். சுருக்கமாகக் கூறினால், உங்கள் சொந்த மனஅமைதிதான் உங்கள் வெற்றியைத் தீர்மானிக்கிறது.

என் சொந்த மகிழ்ச்சியை அடைவதற்கு நான் இலக்கு நிர்ணயித்துக் கொள்ள வேண்டும் என்ற யோசனையே ஒரு சமயம் எனக்குள் பெரும் குழப்பத்தையும் கவலையையும் ஏற்படுத்தியது. என் சொந்த மகிழ்ச்சியை முன்வைத்து என் வாழ்வில் எதையும் நான் தேர்ந்தெடுக்கக்கூடாது, நடந்து கொள்ளக்கூடாது என்ற யோசனையை என் மதம் எனக்கு ஆழமாக வலியுறுத்தியிருந்தது.

அப்படியே என் மகிழ்ச்சி எனக்கு முக்கியமானதாகத் தோன்றினாலும், பிறரை மகிழ்ச்சிப்படுத்துவதற்காக நான் வாழ்வதன் விளைவாக ஏற்படும் ஓர் உபபொருள்தான் மகிழ்ச்சி என்று எனக்குக் கற்பிக்கப்பட்டு இருந்தது. நான் எப்போதேனும் மகிழ்ச்சியாக இருந்தால், நான் அதிர்ஷ்டக்காரன் என்று அவர்கள் என்னிடம் கூறினர். அப்படி நான் மகிழ்ச்சியாக

இல்லையென்றால், என் வாழ்வில் எனக்கு அதிர்ஷ்டம் அவ்வளவுதான் என்றும் கூறினர். மகிழ்ச்சியை ஓர் இலக்காக எனக்கு நான் நிர்ணயித்துக் கொள்வது சுயநலமானது, அக்கறையற்றது என்று கூறப்பட்டது.

நான் இரண்டு விஷயங்களைக் கற்றுக் கொண்டபோது என் வாழ்வில் ஒரு முக்கியத் திருப்புமுனை ஏற்பட்டது. முதலில், என் சொந்த மகிழ்ச்சிக்கு நான் என்னை அர்ப்பணித்துக் கொள்ளவில்லை என்றால் வேறு யாரும் அதைச் செய்யப் போவதில்லை என்பதை நான் அறிந்து கொண்டேன். அடுத்தவர்களை மகிழ்ச்சிப்படுத்துவதுதான் என் வாழ்வின் ஒரே இலக்கு என்றால், எப்போதும் அவர்களுடைய உணர்வுகளின் தயவில்தான் நான் வாழ்ந்து கொண்டிருப்பேன், அவர்கள் யாராக இருந்தாலும் சரி. மற்றவர்களை மகிழ்ச்சிப்படுத்துவதைச் சுற்றி என் வாழ்க்கையை நான் அமைத்துக் கொள்ள முயற்சிப்பது, விரக்தி மற்றும் ஏமாற்றம் என்னும் முடிவில்லாச் சுழற்சிக்குள் என்னைக் கொண்டு தள்ளிவிடும் என்பதை நான் கண்டறிந்தேன். ஏனெனில், எல்லா நேரங்களிலும் மற்றவர்களை மகிழ்ச்சிப்படுத்திக் கொண்டே இருப்பது என்பது இயலாத காரியம்.

இரண்டாவதாக, என்னிடம் இல்லாத ஒன்றை என்னால் கொடுக்க முடியாது என்பதை நான் கண்டறிந்தேன். நான் துன்பத்தில் உழன்று கொண்டிருக்கும்போது மற்றவர்களை என்னால் மகிழ்ச்சிப்படுத்த முடியாது. “ஏழைகளில் ஒருவராக ஆவதன் மூலம் உங்களால் அவர்களுக்கு உதவ முடியாது,” என்று ஆபிரகாம் லிங்கன் ஒருமுறை கூறினார். முதலில் நான் எனக்கு மகிழ்ச்சியை ஏற்படுத்திக் கொள்ளாதவரை என்னால் மற்றவர்களுக்கு மகிழ்ச்சியைக் கொடுக்க முடியாது என்பதை நான் உணர்ந்தேன்.

நீங்கள் சாதிக்கவிருக்கும் பிற விஷயங்களுக்கு உங்கள் மனஅமைதி மிக முக்கியமானது என்பதால் அதைத் தீவிர ஆய்வுக்கு உட்படுத்தியாக வேண்டும். மனஅமைதி எதிலிருந்து வருகிறது? எந்தச் சூழ்நிலைகளில் அது உங்களுக்குக் கிடைக்கிறது? அதை எவ்வாறு அதிகமாகப் பெறுவது?

எளிமையாகக் கூறினால், பயம், கோபம், சந்தேகம், குற்ற உணர்வு, வெறுப்பு, மற்றும் கவலை ஆகிய அழிவுபூர்வமான உணர்ச்சிகளிலிருந்து முழுமையாக விடுபட்டுள்ளபோது நீங்கள் மகிழ்ச்சியையும் மனஅமைதியையும் அனுபவிக்கிறீர்கள். இந்த

எதிர்மறையான உணர்ச்சிகள் இல்லாத நிலையில், இயல்பாகவும் சுலபமாகவும் உங்களால் மனஅமைதியை அனுபவிக்க முடிகிறது. அப்படியென்றால், எந்தவொரு வகையான எதிர்மறையையும் மனஅழுத்தத்தையும் உங்கள் வாழ்வில் தோற்றுவிக்கின்ற விஷயங்களை முறையாக நீக்குவது அல்லது குறைந்தபட்சம் குறைத்துக் கொள்வதுதான் உங்கள் மகிழ்ச்சிக்கான திறவுகோல்.

பல வருடங்களுக்கு முன்பு எனக்கு இந்த யோசனை உதித்தபோது அது என்னைப் புரட்டிப் போட்டது. இதைக் கற்பனை செய்து பாருங்கள்! மகிழ்ச்சியான, ஆக்கபூர்வமான ஒரு வாழ்க்கையை வாழ்வதற்கான வழி, உங்கள் மகிழ்ச்சியைச் சீர்குலைக்கும் எதிர்மறையான மக்களையும் சூழ்நிலைகளையும் உணர்ச்சிகளையும் முறையாக நீக்குவதன் மூலம் உங்கள் சொந்த மனஅமைதியை அடைவதுதான்.

ஆஹா! வாழ்வில் மகிழ்ச்சி அடைவது அவ்வளவு எளிமையானதா? இதிலுள்ள சங்கடம் இதுதான். உங்கள் மகிழ்ச்சிக்கு இடையூறு விளைவிக்கும் எதிர்மறையை நீக்குவதற்கு முக்கியத் தடையாக இருப்பது, அதை ஏற்படுத்தும் எதிர்மறையான மக்களிடமும் சூழ்நிலைகளிடமும் நீங்கள் கொண்டுள்ள தீவிர ஈடுபாடுதான். நீங்கள் இப்போது இருக்கும் சூழ்நிலையிலேயே நீங்கள் தொடர்ந்து இருக்க வேண்டும் என்பதற்கான காரணங்களை உங்கள் புத்திசாலித்தனமான, பகுத்தறியும் மனம் கண்டுபிடிக்கிறது. உங்களுக்காக வேலை பார்ப்பதற்குப் பதிலாக, உங்கள் பிரச்சனைகளுக்குத் தீர்வுகளை வழங்குவதற்குப் பதிலாக, உங்களை அந்தச் சூழ்நிலையிலேயே வைத்திருப்பதற்காக உங்கள் அற்புதமான மூளை மும்முரமாக வேலை செய்கிறது.

இப்புத்தகத்தின் பிற்பகுதியில், உங்கள் எதிர்மறை உணர்ச்சிகளைக் கட்டுப்படுத்தி, இறுதியில் அவற்றை ஒட்டுமொத்தமாக வெளியேற்றுவதற்கான பல்வேறு வழிகளை நான் உங்களுக்குக் காட்டவிருக்கிறேன். உங்கள் கோபத்தையும் கவலையையும் நொடிப் பொழுதில் களைவதற்கான சக்திவாய்ந்த உத்திகளையும் நான் உங்களுக்குக் காட்டுவேன். உங்கள் உணர்ச்சிகளை முழுவதுமாக உங்கள் கட்டுப்பாட்டிற்குள் கொண்டு வருவது எப்படி என்பதையும், பெரும்பாலான நேரங்களில் உங்கள் உணர்ச்சிகளை நேர்மறையாக வைத்துக் கொள்வது எப்படி என்பதையும் நான் விளக்கவிருக்கிறேன்.

இப்போதைக்கு, உங்கள் சிந்தனையை முன்னோக்கிச் செயல்படுத்தி, உங்களுக்குக் கச்சிதமாகத் தோன்றும் வாழ்க்கையைக் கற்பனை செய்வதுதான் உங்கள் வேலை. நீங்கள் மகிழ்ச்சியாக இருப்பதற்கு உங்கள் வாழ்வில் எந்தெந்த அம்சங்கள் கூட்டு சேர்ந்து இருக்க வேண்டும்? இக்கணத்தில் உங்களுக்கு எது சாத்தியம், எது சாத்தியமில்லை என்பதைப் பற்றி இப்போது நீங்கள் கவலைப்படாதீர்கள். அனைத்துக் குறைபாடுகளிலிருந்தும் உங்கள் மனத்தை விடுவித்து, சுயநலமாகச் சிந்தியுங்கள். நீங்கள் விரும்பும் மனஅமைதியை அனுபவிப்பதற்கு உங்கள் வாழ்க்கை எப்படி இருக்க வேண்டும் என்பதை வரையறுத்துக் கொள்ளுங்கள்.

நீங்கள் என்ன செய்து கொண்டிருப்பீர்கள்? நீங்கள் எங்கு வாழ்ந்து கொண்டிருப்பீர்கள்? உங்களுடன் யார் இருப்பார்கள்? ஒவ்வொரு நாளும் உங்கள் நேரத்தை நீங்கள் எவ்வாறு செலவு செய்து கொண்டிருப்பீர்கள்? உங்களால் பார்க்க முடியாத இலக்கை உங்களால் ஒருபோதும் அடைய முடியாது என்பதை நினைவில் கொள்ளுங்கள். ஆனால் உங்கள் இலக்கை உங்களால் தெளிவாகப் பார்க்க முடிந்தால், நீங்கள் அதை அடைவதற்கான சாத்தியக்கூறுகள் மிக அதிகம்!

நீங்கள் வியாபாரத்தில் ஈடுபட்டிருந்தால், உங்கள் தொழில் எல்லா வகையிலும் மிகச் சிறப்பாக இயங்கிக் கொண்டிருந்தால் எப்படி இருக்கும் என்பது குறித்த உங்கள் எதிர்காலக் குறிக்கோளை உருவாக்குங்கள். உங்கள் அலுவலகச் சூழலில் உயர்ந்த அளவு இணக்கத்தையும் ஒத்துழைப்பையும் அடைவதற்கு நீங்கள் எவற்றை அதிகமாகவோ அல்லது குறைவாகவோ செய்வீர்கள்?

உங்கள் குடும்பத்தில், நீங்களும், நீங்கள் அக்கறை செலுத்தும் குடும்ப உறுப்பினர்களும் மனஅமைதியுடனும் பரிபூரணத் திருப்தியுடனும் இருந்தால் உங்கள் வாழ்க்கை எவ்வாறு அமைந்திருக்கும்? உங்கள் சொந்த மகிழ்ச்சியை அடையும் முயற்சியில் நீங்கள் ஈடுபட்டிருக்கும் அதே நேரத்தில், மற்றவர்களும் மகிழ்ச்சியை அடைவதற்கு உதவும் வண்ணம் நீங்கள் எப்படிப்பட்டக் காரியங்களைச் செய்வீர்கள்?

மனஅமைதியை நீங்கள் உங்கள் இலக்காக வரையறுத்துக் கொண்டு, அந்த இலக்கை அடைவதற்கு உதவக்கூடிய விஷயங்களைச் செய்வதற்கு அல்லது அதற்கு இடையூறாக இருக்கும் விஷயங்களைக் களைவதற்குத் திட்டமிடும்போது, நீங்கள் சரியான விஷயங்களைச் செய்வீர்கள், சரியான

விஷயங்களைப் பேசுவீர்கள். உங்களைப் பற்றி நீங்கள் அற்புதமாக உணர்வீர்கள். மனஅமைதிதான் இங்கு முக்கியம்.

ஆரோக்கியமும் ஆற்றலும்

வெற்றிக்கான இரண்டாவது அம்சம் ஆரோக்கியம் மற்றும் ஆற்றல். மனஅமைதி எப்படி உங்கள் இயல்பான, இயற்கையான மனநிலையோ, அதேபோல் ஆரோக்கியமும் ஆற்றலும்தான் உங்கள் இயல்பான, இயற்கையான உடல்நிலை.

உங்கள் உடல் இயல்பாகவே ஆரோக்கியத்தின் பக்கம் சாய்ந்துள்ளது. மனரீதியான அல்லது பௌதீகரீதியான குறுக்கீடுகள் எதுவும் இல்லாமல் இருக்கும்போது, அது ஆற்றலை எளிதாகவும் அபரிமிதமாகவும் உருவாக்குகிறது. வலி, நோய், அல்லது உடல்நலக் குறைவு ஆகியவை இல்லாமல் இருக்கும்போது சிறந்த ஆரோக்கியம் நிலவுகிறது. இதில் அற்புதமான விஷயம் என்னவென்றால், நீங்கள் உங்கள் உடலுக்குச் செய்து கொண்டிருக்கும் 'சில' விஷயங்களை நிறுத்திவிட்டால், உங்கள் உடல் மீண்டும் புத்துயிர் பெற்று, ஆரோக்கியமாகவும் ஆற்றல்மிக்கதாகவும் ஆகிவிடுகிறது.

பௌதீக உலகத்தில் அனைத்து விதமான விஷயங்களையும் நீங்கள் சாதிக்கும் நேரத்தில், உங்கள் ஆரோக்கியத்தையோ அல்லது மனஅமைதியையோ நீங்கள் தொலைத்துவிட்டால், உங்களுடைய பிற சாதனைகளிலிருந்து உங்களுக்கு ஒருபோதும் மகிழ்ச்சி கிடைக்காது.

நீங்கள் கச்சிதமான ஆரோக்கியத்தை அனுபவிப்பதாகக் கற்பனை செய்யுங்கள். நீங்கள் விரும்பும் கச்சிதமான ஆரோக்கியமான உடலைப் பெற்றிருந்தால் நீங்கள் எப்படி இருப்பீர்கள் என்பதைக் கற்பனை செய்யுங்கள். உங்கள் தோற்றம் எப்படி இருக்கும்? நீங்கள் எத்தகைய உணர்வைக் கொண்டிருப்பீர்கள்? உங்கள் எடை என்னவாக இருக்கும்? நீங்கள் எப்படிப்பட்ட உணவை உட்கொள்வீர்கள்? எப்படிப்பட்ட உடற்பயிற்சிகளை மேற்கொள்வீர்கள்? எவற்றை அதிகமாகச் செய்து கொண்டிருப்பீர்கள், எவற்றைக் குறைவாகச் செய்து கொண்டிருப்பீர்கள்?

என் பயிலரங்கில் கலந்து கொண்ட தொழிலதிபர் ஒருவர், தன்னைப் பற்றிய ஒரு 'கச்சிதமான தோற்றத்தை'த் தன் மனத்தில் உருவாக்கிக் கொண்ட பிறகு என்னிடம் வந்து, தான் சிறந்த ஆரோக்கியத்துடன் இருந்தால் தன்னால் நெடுந்தூர

ஓட்டத்தில் கலந்து கொள்ள முடியும் என்று கூறினார். அவருக்கு வயது நாற்பதாகியிருந்தது, பத்துக் கிலோ கூடுதல் எடை கொண்டிருந்தார், போதிய உடற்தகுதியும் அவரிடம் இருக்கவில்லை. நெடுந்தூர ஓட்டம் தனக்குச் சாத்தியப்படுமா என்று அவர் சந்தேகித்தார், ஆனால் அதில் கலந்து கொள்ள வேண்டும் என்ற எண்ணம் அவருக்குள் துளிர்விடத் துவங்கியது.

தன்னுடைய தற்போதைய உடல்நிலையைப் பற்றி அதிகமாகக் கவலைப்படாமல் தனது எதிர்கால உடற்தகுதியைப் பற்றி அவர் எவ்வளவு அதிகமாகச் சிந்தித்தாரோ, நெடுந்தூர ஓட்டத்திற்கான பயிற்சியில் கலந்து கொள்வதைப் பற்றிய யோசனை அவருக்கு அவ்வளவு அதிக உற்சாகத்தைக் கொடுத்தது. அவர் தன்னை ஒல்லியானவராக, தகுதியானவராக, ஆரோக்கியமானவராகக் கற்பனை செய்யத் துவங்கினார். தன்னால் முடியும் என்ற எண்ணம் அவருக்குள் ஆழமாகப் பதியத் துவங்கியது.

ஓட்டம் பற்றிய ஓரிரு புத்தகத்தை அவர் வாங்கிப் படித்தார். ஒவ்வொரு நாளும் சிறிது தூரம் ஓடத் துவங்கினார். ஓடுவதற்குப் பொருத்தமான ஆடைகளையும் காலணிகளையும் வாங்கினார். ஒவ்வொரு வாரமும் தான் ஓடும் தூரத்தை அதிகரித்தார். பிறகு விளையாட்டாகப் பல ஓட்டங்களில் கலந்து கொண்டார். சிறு நெடுந்தூர ஓட்டங்களிலும் பங்கு கொண்டார். ஒரு வருடத்திற்குள், அவர் தன் முதல் நெடுந்தூர ஓட்டத்தில் கலந்து கொண்டு 26.4 மைல்கள் ஓடினார். அவர் தன் குறிக்கோளை அடைந்தார். தான் கற்பனை செய்து வைத்திருந்த உடற்கட்டைப் பெற்றார். மிக முக்கியமாக, முன்பு ஒருபோதும் உணர்ந்திராத அளவுக்கு, தான் ஆரோக்கியமாகவும், ஒல்லியாகவும், வலிமையாகவும், அதிக ஆற்றலுடன் இருப்பதாகவும் அவர் உணர்ந்தார்.

அன்பான உறவுகள்

வெற்றிக்கான மூன்றாவது அம்சம் அன்பான உறவுகள். அன்பான உறவுகள் என்பது நீங்கள் அன்பும் அக்கறையும் செலுத்தும், உங்கள்மீது அன்பும் அக்கறையும் செலுத்தும் நபர்களுடன் நீங்கள் கொண்டுள்ள உறவுகள். ஒரு மனிதன் என்ற முறையில் நீங்கள் எவ்வளவு சிறப்பாகச் செயல்பட்டுக் கொண்டிருக்கிறீர்கள் என்பதற்கான உண்மையான அளவீடு

அவர்கள்தாம். வாழ்வில் உங்களுடைய மகிழ்ச்சி மற்றும் மகிழ்ச்சியின்மையின் பெரும்பகுதி மற்றவர்களுடனான உங்கள் உறவுகளிலிருந்து தோன்றுகிறது. மற்றவர்களுடனான உங்களது உறவுகள்தான் உண்மையிலேயே உங்களை மனிதனாக ஆக்குகின்றன.

முழுமையாகச் செயல்பட்டுக் கொண்டிருக்கும் ஒரு நபரிடம் உள்ள முக்கியப் பண்பு, மற்றவர்களுடன் நீண்டகால நட்புறவை வளர்த்துக் கொண்டு, அவர்களுடன் அன்னியோன்யமான உறவுகளைப் பேணிப் பராமரிக்கும் திறனைப் பெற்றிருப்பது. மற்றவர்களுடன் நீங்கள் பழகும் விதமும், மற்றவர்கள் உங்களிடம் பழகும் விதமும்தான் உங்கள் ஆளுமையின் உண்மையான வெளிப்பாடு.

கிட்டத்தட்ட எந்தவொரு நேரத்திலும், உங்கள் உறவுகளில் நீங்கள் எவ்வளவு தூரம் சிறப்பாகச் செயல்பட்டுக் கொண்டிருக்கிறீர்கள் என்பதை ஓர் எளிய பரிசோதனையின் மூலம் அளவிடலாம்: இரு நபர்கள் அல்லது ஒரு குடும்பத்தில் உள்ளவர்கள் எவ்வளவு தூரம் சேர்ந்து சிரித்து மகிழ்கின்றனர் என்பது, அவர்களிடையே விஷயங்கள் எவ்வளவு சிறப்பாகச் சென்று கொண்டிருக்கின்றன என்பதை அளவிடுவதற்கான நிச்சயமான வழியாகும். ஓர் உறவு உண்மையிலேயே மகிழ்ச்சி தருவதாக இருக்கும்போது, அவ்வுறவில் ஈடுபட்டுள்ளவர்கள் ஒன்றாக இருக்கும்போது அதிகமாக சிரித்துப் பேசி மகிழ்வர். ஓர் உறவு கசப்பாக மாறும்போது, முதலில் அதிலிருந்து காணாமல் போகும் விஷயம் சிரிப்புதான்.

இது நிறுவனங்களுக்கும் பொருந்தும். உயர்ந்த செயற்திறன் மற்றும் உயர்ந்த லாபத்துடன்கூடிய நிறுவனங்களில் மக்கள் ஒன்றுகூடிச் சிரிக்கின்றனர், நகைச்சுவையாகப் பேசுகின்றனர். அவர்கள் ஒருவருக்கொருவர் நேசம் பாராட்டுகின்றனர், தங்கள் வேலையையும் நேசிக்கின்றனர். அவர்கள் சுமூகமாகவும் மகிழ்ச்சியாகவும் குழுக்களாகச் செயல்படுகின்றனர். அவர்கள் அதிக நன்னம்பிக்கை மனப்பான்மையோடும், புதிய கருத்துக்களுக்குத் திறந்த மனத்துடனும், அதிக படைப்புத் திறனுடனும், அதிகமாக வளைந்து கொடுத்துப் போகும் திறன் கொண்டவர்களாகவும் இருக்கின்றனர்.

எந்தவொரு தொழிலிலும் மக்களும் ஓர் அங்கம் என்றுதான் நான் நினைத்து வந்தேன். ஆனால் மக்கள்தான் தொழில் என்ற மாபெரும் உண்மையை நான் பின்னர் கற்றுத் தெளிந்தேன்.

அலுவலகத்தில் உள்ள மேசை நாற்காலிகள் மற்றும் சோபாக்களை சுலபமாக மாற்றிவிட முடியும். பொருட்களும், சேவைகளும், வாடிக்கையாளர்களும் காலப்போக்கில் மாறக்கூடும். ஆனால் உங்களிடம் சரியான நபர்கள் இருந்தால், உங்கள் நிறுவனம் தொடர்ந்து செழிப்புறும்.

தன்கீழ் பணிபுரியும் மக்கள் இணக்கமாகவும் மகிழ்ச்சியாகவும் இருப்பதை உறுதி செய்வதும், நன்னம்பிக்கை, உற்சாகம், மற்றும் உத்வேகம் ஆகியவை தழைப்பதற்கான ஒரு சூழ்நிலையை உருவாக்குவதும்தான் ஒரு நிர்வாகியின் மிக முக்கியமான தனிப்பெரும் பொறுப்பு. தனிச்சிறப்பு வாய்ந்த இப்பண்புதான் உலகத்தரம் வாய்ந்த அனைத்து நிறுவனங்களிடமும் காணப்படும் பொதுவான அம்சம்.

உங்களுடைய கச்சிதமான உறவு எப்படி இருக்க வேண்டும்? அது யாருடனான உறவாக இருக்கும்? அது எப்படி இருக்கும்? உங்களுடைய முக்கியமான உறவுகளை உங்களால் வடிவமைக்க முடியுமென்றால், எதை அதிகமாகவும், எதைக் குறைவாகவும் நீங்கள் விரும்புவீர்கள்?

அடுத்தவருடனான உறவில் உங்களுக்கு உண்மையிலேயே என்ன வேண்டும் என்ற தெளிவான யோசனை இல்லை என்றால், நீங்கள் விரும்பித் தேர்ந்தெடுக்காத சூழ்நிலைகளில் நீங்கள் மாட்டிக் கொள்வீர்கள். வாழ்வில் உள்ள பிரச்சனைகள் பெரும்பாலும் 'மக்கட் பிரச்சனைகள்'தான்.

வேறு எந்தவொரு காரணியைவிடவும் மக்களால் ஏற்படும் பிரச்சனைகள்தான் உங்கள் மனஅமைதிக்கு அதிக இடையூறு விளைவித்து உங்கள் ஆரோக்கியத்தைச் சீர்குலைக்கின்றன. எனவே, நீங்கள் மகிழ்ச்சியாகவும், திருப்தியாகவும், மனநிறைவோடும் இருப்பதற்கு ஏற்ற ஒரு மனிதச் சூழலை உருவாக்குவது உங்கள் வாழ்வின் முக்கியக் குறிக்கோள்களில் ஒன்றாக இருக்க வேண்டும். நீங்கள் உங்கள் உறவுகளை ஒவ்வொன்றாக ஆய்வு செய்து, அவை ஒவ்வொன்றையும் மகிழ்ச்சியானதாகவும் திருப்திகரமானதாகவும் ஆக்குவதற்கு ஒரு திட்டத்தை வகுத்துக் கொள்ள வேண்டும்.

உங்கள் உறவுகள் உங்கள் கட்டுப்பாட்டில் இருந்து இணக்கமாகச் செயல்பட்டுக் கொண்டிருந்தால்தான், உங்களுடைய உண்மையான ஆற்றலை நிறைவேற்றுவதற்கு உதவும் சுயவெளிப்பாடு குறித்து உங்கள் எண்ணங்களைத் திசைதிருப்ப முடியும்.

பொருளாதாரச் சுதந்திரம்

வெற்றிக்கான நான்காவது அம்சம் பொருளாதாரச் சுதந்திரம். பொருளாதாரரீதியாகச் சுதந்திரமாக இருப்பது என்பதற்கு, பெரும்பாலான மக்களைப்போல் தொடர்ந்து நீங்கள் கவலைப்படத் தேவையில்லாத அளவுக்குப் போதுமான பணம் உங்களிடம் இருப்பது என்று பொருள். பணம் அனைத்துத் தீமைகளுக்குமான ஆணிவேர் அல்ல, பணமின்மைதான் அதற்கான ஆணிவேர். உங்களுடைய சொந்தப் பொருளாதாரச் சுதந்திரத்தை அடைவதுதான் உங்கள் வாழ்வின் மிக முக்கியமான இலக்குகள் மற்றும் பொறுப்புகளில் ஒன்று. அதிர்ஷ்டத்தின் தயவில் விடுவதற்கு அது அவ்வளவு முக்கியமற்ற விஷயமல்ல.

எண்பது சதவீத மக்கள் பணப் பிரச்சனைகளுக்கு ஆளாகியுள்ளனர். அவர்கள் காலையில் கண்விழிக்கும்போதும், காலை உணவருந்தும்போதும், மற்றும் நாள் முழுவதும் பணத்தைப் பற்றியே சிந்திக்கின்றனர், கவலைப்படுகின்றனர். மாலை நேரத்திலும் அதைப் பற்றியே சிந்திக்கின்றனர், பேசுகின்றனர். வாழ்வதற்கான மகிழ்ச்சியான, ஆரோக்கியமான ஒரு வழியல்ல இது. நீங்கள் உங்கள் முழுமையான ஆற்றலைப் பயன்படுத்திச் சிறப்பாகச் செயல்படுவதற்கு உகந்த ஒரு சூழல் அல்ல இது.

பணம் முக்கியமானது. வெற்றிக்கான அம்சங்களில் இதை நான்காவதாக நான் பட்டியலிட்டிருந்தாலும், முதல் மூன்றையும் அடைவதற்கு இது மிக இன்றியமையாத ஒரு காரணியாகும். பெரும்பாலான கவலைகள், மனஅழுத்தங்கள், மனஅமைதியின்மை ஆகியவற்றுக்கு முக்கியக் காரணம் பணக் கவலைதான். ஆரோக்கியம் தொடர்பான பல பிரச்சனைகள் மனஅழுத்தத்தாலும் பணத்தைப் பற்றியக் கவலையாலும் ஏற்படுகின்றன. உறவுகளிலுள்ள பல பிரச்சனைகளுக்கும் பணக் கவலைகள் காரணமாக அமைகின்றன. விவாகரத்திற்கான முக்கியக் காரணங்களில் ஒன்று பணத்தைப் பற்றிய விவாதம். பணத்தைப் பற்றிக் கவலைப்படத் தேவையில்லாத அளவுக்குப் போதுமான பணத்தைச் சம்பாதிக்கக்கூடிய நிலைக்கு உங்கள் திறமைகளையும் திறன்களையும் வளர்க்க வேண்டிய பொறுப்பு உங்களுடையது. அதை நீங்கள் உங்களுக்காகச் செய்தாக வேண்டும்.

வேறு எந்தவொரு முக்கியமான இலக்கை அடைவதற்கும் இன்றியமையாத ஒரு விஷயம், சுதந்திரமாக உணர்வது. பணத்தைப் பற்றியக் கவலை ஏற்படாத அளவுக்குப் பணம் சம்பாதிக்காதவரை உங்களால் சுதந்திரமாக உணர முடியாது. காலம் தாழ்த்துதல் அல்லது அதிர்ஷ்டத்தை நம்புதல் ஆகியவற்றை விடுத்து, உங்கள் சொந்தப் பொருளாதாரச் சுதந்திரத்திற்கு வழி தேடுவது உங்கள் வாழ்வின் முக்கிய இலக்குகளில் ஒன்றாக இருக்க வேண்டும்.

உங்கள் கையில் ஒரு மாயக்கோல் இருப்பதாகவும், அதைக் கொண்டு நீங்கள் விரும்பும் விதத்தில் உங்கள் பொருளாதார வாழ்க்கையை உங்களால் வடிவமைத்துக் கொள்ள முடியும் என்றும் கற்பனை செய்யுங்கள். உங்களுடைய பொருளாதார இலக்குகள் அனைத்தையும் நீங்கள் அடைந்தால் உங்கள் வாழ்க்கை எப்படி இருக்கும்? உங்களுடைய அன்றாட நடவடிக்கைகளில் அது எத்தகைய வித்தியாசத்தை ஏற்படுத்தும்? நீங்கள் எந்தக் காரியங்களை அதிகமாகச் செய்வீர்கள், எவற்றைக் குறைவாகச் செய்வீர்கள்?

இன்றிலிருந்து ஒரு வருடத்தில், ஐந்து வருடங்களில், பத்து வருடங்களில் நீங்கள் எவ்வளவு சம்பாதிக்க விரும்புவீர்கள்? எப்படிப்பட்ட வாழ்க்கைமுறையை நீங்கள் அனுபவிக்க விரும்புவீர்கள்? வங்கியில் உங்கள் கணக்கில் எவ்வளவு பணம் இருக்க வேண்டும் என்று விரும்புவீர்கள்? நீங்கள் ஓய்வு பெறும்போது உங்கள் சொத்து மதிப்பு எவ்வளவாக இருக்க வேண்டும் என்று விரும்புவீர்கள்?

இவை அனைத்தும் மிகவும் முக்கியமான கேள்விகள்! பெரும்பாலான மக்கள் இக்கேள்விகளைத் தங்கள் வாழ்நாள் முழுவதும் ஒருபோதும் கேட்பதும் இல்லை, அவற்றுக்கு விடையளிப்பதும் இல்லை. ஆனால் பொருளாதாரரீதியாக நீங்கள் எந்த நிலையை அடைய விரும்புகிறீர்கள் என்பது குறித்தத் தெளிவான யோசனை உங்களுக்கு இருந்தால், அந்த நிலையை எட்டுவதற்கு உங்களுக்குத் தேவையானவற்றைக் கற்றுக் கொண்டு உங்களால் அங்கு சென்றடைய முடியும். என் பயிரலரங்கில் கலந்து கொண்ட பலர், தங்கள் வாழ்வில் மாற்றங்களை ஏற்படுத்தி, ஏழ்மை நிலையிலிருந்து மீண்டு செல்வத்தில் மிதக்கின்றனர். பலர் பெரிய நிறுவனங்களின் தலைவர்களாக ஆகியுள்ளனர். சிலர் கோடீஸ்வரர்களாக ஆகியுள்ளனர். அவர்கள் தங்கள் சொந்தத் தொழிலைத் துவங்கி, அதை வெற்றிகரமாக நடத்தி வருகின்றனர். சிலர் தாங்கள்

வேலை பார்க்கும் நிறுவனங்களில் அல்லது தொழிற்துறையில் பெரும் பதவி உயர்வுகள் பெற்றுள்ளனர். ஆனால், தங்களுக்கு என்ன வேண்டும் என்று தீர்மானித்தப் பிறகே அவர்கள் அனைவருக்கும் இவை அனைத்தும் நிகழ்ந்தன.

உங்கள் பொருளாதார நிலை எவ்வாறு அமைய வேண்டும் என்று நீங்கள் மிகத் துல்லியமாகத் தீர்மானிக்கும்போது, இச்செயற்திட்டத்தைப் பயன்படுத்தி, நீங்கள் கற்பனை செய்துள்ளதைவிட வேகமாக உங்கள் இலக்குகளை உங்களால் அடைய முடியும். உங்கள் பொருளாதார எதிர்காலத்தைத் தெளிவாக வரையறுத்து, பிறகு அதை யதார்த்தமாக்குவதற்கு ஒரு திட்டத்தை வகுப்பதிலிருந்து அது துவங்குகிறது.

உன்னதமான இலக்குகளும் குறிக்கோள்களும்

உன்னதமான இலக்குகளும் குறிக்கோள்களும்தான் வெற்றிக்கான ஐந்தாவது அம்சம். வாழ்வில் அர்த்தமும் குறிக்கோளும் இருக்க வேண்டும் என்ற தேவைதான் உங்கள் ஆழ்மனத்தின் ஆழமான தூண்டுதல் என்று 'மேன்ஸ் சர்ச் ஃபார் மீனிங்' என்ற புத்தகத்தின் ஆசிரியர் விக்டர் ஃபிராங்கெல் கூறுகிறார். நீங்கள் உண்மையிலேயே மகிழ்ச்சியாக இருப்பதற்கு, ஒரு தெளிவான பாதை நமக்குத் தெரிய வேண்டியது அவசியம். உங்களைவிடப் பெரிய ஒரு விஷயத்திற்கு உங்களை நீங்கள் அர்ப்பணித்துக் கொள்ள வேண்டியது அவசியம். உங்கள் வாழ்க்கை ஒரு பெரிய குறிக்கோளை மையமாக வைத்து இயங்குகிறது, உலகில் நீங்கள் ஒரு விலைமதிக்க முடியாத பங்களிப்பை ஆற்றிக் கொண்டிருக்கிறீர்கள் என்ற உணர்வு உங்களுக்கு ஏற்பட வேண்டும்.

மகிழ்ச்சி என்பது "ஓர் உன்னதமான குறிக்கோளின் படிப்படியான வெளிப்பாடு" என்று வரையறுக்கப்பட்டுள்ளது. உங்களுக்கு உண்மையிலேயே அதிமுக்கியமாகப் படுகின்ற ஒரு விஷயத்தை நோக்கி நீங்கள் அடிமேல் அடி வைத்துச் செல்லும்போதுதான் உங்களால் மகிழ்ச்சியாக இருக்க முடியும்.

நீங்கள் மேற்கொள்ள விரும்பும் நடவடிக்கைகளும், அடைய விரும்பும் சாதனைகளும் எவை என்பதைப் பற்றிச் சிந்தியுங்கள். கடந்தகாலத்தில் நீங்கள் மகிழ்ச்சியாக இருந்தபோது என்ன செய்து கொண்டிருந்தீர்கள்? எத்தகைய நடவடிக்கைகள் வாழ்வில் உங்களுக்கு மாபெரும் அர்த்தத்தையும் குறிக்கோளையும் கொடுக்கின்றன?

சுயஅறிவும் சுயவிழிப்புணர்வும்

வெற்றிக்கான ஆறாவது அம்சம், சுயஅறிவும் சுயவிழிப்புணர்வும். வரலாறு நெடுகிலும், சுயஅறிவு உள்ளார்ந்த மகிழ்ச்சிக்கும் வெளியுலகச் சாதனைகளுக்கும் காரணமாக இருந்துள்ளதை நாம் காண்கிறோம். "மனிதா, உன்னை அறிந்துகொள்' என்பது பண்டைய கிரேக்கச் சொற்றொடர் ஆகும். நீங்கள் உங்களிடம் குடிகொண்டுள்ள முழுமையான ஆற்றலுக்கு ஏற்றவாறு சிறப்பாகச் செயல்பட வேண்டும் என்றால், நீங்கள் யார் என்பதையும், நீங்கள் ஏன் ஒரு குறிப்பிட்ட விதத்தில் சிந்திக்கிறீர்கள், குறிப்பிட்ட விதத்தில் உணர்கிறீர்கள் என்பதையும் நீங்கள் தெரிந்து கொள்ள வேண்டும். உங்கள் குழந்தைப் பருவம் முதலாகவே உங்கள் நடத்தையை வடிவமைத்து வந்துள்ள ஆற்றல்களையும் தாக்கங்களையும் நீங்கள் புரிந்து கொள்ள வேண்டும். உங்களைச் சுற்றி இருக்கும் மக்களிடமும் சூழ்நிலைகளிடமும் நீங்கள் ஏன் ஒரு குறிப்பிட்ட விதத்தில் நடந்து கொள்கிறீர்கள் என்பதற்கான காரணத்தை நீங்கள் தெரிந்து கொள்ள வேண்டியது அவசியம். உங்களைப் பற்றித் தெரிந்து கொண்டு, உங்களை நீங்கள் ஏற்றுக் கொண்டால்தான், உங்கள் வாழ்வின் பிற பகுதிகளில் உங்களால் முன்னேறிச் செல்லத் துவங்க முடியும்.

பரிபூரண மனநிறைவு

பரிபூரண மனநிறைவைப் பெறுவது வெற்றிக்கான ஏழாவது அம்சம். உங்களால் எட்டக்கூடிய உச்சகட்ட நிலையை நீங்கள் அடைந்து கொண்டிருக்கிறீர்கள் என்ற ஓர் உணர்வு இது. ஒரு மனிதன் என்ற முறையில் உங்கள் முழுமையான ஆற்றலை வெளிப்படுத்தும் விதத்தில் நீங்கள் உங்கள் வாழ்க்கையை நடத்திக் கொண்டிருக்கிறீர்கள் என்ற உறுதியான அறிதல் அது. உளவியலாளர் ஆபிரகாம் மாஸ்லோ இதை 'சுயஅறிதல்' என்று அழைக்கிறார். நம் சமூகத்தில் வாழும் மிக ஆரோக்கியமான, மிக மகிழ்ச்சியான, மிக வெற்றிகரமான மக்களின் முதன்மைப் பண்பு அது என்று அவர் கூறுகிறார்.

நீங்களே உங்களுடைய சொந்த உளவியலாளராக எவ்வாறு மாறுவது என்பதைக் காட்டுவதன் மூலம் இப்புத்தகம் ஒரு மாபெரும் அனுகூலத்தை உங்களுக்கு வழங்கவுள்ளது. எந்தவொரு சூழ்நிலையிலும் ஒரு நேர்மறையான, நன்னம்பிக்கையுடன்கூடிய, மகிழ்ச்சியான மனப்போக்கை

எவ்வாறு உருவாக்குவது, அதை எவ்வாறு தக்க வைத்துக் கொள்வது என்பதை நீங்கள் இதிலிருந்து கற்றுக் கொள்வீர்கள். முழுமையாக இணைக்கப்பட்டுள்ள, முழுமையாகச் செயல்படுகின்ற, முழுமையாகப் பக்குவப்பட்ட ஆளுமையை எவ்வாறு உருவாக்குவது என்பதை நீங்கள் கற்பீர்கள்.

வெற்றிக்கான ஏழு அம்சங்களை வரையறுப்பது நீங்கள் குறி வைப்பதற்கான பல இலக்குகளை உங்களுக்குக் கொடுக்கின்றது. உங்களுடைய கனவு வாழ்க்கையை நீங்கள் கச்சிதமாக வரையறுக்கும்போது, உங்களுக்கு உண்மையிலேயே என்ன வேண்டும் என்பதை நீங்கள் துணிச்சலாகத் தீர்மானிக்கும்போது, உங்களுக்குள் அடைந்து கிடக்கும் வெற்றி பெறுவதற்கான ஆற்றலை நீங்கள் விடுவிக்கத் துவங்குகிறீர்கள். இனிவரும் அத்தியாயங்களில், உங்களுக்கு நீங்களே நிர்ணயித்துக் கொள்ளும் இலக்குகளை அடைவதற்கு நடைமுறையில் பயன்படுத்தக்கூடிய, சிந்தனைகளும் செயல்பாடுகளும் அடங்கிய, சந்தேகத்திற்கு இடமில்லாமல் நிரூபிக்கப்பட்ட ஒரு திட்டத்தை நீங்கள் கற்றுக் கொள்வீர்கள். ஆனால் நீங்கள் எங்கு சென்றடைய விரும்புகிறீர்கள் என்பதைத் தெரிந்து கொள்வது நீங்கள் எடுத்து வைக்க வேண்டிய மிக முக்கியமான, முதலாவது அடியாகும்.

இரண்டாவது அத்தியாயத்தில், மனத்தை வெற்றி கொள்வதற்கான ஏழு விதிகளையும், அவற்றைப் பயன்படுத்தி உங்கள் வாழ்வில் நீங்கள் அடைய விரும்பும் அனைத்தையும் எவ்வாறு அடைவது என்பதையும் நீங்கள் கற்பீர்கள். மூன்றாவது அத்தியாயத்தில், உங்கள் தலைமைத் திட்டத்தைப் பற்றியும், உங்களைப் பற்றி நீங்கள் கொண்டிருக்கும் எண்ணங்கள் மற்றும் உணர்வுகளின் ஒவ்வோர் அம்சத்தையும் அது எவ்வாறு கட்டுப்படுத்துகிறது என்பதையும் நீங்கள் கற்றுக் கொள்வீர்கள். உங்கள் மனத்தை எவ்வாறு மறுசீரமைப்பது, உங்கள் வாழ்வில் உண்மையிலேயே நீங்கள் விரும்புபவற்றுடன் அதை எவ்வாறு ஒத்திசைவாக்குவது என்பதை நீங்கள் கற்பீர்கள்.

நான்காவது அத்தியாயத்தில், பலமன ஐக்கியச் செயல்பாட்டைப் பற்றியும், அதிகபட்சமாக சாதிப்பதற்கு உங்கள் ஆழ்மனத்தின் சக்திகளை எவ்வாறு பயன்படுத்த வேண்டும் என்பதைப் பற்றியும் நீங்கள் கற்றுக் கொள்ள இருக்கிறீர்கள். நமது காலகட்டத்தில் வாழும் மிக வெற்றிகரமான மனிதர்கள் தங்கள் இலக்குகளை

அடைவதற்குக் கடைபிடித்த வழிமுறைகளையும் உத்திகளையும் நீங்கள் இதில் கற்பீர்கள்.

ஐந்தாவது அத்தியாயத்தில், வெற்றிக்கான தலைமைத் திறமையை நீங்கள் கற்பீர்கள். இலக்குகளை நிர்ணயிப்பது மற்றும் இலக்குகளை அடைவது ஆகியவை குறித்தத் தகவல்கள் ஒரே இடத்தில் ஒழுங்கமைக்கப்பட்டு வழங்கப்பட்டுள்ளதை நீங்கள் காண்பீர்கள். பலர் தங்கள் வாழ்நாளில் சாதிக்கும் விஷயங்களை நீங்கள் அடுத்த ஓரிரு வருடங்களில் சாதிப்பதற்கு இந்தத் திறமை உங்களுக்கு உதவும்.

ஆறாவது அத்தியாயத்தில், எப்போதும் உங்களுக்காகக் காத்துக் கொண்டிருக்கும் வெற்றிக்கான தலைமை சக்தியான ஆழ்மனத்தைப் பற்றி நீங்கள் கற்பீர்கள். ஆழ்மனத்தை நீங்கள் முறையாகப் பயன்படுத்தினால், நீங்கள் உங்களுக்கென்று நிர்ணயித்துக் கொள்ளும் எந்தவோர் இலக்கையும் சாதித்துக் கொள்ளலாம். மனிதர்களின் மாபெரும் வெற்றிகளுக்கு அடிப்படையாக விளங்கும் இந்த அற்புத சக்தியை நீங்கள் அறிந்து கொண்டு அதைச் செவ்வனே பயன்படுத்த வேண்டும். நீங்கள் எவ்வளவு இயல்பாக சுவாசிக்கிறீர்களோ, அவ்வளவு இயல்பாக இந்த சக்தியைப் பயன்படுத்துவது எப்படி என்பதை இதில் நீங்கள் கற்றுக் கொள்வீர்கள்.

ஏழாவது அத்தியாயத்தில், உங்களுக்குள் இருக்கும் அளவிடற்கரிய சக்திகளை உங்கள் தனிப்பட்ட வெற்றிக்கும் வியாபார வெற்றிக்கும் தூண்டிவிடுவதற்கு முன் நீங்கள் மேற்கொள்ள வேண்டிய தலைமைத் தீர்மானத்தைப் பற்றிக் கற்றுக் கொள்வீர்கள். உயர்ந்த சாதனையாளர்களுக்கும் சராசரி ஊழியர்களுக்கும் இடையேயான வித்தியாசத்தை நீங்கள் கற்பீர்கள். உங்கள் அனுபவத்தின் ஒவ்வோர் அம்சத்தையும் எவ்வாறு உங்கள் ஒட்டுமொத்தக் கட்டுப்பாட்டிற்குள் கொண்டு வருவது என்பதைப் பற்றியும், உங்கள் வாழ்க்கையை உண்மையிலேயே அற்புதமான ஒன்றாக எவ்வாறு மாற்றுவது என்பதைப் பற்றியும் நீங்கள் கற்பீர்கள்.

எட்டாவது அத்தியாயத்தில், வெற்றிக்கான தலைமை இலக்கான உள்ளார்ந்த அமைதியைப் பற்றியும், உங்களுக்கும் உங்களைச் சுற்றி இருப்பவர்களுக்கும் அதிக மகிழ்ச்சி கிடைக்கும் வகையில் உங்கள் வாழ்வின் ஒவ்வோர் அம்சத்தையும் எவ்வாறு ஒழுங்கமைப்பது என்பதைப் பற்றியும் நீங்கள் கற்பீர்கள். மனஅழுத்தத்திற்கும் எதிர்மறைத் தன்மைக்குமான மூலகாரணங்களையும், அவற்றை உங்கள்

வாழ்வில் இருந்து எவ்வாறு அடியோடு களைவது என்பதையும் நீங்கள் கற்பீர்கள். நீங்கள் செய்யும் காரியங்கள் ஒவ்வொன்றிலும் அதிக நேர்மறையாகவும் நன்னம்பிக்கை மனப்பான்மையோடும் எவ்வாறு இருப்பது என்பதை நீங்கள் தெரிந்து கொள்வீர்கள்.

ஒன்பதாவது அத்தியாயத்தில், அதற்கு முந்தைய அத்தியாயங்களில் நீங்கள் கற்றுக் கொண்டுள்ள அனைத்தையும் பிற மக்களுடன் பழகும்போது எவ்வாறு திறம்படப் பயன்படுத்துவது என்பது குறித்துக் கவனம் செலுத்தத் துவங்குவீர்கள். மனிதவள மேம்பாட்டில் கைதேர்ந்து விளங்குவது தொடர்பான தனிமனித உளவியலின் அடிப்படைக் கோட்பாடுகளையும், எந்தவொரு சூழ்நிலையிலும் மற்றவர்களுடன் எவ்வாறு சிறப்பாகப் பழகுவது என்பதையும் நீங்கள் கற்றுக் கொள்வீர்கள்.

‘உறவுகளைக் கையாள்வதில் கைதேர்ந்தவராதல்’ என்ற தலைப்பில் அமைந்துள்ள பத்தாவது அத்தியாயத்தில், உங்களுடைய காதல் வாழ்க்கையில் எவ்வாறு மகிழ்ச்சியுடன் இருப்பது என்பதையும், உறவுகள் ஏன் வெற்றி பெறுகின்றன, ஏன் தோல்வியடைகின்றன என்பதையும் நீங்கள் கற்பீர்கள். உங்கள் உறவுகளை ஒரே இரவில் அல்லது அதைவிட அதிவேகத்தில் மாற்றி அமைப்பதற்கு உதவும் வகையில் நீங்கள் செய்யக்கூடிய பல எளிமையான விஷயங்களையும், நீங்கள் உடனடியாக நிறுத்த வேண்டிய பல விஷயங்களையும் நீங்கள் இங்கு கற்பீர்கள்.

‘குழந்தை வளர்ப்புக் கலையில் கைதேர்ந்தவராதல்’ என்னும் பதினோராவது அத்தியாயத்தில், ஒரு சிறந்த பெற்றோராக இருப்பது எப்படி என்பதை நீங்கள் கற்பீர்கள். உங்கள் குழந்தைகளின் வயது எதுவாக இருந்தாலும் சரி, மகிழ்ச்சியாகவும் ஆரோக்கியமாகவும் தன்னம்பிக்கையோடும் அவர்கள் வளர்வதற்கு உதவும் வகையில் அவர்களுடன் எவ்வாறு உறவாடுவது, பேசுவது என்பதையும், கடந்தகாலத் தவறுகளை மன்னித்து மறந்துவிட்டு, உங்கள் எஞ்சிய வாழ்நாள் முழுவதும் நீடித்து நிலைத்திருக்கக்கூடிய அன்பான உறவுகளை எவ்வாறு உருவாக்குவது என்பதையும் நீங்கள் கற்றுக் கொள்வீர்கள்.

இறுதியாக, ‘அன்பின் சக்தியைப் பயன்படுத்துவதில் கைதேர்ந்தவராதல்’ எனும் பன்னிரண்டாவது அத்தியாயத்தில், உங்கள் நடத்தையையும் விதியையும் வடிவமைக்கின்ற, மாபெரும் சக்திவாய்ந்த ஆற்றலான ‘பிரபஞ்ச இரகசிய’த்தை

நீங்கள் கற்பீர்கள். நீங்கள் கருத்தில் கொள்ள வேண்டிய விஷயம் இது மட்டும்தான். முழுமையான மனிதனாக ஆவதற்கும், உங்கள் முழுமையான ஆற்றலைப் பயன்படுத்துவதற்குமான இரகசியத்தை நீங்கள் கற்றுக் கொள்வீர்கள். அன்பின் கோட்பாடுகளை நீங்கள் மேற்கொள்ளும் அனைத்திலும் பிணைப்பது எப்படி என்பதை நீங்கள் தெரிந்து கொள்வீர்கள்.

இப்புத்தகத்தில் நீங்கள் கற்றுக் கொள்ளும் விஷயங்களை நீங்கள் செயல்படுத்தத் துவங்கும்போது, அதிக மனஅமைதியையும், சிறந்த ஆரோக்கியத்தையும், உயர்ந்த ஆற்றலையும், அதிக அன்பான உறவுகளையும், அதிகப் பொருளாதாரச் சுதந்திரத்தையும், மேம்பட்ட சுயஅறிவையும் சுயவிழிப்புணர்வையும், தனிப்பட்ட மனநிறைவு மற்றும் தனிப்பட்ட சாதனை குறித்த ஓர் அற்புதமான உணர்வையும் நீங்கள் அனுபவிப்பீர்கள்.

அவை உங்களிடமும், உங்கள் சூழ்நிலைகளிலும், உங்களைச் சுற்றி இருக்கும் மக்களிடமும் ஏற்படுத்தும் மேம்பாடுகளைக் கண்டு நீங்கள் ஆச்சரியப்படுவீர்கள். விண்ணளவு சாதனையை நோக்கி நீங்கள் பயணிக்கும்போது, உங்களுள் புதைந்து கிடக்கும் ஆற்றல்கள் முழுமையாக வெளிப்படும் விதத்தில் உங்கள் ஒட்டுமொத்த வாழ்க்கையும் விரிவடையும்.

செயல்முறைப் பயிற்சி

இச்செயற்திட்டம் நடைமுறைப்படுத்தக்கூடிய ஒன்று. ஒவ்வோர் அத்தியாயத்திலும் நீங்கள் மேற்கொள்ள வேண்டிய பயிற்சிகள் கொடுக்கப்பட்டுள்ளன. உங்கள் வாழ்க்கையை உங்களுடைய முழுக் கட்டுப்பாட்டிற்குள் கொண்டு வருவதற்கு உங்களுக்கு உதவும் பல உத்திகளுடன் இந்த அத்தியாயங்கள் வடிவமைக்கப்பட்டுள்ளன. இந்த உத்திகள் வேலை செய்ய வேண்டுமென்றால், நீங்கள் அவற்றைப் பயிற்சி செய்தாக வேண்டும். இந்தப் பயிற்சிகள் அனைத்தும் ஒன்றுசேர்ந்து உங்களுக்குப் பலனளிக்க வேண்டும் என்றால், வரிசை முறையில் நீங்கள் அவற்றைப் பின்பற்ற உங்களை நீங்கள் ஒழுங்குபடுத்திக் கொள்ள வேண்டும்.

உங்களுடைய முதலாவது பயிற்சி இந்த அத்தியாயம் நெடுகிலும் விவரிக்கப்பட்டு வந்துள்ளது. உங்கள் கற்பனைத் தூரிகையைக் கொண்டு உங்கள் வாழ்க்கைத் திரையில் ஒரு

கலைப்படைப்பைத் தீட்டத் துவங்குவது உங்கள் பொறுப்பு. நீங்கள் செய்யும் ஒவ்வொரு விஷயத்திலும் உங்களுக்கு மகிழ்ச்சி தருவது எது என்பதைத் தெளிவாகத் தீர்மானிப்பது உங்கள் பொறுப்பு.

எது சாத்தியம் என்பதைத் தீர்மானிப்பதற்கு முன் உங்களுக்கு எது சரி என்பதைத் தீர்மானித்துக் கொள்ளுங்கள். உங்கள் கனவு வாழ்க்கையை விரிவாக வரையறுத்துக் கொள்ளுங்கள். நீங்கள் இப்போது இருக்கும் இடத்தில் இருந்து நீங்கள் சென்றடைய விரும்பும் இடத்திற்கு எப்படிப் போய்ச் சேர்வீர்கள் என்பதைப் பற்றிக் கவலைப்படாதீர்கள். இப்போதைக்கு, உங்களுடைய கச்சிதமான எதிர்காலத்தைப் பற்றிய ஒரு முன்னோக்கை உருவாக்குங்கள். இனிவரும் அத்தியாயங்களில், உங்கள் முன்னோக்குகளை எவ்வாறு நிஜமாக்குவது என்பதை நீங்கள் கற்றுக் கொள்வீர்கள்.

2

மனத்தை வெற்றி கொள்வதற்கான ஏழு விதிகள்

எந்தவொரு துறையிலும் வெற்றி பெறுவது எப்படி என்பது குறித்து நடைமுறைப்படுத்தத்தக்கத் தகவல்கள் முன்பு எப்போதும் இல்லாத அளவுக்கு இப்போது மிக அதிகமாக உள்ளன. ஆனாலும், வேலையிலிருந்து ஓய்வு பெறும் மக்களில் வெறும் ஐந்து சதவீதத்தினர் மட்டுமே பொருளாதாரரீதியாகச் சுதந்திரமாக உள்ளனர். இப்போது வேலை பார்த்துக் கொண்டிருப்போரில் எண்பது சதவீதத்தினர், தாங்கள் பார்த்துக் கொண்டிருக்கும் வேலையை விடுத்து வேறு ஏதேனும் ஒரு வேலையில் இருக்க விரும்புகின்றனர். அவர்களில் எண்பத்து நான்கு சதவீதத்தினர், தங்கள் ஆற்றலுக்கு மிகக் குறைவான நிலையிலேயே செயல்படுவதாக ஒப்புக் கொள்கின்றனர். வெறும் ஐந்து சதவீத மக்களே தங்கள்

வேலையில் தங்கள் முழு ஆற்றலையும் பயன்படுத்துவதாகத் தெரிவிக்கின்றனர்.

முன்பைவிட இப்போது அதிக அளவில் மக்கள் நோய்வாய்ப்படுகின்றனர், கூடுதல் எடையுடன் இருக்கின்றனர், உடற்தகுதியும் ஆரோக்கியமும் இன்றி இருக்கின்றனர். அமெரிக்கா தன் குடிமக்களின் உடல் ஆரோக்கியத்தைப் பேணுவதற்காக ஆண்டுதோறும் கோடான கோடி டாலர்களைச் செலவிடுகிறது. விலையும் நாளுக்கு நாள் அதிகரித்துக் கொண்டே போகின்றது. இன்று, ஏராளமான வியாதிகளும் உடல்நலக்குறைவுகளும் எதிர்மறையான மனப்போக்குகளாலும் பலவிதமான மகிழ்ச்சியின்மையாலும் ஏற்படுவதை நாம் அறிந்துள்ளோம். மக்கள் தங்கள் சொந்த சிந்தனையைக் கொண்டு தங்களை நோய்வாய்ப்படுத்திக் கொள்கின்றனர், தங்கள் உறவுகளைச் சீர்குலைக்கின்றனர்.

அமெரிக்கா ஒரு சுதந்திரமான சமூகம். எல்லாவற்றையும் தேர்ந்தெடுக்கும் உரிமை அந்நாட்டின் குடிமக்களுக்குக் கொடுக்கப்பட்டுள்ளது. தாங்கள் விரும்பும் நேரத்தில் எதை வேண்டுமானாலும் செய்வதற்கும், எதுவாக வேண்டுமானாலும் ஆவதற்கும், எங்கு வேண்டுமானாலும் செல்வதற்கும், தங்கள் வாழ்வின் எந்தவொரு பகுதியையும் மேம்படுத்திக் கொள்வதற்கும் அவர்களுக்குச் சுதந்திரம் உள்ளது. தாங்கள் விரும்பும் எதைப் பற்றியும் சிந்திக்கும் சுதந்திரம் தங்களுக்கு இருக்கும்போது, ஏன் பல மக்கள் இன்னும் எதிர்மறைத் தன்மையோடும் அவநம்பிக்கையோடும் வாழ்க்கை நடத்தி வருகின்றனர்? ஏன் ஒருசிலர் மட்டுமே தங்களது முழுமையான ஆற்றலைப் பயன்படுத்துகின்றனர்?

தேடல்

நீங்கள் ஏதேனும் ஒரு விஷயத்தில் சிறப்பாக விளங்க வேண்டும் என்றால், அதை முழுமையாகப் படிக்க வேண்டும் என்பதும், தளராமல் கடைபிடிக்க வேண்டும் என்பதும் நான் வளர்ந்து வந்த காலத்தில் எனக்கு ஒருபோதும் தோன்றியதே இல்லை. அனைத்து விஷயங்களும் தாமாகவே நிகழ்வதாக நான் நினைத்திருந்தேன். ஆரோக்கியம், மகிழ்ச்சி, மன அமைதி, செழிப்பு, மற்றும் உயரிய சாதனைகள் அனைத்தும், நீங்கள் சரியான நேரத்தில் சரியான இடத்தில் இருந்தால் தாமாகவே நடைபெறும் என்று நான் நினைத்தேன்.

பெரும்பாலான மக்களைப்போல், இந்த யோசனையுடன் வாழ்வது ஒரு மனிதனை ‘விபத்து விதி’யின்கீழ் தள்ளிவிடும். இந்த விதிதான் பெரும்பாலான மக்களிடம் ஆட்சி செலுத்துகிறது. எளிமையாகக் கூறினால், திட்டமிடத் தவறுவது, தோற்பதற்குத் திட்டமிடுவதற்குச் சமம் என்று அது கூறுகிறது.

நீங்கள் ஒரு மருத்துவராக விரும்பினால், நீங்கள் மருத்துவம் பயில வேண்டும், அதைப் பயிற்சி செய்ய வேண்டும். நீங்கள் ஒரு நல்ல சமையற்கலைஞராக விரும்பினால், சமையல் குறிப்புகள் அடங்கிய நல்ல புத்தகங்களை வாங்கிப் படித்துச் சமைக்கக் கற்றுக் கொள்ள வேண்டும். மகிழ்ச்சியும், ஆனந்தமும், மனநிறைவும் நிறைந்த ஒரு வாழ்க்கையை நீங்கள் வாழ விரும்பினால், நீங்கள் காணக்கூடிய மகிழ்ச்சியான, வெற்றிகரமான மனிதர்களிடமிருந்து கற்றுக் கொண்டு, அவர்களுக்குக் கிடைத்த அதே விளைவுகள் உங்கள் வாழ்க்கையிலும் கிடைக்கும்வரை அவர்கள் என்ன செய்தார்களோ அதை நீங்கள் தொடர்ந்து செய்தாக வேண்டும்.

இந்த யோசனை அற்புதமான, எளிமையான ஒரு யோசனையாக எனக்குத் தோன்றியது. நிச்சயமாக இது அவ்வளவு சுலபமானதாக இருக்க முடியாது. உண்மையில் அது சுலபமானதல்ல. உன்னதமான எந்தவொரு காரியமும் உண்மையில் சுலபமானதல்ல. ஒரு விஷயம் சரியாக இருந்தால், அது சுலபமானதாக இருக்க வேண்டும் என்பது தவறான நம்பிக்கை. உதாரணத்திற்கு உறவுகளை எடுத்துக் கொள்ளலாம். ஓர் உறவு தழைப்பதற்கு நீங்கள் முயற்சி மேற்கொள்ள வேண்டியிருந்தால், அதில் ஏதோ ஒரு பிரச்சனை உள்ளது என்று சிலர் கூறுகின்றனர். இந்த வகையான சிந்தனைப் போக்கு மகிழ்ச்சியின் எதிரி.

சிறந்த வாழ்க்கைக்கான இரகசியத்தை நான் தேடத் துவங்கியபோது, எனக்குப் பெருமளவில் உதவிய மூன்று அடிப்படைக் கோட்பாடுகளை நான் எனக்காக வகுத்துக் கொண்டேன்.

முதல் கோட்பாடு, வாழ்க்கை கடினமானது. அது எப்போதும் அப்படித்தான் இருந்து வந்துள்ளது, இனி எப்போதும் அப்படித்தான் இருக்கும். எனக்கும் சரி, உங்களுக்கும் சரி, அல்லது வேறு யாருக்கும் சரி, அது வேறு விதமாக ஒருபோதும் இருந்ததில்லை. இந்த அடிப்படை உண்மையை நீங்கள் ஏற்றுக் கொண்டால், வாழ்க்கை சற்று

சுலபமாகிவிடுகிறது என்பது இதில் உள்ள நல்ல செய்தி. ஏனெனில், உங்களுக்கு அநீதி இழைக்கப்பட்டுவிட்டது என்ற உணர்வாலும் விரக்தியாலும் நீங்கள் அவ்வளவாகத் துன்புற மாட்டீர்கள்.

இரண்டாவதாக, நீங்கள் இப்போது யாராக இருக்கிறீர்களோ அல்லது இனி யாராக இருக்கப் போகிறீர்களோ, அவை அனைத்திற்கும் பொறுப்பு நீங்கள் ஒருவர் மட்டும்தான். நீங்கள் இன்று இந்த நிலையில் இருப்பதற்குக் காரணம் நீங்கள் இங்கு இருப்பதை நீங்கள் தேர்ந்தெடுத்திருப்பதுதான். ஒரு காரியத்தைச் செய்வதாக இருந்தாலும் சரி, செய்யாமல் போவதாக இருந்தாலும் சரி, அதைத் தேர்ந்தெடுப்பதற்கான சுதந்திரம் உங்களுக்கு எப்போதும் உள்ளது. இன்றைய உங்கள் வாழ்க்கை, உங்களது சிறந்த மற்றும் மோசமான தேர்ந்தெடுப்புகளின் ஒட்டுமொத்த விளைவுதான். உங்கள் எதிர்காலம் வித்தியாசமாக அமைய வேண்டும் என்று நீங்கள் விரும்பினால், நீங்கள் சிறப்பான தேர்ந்தெடுப்புகளை மேற்கொள்ள வேண்டும்.

மூன்றாவதாக, ஆனால் மிக முக்கியமானதாக, நீங்கள் யாராக ஆக விரும்பினாலும் சரி, எதைச் சாதிக்க விரும்பினாலும் சரி, அதற்குத் தேவையானவை அனைத்தையும் உங்களால் கற்றுக் கொள்ள முடியும். இதை அடைவதில் ஒருசில குறைபாடுகள் உள்ளன, ஆனால் பெரும்பாலான குறைபாடுகள் உங்கள் மனத்திற்குள்தான் இருக்கின்றன, வெளியே அல்ல.

தேவை எவ்வாறு கண்டுபிடிப்பிற்கு வழிவகுக்கிறதோ, அவ்வாறே வலி கற்றலுக்கு வழி வகுக்கிறது. விரக்தி மற்றும் மனஅழுத்தத்தை அனுபவித்தப் பிறகுதான் நாம் புதிய யோசனைகளுக்கும் புதிய வழிமுறைகளுக்கும் நம் மனத்தைத் திறக்கிறோம். நான் இருபது வயது இளைஞனாக இருந்த காலத்தில் இது என் வாழ்வில் உண்மையானது.

நீங்கள் முன்னேறிச் செல்ல விரும்பினால், ஒருசில விஷயங்களை நீங்கள் கற்றாக வேண்டும், ஒருசில விஷயங்களை நீங்கள் கைவிட்டாக வேண்டும். தற்போது நீங்கள் பெற்றுள்ள அறிவு மற்றும் திறமை ஆகியவை உங்களை நீங்கள் இப்போது இருக்கும் இடத்தில் பூட்டி வைத்துள்ளன. இப்போது உங்களுக்குத் தெரிந்திருக்கும் விஷயங்களைக் கொண்டு உங்களால் கடுகளவும் முன்னேறிச் செல்ல முடியாது. உங்கள்

எதிர்காலத்தின் பெரும்பகுதி இக்கணத்திலிருந்து நீங்கள் எதைக் கற்கிறீர்கள், எதைக் கடைபிடிக்கிறீர்கள் என்பதைச் சார்ந்துள்ளது.

மேற்கூறப்பட்டுள்ள கோட்பாடுகளின் அடிப்படையில் வெற்றி, மகிழ்ச்சி, மற்றும் சாதனையைப் பற்றி நான் ஆய்வு செய்யத் துவங்கினேன். நான் இப்புத்தகத்தில் உங்களுடன் பகிர்ந்து கொள்ளவிருக்கும் திட்டம் இதன் அடிப்படையில் அமையப் பெற்றதுதான். இப்புத்தகத்தின் ஒவ்வொரு பகுதியும் இதன் மற்றப் பகுதிகளுக்குச் சிறப்பு சேர்க்கும் வண்ணம் அமைந்துள்ளன.

ஒவ்வோர் எண்ணமாக, ஒவ்வொரு செயலாக உங்கள் வாழ்க்கையை எவ்வாறு ஒரு கலைப்படைப்பாக உருவாக்குவது என்பதையும், உங்கள் முயற்சிகளை வைத்து உண்மையிலேயே அழகான ஒன்றை எப்படி உருவாக்குவது என்பதையும், உங்கள் தலைவிதியை எப்படி உங்களுடைய ஒட்டுமொத்தக் கட்டுப்பாட்டிற்குள் கொண்டு வருவது என்பதையும், நீங்கள் கற்பனை செய்துள்ளதையும் தாண்டி எவ்வாறு அதிகமாக சாதிப்பது என்பதையும் நீங்கள் கற்றுக் கொள்வீர்கள். ஆனால் இவை அனைத்தும் சுலபமாக இருக்கும் என்று ஒருபோதும் எதிர்பார்க்காதீர்கள்!

ஒவ்வொரு கல்லாக

நான் உளவியலையும், மனித சாதனைக்குப் பின்னால் உள்ள அறிவியலையும் படிக்கத் துவங்கியபோது, அது உண்மையா பொய்யா என்பதைக் கண்டறிவதற்காக நான் என்னையும் என் சொந்தச் சூழ்நிலையையும் பரிசோதனைக்கு ஆட்படுத்தினேன். நீங்களும் அதைத்தான் செய்ய வேண்டும். உங்களுடைய உட்குரலுக்குச் செவிசாயுங்கள். நீங்கள் இதுவரை எதைக் கற்றிருந்தாலும் சரி, எதை நம்பியிருந்தாலும் சரி, வெறுமனே, "இது என் விஷயத்தில் உண்மையா?" என்று கேளுங்கள்.

சிறப்பாக விளங்கும் மக்கள் தங்கள்மீது ஆழ்ந்த நம்பிக்கை கொண்டுள்ளனர். இதைப் பற்றி ஆறாவது அத்தியாயத்தில் நீங்கள் முழுமையாகத் தெரிந்து கொள்வீர்கள். இம்மக்கள் தங்களுக்குச் சரியென்று தோன்றும் விஷயங்களை மட்டுமே செய்வர். நீங்களும் அவ்வாறே செயல்பட வேண்டும். இப்புத்தகத்தில் கொடுக்கப்பட்டுள்ள அனைத்தும் உங்களை

நல்லவிதமாக உணரச் செய்ய வேண்டும். அப்படி இல்லையென்றால், இதை மூடி வைத்துவிட்டு, இது சரியென்று உங்கள் அறிவுக்குத் தோன்றும்போது இதை மீண்டும் எடுத்துப் படியுங்கள்.

“நீங்கள் இப்போது இருக்கும் இடத்திலிருந்து, உங்களிடம் இப்போது உள்ளவற்றைக் கொண்டு, உங்களால் முடிந்ததைச் செய்யுங்கள்,” என்று தியோடோர் ரூஸ்வெல்ட் ஒருமுறை கூறினார். நான் அதைத்தான் செய்தேன். சிலர் மற்றவர்களைவிட ஏன் அதிக வெற்றிகரமாகத் திகழ்கின்றனர் என்று நான் கேட்கத் துவங்கியபோது, நான் அதில் மூழ்கிப் போனேன். நான் ஒரு மோசமான மாணவனாக இருந்தபோதும், புத்தகங்களைப் படிப்பதில் தீவிரமாக இருந்தேன். அதோடு, கடின உழைப்புக்கு நான் ஒருபோதும் அஞ்சியதில்லை. என்னைச் சுற்றிலும் இருந்த மக்கள் பெண்களோடு சுற்றித் திரிந்து கொண்டும், ஆட்டம் போட்டுக் கொண்டும் இருந்தபோது, இழந்த நேரத்தை ஈடு செய்யும் விதத்தில் நான் வெறியோடு படித்துக் கொண்டிருந்தேன்.

ஓர் அற்புதமான வாழ்க்கையை வாழ்வதற்கு வெறும் புத்தகங்களும் யோசனைகளும் மட்டுமே தேவை என்றால், இந்நேரம் நாம் அனைவருமே மகிழ்ச்சி நிறைந்தவர்களாகவும் பணக்காரர்களாகவும் ஆகியிருப்போம். வாழ்வின் ஒவ்வொரு பகுதியிலும் வெற்றிகரமாக விளங்குவது எப்படி என்பதை விளக்கும் சிறப்பான புத்தகங்களும், ஒலிநாடாக்களும், ஒளிநாடாக்களும், பயிற்சித் திட்டங்களும் மனித வரலாற்றில் இதுவரை இல்லாத அளவுக்கு இன்று மிக அதிக எண்ணிக்கையில் கிடைக்கின்றன. அவை ஒவ்வொன்றுமே ஏதோ ஒரு விலைமதிக்க முடியாத கருத்தையோ யோசனையையோ கூறுவதை நம்மால் மறுக்க முடியாது. ஆனால் அவை அனைத்தையும் சேர்த்தால்கூட நமக்குப் போதுமானதாக இல்லை.

உங்களிடம் ஒரு செயற்திட்டம் இருக்க வேண்டும். நீங்கள் கற்கும் யோசனைகளை ஒருங்கிணைக்க உதவுகின்ற செயற்திட்டம் ஒன்று இல்லாமல் இருப்பது, ஒரு படத்தைப் பல துண்டுகளாக வெட்டி, அவற்றை மீண்டும் இணைக்கும் புதிர்விளையாட்டை, முழுப்படம் இல்லாமல் இணைக்க முயல்வதைப் போன்றது. ஏதோ ஒரு செயற்திட்டம் இருப்பது, எந்தவொரு செயற்திட்டமுமே இல்லாமல் இருப்பதைவிடச் சிறந்தது. ஆனால் நீங்கள் அந்தச் செயற்திட்டத்தைக் கற்றுக்

கொண்டு, நீங்கள் விரும்பும் விளைவுகள் உங்களுக்குக் கிடைக்கும்வரை அதிலேயே முழுமூச்சாக இருப்பதற்கு உங்களை ஒழுங்குபடுத்திக் கொள்ள வேண்டும்.

ஏதேனும் ஒரு சிக்கலான பாடத்தில் ஒருவர் வல்லுனராக முயற்சிக்கும்போது, அத்துறையில் முன்னோடிகளாகவும் திறமை பெற்றவர்களாகவும் இருக்கும் மக்களிடமிருந்து தன்னால் முடிந்த அனைத்தையும் கற்றுக் கொள்ளாமல் அவர் அம்முயற்சியில் இறங்க மாட்டார். சட்டம், மருத்துவம், பொறியியல், வியாபாரம் ஆகிய துறைகளில் இது முற்றிலும் உண்மை. மனித உறவுகள், மகிழ்ச்சி, ஆரோக்கியம், செல்வம், மனஅமைதி ஆகிய விஷயங்களைப் பொறுத்தவரையிலும் இது உண்மைதான். நீங்கள் யாராக ஆக விரும்பினாலும் சரி, எதைச் செய்ய விரும்பினாலும் சரி, எதைப் பெற விரும்பினாலும் சரி, கற்பதற்கும் கடினமாக உழைப்பதற்கும் நீங்கள் ஒருபோதும் தயங்கக்கூடாது. ஆனால் உங்களிடம் ஒரு செயற்திட்டம் நிச்சயமாக இருக்க வேண்டும் என்பதோடு, அதை நீங்கள் கடைபிடித்தாகவும் வேண்டும்.

அடிப்படை இயக்கக் கோட்பாடுகள்

மக்கள் தங்கள் ஆற்றலுக்குக் குறைவாகச் சாதிப்பதற்கும் விரக்தியில் மூழ்கிக் கிடப்பதற்கும் முக்கியக் காரணம், தங்களிடமிருந்து சிறந்த விளைவுகளைப் பெறுவது எப்படி என்பதை அவர்கள் அறிந்திருக்காததுதான். உச்சபட்சச் செயல்பாட்டிற்கும் மகிழ்ச்சிக்கும் தங்களை எவ்வாறு உட்படுத்திக் கொள்வது என்பதையும், தங்களுடைய அடிப்படை இயக்கக் கோட்பாடுகளையும் அவர்கள் அறிந்திருக்கவில்லை. இதன் விளைவாக, அவர்கள் தங்கள் ஆற்றலுக்கு மிகக் குறைந்த நிலையில் செயல்பட்டுத் தங்கள் வாழ்நாளில் பல மணிநேரங்களை வீணாக்குகின்றனர், சில சமயங்களில் பல வருடங்களைக்கூட!

எடுத்துக்காட்டாக, ஒரு விலையுயர்ந்த, நவீனக் கணினி ஒன்றை யாரோ ஒருவர் உங்களுக்கு அனுப்பியுள்ளதாக வைத்துக் கொள்வோம். அந்தப் பாக்கெட்டைப் பிரித்து, அதன் பாகங்களையெல்லாம் நீங்கள் வெளியே எடுத்தபோது, கணினியை எப்படிப் பொருத்த வேண்டும், இயக்க வேண்டும் என்பதற்கான கையேடு மட்டும் அதில் இல்லாததை நீங்கள் கவனிக்கிறீர்கள். கணினி தொடர்பாக உங்களுக்கு

எந்தவிதமான அனுபவமோ பயிற்சியோ இல்லை என்று வைத்துக் கொள்வோம். கணினி எப்படி வேலை செய்கிறது, அதை எப்படிப் பொருத்த வேண்டும், எப்படி இயக்க வேண்டும், எப்படி அதனிடமிருந்து விளைவுகளைப் பெற வேண்டும் என்பதை இப்போது நீங்களாகவே கண்டுபிடிக்க வேண்டும். இந்த அடிப்படையில், எந்தவித உதவியோ அல்லது வழிகாட்டுதலோ இன்றி, கணினியை எவ்வாறு பயன்படுத்த வேண்டும் என்று நீங்களாகவே கண்டறிவதற்கு எவ்வளவு காலமாகும் என்று நீங்கள் நினைக்கிறீர்கள்?

நீங்கள் எவ்வளவு ஊக்குவிக்கப்பட்டிருந்தாலும், எவ்வளவு உறுதியாக இருந்தாலும், யாருடைய உதவியுமின்றி ஒரு கணினியை நீங்களாகவே இயக்குவதற்குப் பல வருடங்கள் ஆகக்கூடும். இப்போது, அந்தக் கணினி அதை இயக்குவதற்கான கையேடு ஒன்றுடன் வந்திருப்பதாக வைத்துக் கொள்ளுங்கள். அதோடு, கணினித் துறையைச் சேர்ந்த வல்லுனர் ஒருவர் உடன்வந்து, அதை எவ்வாறு பொருத்துவது, எவ்வாறு இயக்குவது, எவ்வாறு அதனிடமிருந்து சிறந்த விளைவுகளைப் பெறுவது என்று படிப்படியாக உங்களுக்கு விளக்கிக் கூறினால் எப்படி இருக்கும் என்பதைக் கற்பனை செய்து பாருங்கள்.

கையேடு மற்றும் வல்லுனர் கொடுக்கும் பயிற்சி ஆகியவற்றின் உதவியோடு, கணினியை ஒருசில மணிநேரத்திற்குள் நீங்கள் பயன்படுத்தத் துவங்கிவிடுவீர்கள். பிறகு, அதைக் கையாள்வதில் மெல்ல மெல்லக் கைதேர்ந்தவராகிவிடுவீர்கள். உங்கள் உற்பத்தியின் தரமும் அளவும் வேகமாக அதிகரிக்கும்.

நான் கூற விரும்பும் செய்தி இதுதான்: நீங்கள் இந்த உலகிற்குள் எந்தக் கையேடும் இல்லாமல் வந்தீர்கள். நம்மால் புரிந்து கொள்ள இயலாத அளவுக்கு ஏராளமான சிக்கல்கள் மற்றும் சாத்தியக்கூறுகளுடன்கூடிய ஓர் அதிஅற்புதமான மூளையுடன் நீங்கள் படைக்கப்பட்டு இருக்கிறீர்கள். அதை நீங்கள் முறையாகப் பயன்படுத்தினால், அது உங்களை வறுமை நிலையிலிருந்து செல்வச் செழிப்பிற்கும், தனிமையிலிருந்து புகழுக்கும், நோயிலிருந்து ஒளிமயமான ஆரோக்கியத்திற்கும், மனச்சோர்விலிருந்து மகிழ்ச்சிக்கும் ஆனந்தத்திற்கும் இட்டுச் செல்லும்.

இந்த ஒட்டுமொத்தப் புத்தகத்தையும், நீங்கள் உங்களிடமிருந்தே மிகச் சிறந்த விளைவுகளைப் பெற உங்களுக்கு உதவுவதற்காக வடிவமைக்கப்பட்டுள்ள ஒரு

கையேடாக நீங்கள் பார்க்கலாம். வாழ்வில் நீங்கள் உண்மையிலேயே விரும்பும் எதையும் உங்கள் மனத்தின் அற்புதமான சக்தியைக் கொண்டு எவ்வாறு பெறுவது என்பதை இப்புத்தகம் உங்களுக்குக் காட்டும்.

உங்கள் பலபரிமாண மனம்

உங்கள் மனம் ஒரு பெரிய கணினி வலையமைப்பின் மையச் செயற்பகுதியைப் போன்றது. பல்வேறு மக்கள் அல்லது மூலங்களால் இது தொடர்பு கொள்ளப்படுகின்றது. இதன் உள்ளே நுழையும் ஒரு விஷயம், பிற விஷயங்கள்மீது தாக்கத்தை ஏற்படுத்துகின்றது. புதிய தகவல்கள் உண்மையாக இருந்தாலும் சரி, பொய்யாக இருந்தாலும் சரி, உடனடியாக அவை பிற பகுதிகள் ஒவ்வொன்றின் இயக்கத்தையும் மாற்றிவிடுகின்றன.

உங்கள் ஆழ்மனம்தான் உங்கள் மையச் செயற்பகுதி. உங்களுடைய எந்தவோர் இலக்கையும் அடைய நீங்கள் செய்ய வேண்டிய முக்கியமான வேலை, நீங்கள் சிந்திக்கும், உணரும், நம்பும் விஷயங்கள், வெளியுலகில் நீங்கள் மகிழ்ச்சியாக அனுபவிக்க விரும்பும் விஷயங்களுடன் ஒத்திருக்கும் வகையில் உங்கள் ஆழ்மனத்தை மறுபயிற்றுவிப்பு செய்வதுதான்.

உங்கள் ஆழ்மனத்திற்கு வெளியிலிருந்தும் உள்ளிருந்தும் தகவல்கள் வந்து கொண்டிருக்கின்றன. உள்ளூர, உங்கள் எண்ணங்கள், மனக்காட்சிகள் அல்லது கற்பனை, மற்றும் உங்கள் உணர்வுகள் உங்கள்மீது தாக்கத்தை ஏற்படுத்துகின்றன. வெளியிலிருந்து, உங்கள் சூழல்கள் உங்கள் வெளிமனத்தைத் தூண்டி உங்கள்மீது தாக்கம் செலுத்துகின்றன. நீங்கள் செய்கின்ற, கூறுகின்ற, பார்க்கின்ற, கேட்கின்ற, படிக்கின்ற, கவனிக்கின்ற விஷயங்களாலும், குறிப்பாக, நீங்கள் நெருங்கிய தொடர்பு கொண்டிருக்கும் மக்களாலும், நீங்கள் பங்கு கொள்ளும் உரையாடல்களாலும் தாக்கத்திற்கு ஆளாகின்றீர்கள். இந்தத் தாக்கங்கள் ஒவ்வொன்றும் மேலும் பல தாக்கங்களைத் தூண்டிவிடும் அல்லது உருவாக்கும். இவை அனைத்தும் சேர்ந்து நிறைகுறைகளுடன்கூடிய உங்களையும், உங்கள் வாழ்வின் ஒவ்வோர் அம்சத்தையும் உருவாக்கியுள்ளன, இன்னும் உருவாக்கிக் கொண்டிருக்கின்றன.

நீங்கள் ஓர் எண்ணத்தை எண்ணும்போது, அது என்ன காரணத்திற்காகவோ மற்றுமோர் எண்ணத்தைத் தூண்டுகிறது. சில சமயங்களில், பல்வேறு எண்ணங்கள் கோர்வையாகத்

தொடர்ந்து வந்து, முதலில் நீங்கள் சிந்தித்துக் கொண்டிருந்த விஷயத்திலிருந்து உங்களை வெகுதூரம் கூட்டிச் சென்று விடுகின்றன. உங்கள் மனத்தின்மீது உங்களுக்குள்ள கட்டுப்பாட்டைப் பொறுத்து, உங்கள் மனம் உங்களை உங்கள் இலக்குகளை நோக்கி அழைத்துச் செல்லும் அல்லது அவற்றிலிருந்து விலக்கி வைத்துவிடும்.

நீங்கள் எண்ணும் எண்ணங்கள், அவற்றுடன் ஒத்துப்போகும் காட்சிகளைத் தூண்டுகின்றன. இக்காட்சிகள் ஒன்றிலிருந்து வேறொன்றுக்கு உங்களைக் கூட்டிச் சென்று முதலில் உங்களுக்குத் தோன்றிய எண்ணத்திலிருந்து வெகுதூரம் உங்களை அழைத்துச் செல்லக்கூடும் அல்லது மீண்டும் அதே எண்ணத்தை நோக்கி உங்களைக் கூட்டி வரக்கூடும்.

எண்ணங்களும் காட்சிகளும் அனைத்து விதமான உணர்ச்சிகளையும் தூண்டுகின்றன. உங்கள் உணர்வுகள் தாமாகவே எண்ணங்களையும் காட்சிகளையும் தூண்டுகின்றன. அவை கூடுதல் உணர்வுகளைத் தூண்டுகின்றன. இச்சுழற்சி தொடர்ந்து கொண்டே இருக்கும்.

நீங்கள் எண்ணும் எண்ணங்களும், மனத்தில் நிறுத்தி வைக்கும் காட்சிகளும், நீங்கள் அனுபவிக்கும் உணர்வுகளும், அவற்றுடன் ஒத்துப்போகும் வார்த்தைகள் மற்றும் நடவடிக்கைகளைத் தூண்டுகின்றன. நீங்கள் உங்கள் இலக்குகளைப் பற்றிச் சிந்தித்துக் கொண்டிருந்தால், உங்கள் இலக்குகள் ஏற்கனவே அடையப்பட்டுவிட்டதாக உங்களால் கற்பனை செய்ய முடிந்தால், இந்த எண்ணம் உங்களை நேர்மறையாகவும் உற்சாகமாகவும் உணர வைத்தால், அன்றைய நாள் முழுவதும் நீங்கள் நேர்மறையாகப் பேசுவீர்கள், ஆக்கபூர்வமாகச் செயல்படுவீர்கள்.

நீங்கள் வாசிக்கும் விஷயங்கள் உங்கள் எண்ணங்கள், காட்சிகள், உணர்வுகள், வார்த்தைகள், மற்றும் நடவடிக்கைகள்மீது தாக்கத்தை ஏற்படுத்துகின்றன. இதன் விளைவாக, அடுத்து நீங்கள் படிக்கவிருக்கும் விஷயங்கள்மீதும் இந்தத் தாக்கம் தொடர்கிறது. உங்களைச் சுற்றி இருக்கும் மக்கள் மற்றும் உங்களது உரையாடல்கள் ஆகியவை, நீங்கள் பேசும் விதம், நடக்கும் விதம், மற்றும் உங்கள் நடத்தை ஆகியவற்றின்மீது தாக்கம் விளைவிக்கின்றன.

ஒலிநாடாக்களில் நீங்கள் செவிமடுக்கும் விஷயங்கள், தொலைக்காட்சியில் நீங்கள் பார்க்கும் நிகழ்ச்சிகள், நீங்கள்

கலந்து கொள்ளும் பயிலரங்குகள், மற்றும் ஒவ்வொரு நாளும் நீங்கள் செய்யும் காரியங்கள் ஆகியவை உங்கள்மீது தாக்கத்தை ஏற்படுத்துகின்றன. இதன் விளைவாக, இவை பிற தாக்கங்கள் மற்றும் தகவல்கள்மீது தாக்கத்தை ஏற்படுத்துகின்றன, அல்லது அவற்றை மங்கச் செய்கின்றன அல்லது அதிகரிக்கின்றன அல்லது மாற்றுகின்றன.

இவை அனைத்தோடும் சேர்ந்து, உங்கள் கடந்தகால அனுபவங்களும் உங்களுக்கு வலியுறுத்தப்பட்ட விஷயங்களும், அவை நல்லவையோ அல்லது கெட்டவையோ, உங்கள் வாழ்வில் நடக்கும் விஷயங்கள் மற்றும் உங்களைச் சுற்றி நடக்கும் விஷயங்கள் குறித்த உங்கள் மனப்போக்குகள் மற்றும் கண்ணோட்டங்கள்மீது தாக்கத்தை ஏற்படுத்துகின்றன.

இது உங்களை சற்றுக் குழப்புவதுபோல் உங்களுக்குத் தோன்றினால், அதில் உண்மை இல்லாமல் இல்லை. உங்கள் மனமும் உங்கள் வாழ்க்கையும், உங்கள் கவனத்தைக் கவர்வதற்காகப் பல்வேறு இசைக்கருவிகளையும் பல்வேறு ராகங்களையும் இசைக்கும் இசைக்கலைஞர்கள் பலர் ஒருசேரக் குழுமியுள்ள ஓர் அறையைப் போன்றவை. இந்தக் குழப்பச் சூழ்நிலைக்கு இடையே, தங்கள் வாழ்க்கை தங்கள் கட்டுப்பாட்டில் இல்லை என்று பெரும்பாலான மக்கள் நினைப்பதில் வியப்பேதும் இல்லை. பெரும்பாலான மக்கள் வேறோர் இடத்தில் வேறொருவருடன் வேறு ஏதேனும் ஒரு வேலைச் செய்து கொண்டு இருப்பதற்கு விரும்புவதிலும் வியப்பில்லை. தங்களால் இதைவிடச் சிறப்பாகச் செயல்பட முடியும், ஆனால் தாங்கள் மாறுவதற்கு உதவி கிடைக்கவில்லை என்று பெரும்பாலானவர்கள் உணர்வதிலும் ஆச்சரியமில்லை. இந்தச் சூழ்நிலைதான் உங்கள் வாழ்வின் மாபெரும் சவால், இதுவே உங்கள் வாழ்வில் மாபெரும் வாய்ப்பும்கூட.

உங்கள் வாழ்க்கையையும் உங்கள் எதிர்காலத்தையும் உங்கள் கட்டுப்பாட்டிற்குள் கொண்டு வருவதுதான் உங்களது முக்கியமான வேலை. உங்கள் வாழ்வின் உள்ளார்ந்த மற்றும் வெளியுலக அம்சங்கள் அனைத்தும் நீங்கள் விரும்பும் ஒரு மைய விஷயத்தைச் சுற்றி இணக்கமாக இயங்கும் விதத்தில் அவற்றை நீங்கள் உங்கள் கட்டுப்பாட்டிற்குள் கொண்டுவர வேண்டும். உங்கள் வாழ்க்கையைக் கொண்டு ஓர் அழகான இசையை இசைத்து, உங்கள் வாழ்க்கையை ஒரு கலைப்படைப்பாக மாற்றுவதுதான் உங்கள் வேலை.

வெவ்வேறு விதிகளைப் புரிந்து கொள்ளுதல்

பிரபஞ்சத்தில் இரண்டு வகையான விதிகள் இருப்பது நீங்கள் ஏற்கனவே அறிந்துள்ள ஒன்றுதான். ஒன்று, மனிதன் ஏற்படுத்திய விதிகள், மற்றொன்று இயற்கை விதிகள். மனிதனால் உருவாக்கப்பட்டப் போக்குவரத்து விதிகள் போன்ற விதிகளை நீங்கள் மீறலாம். அதற்காக நீங்கள் பிடிபடலாம் அல்லது பிடிபடாமலும் போகலாம். ஆனால் இயற்கை விதிகளை நீங்கள் மீற முயற்சித்தால், எந்த விதிவிலக்குமின்றி ஒவ்வொரு முறையும் நீங்கள் பிடிபடுவீர்கள்.

இயற்கை விதிகளையும் இரண்டு வகையாகப் பிரிக்கலாம்: இயற்பியல் விதிகள், உள விதிகள். மின்சாரம் அல்லது இயந்திரம் போன்றவற்றைக் கட்டுப்படுத்தும் இயற்பியல் விதிகளின் இயக்கத்தைப் பரிசோதனைகள் மற்றும் செயல்முறை விளக்கங்கள் மூலம் நிரூபிக்க முடியும்.

ஆனால் உள விதிகளை அனுபவம் மற்றும் உள்ளுணர்வு மூலமாகவும், உங்கள் வாழ்வில் அவை வேலை செய்வதைக் காண்பதன் மூலமும் மட்டுமே நிரூபிக்க முடியும்.

சில உள விதிகள் சுமார் நாலாயிரம் வருடங்களுக்கு முன்பு எழுதப்பட்டவை. பண்டைய உலகில் இக்கோட்பாடுகளும் விதிகளும் 'சிறப்புப் பள்ளி'களில் கற்றுக் கொடுக்கப்பட்டன. இப்பள்ளிகளுக்குள் நுழைந்த மாணவர்கள் நீண்டகாலப் பயிற்சியில் ஈடுபட்டனர். அப்போது இக்கோட்பாடுகள் அவர்களுக்கு ஒவ்வொன்றாக அறிமுகப்படுத்தப்பட்டுக் கற்றுக் கொடுக்கப்பட்டன.

அந்நாளில், இக்கோட்பாடுகள் பொதுமக்களுடன் பகிர்ந்து கொள்ளப்படவில்லை. சராசரி மனிதர்கள் இவ்விதிகளைத் தவறாகப் புரிந்து கொண்டு அவற்றை முறையின்றிப் பயன்படுத்தக்கூடும் என்று இப்புராதனப் பள்ளிகளின் தலைவர்கள் கருதினர். அந்த நேரத்தில் அவர்கள் நினைத்தது ஓரளவு சரிதான்.

ஆனால் இன்று, இந்த விதிகளில் பெரும்பாலானவை வெளிப்படையாகப் பேசப்பட்டும் எழுதப்பட்டும் வருகின்றன. ஆனால் மக்களில் ஒரு சிறு சதவீதத்தினர் மட்டுமே இவை குறித்த விழிப்புணர்வைப் பெற்றுள்ளனர். வெற்றி பெற்றுள்ள மனிதர்களின் வாழ்க்கையையும் கதைகளையும் நான் ஆய்வு செய்ததில், தெரிந்தோ தெரியாமலோ அவர்களில் பெரும்பாலானவர்கள் இவ்விதிகளைப் பயன்படுத்தி, சராசரி

மனிதர்கள் தங்கள் வாழ்நாளில் சாதிக்கும் விஷயங்களைவிட அதிகமானவற்றை ஓரிரு வருடங்களில் சாதித்திருந்ததை நான் கண்டறிந்தேன். உண்மையான, நிரந்தமான வெற்றி, உங்கள் வாழ்க்கையை இவ்விதிகளுடன் இணக்கமாக ஒத்திசையும்படி ஒழுங்கமைத்துக் கொள்வதில்தான் அடங்கியுள்ளது.

நீங்கள் மனத்தில் கொள்ள வேண்டிய ஒரு முக்கியமான கருத்து இது: இயற்பியல் விதிகளைப்போல், உள விதிகளும் எந்நேரமும் இயங்கிக் கொண்டே இருப்பவைதான். எடுத்துக்காட்டாக, புவியீர்ப்பு விதி ஒவ்வொரு நாளும் இருபத்து நான்கு மணிநேரமும் உலகின் எல்லா இடங்களிலும் செயல்பட்டுக் கொண்டிருக்கின்றது. நீங்கள் டோக்யோவில் இருந்தாலும் சரி, நியூயார்க்கில் இருந்தாலும் சரி, பத்து மாடிக் கட்டிடம் ஒன்றிலிருந்து நீங்கள் கீழே குதித்தால், அதே வேகத்தில் கீழே வந்து விழுவீர்கள் என்பது நிச்சயம்.

புவியீர்ப்பு விதியைப் பற்றி உங்களுக்குத் தெரிந்திருக்கிறதோ இல்லையோ, அதனோடு நீங்கள் ஒத்துப் போகிறீர்களோ இல்லையோ, நீங்கள் வளர்ந்து வந்த காலத்தில் இதைப் பற்றி யாரேனும் உங்களிடம் கூறியுள்ளனரோ இல்லையோ, அது ஒரு பொருட்டல்ல. இவ்விதி நடுநிலையானது. இது எல்லா இடங்களில் வேலை செய்கிறது.

உங்கள் வாழ்க்கை எப்போதெல்லாம் நன்றாகச் சென்று கொண்டிருக்கிறதோ, அப்போதெல்லாம் உங்கள் சிந்தனைகளும் செயல்களும் கண்ணுக்குப் புலப்படாத உள விதிகளுடன் இணக்கமாக ஒத்திசைந்துள்ளன என்று பொருள். உங்களுக்கு ஏதேனும் பிரச்சனை ஏற்பட்டால், நீங்கள் இவ்விதிகளில் ஒன்றை அல்லது ஒன்றுக்கு மேற்பட்டவற்றை மீறுகிறீர்கள் என்று அர்த்தம், அதைப் பற்றி உங்களுக்குத் தெரிந்திருந்தாலும் சரி, தெரியாவிட்டாலும் சரி. அவை உங்கள் மகிழ்ச்சிக்கான மைய ஆதாரமாக விளங்குவதால், அவற்றைப் பற்றி நீங்கள் தெரிந்து கொள்வதும், நீங்கள் மேற்கொள்ளும் அனைத்திலும் அவற்றை இணைத்துக் கொள்வதும் இன்றியமையாதது.

1. கட்டுப்பாட்டு விதி

உங்கள் வாழ்க்கை எவ்வளவு தூரம் உங்கள் கட்டுப்பாட்டில் இருக்கின்றதோ, அந்த அளவுக்கு நீங்கள் உங்களைப் பற்றி நேர்மறையாக உணர்வீர்கள்; உங்கள் வாழ்க்கை எவ்வளவு தூரம் உங்கள் கட்டுப்பாட்டில் இல்லையோ அல்லது எவ்வளவு தூரம் வேறொரு நபர்

உங்களைக் கட்டுப்படுத்துகிறாரோ, அந்த அளவுக்கு நீங்கள் உங்களைப் பற்றி எதிர்மறையாக உணர்வீர்கள் என்று இவ்விதி கூறுகிறது.

இவ்விதி உளவியலில் விரிவாக அங்கீகரிக்கப்பட்டுள்ளது. பெரும்பான்மையான மனஅழுத்தம், கவலை, மன இறுக்கம், மனநோய் ஆகியவை, தன் வாழ்வின் ஒரு முக்கியமான பகுதி தன் கட்டுப்பாட்டில் இல்லை என்று ஒரு நபர் உணர்வதால் அல்லது அவர் தன் கட்டுப்பாட்டை இழந்துவிட்டதாக உணர்வதால் ஏற்படும் விளைவுகளே.

எடுத்துக்காட்டாக, உங்கள் முதலாளி, உங்களுடைய உடல்நலக்குறைவு, உங்கள் கடன்கள் அல்லது ஒரு மோசமான உறவு, அல்லது மற்றவர்களின் நடத்தை ஆகியவை உங்கள் வாழ்க்கையைக் கட்டுப்படுத்துவதாக நீங்கள் உணர்ந்தால், நீங்கள் மனஅழுத்தத்தால் துன்புறுவீர்கள். இந்த மனஅழுத்தம் எரிச்சலாகவும், கோபமாகவும், வருத்தமாகவும் வெளிப்படும். இதை நீங்கள் முறையாகக் கையாளாவிட்டால், அது தூக்கமின்மைக்கும், மனச்சோர்விற்கும், இன்னும் பல விதமான நோய்களுக்கும் இட்டுச் செல்லும்.

ஒன்று, உங்களது நேர்மறையான, மகிழ்ச்சியான, நம்பிக்கையான வாழ்க்கை உங்கள் கட்டுப்பாட்டில் உள்ளது என்று நீங்கள் உணரலாம். அல்லது, மற்றவர்கள் உங்களைக் கட்டுப்படுத்துவதுபோல் உணர்ந்து, ஆதரவற்று, ஒரு பலிகடாவைப்போல் சிக்குண்டு கிடக்கலாம்.

ஒவ்வொரு விஷயத்திலும், உங்கள் வாழ்க்கையின்மீதான உங்கள் கட்டுப்பாடு உங்கள் எண்ணங்களில் இருந்து துவங்குகிறது. உங்கள் முழுமையான கட்டுப்பாட்டில் உள்ள ஒரே விஷயம் உங்கள் எண்ணங்கள் மட்டும்தான். எந்தவொரு சூழ்நிலையைப் பற்றியும் நீங்கள் சிந்திக்கும் விதம்தான், உங்கள் உணர்வுகளைத் தீர்மானிக்கின்றது. நீங்கள் உணரும் விதம்தான் உங்கள் நடவடிக்கைகளைத் தீர்மானிக்கின்றது.

சுயஒழுக்கம், சுயதேர்ச்சி, சுயகட்டுப்பாடு ஆகியவை உங்கள் சிந்தனையை உங்கள் கட்டுப்பாட்டிற்குள் கொண்டு வருவதில் இருந்து துவங்குகின்றன. எந்தவொரு நபராலும் அல்லது சூழ்நிலையாலும் உங்களை எந்தவிதமாகவும் உணர வைக்க முடியாது. ஒரு சூழ்நிலையைப் பற்றி நீங்கள் சிந்திக்கும் விதம்தான் உங்களை அவ்வாறு உணரச் செய்கின்றது. நீங்கள் சிந்திக்கும் விதத்தை உங்களால் கட்டுப்படுத்த முடியும். "உங்களுடைய அனுமதியின்றி யாரும் உங்களைத்

தரக்குறைவானவராக உணர வைக்க முடியாது," என்று எலினார் ரூஸ்வெல்ட் கூறியுள்ளார்.

உங்களுக்கு மனஅழுத்தத்தை அல்லது மகிழ்ச்சியின்மையை ஏற்படுத்தும் எந்தவொரு சூழ்நிலையையும் உங்கள் கட்டுப்பாட்டில் கொண்டுவருவதற்கு அடிப்படையில் இரண்டு வழிகள் உள்ளன. முதலில், நீங்கள் நடவடிக்கை எடுக்கலாம். உங்கள் சூழ்நிலையை மாற்றுவதற்கு ஏதேனும் ஒரு நடவடிக்கையை மேற்கொண்டு நீங்கள் முன்னேறிச் செல்லலாம். அச்சூழ்நிலைக்கு நீங்கள் பொறுப்பேற்றுக் கொண்டு, அதை வேறு விதமாக மாற்றலாம். இரண்டாவதாக, நீங்கள் வெறுமனே அச்சூழ்நிலையை அப்படியே விட்டுவிட்டுச் செல்லலாம். ஒரு நபரை அல்லது ஒரு சூழ்நிலையைக் கண்டுகொள்ளாமல் விட்டுவிட்டு, வேறு ஏதேனும் ஒரு வேலையில் மும்முரமாக ஈடுபடுவதன் மூலம் உங்களால் அனைத்தையும் மீண்டும் உங்கள் கட்டுப்பாட்டிற்குள் கொண்டு வர முடியும்.

சில சமயங்களில், ஒரு சூழ்நிலை உங்கள் கட்டுப்பாட்டில் இல்லை என்பதாக நீங்கள் உணர்ந்தால், நீங்கள் செய்யக்கூடிய மிகச் சிறந்த விஷயம், வெறுமனே அங்கிருந்து அகன்றுவிடுவதுதான். ஒரு மகிழ்ச்சியற்ற உறவிலிருந்து அல்லது உங்களுக்குப் பிடிக்காத நபரிடமிருந்து விலகிய அனுபவம் உங்களுக்கு இருந்தால், அப்போராட்டத்திலிருந்து விடுப்பட்டபோது நீங்கள் எவ்வளவு சிறப்பாக உணர்ந்தீர்கள் என்பதை உங்களால் நினைவுகூர முடியும். இனிமேலும் போராட வேண்டாம், எதிர்ப்புக் காட்ட வேண்டாம் என்று நீங்கள் தீர்மானித்ததன் மூலம் கட்டுப்பாடு மீண்டும் உங்கள் கைக்கு வந்தது.

நீங்கள் தீர்மானம் எடுக்க வேண்டியதன் முக்கியத்துவத்தையும், உங்களுக்கு உண்மையிலேயே என்ன வேண்டும் என்று உங்களுக்குத் தெரிந்திருப்பதன் அவசியத்தையும் கட்டுப்பாட்டு விதி விளக்குகிறது. கட்டுப்பாட்டு உணர்வைக் கொண்டுள்ள ஒருவரிடம் தன்னம்பிக்கை அதிகமாக இருக்கின்றது. அதனால்தான், ஒரு தெளிவான குறிக்கோளும் ஒரு திட்டமும் கொண்ட ஒரு நபர், தெளிவற்ற, நிச்சயமற்ற ஒரு சராசரி நபரைவிட அதிக அனுகூலமான நிலையில் இருக்கிறார்.

உங்கள் வாழ்க்கையின் பல்வேறு பகுதிகளை ஆய்வு செய்து, எந்தெந்தப் பகுதிகள் உங்கள் கட்டுப்பாட்டில் இருக்கின்றன,

எவற்றில் நீங்கள் நேர்மறையாக உணர்கிறீர்கள் என்பதையும், எவை உங்கள் கட்டுப்பாட்டில் இல்லை, எவற்றில் நீங்கள் நேர்மறையாக உணரவில்லை என்பதையும் உங்கள் மனத்தில் குறித்துக் கொள்ளுங்கள். உங்களுக்கு மனஅழுத்தத்தை ஏற்படுத்தும் உங்கள் வாழ்வின் இப்பகுதிகளை உங்கள் கட்டுப்பாட்டிற்குள் கொண்டு வருவதற்கு நீங்கள் செய்யக்கூடிய குறிப்பிட்ட விஷயங்களைப் பற்றிச் சிந்திக்கத் துவங்குங்கள். எந்தெந்தச் சூழ்நிலைகளிலிருந்து நீங்கள் வெறுமனே விலகிச் செல்வது நல்லது என்பதைப் பற்றியும் சிந்தியுங்கள்.

உங்கள் வாழ்க்கையை உங்கள் கட்டுப்பாட்டில் வைத்துக் கொள்வது உங்களுடைய முக்கியப் பொறுப்புகளில் ஒன்று. பெருமகிழ்ச்சியும் சிறந்த வெற்றியும் நிறைந்த எதிர்காலத்தை உருவாக்குவதற்கான அடித்தளமாக இது அமையும். அந்த அடித்தளம் திடமாக இருப்பதை உறுதி செய்து கொள்ளுங்கள்.

2. காரண-காரிய விதி

உங்கள் வாழ்வில் நிகழும் ஒவ்வொரு விளைவிற்கும் ஒரு குறிப்பிட்டக் காரணம் உள்ளதாக இவ்விதி கூறுகிறது. 'பிரபஞ்சத்தின் இரும்பு விதி' என்று இது அழைக்கப்படுவது இதன் முக்கியத்துவதை நன்றாக உணர்த்துவதாக உள்ளது. அனைத்துமே ஏதோ ஒரு காரணத்திற்காக நிகழ்கிறது என்று இவ்விதி கூறுகிறது, அது என்ன காரணம் என்று உங்களுக்குத் தெரிந்திருக்கலாம் அல்லது தெரியாமல் இருக்கலாம். ஆனால் பிரபஞ்சத்தைப் பொறுத்தவரை, விபத்துக்கள் என்று எதுவும் கிடையாது. விதிகளின் முறையான கட்டுப்பாட்டில் இயங்குகின்ற, ஒழுங்குமுறையுடன்கூடிய ஒரு பிரபஞ்சத்தில் நாம் வாழ்கிறோம். இந்தப் புரிதல்தான் பிற விதிகள் அனைத்திற்குமான மையக் கருத்தாக விளங்குகிறது.

வெற்றிக்கு சில குறிப்பிட்டக் காரணங்களும், தோல்விக்கு சில குறிப்பிட்டக் காரணங்களும் உள்ளன, ஆரோக்கியத்திற்கு சில குறிப்பிட்டக் காரணங்களும், உடல்நலக்குறைவிற்கு சில குறிப்பிட்டக் காரணங்களும் உள்ளன, மகிழ்ச்சிக்கு சில குறிப்பிட்டக் காரணங்களும், மகிழ்ச்சியின்மைக்கு சில குறிப்பிட்டக் காரணங்களும் உள்ளன என்று 'காரண-காரிய விதி' கூறுகிறது. உங்கள் வாழ்வில் ஏற்கனவே ஏற்பட்டுள்ள ஒரு விளைவை நீங்கள் மேலும் பெற விரும்புகிறீர்கள் என்றால், அந்த விளைவிற்கான மூலகாரணங்களை அடையாளம்

கண்டுகொண்டு அதை மீண்டும் மீண்டும் நிகழ்த்தினால் போதும். அதேபோல், உங்கள் வாழ்வில் ஏற்பட்ட ஒரு விளைவு உங்களுக்குப் பிடிக்கவில்லை என்றால், அதற்கான காரணங்களைக் கண்டறிந்து அவற்றை நீங்கள் களைய வேண்டும், அவ்வளவுதான்.

இது மிகவும் எளிதான ஒரு விதியாக இருப்பதால், இது மக்களைத் திகைப்படையச் செய்கிறது. அவர்கள் தங்களுக்கு மகிழ்ச்சியின்மையையும் வெறுப்பையும் விளைவிக்கும் விஷயங்களைத் தொடர்ந்து செய்கின்றனர். பிறகு தங்கள் பிரச்சனைகளுக்கு அவர்கள் பிறரையோ அல்லது இந்த சமூகத்தையோ குறைகூறுகின்றனர்.

மடமை என்பது "ஒரே விஷயத்தை ஒரே விதத்தில் திரும்பத் திரும்பச் செய்து கொண்டு, வித்தியாசமான விளைவுகளை எதிர்பார்ப்பது" என்று வரையறுக்கப்பட்டுள்ளது. ஒரு குறிப்பிட்ட அளவுக்கு நாம் அனைவருமே இக்குற்றத்தைச் செய்திருக்கிறோம். நம்முடைய இந்த மனப்போக்கை நாம் நேரடியாக எதிர்கொண்டு, நேர்மையாக அதைக் கையாள வேண்டியது அவசியம்.

"இருளைத் தூற்றுவதற்கு மாறாக ஒரு மெழுகுவர்த்தியை ஏற்றுவது சிறந்தது" என்று ஸ்காட்லாந்து நாட்டுப் பழமொழி ஒன்று கூறுகிறது. உங்கள் பிரச்சனைகளுக்கான காரணங்களை அமைதியாகவும் எச்சரிக்கையாகவும் ஆய்வு செய்வது, அவற்றின்மீது வருத்தம் கொள்வதையும் கோபம் கொள்வதையும்விடச் சிறந்தது.

"வினை விதைத்தவன் வினை அறுப்பான், தினை விதைத்தவன் தினை அறுப்பான்" என்பது முதுமொழி. காரண—காரிய விதி இங்கு 'விதைத்தல் மற்றும் அறுவடை செய்தல் விதி' என்று அழைக்கப்படுகிறது. அதாவது, நீங்கள் எதை விதைக்கிறீர்களோ அதையே அறுவடை செய்வீர்கள் என்று அது கூறுகிறது. நீங்கள் இன்று எதை அறுவடை செய்து கொண்டிருக்கிறீர்களோ, அது கடந்தகாலத்தில் நீங்கள் விதைத்ததன் விளைவுதான். எதிர்காலத்தில் உங்கள் வாழ்வின் ஏதேனும் ஒரு பகுதியில் வேறு விதமான அறுவடையை நீங்கள் விரும்பினால், இன்று நீங்கள் வேறு வகையான விதைகளை விதைக்க வேண்டும். மனத்தில் நீங்கள் விதைக்கும் எண்ணங்களைத்தான் இது குறிப்பாக உணர்த்துகிறது.

இவ்விதி உணர்த்தும் உண்மை இதுதான்: "எண்ணங்கள்தான் காரணங்கள், சூழ்நிலைகள்தான்

விளைவுகள்.” உங்கள் எண்ணங்கள்தான் உங்கள் வாழ்வின் சூழ்நிலைகளுக்கான காரணங்கள். உங்கள் அனுபவத்தில் தோன்றிய ஒவ்வொன்றும் ஏதோ ஒரு வகையான எண்ணத்தில் இருந்து துவங்கியவைதான்.

நீங்கள் எப்படிப்பட்டவராக இருக்கிறீர்கள் என்பதும், எப்படிப்பட்டவராக இருக்கப் போகிறீர்கள் என்பதும், நீங்கள் சிந்திக்கும் விதத்தின் விளைவுதான். உங்கள் சிந்தனையின் தரத்தை நீங்கள் மாற்றினால், உங்கள் வாழ்வின் தரத்தை நீங்கள் மாற்றலாம். உங்களுக்குள் ஏற்படும் மாற்றம் வெளியுலகில் நீங்கள் அனுபவிக்கும் விஷயங்களில் மாற்றத்தை ஏற்படுத்தும். நீங்கள் எதை விதைக்கிறீர்களோ, அதையே அறுவடை செய்வீர்கள். இப்போதுகூட நீங்கள் விதைத்துக் கொண்டுதான் இருக்கிறீர்கள்.

இவ்விதியை நீங்கள் ஏற்றுக் கொள்வதன் மூலம் உங்கள் சிந்தனைகள், உணர்வுகள், மற்றும் விளைவுகள்மீது முழுமையான கட்டுப்பாட்டை நீங்கள் பெறுகிறீர்கள் என்பதுதான் என்றும் மாறாத இந்த விதியின் அழகு. இவ்விதியைக் கடைபிடிப்பதன் மூலம் கட்டுப்பாட்டு விதியுடன் நீங்கள் உங்களை இணக்கமாக ஐக்கியப்படுத்திக் கொள்கிறீர்கள். உடனடியாக நீங்கள் உங்களைப் பற்றிச் சிறப்பாகவும் மகிழ்ச்சியாகவும் உணர்கிறீர்கள்.

வியாபார வெற்றி அல்லது தோல்வியின் ஒவ்வோர் அம்சத்தையும் இந்த அடிப்படை விதியைக் கொண்டு விளக்கிவிடலாம். நீங்கள் சரியான காரணங்களை விதைத்தால், உங்களுக்கு விருப்பமான விளைவுகளை அறுவடை செய்வீர்கள். வாடிக்கையாளர்களுக்குத் தேவையான, அவர்கள் பணம் கொடுத்துப் பெற விரும்பும் தரமான பொருட்களையும் சேவைகளையும் நீங்கள் உருவாக்கி வழங்கி, அதை நீங்கள் தீவிரமாகப் பிரபலப்படுத்தினால், அவற்றை விற்பதில் நீங்கள் வெற்றிகரமாக விளங்குவீர்கள். நீங்கள் அவ்வாறு செய்யவில்லை என்றால், உங்களுக்கு வெற்றி கிட்டாது.

நீங்கள் உயர்தர வேலைகளைச் செய்து, உங்கள் நிறுவனம் வளர்வதற்கும் செழிப்புறுவதற்கும் தேவையான விளைவுகளைப் பெற்றுக் கொடுத்தால், உங்கள் தொழிலுலக வாழ்க்கையில் நீங்கள் மகிழ்ச்சியாகவும் வெற்றிகரமாகவும் திகழ்வீர்கள். மற்றவர்களை நீங்கள் சிறப்பாக நடத்தினால், அவர்கள் உங்களைச் சிறப்பாக நடத்துவார்கள். உங்கள் வாழ்விற்குள் நீங்கள் எதை அனுப்புகிறீர்களோ, எப்போதும் நீங்கள் அதையே

பெறுவீர்கள். உங்கள் வாழ்க்கைக்குள் நீங்கள் அனுப்பும் விஷயங்கள்மீது உங்களுக்கு முழுமையான கட்டுப்பாடு உள்ளது என்பதை மறந்துவிடாதீர்கள்.

3. நம்பிக்கை விதி

நீங்கள் உணர்வுபூர்வமாக எதை நம்புகிறீர்களோ, அதுவே உங்கள் வாழ்வில் யதார்த்தமாக மாறுகிறது என்று நம்பிக்கை விதி கூறுகிறது. ஒரு விஷயம் உண்மை என்று நீங்கள் எவ்வளவு தீவிரமாக நம்புகிறீர்களோ, அது உங்கள் வாழ்வில் உண்மையாவதற்கான சாத்தியக்கூறுகள் அதிகம். ஒரு விஷயத்தை நீங்கள் உண்மையிலேயே நம்பினால், அதை அதற்கு நேர்மாறாக உங்களால் ஒருபோதும் கற்பனை செய்ய முடியாது. உங்களது நம்பிக்கைகள், நீங்கள் நம்புவதாகத் தீர்மானித்துவிட்ட விஷயங்களுடன் முரண்பட்டு நிற்கும் தகவல்கள் உங்களிடம் வந்து சேராமல் தடுத்துவிடும் அல்லது அவற்றை நீங்கள் புறக்கணிக்கும்படிச் செய்துவிடும்.

"நம்பிக்கைதான் நடைமுறை உண்மையை உருவாக்குகிறது," என்று ஹார்வர்டு பல்கலைக்கழகத்தைச் சேர்ந்த வில்லியம் ஜேம்ஸ் கூறியுள்ளார். "உங்கள் நம்பிக்கைக்கு ஏற்றாற்போல் உங்களுக்கு வழங்கப்படும்," என்று பைபிள் கூறுகிறது. வேறு விதமாகக் கூறினால், நீங்கள் எதைப் பார்க்கிறீர்களோ அதை நீங்கள் நம்புவதில்லை, மாறாக, நீங்கள் எதை நம்புகிறீர்களோ அதையே பார்க்கிறீர்கள்.

எடுத்துக்காட்டாக, வாழ்வில் மாபெரும் வெற்றி பெறுவதற்காகவே நீங்கள் பிறந்திருப்பதாக நீங்கள் முழுமையாக நம்பினால், எது நிகழ்ந்தாலும் சரி, உங்கள் இலக்குகளை நோக்கி நீங்கள் தொடர்ந்து முன்னேறிச் சென்று கொண்டே இருப்பீர்கள். எதுவும் உங்களைத் தடுத்து நிறுத்தாது.

இதற்கு மாறாக, வெற்றி என்பது அதிர்ஷ்டம் தொடர்பானது அல்லது அது ஒரு விபத்து என்று நீங்கள் நம்பினால், நீங்கள் நினைத்தக் காரியம் நிகழாதபோதெல்லாம் சுலபத்தில் ஊக்கமிழந்து ஏமாற்றமடைந்துவிடுவீர்கள். உங்கள் நம்பிக்கைகள்தான் உங்களுடைய வெற்றிக்கோ அல்லது தோல்விக்கோ வித்திடுகின்றன.

உலகத்தை மக்கள் பொதுவாக இரண்டு விதமாகப் பார்க்கின்றனர். உலகம் தயாள குணம் கொண்டது என்பது ஒரு வகையான கண்ணோட்டம். நீங்கள் இக்கண்ணோட்டத்தைக் கொண்டிருந்தால், வாழ்வதற்கு ஒரு நல்ல இடம் இ லகம்

என்று நீங்கள் பொதுவாக நம்புவீர்கள். மக்களிடத்திலும் சூழ்நிலைகளிடத்திலும் உள்ள நல்லவற்றைப் பார்ப்பது உங்கள் போக்காக இருக்கும். உங்களைச் சுற்றி ஏராளமான வாய்ப்புகள் உள்ளன, அவற்றை உங்களுக்கு அனுகூலமாகப் பயன்படுத்திக் கொள்ள முடியும் என்று நீங்கள் நம்புவீர்கள். நீங்கள் கச்சிதமானவராக இல்லாவிட்டாலும்கூட, ஒட்டுமொத்தமாகப் பார்த்தால் நீங்கள் ஒரு நல்ல மனிதர்தான் என்ற நம்பிக்கை உங்களுக்கு ஏற்படும். எதிர்காலத்தின்மீதும், உங்கள்மீதும், மற்றவர்கள்மீதும் உங்களுக்கு நம்பிக்கை உண்டாகும். நீங்கள் நன்னம்பிக்கை மனப்பான்மை கொண்டவராக இருப்பீர்கள்.

உலகம் வஞ்சகமானது என்ற கண்ணோட்டம் இரண்டாவது வகை. இந்தக் கண்ணோட்டத்தைக் கொண்ட ஒரு நபர், பொதுவாகத் தன்னைக் குறித்தும், வாழ்க்கையைக் குறித்தும் எதிர்மறையான, அவநம்பிக்கை மனப்பான்மையைக் கொண்டிருப்பார். "அரசாங்கத்தை உங்களால் எதிர்க்க முடியாது," "பணக்காரர்கள் மேலும் பணக்காரர்கள் ஆகின்றனர், ஏழைகள் மேலும் ஏழைகளாகின்றனர்," "நீங்கள் எவ்வளவு கடினமாக உழைத்தாலும் உங்களால் முன்னேற முடியாது, ஏனெனில் அதிர்ஷ்டம் உங்களுக்கு எதிராக உள்ளது" போன்ற நம்பிக்கைகளை அவர் கொண்டிருப்பார்.

இப்படிப்பட்ட நபர்கள், எல்லா இடங்களிலும் அநியாயத்தையும், அடக்குமுறையையும், துரதிர்ஷ்டத்தையுமே பார்ப்பர். அவர்கள் வாழ்வில் ஏதேனும் ஒரு விஷயம் தவறாகப் போகும்போது (வழக்கமாக அது அப்படித்தான் நடக்கின்றது), மோசமான அதிர்ஷ்டம் அல்லது மோசமான மக்கள்மீது அவர்கள் பழி சுமத்துகின்றனர். தாங்கள் பலியாகியுள்ளதாக அவர்கள் நினைக்கின்றனர். இந்த மனப்போக்கின் காரணமாக, அவர்கள் தங்களை உண்மையிலேயே நேசிப்பதுமில்லை, மதிப்பதுமில்லை.

நன்னம்பிக்கை மனப்பான்மை கொண்ட மக்கள் உயர்ந்த சாதனையாளர்களாகவும், மிகச் சிறந்த எதிர்காலத்தை உருவாக்குபவர்களாகவும் உள்ளனர் என்பதைக் கூறத் தேவையில்லை. அவர்கள் நேர்மறையானவர்களாகவும் மகிழ்ச்சியானவர்களாகவும் உள்ளனர். அன்றாட வாழ்வில் ஏற்படும், தவிர்க்க முடியாத ஏற்ற இறக்கங்களுக்கு அவர்கள் நேர்மறையாகவும் ஆக்கபூர்வமாகவும் செயல்விடை அளிக்கின்றனர். உலகம் தயாள குணம் கொண்டது என்று

உலகத்தைப் பற்றி ஒரு நேர்மறையான கருத்தை உருவாக்கி, அதைத் தக்க வைத்துக் கொள்வது, வெற்றியை நோக்கி நீங்கள் மேற்கொள்ளும் பயணத்தின் ஒரு முக்கியப் பகுதியாகும்.

நீங்கள் எதிர்கொள்ளக்கூடிய மிகப் பெரிய மனத்தடைகள், உங்களிடமுள்ள, உங்களை மட்டுப்படுத்தும் நம்பிக்கைகளில் அடங்கியுள்ளன. இந்த நம்பிக்கைகள் உங்களை ஏதோ ஒரு விதத்தில் மட்டுப்படுத்தும் என்பது உறுதி. நீங்கள் முயற்சி மேற்கொள்வதிலிருந்துகூட அவை உங்களைத் தடுத்துவிடும். உண்மையற்ற விஷயங்கள் அடிக்கடி உங்கள் பார்வையில் படும்படிச் செய்துவிடும்.

பள்ளியில் படித்தக் காலத்தில் நீங்கள் சராசரியான அல்லது அதற்கும் குறைவான மதிப்பெண்கள் பெற்றதால் நீங்கள் அறிவில் குன்றியவர் என்ற உணர்வு உங்களுக்கு ஏற்படக்கூடும். படைப்புத்திறனும், கற்கும் திறனும், நினைவில் வைத்துக் கொள்ளும் திறனும் உங்களுக்குக் குறைவு என்றும், நீங்கள் பிறரிடம் சகஜமாகப் பழகாதவர், பண விஷயத்தில் அவ்வளவு சாமர்த்தியமானவரல்ல என்றும் நீங்கள் நம்பக்கூடும். தங்களால் தங்கள் உடலின் எடையைக் குறைக்க முடியாது, புகைபிடிப்பதை நிறுத்த முடியாது, அல்லது பிறரது கவனத்தைக் கவரும் வசீகரமான தோற்றத்தைத் தங்களால் பெற முடியாது என்று சிலர் நம்புகின்றனர்.

நீங்கள் எதை நம்பினாலும் சரி, அந்த நம்பிக்கை மிகவும் வலுவானதாக இருந்தால், அது உங்கள் யதார்த்தமாக மாறும். உங்கள் நம்பிக்கைகளுக்கு ஒத்தவாறு நீங்கள் நடப்பீர்கள், பேசுவீர்கள், நடந்து கொள்வீர்கள், பிறருடன் உரையாடுவீர்கள். உங்களது நம்பிக்கைகள் முழுவதுமாகப் பொய்யானவையாக இருந்தாலும், நீங்கள் அவற்றை நம்பினால், அவை உங்கள் வாழ்வில் நிஜமாகும்.

நான் உயர்நிலைப் பள்ளிப் படிப்பைக்கூட முடித்திருக்காத காரணத்தால், பலரைப்போலவே நானும் பல வருடங்களாக சங்கோஜப்பட்டுக் கொண்டு, என்னைப் பற்றிக் குறைவான மதிப்பைக் கொண்டிருந்தேன். பல்கலைக்கழகப் பட்டம் பெற்ற மாணவர்களை நான் ஆச்சரியத்துடனும் மரியாதையுடனும் பார்த்தேன். என்னையும் அறியாமல், என் எதிர்காலம் மட்டுப்படுத்தப்பட்டுள்ளதாக நான் அனுமானித்தேன். எனது இந்த நம்பிக்கையின் விளைவாக, மட்டுப்படுத்தப்பட்ட இலக்குகளையே நான் எனக்கு நிர்ணயித்தேன். அவற்றை நான்

அடையாவிட்டாலும் நான் ஆச்சரியப்படவில்லை. பள்ளியில் மிகவும் மோசமாகப் படித்த என்னிடமிருந்து வேறு எதை எதிர்பார்க்க முடியும்?

உயர்நிலைப் பள்ளியில் எல்லாப் பாடங்களிலும் அதிகபட்ச மதிப்பெண்களைப் பெற்றுத் தேர்ச்சி பெற்ற, ஒரு சிறிய நகரத்திலிருந்து வந்த ஓர் இளைஞனைப் பற்றிய ஓர் உண்மைக் கதையை ஒருமுறை நான் படித்தேன். அவன் தன்னுடைய மேற்படிப்பைத் தொடர்வதற்காக மாநிலப் பல்கலைக்கழகத்திற்கு விண்ணப்பித்தான். அதன் ஒரு பகுதியாக, அறிவுத் திறன் சோதனைப் பரீட்சை ஒன்றை அவன் எழுத வேண்டியிருந்தது. ஒருசில வாரங்களுக்குப் பிறகு, அவன் அத்தேர்வில் 99 சதவீதம் பெற்றுத் தேர்ச்சி பெற்றிருந்ததாகவும், அவனது விண்ணப்பம் ஏற்றுக் கொள்ளப்பட்டிருந்ததாகவும் அவனுக்கு அப்பல்கலைக்கழகத்தில் இருந்து ஒரு கடிதம் வந்தது.

தான் ஏற்றுக் கொள்ளப்பட்டது குறித்து அவன் மகிழ்ந்தபோதும், ஒரு பிரச்சனை இருந்தது. தனக்குக் கிடைத்திருந்த 99 சதவீத மதிப்பெண்ணை அவன் தனது ஐ.கியூ மதிப்பெண் என்று தவறாக முடிவு செய்துவிட்டான். சராசரி ஐ.கியூ மதிப்பெண் 100 என்பதை அவன் அறிந்திருந்ததால், தான் சராசரிக்கும் கீழான ஐ.கியூ திறன் கொண்டிருந்ததாக எண்ணிக் கொண்டான். அதனால் தன்னுடைய குறைவான அறிவுத் திறனைக் கொண்டு பல்கலைக்கழகப் படிப்பில் தன்னால் ஒருபோதும் சிறந்து விளங்க முடியாது என்று அவன் நினைத்தான்.

அந்த செமஸ்டர் முழுவதும் அவன் கிட்டத்தட்ட எல்லாப் பாடங்களிலும் தோல்வியைத் தழுவினான். இறுதியில், அவனது கல்வி ஆலோசனையாளர் அவனை அழைத்து, அவன் மோசமாகப் படித்துக் கொண்டிருந்ததற்கான காரணத்தைக் கேட்டார்.

அதற்கு அந்த இளைஞன், "நீங்கள் என்னைக் குறைகூற முடியாது. என் ஐ.கியூ 99தான்," என்று பதிலளித்தான். "ஏன் நீ அவ்வாறு கூறுகிறாய்?" என்று அந்த ஆலோசனையாளர் அவனிடம் கேட்டார்.

"பல்கலைக்கழகத்திலிருந்து எனக்கு வந்த அனுமதிக் கடிதத்தில் அப்படித்தான் குறிப்பிடப்பட்டிருந்தது," என்று அவன் பதில் கூறினான்.

நடந்தது என்ன என்பதை அந்த ஆலோசனையாளர் உணர்ந்தபோது, நுழைவுத் தேர்வு மதிப்பெண் சதவீதத்திற்கும்

ஐ.கியூ மதிப்பெண்ணுக்கும் இடையேயான வித்தியாசத்தை அவனுக்கு எடுத்துக் கூறினார்.

அந்த இளைஞன் தன் தவறை உணர்ந்து, தனது அறிவுத்திறனைப் பற்றிய தனது நம்பிக்கையை மாற்றியபோது, முற்றிலும் வித்தியாசமான ஒரு மனிதனாக மாறினான்.

அவன் ஒரு புதிய தன்னம்பிக்கையுடனும் தகுதியுடனும் தன் படிப்பைத் தொடர்ந்தான். அந்த செமஸ்டரின் முடிவில், அதிக மதிப்பெண்கள் பெற்ற மாணவர்களின் பட்டியலில் அவனது பெயர் இடம்பெற்றது. இறுதியில், தன் வகுப்பில் மிக அதிக மதிப்பெண்கள் பெற்றப் பத்து மாணவர்களில் ஒருவனாக அவன் பட்டம் பெற்றான்.

எனக்குக் கிடைத்ததுபோல், இக்கதையிலிருந்து ஒரு விலைமதிக்க முடியாத ஒரு பாடம் உங்களுக்குக் கிடைத்திருக்கும் என்று நான் நம்புகிறேன். நாம் ஏதோ ஒரு வழியில் மட்டுப்படுத்தப்பட்டுள்ளோம் என்று நாம் வெகு சுலபத்தில் ஏற்றுக் கொண்டுவிடுகிறோம். நாம் அவ்வாறு நம்புவதென்று ஏற்கனவே தீர்மானித்துவிட்டதால், அந்த நம்பிக்கைக்கு முரணான எந்தவோர் ஆதாரத்தையும் நாம் புறக்கணிக்கிறோம் அல்லது மறுக்கிறோம்.

ஓர் ஆசிரியர் ஒரு சிறுவனிடம், "உன்னால் ஏதேனும் ஓர் இசைக்கருவியை வாசிக்க முடியுமா?" என்று கேட்டார்.

"எனக்குத் தெரியாது. நான் இதுவரை முயற்சித்துப் பார்த்ததில்லை," என்று அந்தச் சிறுவன் பதிலளித்தான்.

ஒரு விதத்தில் பார்த்தால், நீங்களும் அந்தச் சிறுவனைப் போன்றவர்தான். உங்களால் உண்மையிலேயே எதைச் செய்ய முடியும் என்று உங்களுக்குத் தெரிவதில்லை. உங்களைப் பற்றி அவ்வளவு விரைவில் குறைத்து மதிப்பிட்டுவிடாதீர்கள். உங்கள் ஆற்றல் மட்டுப்படுத்தப்பட்டுள்ளதாக ஏற்றுக் கொள்ளாதீர்கள். நீங்கள் இதுவரை செய்துள்ளவற்றைக் காட்டிலும் இன்னும் அதிகமானவற்றை உங்களால் சாதிக்க முடியும்.

நீங்கள் கொண்டுள்ள மட்டுப்படுத்தும் நம்பிக்கைகள் கடுகளவுகூட உண்மையானவையல்ல. நீங்கள் உண்மையென்று நம்பி ஏற்றுக் கொண்டுள்ள எதிர்மறையான தகவல்களின் அடிப்படையில் அமைந்தவை அவை. அவை உண்மை என்று நீங்கள் ஒருமுறை ஏற்றுக் கொண்டுவிட்டால், உங்களது நம்பிக்கைகள் அவற்றை உண்மையாக்கிவிடும். "ஒரு விஷயத்தை உங்களால் செய்ய முடியும் என்று நீங்கள் நினைத்தாலும் சரி, செய்ய முடியாது என்று நினைத்தாலும் சரி, எப்படிப்

பார்த்தாலும், உங்கள் நினைப்பு சரிதான்," என்று ஹென்றி ஃபோர்டு கூறினார்.

மூன்றாவது அத்தியாயத்தில், உங்கள் வாழ்வில் நீங்கள் சாதிக்க விரும்பும் விஷயங்களுடன் முழுமையாக இசைந்திருக்கும் ஒரு வலிமையான, உறுதியான நம்பிக்கைச் செயல்முறையை எவ்வாறு உருவாக்குவது என்பதை நீங்கள் கற்பீர்கள். இதற்கிடையில், உங்களை முன்னேறவிடாமல் தடுத்துக் கொண்டிருக்கும், உங்களிடம் இருக்கும், உங்களை மட்டுப்படுத்தும் நம்பிக்கைகளை அடையாளம் காணுங்கள். உங்களையும் அறியாமல் உங்களிடம் இருக்கும் மட்டுப்படுத்தும் யோசனைகள் மற்றும் நம்பிக்கைகளை, சமயங்களில் உங்கள் வாழ்க்கைத் துணைவர் அல்லது உங்கள் நம்பிக்கைக்குரிய நண்பர் ஒருவரால் கண்டுகொள்ள முடியும்.

4. எதிர்பார்ப்பு விதி

உறுதியுடன் நீங்கள் எதிர்பார்க்கும் எந்தவொரு விஷயமும் உங்கள் வாழ்வில் நிஜமாகும் என்று எதிர்பார்ப்பு விதி கூறுகிறது. வேறு விதத்தில் கூறினால், உங்கள் வாழ்வில் உங்களுக்குக் கிடைக்கும் விஷயம் உண்மையிலேயே நீங்கள் விரும்பும் விஷயமாக இருக்க வேண்டிய அவசியமில்லை. ஆனால் நிச்சயமாக அது நீங்கள் எதிர்பார்க்கும் விஷயமாகத்தான் இருக்கும். உங்கள் எதிர்பார்ப்புகள் மக்களின்மீதும் சூழ்நிலைகளின்மீதும் ஒரு சக்திவாய்ந்த, கண்ணுக்குப் புலப்படாத ஒரு தாக்கத்தை ஏற்படுத்துகின்றன.

ஒரு விதத்தில் பார்த்தால், உங்கள் சொந்த வாழ்க்கையில் விஷயங்கள் எவ்வாறு நடந்தேறும் என்பதைப் பற்றி நீங்கள் பேசும் விதத்தின் மூலம், உங்கள் அதிர்ஷ்டத்தை முன்கூட்டியே எடுத்துரைக்கும் குறிசொல்பவரைப்போல் நீங்கள் நடந்து கொள்கிறீர்கள். வெற்றிகரமான மக்கள் தன்னம்பிக்கை மற்றும் நேர்மறையான எதிர்பார்ப்புடன்கூடிய மனப்போக்கைக் கொண்டுள்ளனர். தாங்கள் வெற்றிகரமாக விளங்கப் போவதாகவும், மகிழ்ச்சியோடு இருக்கப் போவதாகவும், எல்லோராலும் அதிகமாக விரும்பப்படுவதாகவும் அவர்கள் எதிர்பார்க்கின்றனர். அவர்களது எதிர்பார்ப்பு ஒருநாளும் வீணாவதில்லை.

வெற்றி பெறாத மக்கள், எதிர்மறையான எதிர்பார்ப்புகள் மற்றும் அவநம்பிக்கைகளுடன்கூடிய மனப்போக்கைக்

கொண்டுள்ளனர். அதனால் அவர்களுக்கு ஏற்படும் சூழ்நிலைகள் துல்லியமாக அவர்கள் எதிர்பார்ப்பின்படியே அமைந்துவிடுகின்றன.

ஆசியர்களுடைய எதிர்பார்ப்புகள் மாணவர்களின் செயல்பாட்டின்மீது ஏராளமான தாக்கத்தை ஏற்படுத்துவதாக 'பிக்மேலியன் இன் த கிளாஸ்ரூம்' என்ற தனது புத்தகத்தில் ஹார்வர்டு பல்கலைக்கழகத்தைச் சேர்ந்த டாக்டர் ராபர்ட் ரோஸெந்தால் கூறுகிறார். தாங்கள் சிறப்பாகச் செயல்பட வேண்டும் என்று ஆசிரியர்கள் எதிர்பார்ப்பதாக மாணவர்கள் உணரும்போது, அந்த எதிர்பார்ப்புகள் இல்லாதபோது செயல்படுவதைவிட மிகச் சிறப்பாக அவர்கள் செயல்படுவதை அவர் கண்டறிந்தார்.

1960களின் கடைசியில் சான்பிரான்சிஸ்கோ கடற்கரைப் பகுதியில் அமைந்திருந்த ஒரு பள்ளியில் டாக்டர் ரோஸெந்தால் ஒரு பரிசோதனையை நடத்தினார். அதன்படி, ஒரு கல்வியாண்டின் துவக்கத்தில் அப்பள்ளியின் தலைமையாசிரியர் தன் பள்ளியைச் சேர்ந்த மூன்று ஆசிரியர்களை ஒன்றுகூட்டி, "இப்பள்ளியில் நீங்கள் மூவரும் சிறந்த ஆசிரியர்களாக இருப்பதாலும், சிறந்த நிபுணத்துவத்தைப் பெற்றிருப்பதாலும், தொண்ணூறு புத்திசாலி மாணவர்களை நாங்கள் உங்களுக்குக் கொடுக்கப் போகிறோம். சமீபத்தில் நடத்தப்பட்ட அறிவுத்திறன் பரிசோதனைத் தேர்வுகளின் அடிப்படையில் இவர்களைத் தேர்ந்தெடுத்துள்ளோம். அடுத்த வருடத்திற்குள் அவர்கள் 20லிருந்து 30 சதவீதம் கூடுதலாகப் பெறுவார்கள் என்று நாங்கள் எதிர்பார்க்கிறோம். ஆனால் நாம் பாரபட்சமாக நடந்து கொள்வதாகப் பெற்றோர்கள் நினைக்கக்கூடாது என்பதால், இவ்விஷயம் இரகசியமாக இருக்க வேண்டும். நான் இதைப் பற்றிப் பெற்றோர்களிடம் கூறப் போவதில்லை. இந்தச் சிறப்பு வகுப்பிற்காக மாணவர்கள் பிரத்யேகமாகத் தேர்ந்தெடுக்கப்பட்டுள்ளதை நீங்களும் அந்த மாணவர்களிடம் கூற வேண்டாம்," என்று கூறினார்.

ஆசியர்கள் பெரிதும் மகிழ்ந்தனர். சிறந்த மாணவர்களைப் பெறுவது ஒவ்வோர் ஆசிரியரின் கனவாகும். புதிய உற்சாகத்துடன் அவர்கள் தத்தம் வகுப்புகளுக்குச் சென்றனர்.

அடுத்த வருடம் முழுவதும் ஆசிரியர்களும் மாணவர்களும் மிகவும் சந்தோஷமாக இருந்தனர். மாணவர்களும் ஆசிரியர்களும் கண்காணிக்கப்பட்டனர். ஆசியர்கள் மிகவும் புத்திசாலியான மாணவர்களுக்குக் கற்றுக் கொடுத்துக்

கொண்டிருந்தனர். பாடத்தைப் புரிந்து கொள்ள முடியாத மாணவர்களுக்குப் பள்ளி நேரத்திற்குப் பிறகு அந்த ஆசிரியர்கள் பிரத்யேகமாகச் சொல்லிக் கொடுத்தனர். ஒரு பாடத்தைப் புரிந்து கொள்வதற்கு ஒரு மாணவன் திறணியபோது, பிரச்சனை தான் பாடம் நடத்தும் விதத்தில்தான் உள்ளது, அந்த மாணவனிடத்தில் அல்ல என்று அந்த ஆசிரியர் அனுமானித்தார். மாணவர்கள் உயர்ந்த திறமைகளைக் கொண்ட ஆசிரியர்களின் நெருங்கிய கவனிப்பாலும் அறிவுரைகளாலும் வழிகாட்டுதல்களாலும் பயனடைந்து கொண்டிருந்தனர். பரிசோதனையின் முடிவில், அந்த மாணவர்கள் அனைவரும் தங்கள் பள்ளியில் மட்டுமின்றி, அந்த ஒட்டுமொத்த மாவட்டத்திலுள்ள பிற மாணவர்களைக் காட்டிலும் 20 முதல் 30 சதவீதம் அதிகமாக சாதித்திருந்தனர்.

தலைமையாசிரியர் அந்த மூன்று ஆசிரியர்களையும் தன் அறைக்குள் அழைத்து, அவர்களுடைய சாதனைகளுக்காக அவர்களைப் பாராட்டிவிட்டு, “நான் உங்களிடம் ஓர் உண்மையைக் கூற வேண்டும். நான் உங்களுக்குக் கொடுத்தது அறிவில் சிறந்த தொண்ணூறு மாணவர்களை அல்ல. அவர்கள் அனைவரும் சராசரி மாணவர்கள். நாங்கள் குலுக்கல் முறையில் தொண்ணூறு மாணவர்களை ஒன்றுதிரட்டி உங்களுக்குக் கொடுத்தோம்,” என்று கூறினார்.

அதைக் கேட்ட ஆசிரியர்கள் ஆச்சரியமடைந்தனர். எதிர்பார்க்கப்பட்டதுபோலவே எவ்வாறு அந்த சராசரி மாணவர்கள் அத்தகைய சிறந்த சாதனைகளைப் படைத்தனர் என்று அவர்கள் வியந்தனர். பிறகு அவர்களுக்கு ஒரு விஷயம் புலப்பட்டது. அவர்கள் தங்கள் தலைமை ஆசிரியரிடம், “அப்படியானால், நாங்கள் ஒப்பற்றத் திறன் வாய்ந்த ஆசியர்கள் என்று நீங்கள் கூற வருகிறீர்களா? எங்கள் பயிற்றுவிப்புத் திறன்தான் அவர்கள் சாதனைகளுக்குக் காரணம் என்று நினைக்கிறீர்களா?” என்று கேட்டனர்.

தலைமையாசிரியர் தொடர்ந்தார்: “நான் இன்னோர் உண்மையையும் கூற வேண்டியுள்ளது. கல்வியாண்டின் துவக்கத்தில் இப்பரிசோதனைக்கு நாங்கள் உங்கள் மூவரையும்கூடக் குலுக்கல் முறையில்தான் தேர்ந்தெடுத்தோம்.”

இந்தப் பரிசோதனையில் மாபெரும் வித்தியாசத்தை ஏற்படுத்தியது எதிர்பார்ப்புகள்தான். தலைமை ஆசிரியர் தன் ஆசிரியர்களிடம் கொண்டிருந்த எதிர்பார்ப்புகள் மிகவும்

தெளிவாக இருந்தன. "நீங்கள் தலைசிறந்த ஆசிரியர்கள். இந்த புத்திசாலி மாணவர்களிடமிருந்து நீங்கள் மிகச் சிறந்த விளைவுகளைப் பெற்றுத் தர வேண்டும்," என்று அவர்களிடம் அவர் ஆரம்பத்தில் கூறியிருந்தார்.

ஆசிரியர்களும் தங்கள் மாணவர்களிடம் நல்லவிதமான, நேர்மறையான எதிர்பார்ப்புகளையே கொண்டிருந்தனர். தங்களுக்குக் கொடுக்கப்பட்டிருந்த மாணவர்கள் புத்திசாலிகள் என்ற கண்ணோட்டத்தில் அவர்கள் அம்மாணவர்களுக்குக் கல்வி போதித்தனர்.

இவர்கள் இருவரின் விஷயங்களிலும், எதிர்பார்ப்புகள் தவறான தகவலின் அடிப்படையில் அமைந்திருந்தன. ஆனாலும், ஒரு நம்பகமான தலைமை ஆசிரியர் அந்த எதிர்பார்ப்புகளை உருவாக்கி இருந்ததால், அந்த எதிர்பார்ப்புகள் நிறைவேற்றப்பட்டன.

இது மிகவும் முக்கியம். எதிர்பார்ப்புகளை உருவாக்குபவர் சமூகத்தில் எந்த எவ்வளவு மதிக்கப்படுகிறாரோ, அதற்கேற்பவே அந்த எதிர்பார்ப்புகள் மதிப்பிடப்படுகின்றன. ஒருவரை நீங்கள் எவ்வளவுக்கு எவ்வளவு மதிக்கிறீர்களோ, அவ்வளவுக்கு அவ்வளவு அது உங்களிடம் நீங்கள் கொண்டுள்ள எதிர்பார்ப்புகள்மீது தாக்கத்தை ஏற்படுத்தும்.

தங்கள் மாணவர்கள் சிறப்பாகச் செயல்படுவார்கள் என்று ஆசிரியர்கள் எதிர்பார்க்கும்போது, தங்கள் ஆசிரியர்களின் எதிர்பார்ப்புகளை மெய்யாக்குவதற்காக அந்த மாணவர்கள் கடினமாக உழைக்கின்றனர் என்பது பல பரிசோதனைகளில் நிரூபிக்கப்பட்டு வந்துள்ளது.

எங்கள் பயிலரங்குகளில் கலந்து கொள்ளும் பல பெற்றோர்கள், தங்கள் குழந்தைகள் மிகவும் புத்திசாலிகள் என்ற எண்ணத்துடன் அவர்களுக்குப் பாடங்கள் கற்பிக்குமாறு அவர்களது ஆசிரியர்களிடம் கேட்டுக் கொண்டதன் மூலம் தங்களது குழந்தைகளின் வாழ்க்கையில் பெரும் மாற்றங்களை ஏற்படுத்தியுள்ளனர். பெரும்பாலான ஆசிரியர்கள் இந்த யோசனையை வரவேற்றதை அவர்கள் கண்டறிந்தனர். இப்பெற்றோர்கள் தங்கள் வீடுகளிலும் இந்த யோசனையைக் கடைபிடித்துள்ளனர்.

விளைவுகள் ஆச்சரியகரமாக அமைந்து வந்துள்ளன. குறைந்த மதிப்பெண்கள் பெற்று வந்திருந்த மாணவர்கள் இரண்டே மாதங்களில் நல்ல மதிப்பெண்கள் பெற ஆரம்பித்தனர். மோசமான மதிப்பெண்களைப் பெற்றுக் கொண்டிருந்ததால்

ஊக்கமிழந்திருந்த, பள்ளியின்மீது சலிப்பாக இருந்த மாணவர்கள், தாங்கள் சிறப்பாகச் செயல்படப் போவதாக எதிர்பார்த்த ஆசிரியர்கள் மற்றும் பெற்றோர்களின் நேர்மறையான எதிர்பார்ப்புகளின்கீழ் கற்பதற்கு அதிக உற்சாகமும் ஆர்வமும் கொண்டனர்.

நான்கு விதமான எதிர்பார்ப்புகள்

உங்கள் வாழ்வில் பெரும் தாக்கத்தை ஏற்படுத்தக்கூடிய நான்கு விதமான எதிர்பார்ப்புகள் உள்ளன. முதலாவது, உங்கள் பெற்றோர்களின் எதிர்பார்ப்புகள். நாம் வளர்ந்து வந்த காலத்தில் நம் பெற்றோர்கள் நம்மிடம் கொண்டிருந்த எதிர்பார்ப்புகளுக்கு ஏற்றபடி வாழ்வதற்கு நாம் பக்குவப்படுத்தப்பட்டு வந்திருக்கிறோம், அது நேர்மறையான எதிர்பார்ப்பாக இருந்தாலும் சரி, எதிர்மறையான எதிர்பார்ப்பாக இருந்தாலும் சரி. நாம் வளர்ந்து பெரியவர்களாகித் தனியாக வாழ்ந்து கொண்டிருந்தாலும், அவர்களது ஒப்புதல் நமக்குத் தொடர்ந்து தேவைப்படுகின்றது. நீங்கள் சிறப்பாகச் செயல்படுவீர்கள் என்று எதிர்பார்த்து, உங்களால் எவ்வளவு சிறந்து விளங்க முடியுமோ அவ்வாறு விளங்குவதற்கு உங்கள் பெற்றோர்கள் உங்களை நம்பிக்கையோடும் நேர்மறையாகவும் ஊக்குவித்திருந்தால், நீங்கள் இன்று யாராக இருக்கிறீர்களோ, அதன்மீது அந்த எதிர்பார்ப்பு ஒரு பெரும் தாக்கத்தை ஏற்படுத்தியிருக்கும். ஆனால் நம்மில் பெரும்பாலானவர்களின் விஷயங்களில் நிகழ்வதுபோல், உங்கள் பெற்றோர்கள் உங்களிடம் எதிர்மறையான எதிர்பார்ப்புகளை வெளிப்படுத்தியிருந்தால், அல்லது எந்த எதிர்பார்ப்பையும் வெளிப்படுத்தாமல் இருந்திருந்தால், உங்கள் பெற்றோர்களுக்கு ஏமாற்றத்தை ஏற்படுத்திவிடக் கூடாது என்ற முயற்சியில் உங்களையும் அறியாமல் நீங்கள் தொடர்ந்து ஈடுபட்டு, வீணான சுமையைச் சுமந்து கொண்டிருப்பீர்கள்.

சிறைக்கைதிகளிடம் உளவியலாளர்கள் நடத்திய ஓர் ஆய்வில், "நீ என்றேனும் ஒருநாள் சிறையில் அடைக்கப்படப் போகிறாய்," என்று தாங்கள் வளர்ந்து வந்த காலத்தில் தங்கள் பெற்றோர்கள் அடிக்கடிக் கூறி வந்ததாகத் தொண்ணூறு சதவீதக் கைதிகள் தெரிவித்துள்ளனர்.

உங்கள் நடத்தையின்மீது தாக்கத்தை ஏற்படுத்தும் இன்னொரு வகையான எதிர்பார்ப்பு, அலுவலகத்தில் உங்கள்

செயல்பாடுகளின்மீது உங்கள் உயரதிகாரி கொண்டிருக்கும் எதிர்பார்ப்பு. தங்கள் ஊழியர்களிடம் எதிர்மறையான எதிர்பார்ப்புகளைக் கொண்டிருக்கும், அவர்களை விமர்சிக்கும் மனப்போக்கைக் கொண்டுள்ள மேலாளர்களிடம் பணிபுரியும் ஊழியர்களைவிட, நேர்மறையான எதிர்பார்ப்புகளைக் கொண்டுள்ள மேலாளர்களின்கீழ் பணிபுரியும் ஊழியர்கள் எப்போதும் மகிழ்ச்சியாக இருக்கின்றனர், சிறப்பாகச் செயலாற்றுகின்றனர், ஆக்கபூர்வமாகச் செயல்படுகின்றனர்.

மூன்றாவது, உங்கள் குழந்தைகள், வாழ்க்கைத் துணைவர், மற்றும் உங்கள் ஊழியர்கள்மீது நீங்கள் கொண்டுள்ள எதிர்பார்ப்புகள். வழிகாட்டுதலும் ஆலோசனைகளும் வேண்டி உங்களை எதிர்பார்த்திருக்கும் மக்களுடைய ஆளுமை, நடத்தை, மற்றும் செயல்பாட்டின்மீது நீங்கள் ஏராளமான தாக்கத்தை ஏற்படுத்துகிறீர்கள். வேறொருவரின் வாழ்கையில் நீங்கள் எவ்வளவு அதிக முக்கியமானவராக விளங்குகிறீர்களோ, உங்களது எதிர்பார்ப்புகள் அவர்களது செயல்பாடுகளின்மீது அவ்வளவு சக்திவாய்ந்த தாக்கத்தை ஏற்படுத்தும். அடுத்தவரை ஊக்குவிப்பதற்கான சிறந்த, பலனளிக்கும் வழி, அவர்களிடம் இருந்து எப்போதும் சிறந்தவற்றையே எதிர்பார்ப்பது. உங்களுக்கு ஏமாற்றத்தை ஏற்படுத்திவிடக்கூடாது என்பதில் மக்கள் எப்போதும் எச்சரிக்கையாக இருப்பார்கள்.

“இவ்வுலகிலேயே மிகச் சிறந்த சிறுவன் (அல்லது சிறுமி) நீதான்,” என்று நான் எப்போதும் என் குழந்தைகளிடம் கூறுகிறேன். நான் அவர்களை நேசிப்பதாகவும், அவர்கள் அற்புதமானவர்கள் என்றும், தங்கள் வாழ்வில் அவர்கள் சிறந்த சாதனைகளைப் புரியப் போவதாகவும் நான் அவர்களிடம் கூறுகிறேன்.

இது அவர்களுடைய ஆளுமைகளின்மீது தாக்கத்தை ஏற்படுத்துகிறதா? நிச்சயமாக! நீங்கள் முயற்சித்துப் பார்த்துத் தெரிந்து கொள்ளுங்கள். வெற்றி பெற்ற மனிதர்கள் பலர், தாங்கள் மதிக்கின்ற, தங்களால் சிறப்பாகச் செயல்பட முடியும் என்று தங்களிடம் எப்போதும் நம்பிக்கையை வெளிப்படுத்தி வந்துள்ள யாரோ ஒரு நபர் தங்கள்மீது ஏற்படுத்திய தாக்கம்தான் தங்கள் வாழ்வில் தாங்கள் அடைந்துள்ள முன்னேற்றத்தின் பெரும்பகுதிக்குக் காரணம் என்று கூறுகின்றனர். ஒரு நபருக்கு நீங்கள் செய்யக்கூடிய மிகவும் அன்பான செயல், “எனக்கு உன்மீது நம்பிக்கை இருக்கின்றது.

உன்னால் முடியும் என்று எனக்குத் தெரியும்," என்று அவரிடம் கூறுவது.

நான்காவது, உங்களிடம் நீங்கள் கொண்டுள்ள எதிர்பார்ப்புகள். உங்கள் எதிர்பார்ப்புகளை நீங்களே சொந்தமாக உருவாக்கிக் கொள்ளலாம் என்பது எதிர்பார்ப்புகள் பற்றிய ஓர் அற்புதமான விஷயம். உறுதியான நம்பிக்கையுடன் ஒவ்வொரு சூழ்நிலையிலும் உங்களிடம் சிறந்தவற்றையே நீங்கள் எதிர்பார்த்து, உங்கள் சொந்த மனப்போக்கையும், உலகத்தை நீங்கள் அணுகும் விதத்தையும் உங்களால் உருவாக்கிக் கொள்ள முடியும். மற்றவர்கள் உங்களிடம் கொண்டுள்ள எதிர்மறையான எதிர்பார்ப்புகளை முறியடிக்கும் சக்தி உங்கள்மீது நீங்கள் கொண்டுள்ள நேர்மறையான எதிர்பார்ப்புகளுக்கு உள்ளது. ஒவ்வொரு சூழ்நிலையிலிருந்தும் ஏதேனும் ஓர் அனுகூலத்தைப் பெறப் போவதாக நம்பிக்கையோடு எதிர்பார்ப்பதன் மூலம் நேர்மறையான ஆற்றல் தளம் ஒன்றை உங்களைச் சுற்றி உங்களால் உருவாக்கிக் கொள்ள முடியும்.

உலகம் எப்போதும் நமக்கு நன்மையே செய்து கொண்டிருப்பதாக நம்புபவர்களுக்கான ஒரு பிரபலமான எடுத்துக்காட்டு, காலம் சென்ற அமெரிக்கக் கோடீஸ்வரர் கிளமென்ட் ஸ்டோன். இப்படிப்பட்ட எண்ணத்தைக் கொண்டிருக்கும் நபர்கள், ஒவ்வொரு சூழ்நிலையும் தான் பயனடைவதற்காகவோ அல்லது தான் வெற்றி பெறுவதற்கு ஏதேனும் ஒரு மதிப்புமிக்கப் படிப்பினையைக் கற்றுக் கொடுப்பதற்காகவோ கடவுளால் நிகழ்த்தப்பட்ட ஒன்று என்பதாகப் பார்க்கின்றனர். இந்த எண்ணம்தான் நேர்மறை மனப்போக்கிற்கான அடிப்படை. மிகச் சிறப்பாகச் செயல்படும் மக்களிடம் மிகவும் வெளிப்படையாகத் தெரியும் பண்புநலன் இதுதான்.

என் பயிலரங்கு ஒன்றில் கலந்து கொண்ட, வேலையில்லாமல் இருந்த நபர் ஒருவர், "இன்று எனக்கு ஏதோ ஓர் அற்புதமான விஷயம் நிகழவிருக்கிறது," என்று தினமும் காலையில் தனக்குத் தானே கூறி வந்ததாக என்னிடம் தெரிவித்தார்.

ஒவ்வொரு நாளையும் நேர்மறையான எதிர்பார்ப்புடன் அணுகுவதற்குப் பழகும்வரை அவர் இதைச் செய்தார். தொடர்ந்து பல அற்புதமான விஷயங்கள் நிகழந்தன என்பதுதான் இங்கு அற்புதமான செய்தி. ஆறு மாதங்கள்

வேலையில்லாமல் இருந்த அவருக்கு, இப்பயிற்சியைக் கடைபிடிக்கத் துவங்கிய முதல் வாரத்திலேயே வேலைக்கான இரண்டு வாய்ப்புகள் வந்தன. அவரது பொருளாதாரப் பிரச்சனைகளும் சட்டரீதியான சிரமங்களும் தாமாகவே மறையத் துவங்கின. ஒவ்வொரு நாளும் அற்புதங்கள் நிகழத் துவங்கின.

உங்கள் வாழ்வில் ஏதோ ஓர் அற்புதமான விஷயம் நிகழப் போகின்றது என்ற எண்ணத்தில் நீங்கள் தினமும் வளைய வருவதாகக் கற்பனை செய்யுங்கள். எல்லா விஷயங்களும் நீங்கள் மகிழ்ச்சியாகவும் வெற்றிகரமாகவும் வாழ்வதற்கென்றே நிகழ்வதாக உறுதியாக நம்பினால், நீங்கள் எவ்வளவு தூரம் நேர்மறையாகவும், நன்னம்பிக்கையோடும், மகிழ்ச்சியோடும் இருப்பீர்கள் என்று சிந்தித்துப் பாருங்கள்.

ஒரு விஷயத்தை என்னால் உங்களுக்கு உறுதியாகக் கூற முடியும்: இப்பயிற்சியை நீங்கள் வெறும் மூன்று நாட்கள் முயற்சித்துப் பார்த்தால், மூன்றாவது நாளின் முடிவில், உங்களால் கணக்கிட முடியாத அளவுக்குப் பல அற்புதமான விஷயங்கள் உங்கள் வாழ்வில் நடந்திருக்கும்.

உங்களைப் பற்றி நீங்கள் கொண்டுள்ள எதிர்பார்ப்புகளைவிட அதிகமாக எதையும் உங்களால் சாதிக்க முடியாது. உங்கள் எதிர்பார்ப்புகள் முற்றிலும் உங்கள் கட்டுப்பாட்டில் உள்ளதால், உங்கள் வாழ்வில் நீங்கள் நிகழ்த்திப் பார்க்க விரும்பும் விஷயங்களும் உங்கள் எதிர்பார்ப்புகளும் ஒத்துப் போவதை உறுதி செய்து கொள்ளுங்கள். உங்களிடம் நீங்கள் எப்போதும் சிறந்தவற்றையே எதிர்பாருங்கள்.

இந்த மனவிதியை நீங்கள் சுயநினைவுடன் கடைபிடிக்கத் துவங்கும்போது, எல்லையற்ற, ஆக்கபூர்வமான சக்தியைப் பெறுவீர்கள். நேர்மறையான எதிர்பார்ப்புகளின் சக்தி உங்கள் ஒட்டுமொத்த ஆளுமையையும் உங்கள் வாழ்க்கையையும் மாற்றி அமைக்கும்.

5. ஈர்ப்புவிதி

ஈர்ப்புவிதியைப் பற்றி ஏற்கனவே எண்ணற்றப் புத்தகங்கள் வெளிவந்துள்ளன. மனிதனின் சூழ்நிலைகளைப் புரிந்து கொள்வதற்கு இது மைய அடிப்படையாகும். நீங்கள் ஒரு வாழும் காந்தம் என்று ஈர்ப்புவிதி கூறுகிறது. உங்கள் மனத்தை

ஆக்கிரமித்துக் கொண்டிருக்கும் எண்ணங்களுக்கு ஏற்பவே நீங்கள் மனிதர்களையும் சூழ்நிலைகளையும் உங்கள் வாழ்விற்குள் ஈர்க்கிறீர்கள். ஒத்தவை ஒத்தவற்றையே ஈர்க்கும். உங்கள் வாழ்வில் நீங்கள் ஈர்த்துள்ள அனைத்தையும் உங்கள் எண்ணங்கள் வாயிலாகவே ஈர்த்திருக்கிறீர்கள்.

உங்கள் நண்பர்கள், குடும்பம், உறவுகள், வேலை, பிரச்சனைகள், மற்றும் வாய்ப்புகள் அனைத்தும், உங்கள் வாழ்வின் ஒவ்வொரு பகுதியிலும் நீங்கள் வழக்கமாகச் சிந்திக்கும் விதத்தினால்தான் உங்களிடம் ஈர்க்கப்பட்டுள்ளன. உங்களை ஆக்கிரமித்திருக்கும் எண்ணங்கள் மற்றும் உணர்ச்சிகளுடன் ஒத்திசைவாக அதிர்ந்து கொண்டிருக்கும் மக்களையும் சூழ்நிலைகளையும் நீங்கள் எதிர்கொள்கிறீர்கள்.

உங்கள் வாழ்வின் ஒவ்வோர் அம்சத்தையும் நீங்கள் பார்த்தால் (அது நேர்மறையானதாக இருக்கலாம் அல்லது எதிர்மறையானதாக இருக்கலாம்), உங்களது ஒட்டுமொத்த உலகமும் உங்கள் சொந்தப் படைப்பு என்பதை நீங்கள் அறிந்து கொள்வீர்கள். ஓர் எண்ணத்தை நீங்கள் எவ்வளவு அதிக உணர்ச்சிகரமாக எண்ணுகிறீர்களோ, அதிர்வுகளின் வேகமும் அவ்வளவு அதிகமாக இருக்கும். உங்கள் எண்ணங்களுடன் ஒத்திசையும் மனிதர்களையும் சூழ்நிலைகளையும் அவ்வளவு வேகமாக உங்கள் வாழ்விற்குள் நீங்கள் கவர்ந்திழுப்பீர்கள்.

இந்த விதி உங்களைச் சுற்றி எல்லா இடங்களிலும் இயங்குவதை நீங்கள் பார்க்கலாம். நீங்கள் ஒரு நண்பரைப் பற்றி நினைத்துக் கொண்டு இருக்கும்போது, திடீரென்று தொலைபேசியில் அவரிடமிருந்து உங்களுக்கு ஓர் அழைப்பு வரும். ஏதேனும் ஒரு விஷயத்தை நீங்கள் செய்யத் தீர்மானிக்கும்போது, அது குறித்த யோசனைகளும் உதவியும் உடனடியாக உங்களுக்குக் கிடைக்கும். இரும்புத் துகள்களைக் கவர்ந்திழுக்கும் காந்தம்போல் நீங்கள் ஆகிவிடுகிறீர்கள்.

தாங்கள் இப்போது இருக்கும் இடத்திலிருந்து தாங்கள் சென்றடைய விரும்பும் இடத்திற்குச் செல்வது எப்படி என்பதை அறியாததால், முன்னேறுவதிலிருந்து பலரும் தங்களைத் தாங்களே இழுத்துப் பிடித்து வைத்துக் கொள்கின்றனர். ஆனால் ஈர்ப்புவிதி என்ற ஒன்று இருப்பதால், ஒரு செயலைத் துவங்குவதற்கு முன்பே உங்களுக்கு எல்லா விடைகளும் தெரிந்திருக்க வேண்டும் என்ற அவசியம் இல்லை. உங்களுக்கு என்ன வேண்டும், எப்படிப்பட்ட மனிதர்களுடன் நீங்கள் தொடர்பு வைத்துக் கொள்ள விரும்புகிறீர்கள் என்பது

பற்றிய ஒரு தெளிவான எண்ணம் உங்களுக்கு இருந்தால், அவற்றை நீங்கள் உங்கள் வாழ்விற்குள் ஈர்ப்பீர்கள்.

உங்கள் எண்ணங்களும் ஒரு வகையான ஆற்றல்தான். உங்கள் எண்ணங்களை நீங்கள் எவ்வளவு உணர்ச்சிபூர்வமாக எண்ணுகிறீர்கள் என்பதைப் பொறுத்து, அந்த ஆற்றல் அதிர்கின்றது. நீங்கள் எவ்வளவு அதிக உற்சாகமாக இருக்கிறீர்களோ அல்லது எவ்வளவு அதிக பயத்துடன் இருக்கிறீர்களோ, அவ்வளவு வேகமாக உங்கள் எண்ணங்கள் உங்களிடமிருந்து விடுவிக்கப்பட்டு, அவற்றையொத்த மக்களையும் சூழ்நிலைகளையும் உங்கள் வாழ்விற்குள் அவை கவர்ந்திழுக்கின்றன.

மகிழ்ச்சியான மக்கள் பிற மகிழ்ச்சியான, இனிமையான மக்களை ஈர்க்கின்றனர். தொடர்ந்து செழிப்பு குறித்துச் சிந்தித்துக் கொண்டிருக்கும் ஒருவர், பணம் சம்பாதிப்பதற்கான யோசனைகளையும் வாய்ப்புகளையும் கவர்ந்திழுக்கின்றார். நன்னம்பிக்கை மனப்போக்குடைய, உற்சாகமான, குதூகலமான விற்பனையாளர்கள் செல்வாக்குமிக்க வாடிக்கையாளர்களை ஈர்க்கின்றனர். நேர்மறையான மனப்போக்கைக் கொண்ட தொழிலதிபர்கள் வெற்றிகரமான வியாபாரங்களை உருவாக்கத் தேவையான வளங்கள், வாடிக்கையாளர்கள், வங்கியாளர்கள் ஆகியோரை ஈர்க்கின்றனர். ஈர்ப்புவிதி எல்லா இடங்களிலும் எல்லா நேரங்களிலும் வேலை செய்கின்றது.

மற்ற பிற உளவிதிகளைப் போலவே ஈர்ப்புவிதியும் நடுநிலையானது. அந்த விதியால் உங்களுக்கு உதவவும் முடியும் அல்லது உங்களைக் காயப்படுத்தவும் முடியும். 'காரண—காரிய விதி'யிலிருந்து இது சற்று மாறுபட்டது. அதனால்தான் ஒரு தத்துவவியலாளர் இவ்வாறு கூறுகிறார்:

ஓர் எண்ணத்தை விதைத்தால்,
ஒரு செயலை அறுவடை செய்வீர்கள்.

ஒரு செயலை விதைத்தால்,
ஒரு பழக்கத்தை அறுவடை செய்வீர்கள்.

ஒரு பழக்கத்தை விதைத்தால்,
ஒரு நடத்தையை அறுவடை செய்வீர்கள்.

ஒரு நடத்தையை விதைத்தால்,
உங்கள் தலைவிதியை அறுவடை செய்வீர்கள்.

உங்களால் அதிகமானவற்றைப் பெற முடியும், அதிகமானவற்றைச் செய்ய முடியும், இன்னும் சிறப்பானவராக ஆக முடியும். ஏனெனில், உங்களால் உங்களை மாற்றிக் கொள்ள முடியும். மனத்தைத் தீவிரமாகப் பயிற்றுவிப்பதன் மூலம் உங்களிடம் குடிகொண்டிருக்கும் ஆதிக்க எண்ணங்களை உங்களால் மாற்ற முடியும். உங்களுக்கு எது வேண்டுமோ அதன்மீது கவனத்தைக் குவிக்கவும், எது வேண்டாமோ அதைப் பற்றிச் சிந்திக்காமல் இருக்கவும் உங்களை உங்களால் ஒழுங்குபடுத்திக் கொள்ள முடியும்.

ஈர்ப்புவிதியை நேர்மறையான வழியில் பயன்படுத்தும் மக்களை மற்றவர்கள் அதிர்ஷ்டக்காரர்கள் என்று அழைக்கின்றனர். தங்கள் இலக்குகளைப் பற்றிய தெளிவும், அவற்றை அடைவது குறித்துத் நன்னம்பிக்கையும் கொண்டுள்ளவர்களின் வாழ்க்கையில் பல நல்ல விஷயங்களும் உதவிகரமான மக்களும் ஈர்க்கப்படுவது ஏன் என்பதை விளக்குவதற்கான இன்னொரு வழி இது என்று கூறலாம்.

6. தொடர்பு விதி

இது ஒரு முக்கியமான விதி. இன்னும் சொல்லப் போனால், பல்வேறு விதிகளை விளக்கும் ஒரு சாராம்ச விதி என்று இதைக் கூறலாம். "அகம் எவ்வாறோ, புறம் அவ்வாறே," என்றும், உங்களுடைய வெளியுலகம் உங்களுடைய உள்ளுலகின் பிரதிபலிப்பு என்றும் அது கூறுகிறது. உங்களைச் சுற்றி என்ன நடந்து கொண்டிருக்கிறது என்பதை வைத்து உங்களுக்குள் என்ன நிகழ்ந்து கொண்டிருக்கிறது என்று உங்களால் கூற முடியும் என்று அது உறுதியிட்டுக் கூறுகிறது.

உங்கள் வெளியுல உறவுகள், உள்ளுக்குள் நீங்கள் யாராக இருக்கிறீர்களோ, அந்த உண்மையான ஆளுமையை ஒத்து அமைந்திருக்கும். உங்களது ஆரோக்கியம் உங்கள் உள்ளார்ந்த மனப்போக்குகளை ஒட்டியே அமைந்திருக்கும். உங்கள் வருமானமும் பொருளாதாரச் சாதனைகளும் உங்கள் எண்ணங்களை அப்படியே பிரதிபலிக்கும். மக்கள் உங்களிடம் எவ்வாறு நடந்து கொள்கின்றனர், உங்களை எவ்வாறு நடத்துகின்றனர் என்பது அவர்கள் குறித்து நீங்கள் கொண்டிருக்கும் மனப்போக்கையும் நடத்தையையும் வெளிப்படுத்தும்.

நீங்கள் ஓட்டும் காரும், அதை நீங்கள் வைத்திருக்கும் நிலையும், எந்தவொரு நேரத்திலும் நீங்கள் கொண்டுள்ள மனப்போக்கை ஒத்திருக்கும். நீங்கள் நேர்மறையாகவும், தன்னம்பிக்கையாகவும், உங்கள் வாழ்வு உங்களது முழுமையான கட்டுப்பாட்டில் இருப்பதாகவும் உணரும்போது, உங்கள் வீடும், வாகனமும், அலுவலகத்தில் உங்கள் வேலையிடமும் முறையாக ஒழுங்குபடுத்தப்பட்டிருக்கும். அதிக வேலையால் நீங்கள் திக்குமுக்காடிப் போயிருக்கும்போதோ அல்லது மகிழ்ச்சியின்றியோ விரக்தியாகவோ உணரும்போதோ, உங்கள் வீடும், வாகனமும், வேலையிடமும், உங்கள் அலமாரியும்கூட உங்கள் மனத்தில் உள்ள குழப்பத்தைப் பிரதிபலிப்பதாகவே இருக்கும். இந்த விதியின் விளைவுகளை நீங்கள் எல்லா இடங்களிலும் காணலாம்.

எல்லாமே உள்ளிருந்துதான் வெளியே நிகழ்கின்றன. இளமைப் பருவத்தில் நான் செய்த மாபெரும் தவறு, என்னை உருவாக்குவதில் கவனம் செலுத்தாமல், பிற விஷயங்களைச் செய்வதில் நான் கவனம் செலுத்தியதுதான். சில குறிப்பிட்ட வழிமுறைகளையும் உத்திகளையும் கடைபிடிப்பதன் மூலம் நான் விரும்பும் அனைத்தையும் என்னால் பெற முடியும் என்று நான் நினைத்தேன். அதற்கு முறையான பயிற்சி தேவை என்றாலும், அது மட்டுமே போதுமானது அல்ல என்பதை இறுதியில் நான் கற்றுக் கொண்டேன்.

“ஏதேனும் ஒன்றைச் செய்வதற்கு, ஒருவர் ஏதேனும் ஒன்றாக இருக்க வேண்டும்,” என்று ஜெர்மானிய தத்துவவியலாளர் கதே கூறுகிறார். நீங்கள் உங்களை மாற்றிக் கொள்ள வேண்டும். வெளியுலகில் வித்தியாசமான விளைவுகளைப் பார்ப்பதற்கு முன், உள்ளுக்குள் நீங்கள் ஒரு வித்தியாசமான மனிதராக மாற வேண்டும்.

பெரும்பாலான மனிதர்கள் தங்கள் வாழ்வின் பல அம்சங்களை மேம்படுத்துவதற்கு அல்லது மாற்றுவதற்கு மற்றவர்களை மாற்ற முயற்சிக்கின்றனர். தங்கள் வாழ்க்கை என்னும் கண்ணாடி பிரதிபலிக்கும் விஷயங்கள் அவர்களுக்குப் பிடிக்கவில்லை என்பதால், அந்த விஷயங்களின் மூலத்தை மாற்ற முயற்சிப்பதற்குப் பதிலாக அவர்கள் அந்தக் கண்ணாடியைப் பளிச்சூட்டும் வேலையில் இறங்குகின்றனர்.

“தனிநபர்கள் தங்கள் மனத்தின் உள்ளார்ந்த போக்குகளை மாற்றுவதன் மூலம் தங்கள் வாழ்வின் வெளிப்புற அம்சங்களை

மாற்ற முடியும் என்பதுதான் என் வாழ்வின் புரட்சிகரமான கண்டுபிடிப்பு," என்று வில்லியம் ஜேம்ஸ் எழுதியுள்ளார்.

"நான் அக்கறை கொண்டுள்ள மனிதர்களின் நன்மதிப்பைப் பெறுவதற்கும், நான் விரும்பும் வாழ்க்கையை வாழ்வதற்கும் நான் எப்படிப்பட்ட மனிதனாக இருக்க வேண்டும்?" என்ற கேள்வி, உங்களை நீங்களே கேட்டுக் கொள்ள வேண்டிய ஒரு முக்கியமான கேள்வியாகும்.

7. மனத்தின் விதி

முன்பு கூறப்பட்ட அனைத்து விதிகளின் மறு அறிவிப்பு என்றும் இதைக் கருதலாம். எண்ணங்கள் தாமாகவே பொருட்களாகப் பரிணமிக்கும் என்று இவ்விதி கூறுகிறது. உங்கள் எண்ணங்களை உணர்ச்சியோடு திரும்பத் திரும்பத் தொடர்ந்து கூறி, அவற்றை விரிவாகக் கற்பனை செய்யும்போது, அவை உங்கள் யதார்த்தமாக மாறுகின்றன. உங்கள் வாழ்வில் நீங்கள் பெற்றுள்ள அனைத்தும், அவை நல்லவையோ அல்லது கெட்டவையோ, உங்கள் சொந்த சிந்தனையின் வாயிலாகவே உருவாக்கப்பட்டுள்ளன.

இதை வேறு விதமாகக் கூற வேண்டும் என்றால், எண்ணங்கள்தான் பொருட்கள். அவை தாமாகவே உயிர் பெற்று எழுகின்றன. முதலில், நீங்கள் எண்ணங்களைக் கொண்டிருக்கிறீர்கள். பிறகு அந்த எண்ணங்கள் உங்களைக் கொண்டிருக்கின்றன. பெரும்பாலான சமயங்களில் உங்கள் சிந்தனையை ஒத்தே உங்கள் நடத்தை அமைகிறது. நீங்கள் எதைப் பற்றிச் சிந்திக்கிறீர்களோ, இறுதியில் அதுவாகவே மாறுகிறீர்கள். நீங்கள் உங்கள் சிந்தனையை மாற்றும்போது, உங்கள் வாழ்க்கையை மாற்றுகிறீர்கள்.

உங்கள் வாழ்வில் நிகழும் அனைத்தும் முதலில் எண்ணத்தின் வடிவில்தான் உருவாகின்றன. அதனால்தான், வெற்றிகரமான மனிதர்கள் எந்தவொரு விஷயத்திலும் சிந்தனைபூர்வமான கவனம் செலுத்துகின்றனர். உங்கள் சொந்த வாழ்வில் ஒரு திறமையான சிந்தனையாளராக ஆவது என்பது, எல்லா நேரங்களிலும் உங்களுக்குச் சிறந்த பலன்களைக் கொடுக்கக்கூடிய விதத்தில் உங்கள் மனத்தின் சக்திகளைப் பயன்படுத்துவது ஆகும்.

நீங்கள் உங்கள் வாழ்வின் முக்கியமான அம்சங்களைப் பற்றி ஒரு நேர்மறையான, தன்னம்பிக்கையான வழியில்

சிந்திக்கத் துவங்கும்போது, உங்களுக்கு நிகழும் விஷயங்கள் உங்களது முழுமையான கட்டுப்பாட்டின்கீழ் வருகின்றன. காரண—காரிய விதிக்கு ஏற்ப உங்கள் வாழ்வு இயங்கத் துவங்குகிறது. உங்கள்மீதும் உங்களது சாத்தியக்கூறுகள்மீதும் நீங்கள் இன்னும் தீவிரமாக நம்பிக்கை கொள்ளத் துவங்குவீர்கள். அதிக நேர்மறையான விளைவுகளை நீங்கள் எதிர்பார்ப்பீர்கள். நேர்மறையான மக்களையும் சாதகமான சூழ்நிலைகளையும் நீங்கள் ஈர்ப்பீர்கள். விரைவில், உங்களுக்குள் நிகழும் ஆக்கபூர்வமான சிந்தனையைப் பிரதிபலிக்கும் விதத்தில் உங்கள் வெளியுலகச் சூழல்களில் நேர்மறையான விளைவுகள் ஏற்படத் துவங்கும்.

ஒட்டுமொத்த மாற்றமும் உங்கள் எண்ணங்களிலிருந்துதான் துவங்குகின்றது. உங்கள் சிந்தனையை மாற்றுங்கள். அப்போது உங்கள் வாழ்க்கை நிச்சயமாக மாறும். நீங்கள் செய்ய வேண்டிய ஒரு விஷயம், உங்கள் நிஜ வாழ்க்கையில் நீங்கள் எதை அனுபவிக்க விரும்புகிறீர்களோ, அதற்கு ஏற்ப உங்கள் சிந்தனையில் அதை நீங்கள் உருவாக்க வேண்டும். மற்ற அனைத்தும் அதைப் பின்தொடரும்.

இந்த யோசனைகளைச் செயல்படுத்துதல்

முதலாவது அத்தியாயத்தில், உங்கள் வாழ்வின் ஒவ்வொரு முக்கியப் பகுதியிலும் உங்கள் இலக்குகளையும் விருப்பங்களையும் திட்டவட்டமாக நீங்கள் வரையறுத்தீர்கள். இப்போது, இந்த மனவிதிகளின் அடிப்படையில், இன்று உங்கள் வாழ்வின் ஒவ்வோர் அம்சத்தையும் உங்கள் வழக்கமான சிந்தனைப் பழக்கம் எவ்வாறு உருவாக்கியுள்ளது என்பதைப் பற்றிச் சிந்திக்க சிறிது நேரம் ஒதுக்கிக் கொள்ளுங்கள்.

முதலில், உங்கள் உறவுகள். உங்கள் மனப்போக்குகள், நம்பிக்கைகள், எதிர்பார்ப்புகள் மற்றும் நடத்தைகளில் எந்த அம்சம் பிறருடன் உங்களுக்குப் பிரச்சனை உருவாகக் காரணமாகியுள்ளது?

இரண்டாவது, உங்கள் ஆரோக்கியம். உங்கள் எடை, உடற்தகுதி, புறத்தோற்றம், உணவுப் பழக்கம் மற்றும் ஓய்வு ஆகியவற்றைப் பற்றிய உங்கள் யோசனைகளும் நம்பிக்கைகளும் எவை? இந்த நம்பிக்கைகள் உங்களுக்கு எவ்விதத்தில் உதவுகின்றன அல்லது முட்டுக்கட்டையாக இருக்கின்றன?

மூன்றாவது, உங்களது தொழில் வாழ்க்கை. உங்களது எண்ணங்கள் உங்கள் பதவியையும், முன்னேற்றத்தையும், உங்கள் வேலையின் தரத்தையும், உங்கள் வேலையில் இருந்து உங்களுக்குக் கிடைக்கும் திருப்தியையும் எவ்வாறு பாதிக்கின்றன?

நான்காவது, உங்களுடைய பொருளாதாரச் சாதனை. நீங்கள் எதை அதிகரிக்க அல்லது மேம்படுத்த விரும்புகிறீர்கள்? செல்வச் செழிப்பு குறித்த உங்கள் நம்பிக்கைகளும் எதிர்பார்ப்புகளும் எவ்வாறு உள்ளன? நீங்கள் எவ்வளவு சம்பாதிக்க விரும்புகிறீர்கள்? ஏன்?

ஐந்தாவது, உங்களுடைய எண்ணங்கள், உணர்வுகள், மனஅமைதி, மற்றும் மகிழ்ச்சி ஆகியவற்றின் தரம். அதாவது, உங்களது உள்ளார்ந்த வாழ்க்கையின் தரம். உங்களுடைய எந்த நம்பிக்கைகளும், மனப்போக்குகளும், எதிர்பார்ப்புகளும் உங்களுடைய இன்றைய உலகத்தை உருவாக்கிக் கொண்டிருக்கின்றன? அவற்றில் எதை நீங்கள் மாற்ற வேண்டும்?

நீங்கள் நேர்மையாக உங்களை அலசினால், மேற்கூறப்பட்டவற்றில் ஒன்றுக்கு மேற்பட்டப் பகுதிகளில் உங்களை மட்டுப்படுத்தும் விதத்தில் நீங்கள் சிந்திக்கிறீர்கள் என்பது உங்களுக்குத் தெளிவாகப் புலப்படும். இது இயல்பான விஷயம்தான். உங்களைப் பற்றிய உண்மைகளை நேர்மையாக எதிர்கொள்வதுதான் அதிவேக சுயமுன்னேற்றத்திற்கான துவக்கம்.

3

வெற்றிக்கான தலைமைத் திட்டம்

உங்களுக்கு நிகழும் அனைத்து விஷயங்களும், உங்களுக்குள் நிகழும் மாற்றங்கள் அனைத்தும், நீங்கள் சாதிக்கும் அனைத்தும், நீங்கள் சிந்திக்கும் விதம் மற்றும் உங்கள் மனத்தை நீங்கள் பயன்படுத்தும் விதத்தால் தீர்மானிக்கப்படுகின்றன. உங்கள் மனத்தை நீங்கள் மாற்றத் துவங்கும்போது, உங்கள் வாழ்க்கையை நீங்கள் மாற்றுகிறீர்கள். ஆனால் நீங்கள் இன்று இருக்கும் இடத்திற்கு எப்படி வந்தடைந்தீர்கள்? இப்போது நீங்கள் யாராக இருக்கிறீர்களோ, அவ்வாறு நீங்கள் உருவாவதற்கு எந்தெந்த விஷயங்கள் உங்கள்மீது தாக்கத்தை ஏற்படுத்தின? நீங்கள் இப்போது சிந்திக்கும் விதத்தில் சிந்திப்பதற்கும், உணரும் விதத்தில் உணர்வதற்கும் எது காரணம்? நீங்கள் இப்போதுள்ள சூழ்நிலையில் இருப்பதற்கு எவை காரணம்?

வெற்றிக்கான உங்கள் தலைமைத் திட்டத்தைப் பற்றியும், சிறு வயதிலிருந்தே நீங்கள் பக்குவப்பட்டு வந்திருக்கும்

விதத்தைப் பற்றியும் இந்த அத்தியாயத்தில் நீங்கள் கற்றுக் கொள்வீர்கள். உங்களுக்குள் இருக்கும் உள்ளார்ந்த வழிகாட்டும் செயல்முறையை உங்கள் முழுமையான கட்டுப்பாட்டிற்குள் கொண்டு வருவது எப்படி என்பதைப் பற்றியும், உங்களையும் அறியாமல் உங்கள் மகிழ்ச்சிக்கு முட்டுக்கட்டைகளாக இருக்கும் விஷயங்களை எப்படிக் களைவது என்பதைப் பற்றியும் நீங்கள் கற்பீர்கள். உங்களுக்கு விருப்பமான விளைவுகளைப் பெறுவதற்கு உதவும் வகையில் உங்கள் தலைமைத் திட்டத்தை எவ்வாறு மாற்றி அமைப்பது என்பதையும் நீங்கள் அறிந்து கொள்வீர்கள்.

எனக்கு இருபது வயதாக இருந்தபோது, ஒரு சிறிய வீட்டில் வசித்து வந்தேன். கையில் எந்த வேலையும் இருக்கவில்லை. பனிக்காலம் அது. வெப்பநிலை பூஜ்யத்திற்கும் கீழே இருந்தது. நான் பிறந்து வளர்ந்த ஊரிலிருந்து நூற்றுக்கணக்கான கிலோமீட்டர்கள் தள்ளி எங்கோ ஒரு புதிய நகரத்தில் நான் தனியாக இருந்தேன்.

பதினோரு வருடங்களுக்குப் பிறகு, எனக்கு முப்பத்தோரு வயதாக இருந்தபோது, மீண்டும் நான் தனியாக ஒரு சிறிய வீட்டில் வசித்துக் கொண்டிருந்தேன். வெளியே மீண்டும் குளிராக இருந்தது. வெப்பநிலை பூஜ்யத்திற்கும் கீழே இருந்தது. நான் பெரும் கடனில் இருந்தேன். வேலை இல்லை. உற்றார் உறவினர்கள் மற்றும் நண்பர்களிடம் இருந்து நூற்றுக்கணக்கான கிலோமீட்டர்கள் தொலைவில் இருந்தேன்.

பதினோரு வருடங்கள் வேலை பார்த்து, பல ஊர்கள் சென்று வந்த பிறகும், சொல்லிக் கொள்ளும் அளவுக்குப் பெரிய மாற்றங்கள் எதுவும் நிகழவில்லை. எனக்கு வயதாகியிருந்தது, அறிவும் சற்றுக் கூடியிருந்தது. ஆனால் வாழ்க்கை ஏதோ வெறுமனே ஓடிக் கொண்டிருந்த உணர்வு எனக்குள் ஆழமாக இருந்தது.

நான் விரக்தியடைந்தேன். எனது முன்னேற்றம் மிகக் குறைவாக இருந்ததாக எனக்குத் தோன்றியது. என் வாழ்வில் அதிகமாக சாதிப்பதற்கான ஆற்றல் என்னிடம் இருந்ததாக எப்போதுமே நான் இரகசியமாக எண்ணி வந்திருந்தேன். ஆனால் அந்த ஆற்றலை எப்படிப் பயன்படுத்துவது என்பதை நான் அறிந்திருக்கவில்லை.

ஒரு சராசரி நபர் தன் வாழ்நாளில் தன் ஆற்றலில் பத்து சதவீதம் அல்லது அதற்கும் குறைவாகவே பயன்படுத்துவதாக நான் கேள்விப்பட்டிருந்தேன். இருபதாம் நூற்றாண்டில் வாழ்ந்த

மாபெரும் அறிவியலறிஞர்களில் ஒருவரான ஆல்பர்ட் ஐன்ஸ்டீன் தன் ஆற்றலில் பதினைந்து சதவீதத்தை மட்டுமே பயன்படுத்தியதாகக் கணக்கிடப்பட்டுள்ளது.

ஒரு சராசரி நபர் தன் மனத்திறனில் இரண்டு சதவீதத்தை மட்டுமே பயன்படுத்துவதாக ஸ்டான்ஃபோர்டு பல்கலைக்கழக ஆய்வு ஒன்று தெரிவிக்கிறது. இந்த விஷயம் என்னைக் கவர்ந்தது. ஒரு சராசரி நபரின் ஆற்றல் என்ன? என்னுடைய உண்மையான ஆற்றல் என்ன? என்னிடமிருந்து அதிகமான விளைவுகளை எப்படி நான் பெறுவது? இதற்கான விடைகள் என்னிடம் இருக்கவில்லை. எனவே, நிறையப் படித்தேன், சிந்தித்தேன். இறுதியில், விடைகளை ஒவ்வொன்றாகக் கண்டறிந்தேன். இது என் வாழ்க்கையை மாற்றியது. உங்கள் வாழ்க்கையையும் மாற்றக்கூடிய திறன் இதற்கு உண்டு.

மனித இனத்தில் உங்களைப்போல் வேறொருவர் இதுவரை இருந்ததில்லை, இனி ஒருபோதும் இருக்கப் போவதுமில்லை என்பதை முதலில் நினைவில் கொள்ளுங்கள். உங்கள் வாழ்க்கையைக் கொண்டு, வேறு ஒருவராலும் செய்ய முடியாத, சிறப்பான, அசாதாரணமான ஏதோ ஒரு விஷயத்தைச் செய்வதற்கான ஆற்றல் உங்களிடம் உள்ளது. நீங்கள் விடையளிக்க வேண்டிய கேள்வி ஒன்றே ஒன்றுதான்: நீங்கள் அதைச் செய்யப் போகிறீர்களா?

சில மனிதர்கள் அசாத்தியத் திறமைகளுடன் படைக்கப்பட்டுள்ளனர் என்பது உண்மைதான். ஆனால் பெரும்பாலானவர்கள் சராசரியான திறமைகளுடன்தான் தங்கள் வாழ்க்கையைத் துவக்குகின்றனர். எந்தவொரு துறையிலும் வெற்றிகளைக் குவிக்கும் மக்கள் பலர், தங்களுக்கு மிகவும் விருப்பமான ஒரு துறையில் தங்கள் இயற்கையான திறமைகளையும் திறன்களையும் பெருமளவு உருவாக்கிக் கொள்கின்றனர். உங்களது தனித்துவமான ஆற்றல் உங்களுக்குள் இருக்கின்றது. ஆனால் உங்களிடமிருந்து சிறப்பான விளைவுகளைப் பெறுவதற்கு அந்த ஆற்றலை நீங்கள் அடையாளம் கண்டுகொண்டு உருவாக்க வேண்டியது அவசியம்.

உங்களுடைய தனிப்பட்டக் குணாதிசயங்களும், இயற்கையான திறமைகளும் திறன்களும், உங்களது ஆளுமையின் உள்ளார்ந்த அம்சங்களும் நீங்கள் பிறக்கும்போதே நிர்ணயிக்கப்பட்டுவிடுகின்றன. அவை உங்களது மரபுவழிச் சொத்து. அவற்றை மாற்றுவதற்கு உங்களால் அதிகமாக எதையும் செய்ய முடியாது.

உங்களுடைய கல்வி மற்றும் அனுபவத்தின் வாயிலாக, உங்கள் இயற்கையான திறமைகளைப் பயன்படுத்தி நீங்கள் உருவாக்கும் திறமைகளும் திறன்களும்தான் நீங்கள் கற்றுக் கொள்ளும் வித்தைகள். இவற்றில்தான் நீங்கள் சிறந்து விளங்குவீர்கள், மேதமை அடைவீர்கள்.

நீங்கள் கைவரப் பெறும் இந்தத் திறமைகளைப் படிப்பு மற்றும் பயிற்சியின் மூலம் காலப்போக்கில் உங்களால் உருவாக்க முடியும், மேம்படுத்த முடியும், மாற்ற முடியும். ஆனால் இச்செயல்முறை மெதுவானது. இதற்குப் பொறுமையும், ஒழுங்குமுறையும், கணிசமான முயற்சியும் தேவை.

இங்கு நாம் கருத்தில் கொள்ள வேண்டிய ஒரே வித்தியாசமான அம்சம் மனப்போக்கு மட்டுமே. என் வாழ்வை மாற்றிய உள்நோக்குகளில் ஒன்றை நான் கீழே கொடுத்துள்ளேன்.

உங்களுடைய மனப்போக்கின் தரத்தை மேம்படுத்துவதற்கு எல்லையே இல்லை என்பதால், சராசரியான குணாதிசயங்கள் மற்றும் சராசரியான திறமைகளுடன் பிறந்த ஒரு நபர்கூட, அதிக நேர்மறையான மனப்போக்கைக் கொண்டிருந்தால், அவரால் மிக உயர்ந்த நிலையை அடைய முடியும். உங்களுடைய மனப்போக்கை உடனடியாக உங்களால் மேம்படுத்த முடியும். மேம்பாட்டிற்கு இங்கு எல்லையே கிடையாது. நீங்கள் எவ்வளவு சாதனைகளை அடைகிறீர்கள் என்பது, உங்களுடைய திறமைகள் மட்டுமின்றி, உங்களுடைய மனப்போக்காலும் தீர்மானிக்கப்படுகின்றது. உங்களுடைய மனப்போக்கு உங்களுடைய விருப்பத்தின் நேரடிக் கட்டுப்பாட்டில் உள்ளது. ஒவ்வொரு நாளின் ஒவ்வொரு நிமிடமும் எவ்வாறு அமைய வேண்டும் என்பதை உங்களால் தீர்மானித்துக் கொள்ள முடியும்.

ஒரு மொழியிலுள்ள மிக முக்கியமான வார்த்தை 'மனப்போக்கு' என்று ஏர்ல் நைட்டிங்கேல் கூறியுள்ளார். நாம் நேர்மறையான மனப்போக்கைக் கொண்டிருக்க வேண்டும் என்பதை நாம் அனைவரும் அறிவோம். பல வருடங்களாக நாம் இதைக் கேட்டு வந்துள்ளோம். ஆனால் நேர்மறையான மனப்போக்கு என்றால் என்ன?

உங்கள் மனப்போக்கு என்பது உங்களுடைய வாழ்க்கையை நீங்கள் அணுகும் முறை. உங்களுடைய பொதுவான மனநிலை அது. உங்கள் எண்ணங்கள் மற்றும் உணர்வுகளின் வெளியுலக

வெளிப்பாடு அது. நேர்மறையான மனப்போக்கு என்பது தினந்தோறும் நீங்கள் எதிர்கொள்ளும் மக்களையும் பிரச்சனைகளையும் நிகழ்வுகளையும் நன்னம்பிக்கையோடும் மகிழ்ச்சியோடும் வரவேற்பது.

நீங்கள் உண்மையிலேயே யார் என்பதை உங்கள் மனப்போக்கு தெளிவாகச் சுட்டிக்காட்டும். மக்களைக் குறித்து நீங்கள் கொண்டுள்ள மனப்போக்கை அவர்கள் உங்களிடம் பிரதிபலிப்பார்கள். அதனால்தான், மகிழ்ச்சியான, குதூகலமான மக்கள் தாங்கள் செல்லும் இடமெல்லாம் எல்லோருடனும் ஒத்துப் போவார்கள், இனிமையாகப் பழகுவார்கள்.

உங்களைக் குறித்தும் உங்கள் வாழ்க்கையைக் குறித்தும் நீங்கள் உருவாக்கும் இத்தகைய மனப்போக்குதான் உங்களுடைய முழுமையான ஆற்றலை விடுவிப்பதற்கான முதற்படி. உண்மையிலேயே நீங்கள் எத்தகைய மனப்போக்கைக் கொண்டிருக்கிறீர்கள் என்பதைக் கண்டுபிடிப்பதற்கான ஒரே வழி, விஷயங்கள் தவறாகப் போகும்போது நீங்கள் எப்படி நடந்து கொள்கிறீர்கள் என்பதைக் கவனிப்பதுதான். “சூழ்நிலைகள் ஒருவனை உருவாக்குவதில்லை; அவை வெறுமனே அவனை அவனுக்கு வெளிப்படுத்துகின்றன,” என்று எபிக்டெடஸ் கூறினார். நீங்கள் அதிக அழுத்தத்திற்கு ஆளாகியிருக்கும்போது எவ்வாறு நடந்து கொள்கிறீர்கள் என்பதை கவனிப்பதன் மூலம் நீங்கள் எப்படிப்பட்டவர் என்பதை எளிதில் கண்டுபிடித்துவிட முடியும். அந்த நேரத்தில்தான் உங்களுடைய உண்மையான சொரூபம் வெளிப்படும்.

ஆனால் உங்கள் மனப்போக்கு எங்கிருந்து வருகிறது? ஒரு நபர் நேர்மறையானவராக இருப்பதற்கும், இன்னொருவர் எதிர்மறையானவராக இருப்பதற்கும் காரணம் என்ன? உங்களுடைய மனப்போக்கு உங்களுடைய எதிர்பார்ப்புகளால் தீர்மானிக்கப்படுகின்றது. உங்களைப் பற்றியும் உங்களுடைய வாழ்க்கையைப் பற்றியும் நீங்கள் கொண்டுள்ள எதிர்பார்ப்புகள் மிகவும் சக்தி வாய்ந்தவை. அவை உங்களது ஆளுமையின்மீது அதிகமான தாக்கத்தை ஏற்படுத்துகின்றன.

உங்களுக்கு நல்ல விஷயங்கள் நிகழும் என்று நீங்கள் எதிர்பார்த்தால், மக்களையும் சூழ்நிலைகளையும் நீங்கள் அணுகும் விதம் நேர்மறையானதாகவும் நன்னம்பிக்கை மிக்கதாகவும் இருக்கும். அடுத்தவர்களிடத்தில் நல்ல விஷயங்களை நீங்கள் தேடினால், அவற்றை நீங்கள் நிச்சயமாகக்

கண்டுபிடிப்பீர்கள். இன்று உங்கள் வாழ்வில் ஏதேனும் அற்புதமான விஷயம் நடைபெற வேண்டும் என்று நீங்கள் எதிர்பார்த்தால், அது நிகழ்வதற்கான வாய்ப்புகள் அதிகம்.

நேர்மறையான எதிர்பார்ப்புகள் மிக உயர்ந்த ஆளுமைக்கான அடையாளம். நேர்மறையான எதிர்பார்ப்பு குறித்த மனப்போக்கை அவை உங்களிடம் உருவாக்கும். மகிழ்ச்சியும் தன்னம்பிக்கையும் உங்களுக்குள் வேரூன்றும். ஒவ்வொரு நாளும் நீங்கள் எதிர்கொள்ளும் சவால்கள் குறித்து ஆக்கபூர்வமாக நடவடிக்கை எடுப்பதற்குத் தேவையான உற்சாகத்தையும் மனத் துணிவையும் அவை உங்களுக்குக் கொடுக்கும். உங்களுக்கென்று சொந்த எதிர்பார்ப்புகளை உருவாக்கிக் கொள்ள வேண்டும் என்று தீர்மானிப்பதன் மூலம் உங்களால் அந்த எதிர்பார்ப்புகளை உற்பத்தி செய்ய முடியும்.

உங்களுடைய எதிர்பார்ப்புகள் எங்கிருந்து வருகின்றன? நீங்கள் இப்போது சிந்திக்கும் விதத்தில் சிந்திப்பதற்கும், இப்போது உணரும் விதத்தில் உணர்வதற்குமான மூலகாரணத்தைக் கண்டறிவதற்கான ஒரே வழி, உங்களது ஆளுமையின் பல்வேறு அடுக்குகளை ஒவ்வொன்றாக ஊடுருவிச் செல்வது. உங்கள் வாழ்க்கையிலும் உங்களது செயல்பாட்டிலும் விரைவான, நிரந்தரமான மாற்றத்தைக் கொண்டு வருவதற்கான ஒரே வழி இதுதான். எல்லாமே உள்ளிருந்துதான் வெளியே உருவாகின்றன. வெளியே நீங்கள் செய்யும் அனைத்தும், கூறும் அனைத்தும், உங்களுடைய உள்ளார்ந்த வாழ்க்கையில்தான் எப்போதும் வேரூன்றியுள்ளன.

உங்களுடைய எதிர்பார்ப்புகள் உங்களைப் பற்றியும் நீங்கள் வாழும் உலகத்தைப் பற்றியும் நீங்கள் கொண்டுள்ள நம்பிக்கைகளால் தீர்மானிக்கப்படுகின்றன. மக்கள், வேலை, மற்றும் உங்கள் வாழ்வின் ஒவ்வொரு பகுதியைப் பற்றியும் நீங்கள் கொண்டிருக்கும் எதிர்பார்ப்புகள் அந்தப் பகுதிகளில் நீங்கள் உண்மையென்று நம்பும் விஷயங்களால் வரையறுக்கப்படுகின்றன. நீங்கள் பொய்யான அல்லது மட்டுப்படுத்தும் நம்பிக்கைகளைக் கொண்டிருந்தாலும், அவை உங்கள் எதிர்பார்ப்புகள் மற்றும் மனப்போக்குகள் ஆகியவற்றில் வெளிப்பட்டு, இறுதியில் உங்கள் விளைவுகளில் வெளிப்படும்.

உலகம் கருணை மயமானது என்ற கண்ணோட்டத்தை நீங்கள் கொண்டிருந்தால், இப்பூவுலகு நாம் வாழ்வதற்கு ஏற்ற ஒரு நல்ல இடம் என்று நீங்கள் நம்பினால், நீங்கள் நல்லவர் என்ற நம்பிக்கை உங்களுக்கு இருந்தால், நம்பிக்கை விதியின்படி,

உங்களிடமிருந்தும், மற்றவர்களிடமிருந்தும், நீங்கள் எதிர்கொள்ளும் அனைத்துச் சூழ்நிலைகளிடமிருந்தும் நீங்கள் சிறந்தவற்றையே எதிர்பார்ப்பீர்கள். உங்களுடைய நேர்மறையான எதிர்பார்ப்புகள் ஒரு நேர்மறையான மனப்போக்கின் மூலம் வெளிப்படுத்தப்படும். அந்த மனப்போக்கை மக்களும் உங்களிடம் பிரதிபலிப்பார்கள். நீங்கள் எதைக் கொடுக்கிறீர்களோ, அதையே பெறுகிறீர்கள்.

எனவே, உங்களுடைய நம்பிக்கைகள் உங்களுடைய ஆளுமையின் தரத்தைத் தீர்மானிக்கின்றன. உங்களுடைய நம்பிக்கைகள் எங்கிருந்து வருகின்றன? இருபதாம் நூற்றாண்டில் உளவியலில் நிகழ்ந்த ஒரு மாபெரும் கண்டுபிடிப்பை நாம் இங்கு பார்க்க வேண்டும் — 'சுய—கருத்து' என்பதுதான் அது.

தலைமைத் திட்டம்

உங்களது சுய—கருத்து என்பது உங்களைப் பற்றியும், உங்களுடைய வாழ்வின் ஒவ்வொரு பகுதியைப் பற்றியும், உங்கள் உலகத்தைப் பற்றியும் நீங்கள் கொண்டிருக்கும் நம்பிக்கைகளே. உங்களுடைய ஆழ்மனக் கணினியின் 'தலைமைத் திட்டம்' அதுதான். நீங்கள் எப்போதுமே உங்களுடைய நம்பிக்கைகளால் உருவாக்கப்பட்டப் பாரபட்சமான கருத்துக்கள் மற்றும் அபிப்பிராயங்கள் வாயிலாக உலகத்தைப் பார்ப்பதால், உங்கள் நம்பிக்கைகள்தான் உங்களுடைய யதார்த்தத்தை உருவாக்குகின்றன என்று நம்பிக்கை விதி கூறுகிறது. உங்களுடைய சுய—கருத்து மற்றும் நம்பிக்கைகள் உங்களது வாழ்வின் ஒவ்வொரு பகுதியிலும் உங்களது நடவடிக்கை மற்றும் செயல்பாட்டிற்கு முன்னரே உருவாகிவிடுகின்றன, அவற்றைக் கணிக்கின்றன. உங்களுடைய சுய—கருத்து மற்றும் உங்கள் குழந்தைப் பருவம் முதலாக நீங்கள் உருவாக்கி வைத்துள்ள நம்பிக்கைகளுக்கு ஏற்றாற்போல் நீங்கள் எப்போதும் நடந்து கொள்வீர்கள்.

வேறு வார்த்தைகளில் கூறுவதானால், நீங்கள் இப்போது எங்கு இருக்கிறீர்களோ அந்த இடத்தில் இருப்பதற்கும், நீங்கள் யாராக இருக்கிறீர்களோ அவராக இருப்பதற்கும் உங்களைப் பற்றி நீங்கள் வைத்திருக்கும் நம்பிக்கைகளே காரணம். நீங்கள் செல்வந்தராக இருந்தாலும், ஏழையாக இருந்தாலும், மகிழ்ச்சியோடு இருந்தாலும், மகிழ்ச்சியற்று இருந்தாலும், பருமனாக இருந்தாலும், ஒல்லியாக இருந்தாலும், வெற்றிகரமாக

இருந்தாலும், வெற்றி பெறாதவராக இருந்தாலும், உங்களுடைய நம்பிக்கைகள்தான் உங்களை அவ்வாறு வைத்துள்ளன.

உங்கள் வாழ்வின் எந்தவொரு பகுதியிலும் நீங்கள் கொண்டுள்ள நம்பிக்கைகளை நீங்கள் மாற்றினால், அந்தப் பகுதியில் நீங்கள் உடனடியாக மாறத் துவங்குவீர்கள். உங்களுடைய எதிர்பார்ப்புகள், மனப்போக்குகள், நடத்தை, மற்றும் விளைவுகள் அனைத்தும் மாறும்.

உங்களுடைய புற உலகம் உங்களது உள்ளுலகத்தின் வெளிப்பாடன்றி வேறு விதமாக இருக்க முடியாது. நடப்பதற்கும், பேசுவதற்கும், சிந்திப்பதற்கும், செயல்படுவதற்கும் நாம் ஒவ்வொருவரும் பழக்கப்படுத்தப்பட்டுள்ளோம். உங்களைப் பற்றி உள்ளூர நீங்கள் கொண்டிருக்கும் சுயகருத்தை நீங்கள் மாற்றாதவரை, வெளியுலகில் வேறு விதமாக உங்களால் சிந்திக்க முடியாது, உணர முடியாது, அல்லது நடந்து கொள்ள முடியாது. உங்களுடைய சுயகருத்தில் உள்ள ஓர் எதிர்மறையான அல்லது தவறான யோசனை, உங்களது வாழ்வு மற்றும் உறவுகளில் எதிர்மறை மனப்போக்குகளிலும் நடத்தையிலும் வெளிப்படுத்தப்படும்.

ஆனால், உங்களை மட்டுப்படுத்தும் யோசனைகளையும் நம்பிக்கைகளையும் களைந்து, அவற்றிற்குப் பதிலாக, உங்களை விடுவிக்கும் எண்ணங்களை நீங்கள் உருவாக்கிக் கொண்டால், உங்களால் உங்களுடைய சுயகருத்தை மாற்ற முடியும். நீங்கள் யாராக ஆக விரும்புகிறீர்களோ அந்த நபராக நீங்கள் உங்களைப் பற்றிச் சிந்திக்கத் துவங்குங்கள். உங்களது வாழ்வின் ஒவ்வொரு பகுதியையும் நேர்மறையானதாக, உற்சாகமானதாக, ஊக்குவிக்கும் ஒன்றாக மாற்ற உங்களால் தீர்மானிக்க முடியும். உங்களுடைய வாழ்க்கையை ஒரு கலைப்படைப்பாக உங்களால் உருவாக்க முடியும். நீங்கள் அவ்வாறு செய்யும்போது, இப்புதிய ஆக்கபூர்வமான எண்ணங்கள் உடனடியாகத் தம்மை வெளியுலகில் வெளிப்படுத்தத் துவங்கும்.

உங்களது சுயகருத்தின் அம்சங்கள்

உங்கள் வாழ்வின் ஒரு பகுதியில் நீங்கள் எவ்வளவு சிறப்பாகச் செயல்படுகிறீர்கள் என்பதற்கும், அப்பகுதியில் நீங்கள் கொண்டுள்ள சுயகருத்திற்கும் இடையே ஒரு நேரடித் தொடர்பு உள்ளது. உங்களால் எந்த அளவுக்குச் சிறப்பாகச் செயல்பட முடியும் என்று நீங்கள் நம்புகிறீர்களோ, அந்த

அளவுக்குச் சிறப்பாக நீங்கள் செயல்படுவீர்கள். நீங்கள் செய்யும் எந்தவொரு காரியத்திலும் நீங்கள் எந்த அளவுக்குத் திறமையாகச் செயல்படுவீர்கள் என்று நம்புகிறீர்களோ, அந்த அளவு மட்டுமே திறமையாக உங்களால் செயல்பட முடியும். உங்களுக்குள் நீங்கள் என்ன நம்பிக்கை கொண்டிருக்கிறீர்களோ, அதைவிடச் சிறப்பாக வெளியுலகில் உங்களால் செயல்பட முடியாது.

உங்களைப் பற்றி நீங்கள் நல்லவிதமாக உணரும்போதும், உங்கள் வேலையிலும், உறவுகளிலும், விளையாட்டிலும் நீங்கள் சிறப்பாகச் செயல்படும்போதும், அந்தப் பகுதிகளில் நீங்கள் ஒரு நேர்மறையான சுயகருத்தை வெளிப்படுத்திக் கொண்டு இருக்கிறீர்கள். நீங்கள் மோசமாகவோ அல்லது தரமின்றியோ செயல்படும்போது, அல்லது ஏதேனும் ஒரு சூழ்நிலையில் மோசமாக நடந்து கொள்ளும்போது, உங்களைப் பற்றி நீங்கள் கொண்டுள்ள எதிர்மறையான நம்பிக்கைகள் உங்களது நடத்தையில் வெளிப்படுத்தப்படுகின்றன. அகம் எவ்வாறோ, புறம் அவ்வாறே!

உங்களைப் பற்றி நீங்கள் கொண்டுள்ள நம்பிக்கைகள், குறிப்பாக உங்களை மட்டுப்படுத்தும் நம்பிக்கைகள் மற்றும் சந்தேகங்கள், உண்மையான தகவல்களின் அடிப்படையில் அமைந்தவையே. அல்ல. உங்களையும் உங்களது திறமைகளையும் பற்றிய எதிர்மறையான யோசனைகள் பொதுவாக, நீங்கள் உண்மை என்று நம்பி ஏற்றுக் கொண்டுள்ள பொய்யான தகவல்கள் மற்றும் அபிப்பிராயங்களின் அடிப்படையில் அமைந்தவையே.

உங்களை மட்டுப்படுத்தும் இந்த யோசனைகளை நீங்கள் ஒதுக்கித் தள்ளத் துவங்கியதுமே அவை உங்கள்மீது கொண்டுள்ள கட்டுப்பாட்டை இழக்கத் துவங்குகின்றன. உங்களுடைய சுயகருத்தை நீங்கள் வலுக்கட்டாயமாக மாற்றும்போது, உங்களுடைய உண்மையான ஆற்றல் எல்லையற்றதாக ஆகிவிடுகின்றது.

ஒரு கட்டிடத் தொழிலாளியாக வேலை பார்த்துக் கொண்டிருந்த சுமார் இருபத்தைந்து வயது இளைஞர் ஒருவர் என் பயிலரங்கிற்கு வந்தார். சுயகருத்தைப் பற்றி நாங்கள் விவாதித்துக் கொண்டிருந்தபோது அவர் அதிர்ச்சியடைந்தார். அவர் மனத்தில் ஒரு மின்னல் பளிச்சிட்டது.

கல்வியறிவு பெற்றிராத அவரது தந்தையார் ஒரு கூலித் தொழிலாளியாக வேலை பார்த்தார். அவர் எப்போதும் தன்

குழந்தைகளிடம், "நம் குடும்பத்தில் அனைவரும் எப்போதும் கூலித் தொழிலாளர்களாகவே இருந்து வந்துள்ளோம். தொடர்ந்து அப்படித்தான் இருக்கப் போகிறோம்," என்று கூறி வந்திருந்தார். இந்த இளைஞர் அதைக் கேட்டு வளர்ந்ததால், அதை உண்மையென்று அவர் ஏற்றுக் கொண்டுவிட்டார். அதை அப்படியே அவர் நம்பினார். பள்ளியைவிட்டு நின்றவுடன் அவர் கூலி வேலைக்குச் சென்றார்.

வாழ்க்கை குறித்துத் தன்னுடைய தந்தை கொண்டிருந்த மட்டுப்படுத்தப்பட்டக் கண்ணோட்டத்தை, தான் எவ்விதக் கேள்வியுமின்றி அப்படியே ஏற்றுக் கொண்டுவிட்டிருந்ததை அவர் என் பயிலரங்கில் திடீரென்று உணர்ந்தார். அவர் தனது தந்தையின் நம்பிக்கைகளை அப்படியே உள்வாங்கியிருந்தார். தன் தந்தையின் கண்ணோட்டத்தின்படியே அவர் தன்னையும் உலகத்தையும் பார்த்தார்.

கூலித் தொழிலாளியாக இருப்பதில் இனியும் தனக்கு விருப்பமில்லை என்று அவர் அக்கணத்தில் தீர்மானித்தார். தன்னால் இன்னும் அதிகமானவற்றைச் செய்ய முடியும் என்று அவர் எப்போதும் உணர்ந்து வந்திருந்தாலும், தான் எங்கோ சிக்கிக் கொண்டுவிட்ட ஓர் உணர்வு அவருக்கு ஏற்பட்டிருந்தது. இப்போது ஒரு புதுவிதமான சுதந்திர உணர்வு அவருக்குக் கிடைத்தது. தனது குறைபாடுகள் வெளியில் இல்லை, தனக்கு உள்ளேதான் இருக்கின்றன என்பதை அவர் முதன்முறையாக உணர்ந்தார்.

அப்பயிலரங்கிற்குப் பிறகு, அவர் தன் கூலி வேலையிலிருந்து விலகி விற்பனைத் துறைக்குள் நுழைந்து அடிமட்டத்திலிருந்து துவங்கினார். முதலில் அவர் அவ்வளவு சிறப்பாகச் செயல்படவில்லை என்றாலும், அவர் உறுதியாக இருந்தார். விற்பனையைப் பற்றி அவர் தனக்குக் கிடைத்த அனைத்துப் புத்தகங்களையும் படித்தார். விற்பனை தொடர்பான ஒலிநாடாக்கள் பலவற்றைக் கேட்டார். தன் பகுதியில் நடைபெற்ற, விற்பனை தொடர்பான பயிலரங்குகளில் கலந்து கொண்டார். பிற நகரங்களில் நடந்த பயிலரங்குகளுக்கும் சென்றார்.

நானும் அவரும் தொடர்ந்து தொடர்பு வைத்திருந்தோம். ஒரு வருடத்திற்குள் அவர் தனது வருமானத்தை இருமடங்காக்கினார். இரண்டு வருடங்களில், அவரது வருமானம் நான்கு மடங்காகப் பெருகியது. அவர் தன் குழுவில்

முதலிடம் வகித்தார். விரைவில், அதிகப் பணமும் பெரும் வாய்ப்புகளும் அவரைத் தேடி வந்தன.

ஐந்து வருடங்களுக்குள், ஆண்டொன்றுக்கு அவர் ஒரு லட்சம் டாலர்கள் சம்பாதித்துக் கொண்டிருந்தார். ஓர் அழகான வீடு, இனிமையான மனைவி, இரண்டு குழந்தைகள், மற்றும் ஓர் உற்சாகமான எதிர்காலத்துடன் அவர் மகிழ்ச்சியாக வாழ்கிறார். அவர் தன் தலைவிதியைத் தானே தீர்மானித்தார்.

தனது சுயகருத்து எவ்வாறு தன் வாழ்க்கையைக் கட்டுப்படுத்தியது என்பதைக் கற்றுக் கொண்டு, அதை மாற்றுவதென்று தீர்மானித்ததுதான் அவரது வாழ்வில் ஏற்பட்டத் திருப்புமுனை. பிற அனைத்தும் அதைப் பின்தொடர்ந்தன.

உங்களைப் பற்றிய ஓர் ஒட்டுமொத்த சுயகருத்து மட்டுமன்றி, பல்வேறு சிறு சிறு சுயகருத்துக்களையும் நீங்கள் உருவாக்கி வைத்திருக்கிறீர்கள். இவை உங்கள் வாழ்வின் முக்கியமான பகுதிகளில் உங்கள் செயல்பாட்டையும் உங்கள் நடத்தையையும் கட்டுப்படுத்துகின்றன.

உங்கள் எடை என்ன, நீங்கள் எவ்வளவு சாப்பிடுகிறீர்கள், எவ்வளவு நேரம் உடற்பயிற்சி செய்கிறீர்கள் போன்ற விஷயங்களில்கூட உங்களுக்கென்று ஒரு சுயகருத்து உள்ளது. நீங்கள் உடையணியும் விதம், மற்றவர்களுக்கு நீங்கள் காட்சியளிக்கும் விதம் ஆகியவற்றைக் குறித்தும் உங்களிடம் ஒரு சுயகருத்து உள்ளது. நீங்கள் உங்கள் பெற்றோருடைய ஒரு குழந்தை என்ற முறையிலும், உங்கள் குழந்தைகளுக்கு ஒரு பெற்றோர் என்ற முறையிலும் ஒரு சுயகருத்தைக் கொண்டுள்ளீர்கள். உங்கள் வேலையிலும் உங்கள் நண்பர்கள் மத்தியிலும் நீங்கள் எவ்வளவு பிரபலமானவர் என்பது குறித்த ஒரு சுயகருத்தும் உங்கள் மனத்தில் குடிகொண்டுள்ளது.

நீங்கள் ஒரு விற்பனையாளராக இருந்தால், நீங்கள் எவ்வளவு சிறப்பாகச் செயல்படுகிறீர்கள் என்பது குறித்த ஒரு சுயகருத்து உங்களிடம் இருக்கும். அது உங்களுடைய உண்மையான செயல்பாட்டைத் தீர்மானிக்கும். உங்கள் தனிப்பட்ட வாழ்க்கையிலும் தொழில் வாழ்க்கையிலும் நீங்கள் எவ்வளவு ஒழுங்குமுறையுடன், ஆக்கபூர்வமாக விளங்குகிறீர்கள் என்பது பற்றிய ஒரு சுயகருத்து உங்களிடம் இருக்கும். உங்கள் சுயகருத்திற்கு ஏற்றாற்போலவே நீங்கள் எப்போதும் நடந்து கொள்வீர்கள். உங்கள் ஆழ்மனத்தில் உங்களைப் பற்றி நீங்கள் கொண்டிருக்கும் சுயகருத்திற்கு மாறாக உங்களால் செயல்பட முடியாது.

நீங்கள் எவ்வளவு தகுதி வாய்ந்தவர், உங்களால் எவ்வளவு பணம் சம்பாதிக்க முடியும் என்பது குறித்தும் உங்களுக்கு ஒரு சுயகருத்து உள்ளது. உங்கள் சுயகருத்து நிர்ணயித்துள்ள நிலையைவிட உயர்ந்த நிலையில் உங்களால் ஒருபோதும் செயலாற்ற முடியாது.

உண்மையில், உங்கள் தகுதி என்று நீங்கள் நிர்ணயித்துள்ள ஒரு நிலையிலிருந்து 10 சதவீதம் அதிகமாகவோ அல்லது குறைவாகவோ நீங்கள் சம்பாதித்தால், நீங்கள் மிகவும் அசௌகரியமாக உணர்வீர்கள். அதை ஈடு செய்யும் விதத்தில் வேறு நடத்தைகளில் ஈடுபடுவீர்கள். நீங்கள் 10 சதவீதம் அதிகமாகச் சம்பாதிக்கிறீர்கள் என்றால், அந்தப் பணத்தைச் செலவழிக்கவும், கடன் கொடுக்கவும், உங்களுக்குப் பரிச்சயமில்லாத விஷயங்களில் முதலீடு செய்யவும், அல்லது பிறருக்குக் கொடுக்கவும் அல்லது இழக்கவும் துவங்குவீர்கள். தங்களது சுயகருத்தில் உள்ளதைவிட அதிகமான பணத்தைச் சம்பாதிக்கும் மக்கள் இப்படிப்பட்ட நடத்தையில் ஈடுபடுவர்.

லாட்டரியில் திடீரென்று பெரும் தொகைகளைப் பெற்றப் பலரது கதைகளை நாம் கேள்விப்பட்டிருப்போம். பெரும்பாலானவர்களின் விஷயத்தில், அவர்கள் கூலி வேலை பார்த்துக் கொண்டிருந்தால், லாட்டரியில் வெற்றி பெற்ற இரண்டு அல்லது மூன்று வருடங்களில் தங்கள் மொத்தப் பணத்தையும் இழந்து மீண்டும் கூலி வேலைக்கே திரும்பி வந்துள்ளனர் என்று படித்திருக்கிறோம்.

உங்கள் சுயகருத்தில் நீங்கள் நிர்ணயித்துள்ள சம்பளத்திற்குப் பத்து சதவீதம் அல்லது அதற்கும் குறைவாக நீங்கள் சம்பாதித்தால், நீங்கள் இன்னும் புதுமையாக சிந்திக்கத் துவங்குவீர்கள், கடினமாக உழைப்பீர்கள், வேறு வருமானத்திற்கு வழி தேடுவீர்கள், உங்கள் சுயகருத்தில் நிர்ணயிக்கப்பட்டுள்ள வருமானத்தை எட்டுவதற்காக வேறு வேலை தேடவும் முயற்சிப்பீர்கள்.

பணம், உடல் எடை, அல்லது வேறு எதுவானாலும் சரி, உங்களுக்கென்று ஒரு சௌகரியமான நிலையை நீங்கள் அடைந்தவுடன், அங்கேயே இருப்பதற்கு நீங்கள் உங்களாலான அனைத்தையும் செய்வீர்கள். எல்லா வகையான மாற்றத்தையும் நீங்கள் எதிர்ப்பீர்கள், அவை நேர்மறையானவையாக இருந்தாலும்கூட.

இந்த சௌகரிய நிலைதான் மனித ஆற்றலின் மாபெரும் எதிரி. சௌகரியமான நிலையில் வாழ்வது உங்களுக்குப்

பழக்கமாகிவிட்டால், அப்பழக்கத்தை உங்களால் உடைத்தெறிய முடியாது. நீண்ட காலமாகப் பின்பற்றப்படும் ஒரு பழக்கம் ஒரு புதைகுழியாக மாறிவிடும். அதிலிருந்து வெளியேறுவதற்கு உங்கள் அறிவைப் பயன்படுத்துவதற்குப் பதிலாக, அதை வசதியாக ஆக்கிக் கொள்வதற்கு நீங்கள் உங்கள் ஆற்றலின் பெரும்பகுதியைச் செலவிடுவீர்கள். உங்கள் நிலைமையை மாற்ற முடியாது என்பதை நியாயப்படுத்த முயற்சிப்பீர்கள். "என்னால் செய்யக்கூடியது இதில் எதுவும் இல்லை," என்று நீங்கள் கூறுவீர்கள்.

ஆனால் உங்கள் எதிர்காலத்தை மாற்றுவதற்கு உங்களால் ஏராளமானவற்றைச் செய்ய முடியும். உங்களுடைய சௌகரியமான நிலையிலிருந்து மீள்வது எப்படி என்பதை இனிவரும் பக்கங்களில் பார்ப்பீர்கள். வாழ்வில் நீங்கள் உண்மையிலேயே அதிகமாக விரும்பும் விஷயங்களைப் பெறுவதற்கு உங்கள் சுயகருத்தை எவ்வாறு மறுவடிவமைப்பது என்பதை நீங்கள் கற்பீர்கள்.

உங்கள் சுயகருத்தின் மூன்று பகுதிகள்

உங்களுடைய சுயகருத்து மூன்று பகுதிகளால் ஆனது. இதன் முதற்பகுதி, சுயநியதிகள் ஆகும். ஒவ்வோர் அம்சத்திலும் நீங்கள் எப்படிப்பட்ட நபராக விளங்க விரும்புகிறீர்கள் என்ற விரிவான விளக்கம் அல்லது நோக்கம்தான் இது. இவ்வாறு உங்களைப் பற்றி நீங்கள் உருவாக்கும் பிம்பம் உங்கள் நடத்தையின்மீதும் உங்களைப் பற்றி நீங்கள் சிந்திக்கும் விதத்தின்மீதும் ஆழ்ந்த தாக்கத்தை ஏற்படுத்தும்.

உங்கள் சுயநியதி என்பது பிறரிடம் நீங்கள் மிகவும் மெச்சும் பண்புநலன்கள் மற்றும் குணாதிசயங்களின் கூட்டு. நீங்கள் ஆழமாக விரும்பும் விஷயங்களின் கூட்டு இது. ஒரு கச்சிதமான நபர் எவ்வாறு இருக்க வேண்டும் என்பது குறித்த உங்களது கருத்து இது.

அசாத்தியமான மனிதர்கள் தெளிவான சுயநியதிகளைக் கொண்டிருப்பர். அவர்கள் தங்களுக்கென்று உயர்ந்த தரத்தை நிர்ணயித்துக் கொண்டு, அதற்கேற்ப வாழ்வதற்கு எப்போதும் கடினமாக முயற்சிப்பார்கள். உங்களாலும் அவ்வாறு செயல்பட முடியும். நீங்கள் எப்படிப்பட்ட நபராக உருவாக விரும்புகிறீர்கள் என்பது குறித்தத் தெளிவு உங்களுக்கு எவ்வளவு அதிகமாக இருக்கிறதோ, ஒவ்வொரு நாளும் நீங்கள் அப்படிப்பட்டவராக உருவாவதற்கான வாய்ப்புகள் அவ்வளவு

அதிகமாக இருக்கும். நீங்கள் பெரிதும் மெச்சும் ஒரு நபராக நீங்கள் ஆவீர்கள்.

வெற்றியும் மகிழ்ச்சியும் அற்ற மக்கள் குழப்பமான நியதிகளைக் கொண்டுள்ளனர் அல்லது நியதிகளே இல்லாமல் வாழ்கின்றனர் என்பது வருத்தமான விஷயம். தாங்கள் எப்படிப்பட்டவர்களாக உருவாக வேண்டும், எந்தப் பண்புநலன்களைத் தங்களுக்குள் வளர்த்துக் கொள்ள வேண்டும் என்பது பற்றி அவர்கள் சிந்திப்பதே இல்லை. அவர்களது வளர்ச்சியும் பரிணாம வளர்ச்சியும் மெல்ல மெல்லக் குறைந்து இறுதியில் நின்றுவிடுகிறது. அவர்கள் மனம் குழப்பத்தில் ஆழ்ந்துவிடுகிறது. அதிலிருந்து அவர்கள் மீள்வதே இல்லை. சுயமேம்பாடு குறித்த ஆர்வத்தையும் அவர்கள் இழந்துவிடுகின்றனர்.

மற்றவர்களிடம் உள்ள நாணயம், குறிக்கோள், துணிச்சல், மற்றும் முனைப்பான செயல்பாடு ஆகிய பண்புகளை ஒருவர் மெச்சும்போதும், மதிக்கும்போதும், அவர் அந்தப் பண்புகளைத் தனக்குள் வளர்த்துக் கொள்ளத் துவங்குவார்.

நீங்கள் உங்களுடைய அடிப்படை மதிப்பீடுகளைத் தெளிவுபடுத்தி, நீங்கள் செய்யும் அனைத்துக் காரியங்களிலும் அவற்றைப் புகுத்தும் முயற்சியில் ஈடுபடும்போது, உங்கள் ஆளுமை மேம்படுகிறது. உங்கள் புற வாழ்க்கை உங்கள் அக வாழ்க்கையின் பிரதிபலிப்பு என்பதால், உங்கள் வேலையும், உறவுகளும், உங்கள் புற வாழ்க்கையின் ஒவ்வோர் அம்சமும் மேம்படுகின்றன. இதைப் பற்றி நாம் பின்னர் விரிவாகக் காணலாம்.

சுயகருத்தின் இரண்டாவது பகுதி சுயபிம்பம். உங்கள் சுயபிம்பம் என்பது அன்றாட அலுவல்களுக்கிடையே நீங்கள் உங்களைப் பார்க்கும் விதம் மற்றும் உங்களைப் பற்றி நீங்கள் சிந்திக்கும் விதம். உங்கள் சுயபிம்பம் உங்கள் அகக் கண்ணாடி என்று அழைக்கப்படுகிறது. உங்கள் மனத்தில் நீங்கள் உங்களைப் பற்றி எந்த உருவத்தை உருவாக்கி வைத்துள்ளீர்களோ, அதற்கேற்பவே எப்போதும் உங்கள் நடவடிக்கை அமைந்திருக்கும். எனவே, ஒரு விஷயத்தில் நீங்கள் உங்களைப் பற்றிக் கொண்டிருக்கும் சுயபிம்பத்தை வலுக்கட்டாயமாக மாற்றுவதன் மூலம் உங்கள் செயல்பாட்டை உங்களால் மேம்படுத்த முடியும்.

சுயபிம்பத்தை மாற்றும் இச்செயல்முறை நீங்கள் செயல்படும் விதத்தை மேம்படுத்துவதற்கான விரைவான,

மிகவும் நம்பகமான வழிகளில் ஒன்று. நீங்கள் அதிகத் தகுதி வாய்ந்தவர், தன்னம்பிக்கை நிறைந்தவர் என்று நீங்கள் உங்களைப் பற்றி எண்ணிக் கற்பனை செய்து வந்தால், உங்கள் நடத்தை அதிகப் பலனளிப்பதாக அமையும்.

உங்கள் சுயபிம்பத்தை நீங்கள் வலுக்கட்டாயமாக மாற்றும்போது, இதுவரை இல்லாத அளவுக்குச் சிறப்பாகப் பேசவும், நடக்கவும், உணரவும், நடந்து கொள்ளவும் செய்வீர்கள். உங்களுடைய மனக்காட்சிகளை மாற்றுவதன் மூலம் உங்கள் ஆளுமையையும் விளைவுகளையும் நீங்கள் மாற்றுவீர்கள்.

சுயகருத்தின் மூன்றாவது அம்சம் சுயமதிப்பு. உங்களைப் பற்றி நீங்கள் எவ்வாறு உணர்கிறீர்கள் என்பதுதான் உங்கள் சுயமதிப்பு. உங்கள் ஆளுமையின் உணர்ச்சிரீதியான அம்சம்தான் இது. உயர்ந்த செயல்பாட்டின் அடிப்படைப் பண்பும் இதுதான். மகிழ்ச்சிக்கும் தனிமனிதத் திறனுக்குமான திறவுகோலும் இதுவே. உங்கள் ஆளுமைக்கு சக்தியூட்டி, உயர்ந்த சாதனைகளைப் படைக்கும் மனிதராக உங்களை உருவாக்கும் ஆற்றல், உற்சாகம், வலிமை, மற்றும் நன்னம்பிக்கை ஆகியவற்றின் மூலமும் இதுதான்.

உங்களது சுயமதிப்பின் அளவு இரண்டு காரணிகளால் தீர்மானிக்கப்படுகின்றது. இவ்விரு காரணிகளும் ஒரே நாணயத்தின் இரண்டு பக்கங்களைப் போன்றவை. முதலாவது, நீங்கள் எவ்வளவு மதிப்புமிக்கவர் என்று உங்களைப் பற்றி நீங்கள் கருதுவது. அதாவது, நீங்கள் ஒரு நல்ல மனிதராக உங்களை எவ்வளவு தூரம் நேசிக்கிறீர்கள், ஏற்றுக் கொள்கிறீர்கள் என்று உணர்வது. இக்கணத்தில் உங்கள் வாழ்வில் என்ன நிகழ்ந்து கொண்டிருக்கிறது என்பதை ஒதுக்கி வைத்துவிட்டு, உங்களைப் பற்றி நீங்கள் செய்யும் தனிப்பட்ட மதிப்பீடு இது.

இந்த முதற்காரணி வெளியுலக மாறுபாடுகளைச் சார்ந்ததல்ல. தன்னைப் பற்றி உண்மையிலேயே மிக உயர்ந்த சுயமதிப்பைக் கொண்டிருக்கும் ஒரு நபர், தனது வாழ்க்கையில் பல துன்பங்களையும் பின்னடைவுகளையும் சந்திக்க நேர்ந்தாலும், தன்னைப் பற்றி மிக உயர்ந்த நேர்மறையான மதிப்பீட்டை வைத்திருப்பார். துரதிர்ஷ்டவசமாக, வெளிப்புறச் சூழல்கள் எதுவாக இருந்தாலும் தங்கள் சுயமதிப்பைத் தக்க வைத்துக் கொள்ளும் நிலையை அடைந்துள்ளவர்கள் வெகு சிலரே.

உங்கள் சுயமதிப்பைத் தீர்மானிக்கும் இரண்டாவது காரணி, நீங்கள் செய்யும் எந்தவொரு காரியத்தையும் நீங்கள் எவ்வளவு திறமையாகவும் தகுதியோடும் செய்கிறீர்கள் என்று நீங்களே உணர்ந்து கொள்வது. இது உங்கள் செயல்பாட்டின் அடிப்படையில் அமைந்ததாகும். உண்மையான, நிரந்தரமான தன்னம்பிகையும் சுயமதிப்பும் இதிலிருந்துதான் உருவாகின்றன.

உங்கள் சுயமதிப்பின் இந்த இரண்டு பகுதிகளும் ஒன்றையொன்று வலியுறுத்துகின்றன. நீங்கள் உங்களைப் பற்றி நல்லவிதமாக உணரும்போது சிறப்பாகச் செயல்படுகிறீர்கள். நீங்கள் சிறப்பாகச் செயல்படும்போது உங்களைப் பற்றி நல்லவிதமாக உணர்கிறீர்கள். இவை இரண்டுமே இன்றியமையாதவைதான். ஒன்று இல்லாமல் மற்றொன்றால் இருக்க முடியாது.

சுயமதிப்பிற்கான சிறந்த அளவீடு உங்களை நீங்கள் எவ்வளவு தூரம் நேசிக்கிறீர்கள் என்பது. நீங்கள் உங்களை அதிகமாக நேசித்தால், நீங்கள் செய்யும் அனைத்திலும் நீங்கள் சிறப்பாகச் செயல்படுவீர்கள். உங்கள்மீதான உங்கள் நம்பிக்கை அதிகரிக்கும், உங்கள் மனப்போக்கு நேர்மறையானதாக மாறும். நீங்கள் அதிக ஆரோக்கியத்தோடும், அதிக மகிழ்ச்சியோடும், அதிக ஆற்றலோடும் விளங்குவீர்கள்.

நீங்கள் எவ்வாறு உணர்கிறீர்கள் என்பது நீங்கள் உங்களிடம் எவ்வாறு பேசிக் கொள்கிறீர்கள் என்பதைக் கொண்டு தீர்மானிக்கப்படுவதால், "நான் என்னை நேசிக்கிறேன்! நான் என்னை நேசிக்கிறேன்!" என்று உற்சாகமாகவும் உறுதியோடும் மீண்டும் மீண்டும் தொடர்ந்து நீங்கள் கூறுவதன் மூலம் உங்கள் சுயமதிப்பை உங்களால் அதிகரித்துக் கொள்ள முடியும். இவ்வாறு கூறுவது முதலில் உங்களுக்குச் சிரமமாக இருந்தாலும், இது மிகவும் சக்தி வாய்ந்ததாகும்.

உங்களை நீங்கள் விரும்புவது மிகவும் ஆரோக்கியமான விஷயம். உண்மையில், தனிப்பட்ட முறையில் சிறப்பாக விளங்குவதற்கும், மற்றவர்களுடனான உறவுகளில் மகிழ்ச்சியாக இருப்பதற்குமான திறவுகோல் இது. நீங்கள் உங்களை அதிகமாக விரும்பும்போது நீங்கள் அதிக ஆசுவாசத்துடனும் நேர்மறையாகவும் நடந்து கொள்கிறீர்கள். அதிக ஆற்றலுடனும் அதிகப் படைப்புத் திறனுடனும் திகழ்வீர்கள். உண்மையான சுயமதிப்புடன் வாழும் மக்கள் மற்றவர்களுடன் எளிதாகவும் நன்றாகவும் பழகுவார்கள்.

சுயமதிப்பிற்கான விதிகள்

சுயமதிப்பிற்கு இரண்டு விதிகள் உள்ளன: முதலாவது, நீங்கள் உங்களை நேசிப்பதைவிட அல்லது விரும்புவதைவிட அதிகமாக வேறொருவரை நேசிக்கவோ அல்லது விரும்பவோ உங்களால் ஒருபோதும் முடியாது. உங்களிடம் இல்லாத ஒன்றை உங்களால் பிறருக்குக் கொடுக்க முடியாது.

இரண்டாவது, உங்களை நீங்கள் நேசிப்பதையும் மதிப்பதையும்விட அதிகமாக, மற்றவர்கள் உங்களை நேசிக்கவோ அல்லது மதிக்கவோ வேண்டும் என்று உங்களால் எதிர்பார்க்க முடியாது.

நீங்கள் உங்களை எவ்வளவு தூரம் விரும்புகிறீர்கள், ஏற்றுக் கொள்கிறீர்கள் என்பது பிறருடனான உங்களது உறவுகளின் தரத்தை நிர்ணயிக்கும். ஒவ்வொரு மனிதச் சூழலிலும் இது பிரச்சனையாகவோ அல்லது தீர்வாகவோ அமையும். உங்களுடைய சுயமதிப்பை உருவாக்கவும் வலியுறுத்தவும் நீங்கள் செய்யும் அனைத்தும் உங்கள் வாழ்வில் உள்ள பிற மனிதர்களுடன் சேர்ந்து நீங்கள் அனுபவிக்கும் திருப்தியையும் மகிழ்ச்சியையும் அதிகரிக்கின்றது.

உங்கள் சுயகருத்து உங்கள் ஆழ்மனத்தின் தலைமைத் திட்டம் என்றால், அது எங்கிருந்து வருகின்றது? அது எவ்வாறு உருவாகின்றது? அதன் முக்கியமான அம்சங்கள் எவை? மிக முக்கியமாக, நீங்கள் உங்களை மேம்படுத்திக் கொள்வதற்கும், நீங்கள் செய்யும் அனைத்திலும் உங்கள் செயற்திறனை அதிகரித்துக் கொள்வதற்கும் அத்திட்டத்தை எவ்வாறு மறுநிர்மாணம் செய்து கொள்வது?

சுயகருத்து உருவாக்கம்

நீங்கள் பிறக்கும்போது எந்தவிதமான சுயகருத்துடனும் பிறக்கவில்லை. உங்களைப் பற்றி இன்று நீங்கள் அறிந்துள்ள, நம்புகின்ற விஷயங்கள் அனைத்தும், உங்கள் குழந்தைப் பருவம் முதலாக உங்கள் வாழ்வில் நிகழ்ந்து வந்துள்ளவற்றின் விளைவாக நீங்கள் கற்றுக் கொண்டவைதான். பூமியில் பிறக்கும் ஒவ்வொரு குழந்தையும் தூய்மையான ஆற்றலுடனும், குறிப்பிட்ட மனப்போக்குடனும், சில பண்புநலன்களுடனும் பிறக்கின்றது. ஆனால் எந்தவொரு குழந்தையும் சுயகருத்துடன் பிறப்பதில்லை. இன்று உங்களிடம் இருக்கும் ஒவ்வொரு மனப்போக்கும், நடத்தையும், மதிப்பீடும், அபிப்பிராயமும்,

நம்பிக்கையும், பயமும் நீங்கள் கற்றுக் கொண்டுள்ளவைதான். எனவே, உங்கள் குறிக்கோள்களுக்கு எவ்விதத்திலும் உதவாத அம்சங்கள் உங்கள் சுயகருத்தில் இருந்தால், அவற்றை நீங்கள் தூக்கியெறிந்துவிடலாம்.

எடுத்துக்காட்டாக, ஒரு கார் விபத்தில் சிக்கிய ஒரு முப்பத்தியிரண்டு வயது பெண்ணைப் பற்றி சமீபத்தில் நான் படித்தேன். அவரது தலையில் ஏற்பட்டக் காயத்தால் அவருக்கு அனைத்துமே மறந்து போய்விட்டிருந்தது. விபத்து நடந்த நேரத்தில், அவருக்குத் திருமணமாகி இரண்டு குழந்தைகள் இருந்தனர். அவர் மிகவும் கூச்ச சுபாவம் கொண்டவராகவும், திக்குவாயுடனும், மக்களிடம் பழகுவதற்கு அஞ்சுபவராகவும் இருந்தார். அவர் தன்னைப் பற்றி மிக மோசமான சுயகருத்தையும் சுயமதிப்பையும் கொண்டிருந்தார். அவர் வேலைக்குச் செல்லாததால் சமூகத்தில் அவருக்கு நண்பர்களும் குறைவாகவே இருந்தனர்.

ஆனால் விபத்தில் ஏற்பட்ட மறதியின் காரணமாக, அவர் கண்விழித்தபோது, தனது கடந்தகாலத்தைப் பற்றி எள்ளளவும் அவருக்கு நினைவிருக்கவில்லை. தன் பெற்றோர்கள், கணவன், மற்றும் குழந்தைகள் ஒருவரும் அவருக்கு நினைவில்லை. அவரது மனம் முற்றிலும் காலியாக இருந்தது.

பல வல்லுனர்களுக்கும், நரம்பியல் நிபுணர்களுக்கும், உளவியலாளர்களுக்கும் இது மிகவும் அசாதாரணமாகத் தோன்றியது. அவர்கள் அனைவரும் அவரிடம் பேச்சுக் கொடுத்துப் பார்த்தனர், அவரைப் பரிசோதனை செய்தனர்.

இச்செய்தி பரவியதில் அவர் மிகவும் பிரபலமானார். அவர் உடல்ரீதியாக நலமடைந்தபோது, வானொலியிலும் தொலைக்காட்சியிலும் அவரைப் பேட்டி கண்டனர். அவர் தனது நிலைமையை ஆய்வு செய்யத் துவங்கினார். இறுதியில், தனது அனுபவத்தைப் பல கட்டுரைகளாகவும் ஒரு நூலாகவும் வெளியிட்டார்.

அவர் பல இடங்களுக்குப் பிரயாணம் செய்யவும் துவங்கினார். மருத்துவர்கள் மற்றும் பிற வல்லுனர்களிடையே சொற்பொழிவாற்றினார். மறதி குறித்த வல்லுனராக அவர் அதிகாரபூர்வமாக அங்கீகரிக்கப்பட்டார்.

தனது கடந்தகால அனுபவங்கள், தனது குழந்தைப் பருவம், தனது வளர்ப்பு ஆகிய எதுவுமே அவரது நினைவில் இல்லாததாலும், அனைவரும் இப்போது அவர்மீது கவனம் செலுத்தி அவரை முக்கியமானவராகக் கருதுவதாலும், அவர்

முற்றிலுமாக வேறோரு புதிய ஆளுமையை உருவாக்கிக் கொண்டார். அவர் நேர்மறையானவராகவும், தன்னம்பிக்கை நிறைந்தவராகவும், பிறருடன் இனிமையாகப் பழகுபவராகவும் மாறினார். அவர் தோழமை உணர்வையும், நல்ல நகைச்சுவை உணர்வையும் வளர்த்துக் கொண்டார். அவர் பிரபலமடைந்து, முற்றிலும் புதிய ஒரு சமூக வட்டத்தில் வலம் வந்தார். பல்வேறு மனிதர்களைச் சந்தித்தார். மொத்தத்தில், தன்னைப் பற்றி ஒரு புதிய சுயகருத்தை அவர் உருவாக்கினார். உயர்ந்த செயற்திறனுடனும், மகிழ்ச்சியோடும், திருப்தியோடும் அவர் வாழ்ந்து வருகிறார். அவர் தன் மனத்தின் திட்டத்தை மாற்றி அமைத்தார். உங்களாலும் இதே விஷயத்தைச் செய்ய முடியும்.

உங்கள் சுயகருத்து எவ்வாறு உருவாகியது என்பதை நீங்கள் புரிந்து கொண்டவுடன், நீங்கள் மெச்சும் ஒரு மனிதராக, விரும்பும் ஒரு மனிதராக நீங்கள் மாறுவதற்குத் தேவையான மாற்றங்களை உங்களால் செயல்படுத்த முடியும். மிக முக்கியமான இலக்குகளையும் கனவுகளையும் அடையக்கூடிய நபராக எவ்வாறு உருவாவது என்பதை நீங்கள் கற்பீர்கள்.

எவ்வித சுயகருத்தும் இன்றி இவ்வுலகிற்குள் நுழையும் குழந்தைகள், தாங்கள் யார் என்பதையும், தாங்கள் எவ்வளவு முக்கியமானவர்கள் அல்லது முக்கியமற்றவர்கள் என்பதையும், குழந்தைப் பருவம் முதலாகத் தாங்கள் நடத்தப்பட்டு வரும் விதத்தைக் கொண்டு கற்றுக் கொள்கின்றனர். குழந்தைகளுக்கு அன்பும் அரவணைப்பும் அதிகம் தேவை. அன்புதான் அவர்களது உணர்ச்சிரீதியான பிராணவாயு. ரோஜாச் செடிக்கு மழை எந்த அளவு அவசியமோ, குழந்தைகள் ஆரோக்கியமாக வளர்வதற்கு உணவு, உறைவிடம் ஆகியவற்றோடு அன்பும் அவர்களுக்கு அந்த அளவு ஏராளமாகத் தேவை.

ஒரு குழந்தையின் ஆளுமைக்கான அடித்தளம், அவனுடைய முதல் 5 வயதிற்குள் அமைக்கப்பட்டுவிடுகின்றது. ஒருவரது ஆரோக்கியம் அவர் குழந்தையாக இருந்தபோது அவரது பெற்றோர்கள் மற்றும் பிறரிடமிருந்து அவருக்குக் கிடைத்த அன்பு மற்றும் பரிவின் தரம் மற்றும் அளவால் பெரிதும் தீர்மானிக்கப்படுகிறது.

அபரிமிதமான அன்பு, பரிவு, மற்றும் ஊக்கம் ஆகியவற்றுடன் வளர்க்கப்படும் ஒரு குழந்தை வாழ்வின் ஆரம்ப நிலையிலேயே ஒரு நேர்மறையான, நிலையான ஆளுமையுடன் உருவாகும். விமர்சனம் மற்றும் தண்டனை ஆகியவற்றுக்கு ஆளாகும் குழந்தைகள் பயம், சந்தேகம்,

நம்பிக்கையின்மை ஆகிய பண்புகளுடன் வளர்வர். பின்னாளில் அவர்கள் பல ஆளுமைப் பிரச்சனைகளுக்கும் ஆளாவர். குறைவான சுயமதிப்பும் எதிர்மறையான மனப்போக்குகளும் கொண்டவர்கள் தங்கள் குழந்தைப் பருவத்தில் அன்பும் பாதுகாப்பும் கிடைக்கப் பெறாதவர்களாகத்தான் இருந்திருக்க வேண்டும்.

குழந்தைகளின் பண்புநலன்கள்

குழந்தைகள் இரண்டு குறிப்பிடத்தக்கப் பண்புநலன்களுடன் பிறக்கின்றனர். முதலில், உரத்தச் சத்தங்கள் குறித்த பயம் மற்றும் விழுவது குறித்த பயம் ஆகிய இரண்டு விதமான பயங்களைத் தவிர, பிறக்கும்போது அவர்களுக்கு வேறு எந்த பயமும் இருப்பதில்லை. பிற பயங்கள் அனைத்தும், அக்குழந்தை வளரும்போது மீண்டும் மீண்டும் வலியுறுத்தப்படுவதன் மூலம் பிறரால் கற்றுக் கொடுக்கப்படுகின்றன.

குழந்தைகளுக்கு ஐந்து அல்லது ஆறு வயதாகும்வரை அவர்களுக்கு பயம் என்ற எண்ணமே இருப்பதில்லை. ஏணியில் ஏறுவது, சாலையின் குறுக்கே ஓடுவது, கூர்மையான ஆயுதங்களை எடுப்பது என்று அவர்கள் எதற்கும் பயப்பட மாட்டார்கள். மொத்தத்தில், பெரியவர்கள் அதீதமாக அஞ்சும் விஷயங்களில் இக்குழந்தைகளுக்கு பயமே இருக்காது. பெற்றோர்களும் மற்றவர்களும் அந்த பயங்களை அவர்களது மனத்தில் விதைக்கும்வரை அவர்களிடம் எந்தவிதமான பயமும் இருப்பதில்லை.

குழந்தைகளிடம் உள்ள இரண்டாவது குறிப்பிடத்தக்கப் பண்பு, அவர்களிடம் எவ்விதத் தயக்கமும் இல்லாதது. அவர்கள் அழுவார்கள், சிரிப்பார்கள், பொருட்களைச் சிதறுவார்கள். மற்றவர்களின் அபிப்பிராயங்களைப் பற்றிக் கவலைப்படாமல் தங்களுக்குத் தோன்றுவதைச் செய்வார்கள். அவர்கள் இயல்பாக இருப்பார்கள். எவ்விதத் தயக்கமும் இன்றி அவர்கள் எளிதாகவும் இயற்கையாகவும் தங்களை வெளிப்படுத்துவார்கள்.

இதுதான் உங்களுடைய இயல்பு நிலை. பயமின்றியும், தயக்கமின்றியும், எல்லாச் சூழ்நிலைகளிலும் உங்களை தாராளமாகவும் சுபலமாகவும் வெளிப்படுத்திக் கொள்ளும் இந்நிலையில்தான் நீங்கள் இவ்வுலகிற்குள் வருகிறீர்கள். இது உண்மை என்று உங்களுக்குத் தெரியும். ஏனெனில், பல

வருடங்களுக்குப் பிறகு, உங்கள் நம்பிக்கைக்குப் பாத்திரமான மக்களுடன் ஒரு பாதுகாப்பான சூழ்நிலையில் நீங்கள் இருக்கும்போதெல்லாம், பயமின்மையும் தயக்கமின்மையும் நிறைந்த இந்த இயல்பான நிலைக்கு நீங்கள் அடிக்கடித் திரும்புவீர்கள், ஆசுவாசமாகவும் சௌகரியமாகவும் உணர்வீர்கள், நீங்கள் நீங்களாகவே இருப்பீர்கள்.

குழந்தைகள் எவ்வாறு கற்றுக் கொள்கின்றனர்

குழந்தைகள் இரண்டு முக்கியமான வழிகளில் கற்றுக் கொள்கின்றனர். முதலில், அவர்கள் தங்கள் பெற்றோரை அப்படியே நகலெடுக்கின்றனர். உங்களுடைய மதிப்பீடுகள், மனப்போக்குகள், நம்பிக்கைகள், மற்றும் நடத்தைகள் உட்பட உங்களது அனைத்துப் பழக்கங்களும், நீங்கள் வளர்ந்து வந்த காலத்தில் உங்கள் பெற்றோரைப் பார்த்தும் கவனித்தும் வந்ததில் உருவாக்கப்பட்டன. "தாயைப்போல் பிள்ளை" அல்லது "தகப்பனைப்போல் தனயன்" என்ற கூற்றுகள் நிச்சயமாக உண்மையானவைதான். குழந்தைகள் பெரும்பாலும் ஒரு பெற்றோரின் தாக்கத்திற்கு அதிகமாக ஆளாகியிருப்பர்.

குழந்தைகள் கற்றுக் கொள்ளும் இரண்டாவது வழி, அசௌகரியமான நிலையிலிருந்து சௌகரியமான நிலைக்குச் செல்வது அல்லது வலியிலிருந்து சுகத்தை நோக்கிச் செல்வது. மகிழ்ச்சி மற்றும் இன்பத்தை நோக்கிச் செல்வதுதான் அனைத்து மனித நடத்தைகளுக்குமான அடிப்படை ஊக்குவிப்பு என்று சிக்மன்ட் ஃபிராய்டு உட்படப் பல உளவியலாளர்கள் கூறுகின்றனர். ஒரு குழந்தையின் அனைத்துப் பழக்கவழக்கங்களும், மோசமான உணர்வுகளைக் கொடுக்கும் விஷயங்களிலிருந்து விலகி, மகிழ்ச்சியையும் சுகத்தையும் சௌகரியத்தையும் நோக்கிச் செல்வதற்கு ஏற்படும் தூண்டலால் வடிவமைக்கப்படுகின்றன.

பெற்றோரின் அன்பும் ஒப்புதலும் விலக்கிக் கொள்ளப்படும்போது ஒரு குழந்தைக்கு ஏற்படும் அதிர்ச்சியும் அச்சமும்தான் அக்குழந்தை அனுபவிக்கக்கூடிய பெரும் அசௌகரியம். குழந்தைகளுக்கு உணர்ச்சிரீதியான பாதுகாப்பும், தன் பெற்றோரின் அன்பும், ஆதரவும், பாதுகாப்பும் அதிக அளவில் தேவை. குழந்தையை ஒழுங்குபடுத்தும், கட்டுப்படுத்தும், அல்லது தண்டிக்கும் முயற்சியில் பெற்றோர்கள் தங்கள் அன்பை விலக்கிக் கொள்ளும்போது,

அக்குழந்தை மிகவும் அசௌகரியமாகவும் பாதுகாப்பற்றும் உணரும். இக்குழந்தை பயத்திற்கு ஆளாகும்.

குழந்தையின் கண்ணோட்டம்தான் இங்கு எல்லாமே. பெற்றோர்கள் எதை நினைத்து ஒரு காரியத்தைச் செயதனர் என்பது இங்கு பொருட்டல்ல. அக்குழந்தை அதிலிருந்து புரிந்து கொள்ளும் விஷயம்தான் அதன் உணர்வுகளையும் நடவடிக்கைகளையும் பாதிக்கின்றது. தன்னிடமிருந்து அன்பு விலக்கி வைக்கப்பட்டுள்ளதாக அக்குழந்தை உணர்ந்தால், தன் பெற்றோரின் அன்பையும் ஒப்புதலையும் மீண்டும் பெறும் நோக்கத்துடன் அது தன் நடத்தையை உடனடியாக மாற்ற முயலும். கரையேறும் தவிப்புடன் தண்ணீரில் தத்தளித்துக் கொண்டிருக்கும் ஒரு நபரைப்போல் அது உணரும்.

ஒரு குழந்தைக்குத் தன் பெற்றோரிடமிருந்து நிபந்தனையற்ற அன்பு தொடர்ந்து கிடைக்காதபோது அதன் பாதுகாப்பு அச்சுறுத்தலுக்கு ஆளாகிறது. விரக்தியில் அக்குழந்தை தன் பயமின்மையையும் தன்னிச்சையான இயல்பையும் இழந்துவிடுகிறது.

அன்பு விலக்கி வைக்கப்படுவதால்தான் பெரும்பாலான ஆளுமைப் பிரச்சனைகள் உருவாகின்றன. சிறு வயதிலிருந்து நாம் செய்யும் பெருவாரியான காரியங்கள், பிறரிடமிருந்து அன்பைப் பெறுவதற்காகவோ அல்லது அன்பின்மையை ஈடுகட்டுவதற்காகவோ செய்யப்படுபவைதான். நமது குழந்தைப் பருவத்தின் பெரும்பான்மையான மகிழ்ச்சியற்ற நினைவுகள், அன்பு நமக்குக் கிடைக்கவில்லை என்று நாம் கருதியதன் விளைவாக உருவானவையே. நமது வாழ்வின் துவக்கத்தில் நமக்கு ஏற்பட்ட இந்த அனுபவங்கள்தான் வளர்ந்து பெரியவர்களான பிறகு நாம் ஏற்படுத்திக் கொள்ளும் உறவுகளுக்குக் காரணம்.

ஒரு குழந்தை சிறியவனாக இருக்கும் சமயத்தில், குழந்தை வளர்ப்பில் அவனது பெற்றோர்கள் தவறு செய்யும்போது, குறிப்பாக ஆக்கபூர்வமற்ற விமர்சனங்கள் மற்றும் தண்டனைகளைப் பயன்படுத்தும்போது, அக்குழந்தை தன் பயமின்மையையும் தன்னிச்சையான இயல்பையும் இழந்துவிடுகிறான். எதிர்மறையான பழக்கங்களையும், வாழ்வு குறித்த எதிர்மறையான நடத்தையையும் அவன் உருவாக்கிக் கொள்கிறான். நேர்மறையான பழக்கங்களும் எதிர்மறையான பழக்கங்களும் தூண்டுதலுக்கு நாம் அளிக்கும் செயல்விடைகள்தான். அப்பழக்கங்கள் மீண்டும் மீண்டும்

வலியுறுத்தப்படுவதால், அவை நம் ஆழ்மனத்தில் ஆழப் பதிந்துவிடுகின்றன. அவை ஏதேனும் ஒரு காரணத்தால் தூண்டப்படும்போது தாமாகவே செயல்படுகின்றன.

எதிர்மறையான பழக்கங்கள் நமது முதன்மையான நடத்தையாகின்றன, நம் சுயகருத்தின் அங்கங்கள் ஆகிவிடுகின்றன. அவற்றுக்குள் நாம் சௌகரியமாகத் தஞ்சம் அடைந்துவிடுகிறோம். அவை நம்மில் ஒரு பகுதியானவுடன், அந்த எதிர்மறையான வழியில் நடந்து கொள்ளும்போது மட்டுமே நாம் சௌகரியமாக உணர்கிறோம். நாம் விருப்பத்தால் தூண்டப்படுவதற்குப் பதிலாக, பயத்தால் தூண்டப்படுகிறோம்.

வெற்றியின் எதிரி

மனித நடத்தைகளிலேயே அதிகத் தீங்கு விளைவிப்பது அழிவுபூர்வமான விமர்சனம்தான். அது ஒருவரது சுயமதிப்பைக் குறைத்து, மோசமான சுயபிம்பத்தை உருவாக்கி, அவரது தனிப்பட்டச் செயற்திறனை மட்டுப்படுத்துகிறது. அது ஒருவரது தன்னம்பிக்கையைத் தகர்த்து, அவர் தன்னைப் பற்றி மிகத் தாழ்வான அபிப்பிராயத்தைக் கொள்ளும்படிச் செய்கிறது. கடந்தகாலத்தில் தான் விமர்சிக்கப்பட்டக் காரியங்களில் ஈடுபடும்போது, அவர் மனஇறுக்கத்திற்கு ஆளாகித் தவறுகள் செய்வார். எதையும் முயற்சிப்பதையே அவர் நிறுத்திவிடுவார். மொத்தத்தில், புதிய முயற்சிகளில் ஈடுபடுவதை அவர் முற்றிலுமாக ஒதுக்கிவிடுவார்.

ஒரு சராசரிப் பெற்றோர், தங்கள் குழந்தையை எட்டு முறை விமர்சித்தால் ஒரே ஒரு முறை மட்டுமே பாராட்டுகின்றனர். குழந்தைகளது நடத்தையை மேம்படுத்த வேண்டும் என்ற எண்ணத்தில் அவர்கள் எந்தவிதமான சிந்தனையுமின்றி அவர்கள் தங்கள் குழந்தைகளை விமர்சிக்கின்றனர். ஆனால் இதற்கு நேர்மாறானதுதான் நடக்கிறது. அழிவுபூர்வமான விமர்சனம் ஒரு குழந்தையின் சுயமதிப்பைக் குறைப்பதோடு, அவனது சுயகருத்தை பலவீனமாக்குகிறது, ஆற்றலைக் குறைக்கிறது. அக்குழந்தையின் செயற்திறன் மோசமடைகின்றது.

அழிவுபூர்வமான விமர்சனம் ஒருவருக்குப் போதாமை உணர்வையும், தான் தகுதியற்றவன் என்ற உணர்வையும் ஏற்படுத்துகின்றது. அவருக்குக் கோபம் ஏற்பட்டு, அவர்

தன்னைத் தற்காத்துக் கொள்ள முயற்சிக்கிறார். அச்சூழ்நிலையிலிருந்து தப்பிக்க விரும்புகிறார் அல்லது அதை எதிர்க்க முனைகிறார். செயற்திறன் கீழ்முகமாகச் செல்கிறது. அனைத்து விதமான எதிர்மறை விளைவுகளும் ஏற்படுகின்றன. குறிப்பாக, குழந்தைகளுக்கும் பெற்றோருக்கும் இடையே உள்ள உறவு சீர்கெடுகின்றது.

பள்ளியில் குழந்தைகளின் செயற்திறன் விமர்சிக்கப்படும்போது, தங்களது பள்ளிப் பாடத்திற்கும் தங்களைப் பற்றித் தாங்கள் உணரும் விதத்திற்கும் இடையே ஓர் எதிர்மறையான தொடர்பை அக்குழந்தைகள் விரைவில் உருவாக்கிக் கொள்கின்றனர். அவர்கள் அதை வெறுக்கத் துவங்குகின்றனர். முடிந்தவரை அவ்வேலைகளைத் தவிர்க்க முனைகின்றனர். பள்ளிப் பாடம் என்பது வலி மற்றும் விரக்திக்கான மூலகாரணம் என்பதாக அவர்கள் பார்க்கின்றனர். இதே மனப்போக்கைக் கொண்ட பிற குழந்தைகளுடன் அவர்கள் தொடர்பு கொள்ளத் துவங்குகின்றனர்.

ஆக்கபூர்வமாக விமர்சிப்பதாக நினைத்துக் கொண்டு மக்கள் அடிக்கடி அடுத்தவர்களின் சுயமதிப்பைச் சூறையாடுகின்றனர். உண்மையான ஆக்கபூர்வமான விமர்சனம் ஒருவரை நல்லவிதமாக உணரச் செய்யும், எதிர்காலத்தில் சிறப்பாகச் செயல்படுவதற்கு அதிகத் திறன் படைத்தவர்களாக அவர்களை மாற்றும்.

அழிவுபூர்வமான விமர்சனம் பல ஆளுமைப் பிரச்சனைகளுக்கும் பகையுணர்வு ஏற்படுவதற்கும் காரணமாக அமைகின்றது. கோபம், தாழ்வு மனப்பான்மை, வருத்தம், சுயசந்தேகம், மற்றும் பல்வேறு எதிர்மறை உணர்ச்சிகளுக்கு அது வழிவகுக்கின்றது.

குழந்தைகள் சிறு வயதிலேயே விமர்சிக்கப்படும்போது, அவர்கள் விரைவில் தங்களைத் தாங்களே விமர்சித்துக் கொள்ளக் கற்றுக் கொள்கின்றனர். அவர்கள் தங்களைத் தாழ்த்திக் கொண்டு, தகுதியற்றவர்களாக நினைத்துக் கொண்டு, தங்கள் அனுபவங்களை ஓர் எதிர்மறையான வழியில் புரிந்து கொள்கின்றனர். அவர்கள் எவ்வளவு கடினமாக உழைத்தாலும் சரி, எவ்வளவு சிறப்பாகச் செயல்பட்டாலும் சரி, "நான் போதுமானவனல்ல," என்ற உணர்வே தொடர்ந்து அவர்களிடம் நிலவுகிறது.

விமர்சிப்பதன் ஒரே நோக்கம் செயற்திறனை மேம்படுத்துவதாக இருக்க வேண்டும். விமர்சனத்தின் விளைவாக ஒருவர் சிறந்தவராக உருவாக வேண்டும். ஆக்கபூர்வமான விமர்சனம் பழிவாங்குவதற்காகச் செய்யப்படுவதல்ல. உங்கள் வருத்தத்தையோ அல்லது கோபத்தையோ வெளிப்படுத்துவதற்கான ஒரு வடிகால் அல்ல அது. ஒருவருக்கு உதவி செய்வதுதான் அதன் நோக்கமாக இருக்க வேண்டும், காயப்படுத்துவது அல்ல. அது உங்களால் இயலாது என்றால், விமர்சிப்பதை ஒட்டுமொத்தமாகத் தவிர்த்துவிடுவது நல்லது.

ஆக்கபூர்வமாக விமர்சிப்பதை உறுதி செயவதற்கான ஏழு வழிகள் இவை.

முதலில், ஒருவரின் சுயமதிப்பைக் காப்பாற்றுவது உங்கள் நோக்கமாக இருக்க வேண்டும். அவர்களை மென்மையாகக் கையாளுங்கள். என் குழந்தைகள் தவறு செய்யும்போது நான் அவர்களைத் திருத்த முற்படும்போது, “நான் உங்களை மிகவும் நேசிக்கிறேன்,” என்றுதான் துவங்குவேன். பிறகு அவர்கள் மேம்படுவதற்குத் தேவையான ஆலோசனைகளையும் வழிகாட்டுதலையும் நான் அவர்களுக்குக் கொடுப்பேன்.

இரண்டாவது, எதிர்காலத்தின்மீது கவனம் செலுத்துங்கள், கடந்தகாலத்தின்மீது அல்ல. நடந்து முடிந்துவிட்ட ஒரு விஷயத்தை அலசாதீர்கள். “இனி நாம் என்ன செய்ய வேண்டும்?” என்பதைப் பற்றிப் பேசுங்கள். “அடுத்த முறை, நீங்கள் ஏன் இதை முயற்சித்துப் பார்க்கக்கூடாது?” போன்ற கேள்விகளை அவரிடம் கேளுங்கள்.

மூன்றாவது, ஒருவரது நடத்தை அல்லது செயல்பாட்டின்மீது கவனம் செலுத்துங்கள், அவர்மீது அல்ல. அவரைப் பற்றிப் பேசாமல், பிரச்சனையைப் பற்றிப் பேசுங்கள். “நீங்கள் போதுமான அளவு விற்கவில்லை,” என்பதற்குப் பதிலாக, “உங்கள் விற்பனை எங்கள் எதிர்பார்ப்பிற்குக் குறைவாக உள்ளது. அதை மேம்படுத்த நாம் என்ன செய்யலாம்?” என்று கேளுங்கள்.

நான்காவது, “நீங்கள்” என்ற வார்த்தைக்குப் பதிலாக “நான்” என்ற வார்த்தையைப் பயன்படுத்தி உங்கள் உணர்வுகளை வெளிப்படுத்துங்கள். “நீங்கள் என்னைக் கோபப்படுத்துகிறீர்கள்,” என்று கூறுவதற்குப் பதிலாக, “நீங்கள் அதைச் செய்யும்போது எனக்குக் கோபம் ஏற்படுகிறது,” அல்லது “எனக்கு இச்சூழ்நிலை மகிழ்ச்சியளிப்பதாக இல்லை. அதை மாற்றுவதற்கு நம்மால்

என்ன செய்ய முடியும் என்பது பற்றி நான் உங்களுடன் கலந்தாலோசிக்க விரும்புகிறேன்," என்று கூறுங்கள்.

ஐந்தாவது, எது மாற வேண்டும், எப்போது மாற வேண்டும், எவ்வளவு மாற வேண்டும் என்பது பற்றி ஒரு தெளிவான முடிவுக்கு வாருங்கள். தீர்வுகளையும் எதிர்காலத்தையும் மனத்தில் இருத்தி, தெளிவாகவும் திட்டவட்டமாகவும் பேசுங்கள். "எதிர்காலத்தில் நீங்கள் உங்கள் குறிப்புகளைத் துல்லியமாக வைத்துக் கொள்வதும், பொருட்களை வெளியே அனுப்புவதற்கு முன்பு அவற்றை ஒருமுறைக்கு இருமுறை சோதனை செய்வதும் முக்கியம்," என்பதுபோல் பேசுங்கள்.

ஆறாவது, உதவி செய்ய முன்வாருங்கள். "இச்சூழ்நிலையில் உங்களுக்கு உதவ என்னால் ஏதாவது செய்ய முடியுமா?" என்று கேளுங்கள். என்ன செய்ய வேண்டும், அதை எப்படிச் செய்ய வேண்டும் என்பதை அவருக்கு எடுத்துக்காட்டத் தயாராக இருங்கள். ஒரு பெற்றோராக இருப்பதோடு, நீங்கள் ஓர் ஆசிரியராகவும் இருக்கிறீர்கள். ஒரு செயலை எவ்வாறு செய்ய வேண்டும் என்று விளக்கமாக எடுத்துக்கூறாமல் அடுத்தவர் அதைச் சரியாகச் செய்வார் என்று உங்களால் எதிர்பார்க்க முடியாது.

ஏழாவது, ஒரு வேலையைச் சிறப்பாகச் செய்ய வேண்டும் என்று அடுத்தவர் விரும்புவதாக அனுமானித்துக் கொள்ளுங்கள். ஒருவேளை அவர் தவறு செய்திருந்தாலும் அல்லது ஒரு வேலையை மோசமாகச் செய்திருந்தாலும், அதை அவர் வேண்டுமென்றே அவ்வாறு செய்யவில்லை என்று நம்புங்கள். மட்டுப்படுத்தப்பட்டத் திறமை, முழுமையற்றத் தகவல், அல்லது ஏதோ ஒரு வகையான தவறான புரிதல்தான் இங்கு பிரச்சனையாக இருக்கக்கூடும் என்று முடிவு செய்யுங்கள்.

கோபமாகவும் அழிவுபூர்வமாகவும் இருப்பதற்குப் பதிலாக அமைதியாகவும், பொறுமையாகவும், ஆதரவாகவும், அடுத்தவரது உணர்ச்சிகளைப் புரிந்து கொள்பவராகவும், தெளிவாகவும், ஆக்கபூர்வமாகவும் இருங்கள். ஒருவரை அழிப்பதற்குப் பதிலாக அவரை உருவாக்குங்கள். அனைத்து அழிவுபூர்வமான விமர்சனங்களையும் உடனடியாக நிறுத்துங்கள். அடுத்தவர்களுடைய சுயமதிப்பை உருவாக்குவதற்கு இதைவிட விரைவான வழி எதுவும் கிடையாது. உங்களுடைய உறவுகள் அனைத்திலும் ஒரு மாபெரும் வித்தியாசத்தை நீங்கள் உடனடியாக உணர்வீர்கள்.

எதிர்மறையான பழக்கங்கள்

குழந்தைப் பருவத்தில் நாம் அனைவரும் இரண்டு வகையான எதிர்மறைப் பழக்கங்களைக் கற்றுக் கொள்கிறோம். சில பழக்கங்கள் நாம் முன்னேறுவதற்கு உதவுகின்றன. சில பழக்கங்கள் நம்மை முன்னேறவிடாமல் தடுக்கின்றன. நீங்கள் சிந்திக்கும், உணரும், செய்யும் அனைத்தையும் அவை பாதிக்கின்றன. உங்கள் தலைவிதியை அவைதான் கட்டுப்படுத்துகின்றன, தீர்மானிக்கின்றன. அவற்றைப் பற்றி உங்களுக்குத் தெளிவான விழிப்புணர்வு இல்லாமல் இருக்கலாம். உங்கள் வாழ்வில் அவை ஏற்படுத்தும் தாக்கத்தைப் புரிந்து கொள்வதும், அவை உங்கள் நடத்தையின்மீது ஏற்படுத்தும் தாக்கத்தை முறியடிப்பதற்குக் கற்றுக் கொள்வதும், வாழ்வில் நீங்கள் வெற்றியுடனும் மகிழ்ச்சியுடனும் இருப்பதற்கு முற்றிலும் இன்றியமையாதவை.

"அதைச் செய்யாதே! அங்கிருந்து சென்றுவிடு! அதைத் தொடாதே! அதை நிறுத்து! கவனமாகப் போ!" போன்றவற்றை மீண்டும் மீண்டும் கூறும்போது, தன்னை மட்டுப்படுத்தும் எதிர்மறைப் பழக்கங்களை ஒரு குழந்தை கற்றுக் கொள்கிறான். தன் உலகின் ஒவ்வொரு பகுதியைத் தொடுவதும், ருசித்துப் பார்ப்பதும், முகர்வதும், உணர்வதும், ஆய்வு செய்வதும் ஒரு குழந்தையின் இயல்பான தூண்டுதல்கள். ஒரு குழந்தை இவ்வாறு செய்யும்போது பெற்றோர்கள் கத்துவதும், வருத்தப்படுவதும், குழந்தையை அடிப்பதும், அல்லது ஏதோ ஒரு விதத்தில் ஒப்புதல் அளிக்க மறுப்பதும் நிகழும்போது, அதைப் புரிந்து கொள்ளும் அளவுக்கு அக்குழந்தைக்கு வயது போதாது. மாறாக, "நான் வித்தியாசமாக ஏதேனும் செய்ய முயற்சிக்கும் ஒவ்வொரு முறையும் என் பெற்றோர்கள் என்மீது கோபம் கொள்கின்றனர், என்னை நேசிப்பதை நிறுத்திவிடுகின்றனர். நான் மிகவும் சிறியவன், தகுதியற்றவன், திறமையற்றவன், என்னால் முடியாது என்பதுதான் அதற்குக் காரணம்," என்ற செய்தியைத்தான் அவன் உள்வாங்கிக் கொள்கிறான்.

"என்னால் முடியாது" என்ற உணர்வு விரைவில் தோல்வி பயமாக மாறிவிடும். பெரியவர்களின் வாழ்வில் இந்தத் தோல்வி பயம்தான் வெற்றிக்கான மாபெரும் தடையாகும். ஏதேனும் ஒரு வித்தியாசமான, சற்றுத் துணிச்சலான காரியத்தில் இறங்கும்போது, இந்த பயம் நம்முள் பூதாகாரமாக வளர்கிறது.

என் சொந்த விஷயத்தை எடுத்துக் கொண்டால், நான் பள்ளியில் மிகவும் மோசமாகப் படித்ததால், நான் அவ்வளவு சாமர்த்தியமானவன் அல்ல என்று நான் பயந்தேன். என்னைச் சுற்றிலும் மற்றவர்கள் துணிச்சலான வியாபாரங்களிலும் வேலைகளிலும் ஈடுபட்டபோது நான் வேறு பக்கமாகத் திரும்பிக் கொண்டேன். அவர்களிடம் புத்திசாலித்தனமும் துணிச்சலும் இருந்தன, என்னிடம் அவை இல்லை என்று நான் நினைத்தேன்.

நான் சிறுவனாக இருந்தபோது, என் தந்தையின் அடி உதைக்கு பயந்தேன். விளையாட்டு மைதானத்தில் குறும்புக்காரச் சிறுவர்களைக் கண்டு பயந்தேன். விற்பனைத் துறைக்குள் நுழைந்தபோது வாடிக்கையாளர்களைத் தொலைபேசியில் தொடர்பு கொண்டு பேசுவதற்கு அஞ்சினேன். நிர்வாகத்திற்குள் அடியெடுத்து வைத்தபோது என்னை உறுதியாக நிலைநாட்டிக் கொள்ள பயந்தேன். சிறிது பணம் சம்பாதித்தபோது, அதை முதலீடு செய்வதற்கு பயந்தேன். நான் தோற்றுவிடுவேன், என் முதலீட்டை இழந்துவிடுவேன் என்ற பயத்தில் என் சொந்த வியாபாரத்தைத் தொடங்குவதற்கு பயந்தேன்.

என் பெற்றோர்கள் பயந்த சுபாவம் உடையவர்கள். என்னையும் அவர்கள் பயந்த சுபாவம் உடையவனாகவே வளர்த்தனர். ஆனால், தங்களால் முடிந்த அளவுக்கு அவர்கள் என்னை நல்லவிதமாகத்தான் வளர்த்தனர். ஆனால், என் பயங்கள் எல்லாம் என் மனத்தில்தான் இருந்தன என்பதையும், நான் எதைக் கண்டும் பயப்படத் தேவையில்லை என்பதையும் பின்னாளில் நான் உணர்ந்தபோதுதான் என் உண்மையான வாழ்க்கை துவங்கியது.

நீங்கள் எதிர்மறைப் பழக்கங்களின் பிடியில் இருக்கும்போது, நீங்கள் தாக்கப்படும் அபாயம் உள்ளதாக நீங்கள் உணர்கிறீர்கள், அதற்கேற்ப நடந்து கொள்கிறீர்கள். தோல்வி பயத்தை முதலில் உங்கள் வயிற்றில்தான் நீங்கள் உணர்கிறீர்கள். அது அங்கிருந்து உங்கள் உடலின் மற்ற இடங்களுக்குச் செல்கிறது.

எடுத்துக்காட்டாக, நீங்கள் மேடையில் நின்று பேசுவதற்கு அஞ்சுபவராக இருந்து, நீங்கள் ஒரு பெரிய கூட்டத்தில் நின்று பேச வேண்டும் என்று கேட்டுக் கொள்ளப்படும்போது, முதலில் ஒரு பலவீனமான உணர்வு உங்களுக்கு ஏற்படும். வயிற்றில் பயம் ஏற்படும். அந்த நிகழ்ச்சியைப் பற்றி நீங்கள் எவ்வளவு

அதிகமாக நினைக்கிறீர்களோ, அவ்வளவு பயம் உங்கள் உடலில் பரவும். உங்கள் இதயம் வேகமாகத் துடிக்கும். உங்கள் சுவாசம் வேகமாகவும் மேலோட்டமாகவும் இருக்கும். உங்கள் தொண்டை வறண்டு போகக்கூடும். உங்கள் தலை கனக்கும். யாரோ உங்களை அடிக்கப் போவதுபோன்ற உணர்வு ஏற்படும். இந்த எதிர்மறைப் பழக்கம் உங்களுக்கு ஆறு வயதாவதற்கு முன்பே உங்கள் ஆழ்மனத்தில் வளர்க்கப்பட்டுவிடுகிறது.

எதிர்மறைப் பழக்கங்கள் கவலை, நரம்புத் தளர்ச்சி ஆகிய உணர்வுகளையும் தூண்டும். அதோடு உங்கள் உடல் வியர்த்துக் கொட்டும், இதயத்துடிப்பு அதிகரிக்கும். எரிச்சல், பொறுமையின்மை, கோபம் ஆகியவை தலைதூக்கும். எதிர்மறைப் பழக்கம் உங்களிடம் எந்த அளவுக்கு ஆழமாக வேரூன்றியுள்ளதோ, அந்த அளவுக்குத் தீவிரமாக நீங்கள் நடந்து கொள்வீர்கள்.

தோல்வி பயத்தையும், 'என்னால் முடியாது' என்ற எண்ணத்தையும் நீங்கள் மூன்று வழிகளில் வளர்த்துக் கொள்கிறீர்கள்.

முதலில், அழிவுபூர்வமான விமர்சனம் அல்லது உடல்ரீதியான தண்டனையுடன்கூடிய ஒரு நிகழ்வை மீண்டும் மீண்டும் நினைவுபடுத்திப் பார்ப்பதன் மூலம் அதை நீங்கள் கற்றுக் கொள்கிறீர்கள். ஒரு குழந்தை வீணையைத் தொடும் ஒவ்வொரு முறையும் தண்டனைக்கு ஆளாகும்போது, அதுவே அதற்கு பயமாக மாறி, வீணையைப் பற்றி நினைக்கும்போதே உதறல் எடுக்கும் அளவுக்குப் போய்விடுகிறது.

தான் குழந்தையாக இருந்தபோது தனது குடிகாரத் தந்தை தன்னை அடித்துத் துன்புறுத்தியதாக என் பயிலரங்கில் கலந்து கொண்ட மருத்துவர் ஒருவர் என்னிடம் கூறினார். எவ்வித முன்னறிவிப்பும் இன்றி நாற்காலியில் இருந்து குதித்து எழுந்து வந்து அவரது தந்தை அவரை அடிப்பார். இன்று அந்த மருத்துவருக்கு ஐம்பது வயது ஆன நிலையிலும்கூட, யாரேனும் விரைவாக குதித்து எழுவதைத் தொலைக்காட்சியில் அவர் பார்த்தாலும், தான் தாக்கப்பட இருப்பதுபோல் அவரது உடல் வெலவெலக்கின்றது. அவரது வயிறு இறுகுகிறது. இதயத் துடிப்பு அதிகரிக்கிறது. உடல் முழுவதும் வியர்த்துக் கொட்டுகிறது. ஒட்டுமொத்த உடலும் நடுங்குகிறது. குழந்தைப் பருவத்தில் ஏற்பட்ட வலியும் துன்பமும் இவ்வாறு நடந்து கொள்ள அவரைத் தயார்படுத்தியுள்ளன. இதிலிருந்து அவர் ஒருபோதும் மீளாமல் போகக்கூடும்.

இரண்டாவது, நீங்கள் அறியாத லேசான எதிர்மறைத் தாக்கங்களின் விளைவாக நீங்கள் ஓர் எதிர்மறையான பழக்கத்தைக் கற்றுக் கொள்ளக்கூடும். சிலர் தங்கள்மீது ஏவப்படும் விமர்சனங்கள் அப்பட்டமான உண்மை என்பதுபோல் அவற்றை எவ்விதக் கேள்வியும் இன்றி ஒப்புக் கொள்ளக்கூடும். எதிர்மறைப் பண்புநலன்கள் தங்கள் ஜாதகத்திலேயே இருப்பதாக இன்னும் சிலர் நம்புகின்றனர். சிலர் முதன்முதலாக ஒரு விஷயத்தைச் செய்யும்போது அது மோசமாகப் போய்விட்டால், தங்களுக்கு அதில் ஞானம் இல்லை, திறமை இல்லை என்று முடிவு செய்துவிடுகின்றனர்.

நீங்கள் செய்ய வேண்டிய முக்கியமான விஷயம், "அப்பகுதியில் நான் உண்மையிலேயே சிறப்பாகச் செயல்படுவதற்கான திறமை என்னிடம் இருப்பது ஒருவேளை உண்மை என்றால்?" என்று தொடர்ந்து உங்களிடம் கேட்டு வருவதுதான். பிறகு, அத்திறமை உங்களுக்கு இயல்பாகவே இருப்பதாக அனுமானித்துக் கொண்டு அதன்மீது செயல்படத் துவங்குங்கள். உங்களை மட்டுப்படுத்தும் நம்பிக்கைகளையும் பயங்களையும் நீங்கள் களையத் துவங்கும்போது, வெகு சில தடைகளே உங்கள்முன் இருப்பதை நீங்கள் உணர்வீர்கள். அவை அனைத்தும் கிட்டத்தட்ட உங்கள் மனத்திலும், உங்கள் இயல்பான நடவடிக்கையிலும்தான் உள்ளன.

ஏதோ ஒரு விதத்தில் நடந்த ஒரு குறிப்பிட்டத் துன்ப நிகழ்ச்சியின் விளைவாக ஓர் எதிர்மறைப் பழக்கத்தைக் கற்றுக் கொள்வது மூன்றாவது வழி.

குழந்தைப் பருவத்தில் எப்போதேனும் ஒரு சமயம் தண்ணீரில் கிட்டத்தட்ட மூழ்கியது அல்லது உயரத்திலிருந்து கீழே விழுந்தது போன்ற, பயத்தை உண்டாக்கிய ஏதேனும் ஒரு குறிப்பிட்டச் சம்பவம், தண்ணீரைப் பற்றிய அர்த்தமற்ற பயத்தையோ அல்லது உயரம் குறித்த அர்த்தமற்ற பயத்தையோ உங்கள் வாழ்நாள் முழுவதும் உங்களுக்குள் உறைய வைத்துவிடும். தண்ணீரில் இறங்குவது அல்லது உயரமான ஓரிடத்தில் நிற்பது குறித்த எண்ணம்கூட உங்களை முடக்கிப் போட்டுவிடும்.

சில சமயங்களில் இந்த பயங்கள் தீவிரமடைகின்றன. உங்களது எதிர்மறையான அனுபவங்களை நீங்கள் தொடர்ந்து நினைத்துப் பார்த்து வந்தால், அது உங்கள் வாழ்க்கையின் பெரும்பகுதியைப் பாதிக்கின்ற ஒரு முக்கியமான பயமாக உருவாகி, உங்கள் மகிழ்ச்சியில் குறுக்கிடுவதை உணர்வீர்கள்.

அர்த்தமற்ற பயத்தைப் பற்றித்தான் நாம் இங்கு பேசிக் கொண்டிருக்கிறோம். ஒரு சூழ்நிலை உங்களுக்குத் தீவிரமான கவலையைத் தூண்டுகிறது. நீங்கள் அது குறித்துக் காரணமின்றிக் கோபம் கொள்கிறீர்கள். அது குறித்த எண்ணமே உங்களை வருத்தத்திற்கு ஆளாக்கி, உங்கள் வேலை அல்லது உங்களது உறவுகளில் குறுக்கிடுகின்றது.

நேர்மறையான ஒரு நபராக மாறுவதற்கான முக்கியத் தேவைகளில் ஒன்று உங்கள் மனத்தைத் தூய்மைப்படுத்துவது. உங்களைத் தடுத்துக் கொண்டிருக்கும் பயங்களை அடையாளம் கண்டுகொண்டு அவற்றைக் கையாள்வது மிகமிக அவசியமானது.

உங்கள் பயங்களைப் பற்றி உங்களது நண்பரிடமோ அல்லது வாழ்க்கைத் துணைவரிடமோ கலந்து பேசுங்கள். உங்களால் பார்க்க முடியாத விஷயங்களை அடுத்தவரால் பார்க்க முடியும். அல்லது ஒரு மனநல மருத்துவரிடம் சென்று சிகிச்சை பெற்றுக் கொள்ளுங்கள். பல வருடங்களாக உங்களை முன்னேற விடாமல் தடுத்துக் கொண்டிருக்கும் மனத் தடைகளில் இருந்து விடுபடுவதற்கு அது உங்களுக்கு உதவும்.

இரண்டாவது வகையான எதிர்மறைப் பழக்கத்தைக் கட்டாயத்தின் பேரில் ஒரு குழந்தை கற்றுக் கொள்கிறது. "நீ இதை ஒழுங்காகச் செய்துவிடு, இல்லையென்றால் நான் என்ன செய்வேன் என்று எனக்கே தெரியாது," என்று தொடர்ந்து மிரட்டப்பட்டு வரும் ஒரு குழந்தை இந்த எதிர்மறையான பழக்கத்தைக் கற்றுக் கொள்கிறது. "நீ இதைச் செய்யாவிட்டால் பெரும் பிரச்சனைக்கு உள்ளாவாய்," என்று பெற்றோர்கள் கூறுகின்றனர். ஆனால் குழந்தைகளைப் பொறுத்தவரை எப்போதும், 'பிரச்சனை' என்ற வார்த்தைக்கு, 'அன்பும் ஒப்புதலும் பறிக்கப்படவுள்ளன' என்றுதான் அர்த்தம்.

பெற்றோர்கள் தங்கள் குழந்தையின் நடத்தை அல்லது செயல்பாட்டின் அடிப்படையில் நிபந்தனையுடன்கூடிய அன்பை வெளிப்படுத்தும்போது, "என் பெற்றோர்கள் என்னை நேசிக்கவில்லை. அவர்களை நான் திருப்திப்படுத்தாவிட்டால் எனக்குப் பாதுகாப்பில்லை. எனவே, அவர்களுக்கு மகிழ்ச்சியூட்டும் விஷயங்களை நான் கட்டாயம் செய்தாக வேண்டும். அவர்கள் விரும்பும் விஷயங்களையும் அவர்களுக்குத் திருப்தியளிக்கும் விஷயங்களையும் நான் செய்ய வேண்டும்," என்ற செய்தியை அக்குழந்தை தன் மனத்தில் ஆழமாகப் பதிவு செய்து கொள்கிறான். தான்

நிராகரிக்கப்பட்டுவிடுவோம் என்ற பயம்தான் வாழ்வில் ஒருவரது தோல்விக்கும், அவர் சராசரிக்கும் குறைவாக சாதிப்பதற்குமான முக்கியக் காரணம்.

நிபந்தனையுடன்கூடிய அன்புடன் வளர்க்கப்படும் ஒரு குழந்தை, வளர்ந்து பெரியவனானவுடன் அடுத்தவர்களின் அபிப்பிராயங்களுக்கு அதிக முக்கியத்துவம் கொடுப்பான். குறிப்பாக அவனது பெற்றோர், வாழ்க்கைத் துணைவர், உயரதிகாரி, அல்லது நண்பர்கள் ஆகியோரின் அபிப்பிராயங்கள் அவனுக்கு முக்கியமானவையாகிவிடுகின்றன.

மற்றவர்களுடைய எண்ணங்களுக்கும் உணர்வுகளுக்கும் நாம் மதிப்புக் கொடுப்பது இயல்புதான். மற்றவர்களுடைய அபிப்பிராயங்களை மதிப்பதும், அவற்றின்மீது அக்கறை காட்டுவதும்தான் சமூகத்தை ஒன்றிணைத்துக் கட்டிக் காக்கின்றன. இல்லையென்றால், குழப்பம்தான் மிஞ்சும். ஆனால் அளவுக்கதிகமாக அவர்களது அபிப்பிராயங்களுக்கு நாம் முக்கியத்துவம் கொடுக்கும்போது, அது ஒருவரை முடக்கிப் போட்டுவிடும். வேறொருவரின் ஒப்புதல் கிடைக்காதவரை தங்களால் எந்தவிதமான முடிவுக்கும் வர முடியாமல் திணறும் நிலைக்கு அவர்கள் தள்ளப்பட்டு விடுகின்றனர். ஆனால் உயர்ந்த நிலையில் இருக்கும் மக்கள், மற்றவர்களின் அபிப்பிராயங்களைக் கருத்தில் கொண்டாலும் தங்களுக்குச் சரியென்று படுபவற்றின் அடிப்படையில் சொந்தமாக முடிவெடுக்கும் தன்னம்பிக்கையைக் கொண்டுள்ளனர்.

பயம் நம் அனைவருக்குமே உள்ளது என்பதை நினைவில் கொள்ளுங்கள். குறிப்பாக, நாம் விமர்சனத்தையும் ஒப்புதலின்மையையும் கண்டு பயப்படுகிறோம். நாம் பார்த்துப் பிரமிக்கும் மக்களின் நன்மதிப்பையும் ஒப்புதலையும் பெறுவதற்கு நாம் நம்மாலான அனைத்தையும் செய்யத் தயாராக இருக்கிறோம். அவர்கள் நம்மை விரும்புவதற்காக நாம் அனைத்து விதமான தியாகங்களையும் செய்வோம். ஆனால் இந்த அபாயகரமான தாக்கத்தைப் பற்றிய விழிப்புணர்வு உங்களுக்கு எப்போதும் இருக்க வேண்டும். அடுத்தவர்களின் அபிப்பிராயங்கள் கருத்தில் கொள்ளப்படுகின்ற ஒவ்வொரு சூழ்நிலையிலும், "நான் உண்மையிலேயே என்ன செய்ய விரும்புகிறேன்? எனக்கு எது அதிக மகிழ்ச்சியைக் கொடுக்கும்?" என்று உங்களை நீங்களே கேட்டுக் கொள்ளுங்கள். பிறகு உங்களுக்குத் திருப்தி அளிக்கும் தீர்மானங்களை மேற்கொள்ளுங்கள்.

நிராகரிப்புக் குறித்த பயத்தைக் கொண்டிருக்கும் பெண்கள் மனச்சோர்வுக்கு ஆளாகின்றனர், மற்றவர்களிடமிருந்து தங்களை விலக்கி வைத்துக் கொள்கின்றனர். இந்த பயத்தைக் கொண்டிருக்கும் ஆண்களைப் பொறுத்தவரை, இது வேறு விதமாக வெளிப்படுகின்றது. தன் தந்தையிடமிருந்து அன்பை எதிர்பார்த்து ஏங்கிய ஆண்கள், தங்கள் வேலையிடத்தில் தங்கள் உயரதிகாரிகளின் ஒப்புதலின்மீது அளவுக்கதிகமான அக்கறை காட்டுகின்றனர். இன்னும் சிலர், தங்கள் ஆரோக்கியமும் தங்கள் குடும்பமும் சீர்கெடும் அளவுக்குத் தங்கள் வேலையே கதியென்று கிடக்கின்றனர்.

என் தந்தை இறந்தபோது நான் அதை மிகவும் மோசமாக எடுத்துக் கொண்டேன். அவரது முழுமையான அன்பையும் ஒப்புதலையும் பெறுவதற்கு நான் எதையுமே செய்யவில்லை என்று நான் நினைத்தேன். அவர் இறந்த பிறகும், அவரைப் பற்றி நினைத்தபோதெல்லாம் ஒரு பெரும் இழப்பையும் வெறுமையையும் நான் உணர்ந்தேன்.

பிறகு ஒருநாள் மாலை நான் என் தாயாரை ஒரு ஹோட்டலுக்கு அழைத்துச் சென்று அவருடன் என் உணர்வுகளைப் பகிர்ந்து கொண்டேன். அவர் ஆச்சரியப்பட்டு, நான் வருத்தமாகவோ அல்லது ஏமாற்றமாகவோ இருப்பதற்கு எந்த அவசியமும் இல்லை என்று என்னிடம் கூறினார். என் தந்தை யாரிடமும் அதிகமாக அன்பு காட்டியதில்லை என்று அவர் தெரிவித்தார்.

என் தந்தையின் குழந்தைப் பருவம் மற்றுமு அவரது ஆரம்பகால அனுபவங்கள் ஆகியவற்றின் காரணமாக, அவர் தன்னையே மிகவும் குறைவாகத்தான் நேசித்தார். எனவே, தன் குழந்தைகளுக்குக் கொடுப்பதற்கு அவரிடம் அவ்வளவு அன்பு இருக்கவில்லை. அவரிடமிருந்து அதிகமான அன்பைப் பெறுவதற்கு என்னால் இதற்கு மேல் எதுவும் செய்திருக்க முடியாது என்றும் என் தாயார் என்னிடம் கூறினார்.

நிராகரிப்புக் குறித்த பயத்தைக் கொண்டிருக்கும் ஆண்கள், தங்கள் தந்தையரிடமிருந்து அன்பையும் மதிப்பையும் பெறுவதற்குத் தொடர்ந்து முயற்சிப்பதை நான் காண்கிறேன். என் தந்தை இறந்த பிறகு நான் கண்டுகொண்ட ஒரு விஷயம், உங்கள் தந்தையால் எவ்வளவு அன்பைக் கொடுக்க முடியுமோ அதை நீங்கள் பெறுகிறீர்கள் அல்லது பெற்றுவிட்டீர்கள். அதைவிட அதிகமான அன்பு அவரிடம் இல்லை. அதை மாற்றுவதற்கு உங்களால் இப்போது எதுவும் செய்ய முடியாது.

இதை நீங்கள் புரிந்து கொண்டு ஏற்றுக் கொண்டால், ஓர் ஆசுவாசமான வாழ்க்கையை உங்களால் வாழ முடியும்.

வியாபாரத்தில் சுயகருத்து

ஒரு தம்பதியரில் தொடங்கி ஒரு பெருநிறுவனம் வரை, மக்கள் குழு ஒவ்வொன்றிற்கும் ஒரு சுயகருத்து உள்ளது. மக்கள் ஒரு குழுவாக இருக்கும்போது அவர்கள் வெளிப்படுத்தும் ஒட்டுமொத்த ஆளுமைதான் அது. அதை அவர்களது நிறுவனக் கலாச்சாரம் என்று கூறினாலும், அது அவற்றைவிட இன்னும் அதிகமானது. எல்லாவற்றையும்விட மேலாக, ஒரு பெரிய குழுவின் ஓர் அங்கமாக ஒவ்வொரு தனிநபரும் எவ்வளவு தூரம் மகிழ்ச்சியாகவும், தன்னம்பிக்கையோடும், பெருமிதத்தோடும் இருக்கிறார்கள் என்பதுதான் அது.

ஒவ்வொரு தம்பதியினரும் ஒரு சுயகருத்தைக் கொண்டுள்ளனர். கணவனும் மனைவியும் ஒன்றாக இணைந்திருக்கும்போது அவர்கள் தங்களை எப்படிப் பார்க்கிறார்கள், எவ்வாறு உணர்கிறார்கள் என்பதுதான் அது. அவர்கள் எவ்வளவு தூரம் சிரிக்கிறார்கள் அல்லது சிரிக்காமல் இருக்கிறார்கள் என்பதில் அது வெளிப்பட்டுவிடும். நேர்மறையான சுயகருத்துக்களைக் கொண்ட தம்பதியர்களும் குடும்பங்களும் தனிநபர்களாகவும், குழுவின் ஓர் உறுப்பினர் என்ற முறையிலும் மகிழ்ச்சியாகவும் உற்சாகமாகவும் இருக்கின்றனர். எதிர்மறையான சுயகருத்துக்களைக் கொண்ட தம்பதியர்களும் குடும்பங்களும் எப்போதும் குறைகூறிக் கொண்டும், விமர்சித்துக் கொண்டும், விவாதித்துக் கொண்டும் இருக்கின்றனர்.

பெருநிறுவனங்களும், அவற்றின் ஒவ்வொரு துறையும், அலுவலகத்தைத் தூய்மை செய்யும் துப்புரவுப் பணியாளர்கள் குழு உட்பட அதன் ஒவ்வொரு குழுவும் தமக்கென்று சுயகருத்துக்களை கொண்டுள்ளன.

ஒரு வியாபாரத்தின் சுயகருத்து மூன்று அடிப்படை அம்சங்களைக் கொண்டுள்ளது. முதலாவது, ஒரு நிறுவனத்தின் நோக்கமும், மதிப்பீடுகளும், நன்னெறிகளும், இலக்கும் அடங்கிய அதன் சுயகொள்கை. இவை அனைத்தும் தெளிவாகவும் நேர்மறையாகவும் இருக்கும்போதும், நிறுவனத்தின் உயர் அதிகாரிகளால் இவை அர்ப்பணிப்புடன் கடைபிடிக்கப்படும்போதும், அந்நிறுவனத்தில் பணிபுரியும் மக்கள் மகிழ்ச்சியாகவும் அதிக நேர்மறையாகவும் இருப்பதோடு,

தங்களைக் குறித்தும் தங்களது இலக்குகளைக் குறித்தும் அதிகத் தன்னம்பிக்கை நிறைந்தவர்களாகவும் இருப்பார்கள்.

உயர்மட்ட நிர்வாகத்தினரின் தவிர்க்க முடியாத பெரும் பொறுப்புகளில் ஒன்று, இந்த சுயகொள்கையைத் தெளிவாக வரையறுத்து, தாங்கள் அதைக் கடைபிடித்து, தாங்கள் நம்புகின்ற இந்த சுயகொள்கையை மற்றவர்களுக்கும் தொடர்ந்து எடுத்துரைத்து, அனைவருக்கும் ஒரு வழிகாட்டியாக விளங்குவதுதான்.

ஒரு நிறுவனத்தின் சுயகொள்கையின் இரண்டாவது அம்சம், ஒட்டுமொத்த சுயபிம்பம். இதுதான் ஒரு நிறுவனத்தின் நிர்வாகமும் அதன் ஊழியர்களும் தங்களைப் பார்க்கும் மற்றும் தங்களைப் பற்றிச் சிந்திக்கும் விதம். தங்கள் வேலையைத் தாங்கள் எவ்வளவு சிறப்பாகச் செய்வதாக அவர்கள் உணர்கிறார்கள் என்பது அவர்கள் தங்களைப் பற்றிக் கொண்டிருக்கும் சுய எண்ணத்தைத் தீர்மானிப்பதில் பெரும் பங்கு வகிக்கிறது. அவர்கள் கையாளும் பொருட்கள் மற்றும் அவர்கள் அளிக்கும் சேவைகள் ஆகியவற்றின் தரத்தாலும், தங்களது வாடிக்கையாளர்கள் மற்றும் விநியோகஸ்தர்கள் ஆகியோர் தங்களைப் பற்றி நினைப்பதாக அவர்கள் உணரும் விதத்தாலும் அது தீர்மானிக்கப்படுகிறது.

சிறப்பாக விற்பனை செய்கின்ற, பங்குச் சந்தையில் வளர்ச்சி காண்கின்ற, மதிப்புமிக்க லாபங்களை ஈட்டுகின்ற நிறுவனங்களுடன் நான் பணியாற்றும்போது, அவற்றில் பணியாற்றும் அனைவரும் மகிழ்ச்சியாகவும், எல்லோருடனும் சகஜமாகப் பழகுபவர்களாகவும், தன்னம்பிக்கை மிக்கவர்களாகவும் இருப்பதை நான் பார்க்கிறேன். போராடிக் கொண்டிருக்கும் நிறுவனங்களுடன் நான் சேர்ந்து செயல்படும்போது, அதன் ஊழியர்கள் ஏதோ காரணங்களால் மகிழ்ச்சியின்றியும், நிச்சயமற்றும், தங்கள் வாய்ப்புகள் குறித்து எதிர்மறையாக நினைப்பவர்களாகவும் இருக்கின்றனர். மற்றவர்களை விமர்சிப்பது, அவர்கள்மீது குறைகூறுவது, மற்றும் அவர்களைப் பற்றிப் புறம் பேசுவது ஆகியவற்றின் மூலம் அவர்கள் தங்களது ஏமாற்றத்தை வெளிப்படுத்துகின்றனர்.

ஓர் உயரதிகாரி அல்லது குழுத் தலைவரின் தலையாயப் பணிகளில் ஒன்று, ஊழியர்கள் மிகவும் சிறப்பாகச் செயல்படுவதாகத் தொடர்ந்து கூறுவதன் மூலம் அவர்களது உற்சாகத்தை அதிகரிப்பது. நிறுவனத்தில் என்ன நிகழ்ந்து கொண்டிருக்கிறது என்பதைப் புரிந்து கொள்வதற்காக

வழிகாட்டுதல் வேண்டி ஒவ்வொருவரும் தங்கள் உயரதிகாரிகளை எதிர்நோக்கியுள்ளனர். இந்த உயரதிகாரிகள், கடந்தகாலப் பிரச்சனைகளுக்குப் பதிலாக எதிர்கால வாய்ப்புகள்மீது மக்களைக் கவனம் செலுத்த வைப்பதன் மூலம் அவர்களை உற்சாகமாக வைத்துக் கொள்ள வேண்டும்.

ஒரு நிறுவனத்தின் சுயகருத்தின் இறுதி அம்சம் அதன் சுயமதிப்பு. நிறுவனத்தின் சுயகொள்கைகள், தற்போதையச் செயல்பாடு, மற்றும் தங்கள் மேலதிகாரிகள் தங்களைச் சிறப்பாக நடத்துவதாக அதன் ஊழியர்கள் கொண்டுள்ள உணர்வு ஆகியவற்றின் கூட்டு அது. தன்கீழ் வேலை பார்க்கும் ஊழியர்களைத் தொடர்ந்து பாராட்டி அவர்களை ஊக்குவிக்கும் மேலாளர்கள், அவர்களிடம் உயர்ந்த சுயமதிப்பை வளர்க்கின்றனர். அவர்களது சுயமதிப்பு அவர்களுடைய நன்னம்பிக்கை, ஆற்றல், கற்பனைத் திறன், ஒத்துழைப்பு, மற்றும் அர்ப்பணிப்பு ஆகியவற்றின் மூலம் வெளிப்படுத்தப்படுகிறது. இந்த அம்சத்தை உருவாக்குவதும் பராமரிப்பதும்தான் மிகவும் கடினம். ஆனால் முதன்மைக் குழுவைச் சேர்ந்தவர்களாகத் தங்களை மதிக்கும் மக்கள் அதிக ஆற்றலுடன் செயல்படும் வல்லமையும் வெற்றியும் பெறுகின்றனர்.

உயர்ந்த, நேர்மறையான சுயகருத்தைக் கொண்ட மக்கள் ஆக்கபூர்வமானவர்களாகவும், பிரச்சனையிலிருந்து உடனடியாக மீள்பவர்களாகவும், தன்னம்பிக்கை கொண்டவர்களாகவும், மகிழ்ச்சியானவர்களாகவும் உள்ளனர். இத்தகையக் குழு அல்லது குடும்பம் இருந்தால் அற்புதமான விஷயங்களை உங்களால் செய்ய முடியும். மற்றவர்களது ஆற்றலை வளர்க்க நீங்கள் உதவுவதன் மூலம் உங்களுடைய ஆற்றலை நீங்கள் வளர்த்துக் கொள்கிறீர்கள்.

வாழ்வின் மாபெரும் அச்சுறுத்தல்

பயம்தான் மனித வாழ்வின் மாபெரும் பிரச்சனை. பயம்தான் நமது மகிழ்ச்சியைப் பறிக்கிறது. நமது முழு ஆற்றலுக்கும் குறைவாக நாம் செயல்படுவதற்கு அது வழிவகுக்கிறது. எதிர்மறையான உணர்ச்சிகளுக்கும், மகிழ்ச்சியின்மைக்கும், மற்றும் மனித உறவுகளில் உள்ள பிரச்சனைகளுக்கும் பயமே காரணம்.

பயத்தைப் பற்றிய நல்ல விஷயம் என்ற ஒன்று இருந்தால், அது இதுதான்: பயத்தை நீங்கள் கற்றுக் கொள்கிறீர்கள், அது தானாக உங்களிடம் தோன்றும் ஒன்றல்ல. எனவே அதை உங்களால் எப்போது வேண்டுமானாலும் விட்டொழிக்க முடியும்.

தோல்வி பயம் மற்றும் நிராகரிப்பு குறித்த பயம் ஆகியவை உங்களுக்கு ஆறு வயது ஆவதற்கு முன் உங்கள் மனத்தில் விதைக்கப்படுகின்றன. இவற்றின் காரணமாக, மற்றவர்கள் உங்களை நிராகரிக்கவோ அல்லது விமர்சிக்கவோ கூடாது என்பதற்காக நீங்கள் அதற்குத் தேவையானவற்றைச் செய்வீர்கள். அதேபோல், தோல்வியைத் தவிர்ப்பதற்கும் நீங்கள் ஆவன செய்வீர்கள். உங்களுக்கு சௌகரியமான எல்லையை வகுத்துக் கொண்டு, அதற்குள் நீங்கள் தஞ்சம் புகுந்து கொள்ளும்போது, பயத்தையும் கவலையையும் தவிர்ப்பதற்காக நீங்கள் அங்கேயே இருந்துவிடுகிறீர்கள். உங்கள் பயங்கள் உங்களுக்குச் சாத்தியமானவற்றை நீங்கள் முயற்சிப்பதிலிருந்து உங்களைத் தடுத்து நிறுத்தும்.

பயத்திற்கு நேர்மாறானது அன்பு. இது சுயஅன்பு அல்லது சுயமதிப்பிலிருந்து துவங்குகிறது. சுயமதிப்பிற்கும் அனைத்துவிதமான பயங்களுக்கும் இடையே ஒரு நேரெதிரான தொடர்பு உள்ளது. உங்களை நீங்கள் எவ்வளவு அதிகமாக நேசிக்கிறீர்களோ, அவ்வளவு குறைவான தோல்வி பயமும் நிராகரிப்பு குறித்த பயமும் உங்களிடம் இருக்கும். வெற்றிக்கும் மகிழ்ச்சிக்கும் வழிவகுக்கக்கூடிய பல துணிச்சலான காரியங்களில் மனமுவந்து ஈடுபடுவதற்கு அது உங்களுக்கு அதிக ஆர்வத்தைக் கொடுக்கும். உங்களுக்கு சௌகரியமான குறுகலான வட்டத்தைவிட்டு வெளியேறி, உங்களுடைய உண்மையான இலக்குகளையும் விருப்பங்களையும் அடைவதற்குத் தேவையான நடவடிக்கைகளை எடுப்பதற்கு அது உங்களைத் தூண்டும்.

"நான் என்னை நேசிக்கிறேன்!" என்ற சக்திவாய்ந்த வார்த்தைகளைப் பலமுறை கூறுவதன் மூலம் உங்கள் சுயமதிப்பை உயர்த்தி, உங்கள் பயங்களை உங்களால் வெற்றி கொள்ள முடியும்.

ஒவ்வொரு நாளும் "நான் என்னை நேசிக்கிறேன்!" என்று ஐம்பது அல்லது நூறு முறை கூறி உங்கள் நாளைத் துவக்குங்கள். அது உங்கள் ஆழ்மனத்திற்குள் சென்று ஊடுருவட்டும். உங்கள் தன்னம்பிக்கை, தகுதி, மற்றும்

பிறருடனான உங்கள் உறவுகளில் ஏற்படும் மாற்றத்தை நீங்கள் உணர்வீர்கள். உங்களைப் பற்றி நீங்கள் மிகவும் அற்புதமாக உணரத் துவங்குவீர்கள்.

வெற்றிக்கு உங்கள் மனத்தைத் தயார்படுத்துதல்

பெரும்பாலான சமயங்களில் நீங்கள் உங்களைப் பற்றி என்ன நினைக்கிறீர்களோ, அதுவாகவே நீங்கள் மாறுகிறீர்கள். உங்கள் மனத்தில் ஆதிக்கம் செலுத்தும் எண்ணங்களும் விருப்பங்களும் உங்கள் யதார்த்தமாக மாறுகின்றன. நீங்கள் சிந்திக்கும் விஷயங்கள், அவற்றைப் பற்றி நீங்கள் சிந்திக்கும் விதம் ஆகியவை உங்கள் வாழ்வின் ஒவ்வொரு பகுதியிலும் உங்களுடைய ஆரோக்கியத்தையும், செல்வத்தையும், மகிழ்ச்சியையும் தீர்மானிக்கின்றன. ஒரு விஷயத்தை நீங்கள் எவ்வளவு தூரம் விரும்புகிறீர்கள் என்பதை, உங்களுக்கு விருப்பமில்லாத விஷயங்களை ஒதுக்கிவிட்டு, நீங்கள் விரும்பும் எண்ணங்களில் மட்டும் உங்கள் மனத்தைச் செலுத்துவதற்கு எவ்வளவு தூரம் உங்கள் சிந்தனையை ஒழுங்குபடுத்த ஆர்வமாக இருக்கிறீர்கள் என்பதை வைத்துக் கூறிவிடலாம்.

உங்களுடைய முந்தைய சிந்தனைதான் இன்றைய உங்கள் வாழ்க்கையை உருவாக்கியுள்ளது. உங்களது இன்றைய நிலைமைக்கு நீங்கள்தான் காரணம். இக்கணத்தில் இருந்து உங்கள் வெளிமனத்தை உங்கள் கட்டுப்பாட்டிற்குள் கொண்டு வருவதன் மூலம் உங்களால் உங்கள் எதிர்காலத்தை எந்த நேரத்திலும் உருவாக்க முடியும். சுதந்திரம், மகிழ்ச்சி, ஆரோக்கியம், மற்றும் செழிப்பு ஆகியவை உங்களுக்கு வேண்டும் என்று தீர்மானித்து, அவற்றுக்கு முரணான எண்ணங்களை ஊக்குவிக்க மறுப்பதன் மூலம் உங்களால் உங்கள் வாழ்க்கையை அற்புதமானதாக மாற்ற முடியும். அது உங்கள் விருப்பம்!

உங்களுக்கு விருப்பமான வாழ்க்கையை வாழ்வதற்கு உங்கள் மனத்தை நீங்கள் மறுபக்குவம் செய்ய வேண்டியுள்ளது. ஆனால் அது சுலபமானதல்ல. உங்களது தற்போதைய மனநிலையைக் கொண்டு உங்கள் வாழ்க்கையில் நீங்கள் இன்று இந்த இடத்தில் இருப்பதற்கு உங்களுக்கு உங்கள் வாழ்நாள் முழுவதும் தேவைப்பட்டது. மாற்றத்தை உருவாக்குவதற்கு நீங்கள் கணிசமான முயற்சி மேற்கொள்ள வேண்டியிருக்கும்.

உடற்சமச்சீர் நிலை

வித்தியாசமான விளைவுகளைப் பெறுவதற்கு நீங்கள் ஒரு வித்தியாசமான நபராக மாற வேண்டும். உங்களுடைய இலக்குகளையும் கொள்கைகளையும் மாற்றி, உங்களுக்கென்று ஒரு புதிய சுயஎண்ணத்தை நீங்கள் உருவாக்க வேண்டும். உங்கள் வெளியுலகம் உங்கள் அக உலகின் பிரதிபலிப்பு. வெளியுலகில் நீங்கள் விரும்பும் விளைவுகளை நிரந்தரமாக அனுபவிப்பதற்கு உங்களுக்குள் ஒரு புதிய நபராக நீங்கள் மாற வேண்டும்.

பெரும்பாலான மக்கள் எதிர்கொள்ளும் மாபெரும் தடை அவர்களுக்குள்ளேதான் உள்ளது. கடந்தகாலத்தில் நீங்கள் கூறிய விஷயங்கள் மற்றும் செய்த விஷயங்களுடன் நிரந்தரமாக ஒத்துப்போகும் விஷயங்களைச் செய்ய நீங்கள் கடுமையாக முயற்சிக்கிறீர்கள். கடந்தகால நிகழ்வுகளில் இருந்து தங்களைப் பிரித்துக் கொள்ளும் திறன் இல்லாததுதான் பெரும்பாலான மக்கள் தங்கள் ஆற்றலுக்குக் குறைவாகச் செயல்படுவதற்கும், திருப்தியற்ற வாழ்க்கை வாழ்வதற்கும் முக்கியக் காரணம்.

உடற்சமச்சீர் நிலை நல்லதுமல்ல கெட்டதுமல்ல. இது உங்களுக்குள் இருக்கும் இயல்பான இயங்குமுறை. பல்வேறு பகுதிகளில் நீங்கள் சீராகச் செயல்படுவதற்கு உங்களுக்கு உதவுவதற்கென்று இது வடிவமைக்கப்பட்டுள்ளது. இதுதான் உங்கள் உடலின் வெப்பத்தை 98.6 டிகிரியாக வைக்கிறது. உங்களுடைய பல கோடிக்கணக்கான உயிரணுக்களில் வேதிச் சமநிலையை நிலைநாட்டுகிறது. உங்களுடைய நரம்பு மண்டலத்தைப் பராமரிக்கிறது. உங்கள் உடல் சீராக இயங்குவதற்கு இது உதவுகிறது.

உங்களுடைய தற்போதைய பழக்கத்திற்கு முரணான எதைப் பற்றியும் நீங்கள் சிந்திக்கவோ, பேசவோ, அல்லது ஏதேனும் செய்யவோ முற்படும்போது, உங்களை அசௌகரியமாக உணரச் செய்து, உங்களுடைய சௌகரிய நிலைக்கு உங்களை மீண்டும் பின்னுக்கு இழுப்பது இந்தத் தூண்டுதல்தான். அசௌகரிய நிலையிலிருந்து சௌகரியமான நிலைக்குச் செல்வது நமது இயல்பு என்பதால், நீங்கள் சௌகரியமாகச் செய்து கொண்டிருந்த விஷயங்களுக்கு மீண்டும் திரும்பிவிடுகிறீர்கள். புதிய, சவாலான விஷயங்களை முயற்சித்துப் பார்ப்பதைத் தவிர்த்துவிடுகிறீர்கள்.

இது இயல்பானதுதான். நீங்கள் வழக்கமாகச் செய்து கொண்டிருக்கும் விஷயங்களில் இருந்து மாறுபட்ட விஷயங்களைச் செய்வது உங்களுக்கு சங்கடத்தையும் மனஇறுக்கத்தையும் ஏற்படுத்தும். உங்கள் சௌகரியமான இடத்தைவிட்டு அகன்று வேறொரு புதிய காரியத்தில் ஈடுபடுவது உங்களுக்கு மிகவும் கடினமானதாக இருக்கும். உண்மையில், கட்டாயப்படுத்தினால் அன்றி பெரும்பாலான மக்கள் அதைச் செய்வதே இல்லை.

உங்களுடைய சௌகரியமான இடம் உங்களுக்கு மகிழ்ச்சியளிக்காமல் இருக்கும் நிலையில்கூட, அதிலிருந்து வலுக்கட்டாயமாக நீங்கள் வெளியேற்றப்பட்டால், அதேபோன்ற ஒரு சௌகரியமான நிலையை உருவாக்கி அதில் தஞ்சம் புகுவதுதான் உங்களது இயற்கையான போக்காக இருக்கும். உண்மையில், அந்தப் பழைய நிலையை மீண்டும் உருவாக்க நீங்கள் முனைந்து செயல்படுவீர்கள்.

தங்களுக்கு விருப்பமில்லாத வேலையைத் தொலைத்தப் பல மக்கள், அதே போன்ற வேலையை வேறோர் இடத்தில் தேடுவதை நீங்கள் பார்த்திருப்பீர்கள். முன்பு ஒருமுறை ஒரு ஹோட்டலில் பாத்திரம் கழுவும் வேலையை நான் செய்து கொண்டிருந்தேன். அது பிரமாதமான வேலையல்ல. ஆனாலும் வேறு ஹோட்டல்களில் பாத்திரம் கழுவும் வேலையைத்தான் நான் பல மாதங்களாகத் தேடினேன்.

இந்த இயங்குமுறையைப் பற்றி நீங்கள் தெரிந்து வைத்திருப்பது இன்றியமையாதது. கடந்தகாலத்தில் நீங்கள் இயங்கி வந்துள்ள முறையுடன் ஒத்துப்போகும் விதத்தில் உங்களை இப்போது இயங்கச் செய்வதுதான் இயற்கையின் வழி. ஆனால் ஏதேனும் ஒரு பெரிய இலக்கை நோக்கி நீங்கள் செல்ல வேண்டும் என்றால், வளர்ச்சியையும் முன்னேற்றத்தையும் நீங்கள் அனுபவிக்க வேண்டும் என்றால், உங்கள் சௌகரிய நிலையைவிட்டு நீங்கள் வெளியேற வேண்டும். ஓர் உயர்ந்த நிலையை அடைவதற்கும், பெரும் வெற்றியையும் மகிழ்ச்சியையும் அனுபவிப்பதற்கும், சிறிது சௌகரியக் குறைச்சலையும் சங்கடத்தையும் நீங்கள் அனுபவித்தாகத்தான் வேண்டும்.

குறுகிய மனப்போக்கு

மாற்றத்திற்கு இரண்டாவது முக்கியத் தடையாக இருப்பது நமது மனப்போக்குகள் இரும்பாக இறுகிப் போயிருப்பது. இது

பயத்தின் காரணமாக ஏற்படுகிறது. உங்கள் சொந்தக் கருத்துக்களுடன் காதல் வயப்பட்டு, எந்தவொரு புதிய கருத்துக்கு எதிராகவும் உங்கள் கருத்துக்களைப் பாதுகாக்க முயலும் போக்குதான் இது.

இதற்கு நேரெதிரானது வளைந்து கொடுத்துப் போகும் போக்கு. அடுத்தவர்களின் கண்ணோட்டங்களையும் கருத்துக்களையும் கேட்க ஆர்வம் காட்டுவதும், உங்கள் கருத்து தவறானதாக இருக்கக்கூடும் என்பதை ஒப்புக் கொள்வதும் இதில் அடங்கும்.

மனத்தின் இந்த வளைந்து கொடுக்கும் தன்மைதான் மேன்மக்களின் அடையாளம். ஒரு குறிப்பிட்டச் சூழ்நிலையில் உள்ள அனைத்து வாய்ப்புகளையும் கருத்தில் கொள்ளும் போக்கு, அங்கு அதிக சாத்தியக்கூறுகள் இருப்பதைப் பார்ப்பதற்கு உங்களுக்கு உதவும். மாற்று அணுகுமுறைகளில் உள்ள தவறுகளைக் கண்டறிய உங்கள் புத்திசாலித்தனத்தைப் பயன்படுத்துவதற்குப் பதிலாக, ஒரு புதிய வழியில் விஷயங்களைச் செய்வதில் ஏதேனும் நன்மை உள்ளதா என்று பார்ப்பதற்கு நீங்கள் உங்கள் நேரத்தைச் செலவிடுவீர்கள்.

உங்கள் மனத்தைச் சிறப்பாகச் செயல்படுத்தப் பக்குவப்படுத்துவதற்கு இந்த அணுகுமுறை இன்றியமையாதது. மக்கள் தங்கள் வாழ்வில் முன்னேறத் தவறுவதற்கான ஒரு முக்கியக் காரணம், அவர்கள் தங்கள் யோசனைகள் மற்றும் கருத்துக்களை உடும்புப் பிடியாகப் பிடித்துக் கொண்டு, வளைந்து கொடுத்துப் போக மறுப்பதுதான். குறிப்பாக அவர்கள் தங்களைப் பற்றியும் தங்களுக்கு எது சாத்தியம் என்பது பற்றியும் கொண்டிருக்கும் யோசனைகளைப் பரிசீலித்துப் பார்க்க மறுக்கின்றனர். பிறகு, தங்களால் ஒரு காரியத்தை ஏன் செய்ய முடியும் என்று யோசிப்பதற்குப் பதிலாக, எதனால் தங்களால் அதைச் செய்ய முடியாது என்பதற்கான காரணங்களை ஆராய்கின்றனர். அவர்கள் தங்களுக்கு எதிராக வாதாடுகின்றனர்.

"என்னால் முடியுமா" என்று யோசிப்பதற்குப் பதிலாக, "அதை நான் எப்படிச் செய்யலாம்" என்று சிந்திக்கத் துவங்கும்போது உங்கள் சிந்தனையில் ஒரு முக்கியமான திருப்புமுனை ஏற்படுகின்றது. உங்களுக்கு விருப்பமானதை நீங்கள் எவ்வாறு அடையப் போகிறீர்கள் என்பதைப் பற்றி நீங்கள் சிந்திக்கத் துவங்கும்போது, உங்களால் அது முடியுமா அல்லது முடியாதா என்பதைக் கருத்தில் கொள்ள

மறுக்கும்போது, உங்களது ஒட்டுமொத்த மனப்போக்கும் மாறத் துவங்குகிறது. பெரும்பாலான நேரம் நீங்கள் எதைப் பற்றிச் சிந்தித்துக் கொண்டிருக்கிறீர்களோ, அதையே நீங்கள் பெறுகிறீர்கள். நீங்கள் எவ்வாறு அதைச் சாதிக்கப் போகிறீர்கள் என்பதைப் பற்றியும், அதைச் சாதிப்பதற்கு நீங்கள் மேற்கொள்ள வேண்டிய திட்டவட்டமான நடவடிக்கைகளைப் பற்றியும் நீங்கள் தொடர்ந்து சிந்தித்து வந்தால், இறுதியில் நீங்கள் நிச்சயம் வெற்றி பெறுவீர்கள்.

அன்பின் சக்தி

உங்கள் குழந்தைப் பருவத்தில் தொடங்கி நீங்கள் செய்யும் காரியங்களில் பெரும்பாலானவை அன்பைப் பெறுவதற்கோ அல்லது அன்பின் பற்றாக்குறையை ஈடு செய்வதற்கோ நீங்கள் செய்பவைதான். அன்பு உணர்ச்சி நீங்கள் மேற்கொள்ளும் ஒவ்வொரு தேர்ந்தெடுப்பு மற்றும் தீர்மானத்தின்மீது ஏராளமான தாக்கத்தை ஏற்படுத்துகின்றது.

பல ஆளுமைப் பிரச்சனைகள் அன்பு விலக்கிக் கொள்ளப்பட்டதால் ஏற்படுபவையே. வளர்ந்த பிறகு நீங்கள் கொண்டுள்ள ஆளுமை, நீங்கள் வளர்ந்து வந்த காலத்தில் உங்களுக்குக் கிடைத்த அன்பின் அளவு மற்றும் தரத்தால் பெரிதும் தீர்மானிக்கப்படுகிறது. நீங்கள் நிர்ணயிக்கும் இலக்குகள், நீங்கள் காணும் கனவுகள், நீங்கள் செய்யும் அர்ப்பணிப்புகள் என்று, இன்று கிட்டத்தட்ட நீங்கள் செய்யும் அனைத்தும் உங்கள் வாழ்வில் உள்ள அன்பின் சக்தியின் தாக்கத்திற்கு உட்படுகின்றன.

உண்மையில், யாருடைய அன்பு உங்களுக்குத் தேவைப்படுகிறதோ, யாருடைய அன்பை நீங்கள் விரும்புகிறீர்களோ, அவர்கள் பக்கம் நீங்கள் தானாகவே ஈர்க்கப்படுகிறீர்கள், அவர்களது அபிப்பிராயங்கள் உங்கள்மீது அளவுக்கதிகமான தாக்கத்தை ஏற்படுத்துகின்றன. உங்கள் மனத்தை நீங்கள் மீண்டும் பக்குவப்படுத்தத் துவங்கும்போது, உங்கள்மீது நீங்களும் மற்றவர்களும் கொண்டிருக்கும் அன்பையும் மதிப்பையும் அதிகரிக்கும் நோக்கிலேயே நீங்கள் அனைத்தையும் செய்ய வேண்டும். அப்போதுதான், நீங்கள் யாராக ஆக விரும்புகிறீர்களோ, அந்த நபராக ஆவதற்குத் தேவையான முயற்சிகளை மேற்கொள்வதற்கு நீங்கள் தொடர்ந்து ஊக்குவிக்கப்படுவீர்கள்.

யாருடைய அன்பும் மதிப்பும் உங்களுக்கு மிகவும் முக்கியம்? அவர்கள் உங்களை நேசிப்பதற்கும் மதிப்பதற்கும் நீங்கள் என்ன செய்ய வேண்டும், என்னவாக ஆக வேண்டும்? ஒரு மகிழ்ச்சியான வாழ்க்கைக்கான மையக் கேள்விகள் இவை.

தூண்டுதலின் சக்தி

நீங்கள் எவ்வாறு சிந்திக்கிறீர்கள், எவ்வாறு உணர்கிறீர்கள் என்பதைத் தீர்மானிக்கும் இரண்டாவது முக்கிய அம்சம் தூண்டுதல். உங்களைச் சுற்றியும் உங்களுக்குள்ளும் நிகழ்ந்து கொண்டு இருக்கும் விஷயங்கள் உங்கள் மனத்தைப் பாதிக்கின்றன. நீங்கள் இருக்கும் சூழல் உங்கள்மீதும் உங்களுக்கு நிகழும் விஷயங்கள்மீதும் அளப்பரிய தாக்கத்தை ஏற்படுத்துகின்றது. உடல்ரீதியாக, மனரீதியாக, உணர்ச்சிரீதியாக உங்களிடம் ஏற்படும் எந்தவொரு மாற்றமும் நீங்கள் சிந்திக்கும், உணரும், மற்றும் நடந்து கொள்ளும் விதத்தைக் கணநேரத்தில் மாற்றிவிடும். இதன் வாயிலாக உங்கள் விளைவுகளும் மாறுகின்றன.

வெப்பநிலை மற்றும் இரைச்சல் ஆகியவற்றில் ஏற்படும் மாற்றங்களின் உடனடித் தாக்குதலுக்கு நீங்கள் ஆளாகிறீர்கள். மற்றவர்களுடனான உரையாடல்கள் அல்லது விவாதங்கள் ஆகியவையும் உங்களை உடனடியாகத் தாக்குகின்றன. உங்களைப் பற்றி அன்பின்றிக் கூறப்பட்ட ஒரு சிறு விஷயம்கூட அன்றைய நாள் முழுவதையும் உங்களுக்கு நரகமாக்கிவிடும். அதேபோல், ஒரே ஒரு நல்ல செய்திகூட உங்களைப் பல மணிநேரம் மகிழ்ச்சியாகவும் உற்சாகமாகவும் வைத்திருக்கும்.

துரதிர்ஷ்டவசமாக, நீங்கள் அவற்றைக் கட்டுப்படுத்தாமல் இருந்தால் உங்கள் சுற்றுச்சூழலில் உள்ள தூண்டுதல்கள் எதிர்மறையாக அமைந்துவிடும். வானொலி, தொலைக்காட்சி, மற்றும் செய்தித்தாள்கள் ஆகியவை உணர்ச்சிகரமான எதிர்மறையான தூண்டுதல்களால் நிரம்பி வழிகின்றன. பெரும்பாலான உரையாடல்கள் குறைகூறுவதாகவும், விமர்சிப்பதாகவும், கண்டனம் தெரிவிப்பதாகவும் உள்ளன. உலகம் மிகவும் மோசமாகிவிட்டது என்ற ரீதியில் பெரும்பாலான மக்கள் சிந்திக்கின்றனர், பேசுகின்றனர். அவர்களது உரையாடல்கள் எதிர்மறையானவையாகவும் விமர்சிப்பதாகவும் இருக்கின்றன.

உங்களைத் தூண்டும் சூழல்களை உங்களுடைய கட்டுப்பாட்டிற்குள் கொண்டு வருவது உங்கள் மனத்தைப்

பதப்படுத்துவதற்கு மிகவும் முக்கியம். நீங்கள் விரும்பும் வாழ்க்கையை வாழ்வதற்குத் தேவையான நேர்மறையான சூழலை உங்கள் மனத்தில் உருவாக்க வேண்டியது உங்கள் பொறுப்பு. உங்கள் மனத்திற்குள் எப்படிப்பட்ட யோசனைகள் நுழைகின்றன என்பதைக் கண்காணிப்பதும் உங்கள் வேலைதான்.

உங்கள் மனத்தை மறுசீரமைப்பதற்கும் உங்கள் எதிர்காலத்தை மாற்றுவதற்கும் நீங்கள் புரிந்து கொள்ள வேண்டிய மூன்று கூடுதல் மனவிதிகள் உள்ளன. பழக்கம், கடைபிடித்தல், மற்றும் உணர்ச்சி விதிகள்தான் அவை. மகிழ்ச்சி மற்றும் வெற்றியைப் பற்றியக் கேள்விகளுக்கான முக்கிய விடைகள் இவற்றில் அடங்கியுள்ளன.

பழக்க விதி

நீங்கள் செய்யும் அனைத்தும் உங்கள் பழக்கத்தின் விளைவே. நீங்கள் பேசும் விதம், வேலை பார்க்கும் விதம், காரோட்டும் விதம், சிந்திக்கும் விதம், மற்றவர்களுடன் கலந்துரையாடும் விதம், பணத்தைச் செலவழிக்கும் விதம், மற்றும் உங்கள் வாழ்வில் உள்ள முக்கியமான நபர்களை நீங்கள் கையாளும் விதம் அனைத்திற்கும் உங்கள் பழக்கம்தான் காரணம். உங்கள் வாழ்க்கையின் ஒவ்வொரு பகுதியிலும் நீங்கள் நடந்து கொள்ளும் விதம், நீங்கள் பிறந்தது முதலாகச் சேகரிக்கப்பட்டுள்ள உங்கள் அனைத்து அனுபவங்களின் கூட்டுதான். உங்களுடைய நடவடிக்கைகளில் 95 சதவீதம் தாமாகவே நிகழ்கின்றன.

உங்கள் முன்னேற்றத்திற்கு உங்கள் பழக்கங்கள்தான் முக்கியத் தடைகள். நீங்கள் இப்போது இருக்கும் இடத்திற்கும், நீங்கள் சென்றடைய விரும்பும் இடத்திற்கும் இடையே முட்டுக்கட்டைகளாக நிற்பது நீங்கள் வழக்கமாகச் சிந்திக்கும், உணரும், பேசும், மற்றும் நடந்து கொள்ளும் விதம்தான். அவைதான் உங்களை ஒரே இடத்தில் இழுத்துப் பிடித்து வைக்கின்றன.

பழக்க விதி ஒரு முக்கியமான மனவிதி. வெற்றி, தோல்வி, மற்றும் சௌகரிய நிலையை இது விளக்குகிறது. நியூட்டனின் முதலாவது விதி இதற்குப் பொருந்தும். ஓரிடத்தில் இருக்கும் ஒரு பொருள் அதே இடத்தில்தான் இருக்கும், நகர்ந்து கொண்டிருக்கும் ஒரு பொருள் நகர்ந்து கொண்டே இருக்கும்,

வெளியே இருந்து வேறோர் ஆற்றல் அதன்மீது தாக்கம் ஏற்படுத்தாதவரை என்று நியூட்டனின் விதி கூறுகிறது.

உங்கள் சிந்தனையும் நடத்தையும் இதே கோட்பாட்டிற்கு உட்பட்டவை. வெளியில் இருந்து வேறோர் ஆற்றலோ அல்லது ஏதேனும் வித்தியாசமாகச் செய்ய வேண்டும் என்று நீங்கள் எடுக்கும் ஒரு திட்டவட்டமான தீர்மானமோ அவற்றின்மீது தாக்கம் ஏற்படுத்தாதவரை, நீங்கள் முன்பு சிந்தித்து வந்த அதே விதத்தில்தான் தொடர்ந்து சிந்திப்பீர்கள், செயல்படுவீர்கள். அதே வேலையில்தான் இருப்பீர்கள், ஒரே உணவைத்தான் உண்பீர்கள், அலுவலகத்திற்கு எப்போதும் ஒரே வழியில்தான் செல்வீர்கள், ஒரே வகையான பொழுதுபோக்கு நடவடிக்கைகளில்தான் ஈடுபடுவீர்கள், ஒரே தொலைக்காட்சி நிகழ்ச்சியைத்தான் பார்ப்பீர்கள், அதே புத்தகங்களைத்தான் படிப்பீர்கள், ஒரே விதமான வாழ்க்கையைத்தான் வாழ்வீர்கள்.

பழக்கங்கள் உங்களுக்கு உதவினாலொழிய அவற்றால் எந்தப் பிரயோஜனமும் இல்லை. அவை தொடர்ந்து உங்களை வளப்படுத்த வேண்டும், உங்கள் வாழ்க்கையை மேம்படுத்த வேண்டும். உங்கள் பழக்கங்கள் உங்கள் மகிழ்ச்சிக்கு முட்டுக்கட்டைகளாக மாறும்போது நீங்கள் அவற்றை முற்றிலுமாக மாற்ற வேண்டியது அவசியம்.

குறித்த நேரத்தில் சந்திப்புகளுக்குச் செல்லாமல் இருப்பது சிலருக்கு வழக்கம். ஆனால் வெற்றிகரமான மக்கள் நேரம் தவறாமையைக் கடைபிடிக்கின்றனர். அவர்களை நாம் முழுவதுமாக நம்பலாம். அவர்கள் தங்கள் வாக்குறுதிகளை நிறைவேற்றுவர். அடுத்தவர்களுக்கு அசௌகரியம் ஏற்படாமல் இருப்பதை உறுதி செய்யும் விதத்தில் அவர்கள் மற்றவர்களின் நேரத்தை மதிக்கின்றனர்.

சிலருக்குத் தொலைக்காட்சி பார்க்கும் அல்லது வானொலி கேட்கும் பழக்கம் இருக்கும். தினந்தோறும் தொலைக்காட்சி நிகழ்ச்சிகளைப் பார்ப்பதிலும், செய்தித்தாள்களைப் படிப்பதிலும் அவர்கள் பல மணிநேரங்களைச் செலவிடுவர். பெரும்பாலான சமயங்களில் அவர்கள் இவ்விரண்டையும் ஒரே நேரத்தில் செய்வர்.

மனரீதியான பழக்கங்கள்தான் மிகவும் ஆபத்தானவை. நீங்கள் எதைப் பற்றித் தொடர்ந்து சிந்திக்கிறீர்களோ அதையே உங்கள் வாழ்க்கையில் உருவாக்குகிறீர்கள் என்பதால், உங்கள் எதிர்மறையான எண்ணங்களும் உங்களை மட்டுப்படுத்தும் எண்ணங்களும் நீங்கள் ஈடுபடும் மற்ற எந்தவொரு விஷயத்தைவிடவும் உங்களை அதிகமாகக் காயப்படுத்தும்.

உங்களது வழக்கமான சிந்தனைகள்தான் உங்கள் வாழ்வில் மிகவும் முக்கியமானவை. "நல்லது என்றும் கெட்டது என்றும் எதுவும் கிடையாது, உங்கள் சிந்தனைதான் ஒன்றை நல்லதாகவோ கெட்டதாகவோ மாற்றுகிறது," என்று ஷேக்ஸ்பியர் கூறினார். நீங்கள் மன உலகில் வாழ்கிறீர்கள். உங்களைச் சுற்றி இருக்கும் விஷயங்களுக்கு நீங்கள் உங்கள் எண்ணங்கள் வாயிலாக அர்த்தம் கொடுக்கிறீர்கள். நீங்கள் சிந்திக்கும் விதத்தை மாற்றும்போது, நீங்கள் உங்கள் வாழ்க்கையை மாற்றுகிறீர்கள்.

வெற்றி, தோல்வி, மகிழ்ச்சி, மகிழ்ச்சியின்மை ஆகிய அனைத்தும் பழக்கத்தின் விளைவே. உங்களைச் சுற்றி நிகழும் அனைத்திற்கும் நீங்கள் தானாகவே செயல்விடை அளிக்கிறீர்கள். உங்கள் குறிக்கோளுக்கு எந்த விதத்திலும் உதவாத பழக்கங்களை மாற்றுவதுதான் மிகவும் கடினமானது. ஆனால் உங்கள் வாழ்க்கை தரமாக அமைவதற்கு நீங்கள் இதைச் செய்வது இன்றியமையாதது. மோசமான பழக்கங்களைப் பழகுவது சுலபம், ஆனால் அவற்றோடு வாழ்வது கடினம். நல்ல பழக்கங்களை உருவாக்குவது கடினம், ஆனால் அவற்றோடு வாழ்வது சுலபம். நீங்கள் முன்னேற வேண்டுமென்றால், மோசமான பழக்கங்களைக் களைந்துவிட்டு, நல்ல பழக்கங்களை உருவாக்கிக் கொள்ள வேண்டியது அவசியம்.

கடைபிடித்தல் விதி

எல்லாப் பழக்கங்களும் கற்றுக் கொள்ளப்படுபவைதான் என்பதால் அவற்றை உங்களால் விட்டுத் தள்ளவும் முடியும் என்பது நல்ல செய்தி. நீங்கள் ஒவ்வொரு விஷயத்திலும் சிறு வயதிலிருந்தே பக்குவப்படுத்தப்பட்டு வந்துள்ளீர்கள். இன்று நீங்கள் பெற்றுக் கொண்டிருக்கும் விளைவுகளுக்கும், இன்று நீங்கள் யாராக இருக்கிறீர்களோ அதற்கும், சிறு வயது முதலாகவே உங்களுக்குக் கற்றுக் கொடுக்கப்பட்டு வந்துள்ளதற்கும் தொடர்பு உள்ளது.

நீங்கள் விரும்பினால் உங்களை மாற்றிக் கொள்ள முடியும். நீங்கள் அடிக்கடி எண்ணும் எண்ணங்களும் செய்யும் செயல்களும் ஒரு புதிய பழக்கமாக மாறுவதாகக் கடைபிடித்தல் விதி கூறுகிறது. உங்களுக்கு விருப்பமான அல்லது உங்களுக்கு அவசியம் என்று தோன்றுகின்ற எந்தவொரு பழக்கத்தையும் உங்களால் உருவாக்கிக் கொள்ள முடியும். நீங்கள் யாராக ஆக

விரும்புகிறீர்களோ அதற்கு ஏற்பச் சிந்திப்பதற்கும் நடந்து கொள்வதற்கும் நீங்கள் உங்களை ஒழுங்குபடுத்திக் கொண்டால், உங்களால் அந்த நபராக மாற முடியும். ஒரு புதிய, சிறந்த மனிதராக நீங்கள் உருவாவது இவ்வாறுதான்.

உங்கள் புற உலகம் உங்கள் அக உலகிற்கு ஏற்றாற்போல் உருவாவதால், நீங்கள் ஆக்கபூர்வமாகச் சிந்திக்கவும் நடந்து கொள்ளவும் தொடங்கும்போது, உங்களைச் சுற்றி இருக்கும் மக்களிடத்திலும் சூழ்நிலைகளிடத்திலும் மாற்றம் ஏற்படத் துவங்கும். சில சமயங்களில் இந்த மாற்றங்கள் மிகவும் குறிப்பிடத்தக்கவையாகவும், எதிர்பாராத வழிகளில் நிகழ்பவையாகவும் இருக்கும்.

என்னுடைய நண்பர் ஒருவர் ஒரு சிக்கலான வியாபார வழக்கில் மாட்டித் தவித்துக் கொண்டிருந்தார். அவர் எவ்வளவு அதிகமாகக் கோபப்பட்டாரோ, எதிர்தரப்பினர் அவ்வளவு அதிகமான உறுதியுடனும் நியாயமற்ற முறையிலும் நடந்து கொள்ளத் துவங்கினர். அவரது வழக்கறிஞர்களும் அவ்வாறே அவரிடம் நடந்து கொண்டனர்.

இறுதியில் அவர் தன் சிந்தனையை மாற்றுவதென்று தீர்மானித்தார். அவர் தன் மனத்திலிருந்து அந்த ஒட்டுமொத்தச் சூழ்நிலையையும் தூக்கியெறிந்தார். எதிர்தரப்பினர் குறித்து அவர் பரிவுடன் சிந்திக்கத் துவங்கினார். அவர்களைப் பற்றிய எண்ணம் வரும்போது தான் வருத்தப்படப் போவதில்லை என்று தீர்மானித்தார். அவர் எல்லாவற்றையும் விட்டொழித்தார்.

ஒருசில நாட்களிலேயே அவரது எதிர்தரப்பினர் அவரிடம் வருத்தம் தெரிவித்தனர். இந்த வழக்கின் காரணமாக ஏதேனும் தவறான புரிதலோ அல்லது மோசமான உணர்வோ ஏற்பட்டிருந்தால் தங்களை மன்னிக்குமாறு அவர்கள் அவரிடம் கேட்டுக் கொண்டனர். ஒரு நியாயமான தீர்வை அவர்கள் முன்வைத்தனர். நீதிமன்றத்திற்குச் செல்லாமலேயே இருவரும் தங்கள் பிரச்சனையை அமைதியான முறையில் தீர்த்துக் கொண்டனர்.

மிக வேகமாக வளர்ந்து வந்து கொண்டிருந்த ஒரு நிறுவனத்தின் புதிய தலைவர் ஒருவர், தனது உயரதிகாரிகளில் ஒருவர் அலுவலக அரசியலைத் தூண்டுவதாகவும், மக்களையும் சூழ்நிலைகளையும் தனக்குச் சாதகமாகப் பயன்படுத்திக் கொள்ள முயற்சிப்பதாகவும், தன் உண்மையான தகுதியைவிட அதிகத் தகுதிமிக்கவனாகவும் நிறுவனத்திற்குத் தான் மிகவும்

இன்றியமையாதவன் என்பதாகவும் தன்னைக் காட்டிக் கொள்ள முற்படுவதாகவும் உணர்ந்தார்.

அந்த உயரதிகாரியை வேலையைவிட்டு நீக்கப் போவதாக அப்புதிய தலைவர் அறிவிக்க இருந்த நேரத்தில், தன் சிந்தனையை மாற்றுவதென்று அத்தலைவர் தீர்மானித்தார். அந்த உயரதிகாரியின் நடத்தை உண்மையிலேயே தன் நிறுவனத்திற்குச் சாதகமாக இருப்பதாக நினைப்பதென்று அவர் வலுக்கட்டாயமாகத் தீர்மானித்தார். அக்கண்ணோட்டத்தில் அவரது அனைத்து நடவடிக்கைகளையும் அவர் ஆய்வு செய்தார்.

இந்தக் கண்ணோட்டத்திலிருந்து பார்த்தபோது அந்த உயரதிகாரியின் நடத்தை புரிந்து கொள்ளத்தக்கதாகவும் பாராட்டத்தக்கதாகவும் இருந்ததைக் கண்டு அத்தலைவர் ஆச்சரியம் அடைந்தார். அந்த உயரதிகாரி எவ்விதமான அரசியலையும் உண்டு பண்ணவில்லை என்பதையும், அவர் உண்மையிலேயே அதிகத் தகுதி வாய்ந்தவர்தான் என்பதையும் அவர் கண்டறிந்தார். நிறுவனத்தின் புதிய தலைவர் என்ற முறையில், தனக்குத் தெரியாத பகுதிகளில் அந்த உயரதிகாரி தனக்கு உதவியதையும் அவர் கண்டார். அத்தலைவர் தன் சிந்தனையை மாற்றியதும், அவர்கள் இருவருக்கும் இடையே இருந்த உறவு திடீரென்று மாறியது.

உங்கள் மனத்தை உங்கள் கட்டுப்பாட்டிற்குள் கொண்டு வந்து, உங்களுக்கு விருப்பமான விளைவுகளுக்கு இட்டுச் செல்லும் எண்ணங்களை எண்ணத் துவங்குவதற்கான உங்கள் திறன்தான் ஒட்டுமொத்த சுதந்திரத்திற்கும், மகிழ்ச்சிக்கும், சுயவெளிப்பாட்டிற்கும் இட்டுச் செல்லும் பாதையின் துவக்கம்.

உணர்ச்சி விதி

உங்கள் உணர்ச்சிகள்தான் உங்கள் எண்ணங்களுக்குப் பின்னால் உள்ள உந்து சக்தி. ஒரு விஷயம் குறித்து நீங்கள் எவ்வளவு அதிகமாக உணர்ச்சிபூர்வமாக உணர்கிறீர்களோ, அவ்வளவு அதிகமான தாக்கத்தை அந்த எண்ணம் அல்லது சூழல் உங்கள் வாழ்வில் ஏற்படுத்தும். உணர்ச்சி என்பது மின்சாரம் அல்லது நெருப்பைப் போன்றது. அது எப்படிப் பயன்படுத்தப்படுகிறது என்பதைப் பொறுத்து அது ஆக்கபூர்வமாகவும் அமையலாம் அல்லது அழிவுக்கும் வழிவகுக்கலாம்.

உங்களுடைய தீர்மானங்களில் 100 சதவீதமும், அதைத் தொடர்ந்து மேற்கொள்ளப்படும் நடவடிக்கைகளும் உணர்ச்சியின் அடிப்படையில் அமைந்தவை என்று உணர்ச்சி விதி கூறுகிறது. நீங்கள் பெரும்பாலும் உணர்ச்சிரீதியானவர் என்ற அனுமானம் தவறு. உண்மையில், நீங்கள் முற்றிலும் உணர்ச்சிரீதியானவர். நீங்கள் செய்யும் அனைத்தும் ஏதோ ஒரு வகையான உணர்ச்சியின் அடிப்படையில் அமைந்ததுதான்.

நான் இதைப் புரிந்து கொள்வதற்கு முன், ஒவ்வொரு சூழ்நிலையிலும் காரண காரியங்களை அலசி ஆராய்ந்து, பகுத்தறிவுக்கு உட்பட்டு நான் செயல்படுவதாக நினைத்தேன். உணர்ச்சி விதியைப் பற்றி நான் தெரிந்து கொண்டபோது, நான் உண்மையிலேயே என் உணர்ச்சிகளின் அடிமை என்பதைக் கற்றுக் கொண்டேன், குறிப்பாக, ஒரு குறிப்பிட்டச் சூழ்நிலையில் அல்லது தீர்மானத்தில் எந்த உணர்ச்சி மேலோங்கி இருந்தது என்பதைப் பற்றிச் சிந்திக்க நான் நேரம் எடுத்துக் கொள்ளாதபோது.

முக்கியமான விஷயம் இதுதான்: விருப்பம் மற்றும் பயம் ஆகிய இரண்டு முக்கிய வகையான உணர்ச்சிகளே உள்ளன. நீங்கள் செய்கின்ற அல்லது செய்யாமல் போகின்ற பெரும்பாலான விஷயங்கள் பயத்தால் அல்லது விருப்பத்தால் தீர்மானிக்கப்படுகின்றன. பயத்தின் காரணமாக நீங்கள் செய்யும் செயல்களும் செய்யாமல் தவிர்க்கும் செயல்களும், விருப்பத்தின் காரணமாக நீங்கள் செய்பவற்றைப் பெருமளவில் மிஞ்சி நிற்கின்றன.

பெரும்பாலான மக்கள் அனைத்து வகையான பயங்களாலும் முடக்கப்பட்டுள்ளனர். ஏழ்மை அல்லது இழப்பு குறித்து அவர்கள் பயப்படுகின்றனர். விமர்சனம், ஒப்புதல் மறுப்பு, ஆரோக்கியக் குறைவு, பிறர் தங்களை அவர்களுக்குச் சாதகமாகப் பயன்படுத்துவது போன்ற பயங்கள் அவர்களிடம் குடிகொண்டுள்ளன. எல்லாவற்றுக்கும் மேலாக, தோல்வி மற்றும் நிராகரிப்பு குறித்து அவர்கள் அளவுக்கதிகமாகவே அஞ்சுகின்றனர். இதன் காரணமாக, துணிச்சலான காரியங்களில் ஈடுபடுவதற்குப் பதிலாகத் தங்கள் வாழ்க்கையை வெறுமனே ஓட்டுவதற்கு அவர்கள் தயாராக இருக்கின்றனர். பெரும்பாலான மக்கள் தங்கள் வாழ்வின் பெரும்பகுதியை இப்படித்தான் வாழ்கின்றனர்.

ஒரு விஷயம் குறித்து நீங்கள் அதிகமாக பயப்படும்போது அல்லது அதை அதிகமாக விரும்பும்போது, அதை நீங்கள்

உங்கள் வாழ்விற்குள் ஈர்க்கப் போவது உறுதி. உணர்ச்சி சேர்க்கப்படாத ஓர் எண்ணத்திற்கு உங்கள்மீது எந்தவிதமான தாக்கத்தை ஏற்படுத்தும் சக்தியும் இல்லை. எண்ணம் இல்லாத ஓர் உணர்ச்சி விரக்தியையும் மகிழ்ச்சியின்மையையும் கொண்டு வரும். ஆனால் உங்களிடம் ஒரு தெளிவான எண்ணம் இருந்து, அது நேர்மறையான எண்ணமோ அல்லது எதிர்மறையான எண்ணமோ, பயம் அல்லது விருப்ப உணர்ச்சி அதனோடு ஒட்டியிருந்தால், நீங்கள் பல்வேறு மனவிதிகளை முடுக்கிவிட்டு, அதை உங்கள் வாழ்விற்குள் கவர்ந்திழுக்கத் துவங்குகிறீர்கள்.

அதனால்தான் உங்கள் எண்ணங்களை உங்களுக்கு விருப்பமான விஷயங்கள்மீது வைப்பதும், நீங்கள் பயம் கொள்ளும் விஷயங்கள்மீது வைக்காமல் இருப்பதும் மிகவும் முக்கியம். மகிழ்ச்சியான, ஆக்கபூர்வமான மனிதர்கள் தங்கள் எண்ணங்களின் சக்தியை உணர்ந்துள்ளனர். நேர்மறையான, ஆக்கபூர்வமான எண்ணங்களை எப்போதும் கொண்டிருப்பதில் அவர்கள் தீவிரமாக உள்ளனர். உங்கள் மனம் மிகவும் சக்தி வாய்ந்தது. அதை உங்கள் உறுதியான கட்டுப்பாட்டில் வைத்து, நீங்கள் போக விரும்பும் திசையில் அதை வழிநடத்துவது முக்கியம். இல்லையென்றால் அது உங்கள் விருப்பங்களிலிருந்து உங்களை விலக்கிக் கூட்டிச் சென்றுவிடும்.

உங்களது சுயகருத்தை மாற்றுவது சுலபமல்ல. உங்களுக்கு மிகவும் கடினமான செயல் இதுவாகத்தான் இருக்கும். ஆனால் இது மிகவும் முக்கியமானது. இதில் நீங்கள் தேர்ந்தெடுப்பதற்கு எதுவுமில்லை. உங்கள் வாழ்க்கையில் ஏதோ ஒரு முக்கியமான, மதிப்பான விஷயத்தைச் செய்வதென்றும், உங்கள் மகத்துவத்தை அடைவதென்றும் நீங்கள் தீர்மானித்துவிட்டால், உங்கள் சிந்தனையை மாற்றும் செயலில் நீங்கள் இறங்கித்தான் ஆக வேண்டும்.

மாற்றத்திற்கான மூன்று இன்றியமையாத சூழ்நிலைகள்

ஒரு புதிய சுயகருத்தை உருவாக்குவதற்கு மூன்று முக்கியமான விஷயங்களை நீங்கள் செய்தாக வேண்டும். உங்கள் வாழ்வின் திசையை மாற்றுவதற்கு இவை இன்றியமையாதவை. முதலில், மாற வேண்டும் என்ற விருப்பம் உங்களுக்கு உண்மையிலே ஏற்பட வேண்டும். உங்களைக் குறித்தும், உங்கள் சாத்தியக்கூறுகளைக் குறித்தும் நீங்கள் முற்றிலும் நேர்மறையாக மாற விரும்ப வேண்டும். வாழ்வில்

மிகச் சிறந்தவராக ஆவதற்கு நீங்கள் தணியாத விருப்பம் கொள்ள வேண்டும்.

அடுத்தவர்களை மாற்றுவதற்குத் தாங்கள் என்ன செய்ய வேண்டும் என்று மக்கள் என்னிடம் அடிக்கடிக் கேட்பதுண்டு. ஏதேனும் வித்தியாசமான அல்லது சிறந்த ஒன்றை அடைவதற்கு அல்லது மாற்றத்திற்குத் தேவை ஆழ்ந்த விருப்பம். ஆழ்விருப்பம் என்பது எப்போதுமே தனிப்பட்டது. வேறு யாரோ ஒருவருடைய இலக்குகளை உங்களால் நிர்ணயிக்க முடியாது. அதேபோல், உங்களால் வேறு யாரோ ஒருவருக்காக ஏதாவது ஒன்றை விரும்ப முடியாது. மாற்றம் சாத்தியமற்றது அல்ல, ஆனால் மாற்றத்தை எதிர்பார்க்கும் நபர் அது குறித்து ஆழ்ந்த விருப்பம் கொள்ள வேண்டியது அவசியம். இல்லையென்றால் மாற்றம் நிகழாது.

ஒரு புதிய, சிறந்த நபராக நீங்கள் மாறுவதற்கு மாற்றம் தேவை என்றோ அல்லது மாற்றம் விரும்பத்தக்கது என்றோ நீங்கள் உணர வேண்டும். மாற்றமும், இலக்கும், புதிய ஆளுமையும் உங்கள் மதிப்பீடுகள் மற்றும் கொள்கைகளுடன் ஒத்துப் போக வேண்டும்.

இரண்டாவது, நீங்கள் மாறுவதற்கு தயாராக இருக்க வேண்டும். தாங்கள் மாற விரும்புவதாகப் பலர் கூறுகின்றனர். ஆனால், தங்களது பழைய வாழ்க்கையையும், பழைய தொடர்புகளையும், அவற்றோடு இணைந்த மற்றவற்றையும் விட்டொழிக்க அவர்கள் தயாராக இல்லை. ஒருவர் ஆரோக்கியமாக இருக்க விரும்பலாம், ஆனால் புகைபிடிக்கும் பழக்கத்தை நிறுத்த அவர் தயாராக இல்லாமல் போகக்கூடும். இன்னொருவர் பொருளாதாரரீதியாக வெற்றி பெற விரும்பலாம், ஆனால் ஒவ்வோர் இரவும் தன் நண்பர்களுடன் வெளியே சென்று ஹோட்டல்களிலும் கேளிக்கைகளிலும் பணத்தைச் செலவிடுவதை நிறுத்துவதற்குத் தயாராக இல்லாமல் போகக்கூடும்.

நீங்கள் ஒரு புதிய நபராக ஆக வேண்டும் என்றால், பழைய நபரை விட்டுத்தள்ள நீங்கள் தயாராக இருக்க வேண்டும். உங்கள் நண்பர்கள் ஒப்புதல் அளிக்க மறுத்தாலும்கூட நீங்கள் சில குறிப்பிட்ட விஷயங்களைச் செய்வதை நிறுத்துவதற்குத் தயாராக இருக்க வேண்டும். சௌகரியமான இடத்திலேயே நிலைகொண்டிருப்பதையும், சிந்தனையில் வளைந்து கொடுக்க மறுப்பதையும் நீங்கள் உடனடியாக நிறுத்த வேண்டும்.

மூன்றாவது, முயற்சிகளை மேற்கொள்ள நீங்கள் தயாராக இருக்க வேண்டும். நீங்கள் முன்னேறிக் கொண்டிருப்பதற்கான

ஆதாரம் எதுவும் உங்கள் கண்களுக்குப் புலப்படாதபோதுகூட நெடுங்காலம் முயற்சிக்க நீங்கள் தயாராக இருக்க வேண்டும். நீங்கள் இங்கு இலக்காகக் கொண்டிருப்பது, உங்கள் வாழ்வில் நீண்டகால மேம்பாடாகும். நீங்கள் இப்போது இருக்கும் நபராக ஆவதற்குப் பல வருடங்கள் தேவைப்பட்டன. அதேபோல், வேறொரு நபராக நீங்கள் உருவாவதற்குக் கடினமாக உழைக்க நீங்கள் தயாராக இருக்க வேண்டும்.

இருபத்தோரு நாட்களில் மனசக்தி

உங்கள் மனத்தின் பழக்கங்களையும், உங்கள் வாழ்வின் எதிர்காலத் திசையையும் மாற்றுவதற்கான சக்திவாய்ந்த வழிகளில் ஒன்று இருபத்தோரு நாட்கள் நேர்மறையான மனப்போக்கைக் கடைபிடிப்பது. ஒவ்வொரு நாளும் ஒவ்வொரு கணமும் நீங்கள் உங்கள் எண்ணங்கள், வார்த்தைகள், மற்றும் நடவடிக்கைகளை, நீங்கள் அடைய விரும்பும் இலக்குகள் மற்றும் நீங்கள் மாற விரும்பும் நபருக்கு ஒத்திசைவாக இருக்கும்படி இருபத்தோரு நாட்களுக்கு நீங்கள் வைத்துக் கொள்ள வேண்டும்.

இதற்கு இரண்டு காரணங்கள் உள்ளன. முதலாவது, ஒரு புதிய பழக்கத்தைப் பழகுவதற்கு ஒருவருக்குப் பதினான்கு முதல் இருபத்தோரு நாட்கள்வரை தேவை. சில சமயங்களில் உங்களிடமும் உங்களுடைய விளைவுகளிலும் திட்டவட்டமான மாற்றங்கள் விரைவாக ஏற்படுவதை நீங்கள் காண்பீர்கள். ஆனால் நீண்டகாலமாக ஊறிக் கிடக்கும் ஒரு பழக்கத்தை மாற்றுவதற்குச் சிறிது காலம் தேவைப்படும்.

பொறுமையையும் விடாமுயற்சியையும் நீங்கள் கற்றுக் கொள்ள வேண்டியது, இருபத்தோரு நாட்கள் நீங்கள் இவ்வழிமுறைகளைக் கடைபிடிக்க வேண்டியதற்கான இரண்டாவது காரணம். ஒரு கோழி அடைகாத்துக் குஞ்சு பொறிப்பதற்கு இருபத்தோரு நாட்கள் அது அமைதியாகவும் பொறுமையாகவும் காத்திருக்க வேண்டியுள்ளது. ஒரு பட்டாணியின் அளவுக்கு மூளையைக் கொண்டுள்ள ஒரு கோழியால் எந்த மாற்றத்தையும் பார்க்காமல் இருபத்தோரு நாட்கள் தன் முட்டையில் உட்கார்வதற்குத் தன்னை ஒழுங்குபடுத்திக் கொள்ள முடிகிறது என்றால், மாற்றங்கள் எதுவும் உடனடியாக உங்களுக்குப் புலப்படாவிட்டாலும் உங்களால் அவ்வளவு காலம் பொறுமையாகவும்

விடாமுயற்சியுடனும் இருக்க முடியாதா? பொறுமை இங்கு முக்கியம்.

உங்கள் சுயகருத்து தொடர்ந்து பரிணாம வளர்ச்சி அடைந்து கொண்டே இருப்பது நல்ல விஷயம். உங்கள் மனத்தில் ஆதிக்கம் செலுத்தும் எண்ணங்களுக்கு ஏற்றாற்போல் நீங்கள் தொடர்ந்து பரிணாம வளர்ச்சி அடைந்து கொண்டிருக்கிறீர்கள், வளர்ந்து கொண்டிருக்கிறீர்கள், உருவாகிக் கொண்டிருக்கிறீர்கள். உங்களைப் பற்றிய உங்கள் ஆதிக்க எண்ணங்களை ஒரு குறிப்பிட்டக் கால அளவுக்கு நீங்கள் மாற்றினால், உங்கள் சுயகருத்தும் நம்பிக்கைகளும் அதே திசையில் மாறவும் பரிணாம வளர்ச்சி அடையவும் துவங்கும்.

பெரும்பாலான மக்களின் சுயகருத்து காலப்போக்கில் மாறாமல் இருப்பதற்குக் காரணம், அவர்கள் ஒவ்வொரு நாளும் அதே விஷயங்களைப் பற்றி அதே வழியில் தொடர்ந்து சிந்திப்பதுதான். "நான் கடந்தகாலத்தில் எவ்வாறு இருந்தேனோ, இன்றும் அதேபோல் நான் என்னைப் பார்த்தால், என் கடந்தகாலம் தானாகவே உயிர்த்தெழுந்து வந்து என் எதிர்காலமாக மாறும்," என்று வில்லியம் ஜேம்ஸ் கூறினார்.

ஆனால் நீங்கள் பெரிய, உற்சாகமான இலக்குகளை உங்களுக்காக நிர்ணயித்துக் கொண்டு, தினமும் இவற்றைப் பற்றிச் சிந்தித்து வரும்போது, உங்கள் மனத்தின் பரிணாம வளர்ச்சியும் உங்கள் வாழ்வின் திசையும் உங்களுடைய முழு கட்டுப்பாட்டிற்குள் வந்துவிடுகின்றன. நீங்கள் எதைச் சிந்திக்கிறீர்களோ, அதுவாகவே ஆகிறீர்கள்.

உங்கள் உளவாழ்க்கையைக் கட்டுப்படுத்துவதற்கான ஏழு வழிகள்

உங்கள் மனத்தை நேர்மறையான தாக்கங்களுக்கு உட்படுத்தவும், நீங்கள் விரும்பும் மாற்றங்களுக்கு ஏற்றத் தூண்டுதல்களால் தொடர்ந்து உங்கள் மனத்தின்மீது ஆதிக்கம் செலுத்துவதை உறுதி செய்யவும் ஒவ்வொரு நாளும் நீங்கள் மேற்கொள்ளக்கூடிய பல நடவடிக்கைகள் உள்ளன.

நீங்கள் எப்படிப்பட்ட நபராக ஆக விரும்புகிறீர்கள், என்னென்ன பண்புநலன்களை உருவாக்கிக் கொள்ள விரும்புகிறீர்கள் என்று உங்களைப் பற்றி ஆசுவாசமாகவும் நிதானமாகவும் சிந்தியுங்கள். நீங்கள் மிகவும் மகிழ்ச்சியாக அனுபவிக்கும் உங்கள் வாழ்க்கை எப்படி இருக்கும், உங்கள்

வீடு எப்படி இருக்கும், உங்கள் வேலை எவ்வாறு அமைந்திருக்கும், உங்கள் ஆரோக்கியமும் வாழ்க்கைத் தரமும் எவ்வாறு இருக்கும் என்பதைக் கற்பனை செய்யத் துவங்குங்கள். உங்கள் இலக்குகளை அடைவதைப் பற்றி ஒவ்வொரு நாளும் கனவு காணுங்கள். உங்கள் ஆழ்மனம் மறுபக்குவம் அடையத் துவங்கியுள்ளது என்பதற்கான முதல் அறிகுறி இதுதான்.

1. மனக்காட்சிப்படைப்பு

நீங்கள் மேற்கொள்ள வேண்டிய நடவடிக்கைகளில் முதலாவது மனக்காட்சிப்படைப்பு. மனிதன் தன்னைப் பற்றிக் கொண்டிருக்கும் எண்ணங்களை நேர்மறையானவையாக மாற்றுவதற்கு அவனுக்குக் கிடைத்துள்ள மிகவும் சக்திவாய்ந்த ஆயுதம் இது. உங்கள் கற்பனையில் நீங்கள் படைக்கும் காட்சிகள் உங்கள் யதார்த்தமாக மாறுகின்றன. அவை உங்கள் விருப்பங்களைத் தீவிரப்படுத்தி, உங்கள் நம்பிக்கைகளை ஆழமாக்குகின்றன. அவை உங்கள் மனஉறுதியை அதிகரித்து, உங்கள் விடாமுயற்சியைக் கட்டியெழுப்புகின்றன. அவை மிகவும் சக்திவாய்ந்தவை.

மனக்காட்சிப்படைப்பில் நான்கு அம்சங்கள் உள்ளன. அவற்றில் ஏதேனும் ஒன்று அதிகரித்தால்கூட, உங்கள் மனத்தில் உருவாகும் காட்சிகள் விரைவில் உங்கள் யதார்த்தமாக மாறும்.

முதலாவது, எத்தனை முறை நீங்கள் ஒரு குறிப்பிட்ட எதிர்கால நிகழ்வையோ, இலக்கையோ, அல்லது நடத்தையையோ பற்றிச் சிந்திக்கிறீர்கள் என்பது. அது உங்கள் சிந்தனை, உணர்வு, மற்றும் செயலின்மீது ஒரு சக்திமிக்கத் தாக்கத்தை ஏற்படுத்தும். அசாதாரணமான விஷயங்களைச் சாதிக்கும் மக்கள் தாங்கள் விரும்பும் விளைவுகளைத் தொடர்ந்து மனக்காட்சிப்படுத்துகின்றனர். தாங்கள் சாதிக்க விரும்பும் விஷயங்களைப் பற்றி அவர்கள் எல்லா நேரமும் சிந்திக்கின்றனர். எதிர்காலத்தைப் பற்றிய தங்களுக்கு விருப்பமான காட்சிகளை அவர்கள் மீண்டும் மீண்டும் தங்கள் மனத்தில் ஓட்டிப் பார்க்கின்றனர். உண்மையில், நீங்கள் எத்தனை முறை மனக்காட்சிப்படைப்பில் ஈடுபடுகிறீர்கள் என்பது நீங்கள் எவ்வளவு தூரம் உங்கள் விருப்பத்தில் நாட்டம் கொண்டிருக்கிறீர்கள் என்பதை உணர்த்துவதோடு, உங்கள் விருப்பங்களைத் தீவிரப்படுத்தி, அவை சாத்தியம்தான் என்ற நம்பிக்கையையும் உங்களுக்குள் ஆழப்படுத்துகின்றது.

இரண்டாவது அம்சம், விரிவாகக் கற்பனை செய்வது. உங்கள் கற்பனையில் ஒரு விஷயத்தை நீங்கள் எவ்வளவு தெளிவாகப் பார்க்கிறீர்கள் என்பதைப் பற்றியது இது. உங்களுக்கு விருப்பமான ஓர் இலக்கை அல்லது விளைவை நீங்கள் எவ்வளவு விரிவாகக் காட்சிப்படுத்துகிறீர்கள் என்பதற்கும், அது எவ்வளவு வேகமாக உங்கள் வாழ்வில் நிஜமாகிறது என்பதற்கும் இடையே ஒரு நேரடித் தொடர்பு உள்ளது.

நீங்கள் உங்களுக்கு விருப்பமான ஒரு விஷயத்தைப் பற்றி அடிக்கடிச் சிந்திக்கிறீர்கள். முதலில் உங்களுக்குத் தோன்றும் எண்ணங்கள் தெளிவற்றவையாகவும் குழப்பமானவையாகவும் இருக்கும். ஆனால் அதைப் பற்றி நீங்கள் அதிகமாக சிந்திக்கச் சிந்திக்க, உங்கள் மனத்தில் உள்ள காட்சி தெளிவாகும். இறுதியில், உங்கள் கண்களை மூடிக் கொண்டு உங்கள் விருப்பத்தை உங்களால் முழுமையாகவும் விலாவாரியாகவும் பார்க்க முடியும். நீங்கள் உங்களுடைய பெரும்பாலான இலக்குகளை இவ்வழியில்தான் அடைகிறீர்கள்.

வெற்றிகரமான மக்கள் தங்களுக்கு என்ன வேண்டும் என்பது குறித்துத் தெளிவாக அறிந்திருப்பர். அவர்களது மனத்தில் இது குறித்து அவர்கள் கொண்டுள்ள காட்சி தெளிவானதாக இருக்கும். வெற்றி பெற்றிராத மக்கள் தங்களுக்கு எது விருப்பம், தாங்கள் யாராக ஆக விரும்புகிறோம் என்ற தெளிவு இல்லாமல் இருப்பர். அவர்கள் மனத்தில் உள்ள குழப்பமான காட்சி அவர்களை ஊக்குவிப்பதற்குப் போதுமானதாக இருப்பதில்லை. மனத்தின் பல்வேறு விதிகளை அவர்களுக்குச் சாதகமாக இயங்கச் செய்வதில் அது அவர்களுக்கு உதவுவதும் இல்லை.

மனக்காட்சிப்படைப்பின் மூன்றாவது அம்சம் தீவிரம். உங்கள் மனக்காட்சிகளுடன் நீங்கள் எவ்வளவு உணர்ச்சியைத் தொடர்புபடுத்துகிறீர்கள் என்பதைப் பற்றியது இது. நீங்கள் ஒன்றை மிகவும் தீவிரமாக விரும்பினால், உங்கள் இலக்குகளைப் பற்றி உற்சாகமாகவும் குதூகலமாகவும் இருந்தால், உங்கள் இலக்குகளை உங்களால் அடைய முடியும் என்ற ஆழ்ந்த நம்பிக்கை உங்களுக்கு இருந்தால், உங்கள் இலக்குகளை நீங்கள் விரைவாக அடைவீர்கள். நீங்கள் அதிக உணர்ச்சியுடன் மனக்காட்சிப்படைப்பில் ஈடுபடும்போது, உங்கள் சொந்த ஆற்றலை அதிகரிக்கிறீர்கள். "உற்சாகத்தின் உதவியின்றி எந்தவொரு மகத்தான சாதனையும்

எட்டப்பட்டதில்லை," என்று ரால்ஃப் வால்டோ எமர்சன் கூறியுள்ளது இதனால்தான் போலும்.

வெற்றி பெறாத மக்கள் தாங்கள் செய்யும் காரியங்கள் மற்றும் தாங்கள் செல்லும் திசை குறித்துப் பொதுவாக உற்சாகமின்றியும் குதூகலமின்றியும் இருப்பர். அவர்களிடம் நம்பிக்கையின்மை குடிகொண்டிருக்கும். அதனால் அவர்கள் மிகக் குறைந்த ஆற்றலுடனேயே செயல்படுவர். விஷயங்களை அப்படியே ஏற்றுக் கொண்டு செயலற்று இருந்துவிடுவர். அவற்றைச் சிறப்பாக்க அவர்கள் ஒருபோதும் முயற்சிப்பதில்லை.

மனக்காட்சிப்படைப்பின் நான்காவது அம்சம் கால அளவு. நீங்கள் விரும்பும் ஒன்றைக் குறித்தக் காட்சியை உங்கள் மனத்தில் எவ்வளவு நேரம் உங்களால் நிலைகொள்ளச் செய்ய முடியும் என்பதைப் பற்றியது இது. எதிர்காலத்தில் உங்கள் வாழ்வில் நீங்கள் பார்க்க விரும்பும் ஒரு விஷயத்தை நீங்கள் எவ்வளவு நேரம் மனத்தில் காட்சிப்படுத்துகிறீர்களோ, அவ்வளவு விரைவாக அது உங்கள் வாழ்வில் தோன்றும். உங்களுக்கு விருப்பமான பொருட்கள் அல்லது சூழ்நிலைகள் பற்றிய உண்மையான படங்களைப் பெற்று, உங்கள் ஆழ்மனம் அவற்றை உங்களது கட்டளைகளாக ஏற்றுக் கொள்ளும்வரை, உங்களால் முடிந்தபோதெல்லாம் தொடர்ந்து அவற்றைப் பார்த்து வர வேண்டும். உங்கள் மனத்தில் உள்ள புதிய காட்சிகளுக்கு ஏற்ப உங்கள் சுயகருத்து விரைவில் மாறும்.

உங்களுக்கு ஒரு புதிய கார் வேண்டுமா? அப்படியென்றால் ஒரு கார் விற்பனை நிலையத்திற்குச் சென்று, அதை ஓட்டிப் பாருங்கள். அதன் படத்தை நீங்கள் பார்க்கக்கூடிய இடத்தில் ஒட்டி வையுங்கள். பொருளாதாரரீதியாக நலிவடைந்திருந்த, பழைய கார் ஒன்றை ஓட்டிக் கொண்டிருந்த என் நண்பர் ஒருவர் இதைச் செய்யத் துவங்கினார். அவர் தனக்கு விருப்பமான காரை ஒவ்வொரு வார இறுதியிலும் ஓட்டிப் பார்த்தார். அதன் படத்தைத் தனது காரின் ஸ்டியரிங் வீலின்மீது ஒட்டி வைத்து, ஏற்கனவே தான் அதை ஓட்டிக் கொண்டிருப்பதாகக் கற்பனை செய்தார். ஒரு வருடத்திற்குள் அவருக்கு ஒரு புதிய வேலை கிடைத்தது, புதிய திறமைகளை அவர் வளர்த்துக் கொண்டார், அவரது வருமானமும் அதிகரித்தது. அதன் மூலம் அவர் தனக்கு விருப்பமான காரை வாங்கினார்.

மேற்கூறப்பட்ட இந்த நான்கு அம்சங்களையும் உங்கள் மனக்காட்சிப்படைப்புடன் ஒன்றிணைக்கும்போது, நீங்கள் உங்களுக்கு வலுவூட்டிக் கொள்கிறீர்கள். நீங்கள் வெற்றி பெறுவதற்குத் தேவையான, உங்களுக்குள் ஒளிந்திருக்கும் சக்திகளை விடுவிப்பீர்கள். நீங்கள் இதுவரை செய்துள்ள விஷயங்களைத் தாண்டி அதிகமானவற்றைச் சாதிப்பதற்குத் தேவையான வளங்களைப் பயன்படுத்துவீர்கள்.

வெற்றிகரமாக விளங்கும் மக்களில் பெரும்பாலானோர், தாங்கள் உண்மையிலேயே விரும்பும் விஷயங்களைச் செய்வதற்கும், தாங்கள் விரும்பும் நபராக மாறுவதற்கும், பயிற்சியின் மூலமாக இத்திறமையை வளர்த்துக் கொண்டுள்ளனர். உங்கள் செயல்பாடுகள் உங்கள் மனத்தில் உள்ள காட்சிகளுக்கு ஏற்றாற்போலவே எப்போதும் அமைவதால், நீங்கள் உங்களை ஒரு சிறப்பான பெற்றோராகவோ, அற்புதமான வாழ்க்கைத் துணைவராகவோ, நல்ல உயரதிகாரியாகவோ, அல்லது விற்பனையாளராகவோ பார்த்தால், நீங்கள் அதிக ஆசுவாசமானவராகவும், தன்னம்பிக்கை மிக்கவராகவும், நீங்கள் பார்க்கும் நபராகவும் மாறுவீர்கள். எந்தவொரு பாத்திரத்திலும் நீங்கள் உங்களை மோசமானவராகப் பார்த்தால், அந்தக் குறிப்பிட்டச் சூழ்நிலையில் நீங்கள் மனஇறுக்கத்தையும் அசௌகரியத்தையும் அனுபவிப்பீர்கள்.

ஒரு நடைமுறைச் செயல்பாடு

எடுத்துக்காட்டாக, ஒரு கூட்டத்தின் முன்னால் நின்று பேசுவதற்குப் பெரும்பாலான மக்கள் பயப்படுகின்றனர். உங்களுக்கு இந்த பயம் இருந்தால், மனக்காட்சிப்படைப்பின் மூலமும் மனத்தைச் சீரமைக்கும் உத்திகளின் மூலமாகவும் அந்த பயத்திலிருந்து நீங்கள் மீளலாம்.

முதலில், நீங்கள் ஒரு பிரபலமான மேடைப் பேச்சாளராக இருந்தால் உங்கள் வாழ்க்கை எவ்வாறு வித்தியாசமாக இருக்கும் என்பதைப் பற்றிச் சிந்திக்கத் துவங்குங்கள். நீங்கள் ஓர் அற்புதமான உரையை ஆற்றி முடித்தவுடன் எவ்வளவு அதிகமான தன்னம்பிக்கையை உணர்வீர்கள், பிறரால் எவ்வளவு அதிகமாக மதிக்கப்படுவீர்கள், மெச்சப்படுவீர்கள் என்று சிந்தியுங்கள். பிறகு, ஒரு கூட்டத்தினரிடையே பேசுவதாக ஒரு தெளிவான காட்சியை உங்கள் மனத்தில்

கற்பனை செய்யுங்கள். எடுத்துக்காட்டாக, உங்கள் நண்பர்களிடத்தில், உங்கள் குடும்ப உறுப்பினர்களிடத்தில், அல்லது ஒரு விழாவில் நீங்கள் பேசியதை நினைவுகூருங்கள். சிறப்பாகப் பேசுவதாக நீங்கள் கற்பனை செய்யும் காட்சியால் உங்களுக்குக் கிடைத்துக் கொண்டிருக்கும் மனஅமைதியையும், தன்னம்பிக்கையையும், பெருமிதத்தையும் உணருங்கள்.

ஒரு கூட்டத்தில் நீங்கள் பேசுவதாகக் கற்பனை செய்யும் ஒவ்வொரு முறையும், இந்த நேர்மறையான மனக்காட்சியை நினைவுகூர்ந்து, நீங்கள் அமைதியாக, ஆசுவாசமாக இருப்பதாகக் கற்பனை செய்து, கூட்டம் உங்கள் கட்டுப்பாட்டில் இருப்பதாக நினைத்து, பார்வையாளர்கள் உங்களிடம் நேர்மறையான, ஆதரவான வழியில் நடந்து கொள்வதாகப் பாருங்கள்.

உங்களைப் பற்றி நீங்கள் கொண்டிருக்கும் எண்ணத்தை நேர்மறையானதாக மாற்றுவதைத் துரிதப்படுத்துவதற்கு, மேடைப் பேச்சுக் குறித்தப் புத்தகங்களை வாங்கிப் படியுங்கள். அப்புத்தகங்களில் விவரிக்கப்பட்டுள்ளதை நீங்கள் செய்வதாகக் கற்பனை செய்யுங்கள். எவ்வாறு ஓர் உரையைத் தயாரிக்க வேண்டும், எவ்வாறு பேச வேண்டும் என்பதை அறிவுறுத்தும் ஒலிநாடாக்களைக் கேளுங்கள். பிற பேச்சாளர்கள் பேசும் கருத்தரங்குகளிலும் சந்திப்புக் கூட்டங்களிலும் கலந்து கொள்ளுங்கள். இவ்வாறு நீங்கள் செய்யும்போது, பார்வையாளர்களிடையே பேசுவதாக நீங்கள் உங்களைக் கற்பனை செய்கிறீர்கள். காலப்போக்கில், மேடைப் பேச்சுக் குறித்த பயம் உங்களைவிட்டு மெல்ல மெல்லக் குறைவதையும், பேசுவதற்கான உங்கள் விருப்பம் அதிகரிப்பதையும் நீங்கள் பார்ப்பீர்கள்.

இது நிச்சயமாக வேலை செய்யும். ஒரு குறிப்பிடத்தக்கக் கண்டுபிடிப்பை நான் உங்களுக்குக் கூற விரும்புகிறேன்: ஓர் உண்மையான நிகழ்விற்கும், உங்கள் விரிவான கற்பனையில் தோன்றும் காட்சிக்கும் இடையேயான வித்தியாசம் உங்கள் ஆழ்மனத்திற்குத் தெரியாது. ஒரு நிகழ்வைப் பற்றி நீங்கள் நினைவுகூர்ந்து, அதை மீண்டும் உங்கள் வெளிமனத்தில் அனுபவிக்கும் ஒவ்வொரு முறையும், உங்கள் ஆழ்மனம் அதை ஏற்றுக் கொண்டு, நீங்கள் நினைத்துப் பார்த்தபடியே அதைப் பதிவு செய்து வைக்கும்.

அதாவது, உங்கள் வாழ்வின் ஏதோ ஒரு பகுதியில் ஒரு நேர்மறையான அனுபவத்தை நீங்கள் பெற்றிருந்து, அந்த

அனுபவத்தை நீங்கள் மீண்டும் மீண்டும் நினைத்துப் பார்த்தால், அதை மீண்டும் செய்வதற்கு நீங்கள் உங்கள் மனத்தைப் பயிற்றுவிக்கிறீர்கள். அப்படிப்பட்ட நேர்மறையான அனுபவம் இதுவரை உங்களுக்குக் கிடைத்திராவிட்டாலும், நீங்கள் அதுபோன்ற ஒன்றைக் கற்பனை செய்து கொண்டு மீண்டும் மீண்டும் அதை நினைத்துப் பாருங்கள். உங்கள் ஆழ்மனத்திற்கு எந்த வித்தியாசமும் தெரியாது.

மனக்காட்சிப் படைப்பின் சக்தி எதிர்மறை அனுபவங்களிலும் வேலை செய்யும். ஓர் எதிர்மறையான நிகழ்வைப் பற்றி நீங்கள் தொடர்ந்து நினைத்துப் பார்த்து வந்தால், அந்தப் பகுதியில் அது உங்களை ஊக்கமிழக்கச் செய்துவிடும். எனவே உங்கள் எண்ணங்களையும் மனக்காட்சிகளையும் நீங்கள் எச்சரிக்கையுடன் தேர்ந்தெடுக்க வேண்டும்.

நீங்கள் ஆரோக்கியமாகவும் திடகாத்திரமாகவும் கட்டுக்கோப்பான உடலோடும் இருப்பதாகத் தொடர்ந்து உங்கள் மனத்தில் காட்சிப்படுத்தினால், உங்கள் ஆழ்மனம் அதற்கு ஏற்றாற்போல் செயல்பட்டு, உங்கள் பசியையும், வளர்சிதை மாற்றத்தையும், உடற்பயிற்சி மற்றும் ஆரோக்கியமான வாழ்க்கைக்கான உங்கள் ஆர்வத்தையும் ஒழுங்குபடுத்தும். உங்களுடைய அதிகப்படியான எடை குறைந்து, நீங்கள் கட்டுக்கோப்பான உடலைப் பெறுவீர்கள். நிரந்தரமான எடை இழப்பிற்கான மிகவும் சக்தி வாய்ந்த வழி இதுதான்.

நீங்கள் விரும்பும் ஒரு வாழ்க்கையின் பல்வேறு அம்சங்களைக் குறிக்கும் படங்களை மனக்காட்சிப்படைப்பின் மூலம் உங்கள் மனத்தில் ஆழமாகப் பதிய வையுங்கள். நீங்கள் அடைய விரும்பும் இலக்குகள் குறித்தப் படங்கள் மற்றும் உங்களது ஒரு புகைப்படம் ஆகியவற்றைக் கொண்டு ஒரு பெரிய போஸ்டரை வடிவமைத்து உங்கள் வீட்டில் உங்கள் அறையின் சுவர் ஒன்றில் ஒட்டி வைத்துக் கொள்ளுங்கள். அதன் பிறகு, அவற்றுடன் தொடர்பான பிற படங்களையும் தலையங்கங்களையும் மேற்கோள்களையும் பத்திரிகைகளில் இருந்தும் செய்தித்தாள்களில் இருந்தும் கத்தரித்து, அவற்றை அந்தப் போஸ்டர் முழுவதும் ஒட்டுங்கள். நீங்கள் சாதிக்க விரும்பும் விஷயங்களை உணர்த்தும் அடையாளங்களைக் காட்சி வடிவில் உருவாக்குங்கள்.

ஒவ்வொரு நாளும் அந்தப் போஸ்டரின் முன்னால் நின்று, அதிலுள்ள படங்களை உள்வாங்கிக் கொண்டு, அவை உங்கள் ஆழ்மனத்தில் சென்று பதியுமாறு பார்த்துக் கொள்ளுங்கள். உங்கள் வாழ்வின் ஒவ்வொரு முக்கியப் பகுதியிலும் உங்கள் உண்மையான வெற்றிகளையும், கற்பனையான வெற்றிகளையும் பற்றிச் சிந்தியுங்கள். அவற்றை விரிவாக நினைவுகூர்ந்து பாருங்கள். எடுத்துக்காட்டாக, நீங்கள் விற்பனைத் துறையில் இருந்து, ஒரு வெற்றிகரமான விற்பனையை முடித்திருந்தால், அந்த விற்பனை நிகழ்வைப் பற்றி மீண்டும் மீண்டும் சிந்தியுங்கள். உங்களால் முடிந்த அளவுக்கு அதன் ஒவ்வொரு விபரத்தைப் பற்றியும் விரிவாகச் சிந்தித்துப் பாருங்கள். ஒவ்வொரு முறை நீங்கள் ஒரு வெற்றி அனுபவத்தைப் பற்றிச் சிந்திக்கும்போதும், உங்களுக்கு அதேபோன்ற இன்னொரு வெற்றி கிடைத்துள்ளதாக உங்கள் ஆழ்மனம் பதிவு செய்து கொள்ளும்.

நீங்கள் தொடர்ந்து வெற்றி பெறுவதாக மனக்காட்சிப் படைப்பைப் பயன்படுத்தி உங்கள் ஆழமனத்தை உங்களால் நம்ப வைக்க முடியும். பிறகு உங்கள் ஆழ்மனம் உங்கள் வார்த்தைகளையும், நடவடிக்கைகளையும், உணர்ச்சிரீதியான செயல்விடைகளையும் நீங்கள் உங்கள் ஆழ்மனத்திற்குக் கொடுத்துள்ள வெற்றிக் காட்சிகளுக்கு ஏற்றாற்போல் அமைத்துக் கொடுக்கும்.

ஆனால் தங்கள் தோல்வி அனுபவங்கள், தங்கள் வாழ்வில் தவறாகப் போன விஷயங்கள், மற்றும் தாங்கள் செய்த தவறுகளின்மீது தங்கள் சிந்தனையைக் குவிப்பதுதான் பெரும்பாலான மக்கள் செய்யும் தவறு. தாங்கள் படபடப்பாகவும் கவலையாகவும் இருப்பதற்கேற்ற அதேபோன்ற ஒரு சூழ்நிலை மீண்டும் தங்களுக்கு ஏற்படும்போது அவர்கள் ஆச்சரியப்படுகின்றனர்.

உங்கள் வாழ்வில் உள்ள அனைத்து மேம்பாடுகளும் உங்கள் மனத்தில் உள்ள காட்சிகளில் ஏற்படும் மேம்பாட்டிலிருந்துதான் துவங்குகிறது. உங்கள் உளக்காட்சிகள் தங்களோடு ஒத்துப் போகும் எண்ணங்களையும், உணர்வுகளையும், வார்த்தைகளையும், நடவடிக்கைகளையும் தூண்டுகின்றன. மனக்காட்சிப்படைப்பு ஈர்ப்புவிதி உட்பட அனைத்து உளவிதிகளையும் தூண்டுகிறது. உங்கள் மனத்தில் உள்ள காட்சிகளை யதார்த்தமாக மாற்றுவதற்கு உதவும் மக்களையும் சூழ்நிலைகளையும் உங்களிடம் ஈர்க்கிறது.

2. சுயபிரகடனங்கள்

மனத்தை மறுசீரமைக்க உதவும் இரண்டாவது உத்தி சுயபிரகடனங்களைப் பயன்படுத்துவது. சுயபிரகடனங்கள் நேர்மறையாகவும், நிகழ்காலத்திலும், தனிப்பட்டதாகவும் இருக்க வேண்டும். சுயபிரகடனங்கள் என்பவை உங்கள் வெளிமனத்திலிருந்து ஆழ்மனத்திற்குக் கொடுக்கப்படும் வலிமையான கட்டளைகள். அவை பழைய தகவல்களை அழித்துவிட்டு, அவற்றின்மீது புதிய, நேர்மறையான எண்ணங்கள் மற்றும் நடத்தைப் பழக்கங்களை எழுதுகின்றன.

“நான் என்னை விரும்புகிறேன்” என்ற சுயபிரகடனம் நேர்மறையானது, நிகழ்காலத்தில் உள்ளது, தனிப்பட்டது. நீங்கள் தொடர்ந்து அதைக் கூறிவரும்போது, இறுதியில் அது உங்களுக்கு விருப்பமான யதார்த்தத்தின் உண்மையான விவரிப்பாக ஏற்றுக் கொள்ளப்படுகிறது. நீங்கள் செய்யும் அனைத்திலும் நீங்கள் உங்களைப் பற்றிச் சிறப்பாக உணரத் துவங்குகிறீர்கள். இந்த சுயபிரகடனம் உங்கள் சுயமதிப்புடன் முரண்பட்டு நிற்கும் பழைய தகவல்களை விரைவில் அழித்துவிடும்.

சுயபிரகடனங்கள் இருந்தால், உங்கள் ஆற்றல் எல்லையற்றதாகிவிடுகிறது. வலிமையான, நேர்மறையான வாசகங்கள் உணர்ச்சிபூர்வமாகவும் உறுதியான நம்பிக்கையுடனும் மீண்டும் மீண்டும் கூறப்படும்போது, உங்கள் ஆளுமையில் உடனடியான மாற்றங்கள் நிகழ்கின்றன. நீங்கள் யாராக ஆக விரும்புகிறீர்களோ, அந்த நபருடன் ஒத்திசையும் வாசகங்களை மீண்டும் மீண்டும் கூறுவதன் மூலம் நீங்கள் உங்கள் உற்சாகத்தையும் துணிச்சலையும் அதிகரிக்கிறீர்கள், உங்கள் உணர்ச்சிகள்மீது உங்கள் கட்டுப்பாடு ஓங்குகிறது, உங்கள் சுயமதிப்பு உயர்கிறது.

உங்கள் ஆழ்மனத்தின்மீது நீங்கள் ஏற்படுத்தக்கூடிய மிகப் பெரிய தாக்கங்களில் ஒன்று, நீங்கள் உங்களிடம் கூறிக் கொள்கின்ற மற்றும் நம்புகின்ற விஷயங்கள். “என்னால் முடியும்!” என்ற சுயபிரகடனம் உங்கள் சுயகருத்திலும் உங்கள் விளைவுகளிலும் நிரந்தரமான மாற்றங்களைக் கொண்டுவரும்.

எல்லா மாற்றங்களும் உள்ளிருந்து வெளியாகத்தான் ஏற்படுகின்றன. அனைத்து மாற்றங்களும் உங்கள் சுயகருத்தில்தான் துவங்குகின்றன. நீங்கள் வெளியே எப்படிப்பட்ட மனிதராக உங்களைப் பார்க்க

விரும்புகிறீர்களோ, அதற்கு முன்பாக உங்கள் மனத்தில் நீங்கள் அவ்வாறு ஆக வேண்டும்.

உங்கள் ஆழ்மனம் உங்கள் கட்டளைகளை அப்படியே எடுத்துக் கொள்ளும். எனவே உங்கள் கட்டளைகள் எளிதாக இருந்தால், அது உங்கள் சிந்தனையில் அதிகமான தாக்கத்தை ஏற்படுத்தும். எடுத்துக்காட்டாக, நான் என் மனத்தைப் பக்குவப்படுத்துவதற்கு தினமும் பயன்படுத்தும் ஒரு சக்திவாய்ந்த சுயபிரகடனம் இது: “என் வாழ்வில் உள்ள ஒவ்வொரு சூழ்நிலையிலிருந்தும் கச்சிதமான விளைவுகள் எனக்குக் கிடைக்கின்றன என்று நான் நம்புகிறேன்.”

நீங்கள் எந்தவொரு சிரமத்தைக் கையாள்வதிலும் இந்த சுயபிரகடனம் உங்களை அமைதியாகவும், நேர்மறையாகவும், ஆசுவாசமாகவும் வைத்திருக்கும். கவலையை முறிப்பதற்கான அற்புதமான மாற்று மருந்து இது. இந்த சுயபிரகடனம் தெளிவானதாகவும், எளிமையானதாகவும், நிகழ்காலத்திலும் உள்ளது. “இனிமேல் நான் புகைபிடிக்கப் போவதில்லை” என்று கூறுவதற்குப் பதிலாக, “நான் புகைபிடிக்காதவன்” என்று கூறுங்கள். முந்தைய வாசகம் எதிர்மறையானதாகவும் எதிர்காலத்திலும் உள்ளது. பிந்தையது நேர்மறையானதாகவும் நிகழ்காலத்திலும் உள்ளது.

“உண்மையை முன்கூட்டியே கூறுவதற்கான” ஒரு வழி இது. நீங்கள் விரும்பும் சூழ்நிலை ஏற்கனவே நிலவுவதாக உங்கள் ஆழ்மனத்தை நீங்கள் இவ்வழியில்தான் நம்பச் செய்கிறீர்கள். உங்கள் அக உலகத்தை உங்களுக்கு விருப்பமான புற உலக யதார்த்தத்துடன் இசைவாக இருக்கும்படிச் செய்வதற்குத் தேவையான மாற்றங்களை உங்கள் ஆழ்மனம் செயல்படுத்தும்.

புகைபிடிக்கும் பழக்கத்தை நிறுத்தியது பற்றிய பல வகையான சுவாரசியமான அனுபவங்களை எங்கள் பயிலரங்கிற்கு வரும் மக்கள் எங்களிடம் பகிர்ந்து கொண்டுள்ளனர். ஒருவர், “நான் புகைப்பழக்கம் இல்லாதவன்,” என்று ஒவ்வொரு நாளும் பலமுறை தொடர்ந்து இரண்டு மாதங்கள் கூறி வந்தார். புகைப்பழக்கம் இல்லாதவராக அவர் தன்னை மனக்காட்சிப்படுத்தினார். அவர் சிகரெட்டைத் தொடுவது மெல்ல மெல்லக் குறைந்தது. இரண்டு மாதங்களுக்குப் பிறகு, ஒருநாளைக்கு ஒரு சிகரெட் என்ற கணக்கில் அவர் புகைத்தார். இறுதியில் அவர் அப்பழக்கத்தை விட்டொழித்தார். இரண்டு வருடங்களுக்குப் பிறகும்கூடப் புகைப்பதில் அவருக்கு விருப்பமில்லை.

பழக்கங்களை ஓரிரவிற்குள் உங்களால் மாற்ற முடியாது. நீங்கள் தயாராக இருக்கும்போது நீங்கள் விரும்பும் மாற்றங்கள் நிகழும் என்ற நம்பிக்கையுடனும் எதிர்பார்ப்புடனும் நீங்கள் பொறுமையாகவும் விடாமுயற்சியுடனும் சுயபிரகடனம் செய்ய வேண்டும், மனக்காட்சிப்படுத்த வேண்டும்.

3. வாய்விட்டு உரக்கக் கூறுவது

முகம் பார்க்கும் கண்ணாடி ஒன்றின் முன்னால் நின்று உங்கள் சுயபிரகடனத்தை வாய்விட்டு உரக்கக் கூறுவது மூன்றாவது உத்தி. ஒரு கண்ணாடியின் முன்னால் நின்று கொண்டு, "என்னால் முடியும்! என்னால் முடியும்!" என்று தெளிவாகவும் உணர்ச்சியோடும் கூறுவது நீங்கள் எதிர்கொள்ள வேண்டிய சவால் ஒன்றை சமாளிக்கத் தேவையான தன்னம்பிக்கையை உருவாக்கிக் கொள்வதற்கான ஒரு சக்தி வாய்ந்த வழி. உறுதியான நம்பிக்கையோடும் உற்சாகத்தோடும் எந்தவொரு விஷயத்தையும் நீங்கள் உரக்கக் கூறும்போது, அது நீங்கள் உங்களுக்குள் மௌனமாகக் கூறிக் கொள்ளும் சுயபிரகடனத்தைவிட இருமடங்கு தாக்கத்தை ஏற்படுத்தும்.

நீங்கள் ஒரு காரியத்தைச் செய்யப் போவதாகவோ அல்லது அது உங்களால் முடியும் என்றோ மற்றவர்களிடம் வலியுறுத்தும்போது, அது உங்கள் சிந்தனையிலும் நடவடிக்கையிலும் சக்திவாய்ந்த தாக்கத்தை ஏற்படுத்தும். விளையாட்டுக் குழுவினர் ஒரு போட்டிக்கு முன் மனரீதியாகத் தங்களைத் தயார்படுத்திக் கொள்வதற்காக இந்த வழிமுறையைப் பயன்படுத்துகின்றனர். போட்டிக்குள் நுழைவதற்கு முன்பு அவர்கள் ஒன்றுசேர்ந்து தங்கள் சுயபிரகடனத்தை உரக்கக் கூறுகின்றனர், தங்களை உற்சாகப்படுத்திக் கொள்கின்றனர்.

நீங்கள் உண்மையிலேயே என்ன நிகழ வேண்டும் என்று விரும்புகிறீர்களோ, நாள்தோறும் அதற்கு ஏற்றாற்போல் உங்கள் உரையாடல்கள் அமையுமாறு பார்த்துக் கொள்ளுங்கள். பயங்களையும் சந்தேகங்களையும் பற்றிப் பேச மறுத்துவிடுங்கள். நீங்கள் கூறும் அனைத்து விஷயங்களிலும் நேர்மறையாகவும் நன்னம்பிக்கையுடனும் நடந்து கொள்ளுங்கள். உற்சாகமாக இருங்கள். உங்கள் பேச்சு உற்சாகமிக்கதாகவும் வெற்றி குறித்ததாகவும் இருக்கும்போது நீங்கள் எவ்வளவு சிறப்பாக உணர்கிறீர்கள், எவ்வளவு தன்னம்பிக்கையுடன் நடந்து கொள்கிறீர்கள் என்பதைக் கண்டு நீங்கள் வியந்து போவீர்கள்.

4. நடித்துப் பார்த்தல்

நீங்கள் மாற விரும்பும் நபராக ஏற்கனவே மாறிவிட்டதுபோல் பேசுவதும், நடந்துகொள்வதும், செயல்படுவதும் மனத்தை மறுசீரமைப்பதில் உள்ள நான்காவது உத்தி. உங்களுக்கென்று நீங்கள் நிர்ணயித்துள்ள இலக்குகளை நீங்கள் ஏற்கனவே அடைந்துவிட்டது போலவும், எல்லோரும் உங்களை மதிப்பது போலவும், அங்கீகரிப்பது போலவும், உங்கள் வங்கிக் கணக்கில் ஏற்கனவே பணம் இருப்பது போலவும் நடந்து கொள்ளுங்கள்.

நீங்கள் நேர்மறையாகவும் நன்னம்பிக்கையாகவும் உணரும்போது, உங்களுடைய உணர்வுகள் அவற்றுக்குப் பொருத்தமான நடவடிக்கைகளையும் நடத்தைகளையும் உற்பத்தி செய்யும். இதற்கு நேரெதிரானதும் உண்மை. நீங்கள் நேர்மறையாக உணராவிட்டாலும், உற்சாகமாகவும் மகிழ்ச்சியாகவும் இருப்பதுபோல் நடந்து கொண்டால், அந்த நேரத்தில் நீங்கள் உண்மையிலேயே எந்த உணர்வைக் கொண்டிருந்தாலும் சரி, உங்கள் நேர்மறையான உணர்வுகள் நேர்மறையான நடத்தையை உருவாக்குவதுபோல் உங்கள் நேர்மறையான நடத்தை நேர்மறையான உணர்வுகளை உருவாக்குகின்றது. உங்கள் உணர்வுகளும் நடத்தையும் மாற்றியமைக்கப்படக்கூடியவையே.

நீங்கள் தொடர்ந்து நேர்மறையாகவும் உற்சாகமாகவும் நடந்து கொண்டால், விரைவில் நேர்மறையாகவும் உற்சாகமாகவும் உணர்வீர்கள். இதை வேறு விதமாகக் கூறினால், "ஒன்று மெய்யாகும்வரை அது உண்மை என்பதுபோல் நடியுங்கள்."

இந்த வழிமுறை மிகவும் சக்திவாய்ந்ததாக இருப்பதற்குக் காரணம், எந்தவொரு கணத்திலும் உங்கள் உணர்வுகளை உங்களால் கட்டுப்படுத்த முடியாவிட்டாலும், உங்கள் நடவடிக்கைகளை உங்களால் கட்டுப்படுத்த முடியும் என்பதுதான். உங்கள் நடவடிக்கைகளை நீங்கள் கட்டுப்படுத்தும்போது, நீங்கள் விரும்புகின்ற உணர்ச்சி நிலையை நீங்கள் உருவாக்குவீர்கள்.

இந்த உத்தியைப் பயன்படுத்தி, சிறப்பாகச் செயல்படக்கூடிய மனிதர்களிடம் உள்ள பண்புநலன்களை உங்களால் உங்களுக்குள் உருவாக்கிக் கொள்ள முடியும். குறிக்கோளுடனும், துணிச்சலோடும், தன்னம்பிக்கையோடும், தகுதியோடும், புத்திசாலித்தனத்தோடும் உங்களால் நடந்து

கொள்ள முடியும். இந்தப் பண்புநலன்கள் ஒவ்வொன்றும் உங்களிடம் ஏற்கனவே இருப்பதுபோல் நீங்கள் நடியுங்கள். விரைவில் இவை உங்களிடம் குடிகொண்டுவிட்டதைக் கண்டு நீங்கள் ஆச்சரியப்படுவீர்கள். மக்கள் உங்களை ஏற்றுக் கொண்டு அதற்கேற்ப நடந்து கொள்வதை நீங்கள் காண்பீர்கள்.

உங்கள் சுயகருத்தையும் ஆளுமையையும் முழுமையாக மாற்றுவதற்கு இந்த நான்கு உத்திகளுமே போதும். நீங்கள் யாராக ஆக விரும்புகிறீர்களோ, ஏற்கனவே அந்த நபராக ஆகிவிட்டதுபோல் சிந்திக்கத் துவங்குங்கள். அதை விரிவாக மனக்காட்சிப்படுத்துங்கள். உங்கள் இலக்குகளுக்குடன் பொருந்தும் வலிமையான, நேர்மறையான வாசகங்களை உரத்தக் குரலில் சுயபிரகடனம் செய்யுங்கள். வார்த்தைகள் உணர்ச்சிகளை உருவாக்கி எண்ணங்களை வடிவமைக்கும் என்பதை நினைவில் கொள்ளுங்கள். இறுதியாக, வெற்றி, மகிழ்ச்சி, செழிப்பு, மற்றும் ஒரு நேர்மறையான ஆளுமை ஆகியவற்றுக்கான உங்களது புதிய விருப்பங்களுடன் உங்கள் நடத்தை ஒத்திருக்குமாறு பார்த்துக் கொள்ளுங்கள்.

5. உங்கள் மனத்திற்கு ஊட்டமளித்தல்

நீங்கள் முன்னேறிக் கொண்டிருக்கும் பாதையுடன் பொருந்தும் வார்த்தைகள் மற்றும் காட்சிகள் மூலமாகத் தொடர்ந்து உங்கள் மனத்திற்கு ஊட்டமளிப்பது நேர்மறையான மனப்போக்கில் உள்ள ஐந்தாவது உத்தி. தனிப்பட்ட வளர்ச்சிக்கும் தொழில்ரீதியான வளர்ச்சிக்கும் உதவுகின்ற புத்தகங்களையும் பத்திரிகைகளையும் படியுங்கள். உங்களுக்குக் கிடைக்கும் ஒவ்வொரு வாய்ப்பிலும் பொருத்தமான ஒலிநாடாக்களைக் கேளுங்கள், ஒளிநாடாக்களைப் பாருங்கள். புதிய சிந்தனைப் பழக்கங்களை உருவாக்குவதற்கு உங்களுக்கு உதவக்கூடிய பயிலரங்குகளிலும் சொற்பொழிவுகளிலும் கலந்து கொள்ளுங்கள்.

ஒரு குறிப்பிட்ட விஷயத்தைப் பற்றி நீங்கள் எவ்வளவு அதிகமாகப் படிக்கிறீர்களோ, கேட்கிறீர்களோ, பார்க்கிறீர்களோ, கற்றுக் கொள்கிறீர்களோ, அந்த விஷயத்தில் நீங்கள் அதிகத் தன்னம்பிக்கை உடையவராகவும் திறன் பெற்றவராகவும் ஆவீர்கள். நீங்கள் நிர்வாகத் துறையில் இருந்து, சிறந்த மேலாளராக இருப்பது எப்படி என்பதைத் தொடர்ந்து கற்றுக் கொள்ளும்போது, அத்துறையில் நீங்கள் சிறப்பாக விளங்குவதாக நீங்கள் உங்களைப் பற்றிச் சிந்திக்கிறீர்கள்,

பார்க்கிறீர்கள். நீங்கள் விற்பனைத் துறையில் இருந்தால், சிறந்த விற்பனையாளராக உருவாவதற்கு உங்களுக்கு உதவக்கூடிய தகவல்கள் மற்றும் யோசனைகளை உங்கள் மனத்திற்கு ஊட்டுங்கள். உங்கள் உள்ளார்ந்த புரிதலை நீங்கள் மேம்படுத்தி கொள்ளும்போது, உங்கள் விளைவுகளை நீங்கள் மேம்படுத்துகிறீர்கள்.

6. நேர்மறையான மக்களுடன் தொடர்பு வைத்துக் கொள்ளுதல்

சரியான நபர்களுடன் தொடர்பு வைத்துக் கொள்வது ஆறாவது உத்தி. வெற்றியாளர்களுடன் தொடர்பு கொள்ளுங்கள். கோழிகளுடன் சேர்ந்து தரையைத் தேய்த்துக் கொண்டிருப்பதற்குப் பதிலாக, கழுகுகளுடன் உயரமாகப் பறந்து செல்லுங்கள். உங்களுடன் இருப்பவர்களுடைய வலிமையான தூண்டுதல்கள் உங்கள்மீது ஆதிக்கம் செலுத்துவதால், நீங்கள் யாருடன் நேரத்தைச் செலவிடுகிறீர்கள் என்பதைப் பற்றி எச்சரிக்கையாக இருக்க வேண்டும்.

எதிர்மறையான மக்களுடன் பழகுவதைத் தேர்ந்தெடுப்பதே ஒரு நபர் தன் வாழ்வில் தோற்பதற்கும் மிகக் குறைவாகச் சாதிப்பதற்கும் போதுமானது என்று ஹார்வர்டு பல்கலைக்கழகத்தைச் சேர்ந்த டாக்டர் டேவிட் மெக்லெல்லேன்ட் இருபத்தைந்து ஆண்டுகள் ஆய்வுக்குப் பிறகு கண்டுபிடித்தார். உங்கள் அலுவலகத்தில் உங்களுடன் பணிபுரிபவர்கள், சமூகத்தில் நீங்கள் தொடர்பு கொண்டுள்ளவர்கள், சமூக நடவடிக்கைகளில் உங்களுடன் இணைந்து செயலாற்றுபவர்கள் ஆகியோரில் உள்ள எதிர்மறையான மக்களைப் பற்றித்தான் அவர் கூறியுள்ளார். நீங்கள் மிகவும் நெருங்கிப் பழகும் மக்களுடைய மனப்போக்குகள், நடத்தை, மற்றும் அபிப்பிராயங்களை ஒரு பச்சோந்தியைப்போல் நீங்கள் உங்களை அறியாமலேயே சுவீகரித்துக் கொள்வீர்கள்.

நீங்கள் யாருடன் நேரம் செலவிட வேண்டும் என்பதைத் தெரிந்து கொள்ள, “பயனற்றத் தொடர்புகளை உருவாக்கிக் கொள்ளாதீர்கள்” என்ற பெரோன் ராத்ஸ்சைல்டின் ஆலோசனையைப் பின்பற்றுங்கள். புதிய, நேர்மறையான மக்களை நீங்கள் சந்திக்க வேண்டும் என்றால், உங்களுடைய பழைய குழுவினருடன் பழகுவதை நீங்கள் நிறுத்த வேண்டும். குறிப்பாக, எதிர்மறையான மக்களிடமிருந்து விலகிச்

செல்லுங்கள். உங்கள் வாழ்வில் உள்ள பெரும்பாலான மகிழ்ச்சியின்மைக்கு முதன்மைக் காரணம் இவர்கள்தான்.

ஒரு மோசமான உறவில் இருப்பதே வெற்றி மற்றும் மகிழ்ச்சிக்கான உங்களது முழு ஆற்றலையும் மட்டுப்படுத்தப் போதுமானது. உங்களைச் சுற்றிலும் உள்ள மக்களின் தூண்டுதலைவிட உங்களிடம் தாக்கத்தை ஏற்படுத்தும் அதிக சக்திவாய்ந்த தூண்டுதல் வேறெதுவும் இல்லை. அவர்களைக் கவனமாகத் தேர்ந்தெடுங்கள்.

7. மற்றவர்களுக்குக் கற்றுக் கொடுத்தல்

இந்தக் கருத்துக்களையெல்லாம் உள்வாங்கிக் கொண்டு அவற்றை உங்கள் மனத்தில் பதிய வைப்பதற்கான ஏழாவது உத்தி, நீங்கள் கற்றுக் கொண்டிருக்கும் விஷயங்களை மற்றவர்களுக்குக் கற்றுக் கொடுப்பது. நீங்கள் எதைக் கற்றுக் கொடுக்கிறீர்களோ அதுவாகவே ஆகிவிடுகிறீர்கள். நீங்கள் யாராக இருக்கிறீர்களோ அதைத்தான் நீங்கள் பிறருக்குக் கற்றுக் கொடுக்கிறீர்கள். ஒருவருக்கு உதவும் நோக்கில் ஒரு புதிய கோட்பாட்டை அவருக்குத் தெளிவாக விளக்கிக் கூற நீங்கள் முயற்சிக்கும்போது, நீங்கள் அதை இன்னும் தெளிவாகப் புரிந்து கொள்வீர்கள், இன்னும் சிறப்பாக உட்கிரகித்துக் கொள்வீர்கள்.

நீங்கள் சென்று கொண்டிருக்கும் திசையிலும், உங்கள் இலக்குகளிலும், நீங்கள் வளர்த்துக் கொண்டிருக்கும் பண்புநலன்களிலும் உங்கள் மனத்தைக் குவிப்பதுதான் உங்கள் வேலை. தொடர்ந்து உங்கள் மனத்தில் எதை உங்களால் நிலைகொள்ளச் செய்ய முடிகிறதோ, அதை நிச்சயமாக உங்களால் அடைய முடியும். கடந்தகாலத்தில் நீங்கள் எப்படி இருந்தீர்கள் என்பதை மறந்துவிடுங்கள். கடந்தகால அடையாளங்களைத் தூக்கி எறிந்துவிடுங்கள். இப்போது நீங்கள் உங்களை எப்படிப் பார்க்கிறீர்கள், உங்களைப் பற்றி எப்படிப் பேசுகிறீர்கள், எவ்வாறு நடந்து கொள்கிறீர்கள் என்பதுதான் உங்களுடைய எதிர்காலத்தை உருவாக்கிக் கொண்டிருக்கிறது.

நீங்கள் யாராக உருவாக விரும்புகிறீர்களோ அந்த நபரைப்போலவே நீங்கள் பேசும்போதும், நடந்து கொள்ளும்போதும், உங்கள் ஆதிக்க எண்ணங்களும் இலக்குகளும் உங்கள் யதார்த்தமாக மாறும். பெரும்பாலான நேரங்களில் நீங்கள் எதைச் சிந்தித்துக் கொண்டிருக்கிறீர்களோ அதுவாகவே நீங்கள் ஆவீர்கள்.

செயல்முறைப் பயிற்சி

நீங்கள் உங்களிடம் உருவாக்க விரும்பும் ஒரு நேர்மறையான பழக்கத்தைத் தேர்ந்தெடுத்து, அடுத்த இருபத்தோரு நாட்களுக்கு அந்தப் பழக்கத்திற்குப் பொருத்தமான முறையில் சிந்திக்கவும், கற்பனை செய்யவும், சுயபிரகடனம் செய்யவும், நடந்து கொள்ளவும் உங்களை ஒழுங்குபடுத்திக் கொள்ளுங்கள்.

உங்கள் இலக்குகளும் குறிக்கோள்களும் எதுவாக இருந்தாலும், அவற்றைச் சாதிப்பதற்கு ஏற்றாற்போலவே பேசுங்கள், சிந்தியுங்கள். உங்கள் சிந்தனை எப்போதும் உங்கள் இலக்கின்மீதே இருக்கட்டும். அதை எவ்வாறு சாதிப்பது என்ற போக்கில் சிந்தியுங்கள். உங்களால் முடிந்தால், அது ஏற்கனவே நிஜமாகிவிட்டதுபோல் நடந்து கொள்ளுங்கள்.

உங்கள் வாழ்வின் ஒரு குறிப்பிட்டப் பகுதியில், நீங்கள் தேர்ந்தெடுக்கும் ஒரு முக்கியமான பழக்கத்தை அல்லது மனப்போக்கை உங்களால் உருவாக்கிக் கொள்ள முடியும் என்று உங்களுக்கு நீங்களே நிரூபித்துக் காட்டுவது, இந்த வழிமுறைகள் அனைத்தும் உங்களுக்குப் பலனிப்பதற்கு அவசியம் தேவை. அவ்வாறு நீங்கள் நிரூபிக்கும்போது, நீங்கள் நிர்ணயிக்கும் எந்தவோர் இலக்கையும் உங்களால் அடைய முடியும், எந்தவொரு மாற்றத்தையும் உங்களால் செயல்படுத்த முடியும் என்ற தன்னம்பிக்கையையும் மனஉறுதியையும் நீங்கள் பெறுவீர்கள். வெறுமனே ஆசைப்படுவது அல்லது நம்புவதற்குப் பதிலாக, நீங்கள் சாதிக்கக்கூடிய சாத்தியக்கூறுகளுக்கு எல்லையில்லை என்பதை நீங்கள் நிச்சயமாக அறிந்து கொள்வீர்கள்.

4

பலமான ஐக்கியச் செயல்பாடு

உங்கள் வெளியுலகம் உங்கள் உள்ளுலகத்திற்கு ஏற்றாற்போலவே அமையும். உங்கள் வாழ்வில் நடந்து கொண்டிருக்கும் விஷயங்கள், உங்கள் மனத்தில் நிகழ்ந்து கொண்டிருக்கும் விஷயங்களால் பெருமளவில் தீர்மானிக்கப்படுகின்றன. வெளியுலகில் உங்களுக்குக் கிடைக்கும் அனுபவங்கள் உங்கள் சிந்தனையின் பிரதிபலிப்புகளே. காலப்போக்கில், உங்களைப் பற்றியும், உங்களுக்கு எது சாத்தியம் என்பது பற்றியும் உங்கள் மனத்தில் நீங்கள் கொண்டிருக்கும் உறுதியான நம்பிக்கைகளையே உங்கள் வாழ்க்கையில் நீங்கள் யதார்த்தத்தில் உருவாக்குகிறீர்கள்.

பிரபலமான மனிதர்களின் கதைகளையும், அவர்களுடைய சுயசரிதைகளையும் படித்ததில் இருந்து, அவர்களுக்கிடையே ஒரு விஷயம் பொதுவாக இழையோடுவதைக் கண்டு நான் பிரமித்துப் போனேன். அது இதுதான்: அனைத்துத்

தடைகளையும் கடந்து, உயர்ந்த சிகரங்களை அடைவதற்கான தங்களது திறன்மீது அவர்கள் அசைக்க முடியாத நம்பிக்கையைக் கொண்டிருந்தனர் அல்லது அந்த நம்பிக்கையை வளர்த்துக் கொண்டிருந்தனர்.

சாதாரண மனிதர்களிடம் இல்லாத சக்திகளை இந்த நம்பிக்கை அவர்களுக்குக் கொடுத்தது. பல தடைகளைக் கடந்து, தங்களைச் சுற்றி இருந்த மக்களின் கணிப்புகளைத் தவிடுபொடியாக்கி, குறிப்பிடத்தக்க சாதனைகளை அவர்கள் படைத்தனர்.

நான் உயர்நிலைப் பள்ளியைவிட்டு விலகி, ஒவ்வொரு வேலையாகத் தாவிக் கொண்டிருந்தபோது, "உலகத்தைப் பார்ப்பது" என்பதைத் தவிர வேறு எந்தக் குறிக்கோளும் எனக்கு இருக்கவில்லை. என்ன வேலை கிடைத்தாலும் அதை நான் ஒப்புக் கொண்டேன். அந்த நேரத்தில் என்னைச் சுற்றி யார் இருந்தார்களோ அவர்களுடன் நான் சகவாசம் வைத்துக் கொண்டேன். என் வாழ்க்கையைத் திட்டமிடுவதற்குப் பதிலாக, வாழ்க்கையை ஓட்டிக் கொண்டிருந்தேன்.

வாழ்க்கை இவ்வளவுதான் என்று நான் நினைத்தேன். எனக்குத் தெரிந்த விஷயங்களும், நான் செய்து கொண்டிருந்த விஷயங்களும்தான் எனது உயர்ந்தபட்ச சாத்தியம் என்று நான் நம்பிக் கொண்டு இருந்தேன். என்னால் செய்யக்கூடிய மிகச் சிறந்த காரியம், சூழ்நிலைகளைப் புத்திசாலித்தனமாகவும் ஆக்கபூர்வமாகவும் கையாள்வதும், அதிகமான தவறுகள் செய்யாமல் இருப்பதும்தான் என்று நான் நினைத்திருந்தேன்.

உளவியல், சமயம், மற்றும் மெய்யறிவியல் ஆகிய எனது படிப்புகள் ஆழ்மனத்தைப் பற்றிக் குறிப்பிட்டபோது, அதை நான் சரியாகப் புரிந்து கொள்ளவும் இல்லை, எனக்கு உதவும் வகையில் அதைப் பயன்படுத்த நான் முயற்சிக்கவும் இல்லை. இருந்தாலும், நமது நடத்தையைக் கட்டுப்படுத்தி, நமது விளைவுகளைத் தீர்மானிக்கும் மனவிதிகளைப் பற்றி நான் கற்றறிந்தபோது, சாதனைக்கான ஒரு பரிமாணம் எங்கோ ஒளிந்திருப்பதையும், அது என்னிடம் இல்லை என்பதையும் உணர்ந்தேன்.

சுயகருத்தின் முக்கியத்துவத்தையும், நாம் செய்யும் அனைத்தும் நமது நம்பிக்கைகளால் முன்கூட்டியே தீர்மானிக்கப்படுகின்றன என்பதையும் நான் கொஞ்சம் கொஞ்சமாகப் புரிந்து கொண்டேன்.

மனித ஆற்றலின் வீரியத்தை நான் அப்போது புரிந்து கொண்டேன். நாம் நம் ஆற்றலின் 10 சதவீதத்தை மட்டுமே பயன்படுத்துகிறோம் என்றால், மீதி 90 சதவீதம் நம் மனத்தில் எங்கோ ஒளிந்து கொண்டிருக்கின்றது என்றுதானே அர்த்தம்? என்னுடைய அபரிமிதமான திறன்களைக் கையகப்படுத்திப் பயன்படுத்துவதற்கு நான் அந்த மறைவான சக்தியை விடுவிக்க வேண்டும் என்பதை உணர்ந்தேன்.

உங்கள் ஆழ்மனம் அளப்பரிய சக்தி கொண்டது. நீங்கள் அதை முறையாகப் பயன்படுத்தினால், உங்கள் இலக்குகளையும் கனவுகளையும் நோக்கி நீங்கள் விரைவாக முன்னேறுவதற்கு அது உங்களுக்கு உதவும். உங்கள் ஆழ்மனத்தை ஆக்கபூர்வமாகவும் பயன்படுத்தலாம், அழிவுபூர்வமாகவும் பயன்படுத்தலாம். நல்லதற்கும் பயன்படுத்தலாம், கெட்டதற்கும் பயன்படுத்தலாம். உங்கள் ஆழ்மனத்தை நீங்கள் எவ்வாறு பயன்படுத்துகிறீர்கள் என்பதைப் பொறுத்து நீங்கள் ஆண்டியாகவும் இருக்கலாம், அரசனாகவும் மாறலாம். உங்கள் ஆற்றலை நீங்கள் முழுமையாகப் பயன்படுத்துவதற்கு, அதை உங்கள் விருப்பம்போல் எவ்வாறு கையகப்படுத்துவது, உங்கள் குறிக்கோள்களை அடைவதற்காக ஆக்கபூர்வமாகவும் புத்துசாலித்தனமாகவும் அதை எப்படிப் பயன்படுத்துவது என்பதை நீங்கள் கற்றுக் கொள்ள வேண்டும்.

சில காலத்திற்கு முன்பு எனது வழக்கறிஞர் தன் அலுவலகத்தை எனக்குச் சுற்றிக் காட்டிக் கொண்டிருந்தார். ஓர் அறையில் பல செயலாளர்கள் கடிதங்களையும் சட்ட ஆவணங்களையும் தட்டச்சு செய்து கொண்டிருந்தனர். அவர்கள் அனைவரும் கணினியில் வேலை பார்த்துக் கொண்டிருந்தனர். நாங்கள் அந்த அறையைவிட்டு வெளியேறியபோது, தானும் தனது பங்காளிகளும் சேர்ந்து ஒரு லட்சம் டாலர்கள் செலவு செய்து இந்தக் கணினி அமைப்பை நிறுவியதாக அவர் விளக்கினார். அந்த அமைப்பு நிறுவப்பட்டபோது, அந்த நேரத்தில், தரமான மற்றும் அதிகமான சட்ட வேலைகளைச் செய்வதற்கு உதவும் வகையில், தனது அலுவலகத்தில் வேலை பார்த்துக் கொண்டிருந்த செயலாளர்கள் அனைவருக்கும் கணியைப் பயன்படுத்துவதற்கான பயிற்சி கொடுக்கப்பட்டதாக அவர் என்னிடம் விளக்கினார்.

காலப்போக்கில் அந்தச் செயலாளர்கள் அனைவரும் தங்கள் வேலையைவிட்டு விலகி வேறு வேலையில்

சேர்ந்துவிட்டதாகவும் அவர் என்னிடம் கூறினார். பிறகு, கணினிப் பயிற்சி பெறாத புதிய செயலாளர்களை அவர்கள் நியமனம் செய்ய வேண்டியதாயிற்று. "எங்களுக்கு அதிகமான வேலை இருந்ததால் அவர்களுக்கு எங்கள் கணினிகளைப் பயன்படுத்துவதற்குப் பயிற்சி கொடுக்க எங்களுக்கு நேரம் இருக்கவில்லை. எனவே, கணினியின் ஆற்றலைப் பயன்படுத்தி பல நவீன விஷயங்களைச் செய்து உற்பத்தியைப் பெருக்குவதற்குப் பதிலாக, அதை ஒரு நவீனத் தட்டச்சு இயந்திரம்போல் அவர்கள் பயன்படுத்துகின்றனர். ஒரு நேரத்தில் ஒரு கடிதம் அல்லது ஓர் ஆவணம் என்ற கணக்கில், ஒருசில நிமிடங்களில் அந்தக் கணனி செய்யும் வேலையை அவர்கள் பலமணிநேரம் செலவழித்துச் செய்கின்றனர்," என்று கூறினார்.

துரதிர்ஷ்டவசமாக, பெரும்பாலான மக்கள் அந்தச் செயலாளர்களைப்போல் உள்ளனர். ஒவ்வொரு நாளும் அவர்கள் தங்கள் மனத்தைப் பயன்படுத்தித்தான் வேலை செய்கின்றனர், ஆனால் அற்பமான விஷயங்களுக்கு மட்டுமே அதைப் பயன்படுத்திவிட்டு, தாங்கள் இவ்வளவு கடினமாக உழைத்தும் தங்களால் ஏன் அதிகமாகச் செய்ய முடியவில்லை என்று ஆச்சரியப்படுகின்றனர்.

நான் ஹோட்டல்களில் பாத்திரம் கழுவிக் கொண்டிருந்த காலத்தில், அதிகமாகப் பணம் சம்பாதிப்பதற்கான ஒரே வழி நீண்ட நேரம் வேலை பார்த்து, அதிகமான பாத்திரங்களைக் கழுவுவதுதான் என்று நினைத்திருந்தேன். நீண்ட நேரம் உழைப்பதும், கடினமாக உழைப்பதும் மட்டுமே உங்கள் வாழ்க்கையை மேம்படுத்துவதற்கான ஒரே வழி என்ற நம்பிக்கைதான் நம்மைப் படுகுழியில் தள்ளிவிடுகின்றது. என் இலக்குகளை அடைவதற்கு உடல்ரீதியாகக் கடினமாக உழைப்பதற்குப் பதிலாக, என் மனத்தின் சக்திகளை அதிகமாகப் பயன்படுத்துவதற்கு சாமர்த்தியமாக உழைக்க வேண்டும் என்பதை நான் கற்றுக் கொண்டேன்.

வெற்றிகரமான மக்கள் தங்கள் வெளிமனத்தையும் ஆழ்மனத்தையும் இணக்கமாக இயங்கச் செய்யக் கற்றுக் கொண்டுள்ளனர். எனவே அவர்கள் தங்களுக்கு விருப்பமானவற்றை விரைவாகவும் குறைந்த முயற்சியைக் கொண்டும் பெறுகின்றனர். அந்தக் கண்டுபிடிப்பு என் முயற்சிகள் மற்றும் என் வாழ்க்கையை மாற்றி அமைத்தது.

ஒரே மனத்திற்குள் இரண்டு மனங்கள்

உங்கள் ஆழ்மனம் எவ்வாறு இயங்குகிறது, அதன் செயல்பாடுகளையும் அது உங்கள் வாழ்வில் ஏற்படுத்தும் விளைவுகளையும் நீங்கள் எவ்வாறு கட்டுப்படுத்தலாம் என்பது குறித்து உங்களுக்கு உதவி செய்வதற்கான ஓர் எளிய மாதிரி இது.

ஒரு கோல்ப் பந்தும் ஒரு கூடைப்பந்தும் ஒன்றாக ஒட்டியிருப்பதுபோலவும், கோல்ப் பந்து மேலே இருப்பது போலவும் கற்பனை செய்து கொள்ளுங்கள். கூடைப்பந்துதான் உங்கள் ஆழ்மனம் என்று வைத்துக் கொள்ளுங்கள். உங்கள் வெளிமனம் மற்றும் ஆழ்மனத்தின் சக்திகள் மற்றும் திறன்களின் அளவை இக்காட்சி உணர்த்துகின்றது. இரண்டு மனங்களும் ஒன்றுக்கொன்று இன்றியமையாதவை. ஆனால் அவை இரண்டும் வெவ்வேறு தளங்களில் இயங்குகின்றன.

வெளிமனம்

வெளிமனம் பகுத்தறியும் மனம். அதற்கு நினைவு கிடையாது. ஒரு நேரத்தில் ஒரே ஓர் எண்ணம் மட்டுமே அதில் நிலைகொள்ள முடியும். இந்த மனத்திற்கு நான்கு இன்றியமையாத செயல்பாடுகள் உள்ளன.

முதலில், உள்வரும் தகவலை அது அடையாளம் காண்கிறது. பார்த்தல், கேட்டல், முகர்தல், ருசித்தல், மற்றும் தொடுதல் அல்லது உணர்தல் மூலம் இத்தகவல் பெறப்படுகிறது.

உங்களைச் சுற்றி நடந்து கொண்டிருக்கும் விஷயங்களை உங்கள் வெளிமனம் தொடர்ந்து கண்காணித்தும் வகைபிரித்தும் வருகிறது. இதை விளக்குவதற்கு, நீங்கள் சாலையில் ஒரு நடைபாதை வழியாக நடந்து கொண்டிருப்பதாகக் கற்பனை செய்யுங்கள். சாலையைக் கடப்பதென்று நீங்கள் தீர்மானித்து, நடைபாதையைவிட்டுக் கீழே கால் வைக்கிறீர்கள். அந்த நேரத்தில் ஒரு காரின் உறுமல் சத்தம் உங்களுக்குக் கேட்கிறது. நீங்கள் உடனடியாகத் திரும்பி, அந்த சத்தம் எங்கிருந்து வருகிறது என்பதைத் தெரிந்து கொள்வதற்காக அந்தத் திசை நோக்கிப் பார்க்கிறீர்கள். இதுதான் உங்கள் வெளிமனத்தின் முதல் செயல்பாடு.

அதன் இரண்டாவது செயல்பாடு ஒப்பிடுதல். நீங்கள் பார்த்தக் கார் மற்றும் அதன் சத்தம் பற்றிய தகவல்

உடனடியாக உங்கள் ஆழ்மனத்திற்குச் செல்கிறது. அங்கு, பிற வாகனங்கள் பற்றிய தகவல்கள் மற்றும் அவற்றுடனான உங்கள் முந்தைய அனுபவங்கள் ஆகியவற்றோடு அது ஒப்பிடப்படுகிறது.

அந்தக் கார் பத்துக் கட்டிடங்கள் தூரம் இருந்து, மணிக்கு முப்பது கிலோமீட்டர் வேகத்தில் வந்து கொண்டிருந்தால், அதனால் உங்களுக்கு எந்த ஆபத்தும் இல்லையென்றும் நீங்கள் தாராளமாகச் சாலையைக் கடக்கலாம் என்றும் உங்கள் ஆழ்மனம் உங்களிடம் கூறும்.

மறுபுறம், அது நூறு அடிகள் தூரம் இருந்து, மணிக்கு அறுபது கிலோமீட்டர் வேகத்தில் வந்து கொண்டிருந்தால், ஆபத்து உள்ளது என்பதை அது உங்களுக்கு அறிவித்துவிட்டு, அதற்குத் தேவையான நடவடிக்கையை மேற்கொள்ள அது உங்களைத் தூண்டும்.

உங்கள் வெளிமனத்தின் மூன்றாவது செயல்பாடு ஆய்வு. அதற்கடுத்து வருவது தீர்மானம்.

விஷயங்களைத் தேர்ந்தெடுப்பதிலும் தீர்மானங்களை மேற்கொள்வதிலும் உங்கள் வெளிமனம் உள்வரும் தகவல்களை ஏற்றுக் கொள்ளும் அல்லது நிராகரிக்கும். நேர்மறையான எண்ணமோ அல்லது எதிர்மறையான எண்ணமோ, ஒரு நேரத்தில் ஒரே ஓர் எண்ணத்தை மட்டுமே உங்கள் வெளிமனத்தால் கையாள முடியும். ஒன்று, அது அத்தகவலை ஏற்றுக் கொள்ளும் அல்லது நிராகரிக்கும். உள்வரும் தகவல்களைத் தொடர்ந்து ஆய்வு செய்து, அவை உங்களுக்குப் பொருத்தமா இல்லையா என்று அது தீர்மானிக்கும்.

எனவே, நீங்கள் சாலையைக் கடந்து கொண்டிருக்கிறீர்கள், எதிர்வரும் காரின் சத்தத்தைக் கேட்கிறீர்கள், அது உங்களை நோக்கி வருவதைப் பார்க்கிறீர்கள். வந்து கொண்டிருக்கும் வாகனங்களின் வேகத்தைப் பற்றிய உங்கள் அறிவின் காரணமாக, நீங்கள் ஆபத்தில் இருப்பதாகவும், ஒரு தீர்மானத்தை எடுக்க வேண்டியிருப்பதாகவும் உங்கள் ஆய்வு உங்களிடம் கூறுகிறது. "நான் அந்தக் காரின் பாதையில் இருந்து விலக வேண்டுமா அல்லது வேண்டாமா?" என்பதுதான் நீங்கள் கேட்கும் முதல் கேள்வி. அதற்கான பதில் "வேண்டும்" என்பதாக இருந்தால், உங்களது அடுத்தக் கேள்வி, "நான் காரின் முன்னே பாய்ந்து செல்ல வேண்டுமா அல்லது கூடாதா?" என்பதாக இருக்கும். அதற்கான விடை "கூடாது" என்பதாக இருந்தால், போக்குவரத்தின் காரணமாக உங்களுடைய

அடுத்தக் கேள்வி, "நான் பின்னால் செல்ல வேண்டுமா?" என்பதாக இருக்கும். உங்களுடைய தீர்மானம் "ஆமாம்" என்பதாக இருந்தால், இத்தகவல் உங்கள் ஆழ்மனத்திற்கு உடனடியாகத் தெரிவிக்கப்பட்டு, கூடுதலாக வேறு எந்த சிந்தனையோ தீர்மானமோ எடுக்க வேண்டிய அவசியமின்றி நொடிப் பொழுதில் உங்கள் உடல் பின்னுக்குத் தள்ளப்பட்டு, காரின் பாதையைவிட்டு வலகுகிறது.

முதலில் நீங்கள் உங்கள் வலது காலை எடுத்து வைக்க வேண்டுமா அல்லது இடது காலை எடுத்து வைக்க வேண்டுமா என்று சிந்திப்பதற்கு உங்கள் வெளிமனத்தை நீங்கள் பயன்படுத்த வேண்டியிருக்கவில்லை. உங்கள் கட்டளை உங்கள் வெளிமனத்திலிருந்து ஆழ்மனத்திற்குத் தெரிவிக்கப்பட்டவுடன், அனைத்துத் தேவையான நரம்புகளும் தசைகளும் ஒருங்கிணைந்து, ஒரே சமயத்தில் அவை உங்கள் தீர்மானத்திற்குக் கட்டுப்பட்டு இயக்கப்படுகின்றன.

உங்கள் ஆழ்மனம் உங்கள் வெளிமனத்தைவிட முப்பதாயிரம் மடங்கு அதிக வேகத்தில் செயல்படுவதாக 'இன் சர்ச் ஆஃப் த மிராகுலஸ்' என்ற தனது புத்தகத்தில் கணிதவியலாளர் பீட்டர் ஆஸ்பென்ஸ்கி கூறியுள்ளார். கீழ்க்கண்ட வழியில் இதை நீங்கள் பரிசோதித்துப் பார்க்கலாம். உங்கள் கையை உங்கள் மார்புக்கு முன்பு நீட்டிக் கொண்டு உங்கள் விரல்களைச் சுழற்றுங்கள். அதன் இயக்கத்தை உங்கள் ஆழ்மனத்திடம் நீங்கள் ஒப்படைப்பதன் மூலம் உங்களால் இதைச் சுலபமாகச் செய்ய முடியும். பிறகு, உங்கள் வெளிமனத்தைப் பயன்படுத்தி ஓர் ஊசிக்குள் ஒரு நூலை நுழைக்க முயற்சியுங்கள். உங்கள் ஆழ்மனம் அதில் ஈடுபடாமல் இருப்பதால், உங்கள் கைகளின் ஒருசில இயக்கங்களுக்குக்கூட எவ்வளவு முயற்சியும் கவனமும் தேவைப்படுகின்றன என்பதைப் பாருங்கள்.

ஒரு பெரிஸ்கோப்பின் மூலம் கடலின் மேற்புறத்தைப் பார்த்துக் கொண்டிருக்கும் ஒரு நீர்மூழ்கிக் கப்பலின் தலைவனைப்போல் உங்கள் வெளிமனம் செயல்படுகிறது. அச்சமயத்தில் அவர் ஒருவரால் மட்டுமே அதன் வழியாகப் பார்க்க முடியும். கடல் மட்டத்தில் என்ன நிகழ்ந்து கொண்டிருக்கிறது என்பதை அவர் தனது குழுவினருக்குத் தெரியப்படுத்துவார். அவர் எதைப் பார்க்கிறாரோ, உணர்கிறாரோ, தீர்மானிக்கிறாரோ, அது உடனடியாக அந்தக் கப்பலில் உள்ளோர் அனைவருக்கும் தெரிவிக்கப்பட்டு, அவரது

ஆணைகளுக்கு உட்பட்டு அவர்கள் அனைவரும் செயலில் இறங்குகின்றனர்.

எல்லாம் உங்கள் கட்டுப்பாட்டில் இருக்க வேண்டும் என்று நீங்கள் உறுதியாக இருப்பதால், உங்களால் ஒரு குறிப்பிட்ட அளவுக்கு மேல் செயல்பட முடியாது என்று நீங்கள் நினைக்கிறீர்கள். சிறந்த அல்லது வித்தியாசமான விளைவுகளைப் பெறுவதற்குக் கடினமாக உழைக்க வேண்டும் என்று உறுதியாக நம்புகிறீர்கள். ஆனால் இது விடையே அல்ல.

உங்கள் ஆழ்மன சக்திகளை எவ்வாறு தூண்டிவிட வேண்டும் என்பதைப் புரிந்து கொண்டு, அவற்றை அதிகமாகப் பயன்படுத்துவதுதான் உங்கள் வாழ்க்கையை உண்மையிலேயே மேம்படுத்துவதற்கான வழி. இதைச் செய்வதற்கு, உங்கள் ஆழ்மனம் என்ன செய்கிறது என்பதையும், அது எவ்வாறு வேலை செய்கிறது என்பதையும் நீங்கள் தெரிந்து கொள்ள வேண்டும்.

உங்கள் ஆழ்மனம்

உங்கள் ஆழ்மனம் ஒரு பெரிய நினைவு வங்கியைப் போன்றது. அதன் திறன் எல்லையற்றது. உங்களுக்கு நிகழும் அனைத்தையும் அது நிரந்தரமாகப் பதிவு செய்கிறது. நீங்கள் இருபத்தோரு வயதை அடைவதற்கு முன்பே, ஒட்டுமொத்தக் கலைக்களஞ்சியத்தில் உள்ளவற்றைப்போல் நூறு மடங்கு விஷயங்களை நிரந்தரமாகப் பதிவு செய்துவிடுகிறீர்கள். மனவசிய நிலையில், வயதானவர்களால் ஐம்பது வருடங்களுக்கு முன்பு நடந்த விஷயங்களைக்கூட மிகத் தெளிவாக நினைவுகூர முடிகிறது.

தகவல்களைச் சேகரிப்பதும் நினைவுகூர்வதும்தான் உங்கள் ஆழ்மனத்தின் வேலை. நீங்கள் எவ்வாறு பக்குவப்படுத்தப்பட்டு உள்ளீர்களோ அதே வழியில் நீங்கள் செயல்படுவதை உறுதி செய்வதுதான் அதன் வேலை. நீங்கள் கூறும் அனைத்தையும், நீங்கள் செய்யும் அனைத்தையும் உங்கள் ஆழ்மனம் உங்கள் சுயகருத்திற்கு ஏற்றாற்போல் அமைத்துக் கொள்கிறது.

உங்கள் ஆழ்மனம் பகுத்து அறிவதில்லை. அது தன்னிச்சையாகச் சிந்திப்பதில்லை, காரணப்படுத்துவதில்லை. அது உங்கள் வெளிமனத்திலிருந்து வரும் கட்டளைகளை வெறுமனே நிறைவேற்றுகிறது. தோட்டத்தில் விதைகளை விதைக்கும் ஒரு தோட்டக்காரராக உங்கள் வெளிமனத்தை

நீங்கள் நினைத்துக் கொண்டால், விதைகள் முளைத்தெழுந்து வளர்கின்ற செழிப்பான மண்ணாகவோ அல்லது தோட்டமாகவோ உங்கள் ஆழ்மனத்தை நீங்கள் நினைக்கலாம்.

உங்கள் வெளிமனம் கட்டளையிடுகிறது, உங்கள் ஆழ்மனம் அதற்குக் கீழ்ப்படிகிறது. உங்கள் நடத்தை உங்களுடைய இயல்பான எண்ணங்கள், நம்பிக்கைகள், மற்றும் விருப்பங்களுக்கு ஏற்ப இருக்குமாறு பார்த்துக் கொள்வதற்கு உங்கள் ஆழ்மனம் தொடர்ந்து இரவு பகலாக வேலை செய்கிறது. உங்கள் மனத்தில் நீங்கள் விதைக்கும் எண்ண விதைகளைப் பொறுத்து உங்கள் வாழ்வென்னும் தோட்டத்தில் மலர்கள் மலர்கின்றன அல்லது களைகள் முளைக்கின்றன.

உங்கள் ஆழ்மனம் உங்களுடைய சுவாசத்தையும் இதயத்துடிப்பையும் சீராக வைத்துக் கொள்கிறது. உங்கள் உடலின் வெப்ப நிலையை 98.6 டிகிரியாக வைத்துக் கொள்வதும் அதன் வேலைதான். உங்கள் ஒட்டுமொத்த உடலின் இயக்கங்களும் ஒத்திசைவாக அமைவதை உறுதி செய்யும் வகையில் அது உங்கள் உடலில் உள்ள கோடிக்கணக்கான உயிரணுக்களின் வேதிநிலையைச் சமமாக வைத்துக் கொள்கின்றது.

கடந்தகாலத்தில் நீங்கள் செய்துள்ள மற்றும் கூறியுள்ள விஷயங்களுடன் ஒத்துப்போகும்படியாக இப்போது உங்கள் சிந்தனையும் செயலும் அமைவதையும் அது உறுதி செய்கிறது. உங்களுடைய வழக்கமான சிந்தனைகளும் நடவடிக்கைகளும் உங்கள் ஆழ்மனத்தில் பதிவு செய்யப்படுகின்றன. எந்த நிலையில் நீங்கள் சௌகரியமாக உணர்கிறீர்கள் என்பதை நினைவில் வைத்துக் கொண்டு, அது உங்களை அந்த நிலையில் வைத்திருக்கும். அந்த நிலையைவிட்டு வெளியேறி வேறு ஏதேனும் ஒரு புதிய அல்லது வித்தியாசமான விஷயத்தை நீங்கள் செய்ய முயற்சிக்கும்போதோ, அல்லது உங்கள் நடத்தையை மாற்ற முயற்சிக்கும்போதோ, உடல்ரீதியாகவும் உணர்ச்சிரீதியாகவும் அது உங்களை அசௌகரியமாக உணரச் செய்கிறது.

நீங்கள் புதிதாக ஒன்றை முயற்சிக்கும் ஒவ்வொரு முறையும், உங்கள் ஆழ்மனம் உங்களது சௌகரிய நிலையை நோக்கி உங்களை மீண்டும் பின்னுக்கு இழுப்பதை உங்களால் உணர முடியும். வேறு ஏதேனும் வித்தியாசமான விஷயத்தைச் செய்வதைப் பற்றி நினைப்பதே உங்களுக்கு நடுக்கத்தையும் அசௌகரியத்தையும் ஏற்படுத்தும்.

ஒரு புதிய வேலைக்கு விண்ணப்பிப்பது, பல வருடங்களுக்குப் பிறகு ஓட்டுனர் உரிமத்திற்கான தேர்வில் கலந்து கொள்வது, புதிய வாடிக்கையாளர்களைத் தொலைபேசியில் தொடர்பு கொள்வது, சவாலான முயற்சிகளை மேற்கொள்வது, அல்லது எதிர்பாலினரிடம் பேசுவது ஆகிய அனைத்தும் நீங்கள் அசௌகரியமாக உணர்வதற்கான எடுத்துக்காட்டுகள்.

தலைவர்கள் எப்போதும் தங்கள் சௌகரிய நிலையைவிட்டுத் தங்களை வெளியேற்றிக் கொண்டே இருப்பார்கள், சவாலான முயற்சிகளில் துணிந்து இறங்குவார்கள். ஒரு பகுதியில் சௌகரியமான நிலையை அடைந்து, அதிலேயே தங்கிவிட்டால் தாங்கள் அழிந்துவிடுவோம் என்பதை அவர்கள் அறிவர். தன்னிறைவுதான் தங்கள் படைப்புத் திறனுக்கும் எதிர்கால சாத்தியக்கூறுகளுக்குமான மாபெரும் எதிரி என்பதை அவர்கள் நன்றாகவே அறிந்துள்ளனர்.

விற்பனை, நிர்வாகம், விளையாட்டு, தனிப்பட்ட உறவுகள் போன்றவற்றில் நீங்கள் துவக்கத்தில் உங்களுக்கு ஏற்படும் சௌகரியக் குறைச்சலை சகித்துக் கொள்வதற்கு நீங்கள் தயாராக இல்லையென்றால், உங்களால் அதிகமாக எதையும் சாதிக்க முடியாது. உங்களுடைய போராட்டம் பெரும்பாலும் உங்களுடன்தான் இருக்கும். உங்களுடைய வழக்கமான சிந்தனைப் போக்கு மற்றும் நடத்தையை அறுத்தெறிவதுதான் நீங்கள் எதிர்கொள்ளக்கூடிய மாபெரும் சவாலாக இருக்கும்.

இரண்டாவது அத்தியாயத்தில் நான் ஏழு மனவிதிகளை அறிமுகப்படுத்தி, உங்களுக்கு நிகழும் அனைத்தும் உங்கள் எண்ணங்களில் இருந்துதான் துவங்குகின்றன என்பதை விளக்கினேன். உங்கள் சுயகருத்து எவ்வாறு உங்கள் சிந்தனையைத் தீர்மானிக்கிறது, குறிப்பாக உங்கள் பயங்கள் எவ்வாறு உருவாகின்றன என்பதை மூன்றாவது அத்தியாயத்தில் விளக்கினேன். உங்கள் ஆழ்மனத்தில்தான் இந்த விதிகளுக்கான கட்டளைகள் பதிவு செய்து வைக்கப்பட்டுள்ளன. இன்று நீங்கள் எப்படி இருக்கிறீர்கள் என்பதையும், உங்களுக்கு நிகழும் விஷயங்கள் ஏன் அவ்வாறு நிகழ்கின்றன என்பதையும் விளக்க இன்னும் மூன்று விதிகள் உள்ளன. அவற்றை இப்போது பார்க்கலாம்.

ஆழ்மன நடவடிக்கை விதி

உண்மையென்று நம்பி உங்கள் வெளிமனம் ஏற்றுக் கொள்ளும் எந்தவொரு யோசனையையும் அல்லது எண்ணத்தையும் உங்கள் ஆழ்மனம் எவ்விதக் கேள்வியுமின்றி ஏற்றுக் கொண்டுவிடும் என்று இவ்விதி கூறுகிறது. அதை உங்கள் வாழ்வில் நிஜமாக்குவதற்கு உங்கள் ஆழ்மனம் உடனடியாகச் செயலில் இறங்கிவிடும்.

மன அதிர்வுகளையும் எண்ண ஆற்றலையும் வெளியனுப்புவது உங்கள் ஆழ்மனம்தான். ஈர்ப்புவிதியின் இருப்பிடமும் அதுதான். ஒரு விஷயம் உங்களுக்குச் சாத்தியம் என்று நீங்கள் நம்பத் துவங்கும்போது, மன ஆற்றல்களை உங்கள் ஆழ்மனம் வெளியனுப்பத் துவங்குகிறது. அப்போது உங்களிடம் குடிகொண்டுள்ள புதிய ஆதிக்க எண்ணங்களுக்கு ஒத்திசையும் விதத்தில் உள்ள மக்களையும் சூழல்களையும் நீங்கள் உங்களிடம் ஈர்க்கத் துவங்குகிறீர்கள்.

உங்கள் சுற்றுச்சூழலில் நீங்கள் பார்க்கும், கேட்கும், மற்றும் சேகரிக்கும் தகவல்களை உங்கள் ஆழ்மனம் முறைப்படுத்துகிறது. எந்த விஷயம் முக்கியம் என்று நீங்கள் அதனிடம் வலியுறுத்துகிறீர்களோ, அது குறித்து உங்கள் ஆழ்மனம் உங்களுக்கு விழிப்புணர்வூட்டுகிறது.

எடுத்துக்காட்டாக, நீங்கள் ஒரு மாருதி கார் வாங்க வேண்டும் என்று தீர்மானித்தால், நீங்கள் திரும்பும் திசையெல்லாம் திடீரென்று மாருதி கார்களாக உங்கள் கண்களுக்குத் தெரியும். வெளிநாட்டிற்குச் சுற்றுப்பயணம் செல்ல நீங்கள் திட்டமிடத் துவங்கினால், அந்த நாட்டிலுள்ள இடங்களைப் பற்றிய கட்டுரைகள், தகவல்கள், மற்றும் போஸ்டர்களை நீங்கள் செல்லும் இடமெல்லாம் காண்பீர்கள். உங்கள் விருப்பங்கள் நிஜமாவதற்கு உங்களுக்குத் தேவையான விஷயங்கள்மீது நீங்கள் கவனம் செலுத்துவதை உங்கள் ஆழ்மனம் உறுதி செய்யும்.

நீங்கள் ஒரு புதிய இலக்கைப் பற்றிச் சிந்திக்கத் துவங்கினால், உங்கள் ஆழ்மனம் இப்புதிய எண்ணத்தை ஒரு கட்டளையாக எடுத்துக் கொள்கிறது. நீங்கள் அந்த இலக்கை அடைய உதவி செய்யும் விதத்தில் அது உங்கள் வார்த்தைகளையும் நடவடிக்கைகளையும் அதற்குப் பொருத்தமாக அமைத்துக் கொடுக்கிறது. நீங்கள் உங்கள் இலக்கை நோக்கிச் செல்லும்போது, சரியான நேரத்தில் சரியான விஷயங்களைச் செய்யத் துவங்குவீர்கள்.

உங்கள் சுயகருத்தையும், சாத்தியக்கூறுகள் பற்றிய நம்பிக்கைகளையும் நீங்கள் மாற்றும்போது, உங்கள் ஆழ்மனம் படிப்படியாக உங்களை அதிக சௌகரியமாகவும், அதிகத் தன்னம்பிக்கை கொண்டவராகவும் உணரச் செய்கிறது. மிக உயர்ந்த நிலையில் செயல்படுவதற்கான ஒரு புதிய சௌகரிய நிலையை நீங்கள் உண்மையிலேயே உருவாக்கிக் கொள்கிறீர்கள்.

ஒருமுகச் சிந்தனை விதி

நீங்கள் எப்போதும் எதைப் பற்றிச் சிந்திக்கிறீர்களோ, அது தொடர்ந்து வளர்கிறது என்று இவ்விதி கூறுகிறது. நீங்கள் ஒரு விஷயத்தைப் பற்றி எவ்வளவு அதிகமாக சிந்திக்கிறீர்களோ, அது அவ்வளவு அதிகமாக உங்கள் யதார்த்தமாக மாறுகிறது.

பெருவாரியான வெற்றியையும், பெருமளவிலான தோல்வியையும் இவ்விதி விளக்குகிறது. காரண—காரிய விதிக்கான பொழிப்புரை இது. நீங்கள் ஓர் எண்ணத்தைப் பற்றிச் சிந்திக்கும்போது, வேறொரு விளைவைப் பெற முடியாது. தென்னையை நட்டுவிட்டு அதிலிருந்து உங்களால் மாங்காயைப் பறிக்க முடியாது. வெற்றிகரமான, மகிழ்ச்சியான மக்கள், ஒரு விஷயத்தில் தங்கள் கவனத்தை ஒருமுகப்படுத்தி, அந்த விஷயம் நிறைவேறும்வரை அதிலேயே கவனமாக இருக்கும் திறனை வளர்த்துக் கொண்டுள்ளனர். தாங்கள் விரும்பாத விஷயங்கள்மீது கவனம் செலுத்துவதை முற்றிலுமாகத் தவிர்த்துவிட்டு, தாங்கள் உண்மையிலேயே விரும்பும் விஷயங்களைப் பற்றி மட்டுமே சிந்திக்கவும் பேசவும் அவர்கள் தங்களை ஒழுங்குபடுத்திக் கொண்டுள்ளனர்.

“பெரும்பாலான நேரம் ஒருவர் எதைப் பற்றிச் சிந்திக்கிறாரோ, அதுவாகவே ஆகிறார்,” என்று ரால்ஃப் வால்டோ எமர்சன் கூறியுள்ளார். வெற்றிகரமான மக்கள் தங்களுக்கு உண்மையிலேயே முக்கியமானது எதுவோ அதில்தான் தொடர்ந்து கவனம் செலுத்துகின்றனர். தங்கள் எதிர்கால விருப்பங்கள் பற்றி மட்டுமே அவர்கள் தொடர்ந்து சிந்திக்கின்றனர். பயங்களும் சந்தேகங்களும் தங்களுக்குள் நுழைய அவர்கள் அனுமதிப்பதில்லை. இதன் விளைவாக, ஒரு சராசரி நபர் வெறுமனே வாழ்க்கையை ஓட்டுவதற்கு அன்றாடம் செலவழிக்கும் அதே அளவு நேரத்தில் வெற்றிகரமான மக்கள் அசாதாரணமான விஷயங்களைச் சாதிக்கின்றனர்.

என் தனிப்பட்ட வளர்ச்சியைப் பற்றி நான் உற்சாகமடைந்தபோது, என் ஆற்றல்களை ஒருமுகப்படுத்தாமல் எல்லா இடங்களிலும் சிதறடித்தேன். ஒரே நேரத்தில் நான் பல விஷயங்களில் கவனம் செலுத்தினேன். சில சாத்தியக்கூறுகள் குறித்து நேர்மறையாகவும் உற்சாகமாகவும் இருந்தேன். மற்றவற்றைப் பற்றி எதிர்மறையாக உணர்ந்தேன், விமர்சித்தேன்.

அதிகமான விஷயங்களில் ஈடுபட்டால் குறைவாகவே சாதிக்க முடியும் என்பதை நான் இறுதியில் கற்றுக் கொண்டேன். பல விஷயங்களில் ஒரே நேரத்தில் ஈடுபட்டால், அவற்றில் ஒன்றைக்கூட நம்மால் சிறப்பாகச் செய்ய முடியாது என்று இவ்விதி கூறுகிறது.

எனவே நான் என்னை மாற்றிக் கொண்டேன். எனக்கு மிகவும் முக்கியமான ஒன்றிரண்டு நடவடிக்கைகளைத் தவிர பிற அனைத்தையும் நான் நிறுத்தினேன். எல்லாவற்றுக்கும் மேலாக, நான் என் சிந்தனையை ஒழுங்குபடுத்தி, எனக்கு உண்மையிலேயே விருப்பமானவற்றைப் பற்றி மட்டுமே பேசவும் கவனம் செலுத்தவும் என்னை அர்ப்பணித்தேன்.

உங்களுக்கான ஒரு பரிசோதனை இது: ஒரே ஒரு நாள் மட்டும், இருபத்து நான்கு மணிநேரமும், நீங்கள் உண்மையிலேயே விரும்பும் விஷயங்களைப் பற்றி மட்டும் உங்களால் பேச முடிகிறதா, சிந்திக்க முடிகிறதா என்று பாருங்கள். உங்கள் உரையாடல்கள் எதிர்மறையாகவோ அல்லது விமர்சிப்பதாகவோ இல்லாமல் பார்த்துக் கொள்ளுங்கள். உங்களைச் சுற்றி உள்ள ஒவ்வொரு நபரையும், ஒவ்வொரு சூழ்நிலையையும் பற்றிக் குதூகலமாகவும் நன்னம்பிக்கையோடும் பேசுவதற்கு உங்களை ஒழுங்குபடுத்திக் கொள்ளுங்கள்.

இது நிச்சயமாக உங்களுக்குச் சுலபமானதாக இருக்காது. முதலில் இது உங்களுக்குச் சாத்தியப்படாமல்கூடப் போகலாம். ஆனால் உங்களுக்கு விருப்பமில்லாத விஷயங்களைப் பற்றிப் பேசுவதிலும் சிந்திப்பதிலும் நீங்கள் எவ்வளவு நேரத்தையும் ஆற்றலையும் செலவிடுகிறீர்கள் என்பதை இப்பயிற்சி உங்களுக்குச் சுட்டிக்காட்டும். இப்பயிற்சியை நீங்கள் தொடர்ந்து செய்து வந்தால், இனிவரும் அத்தியாயங்களில் கொடுக்கப்பட்டுள்ள கருத்துக்களில் இருந்து அதிகப் பலன்களைப் பெறுவதற்கு அது உங்களைத் தயார்படுத்தும்.

இடமாற்ற விதி

மிக முக்கியமான மனவிதிகளில் இதுவும் ஒன்று. உங்கள் வெளிமனத்தால் ஒரு நேரத்தில் ஒரே ஓர் எண்ணத்தை மட்டுமே கொண்டிருக்க முடியும் என்பதால், அந்த எண்ணத்திற்குப் பதிலாக வேறோர் எண்ணத்தை அதில் உங்களால் நிலைப்படுத்த முடியும் என்று இவ்விதி கூறுகிறது. அப்படியென்றால் உங்கள் வெளிமனத்தில் தோன்றும் ஓர் எதிர்மறையான எண்ணத்தின் இடத்தில் ஒரு நேர்மறையான எண்ணத்தை உங்களால் நிலைகொள்ளச் செய்ய முடியும். நீங்கள் அவ்வாறு செய்யும்போது, உங்கள் உணர்ச்சிகளை உங்கள் கட்டுப்பாட்டிற்குள் கொண்டு வருகிறீர்கள். மகிழ்ச்சிக்கும், நேர்மறையான மனப்போக்கிற்கும், தனிமனித விடுதலைக்குமான இரகசியம் இதுதான். அது உங்கள் உறவுகளை மாற்றும், உங்கள் உரையாடல்களையும், உங்கள் வெளிமனத்தில் ஆதிக்கம் செலுத்தும் எண்ணங்களையும் மாற்றும். இவ்விதி ஒன்று மட்டுமே தங்கள் வாழ்க்கையை மாற்றியுள்ளதாகப் பலர் என்னிடம் கூறியுள்ளனர்.

உங்கள் வெளிமனம் ஒருபோதும் வெறுமையாக இருப்பதில்லை. எப்போதும் ஏதேனும் ஓர் எண்ணம் அதில் இருந்து கொண்டே இருக்கும். இடமாற்ற விதியைப் பயன்படுத்துவதன் மூலம், உங்களை வருத்திக் கொண்டிருக்கும் எந்தவோர் எதிர்மறையான அல்லது அச்சுறுத்தும் எண்ணத்தையும் உங்களால் இடமாற்றம் செய்ய முடியும். அந்த இடத்தில் அதற்குப் பதிலாக ஒரு நேர்மறையான எண்ணத்தை உ.ங்களால் நிலைப்படுத்த முடியும்.

உங்கள் மனம் அமைதியாகவும் சாந்தமாகவும் இருப்பதற்கு இந்த சக்திவாய்ந்த மனக்கட்டுப்பாடு உங்களுக்கு உதவும். பொதுவாக உங்களுக்கு வருத்தம் அல்லது ஏமாற்றத்தை ஏற்படுத்தும் சூழ்நிலைகளை நீங்கள் எதிர்கொள்ள நேரிடும்போதெல்லாம், உங்களை உற்சாகப்படுத்தும் ஏதேனும் ஒரு விஷயத்தைப் பற்றிச் சிந்திப்பதைத் தேர்ந்தெடுங்கள். உதாரணத்திற்கு, உங்கள் இலக்குகளைப் பற்றிச் சிந்திப்பது உங்களுக்கு மகிழ்ச்சியையும் உற்சாகத்தையும் கொடுக்கும்.

இடமாற்ற விதியைப் பயன்படுத்தி உங்கள் மனத்தை எதிர்மறையாகச் சிந்திப்பதிலிருந்து நேர்மறையாகச் சிந்திக்கச் செய்வதற்கு விரைவான வழி, உங்கள் பிரச்சனையைப் பற்றிப் பேசுவதையும் சிந்திப்பதையும் நிறுத்திவிட்டு, தீர்வைப் பற்றிப்

பேசவும் சிந்திக்கவும் துவங்குவதுதான். கடந்தகாலத்தில் நடந்து முடிந்துவிட்ட ஒன்றைப் பற்றிச் சிந்திப்பதற்குப் பதிலாக, எதிர்காலத்தில் உங்களால் செய்யக்கூடியவற்றில் உங்கள் கவனத்தைச் செலுத்துங்கள்.

ஒரு தீர்வைப் பற்றிச் சிந்திப்பது நேர்மறையான விஷயமாகும். நடந்து முடிந்துவிட்ட விஷயத்தைப் பற்றி நினைப்பதற்குப் பதிலாக, உங்களால் என்ன செய்ய முடியும், என்ன நடவடிக்கை எடுக்க முடியும் என்பதைப் பற்றி நீங்கள் சிந்திக்கும்போது, ஒரே கணத்தில் உங்கள் மனம் அமைதியும் தெளிவும் பெறுகின்றது. நீங்கள் அக்கறை கொண்டுள்ள ஒருவரைப் பற்றியோ அல்லது அடுத்து நீங்கள் எடுக்க விரும்பும் உல்லாச விடுமுறையைப் பற்றியோ நீங்கள் சிந்திப்பது இவ்விதியைப் பயன்படுத்துவதற்கான வேறொரு வழி. எதிர்மறையான எண்ணங்களைத் தள்ளிவிட்டு நேர்மறையான எண்ணங்களை அவற்றின் இடத்தில் வைப்பதை சுயநினைவுடன் தேர்ந்தெடுப்பதன் மூலம் உங்கள் மனத்தை நேர்மறையாக வைத்துக் கொள்வதற்கான வழிகளைத் தேடுவதுதான் உங்கள் குறிக்கோள். உங்கள் எண்ணங்களைத் தேர்ந்தெடுக்கும் சுதந்திரம் உங்களுக்கு எப்போதும் உண்டு.

ஆழ்மன நடவடிக்கையைத் துரிதப்படுத்துதல்

மனக்காட்சிப்படைப்பு, சுயபிரகடனம், உங்கள் இலக்கை ஏற்கனவே அடைந்துவிட்டதாக நடித்தல், சரியான நபர்களுடன் தொடர்பு ஏற்படுத்திக் கொள்ளுதல், பொருத்தமான புத்தகங்கள் மற்றும் ஒலிநாடாக்களால் உங்கள் மனத்திற்கு ஊட்டமளித்தல் போன்றவை உங்களைப் பற்றியும், உங்கள் சாத்தியக்கூறுகளைப் பற்றியும் நீங்கள் சிந்திக்கும் விதத்தை மாற்றுவதற்கான நிரூபிக்கப்பட்ட வழிகள். அவை துல்லியமாகவும் கனகச்சிதமாகவும் வேலை செய்கின்றன. உங்கள் சுவாசத்தைப்போல் அவை உங்கள் இயல்பாக மாற வேண்டும். உங்கள் தனிப்பட்ட மற்றும் தொழில்ரீதியான வளர்ச்சிக்கு இவை அனைத்தும் அவசியம் தேவை.

ஆனால் அவை மட்டுமே போதாது. ஏனெனில், அவை வெறும் அடிப்படைக் கட்டளைகள்தாம். இன்னும் விரைவாக வேலை செய்யும் வழிகள் உள்ளன. உங்கள் ஆழ்மனத்தை விரைவாக மறுசீரமைப்பதற்கான சில சிறப்பு உத்திகள் உள்ளன. உங்கள் சுயகருத்தையும் மனப்போக்குகளையும் வியத்தகு

வேகத்தில் மாற்றுவதற்கு இந்த உத்திகள் உதவுகின்றன. உங்கள் வெளியுலகம் உங்கள் உள்ளுலகத்தின் பிரதிபலிப்பு என்பதால், உங்களுக்குள் ஏற்படும் மாற்றங்களை நீங்கள் உங்கள் வெளியுலகில் உடனடியாகப் பார்க்கத் துவங்குகிறீர்கள்.

இவ்வுத்திகளிலிருந்து நீங்கள் பெரும் பலனைப் பெற வேண்டும் என்றால், தனிப்பட்ட மேம்பாடு குறித்து நீங்கள் தீவிரமான, ஆழமான விருப்பத்தைக் கொண்டிருக்க வேண்டும். உங்கள் முயற்சிகள் சந்தேகத்திற்கு இடமில்லாமல் பலனளிக்கும், உங்கள் இலக்குகளையும் குறிக்கோள்களையும் நீங்கள் கண்டிப்பாக அடைவீர்கள் என்ற அறிதலோடு, நீங்கள் நம்பிக்கையோடும் பொறுமையோடும் இருக்கும் திறனைப் பெற வேண்டும்.

ஆழ்மனத்தைக் கண்டறிதல்

1895ம் ஆண்டு, தனிமனித மாற்றம் குறித்தத் துறையில் டாக்டர் எமிலி கூ மாபெரும் முதலடியை எடுத்து வைத்தார். ஐரோப்பாவில் வேறு எந்த மருத்துவமனையைவிடவும் அவரது மருத்துவமனையில் நோயாளிகள் ஐந்து மடங்கு வேகமாக நலமடைந்தனர். அவரது உத்தி மிகவும் எளிமையாக இருந்ததால், முதலில் மக்கள் அதை நம்பவில்லை, ஏற்றுக் கொள்ளவும் இல்லை. “ஒவ்வொரு நாளும் ஒவ்வொரு வழியிலும் நான் சிறப்பாகிக் கொண்டே இருக்கிறேன்,” என்று கூறுவதற்கு அவர் தன் நோயாளிகளுக்குக் கற்றுக் கொடுத்தார்.

அவரது மருத்துவமனையில் பணியாற்றிய மருத்துவர்களும் செவிலியர்களும் ஒவ்வொரு நோயாளிக்கும் வணக்கம் தெரிவிக்கும்போது, “ஒவ்வொரு நாளும் ஒவ்வொரு வழியிலும் நீங்கள் சிறப்பாகிக் கொண்டே இருக்கிறீர்கள்,” என்று கூறுவர். இந்த வார்த்தைகள் மிகவும் எளிமையானவையாகத் தோன்றினாலும், பல்வேறு வகையான நோய்களில் இருந்து நோயாளிகள் விரைவில் குணமடைவதில் அவை அற்புதங்களை நிகழ்த்தின.

டாக்டர் கூவின் வெற்றியைத் தொடர்ந்து, ஜோகானஸ் ஷுல்ஸ் என்ற ஜெர்மானிய மருத்துவர் ஒருவர், விரைவாக நலமடைவது தொடர்பாக மேலும் ஆராய்ச்சி செய்தார். டாக்டர் ஷுல்ஸ் ஓர் உளவியலாளர். மனச்சோர்வு, நரம்புத் தளர்ச்சி, கவலை ஆகியவற்றில் இருந்தும், மகிழ்ச்சிக்கு இடையூறாக இருக்கும் பிற நிலைகளில் இருந்தும் மக்களை

மீட்க உதவுவதற்கான வழிகளை அவர் ஆய்வு செய்தார். "ஒவ்வொரு நாளும் ஒவ்வொரு வழியிலும் நான் சிறப்பாகிக் கொண்டே இருக்கிறேன்," என்று ஒரு நோயாளி எவ்வளவு அதிக ஆசுவாசத்துடன் தனக்குத் தானே கூறிக் கொண்டாரோ, அவ்வளவு வேகமாக அவர் தன் நோயிலிருந்து மீண்டதை அவர் கண்டறிந்தார்.

இறுதியில், டாக்டர் ஷுல்ட்ஸ் 'ஆட்டோஜெனிக் கண்டிஷனிங்' என்ற ஒரு செயல்முறையைக் கண்டறிந்தார். அதன்படி, ஒரு நோயாளியை ஆசுவாசப்படுத்தி, நேர்மறையான, ஆக்கபூர்வமான செய்திகளை மனக்காட்சிப்படுத்தவும் சுயபிரகடனம் செய்யவும் அவரை ஊக்குவித்தால், அப்புதிய தகவல் அவரது ஆழ்மனத்திற்குள் நேரடியாகச் செல்லும்; ஆழ்மனம் அதை ஏற்றுக் கொண்டவுடன், விரைவான, புலப்படக்கூடிய ஆரோக்கியம் உடலளவிலும் மனத்தளவிலும் உருவாகும் என்று அவர் கண்டுபிடித்தார்.

கடந்த நூற்றாண்டில் இந்தச் செயல்முறை ஐரோப்பா முழுவதும் விரிவாக்கப்பட்டு வந்துள்ளது. இப்போது பெரும்பாலான ஐரோப்பிய நாடுகளில் இச்செயல்முறை மிகப் பிரபலமாக உள்ளது. அனைத்து விதமான மனநிலைக் கோளாறுகளைச் சரிப்படுத்துவதிலிருந்து, மேடைப்பேச்சு, தடகளப் பயிற்சி, சிறப்பான விற்பனை என்று பல்வேறு விஷயங்களில் இச்செயல்முறையைக் கொண்டு மக்களுக்கு உதவி அளிக்கப்படுகின்றது.

உலகில் பிற எந்தவொரு நாட்டைவிடவும் கிழக்கு ஜெர்மனியில் இச்செயல்முறை மிக உயர்ந்த நிலைக்கு எடுத்துச் செல்லப்பட்டது. அவர்களது உத்திகள் மிகவும் மேம்பட்டவையாக இருந்தன. உண்மையில், அந்த உத்திகள் மிகவும் இரகசியமாகப் பாதுகாக்கப்பட்டன. இந்த உத்திகளைப் பயன்படுத்தி, ஒலிம்பிக் போட்டிகளில் மற்ற நாடுகளைவிட மிக அதிகமான தங்கப் பதக்கங்களைக் கிழக்கு ஜெர்மனி வென்றது. அவர்களுடைய தடகள வீரர்கள் மிக அசாதாரணமான நிலையில் செயல்படுவதற்கு இந்த ஆட்டோஜெனிக் கண்டிஷனிங் முறை அவர்களுக்குப் பேருதவியாக இருந்தது.

இந்தச் செயல்முறை சிறப்பாகப் பலனளிப்பதற்கான காரணங்களில் ஒன்று, 'ஆசுவாச விதி' என்ற ஓர் இன்றியமையாத மனவிதியை இது பயன்படுத்துவதாகும். இவ்விதிப்படி, 'மன இயக்கத்தில் முனைப்பு என்பது எதிர்விளைவுகளையே ஏற்படுத்தும்.'

நீங்கள் ஒரு புதிய சிந்தனைப் பழக்கத்தை உருவாக்க விரும்பினால், நீங்கள் எவ்வளவு ஆசுவாசமாக இருக்கிறீர்களோ, அவ்வளவு விரைவாக உங்கள் ஆழ்மனம் அந்த சிந்தனையை ஏற்றுக் கொண்டு, உங்கள் இலக்கை உங்கள் வாழ்வில் நிறைவேற்றிக் கொடுக்கும்.

என் வாழ்விலும் இன்னும் பலரது வாழ்விலும் வியத்தகு தாக்கத்தை ஏற்படுத்திய, ஆசுவாசம் மற்றும் ஆட்டோஜெனிக் கண்டிஷனிங் முறையின் அடிப்படையில் அமைந்த ஓர் உத்திக்கான எடுத்துக்காட்டு இது. மிகவும் சக்திவாய்ந்த இந்த உத்தி அனைவருக்கும் கற்றுக் கொடுக்கப்பட வேண்டும். உங்கள் இலக்குகளை அடைவதில் அது தவறாமல் உங்களுக்கு உதவும். கவலையிலிருந்து விடுபடுவதற்கும், அமைதி, தன்னம்பிக்கை, மற்றும் சுயகட்டுப்பாடு ஆகிய உணர்வுகளை உருவாக்குவதற்கும் அது உங்களுக்கு உறுதுணையாக இருக்கும்.

உங்களுடைய உணர்வுகள் நடவடிக்கைகளை உருவாக்குவதுபோல், உங்கள் நடவடிக்கைகளும் உணர்வுகளை உருவாக்குகின்றன. ஒரு குறிப்பிட்ட உணர்வை நீங்கள் அனுபவிப்பதுபோல் நீங்கள் நடிக்கும்போது, அந்த உணர்வு தனக்குப் பொருத்தமான நடவடிக்கைகளை உருவாக்கும். இரண்டும் பரஸ்பரம் ஒன்றையொன்று உருவாக்கிக் கொள்கின்றன. உங்களுக்குள் மறைந்திருக்கும் ஆற்றலை விடுவிப்பதற்கான ஓர் இன்றியமையாத அம்சம் இது.

ஓர் இலக்கை அடையும்போது அல்லது ஒரு பிரச்சனையைத் தீர்க்கும்போது நீங்கள் அனுபவிக்கக்கூடிய உணர்வை, அது நிறைவேறுவதற்கு முன்பே உங்களால் உருவாக்க முடிந்தால், அந்த உணர்வை உங்கள் மனத்தில் நிலைப்படுத்த முடிந்தால், எந்த விளைவு உங்கள் வாழ்வில் அந்த உணர்வை உருவாக்கியிருக்குமோ, அந்த விளைவு உங்கள் வாழ்வில் உருவாகும்.

திரைப்படத்தின் முடிவு

அதற்கான ஓர் எடுத்துக்காட்டு இது. நீங்கள் ஒரு சாகசத் திரைப்படத்திற்குச் செல்வதாகக் கற்பனை செய்யுங்கள். முந்தையக் காட்சி நிறைவடைவதற்குப் பத்து நிமிடங்கள் முன்பாகவே திரையரங்கிற்கு வந்து, திரைப்படத்தின் கடைசி பத்து நிமிடங்களைப் பார்ப்பதாக வைத்துக் கொள்வோம்.

திரைப்படத்தின் ஒட்டுமொத்தத் திட்டமும் கண்முன் விரிவதை நீங்கள் பார்க்கிறீர்கள். பிரச்சனைகள்

தீர்ந்துவிட்டிருப்பதையும், திரைப்படத்தின் முடிவில் ஒவ்வொரு கதாபாத்திரத்திற்கும் என்ன நிகழ்கிறது எனப்தையும் நீங்கள் பார்க்கிறீர்கள்.

பிறகு, அடுத்தக் காட்சி துவங்கும்போது, நீங்கள் துவக்கத்திலிருந்து அதே படத்தைப் பார்க்கிறீர்கள். இம்முறை, படத்தின் முடிவு உங்களுக்கு ஏற்கனவே தெரிந்துவிட்டதால், நீங்கள் ஆசுவாசமாக அமர்ந்து அந்தப் படத்தைப் பாரபட்சமின்றி கவனிக்கிறீர்கள். படத்தின் வசனம், திரைக்கதை, ஒளிப்பதிவு, ஒலிப்பதிவு, காட்சி அமைப்பு போன்ற அம்சங்களைப் பாராட்டுகிறீர்கள். நீங்கள் அமைதியாகவும் ஆசுவாசமாகவும் இருக்கிறீர்கள். திரைப்படத்தின் முடிவு உங்களுக்கு ஏற்கனவே தெரிந்துவிட்டிருப்பதால், கடைசி பத்து நிமிடங்களை நீங்கள் பார்க்காமல் போய்விட்டிருந்தால் உங்களுக்கு ஏற்பட்டிருக்கக்கூடிய கவலையும் பதற்றமும் குறைந்துவிடுகிறது.

செயல்முறையைத் துரிதப்படுத்துதல்

உங்கள் சுயகொள்கை, இலக்குகள் ஆகியவற்றை உங்கள் ஆழ்மனத்தின் ஆழத்திற்குள் பதிவு செய்வதற்கு நீங்கள் பயன்படுத்தும் அதே முறைதான் இது. அங்கு அவற்றுக்கு சக்தி அளிக்கப்படுகின்றது. உணர்ச்சி இங்கு முக்கியமான அம்சம். அமைதி, நம்பிக்கை, மற்றும் எதிர்பார்ப்புடன்கூடிய நேர்மறையான உணர்ச்சியும் ஆசுவாசமும் ஒன்றிணையும்போது, உங்கள் ஆழ்மனம் தூண்டப்பட்டு, விரைவான மாற்றம் ஏற்படுகின்றது. சுயமாகத் தூண்டப்பட்ட இந்த மனநிலையைத் தொடர்ந்து, விரைவாகவும், சில சமயங்களில் உடனடியாகவும், உங்களுடைய விருப்பமான விளைவுகள் உங்கள் வாழ்வில் வடிவம் பெறுகின்றன.

மனத்தளவிலும், உடலளவிலும், உணர்ச்சியளவிலும் உங்களுக்கு விருப்பமான விளைவுகளை உருவாக்குவதற்கு நீங்கள் பயன்படுத்தக்கூடிய ஏழு வழிமுறைகள் சென்ற அத்தியாயத்தில் ஏற்கனவே கொடுக்கப்பட்டுள்ளன. எல்லாம் சிறப்பாகவே நடைபெறும் என்று அமைதியுடனும் உறுதியான நம்பிக்கையுடனும் எதிர்பார்ப்பது, உயர்ந்த விழிப்புணர்வு நிலையின் ஓர் அனுபவமாகும். கடவுள் நம்பிக்கை கொண்டவர்கள் இதைப் பிரார்த்தனை என்று அழைக்கின்றனர். பிரார்த்தனைதான் மிக உயர்ந்த சுயபிரகடனம் என்று கருதப்படுகிறது. இந்த நிலையை

"முடிவில்லாப் பேரறிவுடன் ஒத்திசைவாக இருக்கும் நிலை" என்று ரால்ஃப் வால்டோ எமர்சன் கூறியுள்ளார். நீங்கள் அதை எவ்வாறு அழைக்கிறீர்கள் என்பது பொருட்டல்ல. இது மிகவும் நம்பகமான வழியில் பலனளிக்கிறது என்பதுதான் முக்கியம்.

மாற்றத்தின் செயல்முறையைத் துரிதப்படுத்துதல்

உங்கள் ஆழ்மனத்தைத் தூண்டுவதற்கும், விரைவான உள்ளார்ந்த மாற்றத்தைப் பெறுவதற்கும், வெளியுலகில் அவற்றைத் தோன்றச் செய்வதற்கும் நீங்கள் பயன்படுத்தக்கூடிய மன உத்திகள் இன்னும் பல உள்ளன. அவை ஒவ்வொன்றும் மிகவும் சக்தி வாய்ந்தவை. அவற்றைத் தனித்தனியாகவோ அல்லது ஒன்றிணைத்தோ நீங்கள் பயன்படுத்துபோது, அவை உங்களையும் உங்கள் வாழ்க்கையையும் அற்புதமான வழிகளில் மாற்றும்.

எழுத்துபூர்வமான சுயபிரகடன உத்தி

மாற்றத்தை விரைவுபடுத்துவதற்கான முதலாவது உத்தி எழுத்துபூர்வமான சுயபிரகடன உத்தி. தினமும் காலையில் ஒரு நோட்டுப் புத்தகத்தில், உங்களுடைய மிக முக்கியமான இலக்கு அல்லது குறிக்கோளைத் தெளிவாகவும் நிகழ்காலத்திலும் எழுதுங்கள். அதை எவ்வளவு விரிவாக உங்களுக்கு எழுத விருப்பமோ, அவ்வளவு விரிவாக எழுதிக் கொள்ளுங்கள். அது விரிவாகவும் இருக்கலாம், சுருக்கமாகவும் இருக்கலாம். அன்றைய தினம் எவ்வாறு இருக்க வேண்டும் என்று நீங்கள் நிகழ்காலத்தில் எழுதுங்கள். நீங்கள் விரும்பும் புதிய பண்புநலன்கள் உங்கள் இயல்பாக மாறும்போது நீங்கள் எவ்வாறு உணர்வீர்கள், எவ்வாறு தோற்றமளிப்பீர்கள் என்பதை நீங்கள் விவரிக்கலாம்.

உங்கள் இலக்குகளை நீங்கள் எழுதி முடித்தப் பிறகு, உங்கள் கண்களை மூடிக் கொண்டு, ஆழமாக சுவாசித்து, உங்கள் இலக்குகள் ஏற்கனவே நிறைவேறிவிட்டதாக மனக்காட்சிப்படுத்துங்கள். அன்றைய தினம் அனைத்து நிகழ்வுகளும் உங்களுக்குத் திருப்திகரமான முறையில் உங்கள் கண்முன் விரிவதாகக் கற்பனை செய்யுங்கள். அவ்வாறு நீங்கள் மனக்காட்சிப்படுத்தும்போது, நீங்கள் எதிர்பார்க்கும் வெற்றி உங்களுக்குத் தரக்கூடிய உணர்வை உணருங்கள். உங்கள் இலக்குகளை நீங்கள் அடையும்போது நீங்கள்

அனுபவிக்கக்கூடிய மகிழ்ச்சியைப் புன்முறுவலுடன் அனுபவியுங்கள். பிறகு, அதை முழுவதுமாக உங்கள் மனத்திலிருந்து விடுவித்துவிட்டு, உங்கள் கண்களைத் திறந்து, உங்களுடைய அன்றாட வேலையில் ஈடுபடுங்கள்.

உங்கள் இலக்குகளை எழுதிக் கொள்வது, அவற்றை உங்கள் ஆழ்மனத்தில் பதிவு செய்வதற்கான சக்தி வாய்ந்த கருவியாகும். பலர் தங்கள் இலக்குகளை அந்த ஆண்டின் துவக்கத்தில் ஒரே ஒரு முறை மட்டும் எழுதிவிட்டு, வருடக் கடைசியில் அப்பட்டியலை மீண்டும் படித்துப் பார்க்கும்போது, அதில் குறிப்பிடப்பட்டிருந்த பல இலக்குகளைத் தாங்கள் எப்படியோ அடைந்துவிட்டிருப்பதைக் காண்கின்றனர்.

நீங்கள் உங்கள் இலக்குகளை எவ்வளவு அடிக்கடி எழுதுகிறீர்களோ, அவ்வளவு வேகமாக அவை நிஜமாகின்றன. அவற்றை எழுதுவதற்கு ஒருசில நிமிடங்களே போதும். ஆனால் அவ்வாறு எழுதுவது உங்கள் எதிர்காலத்தைத் திட்டமிடத் துவங்கிவிடுகிறது. உங்கள் இலக்குளை நீங்கள் மீண்டும் மீண்டும் எழுதுவது, அவற்றை அடைவது சாத்தியம் என்ற உறுதியான நம்பிக்கையை உங்களுக்குக் கொடுக்கும். உங்கள் நம்பிக்கை ஆழமாகி, தன்னம்பிக்கை அதிகரிக்கும்போது, உங்கள் இலக்குகளை யதார்த்தமாக மாற்றுவதற்கான வாய்ப்புகள் குறித்து நீங்கள் அதிக விழிப்புணர்வுடன் இருப்பீர்கள். ஈர்ப்புவிதியை நீங்கள் தூண்டிவிடுவீர்கள். உங்கள் இலக்குகள் நிறைவேறத் துவங்கும்.

அட்டையில் எழுதி வைத்துக் கொள்ளும் சுயபிரகடன உத்தி

மனத்தைப் பக்குவப்படுத்துவதற்கான இரண்டாவது சுயபிரகடன உத்தி இது. உங்கள் இலக்குகளை மூன்றுக்கு ஐந்து அங்குல அளவிலான அட்டைகளில் பெரிய எழுத்துக்களில் எழுதிக் கொள்ளுங்கள். உங்கள் சுயபிரகடனங்கள் நிகழ்காலத்திலும், தெளிவாகவும், திட்டவட்டமாகவும் இருக்க வேண்டும்.

தினமும் காலையிலும் மாலையிலும் என இரண்டு முறை இதைப் பயன்படுத்துவது சிறந்த பலனைக் கொடுக்கும். ஒருசில நிமிடங்கள் உங்களுக்குத் தனிமை கிடைக்குமாறு ஓர் இடத்தைத் தேர்ந்தெடுத்துக் கொள்ளுங்கள். பலமுறை ஆழ்ந்து சுவாசித்து உங்கள் உடலை ஆசுவாசப்படுத்திக் கொள்ளுங்கள், உங்கள் மனத்தைத் தயார்படுத்திக் கொள்ளுங்கள். உங்கள்

அட்டைகளை உங்கள் மடியில் வைத்துக் கொண்டு சௌகரியமாக அமர்ந்து கொள்ளுங்கள். பிறகு உங்களது முதல் இலக்கைப் படியுங்கள். உங்கள் கண்களை மூடிக் கொண்டு, அதை ஐந்து முறை வாய்விட்டுக் கூறுங்கள். அதை நீங்கள் ஏற்கனவே அடைந்துவிட்டதாக மனக்காட்சிப்படுத்துங்கள். உங்கள் இலக்கு இப்போது நிறைவேறியிருந்தால் உங்கள் நடை, உடை, பாவனை ஆகியவை எப்படி இருக்கும் என்று உணர்ச்சிபூர்வமாகக் கற்பனை செய்யுங்கள். உங்கள் விருப்பம் வெற்றிகரமாக நிறைவேறும்போது கிடைக்கும் மகிழ்ச்சியை உணருங்கள்.

பிறகு, மீண்டும் ஆழ்ந்து சுவாசித்து, அந்த இலக்கை நம்பிக்கையுடன் விடுவியுங்கள். இதை உங்களுடைய ஒவ்வோர் இலக்கிற்கும் கடைபிடியுங்கள். இவ்வழியில் உங்கள் ஆழ்மனம் ஒரே நேரத்தில் பத்திலிருந்து பதினைந்து இலக்குகளுக்குச் சிறப்பாக வேலை செய்யும்.

இச்செயல்முறை ஒவ்வோர் இலக்கிற்கும் முப்பதிலிருந்து அறுபது வினாடிகளுக்கு மேல் ஆகாது. காலையில் உங்களது அன்றாட வேலைகளைத் துவங்குவதற்கு முன் இதை நீங்கள் செய்வதன் மூலம், உங்கள் ஆழ்மனத்திற்கு வலிமையான சமிக்கைகளை அனுப்புகிறீர்கள். பிறகு அது ஈர்ப்புவிதியைத் தூண்டி, உங்கள் இலக்குகளை அடைவதற்கு உங்களுக்கு உதவக்கூடிய, உங்களைச் சுற்றி நடந்து கொண்டிருக்கும் விஷயங்கள் குறித்து உங்கள் விழிப்புணர்வை அதிகரிக்கும். இரவில் தூங்கச் செல்வதற்கு முன் மீண்டும் உங்கள் இலக்குகளை இதே வழியில் மறுபரிசீலனை செய்வதன் மூலம், இரவிலும் உங்கள் ஆழ்மனத்தை உங்கள் இலக்குகளின்மீது செயல்பட வைக்கிறீர்கள். காலையில் நீங்கள் கண்விழிக்கும்போது புதிய யோசனைகளையும் தீர்வுகளையும் அது உங்களிடம் கொண்டுவரும்.

விரைவு சுயபிரகடன உத்தி

மாற்றத்தை விரைவுபடுத்துவதற்கான மூன்றாவது உத்தி இது. இதை நீங்கள் உங்களது அன்றாட நிகழ்வுகளில் பயன்படுத்தலாம். எடுத்துக்காட்டாக, ஒரு வாடிக்கையாளரைத் தொலைபேசியில் தொடர்பு கொண்டு அவருடன் விற்பனைப் பேச்சில் ஈடுபடுவது, உங்கள் உயரதிகாரியுடன் ஒரு சந்திப்பில் ஈடுபடுவது போன்றவற்றைக் கூறலாம். தாங்கள் பங்குகொள்ளவிருக்கும் முக்கியமான நிகழ்வுகளில் சிறப்பாகச்

செயல்படுவதற்குத் தங்கள் மனத்தைத் திட்டமிடுவதற்கு மேடைப் பேச்சாளர்களும், நடிகர்களும், தொழிலதிபர்களும் இதைப் பயன்படுத்துகின்றனர்.

இந்த உத்திக்கு முப்பது வினாடிகளுக்கும் குறைவாகவே தேவை. இதை நீங்கள் உங்கள் காரிலோ, வீட்டிலோ, குளியலறையிலோ, அல்லது எங்கு வேண்டுமானாலும் பயன்படுத்தலாம். இது மிகவும் எளிய உத்தி. உங்கள் கண்களை மூடிக் கொண்டு, நீங்கள் விரும்பும் விளைவை சுயபிரகடனம் செய்து, உணர்ச்சியுடன் மனக்காட்சிப்படுத்தி, அதை விடுவிக்க வேண்டும். உங்கள் சந்திப்பு வெற்றிகரமாக நடந்தேறுவதை உங்கள் மனத்தில் பாருங்கள், உணருங்கள். பிறகு அமைதியாகவும் தன்னம்பிக்கையோடும் அந்த சந்திப்பிற்குச் செல்லுங்கள்.

ஒருசில நாட்களில் நீங்கள் ஏதேனும் ஒரு நேர்முகத் தேர்வு அல்லது கூட்டத்தில் கலந்து கொள்ள வேண்டியிருந்தால், ஒவ்வொரு முறை நீங்கள் அந்த நிகழ்வைப் பற்றிச் சிந்திக்கும்போதும் இந்த உத்தியைப் பயன்படுத்துங்கள். பதற்றத்தோடும் கவலையோடும் அதை எதிர்நோக்கிக் காத்திருப்பதற்குப் பதிலாக, இந்த உத்தியைப் பயன்படுத்துங்கள். நாள் நெருங்க நெருங்க, உங்கள் தன்னம்பிக்கையும் மனஉறுதியும் அதிகரிப்பதை நீங்கள் உணர்வீர்கள். அந்த நிகழ்ச்சிக்குரிய நேரம் வரும்போது, சிறப்பாகச் செய்யும் மனநிலையை நீங்கள் ஏற்கனவே பெற்றிருப்பீர்கள்.

சுயமனவசிய முறை

விரைவான மாற்றத்திற்கான நான்காவது உத்தி இது. இது மிகவும் விரிவான செயல்முறையாகும். இது உங்களுக்குச் சிறந்த பலனைக் கொடுக்க வேண்டுமென்றால், நீங்கள் ஒரு சௌகரியமான நிலையில் அமர்ந்து கொண்டு அல்லது படுத்துக் கொண்டு இதைச் செய்ய வேண்டும். உங்கள் கண்களை மூடிக் கொண்டு, ஆழமாக சுவாசித்து, உங்கள் இடது கரம், வலது கரம், இடது கால், வலது கால், மார்பு, மற்றும் தலை ஆகியவற்றுடன் பேசத் துவங்குங்கள்.

"என் இடது கரம் கனமாகவும் வெதுவெதுப்பாகவும் ஆகிக் கொண்டிருக்கிறது," என்று ஆறு முறை கூறுங்கள். ஒவ்வொரு முறை கூறி முடித்தப் பிறகும் சுவாசியுங்கள். "என் இடது கரம் இப்போது கனமாகவும் வெதுவெதுப்பாகவும் இருக்கிறது," என்று மீண்டும் ஆறு முறை கூறுங்கள். இறுதியில், "என் இடது

கரம் இப்போது முழுவதுமாகக் கனமாகவும் வெதுவெதுப்பாகவும் இருக்கிறது," என்று ஆறு முறை கூறுங்கள்.

ஒவ்வொரு முறை நீங்கள் மூச்சை உள்ளிழுக்கும்போதும் வெளியே விடும்போதும் ஒரு கட்டளையைக் கூறுங்கள். பிறகு இதை உங்கள் வலது கரம், இடது கால், வலது கால், மார்பு, தலை மற்றும் கழுத்துடன் செய்யுங்கள்.

பத்து நிமிடங்களுக்குள் நீங்கள் உங்கள் உடலுடன் பேசி ஓர் ஆழ்ந்த ஆசுவாசமான நிலைக்கு அதைக் கொண்டு சென்றிருப்பீர்கள். இப்போது உங்கள் மனத்தைப் பக்குவப்படுத்த நீங்கள் தயாராக இருப்பீர்கள்.

இந்த உத்தி சுயமனவசியம் அல்லது சுயதூண்டுதல் என்றும் அழைக்கப்படுகிறது. இது இரண்டு விஷயங்களில் மிகவும் பலனளிப்பதாக உள்ளது. முதலில், உங்கள் பயங்களில் இருந்து மீள்வதற்கும், உங்கள் உறவு, வேலை, பொருளாதார நிலை, ஆரோக்கியம், மற்றும் பிற விஷயங்களில் நம்பிக்கையை உருவாக்குவதற்கும் இதை நீங்கள் பயன்படுத்தலாம். வாடிக்கையாளர்களிடம் விற்பனைப் பேச்சில் ஈடுபடத் தயங்குவது, கூட்டத்தினரிடையே பேசுவதற்குப் பயப்படுவது, அன்றாட வாழ்வில் உள்ள சவால்களை எதிர்கொள்வதற்குப் பதற்றப்படுவது போன்ற பிரச்சனைகளைச் சமாளிப்பதற்கும் இதை நீங்கள் பயன்படுத்தலாம். இரண்டாவது, டென்னிஸ், கோல்ஃப், பனிச்சறுக்கு, ஹாக்கி, ஸ்கேட்டிங், கால்பந்து, மற்றும் கூடைப்பந்து போன்ற விளையாட்டுகளில் உங்கள் செயல்பாட்டுத் திறனை வளர்த்துக் கொள்வதற்கும் இதை நீங்கள் பயன்படுத்தலாம்.

இது ஒருவித மன ஒத்திகை. ஒரு செயலை உங்கள் மனத்தில் மீண்டும் மீண்டும் ஒத்திகை பார்த்து, ஒவ்வொரு முறையும் நீங்கள் கச்சிதமாகச் செயல்படுவதாகக் கற்பனை செய்து, அந்தக் காட்சியை உங்கள் ஆழ்மனத்தில் நீங்கள் பதிவு செய்து கொள்கிறீர்கள்.

ஓர் உண்மையான நிகழ்விற்கும், உங்கள் கற்பனையில் நீங்கள் உருவாக்கும் ஒரு நிகழ்விற்கும் இடையேயான வேறுபாட்டை உங்கள் ஆழ்மனத்தால் புரிந்து கொள்ள முடியாது. குறிப்பாக, நீங்கள் ஆசுவாசமான நிலையில் கற்பனை செய்யும் ஒரு நிகழ்வை உங்கள் ஆழ்மனத்தால் வேறுபடுத்திப் பார்க்க முடியாது. அதை உங்கள் எதிர்காலத் திட்டத்திற்கான ஒரு கட்டளையாக அது வெறுமனே ஏற்றுக் கொள்கிறது. அடுத்த முறை நீங்கள் அந்தச் செயலில் ஈடுபடும்போது அதிக

ஆசுவாசமாகவும் தன்னம்பிக்கையாகவும் உணர்வீர்கள். மற்றவர்களுக்குப் புலப்படும் விதத்தில், முன்பு இருந்ததைவிட மிகவும் சிறப்பாகச் செயல்படுவீர்கள்.

ஒலிம்பிக் போட்டியில் தங்கப் பதக்கங்களைப் பெறும் தடகள வீரர்கள் பெரும்பாலானோர் இந்த உத்தியை அல்லது இதே போன்ற வேறு ஏதேனும் ஓர் உத்தியைப் பயன்படுத்துகின்றனர். வெற்றிகரமான தொழிலதிபர்கள் தங்கள் சந்திப்புக் கூட்டங்களிலும், விவாதங்களிலும், பேரப்பேச்சிலும் தங்களுக்குச் சாதகமாக இதைப் பயன்படுத்துகின்றனர். இதை நீங்கள் எவ்வளவு அதிகமாகப் பயிற்சி செய்கிறீர்களோ, அவ்வளவு சிறப்பாக அது பலனளிக்கும்.

வெளியிலிருந்து மனப்பக்குவம்

விரைவான மாற்றத்திற்கான ஐந்தாவது உத்தி இது. இந்த உத்தியில் வேறொரு நபர் உங்கள் மனத்தைப் பக்குவப்படுத்துகிறார்.

உங்கள் சுயகருத்து பெரும்பாலும் முக்கியமான இரண்டு விதமான தூண்டுதல்களால் உருவாக்கப்படுகிறது: நீங்கள் நம்பும், மற்றும் உங்களிடம் கூறிக் கொள்ளும் விஷயங்கள். மற்றவர்கள் உங்களிடம் கூறிய, அவற்றை உண்மையென்று நீங்கள் நம்பி ஏற்றுக் கொண்டுள்ள விஷயங்கள். இன்று உங்களைப் பற்றி உண்மையென்று நீங்கள் நம்பும் விஷயங்கள் அனைத்தும் இந்த இரு வகையான தாக்கங்களால் ஏற்பட்ட விளைவுதான், குறிப்பாக, இரண்டாவது வகையான தாக்கத்தின் விளைவே.

இவ்வகையான தூண்டுதலுக்கான எடுத்துக்காட்டுகள் பலவற்றை நீங்கள் ஏற்கனவே அறிந்திருப்பீர்கள். உங்களைப் பற்றி உங்கள் பெற்றோர்களும், உறவினர்களும், ஆசிரியர்களும், இன்னும் பிறரும் கூறிய விஷயங்கள் இவை. நீங்கள் செவிமடுக்கும் ஒலிநாடாக்களிலும் சொற்பொழிவுகளிலும் அதன் பேச்சாளர் ஒவ்வொரு முறையும் "நீங்கள்" என்ற வார்த்தையைப் பயன்படுத்திக் கூறும் பரிந்துரைகளும் இதில் அடங்கும்.

ஒரு செய்தியுடன் "நீங்கள்" என்ற வார்த்தையும் ஒட்டி வரும்போது, அது உங்கள் ஆழ்மனத்தில் தாக்கத்தை ஏற்படுத்துகிறது. அதனால்தான், உங்களைப் பற்றி நீங்கள் உண்மையென்று நம்ப விரும்பாத விஷயங்களை மற்றவர்கள் உங்களிடம் பேச நீங்கள் ஒருபோதும் அனுமதிக்கக்கூடாது.

நீங்கள் ஒரு சக்திவாய்ந்த கோட்பாட்டைக் கையாள்வதால், அதை நேர்மறையாகவும் ஆக்கபூர்வமான வழியிலும் பயன்படுத்துவதே நல்லது.

லோசனாவ் பரிசோதனை

மக்கள் எவ்வாறு கற்றுக் கொள்கின்றனர், தகவல்களை அவர்கள் எவ்வாறு நிரந்தமாகப் பதிவு செய்கின்றனர் என்பது பற்றி 1950களிலும் 1960களிலும் பல்கேரிய நாட்டு உளவியலாளர் ஜார்ஜி லோசனாவ் விரிவான பரிசோதனைகளை மேற்கொண்டார். இஸ்லாமியப் பல்கலைக்கழகங்களுக்குள் நுழைவதற்கு முன்பாகவே, இஸ்லாமிய மாணவர்கள் குரான் முழுவதையும் மனப்பாடமாகப் படித்துவிடுகின்றனர் என்ற உண்மை உட்பட, அசாத்தியமான கற்கும் திறன் பெற்றவர்களைப் பற்றி உலகம் முழுவதிலிருந்தும் அவருக்குக் கிடைத்த எடுத்துக்காட்டுகள் அவருக்கு ஆர்வத்தை ஏற்படுத்தின.

ஒரு நபரை ஆழ்ந்த உறக்க நிலையை அடையச் செய்து, பின்னணியில் இசை ஒலித்துக் கொண்டிருக்கும்போதே புதிய தகவல்களை அவருக்குக் கொடுக்கும்போது, வலது மூளையும் இடது மூளையும் ஒருசேர இயங்கி, கற்றல் விரைவான வேகத்தில் நடைபெறுகின்றது என்பதை அவர் கண்டுபிடித்தார். தகவல்கள் மற்றும் உண்மைகளை மட்டுமல்லாமல், புதிய நடத்தைகளையும் மனப்பழக்கங்களையும்கூட இதே முறையில் விரைவாகக் கற்க முடியும் என்பதை அவரது ஆய்வுகள் தெளிவுபடுத்தின.

இசையுடன் பதிவு செய்யப்பட்ட சுயபிரகடனங்கள்

பின்னணி இசையுடன், ஆசுவாசமாக சுயபிரகடனங்களைக் கூறுவது, நீங்கள் உங்கள் இலக்குகளை அடைவதைத் துரிதப்படுத்தும். இந்த வெளித்தூண்டுதல் முறைதான் இசையுடன் பதிவு செய்யப்பட்ட சுயபிரகடனங்கள் என்று அழைக்கப்படுகிறது.

இந்த ஒலிநாடாக்களில், ஒரு தெளிவான குரல் உங்களை ஓர் ஆழ்ந்த உறக்க நிலைக்குக் கூட்டிச் செல்லும். பின்னணியில் இதமான பாரம்பரிய இசை ஒலிக்கும். வார்த்தைகளும் இசையும் சேர்ந்து உங்கள் வலது மூளையைத் தூண்டிவிட்டு உங்களை ஆழ்நிலை உறக்கத்திற்கு இட்டுச் செல்லும். நீங்கள்

இந்த நிலையில் இருக்கும்போது, இசையுடன்கூடிய நேர்மறையான செய்திகள், விமர்சிக்கும் தன்மை கொண்ட உங்கள் வெளிமனத்தை ஓரங்கட்டிவிட்டு நேராக உங்கள் ஆழ்மனத்திற்குள் புகுந்து கொள்கின்றன. அங்கு உங்கள் ஆளுமையில் துரிதமான மாற்றங்கள் நிகழ்கின்றன.

இசையுடன்கூடிய சுயபிரகடனங்கள் ஆரோக்கியமானவை, மனத்திற்குப் புத்துணர்ச்சி ஊட்டுபவை. பல நேர்மறையான தகவல்கள் உங்களுக்குத் தெரிவிக்கப்பட்டப் பிறகு, மீண்டும் ஒரு குரல் உங்களை விழிப்புணர்வு நிலைக்கு அழைத்துவரும். நீங்கள் கண்களைத் திறக்கும்போது முழுமையான ஆசுவாசத்தையும், புத்துணர்ச்சியையும், மகிழ்ச்சியையும் உணர்வீர்கள்.

இது மிகவும் சுலபமானது. இதற்கு முயற்சி தேவையில்லை. பதிவு செய்யப்பட்ட ஒரு சுயபிரகடனத்திற்கு வெறும் இருபது நிமிடங்கள் போதும். இதுவும் ஒருவிதமான தியானம்தான். இதை நீங்கள் காலையிலும் இரவிலும் கடைபிடித்து வந்தால், நீங்கள் அதிக நேர்மறையாகவும், அதிக ஆசுவாசமாகவும் உணர்வீர்கள். அதிகக் கற்பனைத் திறனையும் பெறுவீர்கள். உங்கள் உணர்ச்சிகளை உங்கள் கட்டுப்பாட்டில் வைத்திருப்பீர்கள். உங்கள் உடலில் உள்ள பல சிறு உபாதைகள் மறையும். இந்த உத்தியைத் தினமும் கடைபிடித்து வந்த பலரது தீவிரமான நோய்கள் குணமாகியுள்ளதை நான் கேள்விப்பட்டிருக்கிறேன்.

பல்வேறு வழிமுறைகளை ஒன்றிணைப்பது

இவற்றில் எதைத் தாங்கள் பயன்படுத்த வேண்டும் என்று பலர் என்னிடம் கேட்பதுண்டு. உங்களால் எவ்வளவு வழிமுறைகளைப் பயன்படுத்த முடியுமோ, அவ்வளவு வழிமுறைகளை நீங்கள் பயன்படுத்த வேண்டும். ஒரு குறிப்பிட்ட நேரத்தில் உங்களுக்கு எது சௌகரியமோ, அதை அந்த நேரத்தில் நீங்கள் செயல்படுத்த வேண்டும். உங்கள் நாள் முழுவதும் ஒரு தொடர் சுயபிரகடனமாக இருக்க வேண்டும். நீங்கள் செய்யும் அனைத்திலும் நீங்கள் மகிழ்ச்சியாகவும் நேர்மறையாகவும் நடக்கவும், பேசவும், நடந்து கொள்ளவும் வேண்டும்.

உணர்ச்சியுடன்கூடிய உங்கள் கற்பனைக் காட்சிகள்தான் உங்கள் வாழ்வில் எதிர்காலத்தில் நிகழவிருக்கும் விஷயங்களுக்கான வெள்ளோட்டம். உங்களுக்கு விருப்பமில்லாத விஷயங்களில் மனத்தைச் செலு மல்;

நீங்கள் உண்மையிலேயே விரும்பும் விஷயங்கள் குறித்தே உங்கள் வார்த்தைகளும், சிந்தனைகளும், காட்சிகளும் இருக்குமாறு பார்த்துக் கொள்வதற்குத் தேவையான சுயகட்டுப்பாடு, சுயவல்லமை, சுயஒழுக்கம் ஆகியவற்றைக் கடைபிடிப்பது மட்டும்தான் உங்களுடைய வேலை. நன்னம்பிக்கையுடன்கூடிய எதிர்பார்ப்பும் இவற்றோடு சேர்ந்து கொள்ளும்போது, நேர்மறையான மனப்போக்கும், ஒரு மகிழ்ச்சியான, திருப்தியான வாழ்க்கையும் விரைவில் உங்களை வந்தடையும்.

இந்த உத்திகளை உங்களுக்குப் பலனளிக்கச் செய்தல்

உங்கள் வாழ்க்கையில் ஒரு குறிப்பிட்டச் சூழ்நிலையை எடுத்துக் கொள்ளுங்கள். அது இனி வரவிருக்கும் ஒரு நிகழ்ச்சியாக இருக்கலாம் அல்லது உங்களுக்குக் கவலையையும் மன இறுக்கத்தையும் அளித்துக் கொண்டிருக்கும் ஏதோ ஒன்றாக இருக்கலாம். ஒவ்வொரு முறை நீங்கள் அந்தச் சூழ்நிலையைப் பற்றிச் சிந்திக்கும்போதும், விரைவு சுயபிரகடன உத்தியைப் பயன்படுத்துங்கள். நீங்கள் எதிர்பார்த்துக் கொண்டிருக்கும் நிகழ்ச்சி நடந்து முடியும்வரை அல்லது உங்களுக்குக் கவலையளித்துக் கொண்டிருக்கும் விஷயம் தீரும்வரை இந்த உத்தியைத் தொடர்ந்து கடைபிடியுங்கள்.

அடுத்து, மூன்று அங்குலத்திற்கு ஐந்து அங்குலம் என்ற அளவிலான அட்டைகள் சிலவற்றை வாங்கிக் கொள்ளுங்கள். அவை ஒவ்வொன்றிலும் உங்களுடைய ஓர் இலக்கைத் தெளிவாகவும் நிகழ்காலத்திலும் எழுதிக் கொள்ளுங்கள். உங்கள் இலக்குகள் நிறைவேறும்வரை இந்த சுயபிரகடன உத்தியைத் தினமும் இரண்டு முறை பயன்படுத்தி வாருங்கள்.

இசையைப் பின்னணியாக வைத்து உங்கள் சுயபிரகடனங்களை ஒலிநாடாவில் பதிவு செய்து கொள்ளுங்கள். உங்கள் இலக்குகள் உங்கள் ஆழ்மனத்தில் ஆழமாகப் பதியும்வரை, அவை உங்கள் வாழ்வில் நிஜமாகும்வரை உங்கள் சுயபிரகடனங்களைத் தொடர்ந்து கேளுங்கள்.

நீங்கள் யாராக உருவாக நினைக்கிறீர்களோ, அந்த நபராக நீங்கள் ஏற்கனவே மாறிவிட்டது போலவும், உங்கள் இலக்குகளை ஏற்கனவே அடைந்துவிட்டது போலவும் நினைத்து நடந்து கொள்ளுங்கள்.

"திரைப்படத்தின் முடிவு" உங்களுக்கு ஏற்கனவே தெரிந்துவிட்டதுபோல நினைத்து ஆசுவாசமாக இருங்கள். அமைதியும், தன்னம்பிக்கையும், மகிழ்ச்சி மற்றும் வெற்றி குறித்த நேர்மறையான உணர்வுகளும் உங்களிடம் எப்போதும் இருக்கும்படி பார்த்துக் கொள்ளுங்கள். உங்கள் இலக்குகளை உங்கள் மனத்தில் தொடர்ந்து நீங்கள் நிலைப்படுத்தினால், நிச்சயமாக அவற்றை அடைவீர்கள்.

ஒரு பழைய நீதிக்கதை

பண்டைய கிரேக்க நாட்டில், ஒரு வழிப்போக்கர், சாலையில் நின்று கொண்டிருந்த ஒரு வயதான மனிதரிடம் ஒலிம்பஸ் மலைக்குச் செல்லும் வழியைப் பற்றிக் கேட்டார். சாக்ரடீஸ்தான் அந்த வயதான மனிதர். அவர் அந்த வழிபோக்கரிடம், "நீங்கள் உண்மையிலேயே ஒலிம்பஸ் மலைக்குச் செல்ல விரும்பினால், நீங்கள் எடுத்து வைக்கும் ஒவ்வோர் அடியும் அந்த மலை இருக்கும் திசையிலேயே இருக்க வேண்டும்," என்று கூறினார்.

இக்கதை தரும் நீதி எளிமையானது. நீங்கள் வெற்றியோடும் மகிழ்ச்சியோடும் இருக்க விரும்பினால், உங்களுடைய ஒவ்வோர் எண்ணமும் செயலும் அந்தத் திசையில் இருப்பதை நீங்கள் உறுதி செய்து கொள்ள வேண்டும்.

மாபெரும் அறிவியலறிஞர்களில் ஒருவராகக் கருதப்படும் சர் ஐசக் நியூட்டன், கணிதத்திலும் இயற்பியலிலும் நிகழ்த்திய கண்டுபிடிப்புகள் நவீன யுகத்தின் பல கண்டுபிடிப்புகளுக்கு அடித்தளமாக அமைந்தன. அறிவியல் உலகிற்குத் தனியொருவராக அவரால் எப்படி இவ்வளவு பங்களிப்புகளைச் செய்ய முடிந்தது என்று பின்னாளில் அவரிடம் கேட்கப்பட்டபோது, "இவற்றைத் தவிர வேறு எதைப் பற்றியும் நான் சிந்திக்காததன் மூலமாகத்தான்," என்று அவர் பதிலளித்தார்.

எளிமையாகக் கூறினால், உங்கள் வெளிமனத்தில் நீங்கள் நிலைநிறுத்தும் எண்ணங்களை உங்கள் முழுமையான கட்டுப்பாட்டிற்குள் கொண்டு வருவதற்கு உங்களுக்கு இருக்கும் சுதந்திரத்தை நீங்கள் பயன்படுத்துவதிலிருந்துதான் உங்கள் வெற்றி துவங்குகிறது. உங்களுக்கு வேண்டிய விஷயங்களைப் பற்றி மட்டுமே சிந்திப்பதற்கும் பேசுவதற்கும் உங்களை ஒழுங்குபடுத்திக் கொள்வதன் மூலமும், உங்களுக்கு விருப்பமில்லாதவற்றைப் பற்றி ஒருபோதும் நினைக்காமல்

இருப்பதற்கு உங்களைப் பழக்கப்படுத்திக் கொள்வதன் மூலமும், உங்கள் இலக்குகளை நோக்கி உங்கள் பயணம் துவங்குகிறது.

உங்கள் ஆழ்மனத்தின் அற்புத சக்தி

உங்கள் நடத்தையின் பரிணாம வளர்ச்சிக்கும், உங்கள் தனிப்பட்ட ஆற்றலின் உருவாக்கத்திற்கும் உங்கள் எண்ணங்களின் தரம் மிக முக்கியக் காரணமாக விளங்குகிறது. நாம் இதுவரை பார்த்து வந்துள்ள மனவிதிகள் அனைத்தும் நீங்கள் சிந்திப்பதற்கு உதவும் கருவிகளாகும். நீங்கள் யார், நீங்கள் எவ்வாறு இவ்விதத்தில் உருவானீர்கள், மிக முக்கியமாக, எதிர்காலத்தில் நீங்கள் எங்கு சென்றடைய விரும்புகிறீர்கள் போன்றவற்றைக் குறித்து இவை உங்களுக்கு அதிக விழிப்புணர்வை ஏற்படுத்துகின்றன.

பெரும்பாலான மக்கள் தங்கள் வாழ்க்கையை ஒருவிதத் தூக்கத்திலேயே கழித்துவிடுகின்றனர். அவர்கள் அன்றாட வேலைகளில் ஈடுபடும்போது, பல்வேறு முரண்பட்ட எண்ணங்கள் அவர்கள் மனத்தை ஆக்கிரமிக்கின்றன. நீங்கள் உங்கள் காரில் ஓரிடத்திற்குப் பயணம் செய்யும்போது, பல்வேறு எண்ணங்கள் உங்கள் மனத்தில் தோன்றி, அந்தப் பயணத்தைப் பற்றிய நினைவே இல்லாமல் போன நிகழ்வுகளை நீங்கள் அனுபவித்திருக்கக்கூடும்.

நாம் வழக்கமாக ஈடுபடும் செயல்களும் உரையாடல்களும் நமது குறைந்தபட்சப் பிரக்ஞையுடனேயே நடைபெறுகின்றன. அவை குறித்துப் பின்னர் நமக்கு நினைவும் இருப்பதில்லை.

நீங்கள் எப்படியெல்லாம் ஆக விரும்புகிறீர்களோ, அப்படி மாறுவதற்கு நீங்கள் அதிகப் பிரக்ஞையுடன் வாழ்வது அவசியம். அதிக எச்சரிக்கை மற்றும் அதிக விழிப்புணர்வை நீங்கள் பெற வேண்டும். நீங்கள் உங்கள் மனம் இழுக்கும் திசையில் செல்லாமல், பல்வேறு மனவிதிகள் கூட்டாகச் சேர்ந்து உங்களுக்கு விருப்பமான திசையில் உங்களை வழிநடத்தும் விதத்தில் உங்கள் எண்ணங்களை உங்கள் கட்டுப்பாட்டிற்குள் கொண்டுவர வேண்டும்.

உறக்கத்திலிருந்து விழித்தெழுதல்

உங்கள் கடந்தகாலம், நிகழ்காலம், மற்றும் எதிர்கால வாழ்வின் பல பகுதிகளைச் சிந்தித்துப் பார்ப்பதன் மூலம் நீங்கள் இச்செயல்முறையைத் துவங்குகிறீர்கள். விழிப்புணர்வு

குறித்த ஒரு பயிற்சியாகப் பின்வரும் பயிற்சியை நீங்கள் முயற்சித்துப் பாருங்கள். நீங்கள் பிறப்பதற்கு முன்பே, உங்களுக்கு விருப்பமான பண்புநலன்கள், ஆர்வங்கள், திறமைகள், மற்றும் திறன்கள் பெற்ற ஒரு நபராக உருவாவதற்குப் பல பிறவிகளாக நீங்கள் பரிணாம வளர்ச்சி அடைந்து வந்திருப்பதாகக் கற்பனை செய்யுங்கள். மறுபிறவி பற்றி நீங்கள் எந்தவொரு கருத்தைக் கொண்டிருந்தாலும் சரி, இப்பயிற்சியின் நோக்கம் உங்களுக்கு விரைவில் தெளிவாகும்.

உங்கள் பெற்றோரையும், நீங்கள் பிறந்து வளர்ந்த சூழ்நிலையையும் நீங்களே தேர்ந்தெடுத்துள்ளதாகக் கற்பனை செய்யுங்கள். நீங்கள் இவ்வாறு செய்ததற்குக் காரணம், உங்களுடைய தனிப்பட்ட வளர்ச்சி மற்றும் பரிணாம வளர்ச்சி நிலையில், உங்களைப் பற்றியும், உங்கள் வாழ்க்கையைப் பற்றியும், மற்றவர்களைப் பற்றியும் நீங்கள் சில குறிப்பிட்டப் பாடங்களைக் கற்றுக் கொள்ள வேண்டியிருந்தது என்பதும், வேறு எந்த வழியிலும் நீங்கள் அவற்றைக் கற்றுக் கொண்டிருக்க முடியாது என்பதும்தான்.

உங்களிடம் இன்று குடிகொண்டிருக்கும் நல்ல பண்புநலன்கள் அனைத்தும், நீங்கள் வளர்ந்து வந்த காலத்தில் அனுபவித்தக் கடினமான அனுபவங்களின் விளைவாக, குறிப்பாக, உங்கள் பெற்றோர்களுடன் உங்களுக்கு ஏற்பட்டப் பிரச்சனைகளின் விளைவாக உருவானவை என்று கற்பனை செய்யுங்கள்.

உங்களுக்கு ஒரு முக்கியமான கேள்வி இது: உங்கள் பெற்றோரை நீங்களாக விரும்பித் தேர்ந்தெடுத்துள்ளீர்கள் என்றும், உங்கள் விருப்பத்தேர்வுதான் நீங்கள் இன்று யாராக இருக்கிறீர்களோ அதற்குக் காரணம் என்றும் உங்களுக்குத் தெரியவந்தால், இந்தக் கண்டுபிடிப்பு உங்கள் பெற்றோர்கள் குறித்தும், உங்களது குழந்தைப் பருவத்து அனுபவங்கள் குறித்தும் நீங்கள் கொண்டுள்ள மனப்போக்கில் எப்படிப்பட்ட மாற்றத்தை ஏற்படுத்தும்? நீங்கள் அதிக நேர்மறையாகவும், அவர்களை ஏற்றுக் கொள்பவராகவும் இருப்பீர்களா? உங்களையும் உங்கள் கடந்தகால அனுபவங்களையும் நீங்கள் வேறொரு கண்ணோட்டத்தில் இருந்து பார்ப்பீர்களா? இன்றுவரை உங்கள் வாழ்வின் ஒரு கடினமான காலகட்டமாகத் தோன்றிய ஒன்றைக் குறித்து இப்போது உங்களால் பாரபட்சமின்றி நடந்து கொள்ள முடியுமா?

உங்கள் பெற்றோர்களை நீங்களாக விரும்பித் தேர்ந்தெடுத்தீர்கள் என்ற யோசனையைப் பற்றி நீங்கள் சிந்திக்கத் துவங்கும்போது, இதுவரை நீங்கள் புறக்கணித்து வந்துள்ள சாத்தியக்கூறுகளை நீங்கள் பார்க்கத் துவங்குவீர்கள். உங்கள் கட்டுப்பாட்டில் இல்லாத சூழல்களுக்கு நீங்கள் பலியாகிவிட்டதாக நினைப்பதற்குப் பதிலாக, உங்கள் சொந்தப் பரிணாம வளர்ச்சியில் துடிப்புடன் பங்கு கொள்ளும் ஒருவராக உங்களை நீங்கள் பார்க்கத் துவங்குவீர்கள்.

இந்தப் பயிற்சியை நாம் இன்னும் சற்று முன்னே எடுத்துச் செல்லலாம். நீங்கள் இந்த பூமியில் இருப்பது, உங்கள் வாழ்க்கையைக் கொண்டு ஏதேனும் அற்புதமான ஒன்றைச் செய்வதற்காகவும், அசாதாரணமான மனிதராக உருவாவதற்காகவும், உலகிற்கு ஒரு மாபெரும் பங்களிப்பை வழங்குவதற்காகவும்தான் என்று கற்பனை செய்யுங்கள். உங்களுடைய நன்மையைக் கருத்தில் கொண்டு கவனமாக அமைக்கப்பட்ட ஒரு மாபெரும் திட்டத்தின் பல அம்சங்கள்தான் இவை என்றும், உங்கள் வாழ்வின் ஒவ்வொரு நிகழ்வும் சூழலும் ஒரு பெரிய புதிரின் தவிர்க்க முடியாத அங்கங்கள் என்றும், உங்களது வாழ்க்கையை மிக உயர்ந்த தளத்தில் இருந்து பார்க்கும்போதுதான் அந்தப் புதிரின் வரைகோடு உங்களுக்குத் தெளிவாகத் தெரியத் துவங்கும் என்றும் கற்பனை செய்யுங்கள்.

பொதுவாக, உங்கள் தற்போதையச் சூழ்நிலை அல்லது சிரமம் எதுவாக இருந்தாலும் சரி, உங்கள் பிரயாணம் மேலும் தொடர்வதற்கு முன் நீங்கள் இக்கணத்தில் கற்றுக் கொள்ள வேண்டிய ஏதோ ஒன்றை அது மிகச் சரியாகக் கற்றுக் கொடுத்துக் கொண்டிருக்கிறது என்று அனுமானித்துக் கொள்ளுங்கள். இந்தக் கண்ணோட்டத்தின்படி நீங்கள் உங்கள் வாழ்க்கையை அணுகினால், ஒவ்வோர் அனுபவமும் ஒரு நேர்மறையான அனுபவம் என்பதை நீங்கள் பார்க்கத் துவங்குவீர்கள், குறிப்பாக அது உங்கள் வளர்ச்சிக்கும் மேதமைக்குமான ஒரு வாய்ப்பு என்று நீங்கள் கருதும்போது.

இப்போது உங்கள் வாழ்க்கையை அமைதியாகவும், தெளிவாகவும், நேர்மறையான மனப்போக்குடனும் பின்னோக்கிப் பார்த்து, உங்களுடைய முந்தைய அனுபவம் மற்றும் சூழ்நிலை ஒவ்வொன்றும், உங்களுக்குக் கிடைக்கவிருக்கும் அற்புதமான விஷயங்களை நோக்கி நீங்கள் முன்னேறிச் செல்வதற்குத் தேவையான ஒன்றை உங்களுக்குக்

கற்றுக் கொடுப்பதற்கு மிகச் சரியான நேரத்தில் எவ்வாறு உங்களுக்கு அனுப்பி வைக்கப்பட்டன என்பதைப் பற்றிச் சிந்தித்துப் பாருங்கள்.

உங்கள் வாழ்வில் நடந்த நிகழ்வுகள் அனைத்தும் வேறு எந்த விதமாகவும் அமைந்திருக்க முடியாது என்று கற்பனை செய்யுங்கள். நம்புதற்கரிய வகையில் சிக்கலான, ஒன்றிணைக்கப்பட்ட நிகழ்வுகள் ஒவ்வொன்றும் எவ்வாறு உங்களை இன்று இந்த நிலைக்குக் கொண்டு வந்துள்ளன என்பதைப் பார்த்து நீங்கள் ஆச்சரியப்படும்போது, நீங்கள் ஒரு மாபெரும் சிந்தனாவாதியின் கண்ணோட்டத்தை, ஒரு தத்துவவியலாளரின் கண்ணோட்டத்தைப் பெறுகிறீர்கள். உங்கள் வாழ்க்கை உங்களைவிட மிக உயர்ந்த ஏதோ ஒன்றின் ஒரு பகுதி, உங்கள் வாழ்வில் நிகழும் ஒவ்வொன்றும் ஏதோ ஒரு காரணத்திற்காகவே நிகழ்கின்றன என்ற மனப்போக்கையும் உணர்வையும் நீங்கள் அனுபவிக்கத் துவங்குவீர்கள்.

உங்கள் வாழ்வில் நிகழும் நிகழ்ச்சிகள் மற்றும் அனுபவங்கள் அனைத்தும், நீங்கள் ஒரு மாபெரும் இலக்கை அடைவதற்கோ அல்லது மனிதகுலத்திற்கு ஏதேனும் மாபெரும் பங்களிப்பை வழங்குவதற்கோ உங்களுக்கு உதவுவதற்காகவே வடிவமைக்கப்பட்டுள்ளன என்ற ரீதியில் நீங்கள் சிந்திக்கும்போது, பிறவிப் பயன் அடைவதற்கான பாதையில் பயணித்துக் கொண்டிருக்கிறீர்கள் என்று உணரத் துவங்குவீர்கள்.

மனவிதிகளை உங்களுக்குப் பலனளிக்கச் செய்வது எப்படி

இந்த மனப்பயிற்சிகள் அனைத்தும் உங்கள் ஆழ்மனத்தின் சக்திகளை நீங்கள் கட்டவிழ்த்துவிடத் துவங்க உங்களுக்கு உதவும். நீங்கள் இவ்விதிகளை ஒழுங்குமுறையுடனும் திட்டமிட்ட முறையிலும் செயல்படுத்துவதற்கு அவை உங்களுக்குப் பேருதவியாக இருக்கும்.

உங்கள் சொந்த வாழ்க்கையை உருவாக்குபவர் நீங்கள்தான் என்ற கண்ணோட்டத்தில் நீங்கள் உங்களைப் பார்ப்பதைத் தேர்ந்தெடுப்பதன் மூலம் கட்டுப்பாட்டு விதியை நீங்கள் முடுக்கிவிடுகிறீர்கள். உங்கள் மனத்தை நீங்கள் உங்கள் கட்டுப்பாட்டிற்குள் கொண்டுவரும்போது, உங்கள் விதி உங்கள் கட்டுப்பாட்டிற்குள் வந்துவிடுகிறது. உங்கள் எதிர்காலத்தை உருவாக்கும் சிற்பியாக நீங்கள் மாறிவிடுகிறீர்கள்.

உங்கள் சொந்த எண்ணங்கள் உங்கள் வாழ்க்கையில் ஏற்படுத்தும் தாக்கங்களைப் பற்றிய விழிப்புணர்வு உங்களுக்குக் கிடைக்கும்போது, உங்கள் விதியின்மீது உங்களுக்குள்ள கட்டுப்பாடு அதிகரிக்கிறது.

உங்கள் அன்றாட வாழ்க்கையிலிருந்து சற்று விலகி நின்று, உங்கள் வாழ்வில் நிகழ்ந்துள்ள எண்ணற்றத் தற்செயலான நிகழ்வுகள் உங்களிடம் ஏற்படுத்தியுள்ள மாற்றங்களை நினைத்துப் பார்க்கும்போது, நீங்கள் 'காரண—காரிய விதி'யை முடுக்கிவிடுகிறீர்கள். எதுவும் தற்செயலாகவோ விபத்தாகவோ நடப்பதில்லை. உங்கள் வாழ்வில் நிகழ்ந்த மற்றும் நிகழ்ந்து கொண்டிருக்கும் அனைத்தும், என்றும் நிலைத்திருக்கும் விதியின் விளைவுதான் என்பதை நீங்கள் உணர்வீர்கள் — இக்கணத்தில் உங்கள் வாழ்க்கை எங்கே சென்று கொண்டிருக்கிறது என்பதை உங்களால் தெளிவாகப் பார்க்க முடியாதபோதும்கூட.

உங்கள் வாழ்க்கையும், உங்கள் அனுபவங்களும் ஏதோ ஒரு முக்கியமான சாதனையை நோக்கி உங்களை வழிநடத்திக் கொண்டிருக்கின்றன என்பதை நீங்கள் ஒப்புக் கொள்ளும்போது, நீங்கள் நம்பிக்கை விதியைத் தூண்டிவிடுகிறீர்கள். உங்கள் நம்பிக்கைகள் நிச்சயமாக உங்கள் யதார்த்தமாக மாறுகின்றன.

உங்களுக்கு நிகழும் எல்லாவற்றிலிருந்தும் ஏதோ ஒரு நல்ல விஷயத்தை நீங்கள் நம்பிக்கையுடன் எதிர்பார்க்கும்போது, எதிர்பார்ப்பு விதியை நீங்கள் தூண்டுகிறீர்கள். இந்த நேர்மறையான எதிர்பார்ப்பு உங்கள் வாழ்க்கையை சுவாரசியமானதாக ஆக்கும். ஏதேனும் ஒரு நேர்மறையான விளைவை நோக்கி உங்களைக் கூட்டிச் செல்வதற்கு உதவும் மகிழ்ச்சியான நிகழ்வுகள், ஆனால் உங்களால் கணிக்க முடியாத நிகழ்வுகள் உங்கள் வாழ்வில் நிகழும். நீங்கள் அதிக நன்னம்பிக்கை மிக்கவராக, மகிழ்ச்சியானவராக, அமைதியானவராக, ஆசுவாசமானவராக உருவாவீர்கள். உங்கள் எதிர்பார்ப்புகள் நிச்சயமாக நிறைவேறும்.

எதிர்கால நோக்கில் நீங்கள் சிந்திக்கும் நேர்மறையான எண்ணங்கள் ஈர்ப்புவிதியைத் தூண்டிவிடுகின்றன. உங்கள் மனத்தில் இருக்கும் தன்னம்பிக்கையுடன்கூடிய ஆதிக்க எண்ணங்களுக்கு இசைவான மக்களையும் சூழல்களையும் நீங்கள் உங்கள் வாழ்விற்குள் ஈர்ப்பீர்கள். உங்கள் வாழ்க்கை தனித்துவமான முறையில் ஆசீர்வதிக்கப்பட்டுள்ளது என்று

எவ்வளவுக்கு எவ்வளவு நீங்கள் சிந்திக்கிறீர்களோ, அவ்வளவுக்கு அவ்வளவு உங்கள் கனவுகளை நிஜமாக்குவதற்கு உதவும் யோசனைகளையும், வாய்ப்புகளையும், மக்களையும் நீங்கள் உங்களிடம் ஈர்ப்பீர்கள்.

நீங்கள் தனிச்சிறப்பு மிக்கவர், இப்புவியில் நீங்கள் அவதரித்திருப்பது ஒரு சிறந்த குறிக்கோளுக்காக என்ற கண்ணோட்டத்தை நீங்கள் கொண்டிருந்தால், உங்கள் வெளியுலக உறவுகளும், ஆரோக்கியமும், வேலையும், பொருட்செல்வங்களும் உங்களுடைய உள்ளார்ந்த மனப்போக்குகளைப் பிரதிபலிக்கத் துவங்கும்.

இந்த எண்ண விதைகளை உங்கள் வெளிமனத்தில் நிலைநிறுத்தி, அவற்றை உங்கள் ஆழ்மனத்திற்குள் தொடர்ந்து பதிவு செய்யும்போது, உங்கள் வார்த்தைகளையும், உணர்வுகளையும், செயல்களையும், உங்களுடைய உடல்மொழியையும்கூட உங்கள் ஆழ்மனம் உங்கள் புதிய சுயகருத்து மற்றும் புதிய இலக்குகளுக்குப் பொருத்தமாக அமைக்கும்.

பயம், கோபம், சந்தேகம் ஆகிய எதிர்மறையான எண்ணங்களை உங்கள் மனத்தில் இருந்து அகற்றுவதுதான் உங்களது முக்கியப் பொறுப்பு என்ற அறிதலோடு, தொடர்ந்து மாற்றுவிதியைப் பயன்படுத்துங்கள். நம்பிக்கை, விசுவாசம், அன்பு போன்ற எண்ணங்களை அவற்றுக்குப் பதிலாக உங்கள் மனத்தில் குடியிருத்துங்கள். இந்த நேர்மறையான எண்ணங்கள் உங்கள் ஆழ்மனத்தில் வேர்பிடித்து வளரும் வரையில் தொடர்ந்து இவற்றை எண்ணி வாருங்கள்.

துணிச்சல், உறுதியான நம்பிக்கை, விசுவாசம், மற்றும் அன்பு ஆகியவற்றின்மீது தொடர்ந்து கவனம் செலுத்தி, கவனக்குவிப்பு விதியைச் செயல்படுத்துங்கள். தொடர்ந்து நீங்கள் எது குறித்து நெடுநாட்களாகச் சிந்திக்கிறீர்களோ, அது இறுதியில் உங்கள் வாழ்வில் உண்மையாகும் என்ற அறிதலோடு, நேர்மறையான, ஊக்குவிக்கின்ற எண்ணங்களை உங்கள் மனத்தில் விதைக்க ஒவ்வொரு நாளும் நேரம் ஒதுக்கிக் கொள்ளுங்கள்.

உங்களால் முடியும்

பொறுமையும், அமைதியும், நம்பிக்கையும்தான் உங்களது மாபெரும் தேவை. இந்த மனவிதிகள்தான் இதுவரை கண்டுபிடிக்கப்பட்டுள்ளவற்றிலேயே மிகவும் சக்திவாய்ந்த

ஆற்றல்கள். நீங்கள் எதை அடைய வேண்டும் என்று விதிக்கப்பட்டிருக்கிறதோ, அதை நீங்கள் நிச்சயமாக அடைவீர்கள் — நீங்களும் உங்கள் மனமும் அதற்குத் தயாராக இருக்கும்போது! நீங்கள் எதை விரும்புகிறீர்களோ, அது உங்களை விரும்புகிறது. நீங்கள் எந்த விஷயத்தை ஆழமாக விரும்பி அதை நோக்கிச் சென்று கொண்டிருக்கிறீர்களோ, அந்த விஷயம் இப்போது உங்களை நோக்கி வந்து கொண்டிருக்கிறது. உங்களுக்கு உண்மையிலேயே என்ன வேண்டும் என்பதைத் தீர்மானித்து, பிறகு உங்களுக்கு நீங்களே தடையாக இருக்காதபடி உங்கள் வழியைவிட்டு விலகுவதுதான் உங்களுடைய முக்கியமான வேலை.

உங்கள் வாழ்க்கையை ஒரு நேர்மறையான, ஆக்கபூர்வமான வழியில் பார்க்கும் பழக்கத்தை உருவாக்குவதற்குச் சிந்தனை தேவை. உயர்ந்த வழியில் சிந்திக்கும் பழக்கத்தை உருவாக்குவதற்கு நீங்கள் அதிக எச்சரிக்கையுடனும், அதிக விழிப்புணர்வுடனும் இருக்க வேண்டியது அவசியம். உங்கள் வாழ்க்கை ஒவ்வொரு வழியிலும் மேம்படுவதற்கு இந்த மனவிதிகள் அனைத்தையும் ஒத்திசைவாகச் செயல்பட வைப்பதற்கு, உங்களைக் குறித்தும், உங்களது சாத்தியக்கூறுகள் குறித்தும் நீங்கள் ஒரு புதிய மனப்போக்கை வளர்த்துக் கொள்ள வேண்டும்.

இது முதலில் கடினமாக இருக்கலாம், ஆனால் இதன் பலன் அளவிடற்கரியது. உயர்ந்த சுயகட்டுப்பாடு, அதிக நேர்மறையான மனப்போக்கு, மற்றும் உங்கள் வாழ்வின் ஒவ்வொரு பகுதியிலும் ஏராளமான ஆற்றல் ஆகியவற்றைப் பெறுவீர்கள்.

செயல்முறைப் பயிற்சி

ஒரு காகிதத்தை எடுத்து, உங்கள் வாழ்வில் நீங்கள் சாதிக்க விரும்பும் விஷயங்களை எழுதிக் கொள்ளுங்கள். மகிழ்ச்சி, ஆரோக்கியம், நல்ல நண்பர்கள், பயணம், செழிப்பு, பொருளாதார வெற்றி, அங்கீகாரம் மற்றும் உங்களால் நினைத்துப் பார்க்கக்கூடிய அனைத்தையும் எழுதுங்கள். உங்கள் கற்பனைக் குதிரையைத் தட்டிவிடுங்கள்.

கடினமான பகுதி இதுதான்: அடுத்த இருபத்து நான்கு மணிநேரத்திற்கு, உங்கள் பட்டியலில் உள்ள விஷயங்களைப் பற்றி மட்டுமே சிந்தியுங்கள், பேசுங்கள். ஒருநாள் முழுவதும் உங்களால் எதைப் பற்றியும் விமர்சிக்காமலும், கண்டிக்காமலும்,

குறைகூறாமலும், கோபப்படாமலும், கவலைப்படாமலும், ஏமாற்றமடையாமலும் இருக்க முடிகிறதா என்று பாருங்கள். உங்களுக்கு விருப்பமான விஷயங்களைப் பற்றி மட்டுமே சிந்திப்பதற்கான பக்குவமும் மனஉறுதியும் உங்களுக்கு இருக்கிறதா என்று பாருங்கள்.

நீங்கள் உங்கள் மேம்பாடு குறித்தப் பயணத்தில் எந்த நிலையில் இருக்கிறீர்கள், இன்னும் நீங்கள் சென்றடைய வேண்டிய தூரம் எவ்வளவு உள்ளது என்பதைப் பற்றிய ஓர் உண்மையான உள்நோக்கை இப்பயிற்சி உங்களுக்குக் கொடுக்கும். வெற்றிக்குத் தேவையான தலைமைத் திறமையைப் பற்றியும், நீங்கள் உங்களுக்கென்று நிர்ணயித்துக் கொள்ளும் எந்தவோர் இலக்கையும் எவ்வாறு அடைவது என்பது பற்றியும் அடுத்த அத்தியாயத்தில் பார்ப்பீர்கள்.

5

வெற்றிக்கான தலைமைத் திறமை

இலக்குகளை நிர்ணயிப்பதும், அவற்றை அடைவதற்குத் திட்டங்களை வகுத்துக் கொள்வதும்தான் வெற்றிக்கான தலைமைத் திறமை. வேறு எதைவிடவும், இத்திறமையை வளர்த்துக் கொள்வது உங்கள் வெற்றியை அதிக அளவில் உறுதி செய்யும். இலக்குகள் மட்டுமே வெற்றியைக் கொடுக்கும் என்பதை என் இருபத்தைந்து ஆண்டுகால ஆராய்ச்சி மற்றும் அனுபவத்தின் வாயிலாக நான் புரிந்து கொண்டுள்ளேன். இலக்கை நோக்கித் தீவிரமாக நடைபோடுவது ஒவ்வொரு துறையிலும் சிறப்பாகத் திகழும் மக்களிடம் உள்ள இன்றியமையாத பண்புநலன் ஆகும். காலையில் எழுந்தவுடன் எவ்வளவு இயல்பாகப் பல் துலக்குகிறீர்களோ, உடை மாற்றுகிறீர்களோ, அதே அளவு இயல்பாக உங்கள் இலக்குகளை நிர்ணயிக்க நீங்கள் கற்றுக் கொள்ளாதவரை உங்களால் உங்கள் ஆற்றலில் ஒரு சிறு துளியைக்கூடப் பயன்படுத்திக் கொள்ள முடியாது.

இப்புத்தகத்தில் இதுவரை நாம் பேசி வந்துள்ள விஷயங்கள் அனைத்தும் இலக்குகளைப் பற்றிய இந்த அத்தியாயத்திற்கு

உங்களைக் கொண்டு வருவதற்குத்தான். தலைமைத் திறமை உங்கள் வாழ்வின் ஒவ்வொரு பகுதியிலும் சிறப்பாக வேலை செய்வதற்கு முந்தைய அத்தியாயங்கள் மூலமாக உங்களைத் தயார்படுத்துவது அவசியம். உங்கள் மனம் எவ்வாறு வேலை செய்கிறது என்பதையும், உங்கள் கடந்தகாலத்தின் அடிப்படையில் அமைந்த உங்களது சிந்தனைகள் இன்று எவ்வாறு உங்களுடைய நடத்தையையும் விளைவுகளையும் பாதிக்கின்றன என்பதையும் நீங்கள் கற்றுக் கொண்டது, இனிவரும் அத்தியாயங்களில் கூறப்பட்டுள்ள விஷயங்களைப் புரிந்து கொள்வதற்கான அடித்தளத்தை அமைத்துள்ளது.

என் இருபத்து மூன்றாவது வயதில்தான் நான் இலக்குகளைப் பற்றி கற்றுக் கொண்டேன். விளையாட்டுத் துறையில் அது நிலவியதை நான் தெரிந்து வைத்திருந்தாலும், இலக்குகளையும் திட்டங்களையும் பயன்படுத்தி என் வாழ்க்கையை அமைத்துக் கொள்ளும் எண்ணம் எனக்கு ஒருபோதும் தோன்றியதே இல்லை.

இலக்குகளை அடைவது பற்றி நான் ஒருபோதும் சிந்தித்துப் பார்த்ததே இல்லை. மிக அற்புதமான விஷயங்களைச் சாதிப்பதற்கான ஒரு திட்டவட்டமான செயல்முறை இது என்பதை நான் ஒருபோதும் உணர்ந்திருக்கவில்லை. வாழ்க்கையில் கவனக்குவிப்புடன் செயல்படுவதற்குப் பதிலாக, பெரும்பாலான மக்களைப்போல், நான் அன்றாடம் நடக்கும் நிகழ்வுகளை எதிர்கொண்டு வெறுமனே என் வாழ்க்கையை ஓட்டி வந்தேன். ஊக்குவிப்புப் பேச்சாளரான சிக் சிக்லர் கூறுவதுபோல், "அர்த்தமுள்ள ஒருவனாக வாழ்வதற்குப் பதிலாக, நான் ஒரு நாடோடியைப்போல் வாழ்ந்து வந்தேன்."

பிறகு நான் இலக்குகளைக் கண்டறிந்தேன். நான் அடியோடு மாறினேன். இத்திறமையில் நான் வல்லமை பெற்றதும் என் ஒட்டுமொத்த வாழ்க்கையும் வேறு விதமாக மாறியது, இது உங்களுக்கும் சாத்தியம்தான்.

இலக்குகள்தான் எரிபொருள்

இலக்குகள்தான் சாதனைக்கான எரிபொருள். இலக்குகள் இல்லாத ஒருவர் சுக்கான் இல்லாத ஒரு கப்பலைப் போன்றவர். அவர் எந்தக் குறிக்கோளும் இன்றி, கவனம் சிதறி அலைவார். அவர் எந்த நேரத்திலும் பாறைகளில் சென்று முட்டக்கூடிய அபாயத்தில் இருப்பார். அதே சமயம், இலக்குகளைக்

கொண்டிருக்கும் ஒரு நபருக்கு, ஒரு வரைபடம், ஒரு திசைகாட்டி, மற்றும் சென்றடைய ஓர் இலக்கு ஆகியவற்றைக் கொண்ட ஒரு கப்பற்தலைவரின் வழிகாட்டுதல் இருக்கும். அவர் தான் தேர்ந்தெடுத்தத் துறைமுகத்தை நோக்கி நேராகச் செல்வார். "அரைகுறைத் தீர்மானத்தைக் கொண்ட ஒருவன், ஒரு நல்ல சாலையில்கூட முன்னுக்கும் பின்னுக்குமாகச் சென்று கொண்டிருப்பான், அவன் எந்த இடத்தையும் சென்றடைய மாட்டான். ஆனால், ஒரு முழுமையான தீர்மானத்தைக் கொண்ட ஒருவன், தான் தேர்ந்தெடுத்தப் பாதை எவ்வளவு கடினமானதாக இருந்தாலும் சரி, அதில் தொடர்ந்து முன்னேறிக் கொண்டே இருப்பான்," என்று தாமஸ் கார்லைல் எழுதியுள்ளார்.

மனிதர்கள் அனைவரும் இலக்குகளை மையமாகக் கொண்டவர்கள். நமது குறிக்கோள்களும், நமக்கு விருப்பமான இறுதி விளைவுகளும் நம்மை ஊக்குவிக்கின்றன. நாம் ஓர் இலக்கிலிருந்து அடுத்த இலக்கிற்குத் தொடர்ந்து வெற்றிகரமாக முன்னேறிச் செல்வதற்காக மனத்தளவில் பயிற்றுவிக்கப்பட்டு இருக்கிறோம். நம்மைவிட மிக முக்கியமான ஏதோ ஒரு விஷயத்தைச் சாதிக்கும் திசையில் நாம் பயணிக்காதவரை நாம் ஒருபோதும் மகிழ்ச்சியாக இருப்பதில்லை.

இலக்குகளைத் தேடிச் செல்லும்படியாக உங்கள் மூளை வடிவமைக்கப்பட்டுள்ளது. காலங்காலமாக அது உங்கள் இலக்குகளைச் சாதிப்பதற்காக உங்களை வழிநடத்துகிறது. ஏவுகணையில் உள்ள வழிகாட்டி அமைப்பைப் போன்றது இது. தொடர்ந்து அது தான் குறி வைத்துள்ள இலக்கிடமிருந்து பின்னூட்டக் கருத்துக்களைப் பெற்று, தன் பாதையைத் திருத்திக் கொள்கிறது. உங்கள் மூளையும் இதே வழியில் செயல்படுவதால், உங்களுக்கென்று நீங்கள் நிர்ணயிக்கும் எந்தவோர் இலக்கையும் உங்களால் அடைய முடியும். ஆனால் உங்கள் இலக்கு தெளிவானதாக இருக்க வேண்டும், நீங்கள் விடாமுயற்சியுடன் இருக்க வேண்டும். பிறகு உங்கள் இலக்குகள் தாமாகவே நிறைவேறிவிடும். இலக்குகளை நிர்ணயிப்பதுதான் பெரும்பாலான மக்கள் சந்திக்கும் பெரும் பிரச்சனை.

நாம் ஒவ்வொருவரும் நாம் நிர்ணயிக்கும் இலக்குகளை அடைகிறோம் என்பதுதான் உண்மை. நீங்கள் இன்று யாராக இருக்கிறீர்களோ, எந்த இடத்தில் இருக்கிறீர்களோ, அதற்குக் காரணம் நீங்கள் அங்கு இருக்கத் தீர்மானித்ததுதான். உங்கள்

எண்ணங்களும், செயல்களும், நடத்தையும்தான் தற்போதைய நிலையில் உங்களை வைத்துள்ளன. அவற்றால் உங்களை வேறு எங்கும் கூட்டிச் சென்றிருக்க முடியாது.

வெறுமனே அன்றைய தினத்தை ஓட்டிவிட்டு, வீட்டிற்கு வந்து தொலைக்காட்சி பார்ப்பதுதான் உங்கள் இலக்கு என்றால், அதை நீங்கள் நிச்சயமாக அடைந்துவிடுவீர்கள். ஆரோக்கியமாக இருப்பதும், நீண்ட காலம் வாழ்வதும் உங்கள் இலக்காக இருந்தால், அதையும் நீங்கள் அடைவீர்கள். பொருளாதாரரீதியாக வெற்றிகரமாக இருப்பதோ அல்லது செல்வந்தராக இருப்பதோ உங்கள் உண்மையான இலக்காக இருந்தால், அதை அடைவதிலிருந்து எதனாலும் உங்களைத் தடுத்து நிறுத்த முடியாது. அது உங்களுக்கு எவ்வளவு தூரம் அவசியம் என்ற ஒன்றுதான் உங்களை மட்டுப்படுத்தக்கூடிய ஒரே விஷயம்.

உங்களுடைய வெற்றிச் செயல்முறை

உங்களிடம் வெற்றிக்கான செயல்முறையும் உள்ளது, தோல்விக்கான செயல்முறையும் உள்ளது. தோல்விக்கான செயல்முறை என்பது குறைவான எதிர்ப்பு இருக்கும் பாதையைப் பின்பற்றுவதற்கு உங்களிடம் உள்ள இயல்பான போக்கு. அதாவது, உங்கள் நடவடிக்கைகள் பின்னாளில் ஏற்படுத்தக்கூடிய விளைவுகளைப் பற்றி எந்த அக்கறையும் இன்றி, உடனடியாகக் கிடைக்கும் அனுகூலங்களை மட்டுமே கருத்தில் கொண்டு இயங்குவதற்கு ஏற்படும் உந்துதல். உங்கள் தோல்விச் செயல்முறை ஒவ்வொரு நாளும் இருபத்து நான்கு மணிநேரமும் இயங்கிக் கொண்டே இருக்கிறது. பெரும்பாலான மக்கள் தங்களுக்கு எது குதூகலத்தைக் கொடுக்கிறதோ, எது சுலபமானதாகவும் சௌகரியமானதாகவும் இருக்கிறதோ, அதைச் செய்வதில் தங்கள் சக்தி அனைத்தையும் செலவழித்துவிடுவதால், தங்கள் ஆழ்விருப்பங்களை அவர்களால் நிறைவேற்ற முடிவதில்லை.

ஆனால் உங்கள் மூளையில் ஒரு வெற்றிச் செயல்முறையும் ஒளிந்துள்ளது. உங்கள் வெற்றிச் செயல்முறையால் உங்களிடம் உள்ள தோல்விச் செயல்முறையை ஓரங்கட்டிவிட முடியும். உங்கள் வெற்றிச் செயல்முறை ஓர் இலக்கால் தூண்டப்படுகிறது. உங்கள் இலக்கு எவ்வளவு பெரியதாக இருக்கிறதோ, நீங்கள் அதை எவ்வளவு தீவிரமாக விரும்புகிறீர்களோ, அவ்வளவு தூரம் நீங்கள் விரும்பும்

விஷயங்களை அடையத் தேவையானவற்றைச் செய்வதற்கான அதிகத் திறனைப் பெறுவீர்கள்.

வெற்றியைக் கொடுக்கக்கூடிய ஒரே பண்புநலன் 'தீவிரமான குறிக்கோள்'தான் என்று தனது ஐம்பது வருடத் தொழில் வாழ்க்கையில், இருபதாயிரத்திற்கும் மேற்பட்ட விற்பனையாளர்களுக்குத் தனிப்பட்ட முறையில் பயிற்சியளித்த எல்மர் லெட்டர்மேன் கூறினார். ஒரே மாதிரியான புத்திசாலித்தனமும், பின்புலமும், கல்வியும், அனுபவமும் கொண்ட இருவரை எடுத்துக் கொண்டால், தனது குறிக்கோளில் மிகத் தீவிரமாக இருக்கும் நபர்தான் எப்போதும் வெற்றி பெறுவார்.

வெற்றிக்கான இரண்டு தேவைகள்

அர்கன்சாஸ் மாநிலத்தில் பருத்தி வளர்ப்பில் ஈடுபட்டுத் தன் சொத்துக்களை இழந்து, பிறகு பெரும் கோடீஸ்வரராகவும், உலகின் மாபெரும் செல்வந்தர்களில் ஒருவராகவும் திகழ்ந்த எச்.எல்.ஹன்ட்டிடம் அவரது வெற்றிக்கான சூத்திரத்தைப் பற்றி ஒருமுறை கேட்கப்பட்டது.

"அமெரிக்காவில் நீங்கள் வெற்றி பெறுவதற்கு உங்களுக்கு இரண்டு விஷயங்கள் மட்டுமே தேவை: முதலாவது, உங்களுக்கு உண்மையிலேயே என்ன வேண்டும் என்பதைத் தீர்மானித்துக் கொள்ளுங்கள். பெரும்பாலான மக்கள் அதைச் செய்வதில்லை. இரண்டாவது, அதை அடைவதற்கு நீங்கள் கொடுக்கப் போகின்ற விலையைத் தெரிந்து கொண்டு, அதைக் கொடுப்பதற்கான மனஉறுதியுடன் இருங்கள்," என்று அவர் கூறினார்.

தங்களுக்கு எது வேண்டும் என்பது குறித்த லேசான யோசனை அவர்களுக்கு இருந்தால்கூட, அதை அடைவதற்கு என்ன செய்ய வேண்டும் என்பது பற்றி அவர்கள் ஆழமாகச் சிந்திப்பதில்லை அல்லது அதற்கான விலையைக் கொடுக்கத் தயாராக இருப்பதில்லை என்பதுதான் பெரும்பாலான மக்களிடம் காணப்படும் மாபெரும் பலவீனம்.

வெற்றிக்குக் கொடுக்க வேண்டிய விலையைப் பற்றி இரண்டு விஷயங்கள் மட்டும் நமக்கு நிச்சயமாகத் தெரியும். முதலில், உங்கள் விருப்பம் எதுவாக இருந்தாலும் சரி, அதை நீங்கள் எப்படி வரையறுத்திருந்தாலும் சரி, அதை அடைவதற்கு நீங்கள் முழு விலையையும் கொடுத்தாக வேண்டும். அறுவடை செய்வதற்கு முன் நீங்கள் பயிரிட்டாக வேண்டும். பயிரை

அறுவடை செய்வதற்கு முன் நீங்கள் நெடுங்காலம் வேலை செய்ய வேண்டியிருக்கக்கூடும். 'காரண—காரிய விதி'யின் செயல்பாடு இது. என்றென்றும் நிலைத்திருக்கும் இவ்விதியைப் பின்பற்றத் தவறுவதுதான் இலக்குகளை அடைய முயற்சிப்பதில் ஏற்படும் பெரும்பாலான விரக்திக்குக் காரணம்.

இரண்டாவது, நீங்கள் கொடுக்க வேண்டிய முழுத் தொகையையும் முன்கூட்டியே கொடுத்தாக வேண்டும். வெற்றி என்பது ஓர் உணவகத்திற்குச் சென்று மகிழ்ச்சியாக உணவருந்திய பிறகு அதற்கான கட்டணத்தைச் செலுத்துவது போன்றது அல்ல. நீங்கள் விரும்பும் வெற்றிக்கான தொகையை ஒவ்வொரு முறையும் நீங்கள் முன்கூட்டியே கொடுத்தாகத்தான் வேண்டும்.

வெற்றிக்கான முழுத் தொகையையும் நீங்கள் கொடுத்துவிட்டீர்கள் என்று உங்களுக்கு எப்படித் தெரியும்? அது மிகவும் சுலபம். நீங்கள் அதைக் கொடுத்து முடித்திருந்தால், எல்லோர் பார்வையிலும் படும்படி வெற்றி உங்கள்முன் காட்சியளிக்கும். இது தற்செயலாக நிகழ்வதல்ல, மாறாக இது நியமத்தின்படியே நடக்கிறது. நீங்கள் விதையை விதைத்திருந்தால், நிச்சயமாக அதற்கான அறுவடையைப் பெறுவீர்கள். நீங்கள் இன்று அனுபவித்துக் கொண்டிருக்கும் வாழ்க்கை இதுவரை நீங்கள் கொடுத்துள்ள விலையின் பிரதிபலிப்புதான். அதேபோல், எதிர்காலத்தில் நீங்கள் அனுபவிக்கப் போகும் வாழ்க்கை இன்றிலிருந்து அப்போதுவரை நீங்கள் கொடுக்கப் போகும் விலையின் பிரதிபலிப்பே.

இலக்குகள் இவ்விதிகளை உங்களுக்காக வேலை பார்க்கச் செய்யும்

முந்தைய அத்தியாயங்களில் நான் பல்வேறு மனவிதிகளை விவரித்திருந்தேன். இவ்விதிகள் அனைத்தையும் எவ்வாறு நினைவில் வைத்து உங்கள் வாழ்க்கையில் செயல்படுத்துவது என்று நீங்கள் வியந்து கொண்டிருக்கக்கூடும். நீங்கள் தெளிவாக வரையறை செய்துள்ள ஓர் இலக்கை நோக்கி ஒவ்வொரு நாளும் நீங்கள் அடியெடுத்து வைக்கும்போது, இவ்விதிகள் அனைத்தும் உங்கள் குறிக்கோள்களுக்கு ஒத்திசைவாகத் தாமாகவே இயங்கும். பிரபஞ்ச சக்தியோடு நீங்கள் உங்களைப் பொருத்திக் கொள்ளுங்கள். அப்போது உங்களுக்குள் சிறைபட்டுக் கிடக்கும் நம்புதற்கரிய ஆற்றல்களை நீங்கள்

விடுவிப்பீர்கள். உங்கள் ஒட்டுமொத்த வாழ்க்கையையும் நீங்கள் இந்தக் கோட்பாடுகளுடன் ஒழுங்கமைத்துக் கொள்ளும்போது, நீங்கள் கற்பனை செய்திராத எண்ணற்ற விஷயங்களை, நீங்கள் நினைத்ததைவிடக் குறைவான முயற்சியில் சாதிக்கத் துவங்குவீர்கள்.

மாபெரும் வெற்றி மற்றும் சாதனைக்கான உங்களுடைய ஆற்றலின் ஒரே மாபெரும் எதிரி நீங்கள் உங்களுக்கென்று வகுத்துக் கொண்டுள்ள சௌகரிய நிலைதான். ஒரே இடத்தில் சிக்கிக் கொண்டு, உங்களை அதிலிருந்து வெளியே கொண்டு வருவதற்கு உதவக்கூடிய நேர்மறையான மாற்றங்கள் உட்பட அனைத்து மாற்றங்களையும் எதிர்த்துக் கொண்டு இருக்கும் உங்கள் மனப்போக்குதான் உங்கள் வெற்றி மற்றும் சாதனைகளை முடக்கிப் போட்டுக் கொண்டிருக்கின்றது.

மாற்றத்தைக் கண்டு இயல்பாக எல்லோரும் அஞ்சுகின்றனர், அதைத் தவிர்க்கின்றனர். உள்ளவை உள்ளபடியே இருக்க வேண்டும் என்றும், ஆனால் அதே சமயத்தில் அவை சிறப்படைய வேண்டும் என்றும் விரும்புகிறோம். ஆனால், அனைத்து வளர்ச்சிக்கும், அனைத்து முன்னேற்றங்களுக்கும், அனைத்து மேம்பாடுகளுக்கும் மாற்றம் அவசியம். மாற்றம் தவிர்க்க முடியாதது. நீங்கள் என்ன செய்து கொண்டிருந்தாலும் சரி, வாழ்க்கை நீண்ட காலம் ஒரே மாதிரியாக ஒருபோதும் செல்வதில்லை. அது எப்போதும் மாறிக் கொண்டே இருக்கிறது. உங்கள் வாழ்வில் உள்ள விஷயங்கள் மேம்படலாம் அல்லது மோசமாகப் போகலாம், ஆனால் அவை ஒருபோதும் ஒரே மாதிரி இருப்பதில்லை.

இலக்குகளை நிர்ணயிப்பதிலுள்ள முதல் அனுகூலம், உங்கள் வாழ்க்கை எந்தத் திசையில் மாற வேண்டும் என்பதை நீங்கள் கட்டுப்படுத்துவதற்கு அது உங்களுக்கு அனுமதியளிக்கின்றது. அதோடு, அந்த மாற்றம் நேர்மறையானதாகவும், நீங்கள் தீர்மானித்த மாற்றமாகவும் இருப்பதையும் அது உறுதி செய்கிறது. மேம்பாட்டை உணர்த்துகின்ற ஒரு மாற்றத்தைக் கண்டு யாரும் பயப்படுவதில்லை. தெளிவான இலக்குகளும், அவற்றை அடைவதற்கான தெளிவான செயல் திட்டங்களும் இருந்தால், உங்கள் வாழ்வில் நிகழும் மாற்றங்கள் மேம்பாட்டைக் குறிப்பதை நீங்கள் உறுதி செய்து, பயம் மற்றும் பாதுகாப்பின்மைக்கான ஒரு முக்கியக் காரணத்தைக் களைகிறீர்கள்.

உங்கள் வாழ்வில் நிகழும் ஒவ்வொரு விளைவிற்கும் பின்னால் ஒரு திட்டவட்டமான காரணம் உள்ளது என்று 'காரண—காரிய விதி' கூறுகிறது. இலக்குகள்தான் காரணங்கள். ஆரோக்கியம், மகிழ்ச்சி, சுதந்திரம், செழிப்பு ஆகியவை அவற்றின் விளைவுகள். நீங்கள் இலக்குகளை விதைக்கிறீர்கள், விளைவுகளை அறுவடை செய்கிறீர்கள். இலக்குகளை நிர்ணயித்து, அவற்றை அடையும் திறனைப் பெற்றிருப்பதுதான் வாழ்வில் வெற்றி கிட்டுவதற்கான முதன்மைக் காரணம்.

அதனால்தான், இலக்குகள் இல்லாத மக்கள், இலக்குகளைக் கொண்டுள்ள மக்களிடம் என்றென்றும் கைகட்டி வேலை பார்க்கும் நிலைக்குத் தள்ளப்படுகின்றனர். நீங்கள் உங்கள் சொந்த இலக்குகளை அடைவதற்கு வேலை பார்க்கிறீர்கள் அல்லது வேறு யாரோ ஒருவரது இலக்குகளை அடைவதற்கு வேலை பார்க்கிறீர்கள்.

நீங்கள் உங்கள் இலக்குகளை நிச்சயமாக அடைவீர்கள் என்று தீவிரமாக நம்புவதன் மூலமும், அந்த நம்பிக்கைகளுக்குப் பொருத்தமான நடவடிக்கைகளை எடுப்பதன் மூலமும் நம்பிக்கை விதியை நீங்கள் தூண்டுகிறீர்கள். விசுவாசம் மற்றும் தன்னம்பிக்கைக்கான அடித்தளம் இதுதான்.

உங்கள் வாழ்வில் நிகழ்ந்து கொண்டிருக்கும் அனைத்து விஷயங்களும், அவை நேர்மறையானவையோ அல்லது எதிர்மறையானவையோ, உங்கள் இலக்குகளை நோக்கியே உங்களை அழைத்துச் செல்வதாக உறுதியாக நீங்கள் எதிர்பார்ப்பதன் மூலம் நீங்கள் எதிர்பார்ப்பு விதியைத் தூண்டுகிறீர்கள். உங்களுக்கு அனுகூலமாகப் பயன்படுத்திக் கொள்ளக்கூடிய பயனுள்ள ஏதோ ஒன்றை அல்லது விலைமதிப்பற்ற ஒரு படிப்பினையை ஒவ்வொரு நிகழ்விலும் நீங்கள் தேடுகிறீர்கள்.

உங்கள் இலக்குகளைப் பற்றித் தொடர்ந்து சிந்திப்பதன் மூலம் நீங்கள் ஈர்ப்புவிதியைத் தூண்டுகிறீர்கள். உங்கள் இலக்குகளை உங்கள் ஆதிக்க எண்ணங்களாகக் கொண்டு, அந்த இலக்குகளுடன் ஒத்திசைவான மனிதர்களையும் சூழல்களையும் உங்கள் வாழ்விற்குள் நீங்கள் கவர்ந்திழுக்கத் துவங்குகிறீர்கள். உங்களுக்கு உதவக்கூடிய யோசனைகள், வாய்ப்புகள், மற்றும் வளங்களையும் நீங்கள் ஈர்க்கிறீர்கள்.

உங்கள் புற உலகம் உங்கள் அக உலகின் பிரதிபலிப்பு என்று 'தொடர்பு விதி' கூறுகிறது. உங்களுக்கு முக்கியமாகத் தோன்றும் விஷயங்களை அடைவது குறித்த எண்ணங்களும்,

இலக்குகளும், திட்டங்களும் உங்கள் அக உலகத்தை ஆக்கிரமிக்கும்போது, உங்கள் புற உலகில் அவை பொருட்களாகப் பரிணமிக்கும்.

உங்கள் வெளிமனத்தில் நீங்கள் எந்த எண்ணங்களை நிலைப்படுத்துகிறீர்களோ, அதை உங்கள் யதார்த்தமாக மாற்றுவதற்கு உங்கள் ஆழ்மனம் செயலில் இறங்கும் என்று ஆழ்மன நடவடிக்கை விதி கூறுகிறது. உங்கள் வார்த்தைகளும் செயல்களும் நீங்கள் உண்மையிலேயே அடைய விரும்பும் விஷயங்களுக்குப் பொருத்தமான வகையில் அமைவதை உறுதி செய்வதற்கு உங்கள் ஆழ்மனம் அதிகமாகச் செயல்படுகிறது.

நீங்கள் எதில் கவனம் செலுத்துகிறீர்களோ, அது வளர்கிறது என்று கவனக்குவிப்பு விதி கூறுகிறது. நீங்கள் தொடர்ந்து எதன்மீது கவனம் செலுத்துகிறீர்கள்? உங்களுடைய இலக்குகள்மீதுதான்! உங்களுக்கு விருப்பமான விஷயங்கள்மீதும், அவற்றை எவ்வாறு அடைவது என்பதன்மீதும் நீங்கள் எவ்வளவு அதிகமான கவனம் செலுத்துகிறீர்களோ, எவ்வளவு அதிகமாகச் சிந்திக்கிறீர்களோ, அவற்றை அடைவதற்கான வாய்ப்புகள் குறித்து நீங்கள் அவ்வளவு அதிக விழிப்புணர்வுடன் இருப்பீர்கள்.

ஓர் எதிர்மறையான எண்ணத்தை அகற்றுவதற்கு அதற்குப் பதில் ஒரு நேர்மறையான எண்ணத்தை அங்கு வைக்க வேண்டும் என்று இடமாற்று விதி கூறுகிறது. எதிர்மறையான எண்ணங்கள் அல்லது அனுபவங்களை எந்த நேர்மறையான எண்ணத்தைக் கொண்டு இடமாற்றம் செய்வது? உங்கள் இலக்குகளைக் கொண்டுதான்! ஏதேனும் ஒன்று உங்கள் வாழ்வில் தவறாகப் போகும்போதோ அல்லது அன்றைய தினம் உங்களுக்கு மோசமான நாளாக அமைந்தாலோ, உங்கள் இலக்குகளைப் பற்றிச் சிந்தியுங்கள். எதிர்காலத்தில் நீங்கள் சாதிக்க விரும்பும் விஷயத்தைப் பற்றிய, அதாவது ஓர் இலக்கைப் பற்றிய எண்ணமே உத்வேகமூட்டுவதாகவும் ஊக்கமளிப்பதாகவும் இருக்கும். உங்கள் இலக்கைப் பற்றிச் சிந்திக்கும் அதே நேரத்தில், நன்னம்பிக்கையும் அதிக ஊக்கமும் உங்களிடம் தோன்றுவதை உங்களால் தடுத்து நிறுத்த முடியாது.

ஒரு குறிக்கோளைத் தெளிவாக வரையறுத்து, அதற்கு உங்களை முழுவதுமாக அர்ப்பணித்துக் கொண்டு, இந்த மனவிதிகள் அனைத்தையும் நீங்கள் பயன்படுத்தத் துவங்கும்போது, நீங்கள் ஓர் ஆற்றல் கலனாக மாறுவதை யாராலும் தடுக்க முடியாது. தெளிவான, திட்டவட்டமான

இலக்குகளைக் கொண்டு, நீங்கள் உங்கள் மனத்தின் சக்திகள் அனைத்தையும் உருவாக்குகிறீர்கள், பயன்படுத்துகிறீர்கள். பெரும்பாலான மக்கள் தங்கள் வாழ்நாளில் சாதிக்கும் விஷயங்களைவிட அதிகமான விஷயங்களை நீங்கள் ஒருசில வருடங்களிலேயே சாதித்துவிடுவீர்கள்.

இலக்குகளை நிர்ணயிப்பதைப் பற்றி அனைத்தும் நமக்குத் தெரியும்போது, எல்லோரும் அதில் உடனடியாக ஈடுபடுவர் என்றுதானே நீங்கள் நினைப்பீர்கள்? உங்களுக்கென்று இலக்குகள் இருக்க வேண்டும் என்றும், நீங்கள் தவறாமல் அவற்றை நோக்கிச் செயல்பட வேண்டும் என்றும் பல வருடங்களாக உங்களுக்குக் கூறப்பட்டு வந்திருக்கக்கூடும்.

ஆனாலும் வெகு சில மக்களே உண்மையான இலக்குகளை நிர்ணயிக்கின்றனர் என்பது வருத்தமான விஷயம். மூன்று சதவீதத்திற்கும் குறைவான மக்களே தங்கள் இலக்குகளை எழுத்துபூர்வமாக வைத்துள்ளனர். அவர்களில் ஒரு சதவீதத்திற்கும் குறைவானவர்களே தங்கள் இலக்குகளைத் தினமும் படிக்கின்றனர். இலக்குகள் எவ்வளவு முக்கியம் என்பது குறித்த யோசனையே பெரும்பாலான மக்களிடம் இல்லை.

இலக்குகளை நிர்ணயிப்பது பற்றிப் பல மக்கள் பல பயிலரங்குகளில் கலந்து கொள்கின்றனர், புத்தகங்களைப் படிக்கின்றனர், ஒலிநாடாக்களைச் செவிமடுக்கின்றனர். ஆனால் அவர்கள் தங்கள் இலக்குகளைத் தெளிவாக எழுதி வைத்துள்ளனரா, அவற்றை அடைவதற்கான திட்டங்களை வகுத்துள்ளனரா என்று அவர்களிடம் கேட்டால், இல்லையென்ற பதில்தான் அவர்களிடமிருந்து வரும். இலக்குகளை நிர்ணயிக்க வேண்டும் என்று அவர்களுக்குத் தெரியும். விரைவில் அவர்கள் சில இலக்குகளை நிர்ணயிக்கத் திட்டமிடுகின்றனர். ஆனால் ஒருபோதும் அவர்கள் அதை நிர்ணயிப்பதில்லை.

இலக்குகளை நிர்ணயிப்பது பற்றியக் இக்கோட்பாடுகளை நான் ஆய்வு செய்து நடைமுறைப்படுத்தத் துவங்கியபோது, எனக்கு அசாதாரணமான விளைவுகள் ஏற்பட்டன. இவற்றை நான் பலருடன் ஆர்வமாகப் பகிர்ந்து கொண்டேன். பொதுமக்களிடையே பேசுவது, பயிலரங்குகளை நடத்துவது ஆகியவற்றை நான் துவங்கியது இப்படித்தான்.

ஆனாலும், மக்கள் நான் கூறுவதை ஒப்புக் கொண்டு தலையாட்டிவிட்டு, ஒன்றுமே செய்யாமல் இருந்துவிடுவதைப்

பார்த்து நான் தொடர்ந்து ஆச்சரியப்பட்டேன். மக்கள் ஏன் இலக்குகளை நிர்ணயிப்பதில்லை என்று என்னையே நான் கேட்டுவிட்டு அது பற்றி ஆய்வு செய்யத் துவங்கினேன். இறுதியில் நான் அதற்கு ஏழு அடிப்படைக் காரணங்களைக் கண்டுபிடித்தேன். நீங்கள் இவற்றைப் பற்றித் தெரிந்திருப்பதும், இவை உங்கள் சூழ்நிலைக்குப் பொருத்தமாக இருக்கின்றனவா என்பதைத் தீர்மானிப்பதும் முக்கியம். அறியாமை மகிழ்ச்சி அளிக்காது. மனத்தடைகளைப் பற்றித் தெரிந்திருக்காமல் இருப்பதும், அவற்றை எதிர்கொள்வது எப்படி என்பதைக் கற்றுக் கொள்ளாமல் இருப்பதும் உங்கள் எதிர்கால வெற்றிகளுக்கு இடையூறாக அமையும்.

மக்கள் ஏன் இலக்குகளை நிர்ணயிப்பதில்லை

இதற்கு முதல் காரணம் அவர்கள் அதைத் தீவிரமாக எடுத்துக் கொள்ளாததுதான். அவர்கள் வெறுமனே பேசுகின்றனர், ஆனால் செயலில் இறங்குவதில்லை. அவர்கள் அதிக வெற்றியையும், தங்கள் வாழ்வில் அதிக மேம்பாட்டையும் விரும்புகின்றனர். ஆனால் அதற்குத் தேவையான முயற்சிகளை எடுக்க அவர்கள் தயாராக இல்லை. தங்களை உயர்த்திக் கொள்வதற்கும், தங்கள் வாழ்வைச் சிறப்பானதாகவும் உற்சாகமானதாகவும் ஆக்கிக் கொள்வதற்குமான ஆழ்ந்த விருப்பம் அவர்களிடம் இல்லை.

ஒருவரது உண்மையான நம்பிக்கைகளை அவரது செயல்கள் பிரதிபலிக்கும், அவரது வார்த்தைகள் அல்ல. நீங்கள் என்ன கூறுகிறீர்கள், எதை விரும்புகிறீர்கள், எது குறித்துப் பிரார்த்திக்கிறீர்கள் என்பது ஒரு பொருட்டே அல்ல. மாறாக, நீங்கள் என்ன செய்கிறீர்கள் என்பது மட்டுமே இங்கு முக்கியம். உங்களது உண்மையான மதிப்பீடுகளும் நம்பிக்கைகளும் எப்போதும் உங்கள் நடத்தையில் வெளிப்படும். களத்தில் குதிக்கும் ஒருவர், வெறும் பேச்சோடு நிறுத்திக் கொள்ளும் நபர்களைவிட மதிப்பு வாய்ந்தவர். நீங்கள் என்ன செய்யப் போகிறீர்கள் என்று கூற வேண்டியதில்லை, அதைச் செய்து காட்டுவதுதான் முக்கியம்.

மக்கள் தங்கள் வாழ்விற்குப் பொறுப்பேற்றுக் கொள்ளவில்லை என்பது இரண்டாவது காரணம். இலக்குகள்தான் வெற்றியின் துவக்கம் என்று நான் நினைத்துக் கொண்டிருந்தேன். ஆனால், மக்கள் தங்கள் வாழ்க்கைக்கும், தங்கள் வாழ்வில் நடக்கும் அனைத்து விஷயங்களுக்கும்

பொறுப்பேற்றுக் கொள்ளாதவரை, இலக்குகள் நிர்ணயிப்பதை நோக்கி அவர்கள் ஓரடிகூட எடுத்து வைக்க மாட்டார்கள் என்பதை நான் பின்னர் உணர்ந்தேன்.

உண்மையான வாழ்க்கை துவங்குவதற்காகக் காத்துக் கொண்டிருக்கும் ஒருவர்தான் பொறுப்பற்ற மனிதர். அப்படிப்பட்டவர் தான் முன்னேற முடியாமல் போனதற்கான சாக்குப்போக்குகளை உருவாக்குவதில் தனது படைப்பாற்றல் முழுவதையும் பயன்படுத்துவார். பிறகு லாட்டரிச் சீட்டுகளை வாங்கிவிட்டு, தொலைக்காட்சி பார்ப்பதற்கு வீட்டிற்குச் சென்றுவிடுவார்.

மக்களிடையே ஆழமாகக் குடிகொண்டிருக்கும் குற்ற உணர்வும், தான் மதிப்பற்றவர் என்ற உணர்வும் அவர்கள் இலக்குகளை நிர்ணயிக்காததற்கான மூன்றாவது காரணம். மனத்தளவிலும் உணர்ச்சியளவிலும் சோர்ந்து போயுள்ள ஒருவரிடம், எதிர்காலத்திற்கான இலக்குகளை நிர்ணயிப்பதற்கான தன்னம்பிக்கையும் நன்னம்பிக்கையும் இருக்காது. தான் போதுமானவரல்ல என்ற மனப்போக்கும், தான் தகுதியானவரல்ல என்ற மனப்போக்கும் கொண்ட, எதிர்மறையான சூழலில் வளர்க்கப்பட்ட ஒருவரால் இலக்குகளை நிர்ணயிக்க முடியாது.

இலக்குகளின் முக்கியத்துவத்தை மக்கள் உணராதது நான்காவது காரணம். உங்கள் பெற்றோர்களுக்கு இலக்குகளை நிர்ணயிக்கும் பழக்கம் இல்லாமல் இருந்திருந்தாலோ அல்லது அது பற்றி உங்கள் குடும்பத்தில் பேசப்படாமல் போயிருந்தாலோ, விளையாட்டுத் துறையைத் தவிர வேறு எதிலும் இலக்குகள் நிர்ணயிக்கப்படுவது குறித்த அறிவே இல்லாமல் நீங்கள் வளர்ந்திருக்கக்கூடும்.

தெளிவாக வரையறுக்கப்பட்ட இலக்குகளைக் கொண்டிருக்காத மக்கள் நிறைந்த சமூக வட்டத்தில் நீங்கள் உலா வந்து கொண்டிருந்தால், இலக்குகள் உங்கள் வாழ்வின் ஒரு முக்கியப் பகுதியாக இல்லாமல் போவதில் வியப்பில்லை. உங்களைச் சுற்றி இருக்கும் எண்பது சதவீத மக்கள் எந்த உயரத்தையும் அடையப் போவதில்லை என்பதால், அவர்களோடு சேர்ந்து நீங்களும் எங்கும் சென்றடையப் போவதில்லை.

தங்கள் நம்பிக்கைகள், கனவுகள், திட்டங்கள், விருப்பங்கள், லட்சியங்கள் அனைத்தும், இலக்குகளை நிர்ணயிக்கும் தங்கள் ஆர்வத்தைச் சார்ந்துள்ளது என்பதை மக்கள் அறிந்திருந்தால்,

ஒரு மகிழ்ச்சியான, வெற்றிகரமான வாழ்க்கைக்கு இலக்குகள் அவசியம் என்பதை அவர்கள் உணர்ந்திருந்தால், இன்று இருப்பதைக் காட்டிலும் அதிக அளவிலான மக்கள் இலக்குகளைக் கொண்டிருப்பர் என்று நான் நினைக்கிறேன்.

இலக்குகளை எவ்வாறு நிர்ணயிக்க வேண்டும் என்று தெரிந்திருக்காதது ஐந்தாவது காரணம். நீங்கள் எவ்வளவு உயர்ந்த கல்வியறிவைப் பெற்றிருந்தாலும், உங்களுடைய பள்ளி மற்றும் கல்லூரி நாட்களில் ஒருமணிநேரம்கூட இலக்குகள் நிர்ணயிப்பதைப் பற்றிக் கற்றுக் கொடுக்கப்படுவதில்லை, உங்கள் நீண்டகால மகிழ்ச்சிக்கு வேறு எந்தவொரு பாடத்தைக் காட்டிலும் இலக்குகளை நிர்ணயிப்பது மிகவும் இன்றியமையாதது என்றாலும்கூட. மக்கள் செய்யும் இன்னொரு மோசமான தவறு, இலக்குகளை நிர்ணயிப்பது எப்படி என்று தங்களுக்கு ஏற்கனவே தெரியும் என்று அனுமானிப்பதுதான்.

இலக்குகளை நிர்ணயிப்பதற்கான உத்தியை நான் இருபது வருடங்களுக்கும் மேலாக ஆய்வு செய்தும் கடைபிடித்தும் வருகிறேன். அதை நான் பல்லாயிரக்கணக்கான மக்களுக்குக் கற்றுக் கொடுத்திருக்கிறேன். பலகோடி டாலர்கள் மதிப்புவாய்ந்த பெருநிறுவனங்களுக்கு, இலக்குகள் நிர்ணயிப்பது குறித்தும் திட்டமிடுதல் குறித்தும் கற்றுக் கொடுத்துள்ளேன். என்னளவுக்கு இதைப் பற்றிப் படித்துப் பின்பற்றும் மக்கள் எனக்குத் தெரிந்து வெகு சிலரே இருந்தாலும், இது குறித்து நான் கற்றுக் கொள்வதற்கு இன்னும் ஏராளமான விஷயங்கள் உள்ளன. இலக்குகளை நிர்ணயிப்பது எப்படி என்பதை ஒருவர் உண்மையிலேயே தெரிந்து வைத்திருந்தால், அவர் பணக்காரராகவோ அல்லது மகிழ்ச்சியானவராகவோ அல்லது பணத்தோடு மகிழ்ச்சியையும் சேர்த்து அனுபவிப்பவராகவோ இருப்பார்.

நிராகரிப்பு குறித்த பயம் அல்லது விமர்சனம் குறித்த பயம்தான் மக்கள் இலக்குகளை நிர்ணயிக்காததற்கான ஆறாவது காரணம். நாம் குழந்தைகளாக இருந்த சமயத்திலிருந்தே நமது கனவுகளும் நம்பிக்கைகளும் பிறரது விமர்சனத்தாலும் கேலிச் சிரிப்பாலும் தாக்கப்பட்டு வந்துள்ளன. நாம் அளவுக்கதிகமான நம்பிக்கையை உருவாக்கிக் கொள்ள வேண்டாம் என்றோ, அல்லது ஏமாற்றத்தைச் சந்திக்க வேண்டாம் என்றோ நம் பெற்றோர்கள் நினைத்திருக்கக்கூடும். எனவே நம் இலக்குகளை நம்மால்

அடைய முடியாததற்கான அனைத்துக் காரணங்களையும் அவர்கள் நமக்கு விரைவாகச் சுட்டிக்காட்டினர். நமக்கென்று நாம் மாபெரும் கற்பனைக் கோட்டைகளைக் கட்டியதைக் கண்ட நம் சகோதர சகோதரிகளும் நண்பர்களும் நம்மைக் கண்டு எள்ளி நகைத்திருக்கக்கூடும். இவை உங்களைக் குறித்தும், இலக்குகளை நிர்ணயிப்பது குறித்தும் நீங்கள் கொண்டிருக்கும் மனப்போக்கின்மீது அதிகமான தாக்கத்தை ஏற்படுத்தி இருக்கும்.

குழந்தைகள் முட்டாள்களல்ல. “மற்றவர்கள் நம்மை ஒதுக்கி வைக்கக்கூடாது என்றால், நாம் அவர்கள் போக்கிலேயே செல்ல வேண்டும்” என்பதை அவர்கள் விரைவில் கற்றுக் கொள்கின்றனர். தொடர்ந்து பல வருடங்களாக விமர்சிக்கப்பட்டும் கண்டிக்கப்பட்டும் வரும் ஒரு குழந்தை புதிய யோசனைகளையும், புதிய கனவுகளையும், புதிய இலக்குகளையும் வெளிப்படுத்துவதை அல்லது உருவாக்குவதை நிறுத்திவிடுகிறது. துணிச்சலான காரியங்களில் ஈடுபடுவதை அது நிறுத்திவிடுகிறது, தன்னையும் குறைவாக மதிப்பிட்டுவிடுகிறது, சராசரிக்கும் குறைவாகச் செயல்படுவது வாழ்வில் தவிர்க்க முடியாதது என்று ஏற்றுக் கொள்ளப் பழகிவிடுகிறது.

விமர்சனம் குறித்த பயத்தைப் போக்குவதற்கான ஒரு வழி உங்கள் இலக்குகளை இரகசியமாக வைத்துக் கொள்வது. யாரிடமும் அதைப் பற்றிப் பேசாதீர்கள். இலக்குகளை நிர்ணயித்து அதிகமான சாதனைகளைப் படைப்பவர்கள் தங்கள் இலக்குகளை இரகசியமாக வைத்துக் கொள்ளக் கற்றுக் கொண்டவர்கள். உங்கள் இலக்குகள் என்னவென்று தெரியாதபோது மற்றவர்களால் உங்களை விமர்சிக்க முடியாது அல்லது எள்ளி நகையாட முடியாது.

இவ்வாறு இரகசியமாக வைத்துக் கொள்வதில் இரண்டு விதிவிலக்குகள் உள்ளன. முதலாவது விதிவிலக்கு, உங்கள் வாழ்க்கைத் துணைவர் மற்றும் உங்கள் உயரதிகாரி. உங்கள் இலக்குகளை அடைவதற்கு உங்களுக்கு இவர்களின் உதவி தேவைப்படும்.

இரண்டாவது விதிவிலக்கு, இலக்குகளை நிர்ணயிக்கும் பழக்கம் கொண்ட பிறருடன் உங்கள் இலக்குகளைப் பகிர்ந்து கொள்வது. நீங்கள் பயணிக்க விரும்பும் திசையில் செல்ல அவர்கள் உங்களை ஊக்குவிப்பர். தன்னுடைய ஓர் இலக்கைப் பற்றி ஒருவர் உங்களிடம் பேசும்போது அவரை ஊக்குவிப்பது

உங்கள் கொள்கையாக இருக்க வேண்டும். "உங்களால் முடியும்! உங்கள் இலக்கைப் பின்தொடர்ந்து செல்லுங்கள்!" என்று அவர்களுக்கு ஊக்கம் கொடுங்கள். பிறரை ஊக்குவிப்பது உங்களையும் ஊக்கப்படுத்தும். எதை விதைக்கிறீர்களோ, அதையே அறுவடை செய்கிறீர்கள் என்ற விதி இதற்கும் பொருந்தும். மற்றவர்கள் உங்களை ஊக்கப்படுத்த வேண்டும் என்று நீங்கள் விரும்பினால், அவர்களை ஊக்குவிப்பதற்கான ஒவ்வொரு வாய்ப்பையும் பயன்படுத்திக் கொள்ளுங்கள்.

தோல்வி குறித்த பயம்தான் மக்கள் இலக்குகளை நிர்ணயித்துக் கொள்ளாததற்கான ஏழாவது காரணம். இதுதான் பிரதான காரணமும்கூட. மனித வாழ்வில் வெற்றிக்குப் பெரும் தடையாக இருப்பது இந்தத் தோல்வி பயம்தான் என்று நான் அடித்துக் கூறுவேன். இந்த பயம்தான் மக்கள் தங்கள் சௌகரிய நிலையிலிருந்து வெளியே வராமல் பார்த்துக் கொள்கிறது. துணிந்து எந்தக் காரியத்திலும் இறங்காமல், காலம் சுழல்வதை வேடிக்கை பார்த்துக் கொண்டிருக்கும்படி அவர்களை வைத்திருப்பதும் இந்த பயம்தான்.

"என்னால் முடியாது!" என்ற மனப்போக்கு இந்த பயத்தின் வெளிப்பாடுதான். சிறு வயதில் உங்களுக்குக் கிடைத்த அழிவுபூர்வமான விமர்சனம் மற்றும் உங்கள் பெற்றோர் ஒப்புக் கொள்ளாத விஷயங்களைச் செய்தபோது உங்களுக்குக் கிடைத்த தண்டனை ஆகியவற்றின் விளைவுதான் இந்த பயம். ஆழ்மனத்தில் இது ஒருமுறை பதிந்துவிட்டால், வேறு எந்த எதிர்மறையான உணர்வைவிடவும் இந்த பயம் நமது நம்பிக்கையை முடமாக்கி, நமது லட்சியத்தைக் கொன்றுவிடுகின்றது.

வெற்றியை அடைவதில் தோல்வியின் பங்கைப் பற்றிப் பெரும்பாலான மக்கள் புரிந்து கொள்ளாததுதான் தோல்வி பயத்திற்கான முக்கியக் காரணம். தோற்காமல் வெற்றி பெற முடியாது. தோல்வி வெற்றிக்கான முதன்மைத் தேவை.

வெற்றி என்பது எண்களின் விளையாட்டு. நீங்கள் முயற்சிக்கும் விஷயங்களின் எண்ணிக்கைக்கும், நீங்கள் வெற்றி பெறுவதற்கான சாத்தியக்கூறுகளுக்கும் இடையே ஒரு நேரடித் தொடர்பு உள்ளது.

நவீன யுகத்தின் மாபெரும் கண்டுபிடிப்பாளராக விளங்கியவர் தாமஸ் ஆல்வா எடிசன். அவர் தனது 1093 கண்டுபிடிப்புகளுக்கு அறிவுச் சொத்து உரிமம் பெற்றார். அவற்றில் 1052 கண்டுபிடிப்புகள் அவரது வாழ்நாளில்

வர்த்தகரீதியாகத் தயாரிக்கப்பட்டன. ஆனால் ஒரு கண்டுபிடிப்பாளர் என்ற முறையில், அவர் தனது காலகட்டத்தின் மாபெரும் தோல்வியாளராகவும் விளங்கினார். அதிகமான பொருட்களை உருவாக்கும் முயற்சியில் அவர் அதிகமான பரிசோதனைகளில் ஈடுபட்டு அதிகமான தோல்விகளைச் சந்தித்தார். அவர் மின்சார பல்பைக் கண்டுபிடிப்பதற்கு முன் சுமார் 11,000 பரிசோதனைகளை மேற்கொள்ள வேண்டியிருந்தது.

அவர் 5000 பரிசோதனைகளைச் செய்து முடித்திருந்தபோது, இத்தனைத் தோல்விகளுக்குப் பிறகும் ஏன் அவர் தொடர்ந்து முயற்சித்துக் கொண்டிருந்தார் என்று இளம் பத்திரிகையாளர் ஒருவர் எடிசனிடம் கேட்டபோது, "இளைஞனே, உலகம் எவ்வாறு இயங்குகிறது என்பதை நீ புரிந்து கொள்ளவில்லை. நான் தோற்கவே இல்லை. மின்சார விளக்கு எந்தெந்த வழிகளில் வேலை செய்யாது என்பதற்கான 5000 வழிகளை நான் வெற்றிகரமாகக் கண்டுபிடித்துள்ளேன். அப்படியென்றால், நான் வெற்றிக்கு மிக அருகில் வந்துவிட்டேன் என்று அர்த்தம்," என்று எடிசன் பதிலளித்ததாக ஒரு கதை கூறப்படுகிறது.

"ஒவ்வொரு சோதனைக்குள்ளும் ஒரு மாபெரும் வாய்ப்பிற்கான விதை ஒளிந்துள்ளது," என்று நெப்போலியன் ஹில் கூறினார். ஒவ்வொரு பின்னடைவிற்குள்ளும் ஒளிந்திருக்கும் மதிப்புமிக்கப் படிப்பினையைத் தேடுவது தற்காலிகத் தோல்வியைக் கையாள்வதற்கான ஒரு நல்ல வழி. மாபெரும் வெற்றிகளுக்கு முன் தோல்விகள் எப்போதும் தலைகாட்டும். தோல்விகளிலிருந்து நமக்குக் கிடைக்கும் பாடங்கள்தான் இறுதியில் வெற்றியைச் சாத்தியமாக்குகின்றன.

ஒவ்வோர் அனுபவமும் உங்களை வெற்றிக்கு அருகில் கொண்டு சென்று கொண்டிருக்கிறது என்ற அறிதலுடன், ஒவ்வொரு பின்னடைவும் இன்னும் பெரிய முயற்சிக்கு, குறிப்பாக, வியாபாரத்திலும் விற்பனையிலும், உங்களை ஊக்கப்படுத்தும் ஒரு தூண்டுதல் என்று முன்னதாகவே தீர்மானித்துக் கொள்ளுங்கள்.

தற்காலிகமான தோல்வியை "நில்லுங்கள்! மாற்று வழியில் செல்லுங்கள்!" என்று அறிவிக்கும் ஓர் அறிவிப்பாக எடுத்துக் கொள்ளுங்கள். தோல்வி அல்லது வீழ்ச்சி போன்ற வார்த்தைகளை ஒருபோதும் பயன்படுத்தாதது தலைவர்களிடம் உள்ள பண்புநலன்களில் ஒன்று. மாறாக, "இது

விலைமதிப்பற்றப் படிப்பினை" அல்லது "தற்காலிகமான சங்கடம்" போன்ற வார்த்தைகளையே அவர்கள் பயன்படுத்துகின்றனர்.

தலைசிறந்த கால்பந்துப் பயிற்சியாளரான வின்ஸ் லொம்பார்டி உற்சாகத்திற்குப் பெயர்போனவர். ஒருமுறை அவரது அணி ஒரு போட்டியில் தோற்றபோது, அத்தோல்வி குறித்து ஒரு பத்திரிகை நிருபர் அவரிடம் கேட்டதற்கு, "நாங்கள் தோற்கவில்லை. போட்டி நேரம் முடிந்துவிட்டது, அவ்வளவுதான்," என்று வின்ஸ் லொம்பார்டி பதிலளித்தார்.

உங்கள் இலக்குகளைத் தெளிவாக வரையறுத்துக் கொண்டு, தற்காலிகமான பின்னடைவுகளும் தடைகளும், வாழ்வில் மாபெரும் வெற்றி பெறுவதற்கு நீங்கள் கொடுக்க வேண்டிய தவிர்க்க முடியாத விலை என்பதை ஏற்றுக் கொள்வதன் மூலம் நீங்கள் உங்கள் தோல்வி பயத்திலிருந்து மீள்வதற்குக் கற்றுக் கொள்ளலாம்.

இலக்குகளை நிர்ணயிப்பது குறித்தக் கோட்பாடுகள்

இலக்குகளை நிர்ணயிப்பதை நீங்கள் முறையாகச் செய்தால், அது உங்கள் வாழ்க்கையை மாற்றக்கூடிய சக்திவாய்ந்த அனுபவமாக இருக்கும். இலக்குகளை நிர்ணயிப்பதற்கான ஐந்து அடிப்படைக் கோட்பாடுகள் உள்ளன. உயர்ந்தபட்ச சாதனைகளைப் படைப்பதற்கு இவை இன்றியமையாதவை.

முதலாவது, நீங்கள் சிறப்பாகச் செயல்படுவதற்கு, உங்கள் இலக்குகளும் மதிப்பீடுகளும் கையும் கையுறையும்போல் ஒத்திருக்க வேண்டும். நல்லது எது தீயது எது, சரி எது தவறு எது, எது உங்களுக்கு முக்கியமானது, எது உங்களுக்கு அர்த்தமுள்ளது ஆகியவற்றைப் பற்றி நீங்கள் கொண்டிருக்கும் ஆழமான நம்பிக்கைகளை உங்கள் மதிப்பீடுகள் உணர்த்துகின்றன. உங்கள் இலக்குகளும் மதிப்பீடுகளும் ஒன்றோடொன்று முழுமையான இணக்கத்துடன் இருக்கும்போதுதான் உயர்ந்த செயற்திறனும் உயர்ந்த சுயமதிப்பும் சாத்தியப்படும்.

இரண்டாவது, நீங்கள் எந்தத் துறையில் தனிச்சிறப்புடன் செயல்படுகிறீர்களோ அதில் உங்கள் இலக்கை நிர்ணயிக்க வேண்டும். ஒவ்வொரு நபரும் ஏதோ ஒரு விஷயத்தில் சிறந்து விளங்குவதற்கான திறனைப் பெற்றுள்ளனர். சிலர் பலவற்றில் சிறந்து விளங்கும் திறன் படைத்தவர்களாக இருக்கின்றனர்.

நீங்கள் எதில் திறமை பெற்றவர் என்பதைக் கண்டுபிடித்து, அதில் உங்கள் திறமையை மேன்மேலும் மெருகூட்டிக் கொள்வதற்கு உங்களை முழுவதுமாக அர்ப்பணித்துக் கொள்ளும்போதுதான் உங்களுடைய முழுமையான ஆற்றலை உங்களால் அடைய முடியும்.

உங்கள் இதயத்தின் விருப்பத்தைக் கண்டுபிடித்து, உங்கள் வாழ்க்கையை அதற்காக அர்ப்பணிக்காதவரை உங்களால் ஒருபோதும் மகிழ்ச்சியாகவோ அல்லது திருப்தியாகவோ இருக்க முடியாது. நீங்கள் தனிச்சிறப்புடன் செயலாற்றும் விஷயம் இதுதான். உங்களது சிறப்பம்சம் இதுதான். அதை நீங்கள் ஏற்கனவே கண்டறிந்திருக்காவிட்டால், அதைக் கண்டுபிடிப்பதுதான் உங்களுடைய தலையாய வேலையாக இருக்க வேண்டும்.

உங்கள் தொழில் வாழ்க்கை விரிவடையும்போது உங்களுடைய சிறப்பு அம்சம் மாறக்கூடும். வேறொரு விஷயத்தில் நீங்கள் தனிச்சிறப்புடன் செயல்படக்கூடும். அதைக் கண்டுபிடித்தவர்கள்தான் வெற்றிகரமான மனிதர்களாக உள்ளனர். நீங்கள் எதை மகிழ்ச்சியாகவும் சிறப்பாகவும் செய்கிறீர்களோ, அதுதான் உங்களுடைய சிறப்பம்சம்.

மூன்றாவது, 'வைரம் விளையும் பூமி' கோட்பாடு. வைரம் விளையும் பூமி என்பது ரஸ்ஸல் கான்வெல் என்ற ஒரு பாதிரியார் ஆற்றிய ஓர் உரையின் தலைப்பு. அது மிகவும் பிரபலமாகியதால், ஐயாயிரம் முறைகளுக்கு மேலாக வார்த்தைக்கு வார்த்தை அப்படியே அந்த உரையை ஆற்றும்படி அவர் கேட்டுக் கொள்ளப்பட்டார்.

அந்தக் கதை இப்படிச் செல்கிறது. பல நபர்கள் ஆப்பிரிக்காவிற்குச் சென்று வைரச் சுரங்கங்களைக் கண்டறிந்து பெரும் செல்வந்தர்களானதைப் பற்றி ஒருநாள் அந்த வழியாகச் சென்று கொண்டிருந்த ஒரு வணிகரிடமிருந்து கேள்விப்பட்ட வயதான ஆப்பிரிக்க விவசாயி ஒருவர் உற்சாகமடைந்தார். உடனே தனது பண்ணையை விற்றுவிட்டு, ஒரு வண்டியில் ஆப்பிரிக்காவின் உட்பகுதிக்குச் சென்று வைரங்களைக் கண்டறிந்து பெரும் செல்வத்தைக் குவிப்பதென்று தீர்மானித்தார்.

பல வருடங்களாக அவர் ஆப்பிரிக்கா நெடுகிலும் வைரங்களைத் தேடினார். இறுதியில், அவரிடமிருந்த பணம் முழுவதும் கரைந்து போனபோது அனைவரும் அவரைக் கைவிட்டனர். ஒருநாள் வேறு வழியின்றி அவர் கடலில் குதித்துத் தற்கொலை செய்து கொண்டார்.

இதற்கிடையே, அவரிடமிருந்து பண்ணையை வாங்கிய புதிய விவசாயி, தன் நிலத்தின் குறுக்காகச் சென்ற ஓர் ஓடையில் ஒருநாள் தன் கழுதையைத் தண்ணீர் பருக வைத்துக் கொண்டிருந்தபோது, அற்புதமாக ஒளிவீசிய ஒரு கல்லைப் பார்த்தார். அதைத் தன் வீட்டிற்கு எடுத்துச் சென்று வைத்துவிட்டுப் பிறகு அதைப் பற்றி மறந்துவிட்டார். சில மாதங்களுக்குப் பிறகு வியாபாரம் நிமித்தமாக அந்த வழியாக வந்த அதே வணிகர், இரவில் தங்குவதற்காக அந்த விவசாயியின் பண்ணைக்கு வந்தார். அங்கு அந்தக் கல்லைக் கண்ட அவர், அந்தப் பழைய விவசாயி திரும்பி வந்துவிட்டாரா என்று புதிய விவசாயியிடம் கேட்டார். அவர் ஒருபோதும் திரும்பி வரப் போவதில்லை என்ற பதிலைக் கேட்டு அந்த வணிகர் உற்சாகமடைந்ததைக் கண்ட புதிய விவசாயி ஆச்சரியப்பட்டார்.

அந்த வணிகர் அந்தக் கல்லைக் கையில் எடுத்து, "இது மிகவும் விலையுயர்ந்த, அதிக மதிப்பு வாய்ந்த வைரக்கல்," என்று கூறினார். புதிய விவாசாயி சற்றுத் தயங்கினார். ஆனால் அவர் அந்தக் கல்லைக் கண்டெடுத்த இடத்தைத் தனக்குக் காட்டுமாறு அந்த வணிகர் அவரை வற்புறுத்தினார். அவர்கள் இருவரும் அந்த ஓடைக்கு அருகே சென்றபோது ஒவ்வொன்றாகப் பல வைரக்கற்களை அங்கு கண்டெடுத்தனர். அந்தப் பண்ணை நிலம் முழுவதும் வைரங்களால் நிரம்பியிருந்தது அவர்களுக்குத் தெரிய வந்தது. பண்ணை நிலத்தில் தன் காலடியிலேயே வைரங்கள் இருந்ததைப் பார்க்காமல், அந்தப் பழைய விவசாயி ஆப்பிரிக்கா முழுவதும் அதைத் தேடிக் கொண்டிருந்தார்.

பட்டை தீட்டப்படுவதற்கு முன் வைரங்கள் வைரங்களைப்போல் காட்சியளிப்பதில்லை என்பதை அந்த விவசாயி உணரவில்லை என்பதுதான் இந்தக் கதையின் நீதி. வைரங்களைப் பற்றித் தெரியாத கண்களுக்கு அவை வெறும் கற்களைப் போன்றே காட்சியளிக்கும். ஒரு வைரக்கல் வெட்டப்பட்டு, சீராகச் செதுக்கப்பட்டு, முறையாகப் பட்டை தீட்டப்படும்போதுதான் நீங்கள் நகைக் கடைகளில் பார்க்கும் வைரத்தைப்போல் உருவாகும்.

அதேபோல், உங்களுடைய வைரங்களும் உங்கள் காலடியில்தான் இருக்கின்றன. ஆனால் அவை பொதுவாக, கடின உழைப்பிற்குள் ஒளிந்திருக்கின்றன. "வாய்ப்புகள் கடின வேலை எனும் உடையுடுத்தி வருகின்றன."

உங்கள் வைரங்கள் உங்கள் சொந்தத் திறமைகள், ஆர்வங்கள், கல்வி, பின்புலம், அனுபவம், உங்கள் தொழிற்துறை, உங்கள் நகரம், உங்கள் தொடர்புகள் ஆகியவற்றில் ஒளிந்திருக்கக்கூடும். உங்கள் காலடியில் ஒளிந்திருக்கும் வைரங்களை அடையாளம் கண்டு, நீங்கள் அவற்றைப் பட்டை தீட்ட வேண்டும்.

"இக்கணத்தில் உங்களிடம் இருப்பதைக் கொண்டு, நீங்கள் இருக்கும் இடத்திலிருந்து உங்களால் செய்ய முடிந்ததைச் செய்யுங்கள்," என்ற தியோடோர் ரூஸ்வெல்ட்டின் கூற்று உங்களுக்கு நினைவிருக்கலாம். உங்கள் வைரங்களைத் தேடி நீங்கள் நாடு முழுவதும் அலைய வேண்டாம். பெரும்பாலான விஷயங்களில், நீங்கள் தேடுவது உங்கள் விரல்களின் நுனியிலேயே இருக்கும். ஆனால் மேலோட்டமாகப் பார்க்கும்போது அவை வாய்ப்புகள்போல் தெரியாது. பலரது விஷயங்களில், பெரும் வாய்ப்புகள் மிகக் கடினமான வேலையின் வடிவில் இருக்கும்.

வெற்றிகரமாக இலக்குகளை நிர்ணயிப்பதிலுள்ள நான்காவது கோட்பாடு சமநிலை. நீங்கள் உங்கள் வாழ்வில் சிறப்பாகச் செயல்பட வேண்டுமென்றால், உங்கள் வாழ்வின் ஆறு முக்கியப் பகுதிகளில் நீங்கள் பல்வேறு வகையான இலக்குகளைக் கொண்டிருப்பது அவசியம். உங்கள் வாழ்க்கை சுமூகமாகச் செல்வதற்கு உங்கள் இலக்குகள் சமநிலையில் இருக்க வேண்டும்.

குடும்பம், ஆரோக்கியம், அறிவு, கல்வி, தனிப்பட்ட வளர்ச்சி, தொழில், பொருளாதாரம், பொருட்செல்வம் ஆகியவை குறித்த இலக்குகளை நீங்கள் வரையறுத்துக் கொள்ள வேண்டும். இறுதியாக, ஆன்மீகரீதியாக வளர்ச்சியடைவதற்கு அது தொடர்பான இலக்குகளையும் நீங்கள் நிர்ணயித்துக் கொள்ள வேண்டியது அவசியம்.

சமநிலையை உறுதி செய்வதற்கு ஒவ்வொரு பகுதியிலும் நீங்கள் இரண்டு அல்லது மூன்று இலக்குகளைக் கொண்டிருக்க வேண்டும். மொத்தத்தில் பன்னிரண்டிலிருந்து பதினெட்டு இலக்குகளை நீங்கள் வரையறுத்துக் கொள்ளலாம். உங்களுக்கு முக்கியமான விஷயங்களில் தொடர்ந்து நீங்கள் கவனம் செலுத்துவதற்கு இந்தச் சமநிலை உங்களுக்கு உதவும். நீங்கள் உங்கள் வேலையில் ஈடுபட்டிருக்காத நேரத்தில் உங்கள் ஆரோக்கியம் குறித்த இலக்குகளில் கவனம் செலுத்துங்கள். நீங்கள் தியானத்தில் ஈடுபடாத நேரத்தில் உங்கள் தொழில்

தொடர்பான இலக்குகளில் கவனம் செலுத்துங்கள். உங்கள் வாழ்க்கையில் தொடர்ந்து முன்னேற்றமும் சாதனைகளும் நிகழ்வதை உறுதி செய்வதுதான் உங்கள் குறிக்கோள்.

இலக்குகளை நிர்ணயிப்பதிலுள்ள ஐந்தாவது கோட்பாடு உங்கள் வாழ்வின் நோக்கத்தைத் தீர்மானிப்பது. அதுதான் உங்களது முதன்மை இலக்கு. இந்த நேரத்தில் வேறு எந்தவோர் இலக்கைவிடவும் இந்த இலக்குதான் உங்களுக்கு மிகவும் முக்கியம். உங்களிடம் பல்வேறு வகையான இலக்குகள் இருக்கலாம், ஆனால் ஒரே ஒரு மையக் குறிக்கோள் மட்டுமே இருக்க முடியும். மனத்தை ஆக்கிரமிக்கக்கூடிய அளவுக்கு ஒரு பெரும் குறிக்கோள் ஒரு நபரிடம் இல்லாததுதான் முயற்சியும் நேரமும் விரயமாவதற்கும், அவர் முன்னேற முடியாமல் போவதற்குமான முதன்மைக் காரணம்.

அந்த முக்கியக் குறிக்கோளைக் கண்டறிவதற்கான வழி, "என் இலக்குகளில் நான் எந்த இலக்கை அடைந்தால், மற்ற இலக்குகள் அனைத்தையும் அடைவதற்கு அது எனக்குப் பெரிதும் உதவும்?" என்று நீங்கள் உங்களிடமே கேட்டுக் கொள்வதுதான்.

வழக்கமாக இது நிதி தொடர்பான இலக்காகவோ அல்லது வியாபாரம் தொடர்பான இலக்காகவோ இருக்கும். உங்கள் மையக் குறிக்கோளை நீங்கள் தேர்ந்தெடுப்பதுதான் உங்களுடைய அனைத்து வெற்றிகளுக்கும் சாதனைகளுக்குமான துவக்கமாகும். இந்த இலக்கு உங்கள் வாழ்வின் லட்சியமாக மாறி, உங்களுடைய பிற அனைத்து நடவடிக்கைகளையும் ஒழுங்குபடுத்துகிறது. நீங்கள் ஒரு தெளிவான முக்கிய இலக்கு குறித்து உற்சாகமாக இருக்கும்போது, எத்தனைத் தடைகள் வந்தாலும், எவ்வளவு குறைபாடுகள் இருந்தாலும், விரைவாக முன்னேறத் துவங்குவீர்கள். மனத்தின் ஆற்றல்கள் அனைத்தும் உங்கள் சார்பில் வேலை பார்க்கத் துவங்கும். இயற்கையின் எதிர்க்க முடியாத ஆற்றலாக நீங்கள் மாறுவீர்கள். உங்களை யாராலும் தடுத்து நிறுத்த முடியாமல் போய்விடும்.

இலக்குகளை நிர்ணயிப்பதற்கான விதிகள்

பலனளிக்கும் விதத்தில் இலக்குகளை நிர்ணயிப்பதற்குப் பல முக்கிய விதிகள் உள்ளன.

முதலாவதாக, உங்கள் இலக்குகள் ஒன்றுக்கொன்று பொருத்தமாகவும் இசைவாகவும் இருக்க வேண்டும், அவற்றுக்கிடையே முரண்பாடு இருக்கக்கூடாது. பொருளாதார

வெற்றி அல்லது வியாபார வெற்றி உங்களது ஓர் இலக்காக இருக்கும் அதே சமயத்தில், தினமும் பாதி நாள் உங்கள் நண்பர்களுடன் வெளியே செல்வது உங்களுடைய இன்னோர் இலக்காக இருக்கக்கூடாது. உங்கள் இலக்குகள் ஒன்றுக்கொன்று ஆதரவளிப்பதாகவும் பரஸ்பரம் வலியுறுத்துவதாகவும் இருக்க வேண்டும்.

இரண்டாவது, உங்கள் இலக்குகள் சவாலானவையாக இருக்க வேண்டும். நீங்கள் உங்கள் சௌகரிய நிலையைவிட்டு வெளியேறி உங்களை நீட்டித்துக் கொள்ளும்படி அவை இருக்க வேண்டும். அதே சமயத்தில் அவை உங்களைத் திக்குமுக்காடச் செய்யாமல் இருக்க வேண்டும். துவக்கத்தில் நீங்கள் இலக்குகளை நிர்ணயிக்கும்போது, வெற்றிக்கான 50 சதவீத சாத்தியக்கூறுகளாவது இருக்குமாறு பார்த்துக் கொள்ள வேண்டும். இது உங்களுக்கு ஊக்கமளிப்பதாக இருக்கும். இல்லையென்றால் நீங்கள் வெகு எளிதாக ஊக்கம் இழந்துவிடுவீர்கள். இலக்குகளை நிர்ணயிப்பதிலும் அவற்றை அடைவதிலும் நீங்கள் சிறிது திறமையை வளர்த்துக் கொண்ட பிறகு, வெற்றிக்கு 40 அல்லது 30 அல்லது 20 சதவீத சாத்தியக்கூறே இருக்கும் இலக்குகளை நீங்கள் நம்பிக்கையோடு அமைத்துக் கொள்ளலாம். அப்படியிருந்தும்கூட நீங்கள் அவற்றை அடைவதற்கு உற்சாகமாகவும் ஊக்கத்துடனும் துடிப்புடனும் செயல்படுவீர்கள்.

மூன்றாவது, உங்களால் தொட்டுணர முடிகின்ற மற்றும் தொட்டுணர முடியாத இலக்குகள் உங்களுக்கு இருக்க வேண்டும். தரமானவையாகவும் அளவிடக்கூடியவையாகவும் அவை இருக்க வேண்டும். உங்களால் அளவிடக்கூடிய, மதிப்பிடக்கூடிய திட்டவட்டமான இலக்குகளை நீங்கள் நிர்ணயிக்க வேண்டும்.

உங்கள் குடும்பத்திற்காக ஒரு பெரிய வீடு வாங்குவது என்பது அளவிடக்கூடிய ஓர் இலக்கு. நீங்கள் அதிகப் பொறுமையான, அன்பான நபராக ஆவதாக நிர்ணயிப்பது உங்கள் குடும்பத்திற்காக நீங்கள் நிர்ணயித்துக் கொள்ளும் ஒரு தரமான இலக்காகும். இந்த இரண்டு இலக்குகளும் ஒன்றுக்கொன்று நன்றாகப் பொருந்துகின்றன.

நான்காவது, குறுகியகால இலக்குகளும் நீண்டகால இலக்குகளும் உங்களிடம் இருக்க வேண்டும். வியாபாரம், தொழில், மற்றும் தனிப்பட்டத் திட்டம் தொடர்பான குறுகியகால இலக்குகளுக்கான கால அளவை மூன்று

மாதங்களாகவும், நீண்டகால இலக்குகளுக்கான கால அளவை இரண்டு அல்லது மூன்று வருடங்களாகவும் அமைத்துக் கொள்வது சாலச் சிறந்தது. தொடர்ந்து உங்களுக்கு ஊக்கம் கிடைப்பதற்கு இந்தக் கால எல்லைகள் கச்சிதமானவையாக இருக்கும்.

உங்களது மிகச் சிறந்த, முக்கியக் குறிக்கோள் அல்லது இலக்கு என்பது அளவிடக்கூடியதாகவும், சவாலானதாகவும், இரண்டு அல்லது மூன்று வருடங்களில் அடைவதற்குத் திட்டமிடப்பட்டதாகவும் இருக்க வேண்டும். பிறகு அதைப் பல தொண்ணூறு நாட்களுக்கான இலக்குகளாகப் பிரித்துக் கொண்டு, மாதாந்திர, வாராந்திர, மற்றும் ஒருநாள் இலக்குகளாக, உங்கள் முன்னேற்றத்தை அளவிடத்தக்க இலக்குகளாக அவற்றைப் பிரித்துக் கொள்ள வேண்டும்.

கச்சிதமான வாழ்க்கை என்பது ஒவ்வொரு கணமும் உங்களுடைய முக்கியமான இலக்குகளை நோக்கி நீங்கள் பயணம் செய்வதற்கேற்ற வகையில், குறிக்கோளுடன்கூடியதாக, நேர்மறையானதாக, ஒழுங்குமுறையுடன்கூடியதாக இருக்க வேண்டும். அப்போது நீங்கள் என்ன செய்து கொண்டு இருக்கிறீர்கள், ஏன் அதைச் செய்து கொண்டிருக்கிறீர்கள் என்பதை நீங்கள் அறிந்திருப்பீர்கள். நீங்கள் முன்னேறிக் கொண்டிருக்கும் உணர்வு உங்களிடம் தொடர்ந்து குடிகொண்டிருக்கும். பெரும்பாலான சமயங்களில் நீங்கள் ஒரு வெற்றியாளராக உணர்வீர்கள்.

இலக்குகளை நிர்ணயிக்கின்ற, அவற்றை அடைகின்ற, எதிர்காலத்தின்மீது கவனம் செலுத்துகின்ற ஒரு நபராக மாறுவதற்கு நீங்கள் மேற்கொள்ளும் தீர்மானம், எல்லாம் உங்கள் கட்டுப்பாட்டில் உள்ளது என்ற உணர்வை உங்களுக்குக் கொடுக்கும். உங்களைப் பற்றி நீங்கள் அற்புதமாக உணர்வீர்கள். உங்கள் தலைவிதி உங்கள் கையில் இருக்கிறது என்ற உணர்வைப் பெறுவீர்கள்.

உங்கள் இலக்குகளை நோக்கி நீங்கள் முன்னேறிச் செல்லும்போது உங்கள் சுயமதிப்பு உயர்கிறது. அப்போது உங்களை நீங்கள் அதிகமாக நேசிக்கிறீர்கள், மதிக்கிறீர்கள். உங்கள் ஆளுமை மேம்படுகிறது. நீங்கள் அதிக நேர்மறையான, தன்னம்பிக்கையான நபராக ஆகிறீர்கள். வாழ்க்கை குறித்து நீங்கள் மகிழ்ச்சியாகவும் உற்சாகமாகவும் உணர்கிறீர்கள். உங்கள் ஆற்றல்கள் கட்டவிழ்த்து விடப்படுகின்றன. நீங்கள் எப்படிப்பட்டவராக, என்னவாக ஆக வேண்டும் என்று

நினைக்கிறீர்களோ, அதை நோக்கி நீங்கள் விரைவாகப் பயணிக்கத் துவங்குகிறீர்கள்.

உங்கள் இலக்குகளை எவ்வாறு கண்டுபிடிப்பது

இலக்குகளை நிர்ணயிப்பது தொடர்பாக உங்களிடம் நீங்கள் மீண்டும் மீண்டும் கேட்டுக் கொள்ள வேண்டிய ஏழு கேள்விகள் இவை. ஒரு பேனாவையும் காகிதத்தையும் எடுத்துக் கொண்டு உங்கள் விடைகளை எழுதுங்கள்.

முதலாவது கேள்வி:

உங்கள் வாழ்வில் உள்ள மிக முக்கியமான ஐந்து மதிப்பீடுகள் எவை?

உங்களுக்கு உண்மையிலேயே எது முக்கியம் என்பதைத் தெளிவுபடுத்த உங்களுக்கு உதவுவதுதான் இக்கேள்வியின் நோக்கம். அதோடு, எது முக்கியமல்ல என்பதைத் தெளிவுபடுத்தவும் இது உங்களுக்கு உதவும்.

உங்கள் வாழ்வில் உங்களுக்கு மிக முக்கியமான ஐந்து விஷயங்களை நீங்கள் கண்டுகொண்ட பிறகு, அவற்றின் முக்கியத்துவத்தின் அடிப்படையில் ஒன்றிலிருந்து ஐந்துவரை அவற்றை முன்னுரிமைப்படுத்தி வரிசைப்படுத்திக் கொள்ளுங்கள்.

இலக்குகளை நிர்ணயிப்பதற்கு முன் உங்கள் மதிப்பீடுகளையும் அவற்றின் முக்கியத்துவத்தையும் தேர்ந்தெடுத்து வரையறுத்து கொள்வது அவசியம். உங்கள் அக உலகம்தான் உங்கள் புற உலகில் பிரதிபலிக்கப்படுகிறது என்பதாலும், உங்கள் மதிப்பீடுகள்தான் உங்கள் ஆளுமையின் மைய அம்சங்களாக இருப்பதாலும், அவற்றைக் குறித்துத் தெளிவாக இருப்பது சரியான இலக்குகளைத் தேர்ந்தெடுக்க உங்களுக்குப் பேருதவியாக இருக்கும்.

இரண்டாவது கேள்வி:

இக்கணத்தில் உங்கள் வாழ்வில் உள்ள மிக முக்கியமான மூன்று இலக்குகள் எவை?

இந்தக் கேள்விக்கான விடையை முப்பது நொடிகளுக்குள் எழுதுங்கள். "விரைவுப் பட்டியல்" முறை என்று இதற்குப் பெயர். உங்களுடைய மூன்று முக்கியமான இலக்குகளை வெறும் முப்பது நொடிகளில் எழுத வேண்டும் என்று

வரும்போது, உங்கள் ஆழ்மனம் உங்களுடைய பல இலக்குகளை விரைவில் அலசித் தேர்ந்தெடுத்து உங்கள் வெளிமனத்தில் தோன்றச் செய்யும். உங்கள் பதில் துல்லியமானதாக இருக்கும்.

மூன்றாவது கேள்வி:

நீங்கள் உயிர் வாழ்வதற்கு இன்னும் ஆறு மாதங்கள் மட்டுமே இருப்பதாக உங்களுக்குத் தெரிய வந்தால், நீங்கள் உங்கள் நேரத்தைக் கொண்டு என்ன செய்வீர்கள், அதை எப்படிச் செலவழிப்பீர்கள்?

உங்கள் நேரம் மட்டுப்படுத்தப்பட்டிருக்கும்போது, அது உங்கள் கற்பனையில் என்றாலும்கூட, நீங்கள் யாரைப் பற்றி, எதைப் பற்றி அக்கறை கொண்டிருக்கிறீர்கள் என்று உங்களுக்குத் தெரிய வரும். "தனது மரணப் படுக்கையில் எந்தவொரு தொழிலதிபரும் 'என் அலுவலகத்தில் நான் அதிக நேரம் செலவழித்திருந்தால் நன்றாக இருக்கும்,' என்று சொல்லி நான் கேட்டதில்லை," என்று சமீபத்தில் ஒரு மருத்துவர் கூறினார்.

இந்த பூமியில் வாழ்வதற்கு உங்களுக்கு ஒருமணிநேரம் மட்டுமே இருந்தால் நீங்கள் என்ன செய்வீர்கள் என்று உங்களுக்குத் தெரியாதவரை, வாழ்வதற்கு நீங்கள் தயாராக இல்லை என்று அர்த்தம் என்று யாரோ ஒருவர் கூறியிருந்தார்.

நான்காவது கேள்வி:

லாட்டரிக் குலுக்கலில் வரிவிலக்குடன் உங்களுக்குப் பத்து கோடி ரூபாய் பரிசு கிடைத்தால் நீங்கள் என்ன செய்வீர்கள்?

உங்கள் வாழ்க்கையை நீங்கள் எப்படி மாற்றுவீர்கள்? நீங்கள் என்ன வாங்குவீர்கள்? எதைச் செய்யத் துவங்குவீர்கள்? எதைச் செய்வதை நிறுத்துவீர்கள்? உங்கள் விடைகளை எழுதுவதற்கு வெறும் இரண்டு நிமிடங்கள் மட்டுமே இருப்பதாகவும், நீங்கள் எழுதுபவற்றை மட்டுமே உங்களால் பெற முடியும் என்பதாகவும் கற்பனை செய்து கொள்ளுங்கள்.

உங்களுக்குத் தேவையான பணமும் நேரமும் இருந்து, தோல்வி பயமே இல்லாமல் இருந்தால் நீங்கள் என்ன செய்வீர்கள் என்பதைத் தீர்மானிப்பதற்கு உங்களுக்கு உண்மையிலேயே உதவக்கூடிய கேள்வி இது. தேர்ந்தெடுக்கும் திறன் உங்களிடம் இருந்தால் எத்தனை விஷயங்களை நீங்கள் வித்தியாசமாகச் செய்வீர்கள் என்பதை நீங்கள் உணரும்போது இக்கேள்விக்கான விடைகள் வெளிப்படையாகத் தெரியும்.

ஐந்தாவது கேள்வி:

நீங்கள் எப்போதுமே செய்ய விரும்பி வந்துள்ள, ஆனால் முயற்சிப்பதற்கு பயந்த விஷயங்கள் எவை?

உங்கள் பயங்கள் நீங்கள் உண்மையிலேயே செய்ய விரும்பும் விஷயங்களைச் செய்வதிலிருந்து எங்கே உங்களைத் தடுத்துக் கொண்டிருக்கின்றன என்பதை மிகத் தெளிவாகப் பார்ப்பதற்கு இக்கேள்வி உங்களுக்கு உதவும்.

ஆறாவது கேள்வி:

எதைச் செய்வது உங்களுக்கு அதிக மகிழ்ச்சியைக் கொடுக்கும்? எது உங்களுக்கு உயர்ந்த சுயமதிப்பையும் அதிகத் திருப்தியையும் கொடுக்கிறது?

உங்கள் இதயத்தின் விருப்பத்தை நீங்கள் எங்கே தேட வேண்டும் என்பதை உணர்த்தும் மற்றொரு கேள்வி இது. நீங்கள் எதைச் செய்வதை அதிகமாக நேசிக்கிறீர்களோ, அதைச் செய்யும்போது நீங்கள் மிகவும் மகிழ்ச்சியாக உணர்வீர்கள். எதைச் செய்வதை நீங்கள் அதிகமாக விரும்புகிறீர்களோ, அந்த நடவடிக்கைதான் உங்களை உயிர்த்துடிப்புடனும் மட்டற்ற மனநிறைவுடனும் வைத்திருக்கும். வெற்றிகரமான மக்கள் தாங்கள் உண்மையிலேயே நேசிக்கும் விஷயங்களைத்தான் பெரும்பாலான நேரம் செய்து கொண்டிருக்கின்றனர்.

ஏழாவது கேள்வி:

நீங்கள் தோற்க மாட்டீர்கள் என்ற உறுதியான உத்தரவாதம் உங்களுக்குக் கிடைத்தால், நீங்கள் எந்த மாபெரும் காரியத்தைத் துணிச்சலுடன் செய்வீர்கள்?

கடவுள் உங்கள் முன் தோன்றி உங்களுக்கு ஒரு வரம் கொடுப்பதாகக் கற்பனை செய்யுங்கள். நீங்கள் செய்யத் தேர்ந்தெடுக்கும் விஷயம் பெரியதோ, சிறியதோ, நீண்டகாலத் திட்டமோ அல்லது குறுகியகாலத் திட்டமோ, எதுவானாலும் சரி, நீங்கள் முழுமையாக வெற்றி பெறுவீர்கள் என்று அவர் உங்களுக்கு உறுதியளிப்பதாக வைத்துக் கொள்வோம். அந்த நிலையில் நீங்கள் எப்படிப்பட்ட உற்சாகமான இலக்கை நிர்ணயிப்பீர்கள்?

மேற்கூறப்பட்ட அத்தனைக் கேள்விகளுக்கும் நீங்கள் என்ன விடையளித்திருந்தாலும் சரி, உங்களால் அவை அனைத்தையும் சாதிக்க முடியும். உங்களால் அவற்றை எழுத

முடிந்தது என்றால், நிச்சயமாக உங்களால் அவற்றை அடையவும் முடியும். உங்களுக்கு என்ன வேண்டும் என்பது நிச்சயமாகத் தெரிந்துவிட்டால், நீங்கள் விடையளிக்க வேண்டிய ஒரே கேள்வி, "அதை நான் உண்மையிலேயே விரும்புகிறேனா? அதற்கான விலையைக் கொடுக்க நான் தயாராக இருக்கிறேனா?" என்பதுதான்.

உங்களுக்கு என்ன வேண்டும் என்பதைத் தீர்மானித்து, அதை எழுதிக் கொள்ளும் இந்த எளிய பயிற்சியின் மூலம் நீங்கள் உங்களை மேல்மட்டத்திலுள்ள 3 சதவீத மக்களுடன் இணைத்துக் கொண்டுவிட்டீர்கள். வெகுசில மக்களே செய்யும் ஒரு காரியத்தை நீங்கள் செய்திருப்பீர்கள். உங்களுக்கான இலக்குகளை எழுத்துபூர்வமாகப் பட்டியலிட்டுக் கொள்ளுங்கள். ஒரு மாபெரும் அடியை எடுத்து வைக்க நீங்கள் இப்போது தயாராகிவிட்டீர்கள்.

விழிப்புணர்வுடன் இலக்குகளை நிர்ணயிப்பது

தொடர் இலக்குகளை நிர்ணயிக்கும் பழக்கத்தை உருவாக்கிக் கொள்வதுதான் வெற்றிக்கும் மகிழ்ச்சிக்கும் நீங்கள் செய்யக்கூடிய மிக முக்கியமான பங்களிப்பு. இப்பழக்கத்தை உருவாக்குவதிலுள்ள முக்கிய விஷயம், எவ்வாறு ஒரு தெளிவான, சவாலான இலக்கை நிர்ணயித்து, அதை அடைவது என்பதைக் கற்றுக் கொள்வது. உங்களுக்கென்று ஒரு குறிப்பிட்ட இலக்கை வகுத்துக் கொண்டு அதை உங்கள் திட்டப்படி நீங்கள் அடையும்போது, நீங்கள் நேர்மறையாகச் சிந்திக்கும் மனப்போக்கைக் கொண்டிருப்பதோடு, நேர்மறையான அறிதலையும் பெறுகிறீர்கள். உங்களுக்கென்று நீங்கள் வகுக்கும் எந்தவோர் இலக்கையும் உங்களால் அடைய முடியும் என்று சந்தேகமின்றி நீங்கள் அறிந்து கொள்ளும் நிலையை நீங்கள் அடைய வேண்டும். அப்படிச் செய்யும்போது, நீங்கள் முற்றிலும் வேறுபட்ட ஒரு நபராக மாறிவிடுகிறீர்கள். உங்கள் தலைவிதி உங்கள் கட்டுப்பாட்டிற்குள் வந்துவிடுகிறது.

சாதனை உணர்வும், பல தடைகளைக் கடந்து பெற்ற வெற்றி உணர்வும், வேறு எதிலிருந்தும் கிடைக்காத மகிழ்ச்சியையும் உற்சாகத்தையும் உங்களுக்குக் கொடுக்கின்றன. தொடர்ந்து இலக்குகளை வகுக்கும் பழக்கமும், உங்கள் மனத்தின் சக்திகள் அனைத்தையும் பயன்படுத்தும் பழக்கமும், ஒரு நேர்மறையான அடிமைத்தனமாக மாறிவிடும். பொழுது விடிவதற்கு உங்களால் காத்திருக்க முடியாது, இரவில் படுக்கச்

செல்வதற்கு உங்களுக்கு மனமிருக்காது என்ற நிலையை நீங்கள் அடைவீர்கள். உங்கள் நண்பர்களால் உங்களை அடையாளம் காண இயலாத அளவுக்கு நீங்கள் தன்னம்பிக்கை நிறைந்தவராகவும் அதிக நேர்மறையானவராகவும், ஆகிவிடுவீர்கள்.

உங்கள் சௌகரிய நிலைக்குள் சிக்கிக் கொண்டு, முன்னேறுவதற்கான உந்துதலை இழக்கும் போக்குதான் நீங்கள் எதிர்கொள்ள வேண்டிய மிகக் கடினமான மனத்தடை. ஒரு தீர்மானத்தை எந்த மனநிலையிருந்து எடுத்தோமோ, அந்த மனநிலை மாறிய பிறகும் அந்தத் தீர்மானத்தின்மீது நடவடிக்கை எடுக்கக்கூடிய திறன்தான் சிறந்த நடத்தைக்கான வரையறை.

எவரொருவராலும் இலக்குகளை நிர்ணயிக்க முடியும். பலர் அதைச் செய்கின்றனர். ஒவ்வொரு புது வருடத்தின்போதும் மக்கட்தொகையில் பாதி பேர் பல புதிய தீர்மானங்களை எடுக்கின்றனர். ஆனால் அது போதுமானதல்ல. இலக்குகளை நிர்ணயிக்கும் முறையும், அவற்றை அடைவதற்கான திட்டங்களை வகுக்கும் முறையும்தான், இலக்குகள் சாத்தியமாவதைத் தீர்மானிக்கின்றன. இலக்குகளை நிர்ணயிக்கும் திறனை அதிகப்படுத்திக் கொள்வதற்கு உங்களுக்கு ஒரு வழிமுறை தேவை. எந்தவொரு சூழ்நிலையிலும் எந்தவோர் இலக்கையும் அடைவதற்கு உங்கள் மனத்தின் சக்திகள் அனைத்தையும் பயன்படுத்தக்கூடிய ஒரு நிரூபிக்கப்பட்டச் செயல்முறை உங்களுக்குத் தேவை.

பன்னிரண்டு அம்சச் செயல்முறை

பின்வரும் பன்னிரண்டு அம்சச் செயல்முறை, இலக்குகளை அடைவதற்கு உதவும் அதிக சக்திவாய்ந்த செயல்முறையாகும். உலகம் நெடுகிலும் பல்லாயிரக்கணக்கான மக்கள் இச்செயல்முறையைப் பயன்படுத்தித் தங்கள் வாழ்க்கையைப் பரிபூரணமாக மாற்றியுள்ளனர். தங்களை ஒழுங்குபடுத்திக் கொண்டு, விற்பனையில் பெரும் சாதனைகளைப் படைத்து, அதிக லாபங்களை ஈட்டுவதற்குப் பல பெருநிறுவனங்கள் இதைப் பயன்படுத்தியுள்ளன. இது மிக எளிமையான செயல்முறை. அனைத்து உண்மையான விஷயங்களும் எளிமையானவைதான். ஆனால், இது குறித்து எள்ளளவு சந்தேகம் கொண்ட மக்களைக்கூட வியப்படையச்

செய்யும் வகையில் பல வியத்தகு ஆற்றல்களைக் கொண்டதாகத் திகழ்கிறது இது.

புற உலகில் நீங்கள் எதைப் படைக்க விரும்புகிறீர்களோ, அதை உங்கள் அக உலகில் உருவாக்கும் திறனை உங்களிடம் உருவாக்குவதுதான் இச்செயல்முறையின் குறிக்கோள். உங்கள் எண்ணங்கள் பொருட்களாகப் பரிணமிக்கும் என்று மனவிதி கூறுகிறது. நீங்கள் எதைப் பற்றிச் சிந்திக்கிறீர்களோ, அதுவாக ஆகிறீர்கள், அதையே அடைகிறீர்கள். மிகத் தெளிவாகவும் தீவிரமாகவும் நீங்கள் ஒன்றைப் பற்றிச் சிந்தித்தால், அதை மிக விரைவாகவும் நிச்சயமாகவும் உங்கள் வாழ்விற்குள் கொண்டுவருவீர்கள்.

உங்களுடைய இலக்கை உங்கள் மனத்தில் உங்களால் எவ்வளவு தெளிவாகப் பார்க்க முடிகிறது என்பதற்கும், அது எவ்வளவு விரைவாக உங்கள் வாழ்வில் வடிவம் பெறுகிறது என்பதற்கும் இடையே ஒரு நேரடித் தொடர்பு உள்ளது. இந்தப் பன்னிரண்டு அம்சச் செயல்முறை உங்களைக் குழப்பத்திலிருந்து விடுவித்து உங்களுக்கு முழுமையான தெளிவைக் கொடுக்கும். நீங்கள் சென்றடைய விரும்பும் இடத்திற்கு உங்களைக் கூட்டிச் செல்வதற்கான பாதையை இது வகுத்துக் கொடுக்கும்.

முதலாவது அம்சம்:

தீவிரமான ஆழ்விருப்பத்தை உருவாக்கிக் கொள்ளுதல்

பெரும்பாலான மக்களை முன்னேற விடாமல் தடுக்கும் பயம் மற்றும் தேக்க நிலையிலிருந்து மீள்வதற்கு உங்களுக்கு உதவக்கூடிய ஊக்குவிப்பு ஆற்றல் இதுதான். இலக்குகளை வகுத்து அவற்றை அடைவதைத் தடுக்கும் தனிப்பெரும் தடை இந்த பயம்தான். நீங்கள் உங்களைப் பற்றிக் குறைவான சுயமதிப்பைக் கொண்டிருப்பதற்கும், சராசரிக்கும் குறைவானவற்றை நீங்கள் ஏற்றுக் கொள்வதற்கும் காரணம் பயம்தான். நீங்கள் மேற்கொள்ளும் ஒவ்வொரு தீர்மானமும் பயம் அல்லது விருப்பம் என்னும் உணர்ச்சியின் அடிப்படையில் எடுக்கப்படுகின்றது. வலிமையான உணர்ச்சி பலவீனமான முயற்சியை எப்போதும் ஓரங்கட்டிவிடும். நீங்கள் எதன்மீது அதிகமான கவனம் செலுத்துகிறீர்களோ அது வளர்கிறது. உங்கள் விருப்பங்கள்மீது நீங்கள் தீவிரக் கவனம் செலுத்தி, எப்போதும் அவற்றைப் பற்றியே நீங்கள் சிந்தித்தும் எழுதியும் வந்து, அவற்றை அடைவதற்கான திட்டங்களைத்

தொடர்ந்து நீங்கள் வகுத்து வந்தால், இறுதியில் உங்கள் விருப்பங்கள் வலிமையடைந்து, உங்கள் பயங்களைத் தகர்த்தெறிந்துவிடும். ஓர் இலக்கு குறித்தத் தீவிரமான, ஆழமான ஒரு விருப்பம், நீங்கள் பயங்களிலிருந்து மீண்டு, அனைத்துத் தடைகளையும் கடந்து முன்னேறுவதற்கு உங்களுக்கு சக்தியளிக்கும்.

விருப்பம் எப்போதும் தனிப்பட்ட ஒன்றாகும். ஒரு பொருளை நீங்கள் விரும்ப வேண்டும் என்று வேறு யாரோ ஒருவர் நினைப்பதால் உங்களால் அதை விரும்ப முடியாது. உண்மையிலேயே அது உங்களுடைய விருப்பமாக இருந்தால் மட்டுமே நீங்கள் அதை உங்கள் விருப்பமாக எடுத்துக் கொள்ள வேண்டும். உங்கள் இலக்குகளை நிர்ணயிக்கும்போது, குறிப்பாக உங்கள் முக்கியக் குறிக்கோளை வகுக்கும்போது, அது உங்களுடைய சொந்த இலக்காக இருக்க வேண்டும். நீங்கள் எதைப் பெற விரும்புகிறீர்கள், எதைச் செய்ய விரும்புகிறீர்கள், யாராக ஆக விரும்புகிறீர்கள் என்பதில் மிகத் தெளிவாக இருக்க வேண்டும்.

உங்களுடைய திட்டவட்டமான குறிக்கோள் எது? உங்களை முழுமையாக ஆக்கிரமிக்கும் இலக்கு எது? ஒரு விஷயத்தில் உங்களால் வெற்றி பெற முடியும் என்ற உத்தரவாதம் உங்களுக்குக் கொடுக்கப்பட்டால், நீங்கள் எதை சாதிக்க விரும்புவீர்கள்? உங்களுக்கு எது மகிழ்ச்சியைக் கொடுக்கும் என்பது பற்றிய முழுமையான தெளிவு உங்களுக்குக் கிடைக்கும்வரை இலக்குகளை நிர்ணயிப்பதற்கான ஏழு கேள்விகளை மீண்டும் மீண்டும் பரிசீலனை செய்யுங்கள். உங்களுக்கு உண்மையிலேயே என்ன வேண்டும் என்று தீர்மானிப்பதுதான் மாபெரும் சாதனைகள் அனைத்திற்குமான துவக்கம்.

இரண்டாவது அம்சம்:

பரிபூரண நம்பிக்கை

உங்கள் ஆழ்மனத்தைத் தூண்டுவதற்கும், உங்களுடைய ஆழ்மனத் திறன்களைத் தூண்டுவதற்கும், உங்கள் இலக்குகளை உங்களால் நிச்சயமாக அடைய முடியும் என்று நீங்கள் பரிபூரணமாக நம்புவது அவசியம். அந்த இலக்கிற்கு நீங்கள் தகுதியானவர்தான், நீங்கள் அதை அடைவதற்குத் தயாராக இருக்கும்போது அது நிச்சயமாக உங்களிடம் வந்து சேரும் என்ற முழுமையான நம்பிக்கை உங்களுக்கு இருக்க வேண்டும்.

உங்கள் இலக்கு சாத்தியமானதுதான் என்ற உறுதியான நம்பிக்கை ஆழமாக உங்கள் மனத்தில் பதியும்வரை அந்த நம்பிக்கையை நீங்கள் பேணி வளர்க்க வேண்டும்.

நம்பிக்கைதான் உங்களுடைய மனத்தின் சக்திகளை முடுக்கிவிடுகின்றது என்பதால், துவக்கத்தில் உங்கள் இலக்குகள் யதார்த்தமானவையாக, அடையக்கூடியவையாக இருக்க வேண்டியது முக்கியம். அதிகப் பணம் சம்பாதிப்பது உங்கள் இலக்காக இருந்தால், அடுத்தப் பன்னிரண்டு மாதங்களுக்குள் உங்கள் வருமானத்தை 20 முதல் 30 சதவீதம்வரை அதிகரிக்கப் போவதாக ஓர் இலக்கை நீங்கள் நிர்ணயித்துக் கொள்ள வேண்டும். இந்த இலக்கு உங்களுக்கு நம்பக்கூடியதாக, உங்கள் மனத்தை ஈடுபடச் செய்வதாக இருக்கும். இது யதார்த்தமானதாக இருப்பதால், உங்களை ஊக்குவிப்பதாகவும் இருக்கும்.

உங்கள் இலக்கு நீங்கள் உங்கள் கடந்தகாலத்தில் சாதித்துள்ள எந்தவொரு விஷயத்தைவிடவும் மிகப் பெரியதாக இருந்தால், மிக உயர்ந்த இலக்கை நிர்ணயிப்பது உங்கள் ஊக்கத்தைக் கெடுப்பதாக இருக்கும். அது உங்களுக்குச் சாத்தியப்படாது என்ற உணர்வு உங்களுக்கு ஏற்படும்போது, அதை அடைவதற்கு நீங்கள் எந்த முயற்சியும் எடுக்க மாட்டீர்கள். வெகு சுலபமாக நீங்கள் உற்சாகமிழந்துவிடுவீர்கள். விரைவில், அந்த இலக்கு உங்களுக்குச் சாத்தியம் என்ற நம்பிக்கை உங்களைவிட்டு மறைந்துவிடும்.

என் சொந்த விஷயத்தில், நான் முதன்முதலில் இலக்குகளை நிர்ணயிக்கத் துவங்கியபோது, வருடத்திற்கு 40,000 டாலர்கள் சம்பாதித்துக் கொண்டிருந்தேன். அடுத்தப் பன்னிரண்டு மாதங்களுக்குள் 400,000 டாலர்கள் சம்பாதிப்பதென்று உற்சாகமாக ஓர் இலக்கை ஏற்படுத்தினேன்.

என் வருமானம் அதிகரிப்பதற்குப் பதிலாக, ஒன்றுமே நடக்கவில்லை. நான் வகுத்த இலக்கு என் நம்பிக்கைக்கு மிகவும் அப்பாற்பட்டு இருந்ததால், அதை ஒரு சாத்தியமாக ஏற்றுக்கொள்ள என் ஆழ்மனம் மறுத்தது. எனக்கே அதில் நம்பிக்கை இல்லாததால், அது என் கட்டளைகளைப் புறக்கணித்தது. நான் என் தவறை உணர்ந்து கொண்டபோது, என் இலக்கை 60,000 என்று குறைத்துக் கொண்டேன். அதாவது, கடந்த வருடத்தைவிட 50 சதவீதம் அதிகரிக்க வேண்டும் என்று தீர்மானித்தேன். ஆறே மாதங்களில் வேறு வேலை கிடைத்து அந்த இலக்கை அடைந்தேன்.

"ஒருவரது மனம் எதை நம்பி ஏற்றுக் கொள்கிறதோ, அதை அடைகிறது," என்று நெப்போலியன் ஹில் கூறினார். ஆனால், முற்றிலும் யதார்த்தமற்ற இலக்குகள் ஒருவித மாயை. அந்த மாயையை உங்களால் பின்தொடர்ந்து செல்ல முடியாது. இலக்குகளை அடைவதற்கு நாம் முன்பு பார்த்தக் கோட்பாடுகளுடன் ஒத்திசையும் கடின முயற்சி தேவை.

நீங்கள் உடல் எடையைக் குறைக்க விரும்பினால், 15 அல்லது 20 கிலோ குறையப் போவதாக இலக்கு நிர்ணயிக்காதீர்கள். மாறாக, அடுத்த 60 நாட்களுக்குள் 5 கிலோ குறையப் போவதாகத் தீர்மானித்துக் கொள்ளுங்கள். முதல் 5 கிலோ எடைக் குறைப்பை அடைந்தவுடன், அடுத்த 5 கிலோவிற்கு இலக்கு நிர்ணயம் செய்யுங்கள். உங்களுக்கான கச்சிதமான எடையைப் பெறும்வரை தொடர்ந்து இவ்வாறு செய்யுங்கள். 5 கிலோ எடைக் குறைப்பு உங்களுக்குச் சாத்தியமான இலக்காகத் தோன்றும். ஆனால் துவக்கத்தில் 30 கிலோ சாத்தியமானதாகத் தோன்றாது. எனவே உங்கள் ஆழ்மனமும் அதைத் தீவிரமாக எடுத்துக் கொள்ளாது.

உங்கள் குழந்தைகளுக்கு நீங்கள் செய்யக்கூடிய அன்பான உதவி, யதார்த்தமான, நம்பக்கூடிய இலக்குகளை நிர்ணயிக்க அவர்களுக்குக் கற்றுக் கொடுப்பது. இலக்குகளை நிர்ணயித்து அவற்றை அடையும் பழக்கத்தை அவர்களிடம் உருவாக்குங்கள். அவை பெரிய இலக்குகளாக இருக்க வேண்டிய அவசியமில்லை. சிறு இலக்குகளை உருவாக்கி அவற்றைச் சாதிக்கும் பழக்கத்தை அவர்கள் கற்றுக் கொண்டால், பெரிய இலக்குகளை அவர்கள் தாங்களாகவே உருவாக்கிக் கொள்வார்கள்.

பெரிய இலக்குகளை அடைவதற்குப் பெரிய முயற்சிகள் தேவை. பெரிய விஷயங்களைச் சாதிப்பதற்கு முன் சில சமயங்களில் வாரக்கணக்கில் அல்லது மாதக்கணக்கில் கடின உழைப்பு தேவைப்படும். வருடக்கணக்கில் முயற்சிகள் தேவைப்பட்டால்கூட ஆச்சரியமில்லை. ஒவ்வொரு துறையிலும் நீங்கள் உங்கள் கட்டணத்தை முதலிலேயே செலுத்தியாக வேண்டும்.

பெரும்பாலான மக்கள் தங்கள் திறனுக்கு அப்பாற்பட்ட இலக்குகளை நிர்ணயித்துக் கொண்டு, சிறிது காலம் அது குறித்து முயற்சித்துவிட்டு, பிறகு அதிலிருந்து விலகிவிடுகின்றனர், ஊக்கமிழந்துவிடுகின்றனர். இலக்குகளை நிர்ணயிப்பதும் அடைவதும் தங்களுக்குச் சாத்தியமில்லை

என்ற முடிவுக்கு வருகின்றனர். அவர்கள் வெகு விரைவில் மிக அதிகமாக முயற்சித்துக் களைத்துவிடுவதுதான் இதற்கு முக்கியக் காரணம்.

சரியான விஷயங்களைச் சரியான வழியில் தொடர்ந்து செய்து வந்தால், இறுதியில் உங்கள் இலக்குகளைக் குறித்த நேரத்தில் அடைவதற்கு உதவும் மக்களையும் வளங்களையும் நீங்கள் உங்கள் பக்கம் ஈர்ப்பீர்கள் என்ற உறுதியான நம்பிக்கையுடனும் எதிர்பார்ப்புடனும் இருப்பதன் மூலம் ஒரு நேர்மறையான மனப்போக்கை உருவாக்கி அதைப் பேணிக் காப்பதுதான் உங்களுடைய பொறுப்பு. தொடர்ந்து முயற்சித்தால் இறுதியில் வெற்றிவாகை சூடுவீர்கள் என்று நீங்கள் முழுமையாக நம்ப வேண்டும்.

மூன்றாவது அம்சம்:

இலக்குகளை எழுதி வைத்துக் கொள்ளுதல்

உங்கள் இலக்குகளை எழுதி வைத்துக் கொள்ளுங்கள். எழுத்தில் வடிக்கப்படாத இலக்குகள் இலக்குகளே அல்ல. அவை வெறும் ஆசைகள் அல்லது மனக்கோட்டைகள், அவ்வளவுதான். ஆசை என்பது எவ்வித சக்தியும் இல்லாத ஓர் இலக்கைப் போன்றது. நீங்கள் ஓர் இலக்கை ஒரு காகிதத்தில் எழுதும்போது அது திட்டவட்டமான வடிவம் பெறுகிறது. அது உறுதியானதாகவும் புலப்படக்கூடியதாகவும் தொட்டு உணரக்கூடியதாகவும் மாறுகிறது. அதை நீங்கள் உங்கள் கற்பனையிலிருந்து எடுத்து யதார்த்தமாக மாற்றுகிறீர்கள்.

ஓர் இலக்கை உங்கள் ஆழ்மனத்திற்குள் பதிய வைப்பதற்கான மிகவும் சக்தி வாய்ந்த வழிகளில் ஒன்று, அதைத் தெளிவாகவும், விரிவாகவும், விலாவாரியாகவும், யதார்த்தத்தில் நீங்கள் பார்க்க விரும்பும் வடிவிலும் எழுதிக் கொள்வது. எது சாத்தியம் என்று தீர்மானிப்பதற்கு முன், எது சரி என்று தீர்மானித்துக் கொள்ளுங்கள். உங்கள் இலக்கின் ஒவ்வோர் அம்சத்தையும் கச்சிதமாக விவரியுங்கள். அதை உங்கள் கற்பனையில் விரிவாக வரித்துக் கொள்ளுங்கள். அந்த இலக்கை எவ்வாறு அடையப் போகிறீர்கள் என்று இக்கணத்தில் கவலைப்படாதீர்கள். உங்கள் விருப்பம் எது என்பது பற்றித் தெளிவாகவும் உறுதியாகவும் இருப்பது மட்டும்தான் உங்கள் வேலை, அதை எப்படி அடைய வேண்டும் என்று கவலைப்படுவது அல்ல.

சில வருடங்களுக்கு முன்பு, பொருளாதார வீழ்ச்சி ஏற்பட்ட சமயத்தில், என் மனைவியும் நானும் எங்கள் கடனை அடைப்பதற்காக எங்கள் வீட்டை விற்க வேண்டியதாயிற்று. தற்காலிகமாக ஒரு வாடகை வீட்டிற்கு நாங்கள் குடியேறி இரண்டு வருடங்கள் அங்கு வசித்தோம். அந்த நேரத்தில், எங்கள் கனவு வீட்டைப் பற்றி நாங்கள் தீவிரமாகச் சிந்திக்க ஆரம்பித்தோம். எங்களுக்குப் பொருளாதாரப் பிரச்சனைகள் இருந்தாலும்கூட, அழகான வீடுகளைப் பற்றிய படங்களும் விபரங்களும் அடங்கிய பல பத்திரிகைகளை நாங்கள் வாங்கினோம்.

வாரத்திற்கு ஒருமுறை நானும் என் மனைவியும் அவற்றைப் புரட்டிப் பார்த்து, எங்கள் வீட்டில் என்னென்னவெல்லாம் இருக்க வேண்டும் என்று பட்டியலிட்டோம். வீட்டிற்கான விலை, இடம், மற்றும் தவணைத் தொகை ஆகியவற்றை எங்கள் மனத்திலிருந்து தற்காலிகமாக ஒதுக்கி வைத்தோம். எதிர்காலத்தில் என்றோ ஒருநாள் நாங்கள் வாங்கவிருந்த எங்கள் கனவு வீட்டில் நாங்கள் விரும்பும் நாற்பத்தியிரண்டு அம்சங்கள் எங்கள் பட்டியலில் இடம்பெற்றிருந்தன. பிறகு நாங்கள் அந்தப் பட்டியலை மூடிவிட்டு, வழக்கம்போல் எங்கள் வேலையைப் பார்க்கச் சென்றுவிட்டோம்.

மூன்று வருடங்கள் கடந்தன. நாங்கள் எதிர்பார்க்காத, கணிக்காத பல விஷயங்கள் நிகழ்ந்தன. நாங்கள் எங்கள் வாடகை வீட்டைவிட்டு வெளியேறி, கலிபோர்னியா மாநிலத்தின் சான்டியாகோ நகரில் ஐயாயிரம் சதுர அடி கொண்ட ஓர் அழகிய வீட்டை வாங்கி அங்கு குடி புகுந்தோம்.

நாங்கள் எங்கள் சாமான்களைப் பிரித்துக் கொண்டு இருந்தபோது, மூன்று வருடங்களுக்கு முன் நாங்கள் எழுதிய பட்டியலைக் கண்டோம். நாங்கள் குடியேறியிருந்த வீட்டில் எங்கள் பட்டியலில் இருந்த 42 அம்சங்களில் 41 அம்சங்கள் இருந்தன. அந்தக் கடைசி அம்சம் ஒன்றும் அவ்வளவு முக்கியமானதல்ல.

எங்கள் வீடு கலிபோர்னியாவில் எங்கோ ஓரிடத்தில் இருக்கும் என்று எங்களுக்குத் தெரியும். ஏனெனில் நாங்கள் எங்கள் பட்டியலில் அப்படித்தான் குறிப்பிட்டிருந்தோம். எங்கள் வீட்டின் பின்புறத்தில் வேலி இருக்கக்கூடாது என்று என் மனைவி கண்டிப்பாக இருந்தார். எந்த இடையூறும் இல்லாமல் வெகுதூரம் வரை தெளிவான காட்சிகள் தெரிய வேண்டும் என்று அவர் விரும்பினார். ஆனால்

கலிபோர்னியாவில் பாதுகாப்பின் காரணமாக எல்லா வீடுகளிலும் வேலி இருக்கும் என்று நான் அவருக்கு விளக்கினேன். ஆனால் அவர் தன் விருப்பத்தில் உறுதியாக இருந்தார். கண்ணுக்கெட்டிய தூரம்வரை அழகான காட்சிகள் தெரிவதுபோல் அவர் கற்பனை செய்தார்.

உண்மையில், நாங்கள் குடியேறிய வீட்டின் பின்புறத்தில் ஓர் அழகிய பள்ளத்தாக்கும், இரண்டு ஏரிகளை உள்ளடக்கிய ஓர் அழகிய கோல்ஃப் மைதானமும் இருந்தன. அதனால் வேலிக்கான அவசியம் இல்லாமல் போய்விட்டது. என் மனைவியின் மனக்காட்சிப்படைப்பு உண்மையானது.

இலக்குகளைத் தெளிவாக எழுதிக் கொள்வது மற்றும் எப்போதும் அவற்றைப் பற்றிச் சிந்திப்பது ஆகியவற்றால் ஏற்படும் அற்புதங்கள் குறித்த நூற்றுக்கணக்கான கதைகளை என்னால் கூற முடியும். இலக்குகளை எழுதி வைத்துக் கொள்வதற்கான இன்னொரு முக்கியக் காரணம், அது உங்கள் விருப்பத்தைத் தீவிரப்படுத்தி, உங்கள் இலக்குகள் சாத்தியமானவைதான் என்ற உங்களது நம்பிக்கையை ஆழப்படுத்துவதுதான்.

பெரும்பாலான மக்கள் தங்கள் இலக்குகளை எழுத்தில் வடிக்காததற்கான காரணம், அவற்றைத் தங்களால் அடைய முடியாது என்று தங்கள் மனத்தின் எங்கோ ஒரு மூலையில் அவர்கள் நம்புவதுதான். எழுதுவதால் எந்த நன்மையும் விளையாது என்று அவர்கள் நினைக்கின்றனர். ஏமாற்றத்திலிருந்து அவர்கள் தங்களைப் பாதுகாத்துக் கொள்ள முயற்சிக்கின்றனர். ஆனால் அவ்வாறு செய்வதன் மூலம், அவர்கள் தங்கள் வாழ்க்கைப் பயணம் முழுவதும் ஏமாற்றத்தைச் சந்திப்பதோடு, எதையும் சாதிக்காமலேயே இருந்துவிடுகின்றனர். ஆனால் இலக்குகளை எழுதுவதற்கு உங்களை நீங்கள் ஒழுங்குபடுத்திக் கொள்ளும்போது, அது உங்களது முழுமையான ஆற்றலை விடுவித்து உங்களை வெற்றிப் பாதையில் நடத்திச் செல்கிறது.

நான்காவது அம்சம்:

நன்மைகளைப் பட்டியலிடுதல்

உங்கள் இலக்கை அடைவதால் உங்களுக்குக் கிடைக்கும் அனைத்து நன்மைகளையும் பட்டியலிடுங்கள். இலக்குகள் எப்படி சாதனைக்கான எரிபொருளாக உள்ளனவோ, அதேபோல், உங்கள் இலக்குகளுக்கான காரணங்[illegible]தான்

உங்கள் விருப்பத்தைத் தீவிரப்படுத்தி உங்களை முன்னேறத் தூண்டுகின்றன. உங்கள் ஊக்கம் உங்கள் நோக்கங்களைச் சார்ந்தது. அதாவது, நீங்கள் முயற்சிப்பதற்கான காரணங்களைச் சார்ந்தது. காரணங்கள் எவ்வளவு அதிகமாக உள்ளனவோ, நீங்கள் அவ்வளவு அதிகமாக ஊக்குவிக்கப்படுவீர்கள்.

"ஒரு விஷயத்தை ஏன் செய்கிறோம் என்பதற்கு ஒருவரிடம் ஒரு பெரிய காரணம் இருந்தால், அந்த விஷயத்திற்காக அவரால் எதையும் தாங்கிக் கொள்ள முடியும்," என்று ஜெர்மானிய தத்துவவியலாளரான நீட்சே கூறியுள்ளார். ஒரு பெரிய, உற்சாகமான கனவு உங்களிடம் இருந்தால், மாபெரும் விஷயங்களைச் சாதிப்பதற்கு உங்களை நீங்களே ஊக்குவித்துக் கொள்ள முடியும். உங்கள் காரணங்கள் ஊக்குவிப்பதாகவும் உத்வேகம் அளிப்பதாகவும் இருக்க வேண்டும். முன்னேறிச் செல்வதற்கான துடிப்பை உங்களுக்குக் கொடுக்கும் அளவுக்கு அவை பெரிதாக இருக்க வேண்டும்.

உங்கள் மாபெரும் இலக்கை அடைவதற்கு உங்களிடம் பெரிய காரணங்கள் இருக்கும்போதுதான் உங்கள் குறிக்கோள் தீவிரமடைகிறது, உங்களை எதுவும் எதிர்க்க முடியாத நிலையை நீங்கள் அடைந்துவிடுகிறீர்கள். உங்கள் காரணங்கள் பெரிதானவையாகவும், உங்கள் நம்பிக்கை திடமானதாகவும், உங்கள் விருப்பம் தீவிரமானதாகவும் இருந்தால், எதுவும் உங்களைத் தடுத்து நிறுத்தாது.

உங்கள் காரணங்கள் உங்களை உந்தித் தள்ளும்

ஒருமுறை ஓர் இளைஞன் சாக்ரடீஸிடம் சென்று, ஞானத்தை எவ்வாறு பெறுவது என்று கேட்டான். அவர் அவனை ஓர் ஏரிக்கு அழைத்துச் சென்றார். இருவரும் ஏரிக்குள் இறங்கினர். தண்ணீர் நான்கடி ஆழம் ஆனபோது சாக்ரடீஸ் திடீரென்று அந்த இளைஞனைப் பிடித்து அவனது தலையைத் தண்ணீருக்குள் அமிழ்த்தினார். சற்று நேரம் அப்படியே அமிழ்த்தி வைத்திருந்தார். அவர் விளையாட்டாகச் செய்வதாக நினைத்த அந்த இளைஞன் அவரை எதிர்க்கவில்லை. ஆனால் நீண்ட நேரம் அவர் தன்னை அமிழ்த்தி வைத்ததால் அவன் பதற்றமடைந்தான். சுவாசிப்பதற்குப் போராடினான். இறுதியில் சாக்ரடீஸ் தன் பிடியைத் தளர்த்தி அவனை வெளியே வர அனுமதித்தார். பிறகு அவனிடம், "சுவாசிப்பதற்கு நீ எவ்வளவு தீவிரமாக விரும்பினாயோ, அதே அளவு தீவிரத்துடன் நீ

ஞானத்தை விரும்பினால், அதை அடைவதிலிருந்து எதனாலும் உன்னைத் தடுக்க முடியாது," என்று கூறினார்.

உங்கள் இலக்கை அடைவதன் மூலம் உங்களுக்குக் கிடைக்கக்கூடிய நன்மைகள், திருப்திகள், வெகுமதிகள் ஆகியவற்றைப் பற்றித் தொடர்ந்து சிந்திப்பதன் மூலம் உங்கள் விருப்பங்கள் எப்போதும் தீவிரமாக இருக்கும்படி பார்த்துக் கொள்ள வேண்டியது உங்கள் வேலைகளில் ஒன்று. ஒவ்வொரு நபரும் வெவ்வேறு விஷயங்களால் உற்சாகமடைகின்றனர், ஊக்குவிக்கப்படுகின்றனர். "நான் மதிக்கின்ற மக்களின் மதிப்பைப் பெறுவதற்காக நான் எழுதுகிறேன்," என்று ஆங்கிலேய நாவலாசிரியர் ஈ.எம்.ஃபார்ஸ்டர் கூறினார். சிலருக்குப் பணமும், ஒரு பெரிய வீடும், ஓர் அழகான காரும் ஊக்கமளிக்கின்றன. வேறு சிலருக்கு அங்கீகாரம், பதவி, கௌரவம், மற்றும் பிறரது பாராட்டுகள் ஆகியவை ஊக்கமளிக்கின்றன.

உங்கள் இலக்கை அடைவதால் உங்களுக்குக் கிடைக்கக்கூடிய அனைத்து நன்மைகளையும் பட்டியலிடுங்கள். உங்கள் பட்டியல் எவ்வளவு நீளமாக உள்ளதோ, அவ்வளவு ஊக்கமும் உறுதியும் உங்களுக்கு ஏற்படுவதை நீங்கள் காண்பீர்கள். ஓர் இலக்கை அடைவதற்கு ஓரிரு காரணங்கள் மட்டுமே உங்களிடம் இருந்தால், அதை அடைவதில் உங்களுக்கு அவ்வளவு உத்வேகம் இருக்காது. சூழ்நிலை கடினமாகும்போது நீங்கள் எளிதில் ஊக்கமிழந்துவிடுவீர்கள். உங்கள் இலக்கை அடைவதற்கு இருபது அல்லது முப்பது காரணங்கள் இருக்கும்போது, நீங்கள் எதிர்க்க முடியாதவராகிவிடுவீர்கள். நீங்கள் மனம் வைக்கும் விஷயத்தை அடைவதை யாராலும் தடுக்க முடியாது.

ஐந்தாவது அம்சம்:

தற்போதைய நிலையை ஆய்வு செய்தல்

உங்கள் தற்போதைய நிலையை ஆய்வு செய்யுங்கள். நீங்கள் உங்கள் எடையைக் குறைப்பதாகத் தீர்மானித்துவிட்டால், முதலில் உங்கள் எடையைக் கண்டுபிடியுங்கள். ஒரு குறிப்பிட்ட அளவு சொத்து சேர்ப்பது உங்கள் விருப்பம் என்றால், இன்றைய உங்கள் சொத்து விபரத்தைப் பட்டியலிடுங்கள்.

உங்களது இன்றைய நிலையை மதிப்பிடுவது உங்கள் முன்னேற்றத்தைக் கணக்கிடுவதற்கான ஒரு துவக்கமாக

அமையும். நீங்கள் எங்கிருந்து துவங்குகிறீர்கள், எங்கு சென்றடையப் போகிறீர்கள் என்ற தெளிவு உங்களுக்கு எவ்வளவு அதிகமாக இருக்கிறதோ, நீங்கள் அந்த இடத்தை அவ்வளவு நிச்சயமாகச் சென்றடைவீர்கள் என்பது உறுதி.

ஆறாவது அம்சம்:

காலக்கெடு நிர்ணயித்துக் கொள்ளுதல்

உங்கள் வருமானம் அல்லது சொத்து அதிகரிப்பு, அல்லது ஒரு குறிப்பிட்ட அளவு எடையைக் குறைப்பது, அல்லது ஒரு குறிப்பிட்ட தூரம் ஓடுவது என்று, உங்களால் அளவிடக்கூடிய, உங்களுக்குப் புலப்படக்கூடிய இலக்குகளுக்குக் காலக்கெடு நிர்ணயித்துக் கொள்ளுங்கள். ஆனால், பொறுமை, பரிவு, பச்சாதாபம், சுயஒழுக்கம், அல்லது பிற தனிப்பட்டப் பண்புநலன்களை வளர்த்துக் கொள்வது போன்ற, உங்களால் தொட்டுணர முடியாத இலக்குகளுக்குக் காலக்கெடு வைத்துக் கொள்ளாதீர்கள்.

அளவிடக்கூடிய ஓர் இலக்கிற்குக் காலக்கெடு வைக்கும்போது, அந்தத் தேதிக்குள் அதை அடைய வேண்டும் என்று உங்கள் ஆழ்மனத்திற்கு நீங்கள் கட்டளையிட்டுத் தூண்டுகிறீர்கள். ஒரு தனிப்பட்டப் பண்புநலனுக்கு நீங்கள் காலக்கெடு நிர்ணயிக்கும்போது, அந்தப் பண்புநலனை நீங்கள் கடைபிடிக்கும் நாள்தான் அதற்கான காலக்கெடுவாகும்.

ஆனால், தங்கள் இலக்குகளைத் தாங்கள் குறித்த நேரத்தில் தங்களால் அடைய முடியாமல் போய்விடும் என்ற பயத்தில்தான் பலர் காலக்கெடு வைப்பதில்லை. பின்னாளில் ஏமாற்றம் ஏற்படுவதைத் தவிர்ப்பதற்காக, காலக்கெடு வைப்பதையும் இன்னும் பிறவற்றையும் அவர்கள் தவிர்த்துவிடுகின்றனர்.

நீங்கள் ஓர் இலக்கையும், அதற்கான காலத்தையும் நிர்ணயித்தும், அந்த இலக்கை அந்த நேரத்திற்குள் அடைய முடியாமல் போனால் என்ன செய்வது? இன்னொரு தேதியைக் குறித்துக் கொள்ளுங்கள். நீங்கள் உங்கள் இலக்கிற்கு இன்னும் தயாராக இல்லை என்று பொருள். நீங்கள் தவறாகக் கணித்துவிட்டீர்கள். அளவுக்கதிகமான நன்னம்பிக்கையைக் கொண்டிருந்தீர்கள். புதிய காலக்கெடுவிற்குள்ளும் நீங்கள் உங்கள் இலக்கை அடையாவிட்டால், அதை அடையும்வரை மீண்டும் மீண்டும் தேதி குறித்துக் கொண்டே இருங்கள். "யதார்த்தமற்ற இலக்குகள் என்று எதுவும் கிடையாது,

யதார்த்தமற்றக் காலக்கெடுக்கள் மட்டுமே உள்ளன," என்று விற்பனைப் பயிற்சியாளரான எனது நண்பர் டான் ஹட்சன் கூறுவார்.

ஆனால் 80 சதவீத விஷயங்களில், உங்கள் இலக்குகள் போதுமான அளவு யதார்த்தமானவையாகவும், போதுமான அளவு விரிவாகவும் இருந்து, உங்கள் திட்டங்கள் சரியாக வேலை பார்த்தால், நீங்கள் நிர்ணயித்துள்ள நேரத்திற்குள் அவற்றை நீங்கள் அடைந்துவிடுவீர்கள்.

உங்களுடைய முக்கியக் குறிக்கோளுக்கு மூன்று அல்லது ஐந்து வருடங்கள் நீங்கள் கால நிர்ணயம் செய்திருந்தால், 90 நாட்களுக்கான சிறு சிறு இலக்குகளாக அவற்றை நீங்கள் பிரித்துக் கொள்ள வேண்டும். பிறகு ஒவ்வொரு 90 நாட்களுக்கான இலக்கையும் முப்பது நாட்களுக்கான சிறு இலக்குகளாகப் பிரித்துக் கொள்ளுங்கள். ஒவ்வொரு நாளும் சிறிது சிறிதாக முன்னேறும்போது, உங்களுடைய நீண்டநாள் இலக்கை நீங்கள் படிப்படியாக அடைந்துவிடுவீர்கள்.

முன்னிருந்து பின்னோக்கிச் சிந்தித்தல்

உங்களுடைய இலக்கை நீங்கள் ஏற்கனவே அடைந்துவிட்டதுபோல் மனக்காட்சிப்படுத்தி, அதிலிருந்து தற்போதைய நிலைக்குப் பின்னோக்கி வாருங்கள். இன்றைய உங்கள் நிலையிலிருந்து எதிர்காலத்தில் நீங்கள் சென்றடைய விரும்பும் இடத்தைச் சென்றடைவதற்கு நீங்கள் மேற்கொள்ள வேண்டிய நடவடிக்கைகளைக் கற்பனைச் செய்யுங்கள். இவ்வாறு பின்னோக்கித் திட்டமிடுவது, உங்கள் இலக்கை நீங்கள் அடைவதற்கு ஒரு புதிய கண்ணோட்டத்தை உங்களுக்குக் கொடுக்கும். 'முன்னோக்கிப் பார்த்து, பின்னோக்கித் திட்டமிடுவது' உங்களுக்கான சாத்தியக்கூறுகளையும், நீங்கள் எதிர்கொள்ளக்கூடிய தடைகளையும் நீங்கள் பார்ப்பதற்கு உங்களுக்கு உதவக்கூடிய ஒரு சக்திவாய்ந்த உத்தி. அது உங்கள் கண்ணோட்டங்களைக் கூர்தீட்டி, வேறு எந்த வழியிலிருந்தும் கிடைக்காத உள்நோக்குகளை உங்களுக்குக் கொடுக்கும்.

ஏழாவது அம்சம்:

முட்டுக்கட்டைகளைப் பட்டியலிடுதல்

உங்களுக்கும் உங்கள் இலக்கிற்கும் இடையே இருக்கும் முட்டுக்கட்டைகளைப் பட்டியலிடுங்கள். பெரும் வெற்றிகள்

எங்கெல்லாம் சாத்தியமோ, அங்கெல்லாம் பெரும் தடைகள் இருக்கும். உண்மையில், உங்களுக்கும் உங்கள் இலக்கிற்கும் இடையே தடைகள் எதுவும் இல்லை என்றால், நீங்கள் நிர்ணயித்திருப்பது இலக்கே அல்ல, அது வெறும் நடவடிக்கை மட்டுமே.

உங்களால் சிந்தித்துப் பார்க்கக்கூடிய தடைகள் அனைத்தையும் பட்டியலிட்டப் பிறகு, அவற்றின் முக்கியத்துவத்தின்படி அவற்றை வரிசைப்படுத்துங்கள். உங்களுக்கும் உங்கள் இலக்கிற்கும் குறுக்கே நிற்கும் தனிப்பெரும் தடை எது? இதுதான் உங்களுடைய பெரும் முட்டுக்கட்டை. மதிப்புமிக்க எதுவொன்றையும் சாதிக்கப் புறப்படும்போது, வழியில் பல தடைகளையும் முட்டுக்கட்டைகளையும் நீங்கள் அனுபவிப்பீர்கள். ஆனால், ஒரே ஒரு பெரிய தடை நிச்சயமாக உங்கள் வழியை மறித்து, உங்கள் முன்னேற்றத்தைத் தடுத்துக் கொண்டிருக்கும். மற்ற சிறிய தடைகளையும் பிரச்சனைகளையும் கையாள்வதற்கு முன் நீங்கள் இந்தப் பெரும் முட்டுக்கட்டையின்மீது கவனம் செலுத்தி அதை அகற்றியாக வேண்டும்.

உங்களுடைய பெரும் தடை உங்களுக்குள் இருக்கலாம் அல்லது வெளியே இருக்கலாம். அது உங்களுக்குள் இருந்தால், அது உங்கள் இலக்கை அடைவதற்குத் தேவையான ஏதோ ஒரு திறமை அல்லது பண்புநலன் உங்களிடம் இல்லாமல் இருப்பதாக இருக்கலாம். நீங்கள் உங்களிடம் நேர்மையாக, “என் இலக்கை அடைவதற்கு என்னிடம் நான் மாற்றிக் கொள்ள வேண்டிய குணம் ஏதாவது உள்ளதா அல்லது நான் வளர்த்துக் கொள்ள வேண்டிய திறமை ஏதாவது உள்ளதா?” என்று கேட்டுக் கொள்ளுங்கள்.

உங்களுடைய பெரும் தடை வெளியிலும் இருக்கலாம். நீங்கள் உங்களுக்குப் பொருத்தமில்லாத வேலையில் இருக்கலாம் அல்லது தவறான நிறுவனத்தில் வேலை பார்க்கலாம் அல்லது தவறான உறவில் தத்தளித்துக் கொண்டு இருக்கலாம். உங்கள் இலக்கை அடைவதற்கு முதலிலிருந்து நீங்கள் துவங்க வேண்டியிருக்கலாம் அல்லது வேறு ஏதோ ஒரு விஷயத்தை வேறு ஏதோ ஓர் இடத்தில் நீங்கள் செய்ய வேண்டியிருக்கலாம். உங்களுடைய தற்போதைய முட்டுக்கட்டை எது?

உங்களை எது தடுத்துக் கொண்டிருக்கிறது என்பதைக் கண்டறிய உங்களை நீங்கள் கேட்டுக் கொள்ள வேண்டிய

இரண்டாவது கேள்வி, "என்னை எது மட்டுப்படுத்துகிறது?" என்பது. உங்கள் இலக்கை அடைவதற்கு நீங்கள் எந்த நடவடிக்கையைத் துரிதப்படுத்த வேண்டும்? நீங்கள் விற்பனைத் துறையில் இருந்து, உயர்ந்த வருமானத்தை அடைவது உங்கள் இலக்காக இருந்தால், உங்களது விற்பனை எண்ணிக்கையும் அளவும்தான் உங்களை மட்டுப்படுத்தும் விஷயங்கள். புதிய வாடிக்கையாளர்களின் எண்ணிக்கையை அதிகரிப்பது உங்கள் இலக்கை நோக்கி உங்களை நகர்த்தும்.

ஒவ்வொரு விஷயத்திலும் உங்களை மட்டுப்படுத்தும் ஓர் அம்சம் இருக்கும். உங்கள் இலக்கை நோக்கி நீங்கள் எவ்வளவு விரைவாகச் செல்கிறீர்கள் என்பதை இந்தத் தடைதான் தீர்மானிக்கிறது. இந்தத் தடையைக் கண்டறிந்து, அதைக் களைவதுதான் உங்கள் வேலை. இதைச் சரியாக அடையாளம் கண்டுகொண்டு தகர்த்தெறிந்தால், உங்கள் இலக்கை நோக்கி நீங்கள் வேகமாக முன்னேறுவீர்கள்.

எட்டாவது அம்சம்:

கூடுதல் தகவலகளைச் சேகரித்தல்

உங்கள் இலக்கை அடைவதற்கான கூடுதல் தகவலகளைச் சேகரியுங்கள். நாம் அறிவுசார்ந்த சமூகத்தில் வாழ்கிறோம். மற்றவர்களைவிட அதிக இன்றியமையாத தகவல்களைப் பெற்றுள்ளவர்கள்தான் வெற்றிகரமான மனிதர்கள். உங்கள் பொருளாதார வாழ்விலும் உங்கள் தொழிலிலும் நீங்கள் செய்யும் தவறுகள் பெரும்பாலும் தவறான தகவல்களாலோ அல்லது போதுமான தகவல்கள் இல்லாததாலோ ஏற்படுபவைதான். நீங்கள் விரும்பும் விஷயத்தைச் சாதிப்பதற்கு உங்களுக்குத் தேவையான தகவல்கள் எவை என்பதை அறிந்து கொள்வது உங்கள் பொறுப்புகளில் ஒன்று.

உங்கள் இலக்கை அடைவதற்குத் தேவையான அறிவோ தகவலோ உங்களிடம் இல்லாமல் இருந்தால், அதை எங்கிருந்து பெறலாம்? ஏதேனும் ஒரு முக்கியத் திறமையை அல்லது திறனை நீங்கள் கற்றுப் பின்பற்ற வேண்டியுள்ளதா? அல்லது இந்த அறிவைக் கொண்ட வேறொருவரை உங்களால் வேலைக்கு அமர்த்த முடியுமா? அல்லது உங்களுக்குத் தேவைப்படும் அறிவைப் பெற்றிருக்கும் ஓர் ஆலோசனையாளரையோ அல்லது வல்லுனரையோ தற்காலிகமாக உங்களால் வேலைக்கு எடுத்துக் கொள்ள முடியுமா? உங்கள் துறையில் வெற்றி பெற்றுள்ள வேறு நபர்

யார் என்பதைத் தெரிந்து கொண்டு, அவரிடம் சென்று உங்களால் ஆலோசனை கேட்க முடியுமா?

உங்களுக்குத் தேவைப்படும் தகவல்கள், திறமைகள், திறன்கள், மற்றும் அனுபவங்கள் ஆகியவற்றைப் பட்டியலிட்டு, அவற்றைப் பெறுவதற்கான ஒரு திட்டத்தை வகுத்துக் கொள்ளுங்கள். உங்களிடம் இல்லாத அந்த முக்கியமான தகவல் எது என்பதைத் தீர்மானித்துக் கொள்ளுங்கள்.

ஒன்பதாவது அம்சம்:

தேவைப்படும் ஒத்துழைப்பு மற்றும் உதவிகளைப் பட்டியலிடுதல்

எந்தெந்த மக்களுடைய ஒத்துழைப்பும் உதவியும் உங்களுக்குத் தேவை என்பதைப் பட்டியலிடுங்கள். இதில் உங்கள் குடும்பத்தார், உங்கள் உயரதிகாரி, வாடிக்கையாளர்கள், வங்கியாளர்கள், வியாபாரக் கூட்டாளிகள், நண்பர்கள் ஆகியோர் அடங்குவர். மாபெரும் விஷயம் ஒன்றைச் சாதிப்பதற்குப் பலரது ஒத்துழைப்பும் உதவியும் உங்களுக்குத் தேவைப்படும். யாருடைய உதவி உங்களுக்கு மிகவும் முக்கியம்? அவரையடுத்து, யாருடைய ஒத்துழைப்பு உங்களுக்கு மிகவும் முக்கியம்?

ஆதாய விதி

இது காரண—காரிய விதியின் மற்றொரு வடிவம். ஒவ்வொரு செயலுக்கும் அதே அளவிலான நேரெதிர் எதிர்ச்செயல் ஒன்று உண்டு என்ற இயற்பியல் விதிக்கு ஒப்பானது இது. நீங்கள் செய்யும் ஒவ்வொரு செயலுக்கும், அதற்கு ஈடான ஓர் எதிர்ச்செயல் இருக்கும் என்று இவ்விதி கூறுகிறது. நீங்கள் எதை விதைக்கிறீர்களோ, அதையே அறுவடை செய்வீர்கள்.

தங்களுடைய முயற்சிகளுக்கு ஈடாக ஏதோ ஒரு வழியில் தங்களுக்கு அனுகூலம் கிட்டும் என்று உணரும்போதுதான், உங்கள் இலக்குகளைச் சாதிப்பதற்குப் பிறர் உங்களுக்கு உதவுவர். ஆதாயமின்றி யாரும் எதுவும் செய்ய மாட்டார்கள். அவரவருக்கென்று ஒரு தனிப்பட்ட நோக்கம் இருக்கும். மற்றவர்களுடைய ஒத்துழைப்பைப் பெறுவதற்கான துவக்கம் இதுதான். "மக்கள் உங்களுக்கு உதவும் வகையில் நீங்கள் அவர்களுக்கு என்ன செய்யப் போகிறீர்கள்?" என்று உங்களிடம் நீங்களே கேட்டுக் கொள்ளுங்கள்.

பதிலீட்டு விதி

"எனக்கு இதில் என்ன ஆதாயம் உள்ளது?" என்ற கேள்விதான் ஒவ்வொரு தனிமனிதனுக்கும் பிடித்தமான கேள்வி. அமெரிக்காவின் சமூக மற்றும் வியாபார உறவுகள் அனைத்தும் பதிலீட்டு விதியின் அடிப்படையில்தான் அமைந்துள்ளன. அடுத்தவர்கள் தங்களுடைய இலக்குகளை அடைய நீங்கள் உதவ முன்வரும்போது, உங்கள் இலக்குகளை நீங்கள் அடைவதற்கு அவர்கள் உதவ முன்வருவார்கள்.

நமது சமூகத்தில் அனைத்துத் துறைகளிலும் உள்ள வெற்றிகரமான மனிதர்கள் யாவரும், மாபெரும் எண்ணிக்கையிலான மக்கள் தங்கள் விருப்பங்களை அடைவதற்கு உதவியுள்ளனர். பலரது நன்மதிப்பை அவர்கள் பெற்றுள்ளனர். கடந்தகாலத்தில் அவர்களிடமிருந்து உதவி பெற்றவர்கள் தங்களுக்குக் கிடைத்த உதவிகளுக்குப் பிரதியுபகாரமாக இவர்களுக்கு உதவும் மனப்போக்கை இந்த வெற்றியாளர்கள் தங்களிடமிருந்து உதவி பெற்றவர்களிடம் தூண்டுகின்றனர்.

பொதுவாக, வெற்றிகரமான மனிதர்களும் வெற்றிகரமாக விளங்கும் தொழிலதிபர்களும் எப்போதும் தங்களிடம் எதிர்பார்க்கப்படுவதைவிட அதிகமாகவே செய்வர். நீங்கள் எவ்வளவு தூரம் மற்றவர்களுக்கு உதவுகிறீர்களோ, அதே அளவு உதவியை நீங்கள் அவர்களிடமிருந்து பெறுவீர்கள். உங்களுக்குக் கிடைக்கும் உதவியின் அளவை நீங்கள்தான் தீர்மானிக்கிறீர்கள். மற்றவர்களுக்கு உதவக்கூடிய ஒவ்வொரு வாய்ப்பையும் நீங்கள் பயன்படுத்திக் கொண்டால், இறுதியில், உங்களுக்குத் தேவையான அனைத்து உதவியையும் அவர்கள் உங்களுக்குக் கொடுப்பார்கள்.

மற்றவர்களுக்கு நீங்கள் வழங்கியுள்ள பங்களிப்புகளுக்கு ஏற்பவே உங்கள் வாழ்வில் பதிலீடுகள் உங்களுக்குக் கிடைக்கும். கடின உழைப்பு, உதவி, நேர்மை ஆகியவை உங்கள் பங்களிப்புகளாக இருந்தால், செல்வங்கள், வெகுமதிகள், மற்றும் பிறரது மதிப்பு ஆகியவற்றை நீங்கள் பெறுவீர்கள்.

உங்கள் பதிலீடுகளின் அளவையும் தரத்தையும் நீங்கள் அதிகரிக்க விரும்பினால், உங்கள் சேவையின் அளவையும் தரத்தையும் நீங்கள் அதிகரிக்க வேண்டும். உங்களுக்குக் கொடுக்கப்படுவதைவிட அதிக அளவில் நீங்கள் செய்யும்போது, இப்போது நீங்கள் பெற்றுக் கொண்டிருப்பதைவிட அதிகமாகப் பெறுவீர்கள்.

முறைப்படுத்தப்பட்ட முயற்சி, அதாவது, ஒரு பொதுவான இலக்கு குறித்து மற்றவர்களுடன் இணக்கமாக வேலை செய்வது என்ற கோட்பாடுதான் மாபெரும் சாதனைகளுக்கான அடிப்படையாகும். நீங்கள் உங்கள் இலக்குகளை அடைவதற்கு மற்றவர்கள் உங்களுக்கு உதவி செய்வதற்கு உதவும் வகையில், அவர்கள் தங்கள் இலக்குகளை அடைவதற்கு அவர்களுடன் ஒத்துழைப்புடன் செயல்படுவதற்கான ஆர்வத்தையும் திறனையும் நீங்கள் கொண்டிருப்பது உங்கள் எதிர்கால வெற்றிக்கு இன்றியமையாதது.

பத்தாவது அம்சம்:

திட்டத்தை உருவாக்கிக் கொள்ளுதல்

ஒரு திட்டத்தை உருவாக்குங்கள். உங்களுக்கு என்ன வேண்டும், அது எப்போது வேண்டும், அது ஏன் வேண்டும், நீங்கள் எங்கிருந்து துவங்குகிறீர்கள் என்று எல்லாவற்றையும் விபரமாக எழுதுங்கள். நீங்கள் எதிர்கொள்ளக்கூடிய முட்டுக்கட்டைகள், உங்களுக்குத் தேவைப்படக்கூடிய தகவல்கள், உங்களுக்கு உதவக்கூடிய மக்கள் ஆகிய விபரங்களையும் பட்டியலிடுங்கள். முதலாவது அம்சத்திலிருந்து ஒன்பதாவது அம்சம் வரை அனைத்திற்குமான விடைகள் உங்களிடம் இருந்தால், எந்தவோர் இலக்கையும் அடைவதற்குத் தேவையான முழுமையான ஒரு தலைமைத் திட்டம் உங்களிடம் உள்ளது என்று அர்த்தம்.

உங்களது தலைமைத் திட்டம்

ஒரு திட்டம் என்பது நேரம் மற்றும் முன்னுரிமைப்படி ஒழுங்குபடுத்தப்பட்ட நடவடிக்கைகளின் ஒரு பட்டியல். நேரத்தை அடிப்படையாக வைத்துத் தயாரிக்கப்பட்ட ஒரு பட்டியலில், உங்கள் இலக்கை அடைவதற்கு நீங்கள் முதலில் செய்ய வேண்டிய காரியத்தில் துவங்கி, கடைசி நடவடிக்கை வரை பட்டியலிடப்பட வேண்டும். பல நடவடிக்கைகளை ஒரே நேரத்தில் செய்யலாம். ஒருசில நடவடிக்கைகள் ஒன்றன்பின் ஒன்றாகச் செய்யப்பட வேண்டியிருக்கும். சில குறிப்பிட்ட நடவடிக்கைகள் முதலிலிருந்து கடைசிவரை தொடர்ந்து செய்யப்பட்டுக் கொண்டே இருக்க வேண்டும்.

முன்னுரிமையின் அடிப்படையில் அமைக்கப்பட்ட ஒரு திட்டத்தில், நடவடிக்கைகள் அவற்றின் முக்கியத்துவத்தின்படி

வரிசைப்படுத்தப்பட்டிருக்கும். நீங்கள் முதலில் செய்ய வேண்டிய மிக முக்கியமான விஷயம் எது? நீங்கள் இரண்டாவதாகச் செய்ய வேண்டிய முக்கியமான விஷயம் எது? உங்கள் இலக்கு நிறைவேறுவதற்குத் தேவையான நடவடிக்கைகள் அனைத்தையும் பட்டியலிடும் வரை தொடர்ந்து இக்கேள்வியைக் கேளுங்கள்.

சில வருடங்களுக்கு முன், நான் வேலை பார்த்துக் கொண்டிருந்த ஒரு பெருநிறுவனத்தின் தலைவர் எனக்கு ஒரு வாய்ப்பைக் கொடுத்தார். ஒரு ஜப்பானியக் கார் நிறுவனம் அவரை அணுகி, ஒரு பெரும் பகுதிக்கு அவர்களது கார்களை வினியோகிக்கும் உரிமையை அவருக்குக் கொடுக்க முன்வந்ததாக அவர் கூறினார். இது குறித்து மக்களிடையே ஆய்வு செய்ய எனக்கு விருப்பமா என்று அவர் என்னிடம் கேட்டார். பல வினியோக அமைப்புகளை நிறுவுவதும், அவற்றின் ஊடாக கார்களை ஏற்றுமதி செய்வதும் இறக்குமதி செய்வதும் இதில் அடங்கும்.

அதைப் பற்றி அதிகமாகச் சிந்திக்காமல் அதை நான் உடனடியாக ஏற்றுக் கொண்டேன். ஆனால் அதில் ஒரு பிரச்சனை இருந்தது. எங்கிருந்து துவங்க வேண்டும் அல்லது என்ன செய்ய வேண்டும் என்று எனக்குத் துளிகூடத் தெரியவில்லை. எனவே, ஜப்பானியக் கார்களை இறக்குமதி செய்வது மற்றும் வினியோகிப்பது தொடர்பாக நான் இரண்டு மாதங்கள் ஆய்வு செய்தேன். அதே போன்ற கார்களை விற்கும் பிற வினியோகஸ்தர்களைச் சந்தித்தேன், பலரிடம் உதவியும் ஆலோசனையும் கேட்டேன். அதிர்ஷ்டவசமாக, ஒரு பெருநிறுவனத்திற்கு ஜப்பானிலிருந்து கார் இறக்குமதி செய்வதற்கான சாத்தியம் தொடர்பாக முழுமையாக ஆராய்ச்சி செய்வதற்கு நான்கு வருடங்களுக்கு முன் அந்நிறுவனத்தால் நியமிக்கப்பட்டிருந்த ஓர் ஆலோசனையாளரிடம் நான் பேசினேன். அவரது ஆய்வைக் கொண்டு எந்த நடவடிக்கையும் எடுக்கப்பட்டிருக்கவில்லை. ஆனால் தனது குறிப்புகள் அனைத்தையும் அவர் பத்திரமாக வைத்திருந்தார்.

நான் அவரது அனுமதி பெற்று அவற்றைப் பார்த்தேன். பல வினியோக அமைப்புகள் மூலமாக ஜப்பானில் இருந்து கார்களை இறக்குமதி செய்து வினியோகிப்பதற்கு ஒரு நிறுவனம் செய்ய வேண்டிய நாற்பத்தைந்து விஷயங்கள் அடங்கிய ஒரு பட்டியல் அதில் இருந்தது. வியாபாரத்திற்கான ஒரு திட்ட வரைபடம் அது.

அதைப் பிரதியெடுத்து நான் பயன்படுத்தினேன். நான் சென்ற இடமெல்லாம் அதை என்னுடன் எடுத்துச் சென்றேன். அதில் குறிப்பிடப்பட்டிருந்த முதலாவது விஷயத்திலிருந்து நான் துவங்கினேன். மூன்று மாதங்களுக்குள், அதிலிருந்த அனைத்து விஷயங்களையும் நான் செய்து முடித்திருந்தேன். இதன் விளைவாக, ஜப்பானிலிருந்து நாங்கள் முதன்முறையாகப் பல கார்களை இறக்குமதி செய்தோம். ஐந்து வினியோக அமைப்புகளை நிறுவி, 250 லட்சம் டாலர்கள் மதிப்பு வாய்ந்த கார்களை விற்றோம். இந்த வினியோகப் பிரிவு எங்கள் நிறுவனத்திற்குப் பலகோடி டாலர்கள் லாபத்தை ஈட்டிக் கொடுத்தது.

அது சுலபமாக இருக்கவில்லை. விற்பனை, சேவை, பாகங்கள், பதவி உயர்வு, மக்கள், நிதி, நிர்வாகம் ஆகியவற்றில் ஏராளமான முயற்சியும் திறனும் தேவைப்பட்டன. ஆனால், துவக்கத்திலிருந்து இறுதிவரை செய்யப்பட வேண்டிய விஷயங்கள் எவை என்பது குறித்த ஒரு விரிவான பட்டியல்தான் அதற்கான துவக்கமாக இருந்தது.

ஒரு நல்ல பட்டியல் நீங்கள் செயல்படுவதற்கான ஒரு களத்தைக் கொடுத்து, நீங்கள் உங்கள் இலக்கை அடைவதற்கான சாத்தியக்கூற்றை அதிகரிக்கிறது. தனிப்பட்டத் திட்டமிடுதல் மற்றும் தனிநபர்த் திறன் ஆகியவைதான் இவற்றின் உயிர்நாடி. இதற்கு முதலில் தேவைப்படுவது வெறும் ஒரு பேனாவும், ஒரு காகிதமும், ஓர் இலக்கும், நீங்களும் மட்டும்தான்.

உங்கள் திட்டத்தை மேம்படுத்திக் கொண்டே இருங்கள்

செயல்பாட்டிற்கான ஒரு விரிவான திட்டம் கிடைத்தவுடன் செயலில் இறங்குங்கள். உங்கள் திட்டத்தில் தவறுகள் இருக்கும் என்பதை ஒத்துக் கொள்ளுங்கள். முதல் முறையிலேயே எல்லாம் கச்சிதமாக அமைந்துவிடாது. கச்சிதமாக இருக்க வேண்டும் என்ற ஆர்வத்தைக் குறைத்துக் கொள்ளுங்கள். அனைத்துத் தடைகளையும் முதலிலேயே கடந்த பிறகுதான் செயலில் இறங்க வேண்டும் என்றால், எதுவுமே நடக்காது.

பிறரது பின்னூட்டக் கருத்துக்களை ஏற்றுக் கொண்டு, தங்கள் பாதையைத் திருத்திக் கொள்வது வெற்றிகரமான மக்களிடம் உள்ள ஒரு பண்பு. யார் சரி என்பதை விடுத்து, எது சரி என்பதில் அவர்கள் கவனம் செலுத்துகின்றனர். ஓட்டைகள்

அனைத்தும் அடைக்கப்படும்வரை உங்கள் திட்டத்தை மேம்படுத்திக் கொண்டே இருங்கள். ஒரு தடையை எதிர்கொள்ள நேரிடும் ஒவ்வொரு முறையும், உங்கள் திட்டத்தை மறுபரிசீலனை செய்து, தேவையான மாற்றங்களைச் செய்யுங்கள். பிறகு, நன்றாகச் செப்பனிடப்பட்ட ஓர் இயந்திரத்தைப் போன்ற ஒரு திட்டம் உங்களிடம் இருக்கும்.

உங்கள் திட்டம் எவ்வளவு விரிவானதாகவும், சிறப்பாக ஒழுங்குபடுத்தப்பட்டதாகவும் உள்ளாதோ, நீங்கள் வரையறுத்துள்ளபடியே உங்கள் இலக்குகளைக் குறித்த நேரத்தில் அடைவதற்கான வாய்ப்புகள் அவ்வளவு அதிகமாக இருக்கும்.

வியாபாரத் திட்டங்கள் விரிவாகவும் விலாவாரியாகவும் இருப்பதற்கும், அந்த வியாபாரங்கள் அடைந்த வெற்றிக்கும் இடையே ஒரு நேரடித் தொடர்பு இருப்பதாக ஐம்பதுக்கும் மேற்பட்டப் பெருநிறுவனங்களின் தலைவர்கள் கூறியதாக ஒரு பத்திரிகை தெரிவித்தது.

ஆனால் கிட்டத்தட்ட ஒவ்வொருவரின் விஷயத்திலும், இறுதியில் துவங்கப்பட்ட வியாபாரம் முதலில் போடப்பட்டத் திட்டத்திலிருந்து வேறுபட்டிருந்தது. முதலில் திட்டமிடும்போதே ஒவ்வொரு விஷயத்தையும் முன்கூட்டியே விரிவாகச் சிந்தித்ததுதான் வியாபாரத்தின் வெற்றிக்குக் காரணமாக அமைந்ததாக அந்த ஆய்வு தெரிவித்தது. அவர்கள் ஒவ்வொருவரும் சிறப்பாக வடிவமைக்கப்பட்ட ஒரு திட்டத்தை வைத்திருந்தனர். சந்தையிலிருந்து கிடைத்தப் பின்னூட்டக் கருத்துக்களுக்கு ஏற்ப அவர்கள் தங்கள் திட்டத்தில் மாற்றங்களைச் செய்தனர். இறுதியில் அவர்களது விற்பனையும் லாபமும் அதிகரித்தன.

ஒரு விலாவாரியான திட்டத்தை உருவாக்குவதும், தொடர்ந்து அதை மேம்படுத்துவதும் உங்களது முக்கியமான இலக்குகளை அடைவதற்கு இன்றியமையாதவை.

பதினோராவது அம்சம்:

மனக்காட்சிப்படைப்பைப் பயன்படுத்துதல்

உங்களுடைய இலக்கை நீங்கள் ஏற்கனவே அடைந்துவிட்டதுபோல் மனக்காட்சிப்படுத்துங்கள். இந்தக் காட்சியை உங்கள் மனத்தில் மீண்டும் மீண்டும் ஓட்டிப் பாருங்கள். உங்கள் இலக்கு நிறைவேறிவிட்டதாக நீங்கள் கற்பனை செய்யும் ஒவ்வொரு முறையும், உங்கள் இலக்கு

சாத்தியம் என்ற உங்கள் நம்பிக்கையை ஆழப்படுத்துகிறீர்கள், உங்கள் விருப்பத்தை அதிகரிக்கிறீர்கள். நீங்கள் எதைப் பார்க்கிறீர்களோ, அதையே பெறுகிறீர்கள்.

உங்கள் ஆழ்மனம் காட்சிகளால் தூண்டப்படுகிறது. நீங்கள் நிர்ணயித்துள்ள இலக்குகளும், வரையறுத்துள்ள திட்டமும் உங்கள் ஆழ்மனத்தில் நீங்கள் பதிய வைக்கக்கூடிய தெளிவான காட்சிகளை உங்களுக்குக் கொடுத்துள்ளன. இந்தக் காட்சிகள் உங்கள் மனத்தின் சக்திகளையும் ஈர்ப்புவிதியையும் தூண்டுகின்றன. இரும்புத் துகள்களை ஈர்க்கும் ஒரு காந்தம்போல், உங்கள் குறிக்கோள்களை அடைவதற்குத் தேவையான மக்களையும், வாய்ப்புகளையும், கருத்துக்களையும் யோசனைகளையும் நீங்கள் உங்களை நோக்கி ஈர்க்கத் துவங்குகிறீர்கள்.

பன்னிரண்டாவது அம்சம்:

விடாமுயற்சி மற்றும் உறுதியான அர்ப்பணிப்பு

நீங்கள் ஒருபோதும் உங்கள் இலக்கைக் கைவிட மாட்டீர்கள் என்று முன்கூட்டியே தீர்மானம் செய்து கொள்ளுங்கள். விடாமுயற்சி மற்றும் உறுதியான அர்ப்பணிப்பின் மூலம் உங்கள் இலக்குகளுக்கும் திட்டங்களுக்கும் வலுவூட்டுங்கள். தோல்விக்கான சாத்தியக்கூற்றைப் பற்றி ஒருபோதும் சிந்திக்காதீர்கள். உங்கள் முயற்சியைக் கைவிடுவதைப் பற்றி ஒருபோதும் நினைக்காதீர்கள். என்ன நிகழ்ந்தாலும் சரி, உங்கள் முயற்சியைத் தொடரப் போவதாகத் தீர்மானித்துக் கொள்ளுங்கள். முயற்சியைக் கைவிட மறுத்தால், இறுதியில் வெற்றி உங்களைத் தேடி வரும்.

தவிர்க்க முடியாத தடைகளையும் பிரச்சனைகளையும் நீங்கள் எதிர்கொள்ள நேர்ந்தாலும், அவற்றைத் தாக்குப் பிடிப்பதற்கான திறனை வளர்த்துக் கொள்ளுங்கள். சில சமயங்களில், மிகவும் கடினமான தடைகளைக் கடப்பதற்கு, தாக்குப் பிடிக்கும் உங்கள் திறன்தான் தேவை. இலக்குகள் உங்கள் விருப்பத்தில் துவங்கி, விடாமுயற்சியில் முழுமை பெறுகின்றன. நீங்கள் எவ்வளவு தூரம் தாக்குப் பிடிக்கிறீர்களோ, அவ்வளவு அதிகமான உறுதியும் நம்பிக்கையும் உங்களுக்குள் உருவாகும். எதுவும் உங்களைத் தடுத்து நிறுத்த முடியாத நிலையை நீங்கள் அடைவீர்கள். நிச்சயமாக எதுவும் உங்களைத் தடுத்து நிறுத்தாது.

தொடர்ச் செயல் உத்தி

உங்கள் இலக்குகளையும் திட்டங்களையும் தெளிவாக வகுத்து, அவற்றை அடையும்வரை ஓயப் போவதில்லை என்று நீங்கள் முடிவெடுத்துவிட்டால், உங்கள் குறிக்கோள்களை நோக்கிச் செல்வதற்கான உத்வேகத்தைத் தக்க வைத்துக் கொள்வதற்கு இந்தத் தொடர்ச் செயல் உத்தியை நீங்கள் பயன்படுத்தத் துவங்க வேண்டும்.

இது உங்களை உங்கள் இலக்குகள்மீது தொடர்ந்து கவனம் செலுத்த வைக்கிறது. இது நியூட்டனின் இயற்பியல் கோட்பாடு ஒன்றின் அடிப்படையில் அமைந்துள்ளது. ஓய்வு நிலையில் இருக்கும் ஒரு பொருளின்மீது வெளியிலிருந்து ஓர் ஆற்றல் இயங்காதவரை அப்பொருள் அதே நிலையிலேயே இருக்கும் என்று அக்கோட்பாடு கூறுகிறது. அதோடு, ஓய்வு நிலையில் இருக்கும் ஒரு பொருளை நகரச் செய்வதற்கு ஏராளமான ஆற்றல் தேவைப்பட்டாலும், தொடர்ந்து அது அதே வேகத்தில் இயங்குவதற்குக் குறைவான ஆற்றலே போதுமானது என்றும் அக்கோட்பாடு கூறுகிறது. மாபெரும் வெற்றிகள் அனைத்திற்குமான மிக முக்கியமான கோட்பாடு இது.

இக்கோட்பாட்டிற்கு உணர்ச்சிரீதியான மற்றும் ஆன்மீகரீதியான பரிமாணங்களும் உள்ளன. உங்கள் விருப்பத்தை நோக்கி நீங்கள் நடைபோடும்போது கிடைக்கும் ஊக்கத்திலும் உற்சாகத்திலும் நீங்கள் அவற்றை உணர்வீர்கள். உங்களிடம் அதிக ஆற்றலும் உற்சாகமும் இருக்கும். உங்கள் இலக்கை நோக்கி நீங்கள் விரைவாக முன்னேறுவீர்கள். அப்போது உங்கள் இலக்கும் உங்களை நோக்கி விரைவாக வருவதுபோல் உங்களுக்குத் தோன்றும்.

பல மனிதர்கள் தங்களுக்கென்று வகுத்துக் கொண்ட இலக்கை நோக்கிச் செயல்படத் துவங்கி, விரைவில் தங்கள் வேகத்தைக் குறைத்துக் கொண்டு, பிறகு முற்றிலுமாகத் தங்கள் முயற்சியை நிறுத்திவிடுகின்றனர். இவ்வாறு நிறுத்திய பிறகு, மீண்டும் அதை நோக்கிச் செல்வது கடினமாக இருப்பதைக் கண்டுகொள்கின்றனர். இப்போது அவர்களால் தங்கள் இலக்கை நோக்கிச் செயல்பட முடியாமல் போய்விடுகின்றது. இந்த நிலை உங்களுக்கு நேர அனுமதிக்காதீர்கள். தொடர்ந்து சீரான வேகத்தில் செயல்படுவது மாபெரும் வெற்றிக்கும் சாதனைக்கும் இன்றியமையாதது.

தொடர்ந்து நடவடிக்கை எடுப்பதன் மூலம் நீங்கள் உங்கள் வேகத்தைத் தக்க வைத்துக் கொள்கிறீர்கள். உங்கள் இலக்குகளை அடைவதற்குத் தேவையான நடவடிக்கைகளைப் பட்டியலிட்டு, அவற்றைச் செய்வதற்கு உங்களை நீங்கள் ஒழுங்குபடுத்திக் கொள்ள வேண்டும். உங்களது முக்கியமான இலக்குகளை நோக்கி முன்னேறிச் செல்வதற்கு ஒவ்வொரு நாளும் நீங்கள் ஏதோ ஒன்றைச் செய்ய வேண்டும்.

"வெற்றியைப்போல் வெற்றி பெறுவது எதுவுமில்லை." உங்கள் இலக்குகளை நோக்கி உங்களைக் கூட்டிச் செல்லும் ஏதோ ஒரு செயலை ஒவ்வொரு நாளும் செய்யும் வெற்றிப் பழக்கத்தை நீங்கள் உருவாக்கிக் கொள்ள வேண்டும். ஒவ்வொரு நாளும் காலையில் உங்கள் இலக்குகளைப் பரிசீலனை செய்து, அவற்றைப் பற்றிச் சிந்தியுங்கள். அவற்றை உருவாக்குவதற்குத் துணை புரியும் விஷயங்களைத் தொடர்ந்து தேடிக் கொண்டே இருங்கள்.

அது முக்கியமானதாக இருக்கலாம் அல்லது அப்படி இல்லாமலும் போகலாம். நீங்கள் தொடர்ந்து ஊக்கத்துடனும் நேர்மறையாகவும் இயங்கிக் கொண்டே இருப்பதற்கு, நீங்கள் சாதிக்க விரும்பும் விஷயங்களுக்குப் பொருத்தமான காரியங்களை நீங்கள் தொடர்ந்து செய்ய வேண்டும்.

இலக்குகளை நிர்ணயிப்பதும், அவற்றை நோக்கிச் செயல்படுவதும், அவற்றை அடைவதும் உங்களுடைய இயல்பாக மாறும்வரை, இந்தத் தொடர்ச் செயல் உத்தியைப் பயன்படுத்துங்கள். ஒவ்வொரு நாளும் ஏதோ ஒரு குறிப்பிடத்தக்கச் செயலைச் சிறப்பாகச் செய்து முடியுங்கள். எவ்வளவு முன்னதாக அதைச் செய்கிறீர்களோ, அவ்வளவு நல்லது அது. துரிதமான செயல்பாடு வெற்றிக்கு இன்றியமையாதது என்பதை நினைவில் இருத்துங்கள். நீங்கள் எவ்வளவு அதிகமான விஷயங்களை முயற்சிக்கிறீர்களோ, அவற்றை எவ்வளவு விரைவாகச் செய்கிறீர்களோ, அவ்வளவு அதிகமான ஆற்றலும் உற்சாகமும் உங்களுக்குக் கிடைக்கும். அதோடு, உங்கள் சாதனைகளும் அதிகரிக்கும்.

ஓர் உண்மைக் கதை

இலக்குகளை நிர்ணயிப்பது எவ்வளவு இன்றியமையாதது என்பதை விளக்கும் ஓர் உண்மைக் கதை இது. இலக்குகளை நிர்ணயிப்பது பற்றி எண்ணூறு பேர் அடங்கிய ஒரு கூட்டத்தில் நான் பேசிக் கொண்டிருந்தபோது, எனது முந்தையக்

கருத்தரங்கு ஒன்றில் கலந்து கொண்ட ஒரு நபர், பார்வையாளர்கள் கூட்டத்தில் இருந்து முன்னே வந்து, என் கையிலிருந்த மைக்கைத் தன்னிடம் தருமாறு என்னிடம் கேட்டார். இலக்குகள் நிர்ணயிக்கும் இந்த முறையை அவர் தன் வாழ்வில் நடைமுறைப்படுத்தத் துவங்கியதும் ஏற்பட்ட அதிசயங்களைப் பற்றிய ஒரு கதையைப் பிறரிடம் பகிர்ந்து கொள்ள விரும்புவதாக அவர் தெரிவித்தார்.

ஆறு வாரங்களுக்கு முன்பு அவர் தன் காதலியுடன் என் பயிலரங்கு ஒன்றில் கலந்து கொண்டிருந்தார். காப்பீட்டுத் துறையில் ஓர் உயரதிகாரியாகப் பணியாற்றி வந்த அவர், தனது பதினான்கு வருட அனுபவத்தில் பல பயிலரங்குகளில் கலந்து கொண்டதாகத் தெரிவித்தார். இனிமேல் கற்றுக் கொள்வதற்குப் புதிதாக ஏதும் இருக்காது என்று அவர் உறுதியாக நம்பியதால், என்னுடைய இரண்டு நாள் பயிலரங்கில், முதல்நாள் காலை நிகழ்ச்சியில் மட்டும் கலந்து கொண்டுவிட்டு, பிறகு கடைவீதிக்குச் செல்வதென்று தானும் தனது காதலியும் திட்டமிட்டிருந்ததாகக் கூறினார்.

ஆனால் அவர்கள் இருவரும் என்னுடைய பயிரங்கில் இரண்டு நாட்களும் முழுமையாகக் கலந்து கொண்டனர். தாங்கள் கற்றுக் கொண்ட விஷயங்களை, குறிப்பாக இலக்குகளை நிர்ணயிக்கும் முறையை நடைமுறைப்படுத்தும் உற்சாகத்துடன் அவர்கள் அங்கிருந்து புறப்பட்டனர். அடுத்த நாள் தங்கள் வேலையிலிருந்து விடுப்பு எடுத்துக் கொண்டு, அவர்கள் இருவரும் அடுத்த சில வருடங்களுக்கான இலக்குகளை நிர்ணயிக்கத் துவங்கினர். தங்களுடைய மொத்தத் திட்டத்தையும் வரையறுப்பதற்கு அவர்களுக்குப் பத்து மணிநேரம் பிடித்தது.

அவர்கள் இரண்டு வருடங்களாக ஒருவரையொருவர் காதலித்து வந்திருந்தும், திருமணத்தைப் பற்றி எந்தவிதமான தீர்மானத்தையும் அவர்கள் எடுத்திருக்கவில்லை. எனவே, திருமணம் செய்து கொள்வதை ஓர் இலக்காக நிர்ணயிப்பதென்று தீர்மானித்து, அதற்கான நாளையும் குறித்தனர்.

பிறகு திருமணம் தொடர்பான பிற சிறிய இலக்குகளையும் வகுத்தனர். திருமணத்திற்கு முன் தங்கள் கனவு வீட்டை வாங்குவதைத் தங்கள் முதல் இலக்காக அமைத்தனர். அவர்கள் என் பயிலரங்கில் செப்டம்பர் மாதம் கலந்து கொண்டனர். இது அக்டோபர் மாதம். அடுத்த ஆண்டு பிப்ரவரி மாதத்தில்

திருமணத்திற்கு நாள் குறித்தனர். இந்த நாளுக்குள் அவர்கள் தங்களது கனவு வீட்டையும் வாங்கியாக வேண்டும்.

கலிபோர்னியாவில் கிரிஸ்டல் கதீட்ரல் தேவாலயத்தில் டாக்டர் ராபர்ட் ஷூல்லரின் முன்னிலையில் திருமணம் செய்து கொள்ள வேண்டும் என்பது அவர்களுடைய இரண்டாவது இலக்கு.

தங்கள் திருமண வரவேற்பு விழாவைக் கலிபோர்னியாவின் ‘லாங் பீச்’ கடற்கரையில் “காதல் கப்பலில்” கொண்டாடுவது அவர்களது மூன்றாவது இலக்கு.

இந்த இலக்குகளை விலாவாரியாக எழுதிய பிறகு, அவர்கள் உடனடியாகச் செயலில் குதித்தனர். அடுத்த சில நாட்கள் அவர்கள் பல வீடுகளைச் சென்று பார்த்தனர். இறுதியில் அவர்கள் தங்களுக்கு விருப்பமான வீட்டைக் கண்டுபிடித்தனர். ஆனால் அந்த வீட்டின் விலை அவர்கள் மதிப்பீட்டைவிட அதிகமாக இருந்தது. மேலும் அவர்களிடம் எந்தவிதமான சேமிப்பும் இருக்கவில்லை. எனவே அந்த வீட்டை வாங்குவதற்குத் தேவையான தொகையைத் தொண்ணூறு நாட்களுக்குள் திரட்டுவதற்கு அவர்கள் இன்னோர் இலக்கை ஏற்படுத்தினர்.

பிப்ரவரி நான்காம் நாள் திருமணம் செய்து கொள்வதாக முடிவு செய்து, தங்கள் திருமணத்தை நடத்திக் கொடுக்குமாறு கேட்பதற்காக அவர்கள் டாக்டர் ஷூல்லரின் கிரிஸ்டல் தேவாலயத்திற்குத் தொலைபேசி அழைப்பு விடுத்தனர். ஆனால் டாக்டர் ஷூல்லர் திருமணம் நடத்தி வைப்பதை நிறுத்திவிட்டதாக அவர்களிடம் தெரிவிக்கப்பட்டது. ஆனால் அவர்கள் இருவரும் விடாப்பிடியாக இருந்தனர். டாக்டர் ஷூல்லரின் மனத்தை மாற்றுவதற்கு ஏதேனும் செய்ய முடியுமா என்று அவர்கள் கேட்டனர். டாக்டர் ஷூல்லர் பல்வேறு வேலைகளில் மும்முரமக இருப்பதால் எதுவும் செய்ய முடியாது என்று அவரது செயலாளர் இவர்களிடம் தெரிவித்தார்.

மீண்டும் அவர்கள் விடாப்பிடியாக இருந்தனர். தனிப்பட்ட முறையில் தங்களால் அவரிடம் கோரிக்கை வைக்க முடியுமா என்று அவர்கள் அந்தச் செயலாளரிடம் கேட்டனர். இறுதியில், அவர்களுடனான உரையாடலை நிறைவு செய்யும் நோக்கத்தில், அவருக்கு நேரடியாகக் கடிதம் எழுதுமாறும், ஆனால் அதனால் எந்தப் பிரயோஜனமும் இருக்காது என்றும் அவர்களுக்கு அந்தச் செயலாளர் பதிலளித்தார்.

அவர்கள் உடனடியாக டாக்டர் ஷுல்லருக்கு ஒரு கடிதம் எழுதினர். நேர்மறைச் சிந்தனையில் தாங்கள் கொண்டுள்ள நம்பிக்கையை எடுத்துரைத்து, அவர் தங்கள் திருமணத்தை நடத்தி வைப்பது தங்களுக்கு எவ்வளவு முக்கியம் என்றும், அது தங்கள் வாழ்வில் பெரும் வித்தியாசத்தை ஏற்படுத்தும் என்றும் அவர்கள் அதில் எழுதினர். அவர்கள் அக்கடிதத்தை அவருக்கு அனுப்பிவிட்டு, காதல் கப்பலில் தங்கள் திருமண வரவேற்பைக் கொண்டாடுவதென்ற தங்கள் இரண்டாவது இலக்கின்மீது கவனம் செலுத்தத் துவங்கினர்.

மீண்டும் அவர்கள் ஒரு முட்டுக்கட்டையை எதிர்கொள்ள நேரிட்டது. அவர்கள் அந்தக் கப்பலை வாடகைக்கு அமர்த்துவதற்காக அதன் அலுவலகத்தைத் தொடர்பு கொண்டபோது, பிப்ரவரி நான்காம் நாள் மதியம் நான்கு மணிக்குக் கடலிலிருந்து கரைக்கு வந்துவிட்டு, இரவு எட்டு மணிக்கு அக்கப்பல் மீண்டும் கடலுக்குள் திரும்பிவிடும் என்றும், அதனால் திருமண வரவேற்பை அன்றைய தினம் அதில் வைத்துக் கொள்வது இயலாத காரியம் என்றும் இவர்களுக்குத் தெரிவிக்கப்பட்டது.

ஆனால் அவர்கள் மிகுந்த நன்னம்பிக்கையோடு இருந்தனர். இதில் அவர்களுக்கு எந்த இழப்பும் இல்லாததால், நேர்மறையானவற்றையே எதிர்பார்ப்பதென்ற மனப்போக்கை அவர்கள் வளர்த்துக் கொண்டிருந்தனர். உல்லாசப் பயணத் துறையில் பணியாற்றிக் கொண்டிருந்த தங்கள் தோழி ஒருத்தியிடம் இது பற்றிக் கூறி, அவரால் ஏதாவது உதவ முடியுமா என்று கேட்டனர். அவரும் முயற்சித்துப் பார்த்துவிட்டு இறுதியில் முடியாது என்று கூறிவிட்டார்.

இந்த அனுபவம் ஒன்றும் அவர்களுக்குப் புதிதல்ல. அவர்கள் தங்களுக்கென்று மூன்று பெரிய இலக்குகளை வகுத்திருந்தனர். அவை ஒவ்வொன்றிலும் அவர்கள் முட்டுக்கட்டைகளைச் சந்தித்திருந்தனர். உங்களுக்கும் இது நிகழக்கூடும். தடைகளே இல்லையென்றால், நீங்கள் நிர்ணயித்திருப்பது இலக்கே அல்ல, அது ஒரு சாதாரண நடவடிக்கைதான் என்பதை நினைவில் கொள்ளுங்கள்.

நீங்கள் இதுவரை நிர்ணயித்திருக்காத எந்தவொரு மாபெரும் இலக்கை வகுக்கும்போதும், நீங்கள் எதிர்பார்க்காத விரக்தியும் சிரமங்களும் உடனடியாக உங்கள்முன் தோன்றும். குறிப்பாக, "முடியாது" என்ற வார்த்தையைப் பல்வேறு விதத்தில் பல்லாயிரக்கணக்கான முறைகள் நீங்கள் கேட்க வேண்டியிருக்கும்.

ஆனால், கவலைப்படாதீர்கள், தளர்ந்துவிடாதீர்கள். நீங்கள் எதிர்கொள்ளும் எதிர்மறையான அனுபவங்கள் அனைத்தும் உங்கள் விடாமுயற்சிக்கான சோதனையின் ஒரு பகுதிதான். நீங்கள் விரும்புவது எதுவானாலும் சரி, அதை நீங்கள் உண்மையிலேயே எந்த அளவுக்கு விரும்புகிறீர்கள் என்பதை அது தீர்மானிக்கும்.

ஆனால் இந்த ஜோடியை யாராலும் தடுக்க முடியவில்லை. அவர்கள் அந்தக் கப்பலின் முகவருக்கு இன்னொரு கடிதம் எழுதினர். அவர்கள் அதில் தங்கள் நிலைமையை விளக்கமாக விவரித்து, பிப்ரவரி நான்காம் நாள் மதியம் அக்கப்பலில் தங்கள் திருமண வரவேற்பு நிகழ்ச்சியை நடத்துவதற்குத் தங்களுக்கு அனுமதியளிக்குமாறு கோரினர்.

தங்கள் கனவு வீட்டை வேறு யாரோ வாங்குவதற்கு முன், அதைத் தாங்கள் வாங்குவதற்குப் போதுமான பணம் திரட்டுவது அவர்கள் சந்தித்தத் தனிப்பெரும் தடையாகும். ஆனால் நம்பிக்கையுடன் அவர்கள் ஆயிரம் டாலர்கள் முன்பணம் செலுத்தினர். மீதித் தொகையைச் செலுத்துவதற்கு அவர்களுக்கு இரண்டு மாதங்கள் மட்டுமே இருந்தன.

பிறகு அதிசயங்கள் நிகழத் துவங்கின. ஒரு பெருநிறுவனத்திற்கு ஆறு மாதங்களாக அவர் விற்க முயற்சித்துக் கொண்டிருந்த ஒரு பெரும் காப்பீட்டை இப்போது அந்நிறுவனம் வாங்குவதற்கு ஒப்புக் கொண்டது. அதன் தலைவர் அவரை அழைத்துப் பேசியதில், அந்தப் பரிவர்த்தனை சுமூகமாக முடிந்து, அவர் இதுவரை சம்பாதித்திராத உயர்ந்தபட்சக் கமிஷன் தொகை அவருக்குக் கிடைத்தது. கமிஷனாக அவர் 90,000 டாலர்களைப் பெற்றார்.

ஒரு வாரத்திற்குப் பிறகு, அத்தலைவர் இவரை அழைத்து, தன்னைப்போலவே ஒரு பெருநிறுவனத்தை நடத்தி வந்த தனது நண்பர் ஒருவரின் நிறுவனத்திலும் இதேபோன்ற ஒரு காப்பீட்டை அமைத்துக் கொடுக்க முடியுமா என்று கேட்டார். இரண்டு வாரங்களுக்குள் அவர் அந்தப் பரிவர்த்தனையையும் முடித்துக் கொடுத்து, கமிஷனாக மீண்டும் 90,000 டாலர்களைப் பெற்றார்.

இது ஆரம்பம் மட்டுமே. ஒருசில நாட்களுக்குப் பிறகு, டாக்டர் ஷுல்லரின் அலுவலகத்திலிருந்து இவர்களுக்கு ஓர் அழைப்பு வந்தது. இரண்டு வாரங்களுக்கு முன் இவர்களிடம் பேசிய அதே செயலாளர்தான் பேசினார். “அந்தக் கடிதத்தில் நீங்கள் என்ன எழுதியிருந்தீர்கள் என்று எனக்குத்

தெரியவில்லை. ஆனால் ஒருசில நிமிடங்களுக்கு முன் டாக்டர் ஷுல்லர் உங்கள் கடிதத்தைத் தன் கையில் பிடித்தவாறே என்னிடம் வந்து, 'நான் இத்திருமணத்தை நடத்தி வைக்கப் போகிறேன்,' என்று கூறினார். பிப்ரவர் நான்காம் நாள் மதியம் இரண்டு மணிக்கு நீங்கள் இங்கு இருந்தால், அவர் உங்கள் திருமணச் சடங்கை நடத்தி வைப்பார்," என்று அந்தச் செயலாளர் கூறினார்.

அது போதாதென்று, ஒரு வாரத்திற்குப் பிறகு அந்தக் கப்பல் நிறுவனத்திடமிருந்து அவர்களுக்கு ஒரு தொலைபேசி அழைப்பு வந்தது. புது வருடத்திற்காக, காதல் கப்பலுக்கு ஒரு புதிய அட்டவணை போடப்பட்டிருப்பதாக அவர்கள் கூறினர். அதன்படி, மாலை நான்கு மணிக்குக் கரைக்கு வருவதற்குப் பதிலாக, அக்கப்பல் நண்பகல் 12 மணிக்கே வந்துவிடும் என்றும், இரவு எட்டு மணிவரை கரையில்தான் இருக்கும் என்றும், அவர்கள் விரும்பினால் தங்கள் திருமண வரவேற்பை மாலை நான்கிலிருந்து ஆறு மணிக்குள் வைத்துக் கொள்ளலாம் என்றும் அவர்கள் தெரிவித்தனர்.

மேடையில் நின்றவாறு அவர் தன் கதையை இவ்வாறு நிறைவு செய்தார்: "கடந்த ஐந்து வருடங்களாக நான் சாதித்தவற்றைவிட அதிகமாக, இந்த யோசனைகளைப் பயன்படுத்திக் கடந்த அறு வாரங்களில் நான் சாதித்துவிட்டேன். இலக்குகளை நிர்ணயிப்பது பற்றி எனக்கு எல்லாம் தெரியும் என்று முன்பு நினைத்திருந்தேன், ஆனால் அதை ஒழுங்குமுறையுடன் அணுகியபோது ஏற்பட்ட அதிசயங்களைக் கண்டபோதுதான் நான் அதன் சக்தியைப் புரிந்து கொண்டேன்."

பன்னிரண்டு அம்சச் செயல்முறை - ஒரு மறுபரிசீலனை

இந்தப் பன்னிரண்டு அம்சச் செயல்முறையைப் பயன்படுத்தி இந்த ஜோடி தங்கள் மனத்தின் விதிகள் அனைத்தையும் தூண்டி, தங்களுடைய முக்கியக் குறிக்கோளை எவ்வாறு அடைந்தனர் என்பதைப் பார்ப்போமா?

முதலாவது அம்சம்: தீவிரமான ஆழ்விருப்பத்தை உருவாக்கிக் கொள்ளுதல். தங்களுக்கு உண்மையிலேயே என்ன வேண்டும் என்பதை அவர்கள் துல்லியமாக அறிந்திருந்தனர். அது குறித்து அவர்கள் தீவிரமாக இருந்தனர். அதை ஆத்மார்த்தமாக உணர்ந்தனர்.

இரண்டாவது அம்சம்: பரிபூரண நம்பிக்கை. தங்கள் கனவுப்படியே தங்கள் திருமணம் நிச்சயமாக நடக்கும் என்று அவர்கள் உறுதியாக நம்பினர். பல தடைகளைச் சந்திக்க நேர்ந்தபோதும், அவர்கள் நன்னம்பிக்கையான எதிர்பார்ப்புடன் இருந்தனர். எல்லாம் தங்களுக்கு நல்லவிதமாகவே நடக்கும் என்று அவர்கள் பரிபூரணமாக நம்பினர்.

எல்லாவற்றையும்விட முக்கியமாக, முடியாது என்று பலர் கூறியபோதும், திட்டவட்டமான நடவடிக்கைகளை எடுத்ததன் மூலம் அவர்கள் தங்கள் நம்பிக்கையை வெளிப்படுத்தினர்.

மூன்றாவது அம்சம்: இலக்குகளை எழுதி வைத்துக் கொள்ளுதல். அவர்கள் தங்கள் நம்பிக்கைகளை எழுத்துப்பூர்வமாக ஒரு காகிதத்தில் எழுதிக் கொண்டனர். அவற்றுக்குத் தங்களை முழுமையாக அர்ப்பணித்தனர். தங்கள் விருப்பங்களை விலாவாரியாக எழுதியதன் மூலம், தங்கள் விருப்பங்களை மீண்டும் வலியுறுத்தி, தங்களால் அவற்றை அடைய முடியும் என்ற தங்கள் நம்பிக்கையை அவர்கள் ஆழப்படுத்தினர்.

நான்காவது அம்சம்: நன்மைகளைப் பட்டியலிடுதல். தங்கள் திருமணத் திட்டத்தின் ஒவ்வொரு பகுதியும், தங்கள் கனவு வீடும் எவ்வாறு தங்கள் எதிர்கால மகிழ்ச்சிக்கு அடித்தளமாக அமையும் என்பது குறித்து அவர்கள் தெளிவாக இருந்தனர்.

ஐந்தாவது அம்சம்: தற்போதைய நிலையை ஆய்வு செய்தல். அன்றைய நிலையில் அவர்கள் தங்கள் வாழ்க்கையைத் தீவிரமாக ஆய்வு செய்தனர். தாங்கள் எங்கு செல்ல விரும்புகிறோம், எவ்வளவு தூரம் தாங்கள் பயணிக்க வேண்டியுள்ளது என்பதை அவர்கள் மதிப்பிட்டனர். சில தெளிவான தீர்மானங்களை மேற்கொண்டனர். மற்ற அனைத்தும் தாமாகவே நிகழ்ந்தன.

ஆறாவது அம்சம்: காலக்கெடு நிர்ணயித்துக் கொள்ளுதல். அவர்கள் தங்கள் திருமணத்திற்கு ஒரு நாளைத் திட்டவட்டமாகக் குறித்துக் கொண்டு, பிறகு அதிலிருந்து பின்னோக்கிச் செயல்படத் துவங்கினர். துவக்கத்தில் ஏற்பட்ட எதிர்ப்புகளால் துவண்டு போகாமல் அவர்கள் செயல்பட்டனர்.

ஏழாவது அம்சம்: முட்டுக்கட்டைகளைப் பட்டியலிடுதல். தங்கள் இல்லற வாழ்க்கையைத் துவக்குவதற்கு ஒரு வீட்டை வாங்குவதென்று அவர்கள் முதலில் தீர்மானித்தனர். ஆனால் அதை வாங்குவதற்கு அவர்களிடம் பணம் இல்லாமல்

போனதுதான் அவர்களுடைய முக்கியத் தடையாக இருந்தது. அவர்கள் அதிலிருந்து துவங்கினர். அவர்களிடம் பணம் இல்லாததுதான் அவர்களை மட்டுப்படுத்தும் விஷயமாக இருந்தது.

எட்டாவது அம்சம்: கூடுதல் தகவலகளைச் சேகரித்தல். தங்களுக்குத் தெரிய வேண்டிய விஷயங்களை அவர்கள் கண்டுபிடிக்கத் துவங்கினர். அவர்கள் கேள்விகள் கேட்டனர், கடிதங்கள் எழுதினர், உரிய நடவடிக்கைகளை மேற்கொண்டனர்.

ஒன்பதாவது அம்சம்: தேவைப்படும் ஒத்துழைப்பு மற்றும் உதவிகளைப் பட்டியலிடுதல். தாங்கள் நிர்ணயித்திருந்த இலக்குகளை அடைவதற்குத் தங்களுக்குத் தேவைப்படும் மக்களை அவர்கள் பட்டியலிட்டனர்.

பத்தாவது அம்சம்: திட்டத்தை உருவாக்கிக் கொள்ளுதல். முதல் ஒன்பது அம்சங்களையும் அவர்கள் செய்து முடித்தவுடன், அவர்களுடைய திட்டத்தின் அனைத்து அம்சங்களும் வரையறை செய்யப்பட்டுவிட்டன. பிறகு அவர்கள் வெறுமனே அத்திட்டத்தைச் செயல்படுத்தினர். அவர்கள் செய்ய வேண்டிய காரியங்கள் அனைத்தும் அப்பட்டியலில் இருந்ததால், அடுத்த நான்கு மாதங்களும் அவர்கள் மும்முரமாகச் செயல்பட்டுத் தங்கள் இலக்குகளை அடைந்தனர்.

பதினோராவது அம்சம்: மனக்காட்சிப்படைப்பைப் பயன்படுத்துதல். தங்களுக்கு விருப்பமானவற்றை அவர்கள் மனக்காட்சிப்படுத்தினர். அவர்கள் தங்கள் கனவு வீட்டின் ஒவ்வோர் அறைக்குள்ளும் சென்று பார்த்தனர். கிரிஸ்டல் கதீட்ரல் தேவாலயத்தின் படங்களை வாங்கிப் பார்த்தனர். அங்கு ஞாயிற்றுக்கிழமைகளில் நடந்த பிரார்த்தனைகளைத் தொலைக்காட்சியில் பார்த்தனர். காதல் கப்பலின் புகைப்படங்களையும் பார்த்தனர். அவர்கள் ஒவ்வொரு நாளும் தங்கள் திருமணத்தைப் பற்றியும் தங்கள் கனவு வீட்டைப் பற்றியும் தொடர்ந்து சிந்தித்தனர்.

பன்னிரண்டாவது அம்சம்: விடாமுயற்சி மற்றும் உறுதியான அர்ப்பணிப்பு. தோல்விக்கான சாத்தியக்கூறு குறித்து அவர்கள் சிந்திக்கவேயில்லை. அவர்கள் தங்கள் கனவுகளை விடாப்பிடியாகப் பற்றிக் கொண்டிருந்தனர். தடைகளைத் தாண்டிச் செல்வதற்கான வழிகளைத் தேடினர். ஒரு விஷயம் வேலை செய்யாதபோது, வேறொரு விஷயத்தை முயற்சித்தனர். வெற்றி பெறும்வரை அவர்கள் தொடர்ந்து தாக்குப் பிடித்தனர்.

எல்லாம் நல்லபடியாக நடந்து முடிந்தபோது, அவர்கள் அதிர்ஷ்டக்காரர்கள் என்று அவர்களைச் சுற்றியிருந்தவர்கள் கூறினர்!

தங்கத்தைக் குறி வைத்தல்

நீங்கள் சாதிப்பதிலிருந்து உங்களை மட்டுப்படுத்தும் விஷயங்கள் வெகுசிலதான். பெரும்பாலான குறைபாடுகள் நீங்களாகவே உங்கள்மீது சுமத்திக் கொள்பவைதான். பயங்கள் மற்றும் சந்தேகங்கள் காரணமாக ஏற்படும் அக்குறைபாடுகள் நீங்கள் முயற்சிப்பதிலிருந்து உங்களைத் தடுக்கின்றன. உங்கள் முக்கியக் குறிக்கோளுக்கு இசைவான நடவடிக்கைகளை எடுப்பதன் மூலம் உங்களை மட்டுப்படுத்தும் நம்பிக்கைகளிலிருந்து உங்களால் மீள முடியும். உங்களுக்கு உண்மையிலேயே என்ன வேண்டும் என்பதைத் தீர்மானித்து, அதை அடைவதற்கான செயல்களைச் செய்வது ஆகியவற்றை உள்ளடக்கிய, இலக்குகளை நிர்ணயிக்கும் செயற்திட்டத்தில் இருந்துதான் நீங்கள் கனவு காணும் வெற்றியும் மகிழ்ச்சியும் வருகின்றன.

இச்செயல்முறையில் உங்கள் மனத்தின் ஆற்றல்களை விடுவிக்கும் அம்சங்கள் உள்ளன. இந்த அம்சங்கள் உங்கள் நேர்மறையான மனத்தைத் தூண்டி உங்கள் படைப்புத்திறனை விடுவிப்பதோடு மட்டுமல்லாமல், உங்களது முக்கியக் குறிக்கோளை அடைவதை நோக்கி உங்கள் மனவிதிகளை இயக்குகின்றன.

மிக முக்கியமாக, இக்கோட்பாடுகளையும் விதிகளையும் பின்பற்றுவது உங்கள் ஆழ்மனத்தின் சக்திகளை விடுவிக்கின்றன. உங்கள் வாழ்க்கையை உங்களால் கற்பனை செய்து பார்க்க முடியாத அளவுக்கு மாற்றுவதற்கான வளங்களை இச்செயல்முறை உங்களுக்குக் கொடுக்கிறது.

உங்கள் ஆழ்மனத்தை முறையாக இயக்கிப் பயன்படுத்துவதுதான் நீங்கள் செய்யக்கூடிய மிக முக்கியமான கண்டுபிடிப்பாகும். மகிழ்ச்சி, ஆரோக்கியம், செழிப்பு, மற்றும் முழுமையான சுயவெளிப்பாடு ஆகியவற்றுக்கான திறவுகோல் இதுதான். உங்கள் ஆழ்மனம்தான் உங்களுடைய தனிப்பட்ட சாதனைகள் மற்றும் மகத்துவத்திற்கான அடித்தளமாகும். இது பற்றி நீங்கள் அடுத்த அத்தியாயத்தில் பார்க்கவிருக்கிறீர்கள்.

6

வெற்றிக்கான தலைமை சக்தி

உலகம் ஆரம்பகட்டத்தில் இருந்தபோது, அதைப் பற்றிய ஒரு கதையைப் பண்டைய கிரேக்கர்கள் கூறி வந்தனர். உலகத்தையும் மனிதர்களையும் படைத்து, பிறகு பறவைகளையும், விலங்குகளையும், கடல்வாழ் உயிரினங்களையும், செடிகளையும், மலர்களையும், அனைத்து உயிரினங்களையும் படைத்த ஒலிம்பஸ் மலைக் கடவுள்கள் ஒரே ஒரு விஷயத்தை மட்டும் செய்ய வேண்டியிருந்தது. மனிதன் வளர்ந்து, மேலோங்கிய விழிப்புணர்வு நிலையை அடைந்து, வாழ்வின் இரகசியத்தைப் புரிந்து ஏற்றுக் கொள்வதற்குத் தயாராகும்வரை அந்த இரகசியத்தை ஓரிடத்தில் அவர்கள் ஒளித்து வைக்க வேண்டியிருந்தது.

அதை எங்கு ஒளித்து வைப்பதென்று கடவுள்கள் அனைவரும் விவாதித்தனர். "மிக உயர்ந்த மலையின்மீது ஒளித்து வைத்துவிடலாம். மனிதனால் அதைக் கண்டுபிடிக்கவே முடியாது," என்று ஒரு கடவுள் கூறினார்.

அதற்கு, "மனிதனை நாம் தணியாத ஆர்வத்துடனும் லட்சியத்துடனும் படைத்துள்ளோம். இறுதியில் அவன் மிக உயர்ந்த மலையில்கூட ஏறிவிடுவான்," என்று இன்னொரு கடவுள் பதிலளித்தார்.

வாழ்வின் இரகசியத்தை ஆழமான பெருங்கடலின் அடியில் ஒளித்து வைக்க வேண்டும் என்று இன்னொருவர் கூறினார். அதற்கு வேறொரு கடவுள், "எல்லையற்றக் கற்பனை வளத்துடனும், உலகை ஆய்வு செய்து பார்க்கும் ஆழ்விருப்பத்துடனும் நாம் மனிதனைப் படைத்திருக்கிறோம். என்றேனும் ஒருநாள் அவன் மாபெரும் கடல்களின் ஆழத்தையும் சென்றடைவான்," என்று பதிலளித்தார்.

இறுதியில், ஒரு கடவுள் ஒரு தீர்வை முன்வைத்தார். "மனிதனுக்குத் துளிகூட சந்தேகம் ஏற்படாத ஓரிடத்தில், எல்லா இடங்களிலும் தேடிவிட்டுக் கடைசியாக எந்த இடத்தைத் தேடுவானோ அந்த இடத்தில் ஒளித்து வைக்க வேண்டும்," என்று அவர் கூறினார்.

"அது எந்த இடம்?" என்று மற்றக் கடவுள்கள் கேட்டனர். அதற்கு அவர், "மனித இதயத்தின் ஆழத்தில் நாம் அதை ஒளித்து வைக்கலாம்," என்று பதிலளித்தார். அனைவரும் அதை ஏற்றுக் கொண்டு அவ்வாறே செய்தனர்.

வரலாறு எழுதப்படத் தொடங்கிய நாள்முதலாக, மனித நாகரீகத்தின் ஒவ்வொரு காலகட்டத்தைச் சேர்ந்த மக்களும், ஒவ்வொரு மனிதருக்குள்ளும் ஆழமாக ஒளிந்திருக்கும் ஆற்றலை விடுவிப்பதற்கு உதவும் வாழ்வின் இரகசியம் குறித்தத் தேடலில் முழுமூச்சாகத் தங்களை ஈடுபடுத்தி வந்துள்ளனர். பல இரகசிய அமைப்புகளையும், தனியார் சமூகங்களையும் நிறுவி, அந்த இரகசியத்தை ஆய்வு செய்வதற்குத் தங்களை அர்ப்பணித்துள்ளனர். மனித மனத்தின் உள்ளார்ந்த சக்திகள்தான் அந்த இரகசியம்.

பல மதச்சார்புடைய குழுக்கள், மடங்கள், இரகசிய அமைப்புகள் ஆகியவற்றில் நடத்தப்படும் விலாவாரியான சடங்குகள் மற்றும் சம்பிரதாயங்கள் ஊடாகத் துளித்துளியாக வெளிப்படுத்தப்படும் இந்த மாபெரும் இரகசியத்தைத் தெரிந்து கொள்ளும் நோக்கில் பலர் தங்கள் ஒட்டுமொத்த வாழ்க்கையையும் இந்தக் குழுக்களிலும், மடங்களிலும், அமைப்புகளிலும் செலவிட்டனர்.

இந்த இரகசியத்தைக் கண்டுபிடிப்பதில் வரலாற்றின் எந்தக் காலகட்டத்தையும்விட, கடந்த நூறாண்டில்தான் அதிக

முன்னேற்றம் ஏற்பட்டு வந்துள்ளது. ஆரோக்கியம், மகிழ்ச்சி, செழிப்பு ஆகியவற்றின் திறவுகோலான, வாழ்வின் மாபெரும் இரகசியம் நமக்குள் இருக்கும் முடிவில்லாப் பேரறிவில் இருப்பது கண்டுபிடிக்கப்பட்டுள்ளது.

உங்களுக்குள் இருக்கும் முடிவில்லாப் பேரறிவை நீங்கள் சரியாகப் பயன்படுத்தும்போது, உங்களால் எந்தவொரு பிரச்சனையையும் தீர்க்க முடியும், எந்தவொரு தடையையும் தகர்க்க முடியும், நீங்கள் உண்மையிலேயே மனதார விரும்பும் எந்தவொரு விஷயத்தையும் உங்களால் அடைய முடியும். தனிமனித மகத்துவமும் தனிநபர் சாதனைகள் அனைத்தும் முடிவில்லாப் பேரறிவைச் சார்ந்தே உள்ளன. உண்மையில், இதுவரை நாம் விவாதித்து வந்துள்ள அனைத்தும், முடிவில்லாப் பேரறிவின் சக்தியைப் பயன்படுத்தி உங்கள் வாழ்வின் தரத்தைப் பரிபூரணமாக மாற்றுவதற்கு உங்களைத் தயார்படுத்தி வந்துள்ளன.

மாபெரும் சிந்தனையாளர்கள் பலர் இந்த மகாசக்தியைக் கண்டு வியந்து, அதைப் பற்றி எழுதியுள்ளனர். அதைப் பல பெயர்கள் கொண்டு அழைக்கவும் செய்தனர். ரஷ்ய பிரம்மஞானவாதியான மேடம் பிளாவட்ஸ்கி அதை "இரகசிய சித்தாந்தம்" என்று அழைத்தார். கவிஞரும் தத்துவவியலாளருமான ரால்ஃப் வால்டோ எமர்சன் அதை "உயர் ஆத்மா" என்று அழைத்து, "நம்முடைய ஒவ்வொரு தேவையையும் பூர்த்தி செய்யும் ஒரு மேலான பேரறிவின் மடியில் நாம் துயில்கிறோம்," என்று கூறினார். எமர்சன் இந்தப் பேரறிவை ஒரு பெருங்கடலுடன் ஒப்பிட்டு, அந்தப் பேரறிவிலிருந்து நாம் உள்நோக்குகளைப் பெறும்போது, அவை நம் மனத்திற்கு மிகவும் அப்பாற்பட்ட ஒன்றிலிருந்து வருவதை நாம் உணர்கிறோம் என்று கூறினார்.

நெப்போலியன் ஹில் இந்த சக்தியை "முடிவில்லாப் பேரறிவு" என்று குறிப்பிட்டார். அதை அவர் அறிவின் களஞ்சியம், அனைத்துக் கற்பனைகளின் ஊற்று, படைப்புத்திறனின் மூலம் என்று அழைத்தார். இந்தப் பேரறிவைப் பயன்படுத்தும் திறன்தான், பல ஆண்டுகளாகத் தான் பேட்டி கண்ட வெற்றிகரமான நூற்றுக்கணக்கான மக்களின் மாபெரும் வெற்றிக்கான மைய அம்சம் என்று அவர் விளக்கினார்.

மனித இனத்தின் கடந்தகால, நிகழ்கால, மற்றும் எதிர்கால ஞானம் முழுவதையும் உள்ளடக்கியது அது என்று

சுவிட்சர்லாந்து நாட்டின் உளநிலைப் பகுப்பாய்வாளரான கார்ல் ஜங் கூறினார். அது “கடவுளின் மனம்” என்றும், “படைப்புத்திறன் கொண்ட ஆழ்மனம்” என்றும் அழைக்கப்படுகிறது.

நீங்கள் என்ன பெயர் சொல்லி அழைத்தாலும் சரி, அதை நீங்கள் முறையாகவும் தவறாமலும் பயன்படுத்தும்போதும், அது உங்களைப் பயன்படுத்திக் கொள்ள அதை நீங்கள் அனுமதிக்கும்போதும் நீங்கள் அடையக்கூடிய சாதனைகளுக்கு அளவே இல்லை.

முடிவில்லாப் பேரறிவைப் பற்றி உங்களுக்குப் பரிச்சயம் இல்லை என்றால், அது எவ்வாறு வேலை செய்கிறது என்பதைப் பற்றி விளக்குவது சற்றுக் கடினமான செயல்தான். உங்கள் வாழ்க்கை முழுவதும் நீங்கள் அதை அவ்வப்போதோ அல்லது அரைகுறையாகவோ பயன்படுத்தி வந்துள்ளீர்கள். உண்மையில், நீங்கள் சாதித்துள்ளவற்றில் பலவற்றைத் தற்செயலாக நீங்கள் இந்த சக்தியைப் பயன்படுத்தியதன் விளைவு என்று கூறலாம். உங்களது ஆரோக்கியம், மகிழ்ச்சி, மற்றும் செழிப்பை அதிகரித்துக் கொள்வதற்கு இந்த சக்தியை எவ்வாறு முறையாகப் பயன்படுத்துவது என்று உங்களுக்கு விளக்குவதுதான் இந்த அத்தியாயத்தின் நோக்கம்.

படைப்புத்திறனின் மூலம்

உங்களுக்குள் இருக்கும் முடிவில்லாப் பேரறிவுதான் அனைத்துப் படைப்புத்திறனின் மூலம். உண்மையான கலையும், இசையும், இலக்கியமும் இந்த மூலத்திலிருந்து வருபவைதான். தன் கட்டுரைகளைத் தான் எழுதவில்லை, அவை தாமாகவே எழுதிக் கொண்டன என்று எமர்சன் கூறினார். அவர் தன் மேசையில் அமர்ந்ததும், வார்த்தைகள் தாமாகவே அவருக்குள் இருந்து புறப்பட்டு, பிறகு காகிதத்தில் வெளிப்படும். அவரது கட்டுரைகள் ஆங்கில மொழியின் மிக அழகான, உத்வேகமூட்டும் படைப்புகளாக இன்றும் விளங்குகின்றன.

மொசார்ட் இளம் வயதிலேயே இசையமைத்தார். அவரால் இசையைத் தன் மனத்தில் பார்க்கவும் கேட்கவும் முடிந்தது. எனவே, முதல் முறையிலேயே சுருதி சுத்தமாக அதை அவரால் எழுதிக் கொள்ள முடிந்தது. அவரைப் பற்றிக் கூறும்போது, “யாரோ சொல்லச் சொல்லத் தவறின்றி எழுதுவதுபோல் அவர்

மிக அழகாக இசையமைக்கிறார்," என்று இசையமைப்பாளர் சலீரி கூறுகிறார்.

பீத்தோவன், பாக், பிராம்ஸ், மற்றும் ஸ்ட்ராவின்ஸ்கி ஆகியோர் தங்கள் பிரம்மாண்டமான இசைப் படைப்புகளை உருவாக்கியபோது இந்த ஆழ்மன சக்தியைப் பயன்படுத்தினர். காலத்தால் அழியாததுபோல் தோன்றுகின்ற, உங்கள் இதயத்தை ஏதோ ஒரு வகையில் தொடுகின்ற ஓர் இசையைக் கேட்கும்போதோ அல்லது கலைப் படைப்பைப் பார்க்கும்போதோ, முடிவில்லாப் பேரறிவின் படைப்பை நீங்கள் அனுபவிக்கிறீர்கள்.

கண்டுபிடிப்புகள்

புதிய கண்டுபிடிப்புகள் மற்றும் அறிவியல் முன்னேற்றங்கள் அனைத்திற்கும் காரணம் இந்த முடிவில்லாப் பேரறிவுதான். எடிசன் தன் முடிவில்லாப் பேரறிவைப் பயன்படுத்தி, தனது நூற்றுக்கணக்கான கண்டுபிடிப்புகளுக்கு வழிவகுத்தப் பல தீர்வுகளைக் கண்டுபிடித்தார். அந்நாளில் வாழ்ந்த மாபெரும் மின்துறை நிபுணரான நிக்கோலா டெஸ்லா, மின்சாரத்தில் இயங்கும் மோட்டார்களைத் தன் மனத்திலேயே உருவாக்கி, அவற்றின் பாகங்களை மனத்திலேயே பிரித்து, அவற்றை மீண்டும் சேர்த்து, அவை கச்சிதமாக ஆகும்வரை தன் மனத்திலேயே அவற்றைச் சரிசெய்யும் திறமையைப் பெற்றிருந்தார். பிறகு தன் ஆய்வுக்கூடத்திற்குச் சென்று, முதல் முயற்சியிலேயே கச்சிதமாக இயங்கும் ஒரு புதிய மோட்டாரை அவரால் உருவாக்க முடிந்தது.

உத்வேகம்

ஒரு புதிய யோசனை அல்லது சாத்தியக்கூற்றால் உங்களுக்கு ஏற்படும் உத்வேகம், ஊக்குவிப்பு, உற்சாகம் ஆகிய அனைத்திற்கும் உங்கள் முடிவில்லாப் பேரறிவுதான் காரணம். நூற்றுக்கணக்கான உள்ளுணர்வுகளும் உள்நோக்குகளும் இந்த மூலத்திலிருந்துதான் வருகின்றன. நீங்கள் ஒரு பிரச்சனையுடன் போராடிக் கொண்டிருக்கும்போது, திடீரென்று ஒரு மாபெரும் யோசனை உங்கள் மனத்தில் தோன்றி, அது உங்கள் பிரச்சனைக்கான கச்சிதமான தீர்வாக அமையும்போது, நீங்கள் உங்கள் முடிவில்லாப் பேரறிவைப் பயன்படுத்துகிறீர்கள் என்று அர்த்தம். நீங்கள் எதிர்கொள்ளும் ஒரு சவாலைச்

சமாளிப்பதற்கு உதவும் வகையில் ஒரு புதிய உள்நோக்கு உங்களுக்குக் கிடைக்கும் ஒவ்வொரு முறையும், முடிவில்லாப் பேரறிவு உங்களுக்காக இயங்கிக் கொண்டிருக்கிறது என்பதை நினைவில் கொள்ளுங்கள்.

ஆழ்மனத் தகவல்கள்

முடிவில்லாப் பேரறிவு ஒரு பிரச்சனைக்குத் தீர்வு காணும்போதோ அல்லது ஓர் இலக்கை நோக்கிச் செயல்படும்போதோ, உங்கள் மனத்தின் ஆழத்தில் சேகரித்து வைக்கப்பட்டிருக்கும் அனைத்துத் தகவல்களும் அதன் கைக்கெட்டும் தூரத்தில்தான் உள்ளன. நீங்கள் இதுவரை கற்றுக் கொண்டுள்ள அல்லது அனுபவித்துள்ள அனைத்தையும் அதனால் கைவரப் பெற முடியும்.

எது உண்மை எது பொய் என்பது குறித்துப் பகுத்தாய்வு செய்யும் திறன் அதற்கு உள்ளது. ஒவ்வொரு நபரும் தன் மனத்தில் ஏராளமான தகவல்களைச் சேகரித்து வைத்துள்ளனர். அவை அனைத்தும் உண்மையாக இருக்க வேண்டியதில்லை. சில தகவல்கள் முக்கியமற்றவையாக இருக்கும். எடுத்துக்காட்டாக, எவரெஸ்ட் மலையின் உண்மையான உயரம் அல்லது பசிபிக் பெருங்கடலின் ஆழம் போன்றவற்றைக் குறிப்பிடலாம். அதே சமயம், சில தகவல்கள் மிகவும் முக்கியமானவையாக இருக்கும். எடுத்துக்காட்டாக, உங்கள் தனிப்பட்டச் சொத்துக்களைப் பாதிக்கின்ற இன்றியமையாத உண்மைகள். ஆனால் எல்லா விஷயங்களிலும், முடிவில்லாப் பேரறிவு உண்மையான தகவல்களை மட்டுமே எடுத்துக் கொள்கிறது. பிறகு, உங்கள் சூழ்நிலைக்குச் சரியான, பொருத்தமான விடைகளையும் தீர்வுகளையும் உங்களுக்குக் கொடுக்கிறது.

சில சமயங்களில் நீங்கள் உண்மையென்று கருதும் விஷயங்களுக்கு முரணான ஒரு யோசனையை அது உங்களுக்குக் கொடுக்கும். ஆனால் நீங்கள் சேகரித்துள்ள தகவல் தவறானது என்பதைப் பின்னர் நீங்கள் கண்டுகொள்வீர்கள். முரண்பாடாகத் தோன்றும் யோசனைதான் சரியான தீர்வாக இருக்கும் என்பதை இறுதியில் நீங்கள் உணர்வீர்கள். உங்களுக்குத் தேவையான சரியான விடை அதுவாகத்தான் இருக்கும்.

உங்கள் மூளைக்கு வெளியே உள்ள தகவல்கள்

உங்கள் தனிப்பட்ட அறிவிற்கும் அனுபவத்திற்கும் அப்பாற்பட்டத் தகவல்களை முடிவில்லாப் பேரறிவால் பெற முடியும். இது உங்கள் மூளைக்கு வெளியே உள்ளது. அதாவது, உங்கள் வெளிமனத்திற்கும் ஆழ்மனத்திற்கும் வெளியே உள்ளது.

அறிவியல் அறிஞராகப் பயிற்றுவிக்கப்பட்டிராத மைக்கேல் பாரடே என்ற ஆங்கிலேயர் திடீரென்று ஒருநாள் நள்ளிரவில் கண்விழித்தபோது, அவரது மனத்தில் பல அறிவியல் சூத்திரங்கள் நிரம்பி வழிந்தன. கணித சூத்திரங்களும் அறிவியல் கணக்கீடுகளும் அவர் மனத்திலிருந்து ஆறாகப் பாய்ந்தன. அவற்றை அவர் பக்கம் பக்கமாக எழுதித் தள்ளினார். எழுதி முடித்தவுடன், களைத்துப்போய் மீண்டும் தூங்கிவிட்டார்.

பிறகு, இங்கிலாந்தில் உள்ள மிகச் சிறந்த அறிவியலறிஞர்களிடம் தனது குறிப்புகளை அவர் எடுத்துச் சென்றபோது, அதுவரை இல்லாத பல விஷயங்களை அவர் உருவாக்கியிருந்ததாகத் தீர்மானிக்கப்பட்டது. மைக்கேல் பாரடேயின் இந்த யோசனைகள்தான் பின்னாளில் லீ பாரஸ்ட் என்ற அறிஞர் 'வாக்கும் டியூபை'க் கண்டுபிடிப்பதற்கும், இன்றைய மின்னணுக் கண்டுபிடிப்புகள் பலவற்றிற்கும் அடித்தளமாக அமைந்தன.

பிரபஞ்ச மனம்

அனைத்துப் பேரறிவையும் யோசனைகளையும் உள்ளடக்கிய ஒரு பிரபஞ்ச மனம் உங்களைச் சூழ்ந்துள்ளது. இதன் காரணமாக, உலகின் வெவ்வேறு பகுதிகளைச் சேர்ந்த வெவ்வேறு மக்கள் இந்த ஆற்றலைப் பயன்படுத்தி, ஒரே நேரத்தில் ஒரே யோசனைகளை வெளிப்படுத்துகின்றனர்.

என் பயிலரங்கில் கலந்து கொண்ட ஒருவர், கனடா நாட்டின் அணுமின் ஆற்றல் ஆய்வு நிலையத்தில் உள்ள ஒரு குழுவில் சேர்ந்து வேலை பார்த்திருந்தார். அவரது குழு 'காமா' கதிர் அளவீட்டுச் சாதனம் ஒன்றை உருவாக்கியிருந்தது. அந்த சாதனத்தைக் கச்சிதமாகச் செயல்பட வைப்பதற்கு அவர்களுக்கு இரண்டு ஆண்டுகள் தேவைப்பட்டன. ஆனால் அவர் அந்தப் பணித்திட்டத்தில் ஈடுபட்டிருந்த நேரத்தில்

அவருக்குக் கிடைத்த ஓர் உள்நோக்குதான் இங்கு முக்கியமான விஷயம்.

சில மாதங்களுக்குப் பிறகு, சர்வதேச அறிவியல் அறிஞர்களின் அமைப்பு ஒன்று, கனடாவின் ஆய்வு மையம் இந்தக் கருவியைக் கண்டுபிடித்த அதே நேரத்தில் அதே உள்நோக்கு சோவியத் யூனியனைச் சேர்ந்த அறிவியல் அறிஞர்களுக்கும் கிடைத்ததைக் கண்டுபிடித்தது. எனவே, அவர்களும் கிட்டத்தட்ட அதே கருவி ஒன்றைத் தயாரித்து இருந்தனர். பொதுமக்களிடம் பகிர்ந்து கொள்ளப்படுவதற்கு முன் இவ்விரு பணித்திட்டங்களும் மிகவும் இரகசியமாக வைக்கப்பட வேண்டியிருந்ததால், வேறு எந்த வழியிலும் இந்த உள்நோக்கை ஒருவருக்கொருவர் பரிமாறிக் கொண்டிருக்க முடியாது — முடிவில்லாப் பேரறிவு என்னும் ஊடகத்தின் வாயிலாகத் தவிர.

உங்களது அனுபவத்திற்கு அப்பாலுள்ள யோசனைகள்

உங்கள் முடிவில்லாப் பேரறிவை நீங்கள் முறையாகப் பயன்படுத்தத் துவங்கியவுடன், யோசனைகள் தாமாகவே உங்களிடம் வந்து கொட்டும். ஒரு புதிய பொருள் அல்லது சேவை குறித்த ஒரு நல்ல யோசனை நமக்குத் தோன்றி, அது நமக்கு அனுபவமில்லாத துறையைச் சேர்ந்தது என்பதால் அந்த யோசனையை நாம் ஒதுக்கித் தள்ளிய கொஞ்ச காலத்திற்குப் பிறகு வேறொரு நிறுவனம் அதே பொருளை அல்லது சேவையை உருவாக்கி, பெரும் லாபங்களைச் சம்பாதிப்பதை நாம் பார்த்திருக்கிறோம். முடிவில்லாப் பேரறிவின் செயல்பாட்டிற்கான ஓர் எடுத்துக்காட்டு இது.

ஒரு யோசனை கிடைக்கப் பெற்று அதை உதாசீனப்படுத்தும் ஒருவருக்கும், அதே யோசனை கிடைக்கப் பெற்று அதைச் செயல்படுத்தும் ஒருவருக்கும் இடையேயான வேறுபாடு, அந்த யோசனையைச் செயல்படுத்தியவருக்குத் தன்மீதும் தன் யோசனையை யதார்த்தமாக மாற்றும் தன் திறனின்மீதும் உயர்ந்த நம்பிக்கையும் உறுதியும் இருப்பதுதான். குழந்தைப் பருவம் முதலாக நாம் பக்குவப்படுத்தப்பட்டு வந்திருக்கும் விதத்தால், அவை அவ்வளவு மதிப்பு வாய்ந்தவை அல்ல என்று நினைத்து நாம் நம் சொந்த யோசனைகளை உதாசீனம் செய்கிறோம். உண்மையில், அவை நம் அனைவருடைய வாழ்க்கையையும் மாற்றக்கூடும். முடிவில்லாப் பேரறிவிடமிருந்து பெறும் உள்நோக்குகளின் மதிப்பை நீங்கள்

ஏற்றுக் கொள்ளத் துவங்கும்போது, உங்களுக்குத் தோன்றும் பல்வேறு வகையான யோசனைகளைக் கண்டு நீங்கள் வியந்து போவீர்கள். அடுத்த முறை உங்களுக்கு ஒரு யோசனை தோன்றும்போது, அதைக் கொண்டு ஏதேனும் செய்யுங்கள்.

தொடர்ச் செயல்பாடு

உங்கள் முடிவில்லாப் பேரறிவு ஒவ்வொரு கணமும் தொடர்ந்து செயல்பட்டுக் கொண்டே இருக்கிறது. அதற்கு ஓய்வே கிடையாது. ஓர் இலக்கு அல்லது ஒரு பிரச்சனையை நீங்கள் உங்கள் ஆழ்மனத்திடம் கொடுத்துவிட்டால், அது உங்கள் முடிவில்லாப் பேரறிவிடம் தெரிவிக்கப்பட்டுவிடுகிறது. பிறகு அந்தப் பேரறிவு அதன்மீது செயல்படத் துவங்குகிறது. நீங்கள் உங்கள் வழக்கமான வேலையைப் பார்க்கச் சென்றுவிடலாம். நீங்கள் உங்கள் இலக்கை அடைவதற்கு உங்களுக்குத் தேவைப்படும் அனைத்தையும் உங்களிடம் கொண்டு வருவதற்கு உங்கள் முடிவில்லாப் பேரறிவு மும்முரமாகச் செயல்படும்.

ஒப்பிடுவதும், ஆய்வு செய்வதும், தீர்மானிப்பதும்தான் உங்கள் வெளிமனத்தின் செயல்பாடு என்பதை நினைவில் கொள்ளுங்கள். தகவல்களைச் சேமிப்பதும், அவற்றை எடுத்துக் கொடுப்பதும், உங்கள் வெளிமனத்தின் கட்டளைகளுக்கு அடிபணிந்து நடப்பதும் உங்கள் ஆழ்மனத்தின் வேலை. உங்கள் முடிவில்லாப் பேரறிவு இவ்விரு மனங்களுக்கும் வெளியே, அவற்றுக்கு அப்பாற்பட்டு இயங்குகிறது, ஆனால் அவற்றின் ஊடாக இயங்குகிறது.

இலக்குசார் ஊக்குவிப்பு

உங்கள் முடிவில்லாப் பேரறிவு இலக்குகளைக் கொண்டு ஊக்குவிக்கும் திறன் பெற்றது. இலக்குகளை நிர்ணயித்து, அவற்றை நோக்கி நீங்கள் முன்னேறத் துவங்கும்போது நீங்கள் அனுபவிக்கும் உற்சாகம் மற்றும் கிளர்ச்சியின் மூலம் இதுதான். ஆனால், இந்த ஊக்குவிப்பை உருவாக்குவதற்குத் தெளிவான, திட்டவட்டமான இலக்குகள் உங்கள் முடிவில்லாப் பேரறிவிற்குத் தேவை. அதோடு, அந்த இலக்குகள் குறித்து நீங்கள் அர்ப்பணிப்புடன் நடந்து கொள்வதும் அவசியம். அப்போது உங்கள் முடிவில்லாப் பேரறிவு அவற்றை அடைவதற்கான ஆற்றலையும் யோசனைகளையும் விடுவிக்கும்.

முடிவில்லாப் பேரறிவு "தங்குதடையற்ற ஆற்றலுக்கான" மூலம். இதை நீங்கள் பல முறை அனுபவித்திருக்கிறீர்கள். பெரும் உற்சாகம், ஆழமான விருப்பம், அல்லது அதீத ஆபத்துக் காலங்களில் உங்கள் ஊடாகப் பாய்ந்து செல்லும் மனரீதியான மற்றும் உடல்ரீதியான ஆற்றல்தான் அது. உங்களுக்கு முக்கியமான ஏதோ ஒன்றை நோக்கி நீங்கள் மும்முரமாகச் செயல்படும்போது, இரவு பகல் பாராமல் வேலை செய்வதற்கு உங்களுக்கு உதவும் மட்டற்ற ஆற்றல் உங்கள் ஊடாகப் பாய்வதை நீங்கள் அடிக்கடி உணர்ந்திருப்பீர்கள்.

ஏதோ ஓர் அவசரகாலத் தேவையின் காரணமாக நள்ளிரவில் கண்விழித்த அனுபவம் உங்களுக்கு ஏற்பட்டுள்ளதா? சிறிது நேரத்திற்கு முன் களத்துப்போய் ஆழ்ந்த உறக்கத்திற்குள் சென்றுவிட்ட நீங்கள், கண்ணிமைக்கும் நேரத்திற்குள் முற்றிலும் தெளிவாகி, துடிப்புடன் செயல்படத் துவங்கியிருப்பீர்கள். உங்கள் முடிவில்லாப் பேரறிவின் தங்குதடையற்ற ஆற்றலைப் பயன்படுத்துவதற்கான ஓர் எடுத்துக்காட்டு இது.

இதற்கான மற்றோர் எடுத்துக்காட்டு, உயிருக்கு ஆபத்தான நேரங்களில் மக்கள் அசாதாரணமான காரியங்களைச் செய்வது. ஒருசில வருடங்களுக்கு முன், புளோரிடா மாநிலத்தில், அறுபத்தெட்டு வயது நிரம்பிய திருமதி லாரா ஷுல்ட்ஸ் சமைத்துக் கொண்டிருந்தபோது, வீட்டிற்கு வெளியே அவரது நாற்பது வயது மகன் தன் காரைப் பழுது பார்த்துக் கொண்டிருந்தார். காருக்கு அடியில் அண்டை கொடுத்து, காரின் கீழே படுத்து அவர் பழுது பார்த்துக் கொண்டிருந்தபோது, திடீரென்று அந்த அண்டை விலகி, கார் அவரது மார்பின்மீது விழுந்தது. அது அவரைக் கிட்டத்தட்டக் கொன்றுவிட்டது.

வலியால் அவர் துடித்து அலறியபோது, அவரது வயதான தாயார் வேகமாக வெளியே வந்து, என்ன நிகழ்ந்தது என்பதைத் தெரிந்து கொண்டு, உடனடியாகச் செயல்பட்டார். காரின் அருகே சென்று, பம்பரைப் பிடித்து, சுமார் ஆயிரம் கிலோ எடை கொண்ட காரைத் தன் கைகளால் தூக்கித் தன் மகனின் உயிரைக் காப்பாற்றினார்.

அவர் செய்ததை அண்டை வீட்டார் இருவர் பார்த்தனர். ஆனால் அதன் பிறகு, பத்திரிகை நிருபர்கள் அவரைப் பேட்டி கண்டபோது, அப்படி ஒரு காரியம் நிகழ்ந்ததையே அவர் மறுத்தார். அந்த அனுபவத்தை அவர் தன் மனத்திலிருந்து

முற்றிலுமாகத் தூக்கி எறிந்திருந்தார். காரணம், தான் நினைத்திருந்ததைவிடத் தான் வலிமையானவர் என்ற உண்மை அவரைத் திக்குமுக்காடச் செய்தது.

உங்கள் முடிவில்லாப் பேரறிவுடன் நீங்கள் பரிபூரண ஒத்திசைவுடன் செயல்படும்போது, ஆரோக்கியமும், ஆற்றலும், வலிமையும் உங்களுக்குள் தடையின்றித் தொடர்ந்து பாய்ந்து, ஒரு சராசரி நபர் ஒரு வாரத்தில் செய்யும் விஷயங்களை ஒருசில மணிநேரங்களிலேயே நீங்கள் செய்து முடிப்பதை நீங்கள் அனுபவிப்பீர்கள். உலகம் மெதுவாக இயங்குவது போலவும், உங்கள் மனம் வேகமாக இயங்குவது போலவும் தோன்றும் ஒரு தடையற்ற நிலைக்குள் நீங்கள் புகுந்து கொள்வீர்கள். இந்த நேரத்தில், உயர்ந்த தரம் கொண்ட அதிக வேலைகளை சுலபமாகச் செய்யும் திறனை நீங்கள் பெறுவீர்கள். சிறப்பாக இருக்கும் உணர்வையும் நீங்கள் பெறுவீர்கள். உங்களுக்குத் தேவைப்படும் நேரத்தில், தேவையான யோசனைகள் உங்கள் மனத்தில் தொடர்ந்து பளிச்சிடுவதை நீங்கள் உணர்வீர்கள்.

தெளிவான கட்டளைகள்

தெளிவான, அதிகாரபூர்வமான கட்டளைகளுக்கு, அதாவது, நேர்மறையான சுயபிரகடனங்களுக்கு உங்கள் முடிவில்லாப் பேரறிவு சிறப்பாகச் செயல்விடை கொடுக்கும். ஓர் இலக்கு அல்லது ஒரு விருப்பம் குறித்து உங்கள் வெளிமனத்திலிருந்து உங்கள் ஆழ்மனத்திற்கு நீங்கள் சுயபிரகடனம் செய்யும் ஒவ்வொரு முறையும், நீங்கள் உங்கள் முடிவில்லாப் பேரறிவைத் தூண்டி, உங்கள் விருப்பம் யதார்த்தமாக மாறுவதற்குத் தேவையான யோசனைகளையும் ஆற்றலையும் விடுவிக்கிறீர்கள்.

தீர்மானம் எடுக்கும் திறன் வெற்றியாளர்களிடம் ஒரு முக்கியப் பண்பாக இருப்பது இதனால்தான். தங்களுக்கு என்ன வேண்டும் என்பதை அவர்கள் துல்லியமாகத் தெரிந்து வைத்திருப்பதால், அவர்களது முடிவில்லாப் பேரறிவு அவர்களுக்காகத் தொடர்ந்து செயல்படுகிறது. நீங்கள் ஊசலாடுவதை நிறுத்திவிட்டு, ஏதாவது ஒரு விஷயம் குறித்து ஒரு தெளிவான, திட்டவட்டமான தீர்மானத்தை எடுக்கும்போது, அனைத்தும் உங்களுக்கு அனுகூலமாகச் செயல்படத் துவங்குவதை நீங்கள் காண்பீர்கள்.

"நான் என்னை நேசிக்கிறேன்" அல்லது "என்னால் முடியும்" என்று சுயபிரகடனம் செய்யும்போது, உங்கள் மனசக்திகள் அனைத்தையும் நீங்கள் விடுவிக்கிறீர்கள்.

மக்கள் தங்களிடம் உள்ள ஆற்றலை முற்றிலுமாகப் பயன்படுத்தாததற்கு முக்கியக் காரணம் அவர்கள் அதைத் தீவிரமாக எடுத்துக் கொள்ளாததுதான் என்று நான் முன்பு குறிப்பிட்டிருந்தேன். அவர்களது வாழ்க்கையில் நல்ல மாற்றங்கள் ஏற்படுவதற்குத் தேவையான தீர்மானங்களை எடுக்க அவர்கள் மறுக்கின்றனர் என்பதுதான் நான் கூற விரும்பிய விஷயம்.

திட்டவட்டமான தீர்மானங்களை எடுக்கும்போது நீங்கள் எவ்வளவு சிறப்பாகச் செயல்படுகிறீர்கள் என்பதைக் கண்டு நீங்கள் வியந்துபோவீர்கள். முயற்சியைக் கைவிடுவது அல்லது வேறு ஏதேனும் செய்வது குறித்த எண்ணங்களைத் தூக்கி எறிந்துவிடுங்கள். உங்கள் இலக்கை அடைவதற்குத் தேவையான அனைத்தையும் நீங்கள் செய்யப் போவதாகவும், எதுவும் உங்களைத் தடுத்து நிறுத்தப் போவதில்லை என்றும் தீர்மானித்துக் கொள்ளுங்கள். அக்கணத்தில், சராசரியான திறன்கள் கொண்ட ஒரு நபர்கூட அசாதாரணமான சாதனைகளைப் படைக்கும் ஒருவராக மாறிவிடுகிறார்.

ஒவ்வொரு பிரச்சனைக்குமான தீர்வு

உங்கள் இலக்குகள் தெளிவாக இருக்கும்வரை, அதை அடையும் வழியில் நீங்கள் எதிர்கொள்ளும் ஒவ்வொரு பிரச்சனையையும் உங்கள் முடிவில்லாப் பேரறிவு தொடர்ந்து தீர்த்துக் கொண்டே வருகிறது. அதிகமாகப் பணம் சம்பாதிப்பது உங்கள் இலக்காக இருந்து, நீங்கள் எவ்வளவு பணம் சம்பாதிக்க விரும்புகிறீர்கள் என்பது குறித்தத் தெளிவு உங்களிடம் இருந்தால், அதை நீங்கள் நிச்சயமாக அடைந்தே தீருவீர்கள்.

தங்களுக்கென்று பெரிய இலக்குகளை நிர்ணயித்துக் கொண்டு, விடாமுயற்சியுடனும் தளராத உறுதியுடனும் அவற்றை நோக்கிச் செயல்பட்டு, இறுதியில் அவற்றை சாதித்துள்ளவர்களின் கதைகளை வரலாறு நெடுகிலும் காணலாம். தலைசிறந்த நிர்வாக வல்லுனரான பீட்டர் டிரக்கர், "எங்கோ ஓரிடத்தில் ஒரு வேலை செய்து முடிக்கப்பட்டதை நீங்கள் கண்டால், ஒரு தெளிவான குறிக்கோளுடன் செயல்பட்ட ஒருவரின் முயற்சி அதற்குப் பின்னால்

ஒளிந்திருக்கும் என்பதை நீங்கள் காண்பீர்கள்," என்று கூறினார். ஒரு மாபெரும் சாதனையை நீங்கள் பார்க்கும்போது, தனக்கு என்ன வேண்டும் என்பது குறித்து முழுத் தெளிவுடன் இருக்கும், அதை அடைவதற்கு எவ்வளவு காலம் ஆனாலும் சரி, என்ன செய்ய வேண்டியிருந்தாலும் சரி, அதற்கு முற்றிலும் தயாராகவும் ஆர்வத்துடனும் இருக்கும் ஒருவரை நீங்கள் காண்பீர்கள்.

உங்கள் இலக்குகள்மீது உங்கள் சிந்தனைகளைக் குவித்து வைப்பதுதான் உங்கள் வேலை. நீங்கள் உங்கள் இலக்கை நோக்கிப் பயணிக்கும்போது தலைதூக்குகின்ற ஒவ்வொரு பிரச்சனையையும் உங்கள் முடிவில்லாப் பேரறிவு தானாகவே தீர்த்து வைக்கும். உங்கள் இலக்கு தெளிவாக இருக்கும்வரை, இந்த சக்தி உங்களுக்கு எல்லா வகையிலும் உதவி புரியும் என்று நீங்கள் தாராளமாக நம்பலாம்.

முறையான மனச்சூழல்

விசுவாசமும் ஏற்றுக் கொள்ளும் தன்மையும் நிரம்பிய மனச்சூழலில் உங்கள் முடிவில்லாப் பேரறிவு சிறப்பாகச் செயல்படும். உங்கள் பிரச்சனைகள் தீர்க்கப்படும், தடைகள் தகர்க்கப்படும், உங்கள் இலக்குகளை நீங்கள் அடைவீர்கள் என்ற உறுதியான நம்பிக்கையும் எதிர்பார்ப்பும் அடங்கிய ஒரு மனப்போக்குதான் உங்கள் எண்ணத்தின் அதிர்வு வேகத்தை அதிகரித்து, உங்கள் முடிவில்லாப் பேரறிவைச் சிறப்பாகச் செயல்பட வைக்கும்.

துவக்கத்தில் இது கடினமாக இருந்தாலும், எந்தவொரு சூழ்நிலை குறித்தும் நீங்கள் முற்றிலும் ஆசுவாசமாக இருக்கும்போதுதான், எதிர்பார்க்காத வழிகளில் அந்தச் சூழ்நிலை தானாகவே சீரடைகிறது. விளைவுகள் உங்கள் விருப்பத்திற்கேற்பவே இருக்கும். சில சமயங்களில், நீங்கள் கேட்டதைவிட இன்னும் சிறப்பாகவே இருக்கும். நீங்கள் மிகவும் 'கடினமாக' முயற்சிக்காமல் இருந்தால், உங்கள் முடிவில்லாப் பேரறிவு நீங்கள் விரும்புபவற்றை உங்களிடம் கொண்டு வந்து சேர்ப்பதில் சிறப்பாகச் செயல்படும்.

மாபெரும் மனிதர்கள் அனைவரும் விசுவாசம் நிறைந்தவர்களாக இருந்து வந்துள்ளனர். பிரபஞ்சத்தின்மீது முழுமையான நம்பிக்கை வைத்து, நடப்பதெல்லாம் சரியான நேரத்தில் சரியாகவே நடக்கின்றது என்ற விசுவாசத்தை

அவர்கள் வளர்த்திருந்தனர். அமைதியும், உறுதியும், தங்களை மீறிய மாபெரும் சக்தி தங்களுக்கு உதவிக் கொண்டிருக்கிறது என்ற நம்பிக்கையும் அடங்கிய மனப்போக்கு அவர்களிடம் இருந்து வந்துள்ளது.

கோபம், கவலை, அல்லது பொறுமையின்மை போன்ற எதிர்மறையான குணங்கள் உங்கள் முடிவில்லாப் பேரறிவைத் தடுத்துவிடும். அவை உங்கள் சக்திகளைக் குறைத்து, உங்கள் சிந்தனையில் குழப்பத்தை விளைவிக்கும். உங்கள் வெளிமனத்திலிருந்து உங்கள் ஆழ்மனத்திற்கு நீங்கள் அனுப்பும் தகவல்களைக் குழப்பும். அழிவுபூர்வமான உணர்ச்சிகள், உங்கள் முடிவில்லாப் பேரறிவு சீராகச் செயல்படுவதற்குத் தேவையான அமைதியான, நேர்மறையான மனப்போக்கில் குறுக்கிடும்.

உங்களுக்குத் தேவைப்படும் அனுபவங்களை அது உங்களிடம் கொண்டுவரும்

நீங்கள் வெற்றி பெறுவதற்கு உங்களுக்குத் தேவைப்படும் அனுபவங்களை உங்கள் முடிவில்லாப் பேரறிவு உங்களிடம் கொண்டுவந்து சேர்க்கும். நீங்கள் ஓர் இலக்கை நிர்ணயிக்கும்போது, வெளியுலகில் நிரந்தரமாக அதை அடைவதற்கு முன் உங்கள் அக உலகில் நீங்கள் உங்களைத் தயார்படுத்திக் கொள்ள வேண்டும். உங்கள் இலக்கை ஏற்றுக் கொள்ளும் நிலையை நீங்கள் அடையும் வண்ணம் நீங்கள் வளர வேண்டும். உங்கள் இலக்கை அடைவதற்கு உங்களுக்கு அவசியமான பாடங்களை நீங்கள் கற்றுக் கொள்வதற்குத் தேவைப்படும் அனுபவங்கள் ஊடாக உங்கள் முடிவில்லாப் பேரறிவு உங்களை வழிநடத்திச் செல்லும். அப்போது உங்கள் விருப்பம் வெளியுலகில் மெய்யாவதற்கு முன், உங்கள் மனத்தில் முற்றிலுமாக வெளிப்பட்டிருக்கும்.

இது ஒரு முக்கியமான விஷயம்: நீங்கள் ஒரு விஷயத்தை அடையும்போது, மனத்தளவில் அதற்கு நீங்கள் தயாராக இல்லையென்றால், அதை நிரந்தரமாக உங்களால் தக்க வைத்துக் கொள்ள முடியாது. எதிர்பார்க்காத வகையில் உங்களுக்கு ஏராளமான பணம் கிடைத்து, ஆனால் உங்கள் சுயகருத்து அதற்கு ஏற்றாற்போல் இல்லையென்றால், அந்தப் பணத்தை இழக்கும் நடத்தையில் உங்களையும் அறியாமல் நீங்கள் ஈடுபடுவீர்கள். அதனால்தான் “சுலபமாக வருவது சுலபமாகப் போய்விடும்” என்று கூறுகின்றனர்.

ஆனால், புற உலகில் நீங்கள் அதிக ஆக்கபூர்வமாகச் செயல்படும் அதே நேரத்தில், மனத்தளவிலும் நீங்கள் வளர்ச்சியடைந்து படிப்படியாக வெற்றி பெறும்போது, வாழ்வில் நீங்கள் விரும்பும் நிலையை அடையும் நேரத்தில் அதை நிரந்தரமாகத் தக்க வைத்துக் கொள்ள உங்களால் முடியும்.

நீங்கள் உங்கள் வாழ்க்கையைத் திரும்பிப் பார்க்கும்போது, சிறப்பு வாய்ந்த ஒவ்வொரு சாதனைக்குப் பின்னாலும், சிரமங்களும், ஏமாற்றங்களும், தற்காலிகமான தோல்விகளும் தோன்றி இருந்ததைக் காண்பீர்கள். பயம், கவலை, சோர்வு ஆகியவற்றை நீங்கள் அடிக்கடி எதிர்கொண்டிருப்பீர்கள். ஆனால், பின்னாளில் அதைப் பற்றி நினைத்துப் பார்க்கும்போது, அந்தச் சிரமமான அனுபவங்கள் ஒவ்வொன்றும் நீங்கள் இன்று இருக்கும் நபராக ஆவதற்கும், உங்கள் இலக்கை அடைவதற்கும் இன்றியமையாததாக இருந்துள்ளதை உங்களால் பார்க்க முடியும்.

இது ஒரு முக்கியமான விஷயம். நீங்கள் கற்க வேண்டிய விஷயங்களில் உங்களுக்குப் பயிற்சியளிப்பதற்குத் தேவையான அனுபவங்களையும் படிப்பினைகளையும் உங்கள் முடிவில்லாப் பேரறிவு உங்களுக்காக வகுத்துக் கொடுக்கிறது. உங்கள் முடிவில்லாப் பேரறிவு அதிகப் பொறுமையானதும்கூட. உறவுகளிலோ, வியாபாரத்திலோ, பணத்திலோ அல்லது ஆரோக்கியத்திலோ, நீங்கள் கற்றுக் கொள்ள வேண்டிய ஒரு படிப்பினையைக் கற்றுக் கொள்ளவில்லை என்றால், நீங்கள் அதைக் கற்றுக் கொள்ளும்வரை தொடர்ந்து அந்த அனுபவங்களை உங்களுக்கு அது கொடுத்துக் கொண்டே இருக்கும். நீங்கள் கற்றுக் கொண்ட பிறகுதான், உங்கள் வளர்ச்சியில் அடுத்த அடியை எடுத்து வைக்க உங்களுக்கு அனுமதி அளிக்கப்படும்.

தான் பேட்டி கண்ட செல்வந்தர்களில் கிட்டத்தட்ட ஒவ்வொருவரும் தாங்கள் வெற்றி பெறுவதற்கு முன் ஒரு மாபெரும் தோல்வியைக் கடக்க வேண்டியிருந்ததை நெப்போலியன் ஹில் கண்டறிந்தார். முயற்சியைக் கைவிடுவதற்கான நேரம் வந்துவிட்டதாக வெளியுலகில் உள்ள அனைத்தும் அவர்களுக்கு உணர்த்தியபோதுதான், அவர்கள் தங்கள் இலக்குகளுக்கு வெகு அருகே வந்திருந்தனர்.

நீங்கள் உங்கள் இலக்கைச் சென்றடைவதற்கு முன், உங்கள் முடிவில்லாப் பேரறிவு ஓர் இறுதிச் சுற்றுத் தேர்வை

உங்களுக்காக நடத்துவது போன்றது அது. மிகவும் கடினமான அனுபவங்களை நீங்கள் சந்திக்கும்போதுதான், உங்கள் மனத்தைக் கட்டுப்படுத்தி, நீங்கள் எதிர்கொண்டு இருக்கும் சிரமங்கள் உங்கள் இலக்கிற்கு உங்களை இட்டுச் செல்வதற்கான மைல்கற்கள் என்று ஆணித்தரமாக நம்ப வேண்டும்.

வெற்றிகரமான மனிதர்கள் 'தோல்வி' என்ற வார்த்தையைப் பயன்படுத்துவதே இல்லை. தற்காலிகமான தோல்விகளை அவர்கள், வெற்றி பெறுவதற்குக் கற்றுக் கொள்ளும் இன்னொரு வழி என்ற வகையில் பார்க்கின்றனர். தாங்கள் எதிர்கொள்ளும் ஒவ்வொரு தடையிலும் ஏமாற்றத்திலும் அவர்கள் அதற்கு இணையான அல்லது அதைவிட அதிக அனுகூலத்தையும் வாய்ப்பையும் தேடுகின்றனர். ஒவ்வோர் அனுபவத்திலிருந்தும் அவர்கள் கற்றுக் கொள்கின்றனர். ஏமாற்ற உணர்வு தங்களுக்கு ஏற்பட அவர்கள் அனுமதிப்பதில்லை. அவர்கள் தங்கள் மனத்தை அமைதியாகவும், நேர்மறையாகவும், தங்கள் இலக்கின்மீது குவித்தும் வைக்கின்றனர். இதன் விளைவாக, அவர்கள் தங்கள் முடிவில்லாப் பேரறிவைத் தூண்டுகின்றனர்.

அதைப் பயன்படுத்தவில்லை என்றால் இழந்துவிடுவீர்கள்

உங்கள் முடிவில்லாப் பேரறிவின்மீது நம்பிக்கை வைத்து, அதை நீங்கள் தொடர்ந்து பயன்படுத்தும்போது அதன் திறன் வளர்கிறது. நம்மைச் சுற்றி இருக்கும் இந்த மாயசக்தியின்மீது முழுமையான நம்பிக்கை வைக்கத் துவங்கும்போதுதான் நாம் மாபெரும் விஷயங்களைச் சாதிக்கத் துவங்குகிறோம். "நீங்கள் ஒன்றைப் பயன்படுத்தவில்லை என்றால், அதை இழந்துவிடுவீர்கள்" என்று பயன்பாட்டு விதி கூறுகிறது. உங்களிடம் உள்ள மனத்திறன்களையும் உடற்திறன்களையும் நீங்கள் பயன்படுத்தும்போது அவை வலிமையடைந்து, உங்கள் கட்டளைகளுக்கு அதிகமாகக் கீழ்ப்படிகின்றன என்றும் அவ்விதி கூறுகிறது. உங்களை வழிநடத்துவதற்கும், இயக்குவதற்கும், உத்வேகப்படுத்துவதற்கும், உங்களுக்கு அறிவூட்டுவதற்கும், உங்கள் வழியில் குறுக்கிடும் பிரச்சனைகளைத் தீர்ப்பதற்கும் உங்கள் முடிவில்லாப் பேரறிவை நாடுவதை ஒரு வழக்கமாக நீங்கள் உருவாக்கிக் கொள்ளும்போது, அது ஒவ்வொரு நாளும் வேகமாகவும் அதிக பயனுள்ளதாகவும் செயல்படுகிறது.

அது உங்களுக்குச் சரியாக வழிகாட்டுகிறது

உங்கள் வார்த்தைகளும், செயல்களும், அவற்றின் விளைவுகளும் உங்கள் சுயகருத்து மற்றும் உங்கள் இலக்குகளுடன் ஒத்திசைவாக இருக்கும்படி உங்கள் முடிவில்லாப் பேரறிவு பார்த்துக் கொள்கிறது. நீங்கள் உங்கள் முடிவில்லாப் பேரறிவுடன் சுருதி சேர்ந்து இருக்கும்போது, ஒவ்வொரு சூழ்நிலையிலும் நீங்கள் சரியான விஷயத்தைப் பேசவும், சரியான விஷயத்தைச் செய்யவும் தூண்டப்படுவீர்கள்.

சில சமயமங்களில் சரியான வார்த்தைகள் தாமாகவே உங்கள் வாயிலிருந்து வரும். வேறு சில சமயங்களில், ஒரு புத்தகம் அல்லது ஒலிநாடாவை வாங்கவோ அல்லது யாரோ ஒருவருக்குத் தொலைபேசி அழைப்பு விடுக்கவோ அல்லது ஒருவரைச் சந்திக்கவோ, ஒரு கடிதம் எழுதவோ அல்லது ஒரு தீர்மானத்தை மேற்கொள்ளவோ தூண்டப்படுவீர்கள். அக்கணத்தில் நீங்கள் செய்ய வேண்டிய சரியான காரியமாக அது அமைந்திருந்ததைப் பின்னர் நீங்கள் உணர்வீர்கள். ஒரு புத்தகத்தை அல்லது இதழைத் திறக்கும்போது, உங்களுக்குத் தேவையான விடை அப்பக்கத்தில் இருப்பதை நீங்கள் காண்பீர்கள். முடிவில்லாப் பேரறிவு என்னும் மகாசக்தியை நீங்கள் எவ்வளவு அதிகமாக நம்புகிறீர்களோ, இந்த வகையான நிகழ்வுகள் அவ்வளவு அதிகமாக நிகழும்.

அர்த்தமுள்ள தற்செயல் நிகழ்வுகள்

சம்பந்தமில்லாதவைபோல் தோன்றும் இரண்டு நிகழ்வுகள் ஒரே நேரத்தில் நடந்து, ஆனால் எப்படியோ இந்த இரண்டு நிகழ்வுகளும் நீங்கள் உங்கள் இலக்கை நோக்கிச் செல்வதற்கு உங்களுக்கு உதவும்போது, அது அர்த்தமுள்ள தற்செயல் நிகழ்வு என்று கூறப்படுகிறது. எடுத்துக்காட்டாக, காலையில் வேலைக்குச் செல்வதற்கு முன் ஹவாய் தீவிற்கு உல்லாசப் பயணம் செல்வதைப் பற்றி நீங்கள் சிந்தித்திருப்பீர்கள். நாளின் பிற்பகுதியில், குறைந்த கட்டணத்தில் ஹவாய் தீவில் ஒருவார விடுமுறை குறித்த ஒரு சிறப்பு அறிவிப்பை நீங்கள் பார்க்கக்கூடும். இதற்கான இன்னோர் எடுத்துக்காட்டு, அதிகப் பணம் சம்பாதிப்பது குறித்து வார இறுதியில் நீங்கள் யோசித்துவிட்டு, திங்கட்கிழமை காலையில் அலுவலகத்திற்குள் நுழையும்போது உங்கள் உயரதிகாரி உங்களை அழைத்து உங்களுக்குப் பதவி உயர்வும் அதிகச் சம்பளமும் கொடுப்பதாக

அறிவிப்பது. இந்த நிகழ்வுகள் அனைத்திற்கும் இடையே உள்ள ஒரே இணைப்பு, உங்கள் எண்ணங்கள் மற்றும் இலக்குகள் வாயிலாக நீங்கள் அவற்றுக்குக் கொடுத்துள்ள அர்த்தங்கள்தாம். முடிவில்லாப் பேரறிவின் செயல்பாட்டிற்கான எடுத்துக்காட்டுகள் இவை.

தங்கள் முடிவில்லாப் பேரறிவைப் பயன்படுத்தும் மக்கள், "என் வாழ்வில் நிகழ்ந்துள்ள அதிசயத்தை நீங்கள் நம்ப மாட்டீர்கள்," என்று கூறுவது அடிக்கடி நிகழும் ஒன்று. மற்றவர்கள், தங்கள் வாழ்வில் இப்படிப்பட்ட அதிசயங்கள் நிகழ்ந்தாலும், அது வெறும் "அதிர்ஷ்டம்" அல்லது தற்செயலான நிகழ்வு என்று கூறி நிராகரித்துவிடுகின்றனர்.

விதிகளால் இயக்கப்படும் ஒரு பிரபஞ்சத்தில் நாம் வாழ்கிறோம். எதுவும் தற்செயலாக நிகழ்வதில்லை. திட்டவட்டமான விதிகள் மற்றும் கோட்பாடுகளின் விளைவாகவே அனைத்தும் நிகழ்கின்றன, அவை என்னவென்று உங்களுக்குத் தெரியாமல் இருக்கும்போதும்கூட.

இரண்டாம் உலகப் போரின்போது, 1941ம் ஆண்டின் இலையுதிர்காலத்தில், ஹிட்லருடன் சமாதானம் செய்து கொள்ளுமாறு இங்கிலாந்துப் பிரதமர் வின்ஸ்டன் சர்ச்சிலை அவரது அவை உறுப்பினர்கள் வற்புறுத்தினர். சர்ச்சில் அதை ஏற்க மறுத்தார். அமெரிக்கா உலகப் போரில் ஈடுபடுவதற்கு ஏதேனும் ஒன்று நிகழும் என்றும், அது மொத்தக் கணக்கையே மாற்றிவிடும் என்றும் சர்ச்சில் பதிலளித்தார். எப்படி அவரால் இவ்வளவு உறுதியாகக் கூற முடிந்தது என்று அவரிடம் வற்புறுத்திக் கேட்கப்பட்டபோது, "ஏனெனில், நான் வரலாற்றைப் படிக்கிறேன். ஒரு விஷயத்தில் நீங்கள் தொடர்ந்து தாக்குப் பிடிக்கும்போது, ஏதேனும் ஒன்று எப்போதும் நிகழும் என்று வரலாறு கூறுகிறது," என்று அவர் விடையளித்தார்.

இந்த உரையாடல் நடந்த ஒருசில வாரங்களுக்குப் பிறகு, 1941ம் ஆண்டு டிசம்பர் மாதம் ஏழாம் நாள், ஜப்பானியர்கள் அமெரிக்காவிலுள்ள பேர்ல் ஹார்பர் துறைமுகத்தின்மீது குண்டு வீசினர். ஹிட்லர் இதைக் கேள்விப்பட்டபோது, உடனடியாக அமெரிக்காவின்மீது போர்ப் பிரகடனம் செய்தார். ஒரே இரவில் எல்லாமே மாறிவிட்டன. பலம் பொருந்திய அமெரிக்கா இங்கிலாந்துடன் கூட்டு சேர்ந்தது. ஜப்பானின் நடவடிக்கை பல தொடர் நிகழ்வுகளை ஏற்படுத்தி, ஹிட்லரிடமிருந்து இங்கிலாந்தைக் காப்பது என்று தான் கொண்டிருந்த இலக்கை அடைவதற்குச் சர்ச்சிலுக்கு உதவியது.

அமைதி, உறுதியான நம்பிக்கை, நேர்மறையான எதிர்பார்ப்பு ஆகியவை அடங்கிய மனப்போக்கை உங்களால் தக்க வைத்துக் கொள்ள முடிந்தால், வாழ்வில் எத்தனைப் புயல்கள் வந்தாலும் சரி, இத்தகைய அதிசய நிகழ்வுகளை நீங்கள் தொடர்ந்து அனுபவிப்பீர்கள். இந்தக் குதூகலமான அனுபவங்கள் உங்களை எப்போதும் மகிழ்ச்சியாகவும் உற்சாகமாகவும் வைத்திருக்கும்.

இயங்குவதற்கான இரண்டு சூழ்நிலைகள்

இரண்டு சூழ்நிலைகளில் உங்கள் முடிவில்லாப் பேரறிவு சிறப்பாக இயங்குகிறது. முதலாவது, உங்கள் வெளிமனம் ஒரு குறிப்பிட்டப் பிரச்சனை அல்லது இலக்கின்மீது 100 சதவீதம் கவனம் செலுத்தும்போது. இரண்டாவது, வேறு ஏதோ ஒரு விஷயத்தில் உங்கள் வெளிமனம் மும்முரமாகச் செயல்படும்போது. எதுவொன்றையும் சாதிப்பதற்கு நீங்கள் இவ்விரண்டு வழிகளையும் முயற்சிக்க வேண்டும்.

உங்கள் முடிவில்லாப் பேரறிவின் சக்திகள் அனைத்தையும் ஒரே விஷயத்தின்மீது செயல்பட வைப்பதற்கான ஓர் எளிய, ஐந்து அம்சச் செயல்முறை இது.

முதலாவது அம்சம்: உங்கள் பிரச்சனையை அல்லது இலக்கைத் தெளிவாக வரையறை செய்து எழுதிக் கொள்ளுங்கள். நீங்கள் துல்லியமாக எதை சாதிக்க விரும்புகிறீர்கள் அல்லது எந்தப் பிரச்சனையைத் தீர்க்க விரும்புகிறீர்கள்?

இரண்டாவது அம்சம்: உங்களால் முடிந்த அளவுக்குத் தகவல்களைத் திரட்டுங்கள். அதிகமாகப் படியுங்கள், ஆய்வு செய்யுங்கள், கேள்விகளைக் கேளுங்கள், உங்களுக்குத் தேவையான விடையைக் கண்டுபிடிப்பதற்காக மும்முரமாகச் செயல்படுங்கள்.

மூன்றாவது அம்சம்: நீங்கள் சேகரித்துள்ள தகவல்களைப் பரிசீலனை செய்வதன் மூலம் உங்கள் வெளிமனத்தைக் கொண்டு உங்கள் பிரச்சனையைத் தீர்க்க முயலுங்கள்.

நான்காவது அம்சம்: அப்படி உங்களால் உங்கள் பிரச்சனையைத் தீர்க்க முடியாவிட்டால், அதை உங்கள் முடிவில்லாப் பேரறிவிடம் ஒப்படைத்துவிடுங்கள். ஒரு பலூனை எப்படிப் பறக்க விடுவீர்களோ, உங்கள் பிரச்சனையையும் அதேபோல் உங்கள் முடிவில்லாப் பேரறிவிடம் விடுவித்துவிடுங்கள்.

ஐந்தாவது அம்சம்: உங்கள் வெளிமனத்தை வேறு ஏதேனும் ஒரு வேலையில் ஈடுபடுத்திவிட்டு, உங்கள் கவனத்தைத் திசைதிருப்புங்கள். உங்கள் பிரச்சனையை உங்கள் முடிவில்லாப் பேரறிவு கவனித்துக் கொள்ளட்டும்.

இக்கணத்தில் நீங்கள் ஒரு பிரச்சனையுடன் போராடிக் கொண்டிருந்தால், இந்த வழியை முயற்சித்துப் பாருங்கள். உங்களுக்குக் கிடைக்கும் விளைவுகளைக் கண்டு நீங்கள் வியந்து போவீர்கள்.

உங்களுக்குத் தேவையான விடைகளை முடிவில்லாப் பேரறிவு கொண்டுவரும்

முடிவில்லாப் பேரறிவு சரியான விடையைச் சரியான நேரத்தில் உங்களிடம் கொண்டுவரும். விடை உங்களுக்குக் கிடைக்கும்போது, நீங்கள் உடனடியாக அதன்மீது செயல்பட வேண்டும். அது காலக்கெடுவுடன் வருகிறது. ஒருவரைத் தொலைபேசியில் அழைக்க வேண்டும், அல்லது ஏதோ ஒன்றைச் சொல்ல வேண்டும் அல்லது செய்ய வேண்டும் என்ற உள்ளுணர்வு உங்களுக்கு ஏற்படும்போது, அது சரியான காரியம்தான் என்று உங்கள் மனத்திற்குத் தோன்றும்போது, நம்பிக்கையுடன் உங்கள் உள்ளுணர்வைப் பின்தொடர்ந்து செல்லுங்கள். அது சரியான செயலாகவே இருக்கும்.

ஒரு நபருடன் உங்களுக்குப் பிரச்சனை இருந்து, என்ன செய்ய வேண்டும் அல்லது என்ன சொல்ல வேண்டும் என்பது பற்றிய ஒரு தெளிவான யோசனை உங்களுக்குத் தோன்றினால், உங்கள் உள்ளுணர்வைப் பின்தொடர்ந்து செல்லுங்கள், அந்த நபரோடு நீங்கள் விவாதிக்க வேண்டியிருந்தாலும் சரி. விளைவு நீங்கள் எதிர்பார்த்ததைவிடச் சிறப்பாகவே இருக்கும்.

ஒரு தொழில்முறைப் பேச்சாளர் என்ற முறையில், ஒரு பயிலரங்கை எவ்வாறு வடிவமைப்பது, எவ்வாறு துவக்குவது என்பது பற்றி சில சமயங்களில் குழம்பிக் கொண்டிருப்பேன். ஆனால் ஒரு குறிப்பிட்ட நேரத்தில், குறிப்பாக நான் மேடையை நோக்கி நடந்து செல்லும் நேரத்தில், அதை என் முடிவில்லாப் பேரறிவிடம் ஒப்படைக்கும்போது, என் மொத்த உரையும் என் மனக்கண்ணில் விரியும். அந்த உரை கச்சிதமானதாக, சரியானதாக இருக்கும்.

சமீபத்தில், ஒரு பெருநிறுவனக் கூட்டம் ஒன்றில் விற்பனையில் உள்ள பிரச்சனைகள் பற்றிப் பேசுவதற்கு

என்னை அழைத்திருந்தனர். அதன்படி நான் என் உரையைத் தயாரித்திருந்தேன். ஆனால் பார்வையாளர்களிடம் நான் அறிமுகப்படுத்தப்பட்டபோது, நீண்டகால இலக்குகள் மற்றும் உத்திகளின் முக்கியத்துவம் பற்றியும், பழையவற்றைத் துணிச்சலோடு உதறித் தள்ளிவிட்டுப் புதிய திசைகளில் பயணிக்க வேண்டியதன் முக்கியத்துவம் பற்றியும் அவர்களிடையே பேசுவதற்கு என்னுள் ஒரு பெரும் தூண்டுதல் ஏற்பட்டது. என் பேச்சின் முடிவில், அனைவரும் எழுந்து நின்று கைதட்டிப் பாராட்டினர்.

பிறகு, அந்நிறுவனத்தின் தலைவர் என்னை அழைத்துப் பேசினார். என் சொற்பொழிவிற்கு முன், இரண்டு நாட்கள் அவர்கள் தங்கள் நிறுவனத்தின் எதிர்காலப் போக்குக் குறித்து விவாதித்துக் கொண்டிருந்ததாக அவர் கூறினார். அவர்கள் போராடிக் கொண்டிருந்த விஷயங்களை எனது பேச்சு தெளிவுபடுத்திவிட்டதாகவும், அவர்களை மிகவும் வருத்திக் கொண்டிருந்த பிரச்சனைகள் சிலவற்றைத் தீர்ப்பதற்கான முக்கியமான விஷயங்களை அது அவர்களுக்குக் கொடுத்திருந்ததாகவும் அவர் தெரிவித்தார். முடிவில்லாப் பேரறிவு அவர்களுக்குக் கற்றுக் கொடுக்க நினைத்த விஷயங்களை என்னைப் பேச வைத்து என் மூலமாக அவர்களுக்கு வழிகாட்டியுள்ளது.

உங்கள மனக்கடிகாரம்

எதிர்காலத்தில் சில விஷயங்களைக் குறிப்பிட்ட நேரத்தில் செய்வதை நினைவில் கொள்வதற்கு உங்கள் முடிவில்லாப் பேரறிவைப் பயன்படுத்தி உங்களை நீங்களே பக்குவப்படுத்திக் கொள்ளலாம். எடுத்துக்காட்டாக, ஒரு குறிப்பிட்ட நேரத்தில் உறக்கத்திலிருந்து விழிப்பதற்கு உங்கள் மனத்தை நீங்களே பயிற்றுவித்துக் கொள்ளலாம். நான் உட்பட, பலர் அலாரக் கடிகாரத்தைப் பயன்படுத்துவதே இல்லை. அலாரத்தின் உதவியின்றி நம்மால் சரியான நேரத்தில் கண்விழிக்க முடியும். அடுத்த நாள் காலையில் எத்தனை மணிக்கு எழுந்திருக்க வேண்டும் என்று நீங்கள் தீர்மானித்துவிட்டால் போதும். சரியாக அந்த நேரத்தில் அல்லது அதற்கு ஒருசில நிமிடங்களுக்கு முன்பு நீங்கள் விழித்துவிடுவீர்கள்.

யாரோ ஒருவரைத் தொலைபேசியில் அழைப்பதற்கோ அல்லது வேலை முடிந்து வீடு திரும்பும் வழியில் ஏதோ ஒரு

பொருளை வாங்குவதற்கோ நீங்கள் உங்களுக்கு நினைவூட்டிக் கொள்ளலாம். துல்லியமாக சரியான நேரத்தில் அல்லது இடத்தில், நீங்கள் திட்டமிட்ட எண்ணம் உங்கள் மனத்தில் துள்ளிக் குதிக்கும். வெறுமனே இந்த சக்தியைப் பயன்படுத்த வேண்டும் என்று நீங்கள் தீர்மானிப்பதன் மூலம் உங்களால் இந்த சக்தியைப் பயன்படுத்த முடியும்.

முடிவில்லாப் பேரறிவுச் செயல்பாட்டு விதி

இப்புத்தகத்தில் உள்ள மிக முக்கியமான விதி இது. இதிலுள்ள பிற விதிகள் அனைத்தையும் இணைக்கும் சாராம்ச விதியும் இதுதான். "உங்கள் வெளிமனத்தில் தொடர்ந்து நீங்கள் நிலைநிறுத்தும் எந்தவோர் எண்ணமும், திட்டமும், இலக்கும், யோசனையும், அது நேர்மறையாக இருந்தாலும் சரி, எதிர்மறையாக இருந்தாலும் சரி, முடிவில்லாப் பேரறிவால் யதார்த்தமாக்கப்படுகிறது," என்று இவ்விதி கூறுகிறது.

உங்கள் மனத்தில் ஆதிக்கம் செலுத்தும் எண்ணங்களைக் கொண்டு உங்கள் உலகை நீங்கள் எவ்வாறு படைக்கிறீர்கள் என்று இவ்விதி விளக்குகிறது. பயத்தைக் களைந்து, உங்களுக்கு விருப்பமான விஷயங்கள்மீது உங்கள் மனத்தைக் குவித்தால் உங்கள் இலக்குகள் உங்கள் யதார்த்தமாக மாறும்.

பிற விதிகளைப்போலவே இவ்விதியும் நடுநிலையானது. அது யாரிடமும் பாரபட்சம் காட்டுவதில்லை. காரண—காரிய விதியின் மிக உயர்ந்த வெளிப்பாடு இது. இந்த சக்தியை நீங்கள் நல்லவற்றுக்குப் பயன்படுத்தினால், நல்லவை உங்கள் வாழ்வில் வந்து சேரும். இதை எதிர்மறையாகப் பயன்படுத்தினால், நோய், மகிழ்ச்சியின்மை, பொருளாதாரச் சீர்கேடு ஆகியவை உங்கள் வாழ்வில் வந்து சேரும். தேர்ந்தெடுக்கும் சுதந்திரம் உங்களுக்கு உள்ளது. நீங்கள் எப்படிப்பட்ட உலகில் வாழ விரும்புகிறீர்கள் என்பதை நீங்களே தேர்ந்தெடுக்கலாம். ஒவ்வொரு நாளும் நீங்கள் சிந்திக்கும் எண்ணங்கள் வாயிலாக நீங்கள் அதைத் தேர்ந்தெடுக்கிறீர்கள்.

ஒரு வெற்றிகரமான வாழ்க்கை என்பது உங்களுக்கு விருப்பமில்லாத விஷயங்களில் கவனம் செலுத்துவதைத் தவிர்த்துவிட்டு, உங்கள் இலக்குகள், விருப்பங்கள், ஆரோக்கியம், மகிழ்ச்சி, செழிப்பு ஆகியவற்றைப் பற்றி நீங்கள் சிந்திக்கின்ற வெற்றிகரமான மணித்துளிகள், வெற்றிகரமான நாட்கள் ஆகியவற்றின் கூட்டுதான்.

முடிவில்லாப் பேரறிவைத் தூண்டுதல்

உங்கள் முடிவில்லாப் பேரறிவைத் தூண்டுவதற்குப் பல வழிகள் உள்ளன. எல்லா நேரங்களிலும் உங்கள் இலக்குகளைப் பற்றிச் சிந்திப்பது முதலாவது வழி. இதுதான் மிகவும் நம்பத்தகுந்த வழியுமாகும். இது மட்டுமே உங்களை மகிழ்ச்சியாகவும் ஒருமித்தக் கவனத்துடனும் வைத்திருக்கும். உங்கள் இலக்குகளை அடைவதற்கு உதவும் யோசனைகள் மற்றும் ஊக்குவிப்பின் வடிவில் முடிவில்லாப் பேரறிவின் ஆற்றல்கள் உங்கள் ஊடாகப் பாய்ந்து செல்ல இது வழிவகுக்கும்.

உங்கள் முடிவில்லாப் பேரறிவைத் தூண்டுவதற்கான இரண்டாவது வழி, தனிமையைக் கடைபிடிப்பது. அதாவது 'மௌனத்தில் ஆழ்வது.' தனிமை உங்கள் எண்ணத்திற்குச் சமநிலையையும் தெளிவையும் கொடுக்கும் ஓர் அற்புதமான மருந்து. நீங்கள் யார், உங்களுக்கு எது முக்கியம் என்பது பற்றிச் சிந்திப்பதற்கு அது உங்களுக்கு ஒரு வாய்ப்பைக் கொடுக்கிறது. எல்லாவற்றுக்கும் மேலாக, முழுமையான தீர்வுகள் உங்கள் முடிவில்லாப் பேரறிவிடமிருந்து உங்கள் மனத்திற்குள் பாய்ந்தோடி வருவதற்குக் காரணமான அமைதியை இந்தத் தனிமை உங்களுக்குக் கொடுக்கிறது.

நீங்கள் ஒருபோதும் மௌனத்தைக் கடைபிடித்ததில்லை என்றால், எங்கேனும் ஓர் அமைதியான இடத்திற்குச் சென்று, ஆடாமல் அசையாமல் ஒருமணிநேரம் அமைதியாக அமருங்கள். எதையும் பருகாதீர்கள், குறிப்புகள் எடுக்காதீர்கள், புகைபிடிக்காதீர்கள், இசையைக் கேட்காதீர்கள், எதுவும் செய்யாதீர்கள். வெறுமனே ஒருமணிநேரம் அமைதியாக அமர்ந்திருங்கள்.

பெரும்பாலான மக்கள் தங்களோடு தனிமையில் நேரத்தைச் செலவிடுவதே இல்லை. தனிமையைப் பொறுத்தவரை இதுதான் உங்கள் முதல் அனுபவம் என்றால், அது உங்களுக்குக் கடினமாக இருக்கும். முதல் இருபது நிமிடங்களுக்குள் எங்காவது எழுந்து சென்றுவிட வேண்டும் என்ற ஒரு தவிப்பு உங்களுக்குள் ஏற்படும். அமைதியாக உட்கார்வது உங்களுக்கு இயலாத காரியமாக இருக்கும். ஆனால், முப்பது நிமிடங்கள் அசையாமல் இருப்பதற்கு நீங்கள் உங்களைக் கட்டுப்படுத்திக் கொண்டால், ஆச்சரியமான விஷயங்கள் நிகழும். நிங்கள் அமைதியாகவும் ஆசுவாசமாகவும்

உணர்வீர்கள். நீங்கள் உங்களுடனும் உலகோருடனும் மகிழ்ச்சியாக உணர்வீர்கள்.

பிறகு, ஒரு குறிப்பிட்டக் கணத்தில், படைப்பாற்றல் உங்கள் ஊடாகப் பாய்வதை நீங்கள் உணர்வீர்கள். அதிக மகிழ்ச்சியையும் பயனையும் அனுபவிப்பதற்கு உடனடியாகச் செயல்படுத்தக்கூடிய யோசனைகளையும் உள்நோக்குகளையும் நீங்கள் பெறுவீர்கள். உங்களை வருத்திக் கொண்டிருக்கும் பிரச்சனைக்கான விடை சரியான நேரத்தில் உங்கள் மனத்தில் உதிக்கும். அதை நீங்கள் உடனடியாக அடையாளம் கண்டுகொள்வீர்கள். உங்கள் தனிமை நேரம் முடிந்ததும், அங்கிருந்து எழுந்து சென்று, உங்கள் மனத்தில் உதித்தத் தீர்வை நீங்கள் நடைமுறைப்படுத்தும்போது, நீங்கள் செய்ய வேண்டிய சரியான காரியம் அதுதான் என்பதை நீங்கள் கண்டுகொள்வீர்கள். வெகுதூரத்தில் எங்கோ ஓரிடத்தில் இருந்து இந்த விடை உங்களுக்குக் கொடுக்கப்பட்டதாக உங்களுக்குத் தோன்றும். உண்மையும் அதுதான்.

உங்கள் முடிவில்லாப் பேரறிவைத் தூண்டுவதற்கான மூன்றாவது வழி உங்கள் இலக்கை ஏற்கனவே நீங்கள் அடைந்துவிட்டதாக மனக்காட்சிப்படுத்துவது. நீங்கள் விரும்பும் இலக்கு அல்லது விளைவு பற்றிய ஒரு தெளிவான காட்சியை உங்கள் மனத்தில் உருவாக்குங்கள். உங்கள் ஆழ்மனம் இதை ஒரு கட்டளையாக ஏற்றுக் கொண்டு, உங்கள் முடிவில்லாப் பேரறிவிடம் இதை ஒப்படைக்கும்வரை இதைப் பற்றிச் சிந்தித்துக் கொண்டே இருங்கள்.

நீங்கள் மிகக் குறைந்த முயற்சி மேற்கொள்ளும்போதுதான் உங்கள் முடிவில்லாப் பேரறிவு ஆற்றலுடன் செயல்படுகிறது. உங்கள் பிரச்சனையை அல்லது இலக்கை முற்றிலுமாக அதனிடம் ஒப்படைக்கும்போது அதிக மதிப்புவாய்ந்த யோசனைகள் தூண்டப்படுகின்றன. நம்பிக்கையுடன் உங்கள் இலக்கை விடுவித்து, உங்கள் மனத்தை வேறு ஏதேனும் ஒரு விஷயத்தில் செலுத்துவது, உங்களுக்குள் ஒளிந்திருக்கும் சக்திகளை விடுவிக்கும்.

ஒரு பூங்காவில் ஆசுவாசமாக அமர்ந்திருப்பதும், மனத்தை மயக்கும் இசையைக் கேட்பதும் உங்கள் முடிவில்லாப் பேரறிவைத் தூண்டி, அற்புதமான யோசனைகள் உங்கள் மனத்திற்குள் உதிக்கும்படி செய்யும். தியானிப்பது, கடற்கரையில் காலாற நடப்பது போன்றவையும் உதவும்.

உங்கள் முடிவில்லாப் பேரறிவிடமிருந்து வரும் ஒரு நல்ல உள்நோக்கு அல்லது யோசனை, பல மாதங்கள் அல்லது பல வருடங்கள் நீங்கள் கடினமாக உழைப்பதை மிச்சப்படுத்தும். நீங்கள் எதிர்கொண்டிருக்கும் ஒரு முக்கியப் பிரச்சனையைத் தீர்ப்பதற்கு இந்த வழிகளில் ஒன்றைப் பயன்படுத்துவதை நீங்கள் தாமதிக்கக்கூடாது. நீங்கள் வெகு மும்முரமாக இருக்கும்போதுதான், உங்கள் உட்குரலைச் செவிமடுக்க வேண்டியது அதிக அவசியமானதாக ஆகிறது.

முடிவில்லாப் பேரறிவு தரும் தீர்வு

மூன்று வழிகளில் முடிவில்லாப் பேரறிவிடமிருந்து உங்களுக்குத் தீர்வு கிடைக்கும். முதலாவது வழி, உங்கள் உள்ளுணர்வு. அடிக்கடி உங்களுக்கு இங்கிருந்துதான் தீர்வு கிடைக்கும். சில சமயங்களில் இந்த உட்குரல் மிகவும் சத்தமாக இருக்கும். அந்த நேரத்தில் உங்களால் வேறு எதைப் பற்றியும் சிந்திக்க முடியாது. உங்கள் உட்குரல் அளிக்கும் விடை மிகத் துல்லியமானதாகவும், மிகச் சரியானதாகவும், தெளிவாகவும், வெளிப்படையாகவும் இருக்கும். அது சரியானது என்று நீங்களும் உணர்வீர்கள்.

உங்கள் உள்ளுணர்வை எப்போதும் நம்புங்கள். அதற்கு எதிராக ஒருபோதும் செயல்படாதீர்கள். உங்கள் உள்ளுணர்வுதான் உங்கள் முடிவில்லாப் பேரறிவுடனான உங்களது நேரடித் தொடர்பு. வெற்றிகரமான மக்கள் அனைவரும் தங்கள் உள்ளுணர்வைக் கூர்ந்து கவனிக்கின்றனர். உங்கள் வாழ்வில் உள்ள பெரும்பாலான பிரச்சனைகளும், நீங்கள் செய்துள்ள தவறுகளும், இந்த உள்ளுணர்வை நீங்கள் புறக்கணித்ததன் விளைவுதான்.

முடிவில்லாப் பேரறிவிடமிருந்து உங்களுக்குக் கிடைக்கும் தீர்வுக்கான இரண்டாவது வழிமுறை, தற்செயலான சந்திப்புகள். நீங்கள் ஒரு தெளிவான இலக்கைக் கொண்டிருக்கும்போது, அல்லது உங்கள் இலக்கை அடையும் வழியில் ஏதேனும் ஒரு பிரச்சனையைச் சமாளிக்க வேண்டியிருக்கும்போது, உங்களுக்கு உதவக்கூடிய மக்களை எதிர்பாராத வகையில் நீங்கள் சந்திப்பீர்கள். பெரும்பாலும் அவர்கள் அன்னியர்களாக, ஏதேனும் ஒரு பயணத்தின்போது அல்லது சமூகச் சூழ்நிலைகளில் சந்திக்கும் நபர்களாக இருப்பார்கள். உங்களுக்குத் தேவையான தகவல்களைக்

கொடுக்கக்கூடிய புத்தகங்கள், இதழ்கள், அல்லது கட்டுரைகளை நீங்கள் படிப்பீர்கள். நீங்கள் தேடிக் கொண்டிருக்கும் விடையை ஓர் ஒலிநாடாவில் நீங்கள் கேட்கக்கூடும். உங்களுக்குத் தேவையான நேரத்தில், தேவையான வடிவத்தில் உங்களுக்கான விடை உங்களை வந்தடைவதை நீங்கள் பார்ப்பீர்கள்.

என்னுடைய நண்பர் ஒருவர் புகழ்பெற்றப் புகைப்படக்காரர். ஒருநாள் மாலையில் அவர் தன் வீட்டில் இருந்தபோது, ஒரு பெரும் பிரச்சனை அவரை வாட்டிக் கொண்டிருந்தது. வரவேற்பறையில் இருந்த புத்தக அலமாரியிலிருந்து ஒரு புத்தகத்தை எடுக்குமாறு அவருக்கு ஓர் உள்ளுணர்வு ஏற்பட்டது. அவர் அந்தப் புத்தகத்தை நோக்கிச் சென்றபோது, அது அலமாரியில் இருந்து கீழே விழுந்து திறந்தது. அவர் குனிந்து அதை எடுத்தபோது, அவர் தேடிக் கொண்டிருந்த பதில், திறந்திருந்த பக்கத்தின் முதல் பத்தியில் இருந்ததை அவர் கண்டார். அவர் சில நாட்களுக்கு முன்புதான் என் பயிலரங்கு ஒன்றில் கலந்து கொண்டிருந்தார். எனவே, முடிவில்லாப் பேரறிவிடமிருந்து தனக்குத் தீர்வு கிடைத்ததை அவர் உடனடியாகத் தெரிந்து கொண்டார். அடுத்த நாள் அவர் தனக்குக் கிடைத்தத் தீர்வை நடைமுறைப்படுத்தி வெற்றி கண்டார்.

"இன்று ஏதோ ஓர் அற்புதமான விஷயம் எனக்கு நிகழப் போகிறது," என்று கூறி ஒவ்வொரு நாளையும் துவங்குமாறு முன்பு நான் உங்களுக்குப் பரிந்துரைத்தேன் அல்லவா? ஒவ்வொரு நாளும் ஏதோ ஓர் அற்புதமான விஷயம் நடக்கப் போகிறது என்ற நம்பிக்கையுடன் நீங்கள் வாழும்போது, உங்கள் எதிர்பார்ப்பை மெய்யாக்கும் மக்களை நீங்கள் சந்திப்பீர்கள், தகவல்களையும் பெறுவீர்கள். மிகவும் ஆச்சரியகரமான வழிகளில் உங்கள் முடிவில்லாப் பேரறிவிடமிருந்து உங்களுக்குத் தீர்வுகள் கிட்டும்.

தீர்வுகளுக்கான மூன்றாவது வழிமுறை, முடிவில்லாப் பேரறிவிடம் இருந்து உங்களுக்குக் கிடைக்கும் கணிக்க முடியாத நிகழ்வுகள். ஒரு வியாபாரத்தில் ஏற்படும் புதுமைக்கான முதன்மைக் காரணம், எதிர்பாராத தோல்வி அல்லது எதிர்பாராத வெற்றி என்று பீட்டர் டிரக்கர் கூறியுள்ளார். நீங்கள் முற்றிலும் எதிர்பாராத நிகழ்வுதான் நீங்கள் தேடிக் கொண்டிருக்கும் விடையை உள்ளடக்கியிருக்கும். பெரும்பாலும் அந்த நிகழ்வு உங்கள்

வாழ்வில் ஏற்படும் ஒரு முக்கியமான பின்னடைவாகவோ அல்லது தோல்வியாகவோ வெளிப்படும்.

சர் அலெக்சாண்டர் ஃபிளெமிங் லண்டனில் இருந்த தன் ஆய்வுக்கூடத்தில் நுண்ணுயிரிகள்மீது ஆய்வு நடத்திக் கொண்டிருந்தபோது, பூஞ்சைக் காளான் ஒன்று எங்கிருந்தோ பறந்து வந்து அவர் ஆய்வு செய்ய வைத்திருந்த கலயத்தில் விழுந்து, அதிலிருந்த நுண்ணுயிரிகளைக் கொன்று, அவரது பரிசோதனையைப் பாழாக்கிவிட்டது. அவர் அதைத் தூக்கி எறிந்துவிட்டு மீண்டும் துவங்கவிருந்த நேரத்தில், அந்த நுண்ணியிரிகள் இறந்துவிட்டிருந்ததைக் கண்டார். அதனால் அவர் அந்தப் பூஞ்சைக் காளானைத் தீவிரமாக ஆய்வு செய்யத் துவங்கினார். அதன் விளைவாக, பென்சிலினை அவர் கண்டுபிடித்தார். இரண்டாம் உலகப் போரில் பல கோடி உயிர்களைக் காத்த அந்தக் கண்டுபிடிப்பிற்காக அவர் மருத்துவத்திற்கான நோபல் பரிசைப் பெற்றார்.

கடவுள் உங்களுக்கு ஒரு பரிசை அனுப்பும்போது, அதை ஒரு பிரச்சனைக்குள் பொதிந்து அனுப்புவதாக டாக்டர் நார்மன் வின்சென்ட் பீல் கூறுகிறார். பிரச்சனை எவ்வளவு பெரிதாக உள்ளதோ, பரிசும் அவ்வளவு பெரிதாக இருக்கும். வெற்றிகரமான, மகிழ்ச்சியான மக்கள் மிகக் கடினமான சூழ்நிலைகளிலும் ஏதேனும் ஒரு நேர்மறையான விஷயத்தை, தங்களுக்குப் பயனளிக்கக்கூடிய விஷயத்தை, கற்றுக் கொள்ளத்தக்க ஒரு விஷயத்தைத் தேடுவதை ஒரு பழக்கமாக வைத்துள்ளனர். இந்த மனப்போக்கு அவர்களது பிரச்சனைக்கான ஒரு தீர்வை அல்லது ஓர் உள்நோக்கை முடிவில்லாப் பேரறிவிடமிருந்து அவர்களுக்குப் பெற்றுத் தருகிறது.

முடிவில்லாப் பேரறிவிடமிருந்து வரும் தீர்வின் பண்புகள்

முடிவில்லாப் பேரறிவிடமிருந்து வரும் தீர்விற்கு மூன்று பண்புநலன்கள் உள்ளன. முதலில், அந்தத் தீர்வு வரும்போது, அது 100 சதவீதம் முழுமையானதாகவும், பிரச்சனையின் அனைத்து அம்சங்களையும் கையாள்வதாகவும் உள்ளது. அது அந்த நேரத்தில் உங்கள் வசம் உள்ள வளங்கள் மற்றும் திறன்களுக்கு உட்பட்டு இருக்கின்றது. அது எப்போதும் எளிமையானதாகவும், நடைமுறையில் செயல்படுத்துவதற்கு சுலபமானதாகவும் உள்ளது.

இரண்டாவது, அது மிகவும் வெளிப்படையாக இருப்பதை வெளிச்சம் போட்டுக் காட்டுவதாகத் தோன்றும். “ஆஹா, இதை நாம் பார்க்காமல் போய்விட்டோமே,” என்று நீங்கள் ஆச்சரியப்படும் வகையில் அது மிகவும் எளிமையானதாகவும் வெளிப்படையானதாகவும் இருக்கும். இதை ஏன் நீங்கள் முன்பே சிந்திக்கவில்லை என்று நீங்கள் வியந்து நிற்பீர்கள்.

மூன்றாவது, அது எப்போதும் மகிழ்ச்சியையும் ஆற்றலையும் உடனழைத்து வரும். அது உங்களுக்குள் உற்சாகத்தை ஏற்படுத்தி, உடனடியாக நடவடிக்கை எடுக்க உங்களைத் தூண்டும்.

நள்ளிரவில் உங்கள் முடிவில்லாப் பேரறிவிடமிருந்து ஒரு தீர்வு உங்களுக்குக் கிடைத்தால், எழுந்து உட்கார்ந்து அதை எழுதி வைத்துக் கொள்ளாமல் அல்லது அது குறித்து வேறு ஏதேனும் செய்யாமல் உங்களால் மீண்டும் தூங்க முடியாது.

தங்கம், வெள்ளி ஆகியவற்றை எடைபோடுவது குறித்தப் பிரச்சனைக்கு, குளித்துக் கொண்டிருந்தபோது விடை கிடைத்துவிட்ட மகிழ்ச்சியில், ‘யுரேகா, யுரேகா’ என்று கத்திக் கொண்டு நிர்வாணமாக எழுந்து ஓடிய ஆர்கிமிடிஸின் கதையை நாம் எல்லோரும் அறிவோம். முடிவில்லாப் பேரறிவிடமிருந்து ஒரு தீர்வு உங்களுக்குக் கிடைக்கும்போது, அது பெரும் முயற்சிக்குப் பிறகு கிடைத்தாலும்கூட, அது உங்களுக்கு உற்சாகத்தையும், மகிழ்ச்சியையும், குதூகலத்தையும் கொண்டு வரும். தடையற்ற ஆற்றல் உங்களுக்குள் பீறிட்டுக் கிளம்புவதை நீங்கள் உணர்வீர்கள். உங்களுக்குக் கிடைத்துள்ள தீர்வை உடனடியாகச் செயல்படுத்த நீங்கள் விரும்புவீர்கள். அது குறித்து மகிழ்ச்சியாகவும் நம்பிக்கையாகவும் உணர்வீர்கள். அந்தத் தீர்வு நிச்சயமாக வேலை செய்யும் என்ற உறுதியுடன் செயல்படுவீர்கள்.

தெளிவாக வரையறுக்கப்பட்ட இலக்குகளும், விரிவான திட்டங்களும், கூடவே நேர்மறையான மனப்போக்கும், வெற்றி குறித்த ஓர் உறுதியான எதிர்பார்ப்பும் உங்களிடம் இருக்கும்போது, நீங்கள் விரும்பும் அனைத்து விஷயங்களையும் உங்கள் வாழ்விற்குள் கொண்டுவர உங்கள் முடிவில்லாப் பேரறிவைத் தூண்டுகிறீர்கள். நீங்கள் நேர்மறையாக சுயபிரகடனம் செய்து, தெளிவாக மனக்காட்சிப்படுத்தி, முழுமையாக நம்பும்போது, ஒவ்வொரு சூழ்நிலையிலும் சரியான நேரத்தில் சரியான விஷயங்களைக் கூறுவதற்கு நீங்கள் தூண்டப்படுவீர்கள். ஆரோக்கியம், மகிழ்ச்சி மற்றும்

செழிப்பிற்கான முழு ஆற்றலையும் நீங்கள் விடுவிப்பீர்கள். பிரபஞ்சத்தின் மாபெரும் சக்தியுடன் நீங்கள் உங்களை முழுவதுமாக ஐக்கியப்படுத்திக் கொள்வீர்கள்.

செயல்முறைப் பயிற்சி

ஒருமணிநேரம் ஆடாமல் அசையாமல் ஒரே இடத்தில் தனிமையில் அமர்வதற்கு நேரம் ஒதுக்கிக் கொள்ளுங்கள். இதை எவ்வளவு சீக்கிரம் செய்ய முடியுமோ, அவ்வளவு சீக்கிரமாகச் செய்யுங்கள். இந்த மௌன நேரத்தில், உங்கள் மனத்தில் வேறு எதைப் பற்றியும் சிந்திக்காதீர்கள். உங்கள் பிரச்சனைகளைத் தற்காலிகமாக ஒதுக்கி வையுங்கள். உங்கள் மனம் கனவு காணட்டும். எதைப் பற்றியும் குறிப்பாகச் சிந்திக்காதீர்கள். உங்கள் வேலை மற்றும் உங்கள் தனிப்பட்ட வாழ்கையிலிருந்து தற்காலிகமாக ஒதுங்கி நில்லுங்கள். எல்லாவற்றையும் உங்கள் முடிவில்லாப் பேரறிவிடம் ஒப்படைத்துவிட்டு, உங்கள் கவலைகளை விடுவித்துவிடுங்கள்.

நீங்கள் மௌனத்தைக் கடைபிடிக்கும் நேரத்தில், ஏதோ ஒரு கணத்தில், உங்கள் மனம் அமைதியாகவும் தெளிவாகவும் ஆகும். நீங்கள் ஆசுவாசமாகவும் மகிழ்ச்சியாகவும் உணர்வீர்கள். உங்களிடமிருந்து எந்த முயற்சியும் தேவைப்படாமல், அந்த நேரத்தில் உங்களுக்குத் தேவைப்படும் சரியான பதில் உங்களிடம் வந்து சேரும்.

ஒருமணிநேரம் முடிந்த பிறகு, அங்கிருந்து எழுந்து சென்று உங்கள் உள்ளுணர்வு கூறியதைச் செயல்படுத்துங்கள். உங்கள் முடிவில்லாப் பேரறிவு உங்களுக்குக் காட்டிய வழியைப் பின்தொடர்ந்து செல்லுங்கள். மற்றவர்கள் அதை ஏற்றுக் கொள்வார்களா அல்லது அதற்கு ஒப்புதல் அளிப்பார்களா என்று கவலைப்படாதீர்கள். உங்களுக்குக் கிடைத்துள்ள விடை மிகச் சரியானதாக இருக்கும். இனி ஒருபோதும் நீங்கள் தவறிழைக்கவே மாட்டீர்கள்.

7

வெற்றிக்கான தலைமைத் தீர்மானம்

இப்புத்தகத்தில் இதுவரை நாம் விவாதித்து வந்துள்ள அனைத்தின் வெற்றியும் தோல்வியும், அவற்றை உங்கள் வாழ்வில் செயல்படுத்தும் உங்கள் திறனைச் சார்ந்தது. தனிப்பட்ட சுதந்திரம், மகிழ்ச்சி, மற்றும் உயர்ந்த சாதனை ஆகியவற்றுக்கான திறவுகோல் இந்தத் தலைமைத் தீர்மானம்தான்.

நீங்கள் தற்போது யாராக இருக்கிறீர்களோ, யாராக உருவாகிக் கொண்டிருக்கிறீர்களோ, அதற்கான முழுப் பொறுப்பையும் நீங்கள் ஏற்றுக் கொள்வதிலிருந்துதான் உங்கள் தனிப்பட்ட சுதந்திரம் துவங்குகிறது. உங்களது தற்போதைய நிலைமைக்கு நீங்கள்தான் காரணம் என்பதை மறுக்காமல் நீங்கள் ஒப்புக் கொள்ள வேண்டும். விஷயங்கள் மாற வேண்டும் என்று நீங்கள் விரும்பினால், முதலில் நீங்கள் மாற வேண்டும். உங்கள் சிந்தனைதான் உங்கள் மனப்போக்கையும்,

நடத்தையையும், ஒழுக்கத்தையும் தீர்மானிக்கிறது. இவை அனைத்தும் சேர்ந்து உங்கள் வாழ்வில் வெற்றியையோ அல்லது தோல்வியையோ தீர்மானிக்கின்றன. உங்கள் வெளிமனத்தில் எதைப் பற்றிச் சிந்திக்க வேண்டும் என்று தேர்ந்தெடுக்கும் முழு சுதந்திரம் எப்போதும் உங்களுக்கு இருப்பதால், உங்கள் சிந்தனையால் ஏற்படும் விளைவுகளுக்கு நீங்கள்தான் எப்போதும் முழுப் பொறுப்பு ஏற்க வேண்டும்.

உங்களால் பெரிய கனவுகளைக் காண முடியும், உங்கள் வெளிமனத்தையும் ஆழ்மனத்தையும் கட்டுப்படுத்தி உங்களுடைய சுயகருத்தையும் செயற்திறனையும் எவ்வாறு மேம்படுத்துவது என்பதை உங்களால் கற்றுக் கொள்ள முடியும். ஆனால் நீங்கள் அதற்குப் பொறுப்பு ஏற்றுக் கொள்ளாதவரை, இந்த முயற்சிகள் எதுவும் உங்களுக்கு நிரந்தரமான பலனைத் தரப் போவதில்லை.

நான் உயர்நிலைப் பள்ளிப் படிப்பில் தோற்றேன் என்பதை நான் ஏற்கனவே கூறியுள்ளேன். எனக்கு இருபது வயதாக இருந்தபோது, ஒரே ஓர் அறை கொண்ட ஒரு சிறிய வீட்டில் வசித்து வந்தேன். கடுமையான குளிர்காலம் ஒன்றில் நான் கட்டிடத் தொழிலாளியாக வேலை பார்த்தேன். என்னிடம் பணம் எதுவும் இருக்கவில்லை. என் சொந்த ஊரிலிருந்து நான் வெகு தொலைவில் இருந்தேன். அங்கு திரும்பிப் போகவும் நான் தயாராக இல்லை. ஓர் இரவில், என் வீட்டின் சமையலறையில் இருந்த சிறிய மேசையில் நான் தனியாக அமர்ந்திருந்தபோது, வாழ்வில் நான் யாராக ஆக விரும்பினாலும் அதற்கு நான்தான் முழுப் பொறுப்பு, யாரும் எனக்காக எதுவும் செய்யப் போவதில்லை என்ற உண்மை திடீரென்று எனக்குப் புலப்பட்டது. “உங்களைக் காப்பாற்ற யாரும் வரப் போவதில்லை என்பதை இறுதியில் நீங்கள் உணரும்போதுதான் உண்மையான பக்குவம் ஏற்படுகிறது,” என்று யாரோ கூறியிருந்தது என் நினைவுக்கு வந்தது. அந்த உண்மை திடீரென்று என் கண்களைத் திறந்தது. அதன் பிறகு நான் முழுமையாக மாறினேன்.

வேறு யாரோ ஒருவர் அல்லது வேறு ஏதோ ஒன்றுதான் உங்கள் வாழ்வின் பெரும்பகுதிக்குப் பொறுப்பு என்று சிறு வயது முதலாகவே நாம் நம்ப வைக்கப்பட்டு வந்துள்ளோம். நீங்கள் குழந்தையாக இருந்தபோது உங்கள் தேவைகளை உங்கள் பெற்றோர் கவனித்துக் கொண்டனர். உணவு, உடை,

இருப்பிடம், கல்வி வாய்ப்புகள், பொழுதுபோக்கு அம்சங்கள், பணம், மருத்துவ உதவி, மற்றும் உங்களுக்குத் தேவையான எல்லாவற்றையும் அவர்கள் உங்களுக்குக் கொடுத்தனர். மற்றவர்கள் உங்களை முழுமையாக கவனித்துக் கொண்டனர். நீங்கள் வெறுமனே வாழ்ந்து வந்திருக்கிறீர்கள்.

நமது குழந்தைப் பருவத்தில் நமது பெற்றோர்கள் நமக்குத் தேவையானவற்றைக் கொடுப்பது இயல்பானதுதான். ஆனால் நாம் இளமைப் பருவத்திற்குள் காலெடுத்து வைத்தப் பிறகும், நம்முடைய வாழ்க்கைக்கும் நம்முடைய சூழ்நிலைகளுக்கும் வேறு யாரோ ஒருவர்தான் பொறுப்பு என்று நம்மையும் அறியாமல் நாம் எதிர்பார்க்கும்போதுதான் பிரச்சனை துவங்குகிறது. ஆனால் பதினெட்டு வயது முதலாக, சில சமயங்களில் இன்னும் முன்னதாக, உங்கள் வாழ்க்கைக்கு நீங்கள்தான் பொறுப்பேற்றுக் கொள்ள வேண்டும். உங்கள் தலைவிதியை நீங்கள்தான் தீர்மானிக்கிறீர்கள். உங்கள் பெற்றோர் உங்களை சுயசார்புடைய நபராக வளர்ப்பதில் வெற்றி கண்டிருந்தாலும் சரி, இல்லாவிட்டாலும் சரி, இப்போது அது ஒரு பொருட்டே அல்ல. நீங்கள் யாராக இருக்கிறீர்களோ, யாராக உருவாகிக் கொண்டிருக்கிறீர்களோ, அவை அனைத்தும் உங்கள் பொறுப்புதான்.

டால்ஸ்டாயின் சிறுகதை ஒன்றில் ஒரு சிறுவர் குழாமைப் பற்றி எழுதப்பட்டுள்ளது. மகிழ்ச்சிக்கான இரகசியம் அவர்களுடைய வீட்டின் கொல்லைப் புறத்தில் மறைத்து வைக்கப்பட்டுள்ளதாக அச்சிறுவர்களிடம் கூறப்பட்டது. ஆனால் ஒரு குறிப்பிட்ட விஷயத்தைச் செய்யாமல் இருந்தால்தான் அவர்களால் அந்த இரகசியத்தைக் கண்டுபிடிக்க முடியும் என்றும் அவர்களிடம் கூறப்பட்டது. மகிழ்ச்சிக்கான இரகசியத்தைத் தேடும்போது அவர்கள் ஒரு வெள்ளை முயலைப் பற்றி நினைக்கக்கூடாது என்று கூறப்பட்டது. அவர்கள் அந்த இரகசியத்தைத் தேடிப் போன ஒவ்வொரு முறையும், அவர்கள் அந்த வெள்ளை முயலைப் பற்றிச் சிந்திக்காமல் இருக்க முயற்சித்தனர். ஆனால் அவ்வாறு சிந்திக்காமல் இருக்க அவர்கள் எவ்வளவு கடினமாக முயற்சித்தனரோ, அவ்வளவு அதிகமாக அவர்கள் அந்த முயலைப் பற்றிச் சிந்திக்க நேரிட்டது. மகிழ்ச்சிக்கான இரகசியத்தை ஒருபோதும் அவர்களால் கண்டுபிடிக்க முடியாமல் போய்விட்டது.

முயல் வேட்டை

ஒவ்வொருவரிடமும் ஒரு வெள்ளை முயல் உள்ளது. சில சமயம், பல வெள்ளை முயல்கள் உள்ளன. தெளிவான இலக்குகளை நிர்ணயிக்காமல் இருப்பதற்கும், நீங்கள் உண்மையிலேயே விரும்பும் விஷயங்கள் குறித்து முழுமையான அர்ப்பணிப்புடன் செயல்படாமல் இருப்பதற்கும் நீங்கள் கூறும் சாக்குப்போக்குகள்தான் இவை. உங்கள் சிந்தனையின் தரம்தான் உங்கள் வாழ்க்கையின் தரத்தைத் தீர்மானிக்கிறது என்பதால், உங்களுடைய முழுமையான ஆற்றலை விடுவிப்பதற்கு நீங்கள் ஒரு திறமையான சிந்தனையாளராக மாற வேண்டும். அதன் ஒரு பகுதியாக, வாழ்வில் முன்னேறிச் செல்லாமல் இருப்பதற்கான காரணங்களாக நீங்கள் பயன்படுத்தும் மனத்தடைகள் மற்றும் சாக்குப்போக்குகளை நீங்கள் ஆய்வு செய்ய வேண்டும்.

சாக்குப்போக்குகளாக மக்கள் பயன்படுத்தும் சில பிரபலமான வெள்ளை முயல்கள் அவர்களை மட்டுப்படுத்தும் நம்பிக்கைகளே: "இதைச் செய்வதற்கு எனக்கு வயது போதாது," "எனக்கு அதிக வயதாகிவிட்டது," "என்னிடம் பணம் இல்லை," "என்னிடம் போதுமான கல்வித் தகுதி இல்லை," "நான் செலுத்த வேண்டிய கடன்கள் ஏராளமாக உள்ளன," "நான் அதற்கு இன்னும் தயாராக இல்லை," "என் முதலாளி மற்றும் என் குடும்பத்தினர் காரணமாக என்னால் அதைச் செய்ய முடியாது" போன்றவை அவர்களை மட்டுப்படுத்தும் நம்பிக்கைகளில் சில.

உங்களுடைய 'வெள்ளை முயல்கள்' எவை? உங்கள் இலக்குகளை அடைவதற்கும் உங்கள் கனவுகளை நிறைவேற்றுவதற்கும் தேவையான மாற்றங்களைச் செய்யாமல் இருப்பதற்கு நீங்கள் கூறும் சாக்குப்போக்குகள் எவை? உங்கள் சொந்த வாழ்க்கையில் உள்ள வெள்ளை முயல்களை வேட்டையாடுங்கள். அவற்றை வேரோடு களையுங்கள். அவற்றில் ஏதேனும் நியாயம் உள்ளதா என்று கவனமாக ஆய்வு செய்யுங்கள்.

உங்கள் சாக்குப்போக்குகளைப் பரிசோதிப்பதற்கான ஓர் எளிய வழி இது. "எனக்கு இருக்கும் அதே பிரச்சனைகள் அல்லது குறைபாடுகளைக் கொண்டிருக்கும் வேறு யாரேனும் ஒருவர், இத்தகையப் பிரச்சனைகளும் குறைபாடுகளும் இருந்தும் வெற்றி பெற்றுள்ளாரா?" என்று உங்களை நீங்களே கேட்டுக் கொள்ளுங்கள்.

"ஆமாம்," என்பது விடையாக இருந்தால், உங்கள் சாக்குப்போக்கு நியாயமானதல்ல என்பதை நீங்கள் அறிவீர்கள். முன்னேறத் தவறுவதற்கான நியாயமான காரணம் இதுவல்ல. வேறொரு நபரால் ஒரு விஷயத்தைச் செய்ய முடிந்தது என்றால், உங்களாலும் அதைச் செய்ய முடியும். சாக்குப்போக்குகள் என்பது ஒரு நோய். அது உங்கள் வெற்றிக்கு மாபெரும் எதிரி. அந்த நோய் உங்களிடம் இருந்தால், மாபெரும் வெற்றி குறித்து நீங்கள் கொண்டுள்ள நம்பிக்கைகளை அது பிடுங்கி எறிவதற்குள் அந்த நோயை ஒழித்துக் கட்ட உடனடியாகக் களத்தில் குதியுங்கள்.

தப்பிக்கும் வழி

சாக்குப்போக்குகளைக் கைவிட்டுவிட்டு, முழுமையாகப் பொறுப்பேற்பது அவ்வளவு சுலபமான காரியமல்ல. நீங்கள் முயற்சிக்கக்கூடிய மிகக் கடினமான விஷயங்களில் ஒன்று இது. அதனால்தான் பெரும்பாலான மக்கள் இதை ஒருபோதும் செய்வதில்லை. முதன்முறையாகப் பாராசூட் மூலமாக வானிலிருந்து குதிப்பதைப் போன்றது இது. இது ஒரே சமயத்தில் அச்சுறுத்தக்கூடியதாகவும் உற்சாகமளிப்பதாகவும் இருக்கும். உங்கள் சாக்குப்போக்குகளைக் கைவிட்டுவிட்டு, விமானத்திலிருந்து வெளியே குதிக்கும்போது, திடீரென்று நீங்கள் தனிமையாகவும் பதற்றமாகவும் உணர்வீர்கள். ஆனால் ஒருசில கணங்களில், உங்களுக்குள் உற்சாகம் பீறிட்டுக் கிளம்பும், இதயம் வேகமாகத் துடிக்கும், நீங்கள் அதிக மகிழ்ச்சியாகவும் சுதந்திரமாகவும் உணர்வீர்கள்.

பொறுப்பை ஒருபோதும் உங்களால் விட்டுக்கொடுக்க முடியாது. உங்களால் விட்டுக்கொடுக்கக்கூடிய ஒரே விஷயம் கட்டுப்பாடுதான். உங்கள் சொந்த வாழ்க்கை எவ்வளவு தூரம் உங்கள் கட்டுப்பாட்டில் உள்ளது என்று நீங்கள் உணர்கிறீர்களோ, அந்த அளவுக்குத்தான் நீங்கள் உங்களைப் பற்றி நல்லவிதமாக உணர்வீர்கள். உங்கள் நிலைமைக்கு நீங்கள் வேறு ஒருவரையோ அல்லது வேறு ஏதேனும் ஒன்றையோ பொறுப்பாளி ஆக்கும்போது, உங்கள் உணர்ச்சிகள்மீதான கட்டுப்பாட்டை நீங்கள் அவர்களிடம் ஒப்படைத்துவிடுகிறீர்கள். முழுப் பொறுப்பும் உங்களுடையதுதான், ஆனால் உங்கள் கட்டுப்பாட்டைப் பறிகொடுப்பதன் மூலம் நீங்கள் உங்கள் மனஅமைதியை இழக்கிறீர்கள்.

நன்றாகப் பக்குவமடைந்த, சிறப்பாகச் செயல்படுகின்ற தனிநபர்களிடம் உள்ள மையப் பண்பு சுயபொறுப்பு. மேன்மக்கள் தங்களுக்கு நிகழும் அனைத்திற்கும் தாங்களே பொறுப்பேற்றுக் கொள்கின்றனர், அது பாராட்டாக இருந்தாலும் சரி, குறையாக இருந்தாலும் சரி. வாழ்வில் தோற்றுப் போன மனிதர்கள் தங்கள் வெற்றிக்குத் தாங்கள்தான் காரணம் என்று மார்தட்டுவர், ஆனால் தங்கள் பிரச்சனைகளுக்குப் பிறரையும், தங்கள் கட்டுப்பாட்டிற்கு அப்பாற்பட்டச் சூழலையும், அல்லது துரதிர்ஷ்டத்தையும் குறைகூறுவர்.

சில சமயங்களில் நான் என் பயிலரங்கிற்கு வருவோரிடம், "உங்களில் எத்தனைப் பேர் சுயதொழிலில் ஈடுபட்டிருக்கிறீர்கள்?" என்று கேட்பேன். வழக்கமாக 20 சதவீதத்திற்கும் குறைவான நபர்களின் கைகளே உயர்ந்திருக்கும். இது ஒரு தந்திரமான கேள்வி என்பதைப் பிறகு நான் அவர்களுக்குச் சுட்டிக்காட்டுவேன். நாம் பிறருக்காக வேலை பார்க்கிறோம் என்று நினைப்பது தவறு என்று நான் அவர்களிடம் கூறுவேன். நம்முடைய சம்பளக் காசோலையில் யார் கையெழுத்திட்டாலும் சரி, நாம் அனைவருமே சுயதொழில் புரிபவர்கள்தான். உங்கள் சொந்த சேவை நிறுவனத்தின் தலைவர் நீங்கள்தான். கட்டுப்பாடு உங்கள் கையில்தான் உள்ளது.

ஒவ்வொரு துறையிலும் உயர்ந்த நிலையில் இருப்பவர்கள், தாங்கள் பணிபுரியும் நிறுவனம் தங்களுக்குச் சொந்தம் என்பதுபோல் நடந்து கொள்வர். சுயதொழில் புரிபவர்களாக அவர்கள் தங்களைப் பார்க்கின்றனர். அவர்கள் தங்கள் நிறுவனத்தைப் பற்றிக் குறிப்பிடும்போது, "நாங்கள்," "நாம்," "எனது," "நம்முடைய" போன்ற வார்த்தைகளைப் பயன்படுத்துவர். ஆனால் ஒரு சராசரி ஊழியர், தன் நிறுவனத்தைத் தன்னிலிருந்து வேறுபடுத்திப் பார்ப்பார். அதை வெறும் வேலையாக மட்டுமே அவர் பார்ப்பார். தனது நிறுவனத்திற்கு அவர் வேறு எந்த முக்கியத்துவத்தையும் கொடுக்க மாட்டார்.

விளைவுகளுக்கு நீங்கள் எவ்வளவு பொறுப்பை ஏற்றுக் கொள்ளத் தயாராக இருக்கிறீர்கள் என்பதற்கும், ஒரு நிறுவனத்தில் நீங்கள் எவ்வளவு உயர்ந்த நிலையை அடைகிறீர்கள் என்பதற்கும் இடையே ஒரு நேரடித் தொடர்பு உள்ளது. உங்கள் வருமானம், உங்கள் பதவி, உங்கள் அந்தஸ்து,

உங்களுக்குக் கிடைக்கும் அங்கீகாரம் ஆகியவற்றுக்கும், எந்தவிதமான சாக்குப்போக்குகளையும் கூறாமல், உங்கள் நிறுவனத்தின் இலக்குகள் மற்றும் குறிக்கோள்களை அடைவதற்கு நீங்கள் எவ்வளவு தூரம் பொறுப்பேற்றுக் கொள்ளத் தயாராக இருக்கிறீர்கள் என்பதற்கும் இடையே ஒரு நேரடித் தொடர்பு உள்ளது.

உங்களுக்கான ஒரு சுலபமான கேள்வி இது: நீங்கள் ஒரு நிறுவனத்தின் உரிமையாளராக இருந்து, உங்களிடம் இரண்டு பேர் வேலை செய்வதாக வைத்துக் கொள்வோம். ஒருவர் உங்கள் நிறுவனத்தைத் தனது சொந்த நிறுவனம்போல் நடத்துகிறார். மற்றொருவர், காலை ஒன்பது மணி முதல் மாலை ஐந்து மணிவரையிலான ஒரு வேலையாக மட்டுமே அதைக் கருதுகிறார். இவ்விருவரில் நீங்கள் யாருக்குப் பதவி உயர்வு கொடுப்பீர்கள்? யார்மீது நீங்கள் முதலீடு செய்ய விரும்புவீர்கள்? யாருக்குக் கூடுதல் பயிற்சி கொடுப்பீர்கள்? முன்னேறுவதற்கான வாய்ப்புகளை நீங்கள் யாருக்கு உருவாக்கிக் கொடுப்பீர்கள்? விடை உங்களுக்கே தெரியும்.

உங்களைப் பற்றிய உங்கள் அறிக்கை

உங்கள் சுயபொறுப்பு குறித்து நீங்கள் கொண்டுள்ள மனப்போக்கு, உங்களைப் பற்றியும், நீங்கள் எப்படிப்பட்ட நபர் என்பதைப் பற்றியும் நீங்கள் உங்களைப் பற்றி அளித்துக் கொள்ளும் முக்கியமான அறிக்கைகளில் ஒன்றாகும். பொறுப்பைப் பொறுத்தவரை ஒவ்வொருவரும் ஒவ்வொரு நிலையில் உள்ளனர். சிலர் அதிகமாகப் பொறுப்பேற்றுக் கொள்கின்றனர், வேறு சிலர் மிகக் குறைவாகப் பொறுப்பேற்கின்றனர், அதாவது, பொறுப்பின்றி இருக்கின்றனர்.

மிக உயர்வாகப் பொறுப்பேற்றுக் கொள்பவர்கள் நேர்மறையானவர்களாக, நன்னம்பிக்கை உடையவர்களாக, தன்னம்பிக்கை நிறைந்தவர்களாக, சுயசார்பும் சுயகட்டுப்பாடும் கொண்டவர்களாக இருக்கின்றனர். குறைவாகப் பொறுப்பேற்பவர்களிடம் பொறுப்பற்ற மனப்போக்கு காணப்படும். அதோடு, அவர்கள் எதிர்மறையானவர்களாக, அவநம்பிக்கை உடையவர்களாக, தோல்வி மனப்பான்மை கொண்டவர்களாக, சந்தேகிப்பவர்களாக, பயந்தவர்களாக, லட்சியமற்றவர்களாக, உறுதியற்றவர்களாக, மனநோயாளிகளாக இருக்கின்றனர்.

“மனநோய் என்று எதுவும் கிடையாது. மாறாக, பல்வேறு அளவில் பொறுப்பற்று இருக்கும் நிலைதான் உள்ளது,” என்று மனநல நிபுணரான தாமஸ் சாஸ் கூறுகிறார்.

உங்கள் வாழ்வின் எந்தவொரு பகுதியிலும் நீங்கள் எவ்வளவு பொறுப்பை ஏற்றுக் கொள்கிறீர்கள் என்பதற்கும், அந்தப் பகுதி எவ்வளவு தூரம் உங்கள் கட்டுப்பாட்டில் உள்ளது என்பதற்கும் இடையே ஒரு நேரடித் தொடர்பு உள்ளது. இதன் விளைவாக, ஒரு பகுதி எவ்வளவு தூரம் உங்கள் கட்டுப்பாட்டில் உள்ளது என்பதற்கும், அந்தப் பகுதியில் நீங்கள் எவ்வளவு சுதந்திரமாக உணர்கிறீர்கள் என்பதற்கும் இடையே ஒரு நேரடித் தொடர்பு உள்ளது. பொறுப்பு, கட்டுப்பாடு, சுதந்திர உணர்வு ஆகியவை ஒன்றோடு ஒன்று தொடர்புடையவை. அந்தச் சமன்பாடு இவ்வாறு இருக்கும்:

பொறுப்பு = கட்டுப்பாடு = சுதந்திரம்

பொறுப்பு, கட்டுப்பாடு, சுதந்திர உணர்வு ஆகியவற்றுக்கும், நீங்கள் அனுபவிக்கின்ற நேர்மறையான உணர்ச்சிகளின் எண்ணிக்கைக்கும் இடையேயும் ஒரு நேரடித் தொடர்பு உள்ளது. வேறு வார்த்தைகளில் கூறுவதானால், நீங்கள் ஏற்றுக் கொள்ளும் பொறுப்பின் அளவிற்கும், மொத்தத்தில் நீங்கள் எவ்வளவு நேர்மறையாகவும் மகிழ்ச்சியாகவும் இருக்கிறீர்கள் என்பதற்கும் இடையே ஒரு நேரடித் தொடர்பு உள்ளது. சுயபொறுப்பும் மன ஆரோக்கியமும் ஒன்றோடு ஒன்று இணைந்தே செல்லும். அவை எப்போதும் சமநிலையில் இருக்கும். அதற்கான சுருக்கமான சமன்பாடு இது:

பொறுப்பு = நேர்மறையான உணர்ச்சிகள்

பொறுப்பின்றி இருக்கும் மக்களுக்கு எதன்மீதும் கட்டுப்பாடு இருக்காது. தங்கள் வாழ்வில் எந்தவொரு வித்தியாசத்தையும் ஏற்படுத்தும் திறன் தங்களுக்கு இல்லை என்று அவர்கள் நினைப்பார்கள். இப்படிப்பட்டவர்கள், வெளிச் சூழல்களும் பிற மக்களும் தங்களைக் கட்டுப்படுத்துவதாக உணர்வர்.

இந்த உணர்வு, தாங்கள் சுதந்திரமாக இல்லை என்ற உணர்வையும், ஏதோ ஒன்றில் சிக்கிக் கொண்ட உணர்வையும் அவர்களுக்குக் கொடுக்கும். பொறுப்பற்ற மனப்போக்கும், எதுவும் தங்கள் கட்டுப்பாட்டில் இல்லை என்ற உணர்வும்,

ஏதோ ஒன்றில் சிக்கிக் கொண்ட உணர்வும், மகிழ்ச்சியின்மை, கோபம், விரக்தி ஆகிய எதிர்மறையான உணர்ச்சிகளைத் தூண்டும். அதற்கான சமன்பாடு இது:

பொறுப்பின்மை = கட்டுப்பாடின்மை = சுதந்திரமின்மை

சுருக்கமாக்கக் கூறினால்,

பொறுப்பின்மை = எதிர்மறையான உணர்ச்சிகள்

திருட்டு உணர்ச்சிகள்

எதிர்மறையான உணர்ச்சிகள்தான் வாழ்வின் கொள்ளையடிக்கும் உணர்ச்சிகள். சராசரிக்கும் குறைவாக சாதிப்பதற்கும் தோல்விக்குமான முதன்மைக் காரணங்கள் இவைதான். அந்த உணர்ச்சிகள் மக்களை உடல்ரீதியாகவும் மனரீதியாகவும் நோய்க்கு ஆளாக்கி, உறவுகளைச் சீர்குலைத்து, தொழில்வாழ்க்கையை அழிக்கின்றன. ஒரு நபர் மேற்கொள்ளும் அனைத்து முயற்சிகளிலும் அவை முட்டுக்கட்டைகளை விளைவிக்கின்றன. ஒரு சாதனையிலிருந்து கிடைக்கும் மகிழ்ச்சியை எதிர்மறை உணர்ச்சிகள் பறித்துவிடும். அவை தீங்கு விளைவிப்பவை. மனிதகுலத்தின் மகிழ்ச்சியின் மாபெரும் எதிரிகள் அவை.

பெரும் வெற்றியையும் சாதனையையும் விரும்பும் நபர்கள் செய்ய வேண்டிய முதல் வேலை எதிர்மறையான உணர்ச்சிகளைக் களைவது. வேறு எதுவும் இதைவிட முக்கியமில்லை. மனஅமைதிதான் மனிதனுக்கு மிக மிக முக்கியமானது. எதிர்மறையான உணர்ச்சிகள் இல்லாத இடத்தில்தான் மனஅமைதி வாசம் செய்யும். உங்களால் ஒரே நேரத்தில் எதிர்மறையாகவும் மனஅமைதியுடனும் இருக்க முடியாது.

இதைப் பற்றி நான் சில வருடங்களுக்கு முன் படிக்கத் துவங்கியபோது, நம் வாழ்வின் அனைத்துப் பிரச்சனைகளும் இந்த எதிர்மறை உணர்ச்சிகளில் வேரூன்றி இருப்பதைக் கண்டு வியந்தேன். எதிர்மறை உணர்ச்சிகளைக் களைவதற்கு ஒரு வழியை உங்களால் கண்டுபிடிக்க முடிந்தால் உங்கள் வாழ்க்கை அற்புதமானதாக இருக்கும் என்பது எனக்குத் தெளிவாகியது. அப்படிச் செய்யும்போது, முன்பு விவரிக்கப்பட்ட அனைத்து மனவிதிகளும் உங்களுக்கு அனுகூலமாக வேலை செய்யத்

துவங்கும். சராசரியான நபர்கள் வருடக்கணக்கில் சாதிக்கும் விஷயங்களை நீங்கள் மிகக் குறைந்த காலத்தில் சாதிப்பீர்கள்.

மறுபுறம், எதிர்மறை உணர்ச்சிகளைக் களையத் தவறுவது உங்கள் முயற்சிகள் அனைத்தையும் வீணாக்கி, நீங்கள் சாதிக்கும் விஷயங்களிலிருந்து கிடைக்கும் மகிழ்ச்சியை உங்களிடமிருந்து பறித்துவிடும். மனவிதிகள் உங்களுக்கு எதிராக வேலை செய்ய எதிர்மறை உணர்ச்சிகள் காரணமாகிவிடும். உங்கள் வாழ்வில் உள்ள எந்தவொரு காரணியையும்விட, அழிவுபூர்வமான உணர்ச்சிகள் உங்களுக்கு அதிகத் துயரத்தையும் மனவலியையும் ஏற்படுத்தும்.

நிரந்தரமான ஆரோக்கியம், மகிழ்ச்சி, சுதந்திரம், மற்றும் செழிப்பு ஆகியவற்றை அடைவதற்கு எதிர்மறை உணர்ச்சிகளைக் களைவது இன்றியமையாதது என்பதை நான் தெளிவாக உணர்ந்தேன்.

எதிர்மறை உணர்ச்சிகள் மனித வாழ்விற்கு அவசியமற்றவை, இயற்கைக்கு முரணானவை என்ற கண்டுபிடிப்பு என் வாழ்க்கையை மாற்றிய உள்நோக்காகும். அவை எவ்விதத்திலும் தேவையில்லை. அவற்றால் எந்தப் பிரயோஜனமும் இல்லை. அவை அழிவுக்கு மட்டுமே இட்டுச் செல்லும். பெரும்பாலான மக்கள் உயர்ந்த விழிப்புணர்வு நிலையை அடையத் தவறுவதற்கான முக்கியக் காரணம் இவைதான். அவற்றை நீங்கள் வலுக்கட்டாயமாகக் களைந்தால், அவற்றால் நீங்கள் துன்புற வேண்டியதில்லை.

அந்த உள்நோக்கு எனக்குக் கிடைக்கும்வரை, எதிர்மறை உணர்ச்சிகள் என்பது மனிதனாக இருப்பதில் உள்ள இயல்பான, இயற்கையான ஒரு விஷயம்தான் என்றே நான் நினைத்திருந்தேன். நம்மிடம் நேர்மறையான உணர்ச்சிகள் இருப்பதுபோல் எதிர்மறையான உணர்ச்சிகளும் இருக்கின்றன என்று நான் நினைத்திருந்தேன். மழையையும் வெயிலையும் நாம் ஏற்றுக் கொள்வதுபோல், எதிர்மறை உணர்ச்சிகளும் மனிதனின் இயல்பின் ஒரு பகுதியாக ஏற்றுக் கொள்ளப்பட வேண்டும் என்று எண்ணினேன்.

ஆனால் எவரும் எதிர்மறை உணர்ச்சிகளுடன் பிறப்பதில்லை என்பதை நான் பின்னர் கற்றறிந்தேன். ஓர் எதிர்மறையான குழந்தையைப் பார்த்திருக்கிறீர்களா? வளர்ந்தவர்களாக நாம் அனுபவிக்கும் ஒவ்வோர் எதிர்மறை உணர்ச்சியும், குழந்தைப் பருவம் முதலாக நாம் கற்று,

மற்றவர்களைப் பார்த்துப் பின்பற்றி, மீண்டும் மீண்டும் நமக்கு நாமே வலியுறுத்திக் கொண்டவைதான். ஆனால் அவை நாம் கற்றுக் கொண்ட விஷயங்கள் என்பதால், நம்மால் அவற்றைக் களைந்தெறியவும் முடியும்.

பல மக்கள் எதிர்மறை உணர்ச்சிகளுடன் போராடி வருகின்றனர். நெடுங்காலமாக அவர்கள் எதிர்மறையாக இருந்துவிட்டக் காரணத்தால், எதிர்மறை உணர்ச்சிகள் அவசியமற்றவை என்பதை அவர்களால் ஏற்றுக் கொள்ள முடிவதில்லை. அவற்றைக் களைய முடியும் என்ற யோசனையையே அவர்கள் எதிர்க்கின்றனர். உணர்வுபூர்வமாக நீங்கள் எதை நம்புகிறீர்களோ, அது உங்கள் யதார்த்தமாக மாறும் என்று நம்பிக்கை விதி கூறுகிறது. எதிர்மறை உணர்ச்சிகள் உங்கள் வாழ்வின் ஒரு பகுதியாக இருப்பது அவசியம் என்று நீங்கள் நம்பினால், அவை நிச்சயமாக உங்கள் வாழ்வில் அவசியமானவையாகத்தான் இருக்கும். ஆனால், எதிர்மறை உணர்ச்சிகளால் எந்தப் பிரயோஜனமும் இல்லை என்று நம்மால் சுலபமாக நிரூபிக்க முடியும். இதை உணர்ந்து கொள்வதுதான் இவற்றைக் களைவதற்கான முதல் நிலை.

மிகவும் பொதுவான எதிர்மறை உணர்ச்சிகள்

சந்தேகமும் பயமும்தான் மிகவும் பொதுவான, எளிதில் கண்டுகொள்ளப்படக்கூடிய எதிர்மறை உணர்ச்சிகள். குற்ற உணர்வும் கோபமும் இரட்டைக் குழந்தைகளைப்போல் ஒன்றோடு ஒன்று எப்போதும் இணைந்தே செல்லும் எதிர்மறை உணர்ச்சிகள். இதைத் தொடர்ந்து, மகிழ்ச்சியையும் உறவுகளையும் அழிக்கும் எதிர்மறை உணர்ச்சியாக விளங்குவது பொறாமை.

ஐம்பதுக்கும் மேற்பட்ட எதிர்மறை உணர்ச்சிகள் கண்டுபிடிக்கப்பட்டுள்ளன. ஆனால் அவை அனைத்தும் கோபம் என்ற ஒரே ஓர் எதிர்மறை உணர்ச்சியின் வழியாக வெளிப்படுத்தப்படுகின்றன. அனைத்து எதிர்மறை உணர்ச்சிகளிலும் மிக மோசமானதும், அதிக சக்திவாய்ந்ததும், அதிக அழிவுபூர்வமானதும் கோபம்தான். கோபம் வந்துவிட்டால், அது எப்போதும் வெளிப்படுத்தப்பட்டுவிடும், அகத்திலோ அல்லது புறத்திலோ.

உங்கள் கோப உணர்ச்சிகளைக் கட்டுப்படுத்தும்போது அதை நீங்கள் உங்களுக்குள் வெளிப்படுத்துகிறீர்கள். அப்போது

நீங்கள் உங்களை நோய்க்கு ஆளாக்குகிறீர்கள். உங்கள் கோபம் வெளியே வெளிப்படுத்தப்பட்டால், பிறருடனான உங்கள் உறவுகளை நீங்கள் காயப்படுத்துகிறீர்கள். அவர்களை நீங்கள் வருத்தப்பட வைக்கிறீர்கள். சில சமயம், உங்கள் கோப வெளிப்பாடுகள் அவர்களை நோய்வாய்ப்படுத்துகின்றன.

நீங்கள் கோபமாக இருக்கும்போது எவ்வாறு உணர்கிறீர்கள்? எவ்வாறு சிந்திக்கிறீர்கள்? அதை எவ்வாறு நியாயப்படுத்துகிறீர்கள்? மற்றவர்களுடன் நீங்கள் எவ்வாறு கலந்து பழகுகிறீர்கள்? எவ்வாறு உறங்குகிறீர்கள்? உங்கள் உணவுச் செரிமானம் எவ்வாறு உள்ளது? நீங்கள் கோபமாக இருக்கும்போது, உங்கள் மனத்தை ஒரு கருமேகம் சூழ்ந்துள்ளதுபோல் உணர்கிறீர்களா? சரியாகச் சிந்திக்க முடியாததுபோலவோ அல்லது ஒருமித்தக் கவனம் செலுத்த முடியாததுபோலவோ உணர்கிறீர்களா? நீங்கள் எது குறித்துக் கோபமாக உணர்கிறீர்களோ, அந்த விஷயம் ஒட்டுமொத்தமாக உங்கள் மனத்தை ஆக்கிரமித்திருப்பதுபோல் தோன்றுகிறதா? உங்களுக்கு இழைக்கப்பட்ட அநீதியைப் பற்றிச் சிந்தித்துப் பார்க்கும்போது நீங்கள் உங்களிடம் கோபமாகப் பேசிக் கொள்கிறீர்களா? எப்படி அவர்களுக்கு நீங்கள் பதிலடி கொடுக்க விரும்புகிறீர்கள்?

உங்கள் கோபம் எவ்வளவு அதிக நேரம் தொடர்கிறதோ, அது உங்கள் மனத்தை அவ்வளவு அதிகமாக ஆக்கிரமிக்கும். கட்டுக்கடங்காத காட்டுத் தீயைப்போல் அது பரவும். உங்களுடைய உறக்கம், உங்களது நண்பர்கள் மற்றும் உங்கள் வேலையை அது உங்களிடம் இருந்து பறித்துவிடும். அர்த்தமற்ற முறையில் நீங்கள் நடந்து கொள்ளவும், தர்மசங்கடத்தையும் அவமானத்தையும் எதிர்கொள்ள வேண்டிய சூழ்நிலைக்கு உங்களை ஆளாக்கவும் செய்யும்.

கோபம் அல்லது அப்படிப்பட்டப் பிற எதிர்மறை உணர்ச்சிகளிலிருந்து எப்போதாவது ஏதேனும் நன்மை ஏற்படுகிறதா? இல்லை! பொறுப்பின்மையில் ஆழ வேரூன்றியிருக்கும் எதிர்மறை உணர்ச்சிகளால் எந்தப் பிரயோஜனமும் இல்லை. பிறகு ஏன் மக்கள் பல எதிர்மறை உணர்ச்சிகளை அனுபவிக்கின்றனர்? அதைப் பார்ப்பதற்கு முன், எதிர்மறை உணர்ச்சிகளுக்கான முக்கியக் காரணங்களை நாம் அலசலாம்.

எது எதிர்மறை உணர்ச்சிகளை ஏற்படுத்துகிறது

எதிர்மறை உணர்ச்சிகள் ஏற்படுவதற்கு நான்கு காரணங்கள் உள்ளன. முதல் காரணம், நியாயப்படுத்துதல். ஒரு குறிப்பிட்ட எதிர்மறை உணர்ச்சியை நீங்கள் ஏன் அனுபவிக்கிறீர்கள், நீங்கள் கோபப்படுவது ஏன் சரி என்று உங்களுக்கும் பிறருக்கும் நீங்கள் காரணம் கற்பித்து, உங்கள் எதிர்மறை உணர்ச்சியை நியாயப்படுத்த முயற்சிக்கும்போது நியாயப்படுத்துதல் நிகழ்கிறது.

பிறர் உங்களைத் தங்களுக்கு சாதகமாகப் பயன்படுத்திக் கொண்டுள்ளதாக நீங்கள் உணரும்போது, உங்களுக்கு முதலில் ஏற்படுவது கோபம்தான். அதற்கடுத்து, நீங்கள் கோபப்படுவது நியாயம்தான் என்று நிரூபிப்பதற்கான அனைத்துக் காரணங்களையும் நீங்கள் ஆஜர்படுத்துவீர்கள். “எனக்குக் கோபப்படுவதற்கு உரிமை உள்ளது,” என்று உங்களால் கூற முடிய வேண்டும். உங்கள் காரணங்கள் மற்றும் உணர்வுகளுடன் ஒத்துப் போக்கும் மக்களை நீங்கள் தேடுவீர்கள். இந்தச் சூழ்நிலையில் உங்களுக்குத் தவறு இழைக்கப்பட்டுள்ளது என்பதை அவர்களுக்குத் தெளிவாக எடுத்துரைக்கும் விதத்தில் நீங்கள் உங்கள் சூழ்நிலையை விலாவாரியாக அவர்கள் முன் வைப்பீர்கள். உண்மையைக் கூறினால், உங்களையும் உங்கள் கோபத்தையும் நியாயப்படுத்தாமல், தொடர்ந்து உங்களால் கோபப்பட முடியாது.

உங்கள் எதிர்மறை உணர்ச்சிகளை நியாயப்படுத்துவதை நிறுத்துவதன் மூலம் உங்களால் அவற்றைக் களைய முடியும். நீங்கள் மோசமாக உணர்வது சரி என்பதை நிரூபிப்பதற்கான காரணங்களைக் கண்டறிவதை நிறுத்துங்கள். அடுத்தவர்மீது குற்றப் பத்திரிகை தாக்கல் செய்யாதீர்கள். அவ்வாறு செய்வது ஏதோ ஒரு வகையில் கண்டனம் தெரிவிப்பதுபோல் ஆகும். அதன் காரணமாக, சகிப்புத்தன்மையின்மை மற்றும் கோபம் ஆகிய எதிர்மறை உணர்ச்சிகள் ஏற்படும். ஆனால் அடுத்தவரைக் குற்றப்படுத்துவதை நீங்கள் நிறுத்தி வைக்கும்போது, அதாவது, உங்கள் மனத்தைக் கட்டுப்படுத்தும்போது, எதிர்மறை உணர்ச்சி ஏற்படுவதை அது தடுத்து நிறுத்தும்.

உங்களுக்குக் கோபத்தைத் தூண்டும் விதத்தில் யாரேனும் ஏதாவது செய்தாலோ அல்லது கூறினாலோ, அவரை

மன்னிப்பதன் மூலம் உங்கள் கோபத்தைத் தடுத்து நிறுத்துங்கள். என் உணர்சிகளைக் கட்டுப்படுத்துவதற்கு நான், "அவர் இன்று ஏதோ ஒரு பிரச்சனையில் இருக்கிறார்போல் உள்ளது. கடவுள் அவரை ஆசீர்வதிக்கட்டும்," என்று கூறுகிறேன்.

சாலையில் நீங்கள் காரோட்டிச் செல்லும்போது, வேறோர் ஓட்டுனர் உங்கள் காரை உரசியபடி முந்திச் சென்ற அனுபவம் உங்களுக்கு ஏற்பட்டுள்ளதா? உடனடியாக உங்களுக்குக் கோபம் தலைக்கேறியது நினைவிருக்கிறதா? அந்த ஓட்டுனரை அதற்கு முன் நீங்கள் பார்த்திராதபோதும், அவர் உங்களை ஒருபோதும் பார்த்திராதபோதும்கூட, அவர் வேண்டுமென்றே திட்டமிட்டு உங்களை உரசிச் சென்றதுபோல் நீங்கள் நடந்து கொண்டிருப்பீர்கள். ஆனால், அவர் ஒரு மோசமான ஓட்டுனர் என்று கூறி அவர்மீது கோபப்படுவதற்கு மாறாக, அந்த நிகழ்வைப் பற்றி நினைத்து வெறுமனே சிரித்துவிட்டு அதை மறந்துவிட்டால், உங்கள் கோபம் விரைவில் மாயமாய் மறைந்துவிடும். ஒரு நீதிபதியின் நிலையில் நீங்கள் உங்களை வைப்பதை நிறுத்தினால், உங்கள் கோபம் தடுக்கப்பட்டு, நீங்கள் அமைதியாக உணர்வீர்கள், உங்கள் உணர்ச்சிகளும் உங்கள் கட்டுப்பாட்டிற்குள் வந்துவிடும்.

எதிர்மறை உணர்ச்சிகளுக்கான இரண்டாவது காரணம், விஷயங்களைத் தனிப்பட்ட முறையில் எடுத்துக் கொள்வது. அது உங்களை ஏதோ ஒரு வழியில் பாதிக்கிறது அல்லது தீங்கு விளைவிக்கிறது என்று நீங்கள் எவ்வளவு தூரம் அதைத் தனிப்பட்ட முறையில் எடுத்துக் கொள்கிறீர்களோ, அவ்வளவு தூரம்தான் உங்களால் கோபப்பட முடியும்.

விஷயங்களைத் தனிப்பட்ட முறையில் எடுத்துக் கொள்வதை நீங்கள் நிறுத்திவிட்டால், உங்கள் உணர்ச்சிகள் மீண்டும் உங்கள் கட்டுப்பாட்டிற்குள் வந்துவிடும். ஒரு விஷயத்தைத் தூர நின்று, பாரபட்சமின்றி அணுகுவதுதான் இதற்கான வழி. விஷயங்களை அடுத்தவரின் கண்ணோட்டத்தில் இருந்து பார்க்கப் பழகுங்கள். எதையும் தனிப்பட்ட முறையில் எடுத்துக் கொள்ளாமல் இருப்பது உங்களுக்கு அதிக அமைதியையும் தெளிவையும் கொடுப்பதோடு, பிரச்சனையைத் திறமையாகக் கையாளவும் உங்களுக்கு உதவும்.

இவ்வாறு விலகி நிற்பதும், பாரபட்சமின்றி ஒரு விஷயத்தை அணுகுவதும் முக்கியம். அதனால்தான், "தன் சொந்த வழக்கறிஞராகத் தானே ஆஜராகும் ஒருவன், ஒரு முட்டாளைத்

தன் கட்சிக்காரனாகப் பெற்றுள்ளான்," என்று கூறப்படுகிறது. நெருக்கடியான நேரத்தில் சிறப்பாகச் செயல்படும் திறன்தான் ஒரு மூத்த உயரதிகாரியின் மிகவும் மதிப்புவாய்ந்த பண்புநலனாகும். விஷயங்களை உணர்ச்சிவசப்படாமல் அணுகுவதன் மூலமாகத்தான் இந்தப் பண்புநலன் வளர்கிறது.

எதிர்மறை உணர்ச்சிகளுக்கான மூன்றாவது காரணம், அடுத்தவர்மீதான அக்கறையின்மை. மக்கள் உங்களுக்கு நியாயமாகச் சேர வேண்டியதைக் கொடுக்காதபோதும், நீங்கள் எதிர்பார்க்கும் விதத்தில் அவர்கள் உங்களை மதிக்காமல் போகும்போதும் நீங்கள் கோபப்படுகிறீர்கள். யாரேனும் ஒருவர் உங்களிடம் மரியாதைக் குறைவாக நடந்து கொண்டாலோ அல்லது உங்களை மட்டம்தட்டிப் பேசினாலோ அல்லது ஒரு சமூகச் சூழலில் உங்களை முறையாக அங்கீகரிக்காமல் இருந்தாலோ, உங்கள் அகங்காரம் அதில் தலையிடுகிறது. இதன் விளைவாக, நீங்கள் காயப்படுகிறீர்கள், கோபமாக உணர்கிறீர்கள், உங்களைத் தற்காத்துக் கொள்ள முயற்சிக்கிறீர்கள். அதனால்தான் ஓர் அறிவாளி இவ்வாறு கூறினார்: "அடுத்தவர்கள் உங்களைப் பற்றி என்ன நினைக்கிறார்கள் என்பது குறித்து நீங்கள் அவ்வளவாகக் கவலைப்படக்கூடாது. ஏனென்றால், அவர்கள் உங்களைப் பற்றி அவ்வளவாக நினைப்பதே இல்லை என்பது உங்களுக்குத் தெரிய வந்தால், அது குறித்து நீங்கள் அவமானமாக உணரக்கூடும்."

உங்கள் எதிர்மறை உணர்ச்சிகளை நீங்கள் பட்டினி போட வேண்டும். அவற்றை நியாயப்படுத்த மறுப்பதன் மூலமும், அவற்றைத் தனிப்பட்ட முறையில் எடுத்துக் கொள்ள மறுப்பதன் மூலமும், அடுத்தவருடைய நடத்தை உங்களுக்குக் கோபத்தை ஏற்படுத்த அனுமதிக்காமல் இருப்பதன் மூலமும் அவற்றின் ஆற்றலை அவற்றிடமிருந்து நீங்கள் பறித்துவிட வேண்டும். ஆனால் எதிர்மறை உணர்ச்சிகளை மிக விரைவாகக் களைவதற்கான வழி, அவற்றின் வேர்வரை சென்று அவற்றை வெட்டியெறிவதுதான்.

எதிர்மறை உணர்ச்சிகள் தோன்றுவதற்கான நான்காவது காரணம் குறைகூறுதல். அனைத்து எதிர்மறை உணர்ச்சிகளின் அடிப்படையும் இதுதான். உங்களுக்கு வருத்தத்தை ஏற்படுத்திக் கொண்டிருக்கும் ஏதோ ஒரு விஷயத்திற்கு யாரோ ஒருவரை அல்லது ஏதோ ஒன்றைக் குறைகூறும் உங்கள் திறன்தான் உங்களது 99 சதவீத எதிர்மறை உணர்ச்சிகள்

ஜீவித்திருப்பதற்குக் காரணம். யாரையும், எதையும் நீங்கள் குறைகூறுவதை நிறுத்தும் கணத்தில் உங்கள் எதிர்மறை உணர்ச்சிகள் செயலற்றுப் போய் மறைந்துவிடும்.

இடமாற்றுவிதி - ஒரு மறுபரிசீலனை

உங்கள் வெளிமனத்தில் ஒரு நேரத்தில் ஒரே ஓர் எண்ணத்தால் மட்டுமே நிலைகொள்ள முடியும், அது நேர்மறையானதாக இருந்தாலும் சரி, எதிர்மறையானதாக இருந்தாலும் சரி; மேலும் அந்த எண்ணத்தை உங்களால் வலுக்கட்டாயமாகத் தேர்ந்தெடுக்க முடியும் என்று இடமாற்றுவிதி கூறுகிறது. ஓர் எதிர்மறையான, அழிவுபூர்வமான எண்ணத்தைக் களைவதற்கு, அதனிடத்தில் அதற்குப் பதிலாக ஒரு நேர்மறையான, ஆக்கபூர்வமான எண்ணத்தை நிலைப்படுத்த வேண்டும். அவ்வாறு செய்யும்போது, அந்த எதிர்மறை எண்ணத்தை நீங்கள் உங்கள் மனத்திலிருந்து விரட்டிவிடுகிறீர்கள்.

ஏதோ காரணத்திற்காக நீங்கள் எதிர்மறையாகவோ அல்லது கோபமாகவோ உணரும்போது, "நான்தான் பொறுப்பு," என்று உறுதியாகக் கூறுவதன் மூலம், எதிர்மறை உணர்ச்சியைத் தோற்றுவிக்கும் எண்ணத்தை உங்களால் களைய முடியும்.

மனத்தைக் கட்டுப்படுத்துவதற்கான மிகவும் சக்திவாய்ந்த சுயபிரகடனம் இது. "நான்தான் பொறுப்பு" என்ற வார்த்தைகள் உடனடியாக உங்கள் மனத்தை நேர்மறையாக ஆக்கிவிடும். உங்கள் உணர்ச்சிகளை முழுவதுமாக உங்கள் கட்டுப்பாட்டிற்குள் கொண்டு வருவதற்கு இது உங்களுக்கு உதவும். நீங்கள் அமைதியாகவும் ஆசுவாசமாகவும் உணர்வீர்கள். உங்கள் சூழ்நிலையை அதிகத் தெளிவாக ஆய்வு செய்வீர்கள். "நான்தான் பொறுப்பு" என்ற வார்த்தைகள், கட்டுப்பாட்டை உங்கள் கையில் கொடுத்து, சூழ்நிலையை மிகத் திறமையாக நீங்கள் கையாள உங்களுக்கு சக்தியளிக்கும்.

எதிர்மறை உணர்ச்சிகள் உங்கள் வளர்ச்சியைத் தடுக்கின்றன. அவற்றைக் களையாதவரை உங்களால் உயர்ந்த புரிதல் நிலைகளை அடைய முடியாது. உங்களை உங்களது தற்போதைய யதார்த்தத்திற்குள் சிக்க வைத்திருப்பது உங்கள் எதிர்மறை உணர்ச்சிகள்தான். நீங்கள் அவற்றிலிருந்து விடுபட்டு முன்னேறிச் செல்ல வேண்டும்.

கட்டாயத் தேவை

பொறுப்பேற்றுக் கொள்வதும், எதிர்மறை உணர்ச்சிகளைக் களைவதும் உங்கள் விருப்பம் சார்ந்த விஷயங்கள் அல்ல, அவை கட்டாயமாகச் செய்யப்பட வேண்டியவை. உங்கள் ஆரோக்கியம், மகிழ்ச்சி, மற்றும் தனிப்பட்ட ஆற்றல் ஆகியவற்றுக்கான மைய ஆதாரம் இது. உங்கள் மனத்தின் சக்திகளை அதிகரிக்க வேண்டும் என்றால், எதிர்மறை உணர்ச்சிகளைக் களைந்து, உங்களைக் குறித்தும் உங்கள் வாழ்க்கையைக் குறித்தும் ஒரு நேர்மறையான மனப்போக்கை உருவாக்கிக் கொள்வது இன்றியமையாதது. நேர்மறையான, ஆக்கபூர்வமான உணர்ச்சிகள்தான் மகிழ்ச்சி, சாதனை, மற்றும் நீடித்த ஆயுளுக்கான அடித்தளங்கள்.

உங்கள் மனத்தைத் தூய்மைப்படுத்துவதன் துவக்கமாக, உங்கள் கடந்தகால வாழ்க்கை மற்றும் நிகழ்கால வாழ்க்கையைப் பற்றி ஒரு கணம் சிந்தித்துப் பாருங்கள். ஏதோ ஒரு விதத்தில் உங்களை எதிர்மறையாக உணர வைக்கின்ற ஒவ்வொரு நினைவையும் சூழ்நிலையையும் ஆய்வு செய்யுங்கள். பிறகு, “நான்தான் பொறுப்பு,” என்று மீண்டும் மீண்டும் கூறுவதன் மூலம் அந்த எதிர்மறை உணர்வைச் செயலிழக்கச் செய்யுங்கள்.

நீங்கள்தான் பொறுப்பு என்பது உண்மை. உங்கள் பிரச்சனை அல்லது சிரமம் எதுவாக இருந்தாலும் சரி, நீங்கள்தான் அதற்குள் சிக்கிக் கொண்டிருந்தீர்கள். தேர்ந்தெடுக்கும் சுதந்திரம் உங்களுக்கு இருந்தது. இப்போதும் அந்த சுதந்திரம் உங்களுக்கு இருக்கிறது. செய்யக்கூடாது என்று தெரிந்திருந்தும் ஒரு காரியத்தைச் செய்து நீங்கள் அந்தப் பிரச்சனைக்குள் மாட்டிக் கொண்டீர்கள். எனவே உங்களுடைய சூழ்நிலைக்கும், உங்கள் தீர்மானங்களால் ஏற்பட்ட விளைவுகளுக்கும் நீங்கள்தான் முழுக்க முழுக்கக் காரணம்.

“பொறுப்பை ஏற்றுக் கொள்வது என்பது பழியை ஏற்றுக் கொள்வதற்கு ஒப்பானது அல்லவா?” என்று மக்கள் என்னிடம் அடிக்கடிக் கேட்கின்றனர். பொறுப்பு எப்போதும் எதிர்காலத்தை முன்னோக்கிப் பார்க்கிறது, பழி எப்போதும் கடந்தகாலத்தைப் பின்னோக்கிப் பார்க்கிறது என்பதுதான் இதற்கான விடை.

பொறுப்பு எப்போதும் "அடுத்த முறை" அல்லது "எதிர்காலத்தில்" அல்லது "இங்கிருந்து நான் என்ன செய்ய வேண்டும்?" என்று கூறுகிறது. பழி எப்போதும் "அவன் செய்தான்" அல்லது "அவள் செய்தாள்" அல்லது "என்னிடம் மட்டும் அது இருந்திருந்தால் ஞ்" என்று கூறுகிறது. பொறுப்பு உங்களுக்கு ஒருவிதமான கட்டுப்பாட்டு உணர்வை, சுயசார்பை, முனைப்பைக் கொடுக்கிறது. பழி உங்களைக் கோபமாகவும், வெறுப்பாகவும், வன்மமாகவும் உணரச் செய்கிறது.

சாலையில் நீங்கள் சிக்னலில் நின்று கொண்டிருக்கும்போது வேறொரு கார் உங்கள் காரின்மீது இடித்துவிடுகிறது என்று வைத்துக் கொள்வோம். சட்டரீதியாக, அது உங்கள் தவறு அல்ல. ஆனால் அந்தச் சூழ்நிலையில் நீங்கள் நடந்து கொள்ளும் விதத்திற்கு நீங்கள்தான் பொறுப்பு. உங்கள் நடத்தைக்கு நீங்கள்தான் பொறுப்பு. நீங்கள் அவர்மீது கோபப்படலாம், எரிச்சல் கொள்ளலாம். அல்லது பக்குவத்துடன் அமைதி காத்து, உங்கள் உணர்ச்சிகளைக் கட்டுப்படுத்திக் கொள்ளலாம். விருப்பத்தேர்வு உங்களுடையது. நீங்கள் எவ்வாறு உணர்கிறீர்கள் என்பது நீங்கள் எவ்வாறு நடந்து கொள்ளத் தீர்மானிக்கிறீர்கள் என்பதால் தீர்மானிக்கப்படுகிறது, சூழ்நிலையால் அல்ல. பொறுப்போ அல்லது பொறுப்பின்மையோ, அதைத் தேர்ந்தெடுக்கும் சுதந்திரம் உங்களிடம் உள்ளது. எப்போதுமே அந்த சுதந்திரம் உங்களிடம் இருந்து வந்துள்ளது.

உங்கள் தடைகளைத் தகர்த்தல்

இக்கணத்திலிருந்து நீங்கள் முழுமையான பொறுப்பு ஏற்கப் போவதாகத் தீர்மானிக்கக்கூடும். ஆனால் தாங்கள் பொறுப்பேற்க விரும்பாத, குறைந்தபட்சம் ஓர் எதிர்மறையான அனுபவம் ஒவ்வொரு நபரிடமும் உள்ளது. தாங்கள் பொறுப்பேற்கத் தயாராக இல்லாத, தங்களுக்குப் பிடித்தமான ஓர் எதிர்மறை உணர்ச்சி ஒவ்வொருவரிடமும் உள்ளது.

"அவர் எனக்கு என்ன செய்தார் என்பதை நீங்கள் அறிந்தால், நீங்கள் என்னைப் பொறுப்பேற்கும்படி வற்புறுத்த மாட்டீர்கள்," என்று நீங்கள் கூறுவீர்கள். ஆனால் இங்கு முக்கியமான விஷயம் இதுதான். உங்கள் வெளிமனத்திலோ அல்லது ஆழ்மனத்திலோ நீங்கள் தொடர்ந்து நிலைப்படுத்தி வரும் ஒரே ஓர் எதிர்மறையான உணர்ச்சிகூட மகிழ்ச்சிக்கான உங்களது வாய்ப்புகள் அனைத்தையும் அழித்துவிடும்.

குறைகூறுதல் அல்லது கோபப்படுதல் போன்ற ஓரே ஓர் எதிர்மறை உணர்ச்சிகூட உங்கள் மனஅமைதியுடன் நிரந்தரமாகக் குறுக்கிடும்.

இக்கருத்தை விளக்குவதற்கு, நீங்கள் ஒரு புதிய பென்ஸ் காரை வாங்கியிருப்பதாகக் கற்பனை செய்யுங்கள். அழகாக வடிவமைக்கப்பட்டுள்ள இந்தக் காரில் ஒரே ஒரு பிரச்சனை மட்டும் உள்ளது. பிரேக்கைப் பொருத்தும்போது ஏதோ ஒரு தவறு ஏற்பட்டதால், காரின் முன் சக்கரம் ஒன்றிற்கான பிரேக் பிடித்துக் கொண்டு விலக மறுக்கிறது. எனவே அந்தச் சக்கரம் ஓடாது. இப்போது அந்தக் காரை நீங்கள் ஓட்டப் போவதாக வைத்துக் கொள்வோம். நீங்கள் காருக்குள் ஏறி, எஞ்சினைத் துவக்கி, கியரை மாற்றி, ஆக்சிலரேட்டரை அழுத்துகிறீர்கள். இந்தக் காரில் உள்ள அனைத்தும் சரியாக இயங்கி, முன் சக்கரத்தின் பிரேக் மட்டும் ஒழுங்காக இயங்கவில்லை என்றால், நீங்கள் ஆக்சிலரேட்டரை அழுத்தும்போது என்னவாகும்?

உங்கள் கார் ஒரே இடத்தில் சுற்றிச் சுற்றி வரும். நீங்கள் எவ்வளவுதான் உங்கள் ஆக்சிலரேட்டரை அழுத்தினாலும், நீங்கள் ஒரே வட்டத்தில் சுற்றிக் கொண்டே இருப்பீர்கள்.

உங்கள் உலகில் உள்ள மக்களும் இந்தக் காரைப் போன்றவர்கள்தான். நீங்களும் அவர்களில் ஒருவராக இருக்கக்கூடும். அவர்கள் புத்திசாலிகளாகவும், சிறந்த தோற்றத்தை உடையவர்களாகவும், கற்றுத் தேர்ந்தவர்களாகவும் இருக்கக்கூடும். ஆனால் அவர்களது வாழ்க்கை மட்டும் ஒரு வட்டச் சுழற்சிக்குள் சிக்கிக் கொண்டிருக்கும். இதற்குக் காரணம், தாங்கள் பொறுப்பேற்க விரும்பாத ஏதோ ஓர் எதிர்மறையான கடந்தகால அனுபவத்தை அவர்கள் தங்கள் மனத்தில் இன்னும் நிலைப்படுத்தியுள்ளனர். தாங்கள் அனுபவித்த ஒரு மனக்காயத்திற்கு அவர்கள் வேறொருவரை இன்னும் குறைகூறிக் கொண்டிருக்கின்றனர்.

தங்கள் குழந்தைப் பருவத்தில் நடந்த ஏதோ ஒரு நிகழ்ச்சி குறித்து இன்னும் கோபத்தையும் வெறுப்பையும் தங்கள் மனத்தில் சுமந்து திரியும் ஐம்பது வயது நிரம்பிய பலரிடம் நான் பேசியுள்ளேன். தீர்க்கப்படாத இந்தக் காயங்கள் அவர்களது துணைவர்கள், குழந்தைகள், சக ஊழியர்கள், மற்றும் நண்பர்களுடனான அவர்களது உறவைப் பாதிக்கின்றன. அவை பலவிதமான மனநோய்க்கும் காரணமாகின்றன. சிலரது விஷயங்களில், அகால மரணத்திற்கும் அவை வழிவகுக்கின்றன.

கோபம், வெறுப்பு, குற்ற உணர்வு போன்ற தீர்க்கப்படாத உணர்ச்சிகளைக் கையாள்வதற்கு மக்களுக்கு உதவுவதை நோக்கமாக வைத்தே மனவசிய சிகிச்சை முறை உருவாக்கப்பட்டது. எது தங்களைத் தடுத்துக் கொண்டிருக்கிறது என்பதைக் கண்டுபிடித்து, அதை நேர்மையாக எதிர்கொண்டு, தங்களிடமிருந்து அதை விடுவிக்கும்போது அந்த நோயாளிகள் குணமடைகின்றனர். நீங்கள் யாரேனும் ஒருவரைக் குறித்து எதிர்மறையான உணர்ச்சிகளைக் கொண்டிருந்தால், அதைக் கண்டுபிடித்து, அந்தச் சூழ்நிலைக்குப் பொறுப்பேற்று, அந்த உணர்ச்சிகளை விடுவிப்பதன் மூலம் உங்களாலும் முன்னேறிச் செல்ல முடியும். நீங்கள் அவ்வாறு செய்தவுடனேயே நீங்கள் குணமாகிவிட்டதை அறிந்து கொள்வீர்கள்.

மற்றவர்களுக்குக் கற்றுக் கொடுங்கள்

நீங்கள் எதைக் கற்றுக் கொடுக்கிறீர்களோ, அதுவாகவே ஆகிவிடுறீர்கள். உங்கள் வாழ்வின் ஒவ்வொரு பகுதிக்கும் நீங்கள் பொறுப்பேற்கத் துவங்கியதும், உங்கள் நண்பர்களுக்கும் உங்கள் கூட்டாளிகளுக்கும் அதைக் கற்றுக் கொடுங்கள். மக்கள் தங்கள் பிரச்சனைகளைப் பற்றியும் விரக்திகளைப் பற்றியும் உங்களிடம் கூறும்போது, அவர்கள்மீது அனுதாபம் காட்டிவிட்டு, பிறகு, "நீங்கள்தான் பொறுப்பு," என்று நயமாக எடுத்துக் கூறுங்கள்.

ஓர் உண்மையான நண்பருக்கு நீங்கள் செய்யக்கூடிய மிகவும் அன்பான விஷயங்களில் ஒன்று, அவரது சூழ்நிலைக்கு அவர்தான் பொறுப்பு என்று அவரை உணரச் செய்வதுதான். ஒருவர் உங்களிடம் குறைபட்டுக் கொள்ளும்போது, "நீங்கள்தான் பொறுப்பு, அது குறித்து நீங்கள் என்ன செய்யப் போகிறீர்கள்?" என்று கேளுங்கள். அவருக்கு ஆலோசனை கொடுக்க முயற்சிக்காதீர்கள். அது அவருக்குத் தேவையில்லாமல் இருக்கலாம். நீங்கள் கொடுத்தாலும் அவர் அதை நிராகரிக்கக்கூடும். அவர் கூறுவதை வெறுமனே கேளுங்கள். பரிவுடன் கவனியுங்கள். பிறகு, அவர் அதற்கான பொறுப்பேற்றுக் கொண்டு, அந்தச் சூழ்நிலை குறித்து ஏதேனும் செய்வதற்கு அவரை ஊக்கப்படுத்துங்கள்.

என் மனைவி பார்பரா முதலில் ஓர் ஆலோசனையாளராகவும், பிறகு ஓர் உளவியலாளராகவோ அல்லது மனநலச் சிகிச்சையாளராகவோ ஆக விரும்பினார். அவர் மக்களுடைய பிரச்சனைகளைத் தீர்க்க விரும்பினார். தன் தோழிகளின் பிரச்சனைகளைக் கேட்டு, தன்னால் முடிந்த

அளவுக்குச் சிறப்பான ஆலோசனையை அவர்களுக்குக் கொடுப்பதில் அவர் பல மணிநேரங்களைச் செலவிட்டார். அவர்கள் தங்கள் பிரச்சனைகளைத் தீர்த்துக் கொள்வதற்குத் தேவையான வழிகாட்டுதல்களை அவர்களுக்குக் கொடுத்தார்.

அவரது தோழிகள் அல்லது சக ஊழியர்களுடன் நான் இப்படிப்பட்ட "ஆலோசனை நேரங்களில்" ஈடுபடும்போது, பிரச்சனையைக் கூறுபோட்டுப் பார்ப்பதை நிறுத்திவிட்டு, "நீங்கள்தான் பொறுப்பு, அது குறித்து நீங்கள் என்ன செய்யப் போகிறீர்கள்?" என்று கேட்பேன்.

அவர்கள் எதிர்கொண்டிருந்த சூழ்நிலைகளின் சிக்கல்களை நான் போதிய அளவு கருத்தில் எடுத்துக் கொள்ளவில்லை என்று என் மனைவி நினைத்தார். ஆனால், அவர்கள்தான் பொறுப்பு என்று நேரடியாக அவர்களிடம் தெரிவிக்கப்பட்டப் பிறகு அவர்கள் உடனடியாக உரிய நடவடிக்கைகளை மேற்கொண்டதைக் கண்டு என் மனைவி ஆச்சரியமடைந்தார்.

"நான்தான் பொறுப்பு, நான்தான் பொறுப்பு, நான்தான் பொறுப்பு," என்று தொடர்ந்து கூறுவதன் மூலம் உங்களுடைய சொந்த மனநல நிபுணராக ஆகுங்கள். பிரச்சனைகளைக் கொண்டுள்ள மற்றவர்களுக்கும் இதே ஆலோசனையைக் கொடுங்கள். "நீங்கள்தான் பொறுப்பு, அது குறித்து நீங்கள் என்ன செய்யப் போகிறீர்கள்?" என்று அவர்களிடம் கேளுங்கள். அவர்கள் தங்கள் வாழ்க்கையைப் பார்த்துக் கொள்ளட்டும், நீங்கள் உங்கள் வாழ்க்கையைக் கவனியுங்கள்.

செயல்முறைப் பயிற்சி

ஒரு காகிதத்தை எடுத்து, மேலிருந்து கீழாக நடுவில் ஒரு கோடு வரையுங்கள். இடது பக்கத்தில், நீங்கள் எதிர்மறை உணர்வைக் கொண்டிருக்கும் நபர்கள் அல்லது சூழ்நிலைகள் ஒவ்வொன்றையும் பட்டியலிடுங்கள்.

வலது பக்கத்தில், "இதற்கு நான்தான் காரணம். ஏனெனில், ஞ்" என்று தொடங்கி, அந்த வாக்கியத்தை நிறைவு செய்யுங்கள். இடது பக்கத்தில் நீங்கள் பட்டியலிட்டுள்ள ஒவ்வொரு விஷயத்திற்கும் இவ்வாறு எழுதுங்கள். உண்மையாக இருங்கள். வெளிப்படையாகவும் நேர்மையாகவும் நடந்து கொள்ளுங்கள். நடந்தவற்றுக்கு நீங்கள் ஏன் பொறுப்பு என்பதற்கான காரணங்களை எழுதுங்கள். உங்கள் கடந்தகாலத்தில் அல்லது நிகழ்காலத்தில் உள்ள ஒவ்வோர் எதிர்மறைச் சூழல்களுக்கும் இதைச் செய்யுங்கள்.

இப்பயிற்சியை நீங்கள் நிறைவு செய்யும்பொது, நீங்கள் எவ்வளவு நேர்மறையாகவும் கட்டுப்பாடு மிக்கவராகவும் விளங்குகிறீர்கள் என்பதைக் கண்டு வியந்து போவீர்கள். இத்தனை நாட்களாக நீங்கள் உங்கள் மனத்தில் சுமந்து வந்திருந்த பாரங்களிலிருந்து விடுதலை பெறுவீர்கள்.

உங்கள் சொந்த வழியிலிருந்து விலகுதல்

மனஅமைதிக்கும் வெளியுலக வெற்றிக்குமான திறவுகோல், உங்களுக்குள்ளும், உங்களைச் சுற்றியுள்ள உலகத்திடமும் நீங்கள் எவ்வாறு நடந்து கொள்கிறீர்கள் என்பதில் அடங்கியுள்ளது. மற்றவர்களுடனான உங்கள் உறவுகளில் வெற்றி கிட்டுவதற்கு இது முக்கியமாக உதவும். உயர்ந்த விழிப்புணர்வு நிலையை அடைவதற்கும், உங்கள் மனத்தின் சக்திகள் அனைத்தையும் முழுமையாகப் பயன்படுத்துவதற்கும் இன்றியமையாத ஒரு கோட்பாடு உள்ளது. அனைத்து விதமான எதிர்மறை உணர்ச்சிகளையும் களைந்து, நீங்கள் செய்யும் அனைத்திற்கும் முழுமையான பொறுப்பு ஏற்பதற்கு அது உங்களைத் தயார்படுத்தும். இக்கோட்பாடு உங்களது எண்ணற்றக் கடந்தகாலப் பிரச்சனைகளிலிருந்து உங்களை விடுவிக்கும். மக்கள் நேசிக்கும் ஒருவராக நீங்கள் ஆவதற்குத் தேவையான உன்னதமான நற்பண்பை அது உங்களிடம் உருவாக்கும். இக்கோட்பாட்டைப் பற்றி நீங்கள் இந்த அத்தியாயத்தில் பார்ப்பீர்கள்.

நீங்கள் இன்று யாராக இருக்கிறீர்களோ, அது உங்கள் வழக்கமான சிந்தனைகளின் விளைவுதான். உங்கள் வெளியுலகம் உங்கள் உள்ளுலகத்தின் பிரதிபலிப்பு. உங்கள் ஆரோக்கியம், உறவுகள், வேலை, குடும்பம், சாதனைகள் ஆகிய அனைத்தும் உங்கள் மனத்தின் செயல்பாடுகளின் வெளிப்பாடுதான்.

உங்கள் நடத்தை, மனப்போக்குகள், மதிப்பீடுகள், மற்றும் சிந்தனைப் பழக்கங்கள் ஆகிய அனைத்தையும் நீங்கள் கற்கிறீர்கள். நீங்கள் இந்த உலகத்திற்குள் நுழைந்தபோது இவற்றுடன் வரவில்லை. பல வருடங்களாக உங்களிடம் கூறப்பட்ட விஷயங்கள், வலியுறுத்தப்பட்ட விஷயங்கள் ஆகியவற்றிலிருந்து நீங்கள் கற்று வந்துள்ளீர்கள். அவற்றை இப்போது உங்களால் கைவிட முடியும். உங்கள் கனவுகள் மற்றும் இலக்குகளுடன் முரண்பட்டு நிற்கும் எண்ணங்களை அடியோடு உங்களால் களைய முடியும்.

நன்னம்பிக்கை உணர்வு வெற்றிக்கும் மகிழ்ச்சிக்கும் இன்றியமையாதது. ஆனாலும் நம்மில் பலர் அனைத்துவிதமான எதிர்மறை உணர்ச்சிகளால் ஆட்கொள்ளப்பட்டுள்ளோம், குறிப்பாகக் கோபம், பயம், சந்தேகம், பொறாமை, வருத்தம், எரிச்சல், பொறுமையின்மை, சகிப்புத்தன்மையின்மை போன்றவை. இவற்றை அடக்க நாம் எவ்வளவுதான் முயற்சித்தாலும், எதிர்பாராத விதத்தில் இவை தலைதூக்குகின்றன. பெரும்பாலும், மிக மோசமான நேரங்களில் தலைதூக்கி, நாம் பின்பு வருந்தக்கூடிய விதத்தில் நம்மை நடந்து கொள்ளச் செய்கின்றன.

எதிர்மறை உணர்ச்சிகளைக் களைவதற்கு முன், அவை உருவாவதற்குக் காரணமான உளவியல் காரணங்களை நீங்கள் முதலில் புரிந்து கொள்ள வேண்டும். அதிர்ஷ்டவசமாக, எதிர்மறை உணர்ச்சிகளுக்கு உங்கள் ஆழ்மனத்தில் நிரந்தரமாக இடமில்லை. அவை நிரந்தரமாக இருந்தால், உங்கள் குணத்தையோ அல்லது ஆளுமையையோ உங்கள் முயற்சிகளால் மாற்றுவதற்கான நம்பிக்கைக்கு இடமிருக்காது. சரியான திட்டத்தைக் கொண்டு இந்த எதிர்மறை உணர்ச்சிகளை உங்களால் விரட்டியடிக்க முடியும்.

வாழ்க்கை ஒரு வகுப்பறை

பிறக்கும்போதே நீங்கள் சுயகருத்தோடு பிறப்பதில்லை. அதுபோல், பிறக்கும்போதே நீங்கள் எதிர்மறையான உணர்ச்சிகளுடனும் பிறப்பதில்லை. நீங்கள் வளர்ந்து வரும் காலத்தில் இந்த உணர்ச்சிகளை நீங்கள் கற்றுக் கொள்கிறீர்கள். நீங்கள் வழக்கமாக உங்கள் குடும்பத்தில் பிரபலமாக உள்ள எதிர்மறை உணர்ச்சிகளைக் கற்கிறீர்கள். உங்கள் பெற்றோரின் எதிர்மறை உணர்ச்சிகளையும் நடவடிக்கைகளையும் நீங்கள் அப்படியே பின்பற்றுகிறீர்கள். நீங்கள் தொடர்பு கொள்ளும் மக்களிடம் இருக்கும் எதிர்மறை உணர்ச்சிகளை நீங்கள் அப்படியே பிரதிபலிக்கிறீர்கள். நீங்கள் முறையின்றி நடந்து கொள்வதாக யாரேனும் உங்களிடம் கூறினால், "நான் அப்படித்தான்," என்று கூறி, அவர்களது பரிந்துரையைப் புறக்கணிப்பீர்கள்.

உங்களிடம் நெடுங்காலமாக இருந்து வந்திருக்கும் சில குறிப்பிட்ட எதிர்மறையான யோசனைகள் பற்றிய விழிப்புணர்வே உங்களிடம் இல்லாமல் இருக்கும் அல்லது அவை முதலில் எங்கிருந்து வந்தன என்பது உங்களுக்குத்

தெரியாமல் இருக்கும். ஆனால் ஒரு விஷயத்தை மட்டும் நீங்கள் உறுதியாக நம்பலாம்: நீங்கள் அவற்றுடன் பிறக்கவில்லை. அவை நிரந்தரமானவை அல்ல. நீங்கள் விரும்பினால், உங்களால் அவற்றை விரட்டிவிட முடியும்.

எதிர்மறை உணர்ச்சிகளின் வேர்கள்

உங்கள் வாழ்வின் துவக்கத்தில் ஏற்படும் இரண்டு அனுபவங்களின் விளைவாக எதிர்மறை உணர்ச்சிகள் குறித்து நீங்கள் நாட்டம் கொள்கிறீர்கள். முதலாவது, அழிவுபூர்வமான விமர்சனம். வரலாற்றில் பதிவு செய்யப்பட்டுள்ள அனைத்துப் போர்களுடன் ஒப்பிட்டால், அழிவுபூர்வமான விமர்சனங்கள் அதிக சேதத்தை விளைவித்துள்ளன, அதிக மக்களை அழித்துள்ளன. யுத்தங்கள் மக்களின் உடலைக் கொன்று குவிக்கின்றன, ஆனால் அழிவுபூர்வமான விமர்சனம் ஒரு நபரை உள்ளூரக் கொன்று, அவரை நடைபிணமாக அலையச் செய்கிறது என்பதுதான் இவற்றுக்கு இடையேயான வேறுபாடு. உங்களுக்கு உங்களுடனும் மற்றவர்களுடனும் உள்ள ஒவ்வொரு பிரச்சனையும், முன்பொரு சமயம் ஏதோ ஒரு விமர்சனத்தால் உங்கள் மதிப்பு சவால்விடப்பட்ட நிகழ்வு அல்லது தாக்கப்பட்ட நிகழ்வின் விளைவாக ஏற்பட்டுள்ளதை உங்களால் கண்டுபிடிக்க முடியும்.

ஆறு வயதுக்கு உட்பட்டக் குழந்தைகள் தங்கள் வாழ்வில் உள்ள முக்கியமான மனிதர்களின் தாக்கங்களுக்கு எளிதில் ஆளாவர். உண்மையான மதிப்பீடுகள் மற்றும் விமர்சனங்களுக்கும், பொய்யான மதிப்பீடுகள் மற்றும் விமர்சனங்களுக்கும் இடையே உள்ள வேறுபாட்டைப் பகுத்தாய்வு செய்யும் திறன் அவர்களுக்குக் கிடையாது. ஒரு குழந்தையின் மனம் ஈரமான களிமண்ணைப் போன்றது. அதன் பெற்றோர்களும் சகோதர சகோதரிகளும் அதில் தங்கள் அடையாளங்களை விட்டுச் செல்கின்றனர். உணர்ச்சி எவ்வளவு தீவிரமானதாக உள்ளதோ, அடையாளமும் அவ்வளவு ஆழமாக இருக்கும்.

நீங்கள் வளர்ந்து பெரியவர்களாகி, வேறுபடுத்திப் பார்க்கும் திறனை வளர்த்துக் கொள்ளும்போது, எதிர்மறையான விமர்சனம் எங்கிருந்து வருகிறது என்பதை உங்களால் கருத்தில் கொள்ள முடியும். யாரேனும் உங்களை விமர்சித்தாலோ அல்லது உங்களுடன் முரண்பட்டு நின்றாலோ, அவர்களுடைய மதிப்பீடு சரியா இல்லையா என்று உங்களால் தீர்மானிக்க

முடியும். உங்களுக்கு உதவும் என்று தோன்றும் விமர்சனங்களை மட்டும் எடுத்துக் கொண்டு, மற்றவற்றை நீங்கள் நிராகரித்துவிடலாம்.

நீங்கள் ஒரு குழந்தையாக இருக்கும்போது, உங்களிடம் அப்படிப்பட்டத் திறன் இருக்காது. அப்போது நீங்கள் ஒரு ஸ்பாஞ்சைப் போன்று இருப்பீர்கள். உங்களைச் சுற்றி இருக்கும் முக்கியமான மக்கள் ஏதோ முழுக்க முழுக்க உண்மையைக் கூறுவதுபோலவும், உங்களது உண்மையான நடத்தையையும் திறன்களையும் அவர்கள் நன்றாக அறிந்து வைத்துள்ளதுபோலவும் நினைத்துக் கொண்டு, அவர்களுடைய மதிப்பீடுகளை நீங்கள் அப்படியே உறிஞ்சிக் கொள்கிறீர்கள். நீங்கள் அவர்களுடைய அன்பையும் மதிப்பையும் எவ்வளவு அதிகமாக மதிக்கிறீர்களோ, அவ்வளவு அதிகமாக அவர்கள் உங்கள் நடத்தையையும் மதிப்பையும் பற்றி மதிப்பிடுவதை அப்படியே ஏற்றுக் கொள்கிறீர்கள். உங்களைப் பற்றி ஒரு விஷயத்தை உண்மை என்று நம்பி நீங்கள் ஏற்றுக் கொண்ட பிறகு, அந்த நம்பிக்கையின் ஊடாகவே உங்களை நீங்கள் பார்க்கத் துவங்குகிறீர்கள்.

உங்களைப் பற்றி நீங்கள் கொண்டிருக்கும் கண்ணோட்டங்களின் அடிப்படையிலேயே உங்கள் மனம் உங்களுக்கு சேவை செய்கிறது. அது உங்களுடைய நம்பிக்கைகளை உண்மை என்று நிரூபிக்கும் எடுத்துக்காட்டுகளை நீங்கள் பார்க்கும்படிச் செய்கிறது. அதே நேரத்தில், உங்கள் நம்பிக்கைகளுக்கு முரணான அனுபவங்களை நீங்கள் புறக்கணிக்கும்படியும் செய்கிறது.

"நீங்கள் ஒரு மோசமான சிறுவன்" என்றோ, "உங்களை நம்ப முடியாது" என்றோ, அல்லது "நீங்கள் ஒரு பொய்யன்" என்றோ கூறப்பட்டு வந்திருந்தால், இந்த விமர்சனங்கள் அனைத்தும் உங்களுடைய அடிப்படை ஆளுமையைப் பற்றிய அழிக்க முடியாத உண்மைகள் என்று நீங்கள் நம்பத் துவங்குகிறீர்கள். அதை நீங்கள் உங்கள் வெளிமனத்தில் ஏற்றுக் கொள்ளும்போது, உங்கள் ஆழ்மனமும் அதை உண்மையென்று ஏற்றுக் கொண்டு, எதிர்கால நடத்தைக்குரிய அறிவுறுத்தல்களாகப் பதிவு செய்து கொள்கிறது.

நான் வளர்ந்து வந்த காலத்தில், நான் எதற்கும் பிரயோஜனமில்லாதவன் என்றும், என்னால் தங்களுக்கு அதிக ஏமாற்றம் ஏற்பட்டுள்ளதாகவும் என் பெற்றோர்கள் என்னிடம் கூறினர். அவர்கள் என்னிடம் அளவுக்கு அதிகமாக

எதிர்பார்த்தார்கள். குழந்தைகள் என்பவர்கள் தொடர்ந்து தவறுகள் செய்வதன் மூலம் கற்றுக் கொள்ளும் இளம் குருத்துக்கள் என்பதைப் புரிந்து கொள்ளாமல், என் சக்திக்கு அப்பாற்பட்ட நடத்தையை, அவர்களது முதல் குழந்தையான என்னிடம் அவர்கள் எதிர்பார்த்தனர்.

திருமணமாகி எனக்குக் குழந்தைகள் பிறந்தபோது, சிறு வயதில் நான் நடத்தப்பட்ட விதத்தில் என் குழந்தைகளை நான் நடத்தப் போவதில்லை என்று தீர்மானம் செய்தேன். மாறாக, நான் அவர்களை நேசிக்கிறேன் என்றும், இவ்வுலகிலேயே மிகச் சிறந்த குழந்தைகள் அவர்கள்தான் என்றும் நான் அவர்களிடம் கூறுகிறேன். நாங்கள் அனைவரும் சேர்ந்து குடும்பத்துடன் காரில் செல்லும்போது, காரின் பின் இருக்கையில் என் குழந்தைகள் இருப்பதைக் கண்டுகொள்ளாதவனாக, இப்படிப்பட்ட அற்புதமான குழந்தைகளைப் பெறுவதற்கு நாம் எவ்வளவு அதிர்ஷ்டம் செய்திருக்க வேண்டும் என்று என் மனைவி பார்பராவிடம் கூறுவேன். தனித்தனியாக அவர்கள் ஒவ்வொருவரிடமும் சென்று, "இவ்வுலகிலேயே மிகச் சிறந்தவன் நீதான்," என்று அவர்களது காதில் நான் கிசுகிசுப்பேன்.

அவர்களை நான் கண்டிக்க வேண்டியிருந்தால்கூட, "நான் உன்னை மிகவும் நேசிக்கிறேன். ஆனால் நீ இந்தக் காரியத்தைச் செய்யக்கூடாது. அவ்வாறு செய்தால் நீ காயப்படக்கூடும்," என்றோ அல்லது பொருத்தமாக வேறு எதையோ கூறுவேன்.

தங்கள் குழந்தைகளுக்கு உதவும் நோக்கிலும், அவர்களது செயற்திறனை மேம்படுத்தும் நோக்கத்திலும்தான் பெற்றோர்கள் அவர்களை விமர்சிக்கின்றனர். ஆனால், அழிவுபூர்வமான விமர்சனம் ஒரு குழந்தையின் சுயமதிப்பைக் குறைத்து, அதன் சுயகருத்தை பலவீனப்படுத்துவதால், அக்குழந்தையின் ஒட்டுமொத்தச் செயற்திறனும் உண்மையில் சரிகிறது. அதன் தன்னம்பிக்கை மறைந்துவிடுகிறது. அக்குழந்தை அதிகத் தவறுகள் செய்யும் வாய்ப்புகள் அதிகரிக்கின்றன. ஒரு குழந்தை அடிக்கடி விமர்சிக்கப்பட்டாலோ அல்லது அந்த விமர்சனங்களை அக்குழந்தை தனிப்பட்ட முறையில் உணர்ச்சிரீதியாக உள்வாங்கிக் கொண்டாலோ, அக்குழந்தை பயப்படத் துவங்குவதோடு, அந்த விஷயங்களைச் செய்வதையே அடியோடு நிறுத்திவிடும்.

சில குழந்தைகள் அதிகமாக உணர்ச்சிவசப்பட்டு, புதிதாக எதையும் முயற்சிப்பதற்கு அஞ்சுவதோடு, பாதுக்காப்பின்மை

உணர்வையும் தங்களுக்குள் வளர்த்துக் கொள்வார்கள். அந்தக் குழந்தை வளர்ந்து பெரியவனாகும்போது, எந்தவிதமான விமர்சனத்தையும் அவனால் பொறுத்துக் கொள்ள முடியாது. தன் மனைவி, உயரதிகாரி, நண்பன், அல்லது சக ஊழியர்களால் அவன் விமர்சிக்கப்படும்போது, அவன் கோபமாகவும், தன்னைத் தற்காத்துக் கொள்ளும் விதத்திலும் நடந்து கொள்வான்.

ஒவ்வொருவரும் ஒவ்வொரு விஷயத்தில், குறிப்பாக, தங்கள் குடும்பத்தில் அல்லது தொழில் வாழ்க்கையில், அதிகமாக உணர்ச்சிவசப்படுவர். நீங்கள் உங்களுக்குச் செய்து கொள்ளக்கூடிய மிக முக்கியமான விஷயங்களில் ஒன்று, வாழ்வின் இந்த முக்கியமான பகுதிகளில் நீங்கள் சந்திக்கக்கூடிய விமர்சனங்களைக் கண்டுகொள்ளாமல் இருக்கப் பழகிக் கொள்வது. அடுத்தவர்களுடைய அபிப்பிராயங்களை உணர்ச்சிவசப்படாமல் மதிப்பீடு செய்யக் கற்றுக் கொள்ளுங்கள். அது சுலபமானதல்ல, ஆனால் நீங்கள் காயப்படுவதிலிருந்து அது உங்களைக் காக்கும்.

மகிழ்ச்சியின் எதிரி

அன்பின்மைதான் உங்களுக்குள் எதிர்மறையான உணர்ச்சிகளை ஏற்படுத்தும் இரண்டாவது காரணி. தன் பெற்றோரின் அன்பு தனக்குக் கிடைக்காமல் போவதுதான் ஒரு குழந்தையை மிகவும் பாதிக்கும் விஷயமாகும். பெற்றோர்கள் தங்கள் குழந்தையிடம் கோபமாக நடந்து கொள்ளும்போதும், ஒப்புதலளிக்க மறுக்கும்போதும், அந்தக் குழந்தை மிகவும் பயந்துவிடுகிறான். கவலையும், பயமும் அவனைத் தொற்றிக் கொள்கிறது. உணர்ச்சிரீதியாக அவன் துவண்டுவிடுகிறான். ஒரு குழந்தைக்கு அவனது பெற்றோரின் அன்பு அதிகமாகத் தேவைப்படுவதால், எந்தவொரு காரணத்திற்காகவும் அந்த அன்பு விலக்கிக் கொள்ளப்படும்போது, அக்குழந்தை உள்ளுக்குள் உதிர்ந்து போகிறான். அந்த அன்பு காலவரையற்று விலக்கிக் கொள்ளப்பட்டாலோ அல்லது எப்போதாவது மட்டுமே கொடுக்கப்பட்டாலோ, அவன் பெரியவனாகும்போது, அது அவனுக்குத் தீவிர ஆளுமைப் பிரச்சனைகளை உருவாக்கி, கோபம் மற்றும் பிற எதிர்மறைப் போக்குகளை அவன் வெளிப்படுத்த வழிவகுக்கிறது.

உங்களுடைய குழந்தைப் பருவத்தில் போதுமான அளவு அன்பு கிடைத்திராவிட்டால், அதை உங்கள் வாழ்நாள்

முழுவதும் நீங்கள் தேடுவீர்கள். உணர்ச்சிரீதியாக ஒரு பற்றாக்குறையை, ஓர் ஏக்கத்தை, ஒரு பாதுகாப்பின்மை உணர்வை நீங்கள் தொடர்ந்து அனுபவிப்பீர்கள். அந்த ஏக்கத்தை ஈடுகட்ட அரும்பாடுபடுவீர்கள். உங்களுடைய உறவுகளில் நிபந்தனையற்ற அன்பைத் தேடுவீர்கள். அன்பு உங்களிடமிருந்து விலக்கிக் கொள்ளப்பட்டாலோ அல்லது அதற்கு ஏதேனும் இடையூறு ஏற்பட்டாலோ நீங்கள் பதற்றமாகவும் அசௌகரியமாகவும் உணர்வீர்கள். குழந்தைகளிடம் ஏற்படும் சுண்ணாம்புச் சத்துப் பற்றாக்குறை அவர்கள் வளர்ந்த பிறகு எலும்புருக்கி நோயாக வெளிப்படுவதுபோல், குழந்தைப் பருவத்தில் ஏற்படும் அன்புப் பற்றாக்குறை அவர்கள் வளர்ந்த பிறகு எதிர்மறை உணர்ச்சிகளாக வெளிப்படும்.

மூன்று சூழ்நிலைகள்

ஒரு குழந்தையாக முழுமையான அன்பு உங்களுக்குக் கிடைப்பதாக நீங்கள் உணர்வதற்கு மூன்று சூழ்நிலைகள் கண்டிப்பாக இருக்க வேண்டும். இவற்றில் ஏதேனும் ஒன்று இல்லாமல் போனால்கூட, உங்கள் விடலைப் பருவத்திலும், நீங்கள் வளர்ந்த பிறகும் பாதுகாப்பின்மை உணர்வாகவும், எதிர்மறை உணர்ச்சிகளாகவும், அழிவுபூர்வமான நடத்தையாகவும் அது வெளிப்படும்.

உணர்ச்சிரீதியாக ஆரோக்கியமாக வளர்வதற்கான முதல் சூழ்நிலை, உங்கள் பெற்றோர்கள் முதலில் தங்களை நேசிக்க வேண்டும். அவர்களுக்கே போதிய அன்பு இல்லையென்றால், உங்களுக்கு அவர்களால் அதிக அன்பைக் கொடுக்க முடியாது. உங்கள் தாயாரோ அல்லது தகப்பனாரோ தன்னை அவ்வளவாக விரும்பாவிட்டால், உங்களுக்குக் கொடுப்பதற்கு அவர்களிடம் போதிய அன்பு இருக்காது. உயர்ந்த சுயகருத்தைக் கொண்ட பெற்றோர்கள் உயர்ந்த சுயகருத்தைக் கொண்ட குழந்தைகளை வளர்க்கின்றனர், குறைந்த சுயகருத்தைக் கொண்ட பெற்றோர்கள் குறைந்த சுயகருத்தைக் கொண்ட குழந்தைகளை வளர்க்கின்றனர் என்பது உண்மை. அகம் எவ்வாறோ, புறம் அவ்வாறே. குழந்தைகளின் சுயகருத்துக்கள் அவர்களது பெற்றோர்களின் சுயகருத்துக்களை அப்படியே பிரதிபலிக்கும்.

உங்கள் பெற்றோர்கள் தங்களிடமிருந்த அன்பு முழுவதையும் உங்களுக்குக் கொடுத்தனர். அவர்கள் எதையும்

விலக்கி வைக்கவில்லை. கொடுப்பதற்கு அவர்களிடம் அதற்குமேல் எதுவும் இருக்கவில்லை. அவர்களிடமிருந்து உங்களுக்குக் கிடைத்ததைவிட அதிகமாகப் பெறுவதற்கு உங்களால் எதுவும் செய்திருக்க முடியாது. அவர்களிடம் இருந்த அனைத்து அன்பையும் நீங்கள் பெற்றுவிட்டீர்கள்.

தான் முழுமையாக நேசிக்கப்படுவதாக ஒரு குழந்தை உணர்வதற்குத் தேவையான இரண்டாவது சூழ்நிலை, அவனது பெற்றோர்கள் ஒருவரையொருவர் நேசிக்க வேண்டும். அன்பை நேரடியாக அனுபவிப்பதன் மூலமும், அது தங்கள் குடும்பங்களில் நிகழ்வதைப் பார்ப்பதன் மூலமாகவும்தான் குழந்தைகள் அன்பைப் பற்றிக் கற்றுக் கொள்கின்றனர். ஓர் ஆண் தன் குழந்தைகளுக்குச் செய்யக்கூடிய மிகவும் அன்பான விஷயம் அவர்களின் தாயாரிடம் அன்பு செலுத்துவதுதான். இதற்கு நேரெதிரானதும் உண்மை. தங்கள் பெற்றோர்கள் ஒருவர்மீது ஒருவர் அன்பு செலுத்துவதைப் பார்த்து வளரும் குழந்தைகள் பெரும்பாலும் பாதுக்காப்பு உணர்வோடும் தன்னம்பிக்கையோடும் வளர்கின்றனர்.

எதிர்பாலினரிடம் எவ்வாறு அன்பு செலுத்துவது என்பதை உங்கள் குடும்பத்தில் உங்கள் பெற்றோர்கள் வாயிலாக நீங்கள் கற்கிறீர்கள். தங்களுக்கிடையே பரஸ்பரம் அன்பு காட்டாத பெற்றோர்கள் உள்ள குடும்பத்தில் நீங்கள் வளர்ந்திருந்தால், நீங்கள் வளர்ந்த பிறகு இன்னொரு நபருடன் எவ்வாறு கலந்து பழகுவது என்பதை நீங்கள் அனுபவத்தில் கற்றுக் கொள்ள வேண்டியிருக்கும்.

தான் முழுமையாக நேசிக்கப்படுவதாக ஒரு குழந்தை உணர்வதற்குத் தேவையான மூன்றாவது சூழ்நிலை, பெற்றோர்கள் அக்குழந்தையை நேசிக்க வேண்டும். ஒருவர் மிகவும் கவனமாகக் கையாள வேண்டிய விஷயங்களில் ஒன்று இது. பல பெற்றோர்கள் தங்கள் குழந்தைகளை நேசிக்கவில்லை என்பது உண்மை. அவர்கள் தங்கள் குழந்தைகளிடம் அன்பு காட்ட விரும்பினர், ஆனால் அதைச் செயல்படுத்தவில்லை. அதற்கான நேரமோ அல்லது சக்தியோ அல்லது ஆர்வமோ அவர்களிடம் இல்லாமல் இருந்திருக்கலாம். அல்லது தங்கள் பெற்றோர்கள் அல்லது வாழ்க்கைத் துணைவர்களுடன் அவர்கள் கொண்டிருந்த தீர்க்கப்படாத முரண்பாடுகள், அவர்கள் தங்கள் குழந்தைகள்மீது அன்பு செலுத்துவதைத் தடுத்திருக்கக்கூடும்.

பல பெற்றோர்கள் தங்கள் குழந்தைகளை அவ்வளவாக விரும்புவதில்லை. சில சமயங்களில், தங்களுடைய எதிர்பார்ப்புகளை நிறைவேற்றுவதுதான் தங்கள் குழந்தைகளின் கடமை என்று அவர்கள் நினைத்திருக்கக்கூடும். ஒரு குழந்தை தனக்கென்று ஓர் ஆளுமையைக் கொண்டிருந்தால், தங்களை அக்குழந்தை அவமதிப்பதாக அவனது பெற்றோர்கள் எடுத்துக் கொள்கின்றனர். அக்குழந்தையை விமர்சிப்பதன் மூலமும், தங்கள் அன்பை அவனிடமிருந்து விலக்கிக் கொள்வதன் மூலமும் அவர்கள் பதிலடி கொடுக்கின்றனர். இதை அவர்கள் அதிக காலம் நீட்டிக்கும்போது, அது விரைவில் ஒரு பழக்கமாக மாறிவிடுகிறது. இதன் விளைவாக, தங்கள் குழந்தைகள்மீது அன்பு செலுத்தி அவர்களைச் சீராட்டுவதற்குப் பதிலாக, அவர்களை விமர்சிக்கும் மற்றும் சகித்துக் கொள்ளும் பழக்கத்தை அப்பெற்றோர்கள் உருவாக்கிக் கொள்கின்றனர்.

உங்கள் பெற்றோர் உங்களை நேசித்தனரோ இல்லையோ, நீங்கள் முக்கியமானவர் என்பதையும், மதிப்புவாய்ந்தவர் என்பதையும் நீங்கள் தெரிந்திருக்க வேண்டியது முக்கியம். உங்கள் பெற்றோரிடமிருந்து உங்களுக்குக் கிடைத்த அல்லது கிடைக்காமல் போன அன்பிற்கும் உங்களுக்குள் இருக்கும் சாத்தியக்கூறுகளுக்கும் எவ்விதத் தொடர்பும் இல்லை. பெற்றோர்கள் தங்களால் முடிந்தவற்றைச் செய்துவிட்டனர். குறைந்தபட்சம், உங்களுக்கு ஒரு வாழ்க்கையைக் கொடுத்துள்ளனர். உங்கள் பெற்றோர்கள் இருவரும் அல்லது அவர்களில் யாரேனும் ஒருவர் உங்களை நேசிக்காமல் இருந்திருக்கக்கூடும் அல்லது போதுமான அளவு நேசிக்காமல் இருந்திருக்கக்கூடும் என்பதை ஏற்றுக் கொள்வது நீங்கள் முழுமையாகப் பக்குவமடைவதற்கு மிகவும் இன்றியமையாதது.

அழிவுபூர்வமான விமர்சனங்களும், ஏதோ ஒரு வழியில் அன்பின் பற்றாக்குறையும் நிலவிய குடும்பங்களில்தான் பெரும்பாலானவர்கள் வளர்ந்துள்ளனர். உங்களுக்கு இத்தகைய அனுபவம் நேர்ந்திருந்தால், ஏன் இவ்வாறு நிகழ்ந்து கொண்டிருந்தது என்பதைப் புரிந்து கொள்ளும் வயது உங்களுக்கு அப்போது இல்லை என்பதைத் தெரிந்து கொள்ளுங்கள். நீங்கள் வெறுமனே, “ஏதோ காரணத்தால் என் பெற்றோர் என்னை விமர்சிக்கின்றனர், என்மீது அவர்கள் அன்பு காட்டவில்லை. மற்றவர்களைவிட அவர்களுக்கு என்னைப் பற்றி நன்றாகத் தெரியும் என்பதால், நான் ஏதோ செய்ததால்தான் அவர்கள் இவ்வாறு நடந்து கொள்கின்றனர்,”

என்ற செய்தியை உங்கள் மனத்தில் ஆழமாகப் பதித்துவிட்டீர்கள்.

அழிவுபூர்வமான விமர்சனமும் அன்பின்மையும் சேர்ந்து குற்ற உணர்வு என்னும் எதிர்மறை உணர்ச்சியை உருவாக்குகின்றன. குற்ற உணர்வுதான் இருபதாம் நூற்றாண்டின் மாபெரும் உணர்ச்சிப் பிரச்சனை. பெரும்பாலான மனநோய்களுக்கும், மகிழ்ச்சியின்மைக்கும், கிட்டத்தட்ட மற்ற அனைத்து எதிர்மறை உணர்ச்சிகளுக்கும் இதுதான் மூல காரணம். குற்ற உணர்வை அனுபவிக்கும் ஒரு குழந்தை, தான் எதற்கும் பிரயோஜனமற்றவன், மதிப்பற்றவன் என்ற உணர்வைப் பெறுகிறான். இந்த உணர்வு அவனது ஆழ்மனத்தில் ஆழமாகப் பதிந்துவிடுகிறது.

குற்ற உணர்வு இரண்டு காரணங்களுக்காக மக்கள்மீது வலுக்கட்டாயமாகத் திணிக்கப்படுகிறது: தண்டனை மற்றும் கட்டுப்பாடு. குற்ற உணர்வை ஒருவிதமான தண்டனையாக ஒருவர்மீது பயன்படுத்துவது நல்ல பலனளிக்கும். எதிர்மறையான சமய போதனைகளின் இன்றியமையாத அங்கம் இது. தங்கள் குழந்தைகளை மோசமாகவும், முக்கியமற்றவர்களாகவும், மதிப்பற்றவர்களாகவும் உணரச் செய்வதற்குப் பல பெற்றோர்கள் இதைப் பயன்படுத்துகின்றனர்.

மற்றவர்களைக் கட்டுப்படுத்துவதற்கும், அவர்களைத் தங்களுக்கு சாதகமாகப் பயன்படுத்திக் கொள்வதற்கும் குற்ற உணர்வு பலரால் பயன்படுத்தப்படுகிறது. நீங்கள் ஒரு நபரைக் குற்ற உணர்வு கொள்ள வைத்துவிட்டால், அவரது உணர்ச்சிகளையும் நடத்தையையும் உங்களால் கட்டுப்படுத்த முடியும். போதுமான அளவு அவர்களுக்குக் குற்ற உணர்வை ஏற்படுத்திவிட்டால், அந்த உணர்வுகள் இல்லாத நிலையில் அவர்கள் செய்ய மறுக்கும் காரியங்களை இப்போது உங்கள் விருப்பம்போல் அவர்களைச் செய்ய வைக்க உங்களால் முடியும். குற்ற உணர்வைப் பயன்படுத்துவதில் பெற்றோர்கள் கைதேர்ந்தவர்கள். தங்கள் பெற்றோர்களிடமிருந்து வழிவழியாக அவர்கள் இதைக் கற்றுக் கொள்கின்றனர்.

குற்ற உணர்வை மக்கள் தங்களுக்கு சாதகமாக எவ்வாறு பயன்படுத்துகின்றனர்

உங்களிடத்தில் குற்ற உணர்வை உருவாக்கும் சூழல்களில் நீங்கள் வளர்க்கப்பட்டிருந்தால், அதை நீங்கள் பல்வேறு வழிகளில் அனுபவிப்பீர்கள்.

தாழ்வு மனப்பான்மை, போதாமை, மற்றும் தகுதியின்மை ஆகிய உணர்வுகள்தான் குற்றவுணர்வின் மிகப் பொதுவான வெளிப்பாடு. நல்ல விஷயங்கள் உங்கள் வாழ்வில் நடப்பதற்கு நீங்கள் தகுதியானவரல்ல என்று நீங்கள் உணர்கிறீர்கள். பல நல்ல விஷயங்கள் தொடர்ந்து உங்கள் வாழ்வில் நிகழ்ந்தால், நீங்கள் மிகவும் அசௌகரியமாக உணர்வீர்கள். நீங்கள் இவற்றுக்குத் தகுதியானவரல்ல என்ற உணர்வு உங்களுக்குள் மேலோங்கி, அவை மீண்டும் நிகழாமல் இருக்கும் வண்ணம் நீங்கள் சுயஅழிவுச் செயல்களில் ஈடுபடுவீர்கள்.

உங்களுக்கு விருப்பமில்லாத விஷயங்களைப் பற்றிச் சிந்திப்பதற்குப் பதிலாக, நீங்கள் விரும்பும் விஷயங்கள்மீது உங்கள் மனத்தைக் குவிக்கும்போது உங்களிடம் வந்து சேரும் நல்ல விஷயங்கள் அனைத்திற்கும் நீங்கள் தகுதியானவர்தான்.

தாழ்வு மனப்பான்மை, போதாமை, மற்றும் தகுதியின்மை ஆகிய உணர்வுகள், "நான் தகுதியானவன் அல்ல," என்ற வார்த்தைகளால் அடிக்கடி வெளிப்படுத்தப்படுகின்றன. "வெற்றி குறித்த பயம்" என்று சில உளவியலாளர்கள் இதைக் குறிப்பிடுகின்றனர். நீங்கள் தகுதியற்றவர் என்ற உணர்வு உங்களுக்குள் ஆழமாக ஊடுருவி இருப்பதால், உங்களை மட்டுப்படுத்தும் நம்பிக்கைகளுக்கு முரணான எந்த சாதனையும் உங்களுக்கு தர்மசங்கடமான உணர்வைக் கொடுக்கிறது என்பதால், வெற்றி குறித்த பயம் என்பது "நான் தகுதியானவன் அல்ல" என்று கூறுவதற்கான இன்னொரு வழிதான்.

தாங்கள் விரும்புகின்ற வெற்றியை அடைவதற்கு மக்கள் மிகக் கடினமாக உழைப்பர். நீண்ட நேரம் வேலை பார்ப்பதும், பெரும் தியாகங்களைச் செய்வதும் அதில் அடங்கும். ஆனால், அவர்கள் தங்கள் இலக்கிற்கு வெகு அருகில் வரும்போது ஏதேனும் ஒன்று தவறாகப் போகும். சுயநினைவுடனோ அல்லது சுயநினைவின்றியோ அவர்கள் தங்கள் வெற்றியைத் தாங்களே தடுத்துவிடுகின்றனர்.

ஒரு பெரிய விற்பனையை முடிக்கும் தருவாயில் இருக்கும் ஒரு விற்பனையாளர் ஒரு சாலை விபத்தில் சிக்கிக் கொள்கிறார். இன்னொருவர் ஒரு பெரிய வழக்கில் ஆஜராவதற்கு ஒப்பந்தப் பத்திரத்தில் கையெழுத்திட இருந்த நேரத்தில், அந்த ஒப்பந்தம் அடங்கிய தன் கைப்பெட்டியை டாக்ஸியில் மறந்து வைத்துவிட்டு வந்துவிடுகிறார். தாங்கள் தகுதியற்றவர்கள் என்ற உணர்வு உள்ளூர இருந்தும் வெற்றி பெறும் மக்கள், அந்த தர்மசங்கடமான நிலையில் இருந்து

தப்பித்துக் கொள்ளும் முயற்சியில் மது, போதை மருந்து, முறைகேடான உறவுகள் ஆகியவற்றின் பக்கம் திரும்புகின்றனர்.

அழிவுபூர்வமான சுயவிமர்சனமும் சுயஅழிவு நடத்தையும் பெரியவர்களிடம் குற்ற உணர்வு வெளிப்படும் இன்னொரு விதமாகும். வளர்ந்து வரும் காலத்தில் ஒருவர் விமர்சிக்கப்படும்போது, தன்னைத் தானே விமர்சிக்க அவர் கற்றுக் கொள்கிறார். அது அவரது வாழ்நாள் முழுவதும் தொடர்கிறது. "நான் எப்போதும் தாமதமாகவே வருகிறேன்," "கணக்கு எனக்கு வரவே வராது," அல்லது "நான் இதில் திறமை பெற்றவன் அல்ல" போன்றவற்றை மக்கள் அடிக்கடிக் கூறுவதை நீங்கள் கேட்டிருப்பீர்கள். எந்த அடிப்படையும் இல்லாத எதிர்மறையான யோசனைகளை அவர்கள் தொடர்ந்து தங்களிடம் வலியுறுத்திக் கொண்டே இருக்கின்றனர். தங்களைப் பற்றி மற்றவர்கள் கூறிய எதிர்மறையான யோசனைகளை அவர்கள் தங்களிடம் மீண்டும் மீண்டும் கூறுவதன் மூலம் அதை யதார்த்தமாக்குகின்றனர்.

உங்களைப் பற்றி உண்மை என்று நீங்கள் நம்பும் விஷயங்களை உங்கள் ஆழ்மனம் அப்படியே ஏற்றுக் கொள்கிறது. நீங்கள் தொடர்ந்து உங்களை விமர்சிக்கும்போது, உங்கள் வார்த்தைகளை உங்கள் ஆழ்மனம் உங்கள் கட்டளைகளாக ஏற்றுக் கொள்கிறது. அதையடுத்து உங்களிடமிருந்து வரும் வார்த்தைகளும், உங்களது செயல்களும் உங்கள் சுயவிமர்சனத்தை ஒத்து அமையும். உள்ளுக்குள் நீங்கள் உங்களைப் பற்றி எவ்வாறு பேசுகிறீர்களோ, வெளியிலும் நீங்கள் அவ்வாறே நடந்து கொள்வீர்கள்.

குற்ற உணர்வுடன் வளர்க்கப்பட்டதை நீங்கள் வெளிப்படுத்தும் மூன்றாவது வழி, மக்கள் உங்களைப் பயன்படுத்திக் கொள்ள நீங்கள் அவர்களை அனுமதிப்பதாகும். உங்களுக்கு அறிமுகம் இல்லாதவர்கள்கூட உங்களுடைய குற்றவுணர்வைத் தங்களுக்கு சாதகமாகப் பயன்படுத்திக் கொள்வர் அல்லது உங்களை அசௌகரியத்திற்கு ஆளாக்குவர். நீங்கள் அவர்களுடைய கைப்பொம்மையாக ஆகிவிடுவீர்கள்.

டாக்ஸி ஓட்டுனர்களும், ஓட்டலில் உங்களுக்கு உணவு பரிமாறுபவரும், விமானப் பணிப்பெண்களும் உங்கள் நடத்தையைக் கட்டுப்படுத்துவதற்கு உங்கள் குற்ற உணர்வைப் பயன்படுத்துகின்றனர். எடுத்துக்காட்டாக, விமானத்தில் பயணம் செய்யும்போது நாம் அடிக்கடித் தண்ணீர் குடிக்க வேண்டியது அவசியம். ஏனெனில், உயரத்தில் பறக்கும்போது

நம் உடலில் உள்ள நீர் உலர்ந்து போகிறது. எனவே, நான் விமானத்தில் பயணிக்கும்போது அதிகமாக நீர் அருந்துவேன். விமானச் சிப்பந்திகளிடம் நான் அடிக்கடித் தண்ணீர் கேட்டுக் கொண்டே இருப்பேன்.

பெரும்பாலான சிப்பந்திகள் இதை வெறுக்கின்றனர். உயரத்தில் பறக்கும்போது அதிகமாகத் தண்ணீர் பருக வேண்டும் என்று அவர்களுக்குக் கற்றுக் கொடுக்கப்பட்டுள்ள போதிலும், அந்தக் கூடுதல் வேலையை நமக்காகச் செய்ய அவர்கள் விரும்புவதில்லை. எனவே, "வேறு ஏதேனும் வேண்டுமா?" என்று கேட்பதற்குப் பதிலாக, "இது போதுமல்லவா?" என்று அவர்கள் கேட்கின்றனர்.

குற்ற உணர்வு எவ்வாறு உங்கள்மீது தாக்கத்தை ஏற்படுத்துவதற்கான ஒரு கருவியாகப் பயன்படுத்தப்படுகிறது என்பதை நீங்கள் தெரிந்து கொள்ள வேண்டும். அதை நீங்கள் எல்லா இடங்களிலும் பார்க்கலாம்.

குற்றவுணர்வு வெளிப்படும் நான்காவது வழி, மற்றவர்களிடம் அதைப் பயன்படுத்துவது. நீங்கள் விமர்சிக்கப்பட்டும் பழி சுமத்தப்பட்டும் வளர்க்கப்பட்டு வந்திருந்தால், மற்றவர்களிடம் நீங்கள் அதைப் பயன்படுத்துவீர்கள். தாங்கள் கூறுவதைத் தங்கள் குழந்தைகளைச் செய்ய வைப்பதற்குப் பல பெற்றோர்கள் இதைப் பயன்படுத்துகின்றனர். பல உயரதிகாரிகள் தங்கள் ஊழியர்களைக் கட்டுப்படுத்துவதற்கான முதன்மை வழியாக இதை உபயோகிக்கின்றனர்.

குற்ற உணர்வின் ஐந்தாவது வெளிப்பாடு, பாதிக்கப்பட்டவரைப்போல் நடந்து கொள்வது. இப்படிப்பட்ட ஒருவர், தான் பலியாக்கப்பட்டுள்ளதுபோல் உணர்வார், அதுபோலவே பேசுவார். ஆழமான குற்ற உணர்வைக் கொண்டவர்கள் எப்போதும் சாக்குப்போக்குகளைக் கூறுவர், மன்னிப்புக் கேட்பர். "தவறுக்கு வருந்துகிறேன்," என்று அவர்கள் அடிக்கடிக் கூறுவர். அதோடு, தான் குற்றமற்றவர் என்ற ரீதியில் அவர்களது பேச்சு அமைந்திருக்கும்.

"என்னால் முடியாது," "நான் செய்தாக வேண்டும்," அல்லது "நான் கட்டாயமாகச் செய்தாக வேண்டியுள்ளது, ஆனால் என்னால் முடியாது," போன்ற வார்த்தைகள் அவர்களிடம் இருந்து அடிக்கடி வெளிப்படும் வார்த்தைகளாக இருக்கும்.

"நான் முயற்சி செய்கிறேன்," என்று அவர்கள் கூறுவது, தோல்விக்கு முன்கூட்டியே மன்னிப்புக் கேட்பதற்குத்தான். தாங்கள் செய்ய முயற்சிக்கப் போவதாகக் கூறும் விஷயத்தில் தாங்கள் நிச்சயமாகத் தோற்றுப் போவோம் என்ற தங்களது நம்பிக்கையை முன்கூட்டியே அவர்கள் உங்களுக்குத் தெரியப்படுத்துகின்றனர். வரவிருக்கும் தோல்விக்கான முன்னறிவிப்பு வாசகங்கள் இவை என்பதை நீங்கள் நன்றாக அறிவீர்கள்.

நீங்கள் ஒரு வழக்கறிஞரிடம் சென்று, உங்கள் சார்பாக ஒரு வழக்கில் வாதாடும்படி அவரிடம் கேட்கும்போது, அவர் உங்கள் வழக்கை ஆய்வு செய்துவிட்டு, "நான் நிச்சயமாக முயற்சிக்கிறேன்," என்று உங்களிடம் பதிலளித்தால் நீங்கள் எப்படி உணர்வீர்கள்?

உயிருக்கு ஆபத்தான நிலையில் நீங்கள் ஒரு மருத்துவரிடம் சென்று, "உங்களால் நிச்சயமாக எனக்கு உதவ முடியும் என்று நான் நம்புகிறேன்," என்று கூறும்போது, "நான் முயற்சிக்கிறேன்," என்று அவர் கூறினால், நீங்கள் இன்னொரு மருத்துவரைப் பார்க்க வேண்டிய நேரம் வந்துவிட்டது என்று பொருள்.

"முயற்சிக்கிறேன்" என்ற வார்த்தைக்கு, "நான் இதில் தோற்கப் போகிறேன் என்பதை முன்கூட்டியே நான் உங்களுக்குத் தெரியப்படுத்துகிறேன். ஏனெனில், நான் உங்களை எச்சரிக்கவில்லை என்று பிறகு நீங்கள் என்னிடம் கூறக்கூடாது. அப்படியே நீங்கள் வந்து கேட்டாலும், நான் முயற்சிக்கிறேன் என்றுதான் கூறினேன் என்று என்னால் உங்களிடம் கூற முடியும்," என்று அர்த்தம்.

"இது மட்டும் நடந்தால் எவ்வளவு நன்றாக இருக்கும்" என்பது அவர்களுடைய இன்னொரு மொழி. ஓர் இலக்கு அல்லது குறிக்கோளுக்கு முன் "அது மட்டும் நடந்துவிட்டால் எவ்வளவு நன்றாக இருக்கும்" என்று நீங்கள் கூறும்போது, அது நடக்கும் என்று உண்மையிலேயே நீங்கள் நம்பவில்லை என்று உங்கள் ஆழ்மனத்திற்கு நீங்கள் தெரிவிக்கிறீர்கள். "புகைபிடிப்பதை என்னால் விட முடிந்தால் எவ்வளவு நன்றாக இருக்கும்," "என் எடையைக் குறைக்க முடிந்தால் எவ்வளவு நன்றாக இருக்கும்," அல்லது "என்னால் அதிகமாக சம்பாதிக்க முடிந்தால் எவ்வளவு நன்றாக இருக்கும்," என்று நீங்கள் கூறும்போது, உண்மையில், "ஆனால் அது எனக்குச் சாத்தியமில்லை என்று நான் நம்புகிறேன்," என்றுதான் நீங்கள் கூறுகிறீர்கள்.

“என்னால் முடியாது,” “நான் செய்தாக வேண்டியுள்ளது,” “நான் முயற்சிக்கிறேன்,” “இது மட்டும் நடந்தால் எவ்வளவு நன்றாக இருக்கும்,” “என்னை மன்னிக்கவும்,” “என்னைக் குறைகூறாதீர்கள்,” அல்லது “அது என் தவறு அல்ல” போன்ற வார்த்தைகளை நீங்கள் பயன்படுத்தும் ஒவ்வொரு முறையும், குற்ற உணர்வை நீங்கள் வலியுறுத்தி, அதை உங்கள் ஆழமனத்தின் வெகு ஆழத்தில் பதிவு செய்கிறீர்கள்.

உங்கள் உரையாடல்களில் இருந்து இத்தகைய வார்த்தைகளை ஒதுக்குவதென்று இக்கணமே முடிவு செய்யுங்கள். உறுதியோடும் திட்டவட்டமாகவும் பேசுங்கள்.

குற்ற உணர்விலிருந்து உங்களை விடுவித்துக் கொள்ளுங்கள்

உங்கள் மகிழ்ச்சியில் குறுக்கிடும் குற்ற உணர்விலிருந்து உங்களை விடுவித்துக் கொள்வதற்கு நீங்கள் செய்யக்கூடிய ஐந்து விஷயங்கள் இவை:

முதலாவது: உங்கள் எண்ணங்கள் மற்றும் உரையாடல்களில் இருந்து அழிவுபூர்வமான விமர்சனத்தை முற்றிலுமாக நீக்கிவிடுங்கள். உங்களை நீங்கள் மட்டம்தட்டிப் பேசுவதைத் தவிர்த்துவிடுங்கள். உண்மையிலேயே உங்களைப் பற்றி “நான் இப்படி இருக்கக்கூடாது,” என்று நீங்கள் நம்புபவற்றை ஒருபோதும் கூறாதீர்கள். அதே நேரத்தில், எதிர்மறையான வழியில் உங்களிடம் பேச எவரையும் அனுமதிக்காதீர்கள். யாரேனும் ஒருவர் உங்களை விமர்சித்தால், “நீங்கள் இவ்வாறு விமர்சிக்காமல் இருந்தால் நல்லது. ஏனெனில், நீங்கள் கூறுவது உண்மையல்ல,” என்று கூறுங்கள்.

உங்கள் ஆழ்மனம் தொடர்ந்து தகவல்களை உள்வாங்கிக் கொண்டிருக்கிறது என்பதையும், உங்கள் சுயகருத்தை உருவாக்குவதற்கு அவற்றைப் பயன்படுத்திக் கொண்டிருக்கிறது என்பதையும் நினைவில் இருத்துங்கள். யாரேனும் உங்களைப் பற்றி ஏதேனும் எதிர்மறையாகக் கூறுவதை நீங்கள் மறுப்பின்றி அனுமதித்தால், உங்களைப் பற்றிய உண்மையான விவரிப்பு அது என்று உங்கள் ஆழ்மனம் அதை ஏற்றுக் கொண்டு, அதைப் பதிவு செய்து கொள்ளும். பிறகு அது குற்ற உணர்வையும் தாழ்வு மனப்பான்மையையும் உங்களிடத்தில் வலியுறுத்த அதைப் பயன்படுத்திக் கொள்ளும். உங்களிடமிருந்தோ அல்லது மற்றவர்களிடமிருந்தோ உங்களைப் பற்றி வரும் எதிர்மறையான வாசகங்களை நீங்கள்

மறுக்காதபோது, எதிர்காலத்தில் நீங்கள் தோல்வியுறுவதற்கு அவை உங்களைத் தயார்படுத்திவிடும்.

இரண்டாவது: யாரையும் எதற்கும் குறைகூறுவதை நிறுத்துங்கள். உங்கள் வாழ்க்கைக்கும், அதன் அத்தனை அம்சங்களுக்கும் முழுமையாகப் பொறுப்பேற்றுக் கொள்ளுங்கள். பெரும்பான்மையான நேரம் தங்களுக்குச் சரியென்று தோன்றும் விஷயங்களைத்தான் பெரும்பாலான மக்கள் செய்கின்றனர். விமர்சிப்பதாலும், கண்டனம் தெரிவிப்பதாலும், குறைகூறுவதாலும் எந்தப் பலனும் இல்லை. மற்றவர்களை விமர்சிப்பதும் குறைகூறுவதும் உங்களுடைய சுயமதிப்பைக் குறைத்து, உங்கள் குற்ற உணர்வையும் தாழ்வு மனப்பான்மையையும் உங்களிடம் மீண்டும் வலியுறுத்துகின்றன. யாரிடமாவது நீங்கள் கோபமாக நடந்து கொள்ளத் துவங்கும்போது, வெறுமனே, "யாரும் குற்றவாளி அல்ல; நான்தான் பொறுப்பு," என்று கூறுங்கள்.

மூன்றாவது: நீங்கள் குற்ற உணர்வு கொள்ளும்படி மற்றவர்கள் உங்களைச் சூழ்ச்சியுடன் கையாள்வதை ஒருபோதும் அனுமதிக்காதீர்கள். நீங்கள் குற்ற உணர்வு கொள்ளும் விதத்தில் யாரேனும் ஏதாவது கூறும்போது அல்லது செய்யும்போது, அவர்களது கட்டளைகளுக்கு நீங்கள் உடன்பட்டால், நீங்கள் உங்கள் குற்ற உணர்வை வலியுறுத்தி, எதிர்காலத்தில் அவர்கள் தங்கள் சொந்த நலனுக்காக உங்களை மேலும் பயன்படுத்திக் கொள்வதை நீங்கள் சுலபமாக்குகிறீர்கள். மற்றவர்களின் உணர்வுகளுக்கும் தேவைகளுக்கும் நீங்கள் மதிப்புக் கொடுக்க வேண்டும் என்றாலும், உங்கள் உணர்ச்சிகளை நீங்கள் அவர்களிடம் அடமானம் வைக்க வேண்டிய அவசியமில்லை.

உங்களுக்குக் குற்றவுணர்வு ஏற்படும் விதத்தில் உங்களிடம் உரையாடும் ஒரு நபராவது உங்கள் வாழ்வில் நிச்சயமாக இருப்பார். அது உங்கள் தாயாராகவோ, வாழ்க்கைத் துணைவராகவோ, உயரதிகாரியாகவோ, அல்லது சக ஊழியராகவோ இருக்கலாம். அது யாராக இருந்தாலும் சரி, இந்தப் போக்கை மாற்றும் பொறுப்பு உங்களுடையதுதான்.

ஒருவர் குற்ற உணர்வைப் பயன்படுத்தி உங்களைத் தங்கள் கட்டளைகளுக்கு அடிபணியச் செய்யும் அல்லது உங்களைக் கட்டுப்படுத்தும் பழக்கத்தை உடைத்தெறிவதற்கு இரண்டு உத்திகளை நீங்கள் பயன்படுத்தலாம். முதலாவது உத்தி மௌனம் காப்பது. இது மிகவும் சுலபமானது. இரண்டு கைகள்

தட்டினால்தானே ஓசை ஏற்படும்? எனவே, அவர் அவ்வாறு விமர்சிக்கும்போது நீங்கள் பேசாமல் இருந்துவிட்டால், அந்த உரையாடல் அதோடு நின்றுவிடும்.

அடுத்த முறை யாரேனும் குற்றவுணர்வை உங்களிடம் பயன்படுத்த முயற்சிக்கும்போது, மௌனமாக இருந்துவிடுங்கள். எதுவும் பேசாதீர்கள். பதிலளிக்க மறுத்துவிடுங்கள். அடுத்தவர் உங்களைத் தூண்டுவதற்கு அனுமதிக்காதீர்கள். குற்ற உணர்வை ஒருவர் நம்மீது பயன்படுத்தும்போது நாம் தற்காத்துக் கொள்ளவும் மன்னிப்புக் கோரவும் தூண்டப்படுவது இயற்கை. ஆனால் உங்கள் மனத்தைக் கட்டுப்படுத்தி, இவை எதையும் செய்ய மறுக்கும்போது, நீங்கள் வலிமையடைந்து, அந்த நபரையும் அந்தச் சூழ்நிலையையும் கையாள்வதற்கு அதிகத் திறனையும் பெற்றுவிடுகிறீர்கள்.

தான் கூறுவது பற்றிய உங்கள் கருத்தை ஒருவர் உங்களிடம் கேட்கும்போது, "நான் அதற்கு விடையளிக்கத் தயாராக இல்லை," என்று கூறிவிடுங்கள்.

பணிவாகவும், தோழமையாகவும், மதிப்போடும் நடந்து கொள்ளுங்கள். தொலைபேசியில் பேசிக் கொண்டிருந்தாலும் மென்மையாகப் புன்னகையுங்கள். உங்கள் சூழ்நிலையை விளக்குவதற்கு உங்களிடம் ஏற்படும் ஆர்வத்தைத் தடுத்து நிறுத்துங்கள். நீங்கள் எதுவும் கூற வேண்டியதில்லை. உங்களை வேறொருவரிடம் நீங்கள் விளக்க வேண்டிய அவசியமும் இல்லை. எல்லாம் உங்கள் கட்டுப்பாட்டில்தான் உள்ளது. கடந்தகாலத்தில் உங்களிடம் உருவாக்கப்பட்டுள்ள குற்றவுணர்வுதான், ஒருவருடைய விமர்சனத்திற்குப் பதிலளிக்க நீங்கள் துடிப்பதற்குக் காரணம்.

குற்றவுணர்வை அடுத்தவரிடம் எறிவதும், அடுத்தவர் எறிவதை நீங்கள் பிடிப்பதும் டென்னிஸ் விளையாட்டைப் போன்றது. பந்தை நீங்கள் இருவரும் வலையின் இருபுறமும் மாறி மாறி அடிக்க ஆர்வமாக இருக்கும்வரைதான் இது வேலை செய்யும். மௌனமாக இருப்பதன் மூலம் இந்தக் குற்ற உணர்வு விளையாட்டை உங்களால் நிறுத்திவிட முடியும்.

குற்றவுணர்வைப் பயன்படுத்தித் தங்கள் தேவைகளை சாதித்துக் கொள்வதற்குப் பழக்கப்பட்டுவிட்ட மக்கள் நீங்கள் மௌனம் காக்கும்போது கோபப்படுவார்கள். இன்னும் பிடிவாதமாக உங்களைத் தங்கள் கட்டளைகளுக்கு அடிபணிய வைக்க முயற்சிப்பார்கள். உங்கள்மீதான தங்கள் கட்டுப்பாடு குறைவதை அவர்கள் உணர்ந்து கொண்டு, உங்களைத் தங்கள்

கட்டுப்பாட்டிற்குள் வைத்துக் கொள்வதற்குத் தங்களிடம் உள்ள அனைத்தையும் பயன்படுத்துவார்கள். உங்களுடைய மௌனத்தை அவர்கள் பயங்கரமாக எதிர்ப்பார்கள். இதற்கு நீங்கள் தயாராக இருந்து கொள்ளுங்கள், அவர்களுக்கு அடிபணிந்துவிடாதீர்கள்.

ஒருவருடன் நீங்கள் ஓர் ஆரோக்கியமான உறவைக் கொண்டிருக்க வேண்டும், அல்லது அந்த உறவே தேவையில்லை. இது நிகழ்வதற்கு, நீங்கள் உங்கள் திட்டத்தை மாற்றத் தயாராக இருக்க வேண்டும். குற்றவுணர்வை உங்களிடம் பயன்படுத்துவது வீண் என்று அடுத்தவர் உணரும்வரை, அவர்களது எதிர்மறையான செயல்கள் அனைத்தையும் பொறுத்துக் கொள்வதற்கு நீங்கள் தயாராக இருக்க வேண்டும். குற்ற உணர்வு வேலை செய்யாதபோது அவர்கள் வேறு ஏதேனும் ஒன்றை முயற்சிப்பார்கள். அதற்கும் நீங்கள் தயாராக இருந்து கொள்ளுங்கள்.

உங்கள்மீது குற்றவுணர்வைப் பயன்படுத்தும் பழக்கத்தை ஒருவரிடமிருந்து உடைத்தெறிவதற்கான இரண்டாவது வழி, உங்கள் நிலையில் உறுதியாக இருப்பது. இந்த உத்திக்கு, “கீறல் விழுந்த இசைத்தட்டு” என்று பெயர். இது எளிதானது, பலனளிப்பது. இதைப் பயன்படுத்துவதற்கு முதலில் உங்களுக்குத் துணிச்சலும் மனஉறுதியும் தேவைப்படும், பிறகு இது உங்களுக்கு நன்றாகப் பழகிவிடும்.

அடுத்தவர் உங்களைக் குற்றவுணர்வு கொள்ளச் செய்ய முயற்சிக்கும்போது, “என்னைக் குற்ற உணர்வு கொள்ள வைக்க நீங்கள் முயற்சிக்கிறீர்களா?” என்று கேளுங்கள். இதை அமைதியாகவும், அச்சுறுத்தாத விதத்திலும், வியப்பு தொனிக்கும் குரலிலும் கேளுங்கள்.

எங்களுக்குத் திருமணமான புதிதில், நானும் என் மனைவி பார்பராவும் நாங்கள் ஒருவரையொருவர் குற்ற உணர்வு கொள்ளச் செய்வதை வழக்கமாகக் கொண்டிருந்ததைக் கண்டறிந்தோம். நாங்கள் இருவருமே அந்தச் சூழ்நிலையில் வளர்ந்திருந்ததால், இதில் நாங்கள் உண்மையிலேயே கைதேர்ந்தவர்களாக இருந்தோம். நாங்கள் விரும்புவது நாங்கள் விரும்பும் நேரத்தில் எங்களுக்குக் கிடைக்காமல் போய்விடும் என்று எங்களுக்குத் தெரிய வரும்போது உடனடியாக நாங்கள் இதில் ஈடுபடுவோம்.

அதிர்ஷ்டவசமாக, இந்தப் பழக்கம் எங்களிடம் உருவாவதை நாங்கள் கண்டுகொண்டு, எங்கள்

வாழ்க்கையிலிருந்து இதை அகற்றுவதற்குக் “கீறல் விழுந்த இசைத்தட்டு” உத்தியைப் பயன்படுத்துவதென்று தீர்மானித்தோம்.

அது எளிமையாகவும் சிறப்பாகவும் வேலை செய்தது. அடுத்தவர் நம்மைக் குற்றவுணர்வு கொள்ள வைக்க முயற்சிக்கிறார் என்று எங்களில் ஒருவர் உணரும்போது, உடனடியாக அவர், “என்னைக் குற்றவுணர்வு கொள்ள வைக்க முயற்சிக்கிறீர்களா?” என்று கேட்பார்.

குற்றவுணர்வு ஒரு மோசமான விஷயம் என்பது நமக்குத் தெரியும். யாரும் வேண்டுமென்றே அடுத்தவரைக் குற்றவாளியாக உணர வைக்க விரும்புவது இல்லை. குழந்தைகளாக இருந்தபோது நாம் கற்றுக் கொண்ட இப்பழக்கம், வளர்ந்த பிறகும் தொடர்கிறது. ஒருவருடன் நாம் கொண்டிருக்கும் உறவில், நாம் விரும்புவதை அவர் செய்வதற்கு நாம் எதையும் செய்யத் தயாராக இருக்கிறோம், அது குற்றவுணர்வைப் பயன்படுத்துவதாக இருந்தாலும்கூட.

“நீ என்னைக் குற்ற உணர்வு கொள்ள வைக்க முயற்சிக்கிறாயா?” என்று நான் பார்பராவிடம் கேட்டால், அவர் உடனடியாக, “நிச்சயமாக இல்லை,” என்று கூறுவார்.

அதற்கு நான், “நல்ல வேளை, நீ அப்படிச் செய்கிறாயோ என்று ஒரு கணம் நான் பயந்துவிட்டேன். ஏனெனில், அது நல்லதல்ல,” என்று பதிலளிப்பேன்.

சற்று நேரம் கழித்து அவர் மீண்டும் என்மீது குற்றவுணர்வைப் பயன்படுத்துவார். நான் மீண்டும் அவரிடம், “நீ என்னைக் குற்ற உணர்வு கொள்ள வைக்க முயற்சிக்கிறாயா?” என்று கேட்பேன்.

மீண்டும் அவர் அதை மறுப்பார். மீண்டும் நான் அவரிடம், “நல்லது. நம் உறவில் குற்ற உணர்வுக்கு இடமில்லை,” என்று கூறுவேன்.

என் கேள்விக்கு அவர் “ஆமாம்!” என்று கூறும்வரை இந்த வார்த்தை விளையாட்டு எங்களிடையே தொடரும்.

பிறகு நான் வெற்றிகரமாக, “அது வேலை செய்யாது!” என்று கூறுவேன். அக்கணத்தில் அந்த உண்மையை நாங்கள் கண்டுகொள்வோம். குற்றவுணர்வைப் பயன்படுத்துவதை நிறுத்திவிட்டு, வெளிப்படையான, நேர்மையான முறையில் எங்கள் பிரச்சனையை விவாதிப்பதற்கான எங்கள் அடையாளம் அது. குற்றவுணர்வைப் பயன்படுத்துவதை நிறுத்தும்போது, பக்குவமடைந்த மனிதர்களாக நாம் உட்கார்ந்து பேசுவதைத் தவிர வேறு வழியில்லை.

குற்றவுணர்வைப் பயன்படுத்தும் ஒருவரைக் குற்றவுணர்வு கொள்ளச் செய்ய நீங்கள் முயற்சிக்கவில்லை. உங்களை மோசமாக உணரச் செய்வதற்காக நீங்கள் அவரைத் தண்டிக்க முயற்சிக்கவில்லை. அவர் அவ்வாறு நடந்து கொள்ளும்போது நீங்கள் மௌனம் காப்பது, அவர் தனது நடத்தையைப் புரிந்து கொள்ள வேண்டும் என்பதற்காகத்தான். அந்த நிலையில், குற்றவுணர்வை உங்களால் கையாள முடியும், உங்கள் உறவிலிருந்து அதை வெளியேற்றவும் முடியும். இருவருக்குமே பாதகத்தை ஏற்படுத்தும் இந்த அழிவுபூர்வமான உணர்ச்சியில் இருந்து உங்கள் இருவராலும் விடுபட முடியும்.

குற்றவுணர்விலிருந்து விடுபடுவதற்கான நான்காவது வழி, மற்றவர்களின் குற்றவுணர்வைப் பற்றிப் பேச மறுப்பது. அடுத்தவர்களைப் பற்றிக் கிசுகிசுப்பதை நிறுத்துங்கள். எதிர்மறையான உரையாடல்களில் ஈடுபடாதீர்கள். நீங்கள் எதைப் பற்றிப் பேசுகிறீர்களோ, எதைப் பற்றிச் சிந்திக்கிறீர்களோ, அவை அனைத்தும் உங்கள் ஆழ்மனத்தின்மீதும் உங்கள் ஆளுமையின்மீதும் தாக்கத்தை ஏற்படுத்துவதை நினைவில் கொள்ளுங்கள். அடுத்தவர்களைப் பற்றி நீங்கள் என்ன பேசுகிறீர்களோ, அது உங்களுக்கும் உண்மையாக வேண்டும் என்று நீங்கள் விரும்புகிறீர்கள். அடுத்தவர்களைப் பற்றிப் பேசும்போது, அவர்கள் உங்கள் மத்தியில் இருப்பதாகவும், தங்களைப் பற்றி நல்லவிதமாக அவர்களை உணரச் செய்ய நீங்கள் விரும்புவதாகவும் நினைத்துக் கொள்ளுங்கள்.

மன்னிப்பு விதி

குற்ற உணர்வுகள் மற்றும் அவை தொடர்பான நடவடிக்கைகள் ஆகியவற்றைக் களைவதற்கான மிகச் சக்திவாய்ந்த வழி இது. மகிழ்ச்சி, ஆரோக்கியம், செழிப்பு, மற்றும் பிறருடனான அற்புதமான உறவுகள் ஆகியவற்றை உருவாக்குவதற்கு நமக்குக் கற்றுக் கொடுக்கப்பட்டுள்ள மிகவும் சக்திவாய்ந்த நடைமுறைக் கோட்பாடு இதுதான். மன்னிப்பு விதி என்று அதற்குப் பெயர்.

மற்றவர்களை உங்களால் எந்த அளவுக்கு மன்னிக்க முடிகிறதோ, உங்களுக்கு எதிராக அவர்கள் செய்த தவறுகளை எந்த அளவுக்கு மறக்க முடிகிறதோ, அந்த அளவுக்கு உங்கள் மனம் ஆரோக்கியமாக இருக்கும் என்று மன்னிப்பு விதி கூறுகிறது.

மன்னிக்கும் திறன் நம்மிடம் இல்லாமல் போவதற்குக் காரணம் நம்முடைய குற்ற உணர்வு, கோபம், மற்றும் பிற எதிர்மறையான உணர்ச்சிகள்தான். உங்களைக் காயப்படுத்திய மக்கள்மீது வெறுப்பையும் கோபத்தையும் உங்கள் மனத்தில் சுமந்து கொண்டிருப்பது, மனநோய்களுக்கான முதன்மைக் காரணம். மன்னிக்கும் திறன் இல்லாமல் போவது, சாதாரணத் தலைவலி முதல் மாரடைப்பு, புற்றுநோய், மற்றும் வாதம் வரை பல நோய்களை உருவாக்குகிறது.

உங்கள் ஆற்றல்களை முழுமையாகப் பயன்படுத்துவதற்கும், உங்கள் மனத் திறன்களை முழுமையாக உருவாக்குவதற்கும், உங்களது உணர்ச்சிரீதியான மற்றும் ஆன்மீகரீதியான ஆற்றல்களை விடுவிப்பதற்கும், உங்களைக் காயப்படுத்தியுள்ள எவரொருவரையும் நீங்கள் முற்றிலுமாக மன்னிக்க வேண்டும். அவர்கள்மீது நீங்கள் கொண்டுள்ள வெறுப்பையும் கோபத்தையும் விட்டொழிக்க வேண்டும்.

உங்கள் வெளியுலகம் உங்கள் அக உலகத்தைப் பிரதிபலிக்கின்றது என்பதாலும், உங்கள் மனத்தை ஆக்கிரமித்துள்ள எண்ணங்கள் தம்மோடு ஒத்திசையும் மக்களையும் சூழல்களையும் உங்களிடம் கவர்ந்திழுக்கின்றன என்பதாலும், நீங்கள் எதைப் பற்றிச் சிந்திக்கிறீர்களோ அதுவாகவே ஆகிறீர்கள் என்பதாலும், நீங்கள் உண்மையிலேயே மகிழ்ச்சியாகவும், ஆரோக்கியமாகவும், சுதந்திரமாகவும் வாழ விரும்பினால், மன்னிக்கும் திறனைப் பயிற்சியின் மூலம் வளர்த்துக் கொள்வது மிகவும் அவசியம்.

குற்ற உணர்வு, தாழ்வு மனப்பான்மை, போதாமை, தகுதியின்மை, வெறுப்பு, மற்றும் கோபம் ஆகிய எதிர்மறை உணர்வுகளிலிருந்து நீங்கள் விடுபட விரும்பினால், உங்கள் வாழ்வில் உங்களைக் காயப்படுத்தியுள்ள அனைவரையும் நீங்கள் மன்னித்தாக வேண்டும். நீங்கள் இவர்களை விடுவிக்கும்போது, பெரும் மகிழ்ச்சியையும் சுதந்திர உணர்வையும் அனுபவிப்பீர்கள். இக்கணத்திலிருந்து நீங்கள் என்ன செய்ய விரும்புகிறீர்கள் என்பதைத் தீர்மானிக்கும் சுதந்திரம் உங்களுக்கு உள்ளது. அனைத்திலும் சிறந்த விஷயம் அடுத்தவரை மன்னிப்பது. அவ்வாறு மன்னிக்கும்போது உங்கள் வாழ்க்கை அற்புதமான வழிகளில் மலரத் துவங்கும்.

நீங்கள் மன்னிக்க வேண்டிய இன்னொரு முக்கியமான நபர் நீங்கள்தான். நீங்கள் இதுவரை செய்துள்ள முட்டாள்தனமான அல்லது உங்களைக் காயப்படுத்தும்

விஷயங்கள் ஒவ்வொன்றிற்காகவும் நீங்கள் உங்களை மன்னிக்க வேண்டும்.

நீங்கள் கச்சிதமானவரல்ல என்பதை நினைவில் கொள்ளுங்கள். நீங்கள் தவறுகள் செய்கிறீர்கள். வளர்ந்து பக்குவமடையும் காலம் நெடுகிலும் முட்டாள்தனமான ஏராளமான விஷயங்களைக் கூறுகிறீர்கள், செய்கிறீர்கள். அவற்றை நீங்கள் மீண்டும் முதலில் இருந்து செய்ய வேண்டியிருந்தால், அவற்றை வித்தியாசமாகச் செய்திருப்பீர்கள். ஆனால் பழைய தவறுகளைப் பற்றி வருத்தப்படுவதால் அல்லது கழிவிரக்கம் கொள்வதால் எந்தப் பிரயோஜனமும் இல்லை. நீங்கள் பலவீனமானவர் என்பதையே அது காட்டுகிறது. கழிவிரக்கம் பொதுவாக நீங்கள் முன்னேறாமல் இருப்பதற்கான சாக்குப்போக்காகவே பயன்படுத்தப்படுகிறது. அறிவார்ந்த, பக்குவமடைந்த மேன்மக்கள் அனைவரும் முட்டாள்தனமான, சிறுபிள்ளைத்தனமான தவறுகளைச் செய்துள்ளனர். அவர்கள் அவ்வழியில்தான் புத்திசாலியாகவும் பக்குவமானவர்களாகவும் உருவாகினர். எனவே நீங்களும் உங்களை எல்லா விஷயங்களுக்காகவும் மன்னிக்க வேண்டும்.

நீங்கள் உங்களையும் மற்றவர்களையும் முழுமையாக மன்னிக்கும் நபராக மாறும்போது, உங்களது நிலை உயர்கிறது. மன்னித்தல் துவங்கும்போது, உங்கள் ஆழ்மனத்தில் எதிர்மறை உணர்ச்சிகளை வளர்க்கும் குற்ற உணர்வு, கோபம், வெறுப்பு ஆகியவை முற்றிலுமாக அடித்துச் செல்லப்பட்டுவிடும். அனைவரையும் அனைத்து விஷயங்களுக்காகவும் மன்னிக்கும் வழக்கத்தை நீங்கள் கடைபிடிக்கும்போது, அமைதியும், அன்பும், பரிவும், நன்னம்பிக்கை மனப்பான்மையும் கொண்ட நபராக நீங்கள் ஆவீர்கள்.

ஆன்மாவிற்கு நல்லது

நீங்கள் யாரையேனும் புண்படுத்தியிருந்து, அது குறித்து நீங்கள் மோசமாக உணர்ந்தால், அவரிடம் சென்று மன்னிப்புக் கேளுங்கள். "என்னை மன்னித்துவிடுங்கள்," என்று அவரிடம் கூறுங்கள். மன்னிப்புக் கேட்பது ஆன்மாவிற்கு நல்லது. குற்ற உணர்வு மற்றும் தகுதியின்மை ஆகிய உணர்வுகளில் இருந்து அது உங்களை விடுவிக்கும்.

அடுத்தவர் அதை எப்படி எடுத்துக் கொள்கிறார், உங்களிடம் எப்படி நடந்து கொள்கிறார் என்பது பற்றிக் கவலையில்லை. உங்கள் நடவடிக்கைகளுக்குப் பொறுப்பேற்று,

அவரிடம் சென்று மன்னிப்புக் கேட்பதற்கான துணிச்சலும் பண்பும் உங்களுக்கு இருக்கின்றது என்பதுதான் இங்கு முக்கியம். பிறகு நீங்கள் உங்கள் வேலையைப் பார்க்கச் சென்றுவிடலாம், அவரும் அவரது வேலையைப் பார்க்கச் சென்றுவிடுவார்.

கோட்பாட்டைக் கடைபிடித்தல்

உங்களுக்கான ஒரு பயிற்சி இது: முதலில், ஒரு காகிதத்தை எடுத்து, உங்களை ஏதோ ஒரு வழியில் காயப்படுத்தியுள்ளவர்களின் பெயர்களைப் பட்டியலிடுங்கள். இரண்டாவது, பட்டியலில் மேலிருந்து துவங்கி ஒவ்வொரு பெயராக உரக்கப் படியுங்கள். ஒரு பெயரைப் படித்தவுடன், அவருடன் என்ன நிகழ்ந்தது என்பதை நினைவுபடுத்திப் பார்த்து, "அவர் எனக்குச் செய்துள்ள அனைத்தையும் நான் மன்னிக்கிறேன்; அவரையும் நான் முழுமையாக மன்னிக்கிறேன்," என்று கூறுங்கள். இந்த வார்த்தைகளை இரண்டு அல்லது மூன்று முறை கூறுங்கள். பிறகு அடுத்தப் பெயருக்குச் செல்லுங்கள். அதன் பிறகு அந்தப் பட்டியலை எறிந்துவிடுங்கள். இப்போதிருந்து, அவரைப் பற்றி அல்லது அந்தச் சூழ்நிலையைப் பற்றி நீங்கள் நினைக்கும் ஒவ்வொரு முறையும், அதனோடு தொடர்புடைய எதிர்மறையான உணர்ச்சியைக் களைவதற்காக, "அவர் எனக்குச் செய்துள்ள அனைத்தையும் நான் மன்னிக்கிறேன்; அவரையும் முழுமையாக மன்னிக்கிறேன்," என்று கூறிவிட்டு, வேறு வேலையில் கவனம் செலுத்துங்கள்.

அனைவரையும் மன்னித்து, அவர்களை விடுவிக்கும்போது, உங்களுடைய மொத்த வாழ்வும் உங்களுக்காகத் திறக்கின்றது. மன்னித்தல்தான் மனஅமைதிக்கான திறவுகோல். இது செய்வதற்குக் கடினமானதாக இருந்தாலும், மிக மிக முக்கியமானது என்பதை நினைவில் கொள்ள வேண்டும்.

8

வெற்றிக்கான தலைமை இலக்கு

உங்கள் வாழ்வின் அன்றாட அழுத்தங்களைக் கையாளக்கூடிய உங்கள் திறன் உங்கள் மகிழ்ச்சிக்கும் வெற்றிக்கும் இன்றியமையாதது. நீங்கள் உங்களால் இயன்ற அளவுக்குச் செயல்படுவதற்கு மனஅமைதியும், உங்களைப் பற்றிய மற்றும் உங்கள் வேலையைப் பற்றிய தெளிவும் தேவை. உங்கள் மனஅழுத்தத்தைக் குறைத்து, உங்கள் ஆற்றலையும் நன்னம்பிக்கையையும் அதிகரிப்பதற்கு உங்கள் சிந்தனை முறையை எவ்வாறு கட்டுப்படுத்த வேண்டும் என்பதையும், உங்கள் சொந்த மனநல மருத்துவராக இருப்பது எப்படி என்பதையும் இந்த அத்தியாயத்தில் நீங்கள் கற்றுக் கொள்வீர்கள். உங்களைச் சுற்றி என்ன நடந்தாலும் சரி, எல்லாச் சூழ்நிலைகளிலும் மகிழ்ச்சியாகவும் சிறப்பாகவும் இருப்பது எப்படி என்பதை நீங்கள் கற்பீர்கள். மனஅமைதியைப் பெறுவதுதான் தலைமை இலக்கு.

உங்களுடைய அனைத்து முயற்சிகளின் உச்சகட்டக் குறிக்கோளும் அதுதான்.

மனிதகுலத்தின் மிக உயர்ந்த நலன்

மனஅமைதிதான் மனிதகுலத்தின் மிக உயர்ந்த நலன். உங்கள் சொந்த மனஅமைதியை உருவாக்கி, அதைத் தக்க வைத்துக் கொள்ளும் உங்கள் திறன்தான் தனிநபராக நீங்கள் எவ்வளவு சிறப்பாகச் செயல்பட்டுக் கொண்டிருக்கிறீர்கள் என்பதற்கான சிறந்த அளவீடு. மகிழ்ச்சிக்கும், உங்கள் வேலை மற்றும் உங்கள் தனிப்பட்ட வாழ்க்கையிலிருந்து உங்களுக்குக் கிடைக்கும் இன்பத்திற்கும் மிகவும் இன்றியமையாததாக விளங்குவது மனஅமைதிதான். மனஅமைதியை உங்களது உயர்ந்த இலக்காக நிர்ணயித்துக் கொண்டு, உங்கள் நடவடிக்கைகளையும், தீர்மானங்களையும், நடத்தையையும் அந்த இலக்கைச் சுற்றி ஒழுங்கமைத்துக் கொள்ளும்போது, உங்கள் வாழ்க்கையிலும் உங்கள் தொழிலிலும் நீங்கள் மகிழ்ச்சியோடும் அதிக ஆக்கபூர்வமாகவும் செயல்படுவீர்கள்.

மனஅமைதிக்கு நேரெதிரானது எதிர்மறைத் தன்மை. வாழ்வின் மகிழ்ச்சியின்மைக்கு முக்கியக் காரணம் எதிர்மறையான உணர்ச்சிகள்தான். உங்களது மனஅமைதி, மகிழ்ச்சி, மற்றும் குதூகலத்தை அவை உங்களிடமிருந்து பறிக்கின்றன. உங்களை நோய்க்கு ஆளாக்குகின்றன. உங்கள் ஆயுளைக் குறைக்கின்றன. மனஅழுத்தம், மனஇறுக்கம், கவலை ஆகிய அனைத்தும் ஏதோ ஒரு வகையான எதிர்மறை உணர்ச்சிகளாக இறுதியில் வெளிப்படுகின்றன. எதிர்மறை உணர்ச்சிகள் ஒருமுறை தூண்டப்பட்டுவிட்டால், அவை உங்கள் மனத்திற்குள்ளேயோ அல்லது வெளியுலகிலோ நிச்சயமாக வெளிப்படுத்தப்படும். நீங்கள் உங்களை நோய்க்கு ஆளாக்கிக் கொள்வீர்கள் அல்லது மற்றவர்களுடனான உங்கள் உறவுகளைச் சீரழித்துக் கொள்வீர்கள்.

உங்கள் வாழ்க்கையைத் திட்டமிடுவதில் நீங்கள் கொள்ள வேண்டிய முக்கியமான இலக்குகளில் ஒன்று, எதிர்மறை உணர்ச்சிகளைக் களைந்து, உண்மையிலேயே மகிழ்ச்சியான, ஆரோக்கியமான ஒரு நபராக மாறுவது. எதிர்மறை உணர்ச்சிகளைக் களைவதற்கான வழி, அவற்றிற்கான மூலகாரணங்களைப் புரிந்து கொண்டு, அவற்றை எப்படிச் செயலிழக்கச் செய்வது என்பதைக் கற்றுக் கொள்வது.

துணிச்சலும் நேர்மையும்

நீங்களே உங்கள் சொந்த மனநல மருத்துவராக இருப்பதற்கு உங்களுக்குத் துணிவு வேண்டும், ஏராளமான நேர்மையும் வேண்டும். நீங்கள் அனுபவித்துக் கொண்டிருக்கும் ஏதேனும் மனஅழுத்தம் அல்லது எதிர்மறை உணர்ச்சிக்கான உண்மையான காரணத்தைக் கண்டறிய நீங்கள் உங்களுக்குள் ஆழ ஊடுருவிப் பார்க்க வேண்டும். உங்கள் அக வாழ்க்கைக்கும், புற வாழ்க்கைக்கும், அவற்றைப் பற்றி நீங்கள் உணரும் விதத்திற்கும் நீங்கள் முழுமையாகப் பொறுப்பேற்க வேண்டும். இதற்கு வலிமையான மனஉறுதி தேவை, ஆனால் இறுதியில் நீங்கள் விரும்பும் வாழ்க்கையை அது உங்களுக்குப் பெற்றுத் தரும்.

மனஅழுத்தம் என்பது "உள்ளிருந்தோ அல்லது வெளியிலிருந்தோ ஏற்படும் தூண்டுதல்களுக்கு நீங்கள் எடுக்கும் பதில்நடவடிக்கை" என்று அத்துறையில் வல்லுனரான ஹான்ஸ் செல்யே கூறுகிறார். 'பதில்நடவடிக்கை' என்பதுதான் இங்கு முக்கியமான வார்த்தை. வெளியில் ஏற்படும் நிகழ்வுகளால் மனஅழுத்தம் உண்டாவதில்லை. அழுத்தம் தரும் சூழ்நிலை என்று எதுவும் கிடையாது. அழுத்தம் உங்களுக்கு நிகழும் விஷயங்களிலும் இல்லை. உங்கள் வாழ்வில் நிகழும் விஷயங்களுக்கு நீங்கள் மேற்கொள்ளும் பதில்நடவடிக்கையின் விளைவாகத்தான் அழுத்தம் ஏற்படுகிறது. நீங்கள் அழுத்தம் தரும் வழியில் செயல்படலாம் அல்லது அமைதியான வழியில் செயலாற்றலாம். எந்த வழியைப் பின்பற்ற வேண்டும் என்பதைத் தேர்ந்தெடுக்கும் சுதந்திரம் உங்களுக்கு இருக்கிறது.

நீங்கள் மேற்கொள்ளும் பதில்நடவடிக்கைக்கு நீங்கள் முழுமையாகப் பொறுப்பேற்றுக் கொள்வதுதான் அழுத்தத்தைக் கையாள்வதற்கும், உள்ளார்ந்த அமைதியைப் பெறுவதற்குமான துவக்கம். உங்கள் பதில்நடவடிக்கை நேர்மறையாக இருந்தாலும் சரி, எதிர்மறையாக இருந்தாலும் சரி, அழுத்தம் தருவதாக இருந்தாலும் சரி, இல்லாவிட்டாலும் சரி, உங்களுக்கு ஏற்படும் விஷயம் அதைத் தீர்மானிப்பதில்லை, மாறாக, அந்த விஷயத்தைப் பற்றி நீங்கள் எவ்வாறு சிந்திக்கிறீர்கள் என்பதுதான் உங்கள் பதில்நடவடிக்கையைத் தீர்மானிக்கிறது. இது உங்கள் தீர்மானம், உங்கள் விருப்பத்தேர்வு, உங்கள் பொறுப்பு.

எடுத்துக்காட்டாக, சாலையில் இரண்டு நபர்கள் போக்குவரத்து நெரிசலில் சிக்கிக் கொள்ளக்கூடும். ஒருவர் பொறுமையின்றியும் கோபமாகவும் நடந்து கொள்வார், மற்றவர் அமைதியாகவும் ஆசுவாசமாகவும் இருப்பார். இருவருக்கும் சூழ்நிலை ஒன்றுதான், ஆனால் அதை எதிர்கொண்டு அவர்கள் நடந்து கொள்ளும் விதம் வேறு வேறாக உள்ளது. அழுத்தத்தை உருவாக்குவது சூழ்நிலையல்ல, பதில்நடவடிக்கைதான். எவ்வாறு நடந்து கொள்ள வேண்டும் என்பதைத் தேர்ந்தெடுக்கும் சுதந்திரம் தனிநபர்களுக்கு உள்ளது.

ஓர் உயர்ந்த விலை

அழுத்தத்தைச் சரியாகக் கையாளாமல் இருப்பதற்கும், மனஅமைதியைத் தொலைப்பதற்கும் நீங்கள் ஓர் உயர்ந்த விலையைக் கொடுக்கிறீர்கள். எண்பதிலிருந்து தொண்ணூற்று ஐந்து சதவீத உடல் உபாதைகள் உளவியல்ரீதியானவைதான். ஆயுட்காலத்தைக் குறைக்கும் டைபாய்டு காய்ச்சல், காலரா, தட்டம்மை, மஞ்சள் காய்ச்சல், போலியோ, மற்றும் பல நோய்களை நவீன மருத்துவம் கிட்டத்தட்டக் களைந்துவிட்டது. ஆனாலும், நம்மிடையே நோயாளிகள் அதிகமாக இருக்கின்றனர். வரலாற்றில் இதுவரை இல்லாத அளவுக்கு ஆரோக்கியம் தொடர்பான பொருட்கள் இப்போது அதிக அளவில் உற்பத்தி செய்யப்படுகின்றன. இதற்கான முக்கியக் காரணம், இன்றைய இயந்திரத்தனமான, வேகமான நவீன சமுதாயத்தில், ஒரு சராசரி நபரால் தன் அன்றாட வாழ்க்கையில் ஏற்படும் அழுத்தங்களைச் சரியாகக் கையாள முடியாமல் போனதுதான்.

அமெரிக்காவில் நிகழும் பெரும்பான்மையான மரணங்கள் மாரடைப்பால் நிகழ்கின்றன. ஒவ்வொரு வருடமும் ஐந்து லட்சத்திற்கும் அதிகமான மக்கள் மாரடைப்பு நோயால் காலமாகின்றனர். ஆனால், மனஅழுத்தம் இல்லாதவர்கள் எழுபது வயதிற்கு முன் மாரடைப்பு நோயால் காலமாவதற்கான வாய்ப்பு மிகவும் குறைவு என்று டாக்டர் கென்னத் கூப்பர் போன்ற மருத்துவ நிபுணர்கள் கூறுகின்றனர். உயர்ந்த மனஅழுத்தம் உள்ளவர்கள் புற்றுநோய், வாதம், வயிற்றுப் புண், பல தோல் வியாதிகள், தலைவலி, மூட்டுவலி, மற்றும் உயிருக்கு ஆபத்து விளைவிக்கும் பல்வேறு நோய்களுக்கு ஆளாகின்றனர்.

மன அழுத்தம் ஏற்படுவதை உங்களால் தடுக்க முடியும்

பிறக்கும்போதே யாரும் மனஅழுத்தத்தோடு பிறப்பதில்லை. அதை நாம் நம் அனுபவத்தின் வாயிலாகவும், நமது வளர்ப்பின் வாயிலாகவும் கற்றுக் கொள்கிறோம். சில குறிப்பிட்டச் சூழ்நிலைகளில் நீங்கள் மனஅழுத்தத்துடன் நடந்து கொள்ளக் கற்றுக் கொண்டிருக்கிறீர்கள் என்றால், அந்தச் சூழ்நிலைகளில் நேர்மறையாகவும் ஆக்கபூர்வமான வழியிலும் நடந்து கொள்ள உங்களால் கற்றுக் கொள்ள முடியும்.

அழுத்தம் ஒன்றும் முற்றிலும் மோசமானதல்ல. அழுத்தத்திலிருந்து முற்றிலுமாக விடுபட்டவர்கள் கல்லறைகளில் உறங்கிக் கொண்டிருப்பவர்கள் மட்டும்தான். அழுத்தம் என்பது வாழ்க்கையின் ஒரு தவிர்க்க முடியாத அங்கம். ஆனால் நல்ல அழுத்தம், மோசமான அழுத்தம் இரண்டும் உள்ளன. மோசமான அழுத்தம் உங்கள் ஆரோக்கியத்திற்குத் தீங்கு விளைவிக்கின்றது. நல்ல அழுத்தம் நீங்கள் மேற்கொண்டிருக்கும் செயலில் உங்களுக்கு ஆற்றலையும், உற்சாகத்தையும், உத்வேகத்தையும் கொடுக்கிறது. மோசமான அழுத்தம் உங்களுக்குக் களைப்பையும், எரிச்சலையும் ஊட்டி, உங்கள் மகிழ்ச்சியைப் பறிக்கின்றது. அது உங்கள் வேலையால் நீங்கள் திக்குமுக்காடிப் போகுபடிச் செய்கிறது.

கட்டுப்பாடு குறித்த விஷயம்

அழுத்தத்தைக் கையாள்வதில் உள்ள முக்கிய விஷயம் கட்டுப்பாடு. உங்கள் வாழ்க்கை எவ்வளவு தூரம் உங்கள் கட்டுப்பாட்டில் இருக்கின்றதோ, அந்த அளவுக்கு நீங்கள் உங்களைப் பற்றி நேர்மறையாக உணர்வீர்கள்; உங்கள் வாழ்க்கை எவ்வளவு தூரம் உங்கள் கட்டுப்பாட்டில் இல்லையோ அல்லது எவ்வளவு தூரம் வேறொரு நபரின் அல்லது வேறு ஏதேனும் ஒரு வெளிப்புறக் காரணியின் கட்டுப்பாட்டில் நீங்கள் இருக்கிறீர்களோ, அந்த அளவுக்கு நீங்கள் உங்களைப் பற்றி எதிர்மறையாக உணர்வீர்கள்.

உங்கள் தனிப்பட்ட வாழ்க்கையையும் தொழில் வாழ்க்கையையும் பற்றி நீங்கள் சிந்தித்துப் பார்த்தால், எந்தப் பகுதிகள் உங்கள் கட்டுப்பாட்டில் உள்ளனவோ, எவற்றின்மீது உங்களால் ஆதிக்கம் செலுத்த முடிகிறதோ, அந்தப் பகுதிகளில்தான் நீங்கள் அதிகமான மனஅமைதியையும்

திருப்தியையும் அனுபவித்துக் கொண்டு இருப்பதையும். எந்தப் பகுதிகள் உங்கள் கட்டுப்பாட்டில் இல்லையோ, அல்லது உங்கள் திறமைகள் எங்கு பயன்படுத்தப்பட முடியாமல் உள்ளனவோ, அந்தப் பகுதிகளில் மகிழ்ச்சியின்மையையும் மனஅழுத்தத்தையும் நீங்கள் அனுபவித்துக் கொண்டு இருப்பதையும் புரிந்து கொள்வீர்கள்.

மனஅழுத்தத்தைக் கையாள்வதற்கு எனக்குத் தெரிந்த மிகச் சிறந்த வழி, சிந்திப்பதற்கும் தேர்ந்தெடுப்பதற்கும் தீர்மானிப்பதற்குமான உங்கள் திறனையும் உங்கள் மனத்தையும் பயன்படுத்தி உங்கள் உணர்ச்சிகளைக் கட்டுப்படுத்துவதும், கடினமான சூழ்நிலைகளுக்கு நீங்கள் அளிக்கும் செயல்விடைகளைக் கட்டுப்படுத்துவதும் ஆகும். இவ்வழியைப் பயன்படுத்தித்தான் நீங்கள் உங்கள் சொந்த மனநல மருத்துவராக மாறி, வாழ்நாள் முழுவதும் உள்ளார்ந்த அமைதியையும் மகிழ்ச்சியான உறவுகளையும் அனுபவிப்பதை உறுதி செய்கிறீர்கள்.

அழுத்தத்திற்கான ஏழு காரணங்கள்

மனஅழுத்தமும் எதிர்மறை உணர்ச்சிகளும் ஏழு முக்கியக் காரணங்களால் உருவாகின்றன. நீங்கள் அனுபவிக்கக்கூடிய 95 சதவீத மகிழ்ச்சியின்மைக்கு இவைதான் காரணம். அவற்றை எப்படி அடையாளம் காண்பது, எப்படிக் கையாள்வது என்பதை நீங்கள் கற்றுக் கொள்ளும்போது, நீங்கள் மேற்கொள்ளும் அனைத்து நடவடிக்கைகளிலும் அதிக நேர்மறையானவராகவும், அதிக நன்னம்பிக்கை கொண்டவராகவும், அதிக மகிழ்ச்சியானவராகவும் நீங்கள் நடந்து கொள்வீர்கள். உங்கள் அகவாழ்க்கையும் உங்கள் புறவாழ்க்கையும் மீண்டும் உங்கள் கட்டுப்பாட்டில் வந்துவிட்டதுபோல் உணர்வீர்கள்.

கவலை உங்களைக் களைப்புறச் செய்கிறது

மனஅழுத்தத்திற்கான முதல் முக்கியக் காரணம் கவலை. தீர்மானம் எடுக்க முடியாததால் தோன்றும் பயம் தொடர்ந்து நீடிப்பதால் உருவாவதுதான் கவலை. கவலைப்படுவது எப்படி என்பதை மக்கள் தங்கள் பெற்றோர்களிடம் இருந்து கற்றுக் கொள்கின்றனர். தொடர்ந்து கவலைப்படுவதன் மூலம் அவர்கள் நிரந்தரக் கவலையாளர்களாக ஆகிவிடுகின்றனர்.

எல்லா நேரங்களிலும் அவர்கள் கிட்டத்தட்ட எல்லாவற்றையும் பற்றிக் கவலைப்படுகின்றனர். கவலை எப்படிப்பட்டதாக இருந்தாலும் சரி, அது உங்கள் உடலின் நோய் எதிர்ப்பு சக்தியைக் குறைத்து, அனைத்துவிதமான நோய்களும் உங்களை எளிதில் தாக்கக்கூடிய நிலைக்கு உங்களைத் தள்ளிவிடும். கவலையைக் களைந்தெறியும் உங்கள் திறன்தான் நீங்கள் செய்யும் அனைத்திலும் குதூகலத்தை அனுபவிப்பதற்குத் தேவையான மகிழ்ச்சியான, நேர்மறையான, ஆரோக்கியமான, சமநிலையுடன்கூடிய மனப்போக்கைப் பெறுவதற்கான துவக்கமாகும்.

கவலையைப் பற்றிய பொதுவான ஒரு புள்ளிவிபரம் இது: மக்கள் கவலைப்படும் விஷயங்களில் 40 சதவீத விஷயங்கள் நிகழ்வதே இல்லை; 30 சதவீத விஷயங்கள் நடந்து முடிந்தவை, அவற்றை எக்காரணம் கொண்டும் மாற்ற முடியாது; 12 சதவீத விஷயங்கள் ஆரோக்கியத்தைப் பற்றிய தேவையற்றக் கவலைகள்; 10 சதவீத விஷயங்கள் முக்கியமற்ற விஷயங்களைப் பற்றிய அற்பமான கவலைகள்.

மீதி 8 சதவீதத்தில், 4 சதவீத விஷயங்கள் நம் கட்டுப்பாட்டில் இல்லாதவை, நம்மால் எதுவும் செய்ய முடியாதவை. பெரும்பாலான மக்கள் கவலைப்படும் மீதி 4 சதவீத விஷயங்கள்தான் நம்மால் மாற்றக்கூடியவை. உங்கள் கவலைகள் இவற்றில் எந்த சதவீதத்திற்குள் அடங்கும்?

ஒவ்வொரு நாளாக வாழுங்கள்

கவலைப்படுவதை நிறுத்துவதற்கான சிறந்த வழிகளில் ஒன்று, ஒவ்வொரு நாளாக வாழ்க்கை நடத்துதல். நீங்கள் அனுபவிக்கும் மனஅழுத்தத்தில் பெரும்பாலானவை எதிர்கால விஷயங்களைப் பற்றிய கவலைகளின் விளைவாக ஏற்படுபவையே. அவற்றில் பல விஷயங்கள் ஒருபோதும் நிகழ்வதில்லை என்பதுதான் உண்மை. ஒரு பாலத்தை எதிர்கொள்ளும்போது அதைக் கடப்பது எப்படி என்பதைப் பற்றிச் சிந்தித்தால் போதும். முன்கூட்டியே அதைப் பற்றிக் கவலைப்படத் தேவையில்லை.

கவலையைப் போக்கும் வழி

நான்கு அம்சங்கள் நிரம்பிய இந்த வழி, கவலையைப் போக்குவதற்குச் சிறந்த வழியாகும். இந்த எளிய வழியைப்

பயன்படுத்தி, பல்லாயிரக்கணக்கான மக்கள் தங்கள் கவலைப் பழக்கத்தை விட்டொழித்து, தங்கள் வாழ்க்கையைத் தங்கள் கட்டுப்பாட்டிற்குள் கொண்டு வந்துள்ளனர்.

முதலில், உங்களுக்குக் கவலை தரும் சூழ்நிலை எது என்பதை ஒரு காகிதத்தில் தெளிவாக எழுதுங்கள். சில சமயங்களில், உங்கள் பிரச்சனையைத் தெளிவாக வரையறுக்கும்போது, அதற்கான தீர்வு உங்களுக்கு வெளிப்படையாகத் தெரியும்.

இரண்டாவது, இந்தச் சூழ்நிலையால் ஏற்படக்கூடிய மிக மோசமான விளைவு எது என்பதைத் தீர்மானியுங்கள். பெரும்பாலான சமயங்களில் அது ஒன்றும் அவ்வளவு மோசமான விளைவாக இருப்பதில்லை என்பதை நீங்கள் காண்பீர்கள். வெறுமனே அதைத் தெளிவாக வரையறுத்து, அது ஏற்படும் சாத்தியம் உள்ளது என்பதைக் கருத்தில் கொள்வது உங்கள் அழுத்தத்தைக் குறைத்து, உங்கள் பிரச்சனையோடு தொடர்புடைய கவலையைப் போக்கும்.

மூன்றாவது, இந்தச் சூழ்நிலையால் ஏற்படக்கூடிய மிக மோசமான விளைவை நீங்கள் தீர்மானித்தப் பிறகு, ஒருவேளை அது நிகழ்ந்தால் அதை ஏற்றுக் கொள்வதென்று தீர்மானித்துக் கொள்ளுங்கள். அதை ஏற்றுக் கொள்ள நீங்கள் தயாராக இருக்கும்போது, நீங்கள் கவலைப்படுவதற்கு அங்கு எதுவும் இருக்காது.

நான்காவது, உடனடியாக அந்த மோசமான விளைவை சற்று மேம்படுத்தத் துவங்குங்கள். நிகழக்கூடிய சாத்தியமுள்ள அந்த மோசமான விளைவைக் குறைப்பதற்கு உங்களால் ஆன அனைத்தையும் செய்யுங்கள்.

ஒரு காலத்தில் உலகின் மாபெரும் செல்வந்தராக இருந்த ஜான் பால் கெட்டி தன் வெற்றிக்கான இரகசியத்தை இவ்வாறு தெரிவித்தார்: ஒவ்வொரு வியாபாரப் பரிவர்த்தனையிலும், தவறாகப் போகக்கூடிய மோசமான விஷயம் எது என்பதைக் கண்டுகொண்டு, அது நிகழாமல் இருப்பதை உறுதி செய்ய வேண்டும்.

தெளிவான, உறுதியான நடவடிக்கைதான் கவலைக்கான ஒரே மாற்று மருந்து. உங்கள் சூழ்நிலைக்குத் தீர்வு காண்பதற்கு என்ன செய்ய வேண்டும் என்பது பற்றி நீங்கள் தீர்மானித்தப் பிறகு, அதற்கான தீர்வு குறித்து மும்முரமாகச் செயல்படுங்கள். அப்போது உங்கள் பிரச்சனையைப் பற்றிக் கவலைப்படுவதற்கு உங்களுக்கு நேரம் இருக்காது.

உங்கள் மனத்தில் உள்ள கவலை எண்ணங்களைப் போக்க வேண்டுமென்றால், நேர்மறை நடவடிக்கை குறித்த எண்ணங்களை அதில் நிலைப்படுத்துங்கள். ஏதேனும் ஒரு வேலையில் மும்முரமாக இருப்பதுதான் இங்கு முக்கியம்.

அர்த்தமும் குறிக்கோளும்

மனஅழுத்தம் மற்றும் எதிர்மறைப் போக்கிற்கான இரண்டாவது முக்கியக் காரணம் வாழ்க்கையில் எந்தத் தெளிவான அர்த்தமும் குறிக்கோளும் இல்லாமல் இருப்பது. அதாவது, நீங்கள் உங்களை அர்ப்பணித்துக் கொள்ளக்கூடிய தெளிவான இலக்குகள் இல்லாமல் இருப்பது. வியாபாரத்தில், அழுத்தத்திற்கான ஒரு முக்கியக் காரணம் மோசமான நேர நிர்வாகம். இலக்குகள் மற்றும் முன்னுரிமைகள் குறித்தத் தெளிவின்மைதான் மோசமான நேர நிர்வாகத்திற்கான காரணம். நீங்கள் என்ன சாதிக்க விரும்புகிறீர்கள் என்பது பற்றிய தெளிவு இல்லாவிட்டால், உங்கள் நேரத்தை உங்களால் சிறப்பாகத் திட்டமிட்டு பயன்படுத்த முடியாது.

நீங்கள் சந்திக்கும் பிரச்சனைகள் மற்றும் உங்களது மகிழ்ச்சியின்மையின் 80 சதவீதம் பெரும்பாலும் நீங்கள் எங்கே செல்கிறீர்கள், என்ன சாதிக்க விரும்புகிறீர்கள் என்பது பற்றி நீங்கள் தெளிவின்றி இருப்பதால் ஏற்படுபவைதான். வாழ்வில் ஒரு திட்டவட்டமான, தெளிவான குறிக்கோளைத் தேர்ந்தெடுத்து, அதை அடைவதற்கான திட்டத்தை வகுப்பது, உங்களிடம் உள்ள எதிர்மறைப் போக்கை நீக்கிவிடும்.

அடுத்தப் பன்னிரண்டு மாதங்களில் நீங்கள் சாதிக்க விரும்பும் விஷயங்களைப் பட்டியலிடுங்கள். அது உங்களுக்கு உற்சாகத்தைக் கொடுக்கும். உங்கள் இரத்த அழுத்தமும் இதயத் துடிப்பும் அதிகரிக்கும். நீங்கள் அதிக விழிப்புணர்வுடனும் அதிக எச்சரிக்கையுடனும் இருப்பீர்கள். மகிழ்ச்சியாக உணர்வீர்கள். உங்களுக்கு முக்கியமான ஏதோ ஒரு விஷயத்தைச் சாதிப்பதற்கு நீங்கள் மும்முரமாகச் செயல்படும்போது நீங்கள் உங்களைப் பற்றி நன்றாக உணரும் விதத்தில்தான் உங்கள் மனம் வடிவமைக்கப்பட்டுள்ளது.

முடிக்கப்படாத நடவடிக்கைகள்

மனஅழுத்தம் மற்றும் எதிர்மறைப் போக்கிற்கான மூன்றாவது முக்கியக் காரணம் முடிக்கப்படாத

நடவடிக்கைகள். ஒரு செயலைச் செய்து முடிப்பதற்கான உந்துதல் நம் ஒவ்வொருவரிடத்திலும் உள்ளது. அந்த வேலையைச் செய்து முடிக்கும்போதோ அல்லது ஓர் இலக்கை அடையும்போதோ நாம் மகிழ்ச்சியாகவும் திருப்தியாகவும் உணர்கிறோம். ஆனால் ஒரு வேலை பாதியில் நிற்கும்போது நாம் மகிழ்ச்சியின்மையையும் மனஅழுத்தத்தையும் உணர்கிறோம். முடிக்கப்படாத ஒரு வேலை அல்லது பாதி செய்து முடிக்கப்பட்ட ஒரு வேலை உங்களுக்கு ஏராளமான மனஅழுத்தத்தை ஏற்படுத்தும். வேறொருவர் ஒரு வேலையைப் பாதியில் விட்டுவிட்டுச் செல்வதைக் காண்பதுகூட மனஅழுத்தத்தைக் கொடுக்கும்.

தள்ளிப் போடுவது அல்லது காலம் தாழ்த்துவது என்பது முடிக்கப்படாத வேலைக்கான ஒரு பொதுவான எடுத்துக்காட்டு. நீங்கள் காலம் தாழ்த்தும்போது, குறிப்பாக முக்கியமான வேலைகளில் காலம் தாழ்த்தும்போது, மனஅழுத்தத்தை நீங்கள் அனுபவிப்பீர்கள். அந்த வேலை எவ்வளவு அதிக முக்கியமானதோ, உங்களுக்கு அவ்வளவு அதிக அழுத்தம் ஏற்படும், உங்கள் மனஅமைதியும் அவ்வளவு அதிகமாக பாதிக்கப்படும். பிறகு இந்த அழுத்தம் தூக்கமின்மையாகவும், எதிர்மறை உணர்ச்சிகளாகவும், எரிச்சலாகவும் உங்களிடம் வெளிப்படும்.

ஒரு செயலைத் துவங்கி, அது முடியும்வரை அதிலேயே கவனம் செலுத்துவதுதான் முடிக்கப்படாத வேலைக்கான ஒரே தீர்வு. இதற்கு ஏராளமான சுயஒழுங்கு தேவை. ஒரு செயலை முழுமையாக நிறைவேற்றும்போது உடனடியாக உங்களுக்கு அதிக ஆற்றலும் உற்சாகமும் ஏற்படுவதோடு உங்கள் சுயமதிப்பு வெகுவாக அதிகரிக்கும். ஒரு செயலைச் செய்து முடிப்பது உங்களைச் சிறப்பாகவும் அதிக நேர்மறையாகவும் உணரச் செய்யும். அந்தச் செயல் முடிக்கப்படாத நிலையில் இருந்தபோது நீங்கள் அனுபவித்த அழுத்தத்திலிருந்து நீங்கள் உடனடியாக விடுபடுவீர்கள்.

முற்றுப் பெறாத விவகாரம்

முடிக்கப்படாத நடவடிக்கையின் இன்னொரு வடிவம் இது. ஊசலாடிக் கொண்டிருக்கும் தனிப்பட்ட உறவு அல்லது தொழில்ரீதியான உறவை இது குறிக்கிறது. நீங்கள் விட்டொழிக்காத அல்லது முறிக்காத ஏதோ ஒன்றை இது உணர்த்துகிறது.

ஒருவர் செய்த தவறை நீங்கள் மறக்காததாலும், அவரை மன்னிக்காததாலும் சில சமயங்களில் இந்த முடிக்கப்படாத விவகாரம் தொடர்கிறது. அவரைப் பழிக்குப் பழி வாங்கும் ஆர்வம் அதற்குக் காரணமாக இருக்கலாம். பெரும்பாலும் மனக்கசப்பும் கோபமும் அதனோடு உடன்வரும். அது உங்களைக் கடந்தகாலத்துடன் கட்டிப் போட்டு, உங்கள் தொழில்ரீதியான மற்றும் தனிப்பட்ட உறவுகளை எதிர்மறையாக பாதிக்கும்.

ஒரு நிறுவனத்தில் உயர்ந்த பதவியில் பல வருடங்களாக வேலை பார்த்த ஒரு பெண் வேலையிலிருந்து நீக்கப்பட்டார். அது குறித்து அவர் கடும் கோபத்தில் இருந்தார். அநியாயமாகத் தன்னைப் பணிநீக்கம் செய்த அந்நிறுவனத்தின்மீது வழக்குத் தொடரப் போவதாகவும், அவர்களிடம் நியாயம் கேட்கப் போவதாகவும் அவர் என்னிடம் கூறினார்.

அந்த வழக்கு எவ்வளவு காலம் நீடிக்கும் என்று நான் அவரிடம் கேட்டதற்கு, அது நீதிமன்றத்திற்கு வருவதற்கே இரண்டு வருடங்கள் ஆகும் என்று அவர் தெரிவித்தார். அந்த வழக்கில் அவர் வெற்றி பெறுவதற்கான வாய்ப்பும் வெறும் 50 சதவீதம்தான் என்று அவரது வழக்கறிஞர் கருதினார்.

இதற்கிடையே அந்தப் பெண் என்ன செய்வார்? தான் வேறொரு நிறுவனத்தில் வேலைக்குச் சேர்ந்தால், அது தன் வழக்கிற்குப் பாதகமாக அமையும் என்றும், தனது முந்தைய நிறுவனத்திலிருந்து இழப்பீட்டுத் தொகை கிடைப்பதை அது பாதிக்கும் என்றும் அவர் நேர்மையாக என்னிடம் ஒப்புக் கொண்டார்.

அவர் சட்டரீதியாக அவர்கள்மீது நடவடிக்கை எடுத்தால், தொழில்ரீதியாகவும் உணர்ச்சிரீதியாகவும் அது அவரை இரண்டு வருடங்கள் கட்டிப் போட்டுவிடும் என்பதோடு, இரண்டு வருடங்களின் முடிவில் அவர் தன் வழக்கில் தோற்கவும்கூடும் என்று நாங்கள் நினைத்தோம். இரண்டு வருடங்களை அவர் அந்த வழக்கிற்காகச் செலவழிக்க வேண்டியிருக்கும் என்பதோடு, ஏராளமான செலவையும் அவர் சமாளிக்க வேண்டியிருக்கும்.

நீங்கள் அவருக்கு என்ன அறிவுரை கொடுப்பீர்கள்? நீங்கள் இந்தச் சூழ்நிலையில் இருந்தால் என்ன நடவடிக்கை எடுப்பீர்கள்? உங்கள் சொந்த வாழ்வில் யாரோ ஒருவர் உங்களிடம் நியாயமின்றி நடந்து கொண்டதாக நீங்கள் நினைத்தால் நீங்கள் என்ன செய்வீர்கள்?

அவர் தன் வழக்கைக் கைவிட்டுவிட்டு, வேறு வேலை தேடிக் கொண்டு தன் வாழ்க்கையை முன்னோக்கிப் பார்க்குமாறு நான் அவருக்குப் பரிந்துரைத்தேன். இரண்டு வருடங்கள் வெட்டியாகக் காத்திருப்பது அவரது மகிழ்ச்சிக்கும் மனஅமைதிக்கும் ஊறு விளைவிக்கும் என்று நான் அவருக்கு எடுத்துரைத்தேன்.

அவர் அதைப் பற்றிச் சிந்திப்பதாக என்னிடம் கூறினார். பிறகு அவர் தன் வழக்கைக் கைவிட்டுவிட்டதாக நான் கேள்விப்பட்டேன். அவர் வேறொரு நிறுவனத்தில் ஓர் உயர்ந்த பதவியில் வேலைக்குச் சேர்ந்தார். சில வாரங்களுக்குப் பிறகு நான் அவரை சந்தித்தபோது, அவர் பிரகாசமாகவும் மகிழ்ச்சியாகவும் இருந்தார். கிறிஸ்துமஸின்போது அவரிடமிருந்து ஒரு வாழ்த்து அட்டையும், "எனக்குக் கிடைத்த மிகச் சிறந்த ஆலோசனைக்கு நன்றி," என்று அவர் தன் கைப்பட எழுதிய ஒரு குறிப்பும் அவரிடமிருந்து எனக்கு வந்தது.

ஒருவரிடமிருந்து ஒன்றை நீங்கள் எதிர்பார்க்காதவரை, அவரால் உங்கள் உணர்ச்சிகளை ஒருபோதும் கட்டுப்படுத்த முடியாது, அது அன்பு, மதிப்பு, பணம் என்று எதுவாக இருந்தாலும் சரி. அவரிடமிருந்து எதுவும் தேவையில்லை என்று நீங்கள் முடிவு செய்துவிட்டால், உங்கள் விவகாரம் முடிவடைந்துவிடும். நீங்கள் சுதந்திரமாகிவிடுவீர்கள்.

தோல்வி பயம்

மனஅழுத்தம் மற்றும் எதிர்மறைப் போக்கிற்கான நான்காவது முக்கியக் காரணம் தோல்வி பயம். வழக்கமாக இது தீர்மானமின்மை, கவலை, மற்றும் வருத்தம் ஆகியவையாக வெளிப்படும். "என்னால் முடியாது" என்ற உணர்வை உங்களிடம் தோற்றுவித்து, அது உங்கள் வயிற்றினுள் சென்று உங்கள் செரிமானத்தைப் பாதித்து, உங்களுக்குப் பாதுகாப்பின்மை உணர்வையும் பயத்தையும் ஏற்படுத்தும். உங்கள் லட்சியத்தை அழித்து, உங்கள் மனஉறுதியைக் குலைத்துவிடும். உங்கள் ஆற்றலை முழுமையாகப் பயன்படுத்த முயற்சிப்பதற்குப் பதிலாக, தோற்காமல் இருப்பதில் நீங்கள் கவனம் செலுத்தத் துவங்குவீர்கள். பாதுகாப்பாக இருப்பது எப்படி என்று மட்டுமே நீங்கள் சிந்திப்பீர்கள்.

தோல்வி பயம் நம் குழந்தைப் பருவத்தில் நாம் கற்றுக் கொள்ளும் ஒரு விஷயம். இந்த பயம் ஒவ்வொருவரிடமும் ஒரு குறிப்பிட்ட அளவு உள்ளது. அது உங்களை எச்சரிக்கையாக

நடந்து கொள்ளத் தூண்டும். ஓரளவுக்கு இந்த எச்சரிக்கை உணர்வு நல்லதுதான். ஆனால் நீங்கள் தொடர்ந்து தோல்வி பயத்துடனேயே இருந்தால், அது உங்கள் வெற்றிக்கும் மகிழ்ச்சிக்கும் முட்டுக்கட்டையாக அமையும்.

ஒவ்வொருவருக்கும் ஒவ்வொரு விதமான பயம் உண்டு. பயமில்லாத மனிதர் தைரியமான நபரல்ல, மாறாக, தன்னிடம் உள்ள பயத்தைத் தாண்டித் துணிவுடன் செயல்படும் நபர்தான் தைரியமான மனிதர். நீங்கள் பயத்தை எதிர்கொண்டு அவற்றை நோக்கி நடைபோட்டால், அவை மெல்ல மெல்லச் சிறியதாகிவிடும். ஆனால் நீங்கள் பயப்படும் நபர் அல்லது சூழ்நிலையிலிருந்து நீங்கள் விலகிச் செல்ல முயன்றால், அது பெரிதாக வளர்ந்து உங்கள் ஒட்டுமொத்த வாழ்க்கையையும் ஆக்கிரமித்துவிடும்.

பயத்தைக் கையாள்வதற்கான எளிய, பயனளிக்கும் ஒரு வழி இது: முதலில், "என்னால் முடியும்! என்னால் முடியும்! என்னால் முடியும்!" என்று உற்சாகமாவும் உறுதியுடனும் உங்களுக்குள் சுயபிரகடனம் செய்யுங்கள். "என்னால் முடியாது!" என்ற உணர்வை இது செயலிழக்கச் செய்யும்.

பிறகு, நீங்கள் பயப்படும் விஷயத்தைச் செய்யுங்கள். உங்கள் பயத்தை எதிர்கொள்ளுங்கள். அதை நோக்கிச் செல்லுங்கள். அதிலிருந்து விலகி ஓடுவதற்குப் பதிலாக, அதை ஒரு சவாலாக ஏற்றுக் கொண்டு, அதை எதிர்கொண்டு சமாளியுங்கள்.

'வேக் அப் அன்ட் லிவ்' என்ற தனது அற்புதமான புத்தகத்தில், தன் வாழ்க்கையை முற்றிலுமாக மாற்றிய ஓர் உத்தியைப் பற்றி டோரத்தி பிரான்டே எழுதியுள்ளார். ஒரு பேச்சாளராக அவர் அந்த இரகசியத்தை ஆயிரக்கணக்கான மக்களிடம் பகிர்ந்து கொண்டு, அவர்களது வாழ்க்கையை மாற்றினார். அவரது எளிய இரகசியம் இதுதான்: "உங்களுக்குத் துல்லியமாக என்ன வேண்டும் என்று தீர்மானித்துக் கொள்ளுங்கள்; பிறகு, நீங்கள் தோற்பதற்கான சாத்தியமே இல்லை எனும்படி நடந்து கொள்ளுங்கள்."

நீங்கள் பயப்படும் விஷயம் இல்லவே இல்லை என்பதுபோல் நடந்து கொள்ளுங்கள். பாசாங்கு செய்யுங்கள். "இந்தச் சூழ்நிலையில் எனக்கு பயமே இல்லை என்றால் நான் எப்படி நடந்து கொள்வேன்?" என்று உங்களிடம் கேளுங்கள்.

பிறகு அவ்வாறே நடந்து கொள்ளுங்கள். துணிச்சலோடும் பயமின்றியும் செயல்படுவதற்கு உங்களால் பழகிக் கொள்ள முடியும். நீங்கள் துணிச்சலானவர், பயமற்றவர் என்று பாசாங்கு

செய்தால், இறுதியில் நீங்கள் துணிச்சலானவராகவும் பயமற்றவராகவும் ஆகத் துவங்குவீர்கள். உங்கள் நடவடிக்கைகளை உங்கள் கட்டுப்பாட்டிற்குள் கொண்டு வருவதன் மூலம், உங்கள் உணர்ச்சிகளை உங்கள் கட்டுப்பாட்டிற்குள் கொண்டு வருவீர்கள்.

"நான் என் பயத்தை ஒதுக்கி வைத்துவிட்டு முன்னேறிச் சென்றால், அப்படியென்ன மோசமாக நிகழ்ந்துவிடும்?" என்றும், "நான் வெற்றி பெற்றால் நடக்கக்கூடிய மிகச் சிறந்த விஷயம் எதுவாக இருக்கும்?" என்றும் உங்களை நீங்களே கேட்டுக் கொள்ளுங்கள்.

தோல்வி ஒரு தலைசிறந்த ஆசிரியர்

"நீங்கள் வெற்றி பெற விரும்புகிறீர்களா? அப்படியானால், உங்கள் தோல்வியின் எண்ணிக்கையை இருமடங்காக்குங்கள். தோல்வியின் மறுமுனையில்தான் வெற்றி உள்ளது," என்று ஐபிஎம் நிறுவனத்தின் நிறுவனரான தாமஸ் ஜே வாட்சன் சீனியர் கூறினார்.

தோல்வி இறுதியானதல்ல. தோல்வி என்பது நீங்கள் வெற்றி பெறுவதற்குத் தேவையான பாடங்களைக் கற்றுக் கொள்ளும் ஒரு வழிதான். வாழ்வின் உச்சகட்டத் தோல்வியை மட்டுமே உங்கள் தோல்வி பயத்தால் உங்களுக்குக் கொடுக்க முடியும். வெற்றி பெற்றுள்ள அனைவரும் துணிச்சல் தங்களின் ஓர் அங்கமாக மாறும்வரை, தங்கள் பயத்தைக் கண்டு கொள்ளாமல், தோல்வியை எதிர்கொள்வதை ஒரு பழக்கமாக ஆக்கிக் கொண்டனர்.

தோற்பது சாத்தியமில்லை என்பதுபோல் உங்கள் கனவுகளை நோக்கித் தன்னம்பிக்கையுடன் நடைபோடுவதன் மூலம் உங்கள் தோல்வி பயத்திலிருந்து உங்களால் மீள முடியும். "தோல்வி என்பது அதிக புத்திசாலித்தனத்துடன் மீண்டும் துவங்குவதற்கான இன்னொரு வாய்ப்புதான்," என்று ஹென்றி ஃபோர்டு கூறினார்.

நிராகரிப்பு குறித்த பயம்

மனஅழுத்தம் மற்றும் எதிர்மறைப் போக்கிற்கான ஐந்தாவது முக்கியக் காரணம் நிராகரிப்பு குறித்த பயம். மற்றவர்களுடைய ஒப்புதலை அளவுக்கு அதிகமாக எதிர்பார்ப்பதன் வடிவில் இந்த பயம் வெளிப்படும்.

பெற்றோர்கள் தங்கள் குழந்தைகளிடம் நிபந்தனையுடன்கூடிய அன்பை வெளிப்படுத்துவதன் விளைவாக இந்த பயத்தைக் குழந்தைகள் தங்கள் ஆரம்ப காலங்களிலேயே கற்றுக் கொண்டுவிடுகின்றனர்.

தாங்கள் கூறுவதைத் தங்கள் குழந்தைகள் தவறாமல் கேட்டு நடக்கும்போது மட்டுமே தங்கள் அன்பையும் ஒப்புதலையும் கொடுக்கும் தவறைப் பல பெற்றோர்கள் செய்கின்றனர். நிபந்தனையுடன்கூடிய அன்பு கிடைக்கப்பட்டு வளரும் ஒரு குழந்தை தன் வாழ்வில் உள்ள மற்றவர்களிடம் இருந்து நிபந்தனையற்ற அன்பை எதிர்பார்க்கிறான். அவன் பெரியவனாக வளரும்போது, தன் அலுவலகத்திலும் தன் உயரதிகாரியிடமும் ஒப்புதலை எதிர்பார்ப்பதை ஒரு பழக்கமாக்கிக் கொள்கிறான். தன்னுடைய உயரதிகாரியின் அபிப்பிராயம் அவனது தலையாய தேவையாக ஆகிவிடுகிறது.

உண்மையை எதிர்கொள்ளுதல்

மனஅழுத்தம், எதிர்மறைப் போக்கு, மற்றும் மனஅமைதியின்மை ஆகியவற்றுக்கான ஆறாவது முக்கியக் காரணம் 'மறுத்தல்.' இது பெரும்பாலான மகிழ்ச்சியின்மைக்கும், அழுத்தத்திற்கும், உளவியல் நோய்களுக்கும் மையக் காரணமாக அமைகிறது.

மறுத்தல் என்பது இனிமையற்ற ஒரு யதார்த்தத்தை எதிர்கொள்ள மறுக்கும் ஒரு நபரின் நடத்தையாகும். உங்கள் வாழ்வின் ஏதோ ஒரு பகுதியில் பிரச்சனை உள்ளது என்பதை நீங்கள் ஒப்புக் கொள்ள மறுக்கும்போது இது நிகழ்கிறது. எல்லாம் சரியாகத்தான் இருக்கிறது என்பதுபோல் நீங்கள் நடந்து கொள்கிறீர்கள். உண்மையை நீங்கள் மறுக்கிறீர்கள். ஆனால், மனம் எதை நினைக்கிறதோ, உடனே அதை வெளிப்படுத்துகிறது. நீங்கள் தொடர்ந்து மறுத்து வந்தால், தூக்கமின்மை, தலைவலிகள், செரிமானப் பிரச்சனைகள், சோர்வு, கோபம், அல்லது பதற்றம் போன்றவற்றின் வடிவில் அது உங்கள் உடலில் வெளிப்படும்.

உங்கள் வாழ்வின் ஏதோ ஒரு பகுதி பிரச்சனைக்கு உள்ளாகியிருந்து, அதை நீங்கள் ஒப்புக் கொள்ள மறுக்கும்போது இந்த "மறுத்தல்" நிகழ்கிறது. அப்போது மற்றவர்களின் முன்னால் தலைகாட்ட நீங்கள் பயப்படுகிறீர்கள். நீங்கள் யாராக உங்களை மற்றவர்களிடம் வெளிப்படுத்திக்

கொண்டு இருக்கிறீர்களோ, உண்மையில் நீங்கள் அப்படிப்பட்டவர் இல்லை என்பதை ஒப்புக் கொள்ள மறுக்கும்போது இந்த மறுத்தல் நிகழ்கிறது. நீங்கள் ஒரு தவறு செய்துவிட்டீர்கள் என்பதை அறியும்போது அதை மறைப்பதற்காக நீங்கள் மறுத்தலைப் பயன்படுத்துகிறீர்கள்.

எதிர்கொள்பவர்களும் ஏய்ப்பவர்களும்

மக்களில் ஆரோக்கியமான ஆளுமை கொண்டவர்கள், ஆரோக்கியமற்ற ஆளுமை கொண்டவர்கள் என்று இரண்டு வகையினர் உள்ளனர். மனஅழுத்தம் மற்றும் மறுத்தல் ஆகியவற்றுக்கு இவர்கள் வெவ்வேறு விதமாகச் செயல்விடை அளிக்கின்றனர். ஆரோக்கியமான ஆளுமை கொண்டவர்கள் தங்கள் பிரச்சனைகளை எதிர்கொள்பவர்கள். ஆரோக்கியமற்ற ஆளுமை கொண்டவர்கள் பிரச்சனைகளிலிருந்து தப்பிக்க முயற்சிப்பவர்கள். ஒரு முன்னணிப் பல்கலைக்கழகத்தில், மாணவர்களை இதன் அடிப்படையில் பரிசோதித்துத் தேர்வு செய்து, அவர்களை இரண்டு குழுக்களாகப் பிரித்தனர்.

அவர்கள் அனைவரையும் ஓர் அறைக்குள் அனுப்பி வைத்து, ஒவ்வொரு நபரின் விரல் முனையிலும் ஒரு மின்முனையைப் பொருத்தி, அதன் மூலம் அறுபது வினாடிகளுக்கு ஒருமுறை லேசான மின் அதிர்ச்சி அவர்களுக்குச் செலுத்தப்பட்டது. அங்கிருந்த ஒரு சுவரில் மாணவர்கள் பார்க்கக்கூடிய வகையில் ஒரு கடிகாரம் பொருத்தப்பட்டிருந்தது. வினாடி முள் பன்னிரண்டைத் தொட்டபோது அவர்களது விரல் முனைகளில் அதிர்ச்சி கொடுக்கப்பட்டது.

முதல் குழுவில் இருந்தவர்கள் பிரச்சனைகளை எதிர்கொள்ள பயந்தவர்கள். வினாடி முள் பன்னிரண்டை நெருங்கவிருந்த நேரத்திலெல்லாம் அவர்கள் தங்கள் கவனத்தை வேறு விஷயங்களில் திருப்ப என்னவெல்லாமோ செய்தனர். மாணவர்களின் முகங்களையும், அவர்களுடைய கண்களையும் கண்காணிப்பதற்காக ஆய்வாளர்கள் அந்தக் கடிகாரத்தில் ஒரு வீடியோ கேமராவைப் பொருத்தியிருந்தனர். அடுத்த அதிர்ச்சி வரவிருந்ததை உணர்த்தும் விதத்தில் வினாடி முள் பன்னிரண்டை நெருங்கியபோது, இரண்டாம் குழுவில் இருந்தவகள் அந்தக் கடிகாரத்தைப் பார்க்க மறுத்தனர். தங்கள் முகத்தை வேறு பக்கமாகத் திருப்பிக் கொண்டனர். தங்களுக்கு

அழுத்தத்தையும் அசௌகரியத்தையும் உணர்த்திய அந்த அடையாளத்தை அவர்கள் பார்க்க மறுத்தனர்.

பரிசோதனையின் முடிவில் இக்குழுவினர் ஆய்வு செய்யப்பட்டனர். அவர்களது இதயத்துடிப்பு, சுவாசம், மற்றும் இரத்த அழுத்தம் ஆகியவை, அவர்கள் பரிசோதனைக்கு உட்படுத்தப்படுவதற்கு முன்பு இருந்ததைவிட 30 முதல் 40 சதவீதம்வரை அதிகரித்திருந்தன. அவர்கள் மனஅழுத்தத்திற்கு ஆளாகி இருந்ததை இது சுட்டிக்காட்டியது.

பிறகு இரண்டாம் குழுவினர் பரிசோதிக்கப்பட்டனர். அவர்கள் பிரச்சனையை எதிர்கொள்பவர்கள். அறுபது வினாடிகளுக்கு ஒருமுறை, அதாவது, வினாடி முள் பன்னிரண்டைத் தொட்டபோது அவர்களுக்கு லேசான மின்னதிர்ச்சி கொடுக்கப்படும் என்று அவர்களிடம் தெரிவிக்கப்பட்டது. மறைத்து வைக்கப்பட்டிருந்த கேமராவின் வழியாக அவர்களும் கண்காணிக்கப்பட்டனர். வரவிருந்த அதிர்ச்சியில் இருந்து தங்கள் கவனத்தைத் திசைதிருப்ப அவர்களும் பல்வேறு காரியங்களில் ஈடுபட்டனர். ஆனாலும், வினாடி முள் பன்னிரண்டை நெருங்கியபோது, அவர்கள் நேராக அந்தக் கடிகாரத்தைப் பார்த்தனர். தங்கள் விரல் முனைகளில் கொடுக்கப்படவிருந்த அதிர்ச்சியை எதிர்கொள்ளத் தயாராக இருந்தனர்.

பரிசோதனையின் முடிவில், இவர்களது இரத்த அழுத்தமும் இதயத் துடிப்பும், அவர்கள் அப்பரிசோதனைக்கு உட்படுத்தப்படுவதற்கு முன்பு இருந்ததைப்போலவே இருந்தன.

தங்கள் பிரச்சனைகளையும் சிரமங்களையும் நேருக்கு நேர் எதிர்கொள்ளும் மக்கள், அவற்றிலிருந்து தப்பிக்கும் எண்ணத்தில் அவற்றைப் புறக்கணிக்கும் மக்களைவிட அதிக ஆரோக்கியமாக இருக்கின்றனர். தங்கள் பிரச்சனைகள் தாமாகவே தீரும் அல்லது விலகிவிடும் என்று நினைப்பவர்களைவிட இவர்கள் அதிக மகிழ்ச்சியாக இருக்கின்றனர். உங்களது சிரமங்களையும் சவால்களையும் நீங்கள் எவ்வளவு தூரம் நேர்மையாக எதிர்கொள்ளத் தயாராக இருக்கிறீர்களோ, நீங்கள் அவ்வளவு மகிழ்ச்சியாகவும் ஆரோக்கியமாகவும் இருப்பீர்கள்.

மனவலிமைக்கான திறவுகோல்

நீங்கள் தொடர்ந்து உங்களுடைய பிரச்சனைகளை நேர்மையாகவும் பாரபட்சமின்றியும் எதிர்கொள்ளும்போது,

அதிக தன்னம்பிகையும் தகுதியும் கொண்டவராக ஆகிறீர்கள். நீங்கள் அதிக வலிமையானவராகவும் அதிக சுயசார்பு கொண்டவராகவும் ஆகிறீர்கள். உங்கள் அலுவலகத்திலோ அல்லது தனிப்பட்ட வாழ்க்கையிலோ ஏற்படக்கூடிய இனிமையற்றச் சூழ்நிலைகளைக் கண்டு பயப்படுவதை நீங்கள் நிறுத்துகிறீர்கள். வாழ்க்கையைத் துணிச்சலாக நீங்கள் எதிர்கொள்கிறீர்கள்.

நீங்கள் உங்கள் சொந்த மனநல மருத்துவராக ஆவதற்கும், மனஅமைதியைப் பெறுவதற்கும், சிறப்பாக சாதிப்பதற்கும், ஏதோ ஒரு காரணத்திற்காக நீங்கள் மகிழ்ச்சியற்று இருக்கும் நேரங்களில் உங்களை நீங்களே கேட்டுக் கொள்ளக்கூடிய ஓர் எளிய கேள்வி உள்ளது. நீங்கள் அனுபவிக்கும் திருப்தியின்மை உங்களின் உள்ளே இருந்துதான் உருவாகிறது என்று முதலில் அனுமானியுங்கள். பிறகு, “என் வாழ்வில் உள்ள எந்தப் பிரச்சனையை நான் எதிர்கொள்ள மறுக்கிறேன்?” என்று உங்களிடம் கேளுங்கள்.

இது ஒரு கடினமான கேள்வி. உங்களை முற்றிலும் நேர்மையாக நடந்து கொள்ள வைக்கும் ஒரு கேள்வி இது. எல்லாம் சிறப்பாகச் சென்று கொண்டிருப்பதாக நீங்கள் பாசாங்கு செய்வதிலிருந்து இது உங்களைத் தடுத்து நிறுத்தும். “என் வாழ்வில் உள்ள எந்தப் பிரச்சனையை நான் எதிர்கொள்ள மறுக்கிறேன்?”

நீங்கள் உங்களுக்குப் பொருத்தமில்லாத வேலையில் இருக்கக்கூடும் அல்லது பொருத்தமில்லாத உறவில் இருக்கக்கூடும். உங்கள் வேலையில் உங்களைவிட யாரோ ஒருவர் சிறப்பாக இருப்பதாக நீங்கள் உணரக்கூடும். ஆண்களைப் பொறுத்தவரை, அவர்களது மறுத்தல் வழக்கமாக அவர்களது வேலை தொடர்பானதாகவே இருக்கும். பெண்களைப் பொறுத்தவரை, அது அவர்களுடைய உறவுகள் தொடர்பானதாக இருக்கும். ஒருவரது சுயமதிப்பு எந்தப் பகுதியில் அதிகமாகத் தொடர்புபடுத்தப்பட்டு இருக்கிறதோ, அப்பகுதியில் அவர் குறிப்பாக உணர்ச்சிவசப்படுபவராக இருப்பார். உங்கள் வாழ்வின் எந்தப் பகுதிகளின் மாற்றம் அச்சுறுத்துவதாகவோ அல்லது தவிர்க்க முடியாததாகவோ உள்ளதோ, பெரும்பாலும் அந்தப் பகுதிகளை நீங்கள் மறுப்பீர்கள்.

உங்கள் மகிழ்ச்சியின்மைக்கான காரணம் எதுவாக இருந்தாலும் சரி, “என் வாழ்வில் உள்ள எந்தப் பிரச்சனையை

நான் எதிர்கொள்ள மறுக்கிறேன்?" என்ற கேள்வியை நீங்கள் உங்களிடம் கேட்கத் தயாராக இருக்க வேண்டும்.

பிறகு, "என் வாழ்வின் எந்தப் பகுதி அந்த அளவுக்கு மோசமாக இருந்துவிட முடியும்?" என்று உங்களைக் கேளுங்கள்.

நான் முதலில் இந்த உத்தியைப் பயன்படுத்தத் துவங்கியபோது, என் திருமணம் அந்தப் பகுதியாக இருக்கும் என்று நினைத்தேன். அது உண்மையாக இருந்தால், அது எனக்கு ஏராளமான தர்மசங்கடத்தையும் ஏமாற்றத்தையும் ஏற்படுத்துவதாக அமையும். எனவே நான் என்னிடம், "என் திருமண வாழ்க்கையில் நான் மகிழ்ச்சியாக இருக்கிறேனா?" என்று அடிக்கடிக் கேட்பேன்.

அந்தக் கேள்விக்கு நேர்மையாக பதிலளிக்க நான் என்னைக் கட்டாயப்படுத்துவேன். என் பதில் எப்போதுமே "ஆமாம்," என்பதாகத்தான் இருந்தது.

என் திருமணத்தில் எந்தப் பிரச்சனையும் இல்லை என்றால், என் வேலையில் ஏதேனும் பிரச்சனை இருக்குமா என்று என்னைக் கேட்பேன். அதுவும் இல்லை என்றால், என் வாழ்வின் வேறு எந்தப் பகுதி பிரச்சனைக்கு உட்பட்டுள்ளது என்று கேட்பேன். இறுதியில், என் மனஅழுத்தத்திற்கான காரணத்தைக் கண்டுபிடித்து, அதைக் கையாள்வதற்கான நடவடிக்கையை மேற்கொள்வேன்.

வழக்கமாக, உண்மையை எதிர்கொள்வது வலிமிக்கதாக இருப்பதால், மக்கள் தங்களைத் தாங்களே ஏமாற்றிக் கொள்கின்றனர். ஏதோ ஒன்றைத் தொலைத்துவிட்டதாலோ அல்லது வேறு ஏதோ அற்பமான காரணத்தினாலோதான் தாங்கள் மகிழ்ச்சியற்று இருப்பதாக அவர்கள் கூறுவர். ஆனால், உண்மையான பிரச்சனையைத் தவிர்க்கும் ஒரு வழிதான் இது.

நீங்கள் ஏதேனும் உடல்ரீதியான வலி அல்லது மனரீதியான வலியை அனுபவிக்கத் துவங்கும்போது, உங்கள் அகங்காரத்துடன் சம்பந்தப்பட்டுள்ள ஓர் உண்மையை நீங்கள் எதிர்கொள்ள மறுக்கிறீர்கள் என்று அர்த்தம். அதைக் கையாள்வதற்கு முதலில் அது என்னவென்று நீங்கள் கண்டறிய வேண்டும்.

உங்களை மகிழ்ச்சியின்மைக்கு ஆளாக்கும் எந்தவொரு விஷயத்திலிருந்தும் விடுபடுவதற்கு நீங்கள் எப்போதும் ஒரு விலை கொடுத்தாக வேண்டும். அது என்ன விலை என்பதைத் தெரிந்து கொள்ளுங்கள். "நீங்கள் அந்த விலையைக் கொடுக்கத் தயாராக இருக்கிறீர்களா?" என்ற கேள்விக்கு மட்டும்தான் நீங்கள் விடையளிக்க வேண்டும்.

விலையைக் கொடுங்கள்

நீங்கள் பின்பற்ற வேண்டிய விதி இதுதான்: விலை எதுவாக இருந்தாலும், அதைக் கொடுங்கள்! எப்படியானாலும் நீங்கள் அந்த விலையைக் கொடுத்துத்தான் ஆக வேண்டும். நீங்கள் எவ்வளவு விரைவாக அதைச் செலுத்துகிறீர்களோ, உங்களை வருத்திக் கொண்டிருக்கும் பிரச்சனையிலிருந்து நீங்கள் அவ்வளவு விரைவாக விடுபடுவீர்கள்.

மனஅமைதியை எதற்காகவும் விட்டுக்கொடுக்காதீர்கள். மனஅமைதியை உங்களது மிக உயர்ந்த இலக்காக நிர்ணயித்துக் கொண்டு, உங்கள் வாழ்வின் ஒவ்வொரு பகுதியையும் அதைச் சுற்றி ஒழுங்கமைத்துக் கொள்ளுங்கள். மனஅமைதியை வேறு ஏதாவது ஒன்றிற்காக விட்டுக்கொடுக்கும்போது, அந்த இரண்டுமே உங்களுக்குக் கிடைக்காமல் போய்விடும். ஒரு வேலைக்காக அதை நீங்கள் தியாகம் செய்யும்போது, உங்களிடம் மனஅமைதியும் இருக்காது, வேலையும் இருக்காது. உங்கள் மனஅமைதியை ஓர் உறவிற்காக நீங்கள் விட்டுக்கொடுக்கும்போது, அந்த உறவும் உங்களுக்குத் தங்காது, உங்கள் மனஅமைதியும் தொலைந்துவிடும்.

உள்ளார்ந்த அமைதி குறித்து நீங்கள் உண்மையாக இருக்க வேண்டும் என்று இயற்கை உங்களிடம் எதிர்பார்க்கிறது. அதற்கு எதிராக நீங்கள் நடந்து கொள்ளும்போது, அதற்கான விலையை நீங்கள் கொடுத்துதான் ஆக வேண்டும். நீங்கள் கொடுக்கும் விலை, தற்காலிகமாக உங்களுக்குக் கிடைக்கும் அனுகூலம் அல்லது பலனைவிட மிகவும் அதிகமாக இருக்கும்.

மகிழ்ச்சியின் எதிரி

மனஅழுத்தம் மற்றும் எதிர்மறைப் போக்கிற்கான ஆறாவது முக்கியக் காரணம் கோபம். அனைத்து எதிர்மறை உணர்ச்சிகளிலும் மிகவும் மோசமானது கோபம். கோப வெளிப்பாடுகள் மாரடைப்பு, வாதம், இரத்த நாளங்களின் வெடிப்பு, வயிற்றுப் புண், ஒற்றைத் தலைவலி, இளைப்பு நோய், மற்றும் அனைத்து விதமான தோல் வியாதிகள் ஆகியவற்றைத் தோற்றுவிக்கும். வேறு எந்த எதிர்மறை உணர்ச்சிகளைவிடவும், கட்டுப்படுத்தப்படாத கோபமானது, திருமணங்களையும் உறவுகளையும் சீரழித்து, வளரும் குழந்தைகளின் ஆளுமையைப் பாழாக்கி, வேலையிழப்பை ஏற்படுத்தி, அதிக மகிழ்ச்சியின்மையை உருவாக்குகிறது.

கோபம் முற்றிலும் தேவையற்றது என்பது குறிப்பிடத்தக்க விஷயம். அதிலிருந்து எந்த நன்மையும் விளைவதில்லை. அது முற்றிலும் அழிவுபூர்வமான உணர்ச்சி மட்டுமே. நீங்கள் தீர்மானித்தால் அதை முழுவதுமாக உங்களிடமிருந்து ஒழித்துவிடலாம்.

கோபம் உங்களுக்குள்ளே இருந்துதான் வருகிறது, வெளியில் இருந்து அல்ல. மக்கள் ஏதோ கூறுவதாலோ அல்லது செய்வதாலோ உங்களுக்குக் கோபம் ஏற்படுவதில்லை. அதை நீங்கள் எடுத்துக் கொள்ளும் விதம்தான் உங்களுக்குக் கோபத்தைத் தூண்டுகிறது. யாரும், எதுவும் உங்களைக் கோபப்படுத்துவதில்லை. ஒரு குறிப்பிட்டச் சூழ்நிலைக்கு நீங்கள் தேர்ந்தெடுக்கும் செயல்விடைதான் கோபம். சிரமங்கள் ஏற்படும்போது ஓர் அமைதியான, நேர்மறையான வழியில் நடந்து கொள்வதென்று நீங்கள் தீர்மானிக்கலாம், அல்லது கோபத்துடன் நடந்து கொள்வதென்று தீர்மானிக்கலாம். தேர்ந்தெடுக்கும் சுதந்திரம் உங்களுக்கு எப்போதுமே உண்டு.

எது உங்கள் கோபத்தைத் தூண்டுகிறது?

கோபம் வலியாலோ, அல்லது யாரோ உங்களைத் தாக்குகிறார்கள் என்று நீங்கள் கருதுவதாலோ, அல்லது உங்களைப் பயன்படுத்துகிறார்கள் என்று நீங்கள் உணர்வதாலோ ஏற்படுகிறது. விரக்தியான எதிர்பார்ப்புகள் பெரும்பாலும் கோபத்தைத் தூண்டுகின்றன. விஷயங்கள் உங்கள் விருப்பப்படி அமையாதபோது அல்லது நீங்கள் எதிர்பார்க்கும் விதத்தில் மக்கள் நடந்து கொள்ளாதபோது நீங்கள் நடந்து கொள்ளும் விதம்தான் அது. ஏதோ ஒரு வகையான இழப்புக் குறித்த பயமும் கோபத்தைத் தூண்டக்கூடும். நீங்கள் பலியாக்கப்பட்டு இருப்பதாக உணர்ந்தாலோ, அல்லது நியாயமின்றி நடத்தப்பட்டுள்ளதாக உணர்ந்தாலோ நீங்கள் கோபம் கொள்வீர்கள்.

ஒவ்வொரு விஷயத்திலும். உங்கள் கண்ணோட்டம்தான் கோபத்தைத் தூண்டுகிறது. அந்த நிகழ்விற்கு நீங்கள் கொடுக்கும் அர்த்தம்தான் அது. நீங்கள் உங்களை ஒரு பலிகடாவாகப் பார்க்கும்போது, கோபப்படுவதுதான் உங்களுடைய இயல்பான செயல்விடையாக இருக்கும். உங்களைப் பாதுகாத்துக் கொள்வதற்கு அல்லது அடுத்தவருக்குப் பாடம் புகட்டுவதற்கு வார்த்தைகளாலோ அல்லது கைகலப்பின் மூலமாகவோ நீங்கள் விடையளிக்கக்கூடும்.

நீங்கள் உடல்ரீதியாகத் தாக்கப்படப் போவதாக உணரும்போது, நீங்கள் ஆபத்தில் இருப்பதாக உங்கள் மூளைக்குச் செய்தி அனுப்பப்படுகிறது. உடனடியாக, உங்கள் இரத்தத்தில் அட்ரீனலின் சுரக்கத் துவங்குகிறது. இது உங்கள் இதயத்துடிப்பையும் சுவாசத்தையும் அதிகரிக்கிறது. உங்கள் இரத்த அழுத்தம் உயர்கிறது. உங்கள் ஒட்டுமொத்த உடலும் உங்களைப் பாதுகாப்பதற்கும், தற்காத்துக் கொள்வதற்கும், எதிர்த்துத் தாக்குவதற்கும் தயாராகிவிடுகிறது.

உங்கள் உடல் சண்டையிடத் தயாராகிறது அல்லது அங்கிருந்து ஓடத் தயாராகிறது. நீங்கள் தொடர்ந்து கோபப்பட்டால், அதைத் தடுத்து நிறுத்த உங்களால் முடியாது. நீங்கள் இன்னும் விரைவாகக் கோபப்படுவீர்கள். இறுதியில், கோபத்தை எதிர்த்து நிற்கும் சக்தி உங்களிடம் இல்லாமல் போய்விடும். கோபம் உங்கள் சூழலில் ஏற்படக்கூடிய பிரச்சனைகளுக்கான உங்களது ஒரே செயல்விடையாக ஆகிவிடும். சிலர் எப்போதும் கோபமாகவே இருப்பார்கள். அனைத்து விஷயங்களும், அனைத்து மக்களும் அவர்களைக் கோபப்படுத்துவதுபோல் தோன்றும். ஏனெனில், தாங்கள் தாக்கப்படுவதாகவும், தாங்கள் பலிகடாக்கள் என்றும் அவர்கள் கருதுவர்.

சண்டையா அல்லது ஓட்டமா?

கோபத்தால் இரத்த அழுத்தம் அதிகரிக்கிறது. சண்டையிடுவதற்கோ அல்லது தப்பி ஓடுவதற்கோ உங்கள் உடல் தயாராகிறது. ஆனால் சற்று நேரத்தில் அந்தச் சூழ்நிலை கடந்து போனவுடன், உங்கள் இரத்த அழுத்தம் பழைய நிலைக்கு வருகிறது. ஒவ்வொரு முறை நீங்கள் கோபப்படும்போதும் உங்கள் இரத்த அழுத்தம் உயர்கிறது, பிறகு குறைகிறது. இறுதியில், அது எப்போதும் உயர்வாகவே இருக்கிறது.

உயர் இரத்த அழுத்தத்திற்கான தீர்வு மருந்து மாத்திரைகள் அல்ல, மாறாக, அன்றட வாழ்வின் ஏற்ற இறக்கங்கள் குறித்து உங்கள் மனப்போக்கில் ஏற்படும் மாற்றம்தான். கோபம் பலவீனத்தின் ஓர் அடையாளம். அது பக்குவமின்மையையும் கட்டுப்பாடின்மையையும் சுட்டிக்காட்டுகிறது. எல்லா நேரங்களிலும் கோபப்படும் ஒருவர், சுயஒழுங்கும் சுயகட்டுப்பாடும் இல்லாத ஒரு குழந்தையைப்போல் நடந்து கொள்கிறார்.

இரண்டு தீர்மானங்களை மேற்கொள்ளுங்கள்: முதலில், உங்கள் கோபத்தைக் கட்டுப்படுத்துங்கள்; இரண்டாவது, உங்களுக்கு விருப்பமில்லாத விஷயங்கள் குறித்துக் கோபத்துடன் நடந்து கொள்வதை நிறுத்துங்கள். அதிகப் பொறுமையோடு இருப்பதென்றும், சூழ்நிலையை நன்கு ஆய்வு செய்து முடிக்கும்வரை, அந்தச் சூழ்நிலை குறித்து எந்த அவசர முடிவுக்கும் வராமல் இருப்பதென்றும் தீர்மானித்துக் கொள்ளுங்கள்.

கோபம் ஏன் கூடிக் கொண்டே போகிறது

உங்களுக்குக் கோபம் ஏற்பட்டுவிட்டால், உங்கள் ஒட்டுமொத்த உடலும் எதிர்த்துத் தாக்குவதற்குத் தயாராகிவிடுகிறது. ஆனால், ஒரு நாகரீகமான சமுதாயத்தில், இது பெரும்பாலும் விரக்தியைத்தான் ஏற்படுத்துகிறது. அதற்கு மூன்று காரணங்கள் உள்ளன.

முதலில், எதிர்த்தாக்குதல் சாத்தியமற்றதாக இருக்கக்கூடும். சாலையில் யாரோ ஒருவர் உங்களை முந்திச் சென்றாலோ அல்லது நீங்கள் உங்கள் காரை நிறுத்திவிட்டுக் கடைக்குச் சென்றிருந்தபோது யாரோ அதில் உரசிவிட்டுச் சென்றிருந்தாலோ, நீங்கள் கோபம் கொள்ளக்கூடும். ஆனால், அது குறித்துப் பெரிதாக உங்களால் எதுவும் செய்துவிட முடியாது. உங்களுக்கு பாதிப்பை ஏற்படுத்தியவர் அங்கிருந்து போய்விட்டார். ஆனால் உங்களுக்குள் கோபம் அதிகரிக்கிறது. அது வெளியேறுவதற்கு வழியில்லாமல் போய்விடுகிறது.

இரண்டாவது, வழக்கமாக எதிர்த்தாக்குதல் ஏற்றுக் கொள்ளப்படுவதில்லை. யாரேனும் ஒருவர் உங்களிடம் மரியாதையின்றி நடந்து கொண்டாலோ அல்லது உங்கள் உயரதிகாரி உங்களை இழிவாக நடத்தினாலோ, திரும்ப அவரைப் பார்த்துக் கத்துவதோ அல்லது அவரை அடிப்பதோ உங்களுக்குப் பொருத்தமானதல்ல. நீங்கள் கோபப்படக்கூடும், ஆனால் உங்கள் கோபம் உங்களுக்குள் தங்கி, அதிகரித்துக் கொண்டே இருக்கும்.

மூன்றாவது காரணம், எதிர்த்தாக்குதல் நல்லதல்ல. ஆஜானுபாகுவான ஒருவர் உங்கள்மீது தெரியாமல் இடித்துவிட்டால், நீங்கள் கோபப்படக்கூடும். ஆனால் அவரைத் திருப்பி அடிப்பது அவ்வளவு புத்திசாலித்தனமான விஷயமல்ல. அப்போதும் உங்கள் கோபம் உங்களுக்குள்ளேயே தங்கிவிடுகிறது.

ஒவ்வொரு விஷயத்திலும், நீங்கள் கோபப்படும்போது, அதை உங்கள் மனத்திலிருந்து வெளியேற்றுவதற்கு நீங்கள் ஏதேனும் செய்யாவிட்டால், அது அங்கு சேகரித்து வைக்கப்பட்டு, உங்கள் உடலுக்குக் கேடு விளைவிக்கக்கூடிய ஒரு விஷமாக மாறிவிடும். தொடர்ந்து கோபப்படுவது உங்கள் இரத்தத்தின் வேதிக்கூறுகளை உண்மையிலேயே மாற்றுகிறது. இறுதியில், அது தோல் வியாதிகளாகவும், வயிற்றுப் புண்களாகவும், தலைவலிகளாகவும், அல்லது இன்னும் பிற மோசமான வியாதிகளாகவும் உங்கள் உடலில் வெளிப்படும். இறுதியில், உங்கள் மனத்தில் சேர்ந்துவிட்டிருக்கும் கோபத்தை நீங்கள் உங்கள் குடும்ப உறுப்பினர்களிடத்திலும், தங்களைத் தற்காத்துக் கொள்ள முடியாத மக்களிடத்திலும், பிற நிறுவன ஊழியர்களிடத்திலும் வெளிப்படுத்துவீர்கள்.

கோபத்தை முளையிலேயே கிள்ளி எறிந்துவிடுங்கள்

கோபத்தைக் கையாள்வதற்குச் சிறந்த வழி முதலிலேயே கோபப்படாமல் இருந்துவிடுவதுதான். வருத்தப்படுவதற்கு நீங்கள் உங்களை அனுமதிக்கப் போவதில்லை என்று முன்கூட்டியே தீர்மானித்துக் கொள்ளுங்கள். “நான்தான் பொறுப்பு! நான்தான் பொறுப்பு! நான்தான் பொறுப்பு!” என்று தொடர்ந்து கூறுவதன் மூலம், அடுத்தவர்களைக் குறைகூறுவதற்கு அல்லது அவரிடம் உங்கள் கோபத்தைக் காட்டுவதற்கு உங்களுக்கு ஏற்படும் தூண்டுதலைக் கட்டுப்படுத்திக் கொள்ளுங்கள்.

சாலையில் ஒருவர் தன் காரால் உங்கள் காரை உரசிச் சென்றதற்கு நீங்கள் பொறுப்பாக இல்லாமல் போயிருக்கலாம். ஆனால் அப்போது நீங்கள் நடந்து கொள்ளும் விதத்திற்கு நிச்சயமாக நீங்கள்தான் பொறுப்பு. கோபப்படுவதற்குப் பதிலாக, அமைதியாகவும் ஆக்கபூர்வமாகவும் நடந்து கொள்வது உங்களுக்கு அதிக பலனைக் கொடுக்கும். நீங்களும் நல்லவிதமாக உணர்வீர்கள்.

கோபத்தை வெளியேற்றும் நடவடிக்கைகள்

உங்கள் கோபத்தை நான்கு வழிகளின் ஊடாக வெளியேற்றலாம் என்று டாக்டர் ஹான்ஸ் செல்யே கூறுகிறார். உங்கள் கைகள், கால்கள், பற்கள் மற்றும் உங்கள் குரல் ஆகியவைதான் அந்த நான்கு வழிகள். அடிப்பது, எட்டி

உதைப்பது, கடிப்பது, அல்லது கத்துவதன் மூலமாக உங்கள் கோபத்திலிருந்து நீங்கள் விடுபடலாம்.

உங்கள் கைகளால் அடித்து விளையாடக்கூடிய எந்தவொரு விளையாட்டும் கோபத்தை விரட்டுகிறது. கைப்பந்து, பேஸ்பால், டென்னிஸ், வாலிபால், கூடைப்பந்து போன்ற விளையாட்டுகள் அனைத்தும் கோபத்தை உங்கள் உடலில் இருந்து வெளியேற்றி அந்தப் பந்திற்கு இடமாற்றம் செய்வதற்கான சிறந்த வழிகள். ஒரு பக்கெட் நிறைய கோல்ஃப் பந்துகளை வெகுதூரத்திற்கு அடிப்பது நரம்புகளுக்கு நல்ல ஊட்டத்தைக் கொடுக்கும். உயர் அழுத்த வேலைகளில் ஈடுபட்டிருக்கும் மக்கள் இவ்வகையான விளையாட்டுகளை நோக்கி அதிகமாக ஈர்க்கப்படுவதற்குக் காரணம், ஒருமணிநேரம் ஏதோ ஒன்றை அடிப்பது அவர்களை நல்லவிதமாக உணரச் செய்வதுதான். அவர்களுடைய கோபம் முழுவதும் அந்தப் பந்திற்குக் குடிபெயர்ந்துவிடுகிறது.

பருவ வயதுக் குழந்தைகளின் முகத்தில் தோன்றும் பருக்களும், வளர்ந்த மனிதர்களின் உடலில் ஏற்படும் பெரும்பாலான தோல் பிரச்சனைகளும், அடக்கி வைக்கப்பட்டுள்ள கோபத்தின் விளைவாக ஏற்படுபவையே. இந்தக் கோபத்தை மேற்கூறிய நான்கு வழிகளில் வெளியேற்றலாம்.

தன் மகனின் முகத்தில் இருந்த ஏராளமான பருக்கள் குறித்துக் கவலைப்பட்ட ஒரு தந்தை, அவனுக்கு ஒரு பெரிய மரத் துண்டையும் ஒரு பெட்டி நிறைய ஆணிகளையும் வாங்கிக் கொடுத்தார். பிறகு அவனிடம் ஒரு சுத்தியலைக் கொடுத்து, அந்தப் பெரிய ஆணிகளை ஒவ்வொரு நாளும் இருபது நிமிடங்கள் அந்த மரக்கட்டையில் அடிக்கும்படிச் செய்தார். இரண்டு வாரங்களுக்குள் அவனது முகத்தில் இருந்த பருக்கள் முற்றிலுமாக மறைந்தன.

இன்னொரு தந்தை தன் மகனுக்குப் பல மரத்துண்டுகளையும் ஒரு கோடாலியையும் வாங்கிக் கொடுத்து, தினமும் அவன் பள்ளி முடிந்து வீடு திரும்பியவுடன் அந்த மரத்துண்டுகளை வெட்டும்படிச் செய்தார். ஒருசில நாட்களில் அவனது முகப்பருக்களும் காணாமல் போயின.

கால்பந்து போன்று, காலால் உதைத்து விளையாடும் எந்தவொரு விளையாட்டும் கோபத்தை வெளியேற்றுவதற்குச் சிறந்த வழியாகும். ஏதோ ஒன்றை எட்டி உதைப்பதே ஒரு வடிகாலாக அமையும். கோபமான மக்கள் தங்கள் கால்களைக்

கொண்டு தரையில் கிடக்கும் ஏதோ ஒன்றை ஓங்கி மிதிப்பதை நீங்கள் அடிக்கடிப் பார்த்திருக்கக்கூடும். தங்களுக்குள் குமுறிக் கொண்டிருக்கும் கோபத்தை வெளியேற்ற அவர்கள் மேற்கொள்ளும் முயற்சிதான் அது.

நன்றாக மென்று உண்ணக்கூடிய ஏதோ ஒரு பதார்த்தத்தை உண்பதன் மூலம் கோபத்தை உங்களால் வெளியேற்ற முடியும். நீங்கள் கோபத்தோடும் வெறுப்போடும் இருக்கும்போது, மாமிச உணவை உண்ண வேண்டும் என்ற தவிப்பு உங்களுக்கு அதிகமாக ஏற்படும். ஏனெனில், மாமிசத்தைக் கடித்து, அதை நன்றாக மெல்லும்போது, அது உங்கள் கோபத்தை உங்கள் உடலிலிருந்து அந்த மாமிசத்திற்கு இடமாற்றம் செய்துவிடும். வயிறு நிறையச் சாப்பிட்டப் பிறகு, உங்கள் கோபம் மாயமாய் மறைந்துவிடுகிறது. எனவே, நீங்கள் நல்லவிதமாக உணர்கிறீர்கள்.

பெரியவர்களும் குழந்தைகளும் தங்கள் கோபத்தை விடுவிக்கும் இன்னொரு வழி கத்துவது. கோபத்தை வெளியேற்றுவதற்கான பொதுவான வழி இது. தாங்கள் சிறியவர்களாக இருப்பதாலும், பிறரின் உதவி தங்களுக்குத் தேவைப்படுவதாலும் குழந்தைகளுக்குக் கோபம் ஏற்படுகிறது. அவர்கள் தங்கள் எரிச்சலை வெளிப்படுத்துவதற்குத் தொண்டை கிழியக் கத்துகின்றனர். பல பெரியவர்களும் இவ்வாறு செய்கின்றனர்.

ஒருவிதமான மனநலச் சிகிச்சையில், நன்றாகப் பயிற்றுவிக்கப்பட்ட மனநல மருத்துவர்களின் முன்னிலையில், வாய்விட்டு உரக்கக் கத்துவதற்கு நோயாளிகள் ஊக்குவிக்கப்படுகின்றனர். குழந்தைப் பருவம் முதலாக அடக்கி வைக்கப்பட்டக் கோபத்தை வெளியேற்றுவதற்கு அவர்களுக்குக் கற்றுக் கொடுக்கப்படுகிறது. மக்கள் தங்கள் உணர்ச்சிகளைத் தங்கள் கட்டுப்பாட்டிற்குள் கொண்டு வருவதற்கு இது பெரிதும் உதவுகின்றது. கோபத்தை அடக்கி வைக்காமல் இருப்பதற்கும், நாம் நம் அன்புக்குரியவர்களிடம் கத்தாமல் இருப்பதற்கும் இது நிச்சயமாக உதவுகின்றது.

மிகவும் கோபமாக உள்ள இருவர் சண்டையிடும்போது, அவர்கள் ஒருவரையொருவர் அடிப்பார்கள், மிதிப்பார்கள், கடிப்பார்கள், கத்துவார்கள். இவையெல்லாம் கோபத்தை வெளியேற்றுவதற்கான வழிகளே. சில சமயங்களில், ஓர் உரத்த வாக்குவாதம் அல்லது கைகலப்பிற்குப் பிறகு, இரு நபர்களும் நல்ல நண்பர்களாகிவிடுவர். கோபம் அங்கிருந்து பறந்துவிடும்; நல்ல உணர்வுகள் மட்டுமே அங்கு மிச்சமிருக்கும்.

உணர்ச்சி வெளிப்பாடுகளைக் கட்டுப்படுத்துங்கள்

குறைந்த மனஅழுத்தமும் உயர்ந்த செயற்திறனும் கொண்டவர்களாக ஆவதுதான் உங்கள் இலக்கு. நீங்கள் உயர்ந்த செயற்திறன் கொண்டவராக விளங்க வேண்டும் என்றால், சிந்திப்பதற்கும், உங்கள் உணர்ச்சிகளைக் கட்டுப்படுத்துவதற்குமான உங்கள் திறனை நீங்கள் பயன்படுத்த வேண்டும். வலுக்கட்டாயமாக நேர்மறையான எண்ணங்களைச் சிந்தியுங்கள். நன்னம்பிக்கைச் சிந்தனையைக் கடைபிடியுங்கள். ஆக்கபூர்வமாகச் சிந்தியுங்கள். நீங்கள் வலுக்கட்டாயமாக ஒரு நேர்மறையான எண்ணத்தைத் தேர்ந்தெடுக்கும்பொது, அதே சமயத்தில் ஓர் எதிர்மறையான எண்ணத்தை உங்களால் சிந்திக்க முடியாது. எதிர்மறை எண்ணத்திற்குப் பதிலாக நேர்மறை எண்ணத்தை அந்த இடத்தில் வையுங்கள்.

"நான் என்னை நேசிக்கிறேன்," அல்லது "நான்தான் பொறுப்பு" என்று தொடர்ந்து கூறுங்கள். உங்கள் மனத்தை உங்கள் இலக்கின்மீது குவித்திடுங்கள். உங்களது நேர்மறையான இலக்குகளைப் பற்றி நீங்கள் தொடர்ந்து சிந்திக்கும்போது, உங்களுடைய மனம் பெரும்பான்மையான சமயங்களில் நேர்மறையாகவும் நன்னம்பிக்கை உடையதாகவும் இருக்கிறது.

பிறர் உங்களைக் கோபப்படுத்தும்போது, மன்னித்தல் விதியைக் கடைபிடியுங்கள். உங்களிடம் இருக்கும் கோபம் மற்றும் வெறுப்பு உணர்வுகளை வெளியேற்றுங்கள். மன்னித்தல் என்பது ஒரு சுயநலமான செயல் என்பதை நினைவில் கொள்ளுங்கள். ஏதோ ஒரு விஷயம் உங்களுக்குக் கோபத்தையும் ஏமாற்றத்தையும் ஏற்படுத்துவதற்கு நீங்கள் அனுமதிப்பதற்குப் பதிலாக, உங்களை அமைதியாகவும் நேர்மறையாகவும் வைத்துக் கொள்வதுதான் உங்கள் வேலை, அதுதான் உங்கள் பொறுப்பு. இது சாத்தியமாவதற்கு, யாரேனும் ஒருவர் குறித்து நீங்கள் கொண்டிருக்கும் எதிர்மறையான உணர்வுகளை நீங்கள் கைவிட வேண்டியது அவசியம் என்றால், அதைச் செய்யுங்கள்! உங்கள் மகிழ்ச்சிக்கும், மனஅமைதிக்கும், நீண்ட ஆயுளுக்கும் இது இன்றியமையாதது.

மனஅமைதியை உங்களது மிக உயர்ந்த இலக்காக நிர்ணயித்துக் கொள்ளுங்கள்

மனஅமைதியை உங்களது மிக உயர்ந்த இலக்காக நிர்ணயிக்கப் போவதாகத் தீர்மானிப்பதன் மூலம், நீங்கள்

உங்கள் அகவாழ்க்கையை உங்களுடைய முழுமையான கட்டுப்பாட்டிற்குள் கொண்டு வருகிறீர்கள். உங்கள் வாழ்க்கையை இந்த இலக்கைச் சுற்றி ஒழுங்கமைத்துக் கொள்ளுங்கள். உங்களுக்கு அழுத்தத்தை ஏற்படுத்தக்கூடிய ஏதேனும் சிந்தனைகள், அபிப்பிராயங்கள், மனப்போக்குகள், அல்லது நடவடிக்கைகள் உங்களிடம் தோன்றுகின்றனவா என்று கவனமாகக் கண்காணியுங்கள். மனஅமைதியை உங்கள் வாழ்வின் மையக் கோட்பாடாக நீங்கள் வலுக்கட்டாயமாகத் தேர்ந்தெடுக்கும்போது, நீங்கள் அதிக நேர்மறையான மனிதராக மாறுகிறீர்கள். அதிக ஆசுவாசமானவராகவும், மற்றவர்கள் விரும்பக்கூடிய நபராகவும் ஆகிறீர்கள். இதுவரை இல்லாத அளவுக்கு மிகச் சிறந்த ஆரோக்கியத்தை அடைகிறீர்கள், உயர்ந்த சாதனைகளைப் படைக்கிறீர்கள்.

செயல்முறைப் பயிற்சி

உங்கள் வாழ்க்கையை ஆய்வு செய்து, நீங்கள் மனஅழுத்தத்தையோ கவலையையோ அனுபவிக்கும் ஏதேனும் ஒரு பகுதியைக் கண்டுபிடியுங்கள். அந்த அழுத்தமான சூழ்நிலையைத் தெளிவாக வரையறுத்து எழுதிக் கொள்ளுங்கள். பிறகு, இந்தச் சூழ்நிலையை மேம்படுத்துவதற்கு உங்களால் செய்யக்கூடிய அனைத்து விஷயங்களையும் உடனடியாகப் பட்டியலிடுங்கள். அந்தச் சூழ்நிலையை நேரடியாக எதிர்கொண்டு, அதைக் கையாளவதற்குச் சில நேர்மறையான நடவடிக்கைகளை எடுக்கும் நோக்கத்தில் சிந்தியுங்கள். துரிதமாகச் செயல்படுங்கள்.

உங்கள் வாழ்வில் நீங்கள் எந்த விஷயத்தை எதிர்கொள்ள மறுக்கிறீர்கள்? உங்கள் வாழ்வில் உள்ள மிக மோசமான விஷயம் எதுவாக இருக்கக்கூடும்? உங்கள் வாழ்வின் ஒவ்வொரு பகுதியாகச் சென்று, அதற்குத் தீர்வு காணுங்கள். ஒவ்வொரு நாளும் அழுத்தம் நிறைந்ததாகவும் கவலை தருவதாகவும் இருப்பதற்குப் பதிலாக, அது மகிழ்ச்சியும் திருப்தியும் தரும் வகையில் உங்கள் நாளை அமைத்துக் கொள்ளுங்கள். மனஅமைதியை உங்களது மிக உயர்ந்த இலக்காக நிர்ணயித்துக் கொள்ளுங்கள். அப்போது நீங்கள் வேறு எந்தத் தவறையும் செய்ய மாட்டீர்கள்.

9

மனிதவள நிர்வாகத்தில் கைதேர்ந்தவராதல்

உங்களது சமூகத் திறமைகளும், உங்கள் இலக்குகளை அடைவதற்கு உங்களுக்கு உதவும் வகையில் மற்றவர்களுடன் நீங்கள் நேர்மறையாகவும் ஆக்கபூர்வமாகவும் கலந்துரையாடி, அவர்களை உங்களுடன் ஒத்துழைக்க வைக்கும் உங்கள் திறனும்தான் உங்கள் வாழ்வின் வெற்றியில் 85 சதவீதத்தைத் தீர்மானிக்கின்றன.

மேன்மையான மனித உறவுகளை எவ்வாறு உருவாக்குவது, எவ்வாறு பராமரிப்பது என்பதைக் கற்றுக் கொள்வது உங்கள் தொழில் வாழ்க்கைக்கும், தனிப்பட்ட வாழ்க்கைக்கும் மிகவும் உதவும்.

மற்றவர்களுடன் சகஜமாகப் பழகும் திறன் இல்லாததுதான் தங்கள் வாழ்க்கையிலும் வேலையிலும் மக்கள் சந்திக்கும் தோல்விக்கும், எரிச்சலுக்கும், மகிழ்ச்சியின்மைக்கும் முக்கியக் காரணம். ஒரே நிறுவனத்தில் பத்து வருடங்களுக்கும் மேலாகப்

பணியாற்றிய மக்களில் 95 சதவீதத்திற்கும் அதிகமானவர்கள், தகுதியின்மை அல்லது தொழில்நுட்பத் திறமையின்மை ஆகியவற்றுக்குப் பதிலாக, மோசமான சமூகத் திறமைகளின் காரணமாகப் பணிநீக்கம் செய்யப்பட்டதாக ஓர் ஆய்வு தெரிவிக்கிறது.

நம் வாழ்வில் நாம் அனுபவிக்கும் மகிழ்ச்சியின் பெரும்பகுதி மற்றவர்களுடனான நமது மகிழ்ச்சியான உறவுகளில் இருந்து வருவதாகவும், நம் வாழ்வில் நாம் சந்திக்கும் பிரச்சனைகளின் பெரும்பகுதி அவர்களுடனான மகிழ்ச்சியற்ற உறவுகளில் இருந்து வருவதாகவும், உளவியலாளர் சிட்னி ஜொரார்டு கூறுகிறார்.

மற்றவர்களுடன் கலந்து பழகுவதில் அதீதத் திறமை படைத்தவராக உங்களால் ஆக முடியும். அது எப்படி என்பதை இந்த அத்தியாயத்தில் நீங்கள் கற்றுக் கொள்வீர்கள். கிட்டத்தட்ட எந்தவொரு சூழ்நிலையிலும், எந்தவொரு நபருடனுமான உங்கள் உறவுகளை உங்களால் உடனடியாக மேம்படுத்திக் கொள்வதற்கு, நிரூபிக்கப்பட்டப் பல வழிமுறைகளை இதில் நீங்கள் கற்பீர்கள்.

ஆரோக்கியமான ஆளுமை

"ஆரோக்கியமான ஆளுமை" நம்மிடம் இருப்பதாக நாம் நினைக்கிறோம் அல்லது அதைப் பெற வேண்டும் என்று நாம் விரும்புகிறோம். ஆரோக்கியமான ஆளுமைக்குப் பல வரையறைகள் உள்ளன. உங்களுக்கு மிகவும் உதவும் மூன்று வரையறைகள் இங்கு கொடுக்கப்பட்டுள்ளன.

முதலில், ஒவ்வொரு சூழ்நிலையிலும் ஒவ்வொரு நபரிடத்திலும் வலுக்கட்டாயமாக நீங்கள் எந்த அளவுக்கு நல்ல விஷயங்களைப் பார்க்கிறீர்களோ, அந்த அளவுக்கு உங்கள் ஆளுமை ஆரோக்கியமாக இருக்கிறது. ஒவ்வொரு சூழ்நிலையிலும் ஒவ்வொரு நபரிடத்திலும் வலுக்கட்டாயமாக நீங்கள் எந்த அளவுக்கு மோசமான விஷயங்களைப் பார்க்கிறீர்களோ, அந்த அளவுக்கு உங்கள் ஆளுமை ஆரோக்கியமற்றதாக இருக்கிறது. நீங்கள் அடுத்தவர்களிடம் உள்ள நல்ல விஷயங்களைப் பார்க்கிறீர்களா அல்லது அவர்களை விமர்சித்து, அவர்களைப் பற்றி அதிகமாகக் குறைகூறுகிறீர்களா? ஆரோக்கியமான ஆளுமைக்கான முதல் அளவீடு இதுதான்.

இரண்டாவது, உங்களை ஏதோ ஒரு வழியில் காயப்படுத்தியுள்ள மக்களை உங்களால் எந்த அளவுக்கு தாராளமாக மன்னிக்க முடிகிறதோ, அந்த அளவுக்கு உங்கள் ஆளுமை ஆரோக்கியமாக உள்ளது. மன்னிக்கும் திறன் இல்லாததும், ஒரு விஷயம் நடந்து முடிந்து நீண்ட நாட்கள் ஆன பிறகும், அதை மனத்தில் வைத்துக் கொண்டு வன்மம் பாராட்டுவதும்தான் பெரும்பாலான மகிழ்ச்சியின்மைக்கும் மனநோய்களுக்கும் காரணம். உண்மையிலேயே ஆரோக்கியமாக இருப்பவர்கள் யாரையும் வெறுப்பதில்லை, கடந்தகாலத்தில் நடந்த விஷயங்கள் குறித்துத் தங்கள் மனத்தில் கோபத்தையும் வெறுப்பையும் சுமந்து திரிவதில்லை. பழைய பிரச்சனைகளை அவர்கள் தங்கள் மனத்தில் போட்டுக் குழப்புவதில்லை. அவற்றை அவர்கள் மறந்துவிடுகின்றனர். இதுதான் ஆரோக்கியமான ஆளுமைக்கான இரண்டாவது அளவீடு.

மூன்றாவது, பல்வேறு விதமான மக்களுடன் நீங்கள் எந்த அளவுக்கு எளிதில் சகஜமாகப் பழகுகிறீர்களோ, அந்த அளவுக்கு உங்கள் ஆளுமை ஆரோக்கியமாக உள்ளது. எல்லோராலும் ஒருசில மக்களுடன் சகஜமாகப் பழக முடியும். உங்களது இயல்பை ஒத்த மக்களுடன் உங்களால் எப்போதும் சகஜமாகப் பழக முடியும், அவர்கள் நேர்மறையானவர்களோ அல்லது எதிர்மறையானவர்களோ. ஆனால் உண்மையிலேயே ஆரோக்கியமான நபர்கள், பல்வேறு குணாதிசயங்களும், பல்வேறு ஆளுமைகளும், பல்வேறு மனப்போக்குகளும், பல்வேறு மதிப்பீடுகளும், பல்வேறு அபிப்பிராயங்களும் கொண்ட பல்வேறு விதமான நபர்களுடன் எளிதில் சகஜமாகப் பழகும் திறனைப் பெற்றுள்ளனர். ஆரோக்கியமான ஆளுமைக்கான உண்மையான அளவீடு அதுதான், உண்மையான பரிசோதனை அதுதான்.

உங்கள் சுயமதிப்பின் அளவுக்கும் உங்கள் ஆளுமையின் ஆரோக்கியத்திற்கும் இடையே ஒரு நேரடியான தொடர்பு உள்ளது. நீங்கள் உங்களை எவ்வளவு அதிகமாக விரும்புகிறீர்களோ, மதிக்கிறீர்களோ, அவ்வளவு அதிகமாக நீங்கள் மற்றவர்களையும் விரும்புவீர்கள், மதிப்பீர்கள். நீங்கள் எவ்வளவு அதிகமாக உங்களை மதிப்புமிக்கவராகவும் தகுதியானவராகவும் கருதுகிறீர்களோ, அவ்வளவு அதிகமாக மற்றவர்களையும் நீங்கள் மதிப்புமிக்கவராகவும் தகுதியானவராகவும் கருதுவீர்கள். உங்களது நிறைகுறைகளுடன் உங்களை எவ்வளவு அதிகமாக நீங்கள் அப்படியே ஏற்றுக்

கொள்கிறீர்களோ, அவ்வளவு அதிகமாக நீங்கள் மற்றவர்களையும் அவர்களது நிறைகுறைகளுடன் அப்படியே ஏற்றுக் கொள்வீர்கள்.

உங்கள் சுயமதிப்பு மேம்படும்போது, நீண்ட காலங்களுக்கு, பல்வேறு விதமான மக்களுடன் கலந்து பழகுவதில் நீங்கள் சிறந்து விளங்குவீர்கள். உங்கள் வாழ்க்கை அதிக மகிழ்ச்சி நிறைந்ததாகவும், அதிக நிறைவைத் தருவதாகவும் இருக்கும். உயர்ந்த சுயமதிப்பைக் கொண்டவர்கள் எந்த இடத்திலும், எந்தவொரு சூழ்நிலையிலும், கிட்டத்தட்ட எவரொருவருடனும் சிறப்பாகக் கலந்து பழகுவர்.

குறைவான சுயமதிப்பைக் கொண்டவர்கள் ஒருசில மக்களுடன் மட்டுமே உறவாடுவர், அதுவும் நீண்ட நாட்கள் தொடராது. அவர்கள் தங்களைப் பற்றிக் கொண்டுள்ள குறைவான மதிப்பீட்டின் காரணமாக, தங்களைச் சூழ்ந்திருக்கும் மக்கள்மீது கோபப்படுவர், பொறுமையின்றி நடந்து கொள்வர், அவர்களை விமர்சிப்பர், அவர்களைப் பற்றிப் பொல்லாங்கு பேசுவர், அவர்களோடு வாக்குவாதத்தில் ஈடுபடுவர். இத்தகைய மக்கள் தங்களை நேசிப்பதில்லை என்பதால், அவர்களால் மற்றவர்களை நேசிக்க முடிவதில்லை. இதன் விளைவாக, மற்றவர்களும் இவர்களை அவ்வளவாக விரும்புவதில்லை.

மறைமுக முயற்சி விதி

மற்றவர்களுடனான உங்கள் உறவுகளை நேரடியாக அணுகாமல் மறைமுகமாக அணுகுவதன் மூலம் நீங்கள் விரும்பும் அனைத்தையும் உங்களால் எளிதில் பெற முடியும் என்று மறைமுக முயற்சி விதி கூறுகிறது.

எடுத்துக்காட்டாக, மக்கள் உங்களைப் பார்த்து பிரமிக்க வேண்டும் என்றால், அவர்களிடம் சென்று, உங்களிடம் உள்ள மெச்சத்தக்கப் பண்புகளையும் உங்களது சாதனைகளையும் அவர்களிடம் நேரடியாக எடுத்துக்கூறி அவர்களுக்கு உறுதியளிக்கலாம். ஆனால் உங்களைப் பற்றி நீங்களே பேசுவதன் மூலம் ஒருவர் உங்களை மெச்சும்படிச் செய்ய வைக்க முயற்சிப்பது சற்று முட்டாள்தனமானது. சில சமயங்களில், அது உங்களுக்கு தர்மசங்கடத்தைக்கூட ஏற்படுத்தக்கூடும்.

அடுத்தவர் உங்களைப் பார்த்து பிரமிக்க வேண்டும் என்று நீங்கள் விரும்பினால், நீங்கள் அவரைப் பார்த்து பிரமிப்பதுதான் அதற்கான எளிய வழி. அடுத்தவரின் சாதனைகளுக்காக அவரைப் பார்த்து நீங்கள் எவ்வளவு அதிகமாக பிரமிக்கிறீர்களோ, அந்த அளவுக்கு அவரும் உங்களைப் பார்த்து பிரமிப்பார்.

ஒருவர் உங்கள்மீது ஆர்வம் கொள்ள வேண்டும் என்று நீங்கள் விரும்பினால், அதற்கு நேரடியான வழி, அவரிடம் நீங்களே உங்களைப் பற்றிய அனைத்தையும் கூறுவதுதான். ஆனால் மறைமுகமான வழி சிறந்த பலனளிக்கிறது. அதற்கு, நீங்கள் அவர்மீது ஆர்வம் காட்ட வேண்டும், அவ்வளவுதான். அடுத்தவர்மீது நீங்கள் எந்த அளவுக்கு ஆர்வம் காட்டுகிறீர்களோ, அதே அளவுக்கு அவர் உங்கள்மீது ஆர்வம் காட்டுவார்.

நீங்கள் மகிழ்ச்சியாக இருக்க வேண்டும் என்று விரும்பினால், உங்களை மகிழ்விக்கும் விஷயங்களைச் செய்வது நேரடியான வழி. ஆனால் வேறொருவரை மகிழ்ச்சிப்படுத்துவதன் மூலம் கிடைக்கும் மகிழ்ச்சி அதிக ஆனந்தத்தைத் தருவதோடு மட்டுமல்லாமல், நீடித்து நிற்கவும் செய்கிறது.

அடுத்தவர் உங்களை மதிப்பதற்கு நீங்கள் என்ன செய்ய வேண்டும்? அதற்குச் சிறந்த வழி, நீங்கள் அவரை மதிப்பதுதான். அடுத்தவரிடம் நீங்கள் மதிப்பையும் பிரமிப்பையும் வெளிப்படுத்தும்போது, அவரும் உங்களிடம் மதிப்பையும் பிரமிப்பையும் வெளிப்படுத்துவார். மனித உறவுகளில், இது நேரெதிர்மை விதி என்று அழைக்கப்படுகிறது. ஏதேனும் ஓர் இனிமையான விஷயத்தை நீங்கள் அடுத்தவருக்குச் செய்யும்போது, வேறு ஏதேனும் ஓர் இனிமையான விஷயத்தைச் செய்வதன் மூலம் அவர் அதை உங்களுக்குத் திருப்பிக் கொடுக்க விரும்புவார். நமது காதலும் நட்பும் இக்கோட்பாட்டின் அடிப்படையில் அமைந்தவையே.

அடுத்தவர் உங்கள்மீது நம்பிக்கை கொள்ள வேண்டும் என்றால் நீங்கள் என்ன செய்ய வேண்டும்? நேரெதிர்மை விதிப்படி, அவர்மீது நீங்கள் நம்பிக்கை வைக்க வேண்டும், அவ்வளவுதான். அடுத்தவர்மீது நீங்கள் நம்பிக்கை கொண்டிருக்கிறீர்கள் என்பதை அவரிடம் நீங்கள் வெளிப்படுத்தும்போது, அவரும் உங்கள்மீது உறுதியான நம்பிக்கை கொள்வார். நீங்கள் எதைக் கொடுக்கிறீர்களோ,

அதையே பெறுகிறீர்கள். நீங்கள் எதை வெளியே அனுப்புகிறீர்களோ, அதுவே உங்களிடம் திரும்பி வருகிறது.

உங்களுக்குள் ஓர் ஆரோக்கியமான ஆளுமையை வளர்ப்பதுதான் இந்த நேரெதிர்மை விதியின் முக்கிய நடைமுறைச் செயல்பாடு. அடுத்தவருக்கு நீங்கள் செய்யும் காரியங்கள் அனைத்தும் உங்களுக்குத் திரும்பச் செய்யப்படும் வகையில் நீங்கள் வடிவமைக்கப்பட்டு இருக்கிறீர்கள். அடுத்தவருடைய சுயமதிப்பை உயர்த்துவதற்கு நீங்கள் செய்பவை அனைத்தும் உங்களுடைய சுயமதிப்பையும் அதே அளவுக்கு உயர்த்துகிறது. சுயமதிப்புதான் ஆரோக்கியமான ஆளுமைக்கான அடையாளச் சின்னம் என்பதால், அடுத்தவர்களுடைய ஆளுமையின் ஆரோக்கியத்தை மேம்படுத்தக் கிடைக்கும் ஒவ்வொரு சந்தர்ப்பத்தையும் நீங்கள் பயன்படுத்துவதன் மூலம் உண்மையில் நீங்கள் உங்கள் சொந்த ஆளுமையின் ஆரோக்கியத்தை மேம்படுத்திக் கொள்ளலாம். அடுத்தவர்களின் வாழ்க்கையில் நீங்கள் எதை விதைக்கிறீர்களோ, அதையே உங்கள் சொந்த வாழ்வில் நீங்கள் அறுவடை செய்வீர்கள்.

நீங்கள் சந்திக்கும் ஒவ்வொருவரும் ஒரு சுமையைச் சுமந்து கொண்டிருக்கின்றனர். சுயமதிப்பு மற்றும் தன்னம்பிக்கை ஆகியவற்றைப் பொறுத்தவரை இது முற்றிலும் உண்மை. ஒவ்வொருவருமே தாழ்வு மனப்பான்மையுடன் வளர்கின்றனர். எனவே, பிறர் நம்மைப் புகழ்வதும் அங்கீகரிப்பதும் நம் வாழ்நாள் முழுவதும் நமக்கு அவசியமாகிறது. மக்கள் எவ்வளவு வெற்றி பெற்றிருந்தாலும் சரி, எவ்வளவு பெரிய அந்தஸ்தை அடைந்திருந்தாலும் சரி, அவர்கள் தங்களைப் பற்றி நல்லவிதமாகவும் உயர்வாகவும் உணர்வதற்கும், அவர்களது சுயமதிப்பு அதிகரிப்பதற்கும் மற்றவர்களின் புகழ்ச்சியும் அங்கீகாரமும் தேவைப்படுகிறது.

"நான் உன்னுடன் இருக்கும்போது நான் என்னைப் பற்றிச் சிறப்பாக உணர்வதால், நான் உன்னை நேசிக்கிறேன்," என்று யாரோ ஒருவர் கூறினார். அற்புதமான மனித உறவுகளுக்கான இரகசியம் இதில் அடங்கியுள்ளது. பிறர் தங்களோடு இருக்கும்போது அவர்களை நல்லவிதமாக உணரச் செய்பவர்கள்தான் அதிக வெற்றியையும் மகிழ்ச்சியையும் அனுபவிக்கும் மக்கள். உங்கள் வாழ்நாள் நெடுகிலும் நீங்கள் தொடர்ந்து மற்றவர்களின் சுயமதிப்பை உயர்த்தி வரும்போது, பல வாய்ப்புகள் உங்களைத் தேடி வருவதோடு, உங்களால்

கற்பனை செய்து பார்க்க முடியாத வழிகளில் மக்கள் உங்களுக்கு உதவுவார்கள்.

நேரெதிர்மை விதியைக் கடைபிடியுங்கள். மக்களை அதிக மதிப்பு வாய்ந்தவர்களாக உணரச் செய்யும் விஷயங்களை அவர்களிடம் கூறுங்கள், அப்படிப்பட்ட விஷயங்களை அவர்களுக்காகச் செய்யுங்கள். அடுத்தவரிடம் நீங்கள் பரிவை வெளிப்படுத்தும் ஒவ்வொரு முறையும், உங்கள் சுயமதிப்பு அதிகரிக்கிறது. உங்கள் ஆளுமை அதிக நேர்மறையானதாகவும் ஆரோக்கியமானதாகவும் ஆகிறது. அடுத்தவர் குறித்து நீங்கள் எதை வெளிப்படுத்துகிறீர்களோ, அதை உங்கள் சொந்த மனத்தில் நீங்கள் பதிய வைக்கிறீர்கள்.

அடுத்தவர்களை முக்கியமானவர்களாக உணரச் செய்யுங்கள்

அடுத்தவர்களை முக்கியமானவர்களாக உணரச் செய்வதுதான் அவர்களது சுயமதிப்பை உயர்த்துவதற்கான வழி. தாங்கள் முக்கியமானவர்கள் என்ற உணர்வை அடுத்தவர்களிடம் ஏற்படுத்த நீங்கள் செய்யும் ஒவ்வொரு காரியமும், கூறும் ஒவ்வொரு வார்த்தையும், அவர்களது சுயமதிப்பை அதிகரிப்பதோடு, அதே நேரத்தில் அதே அளவில் உங்கள் சுயமதிப்பையும் உயர்த்துகிறது.

நாள் முழுவதும் அடுத்தவர்களை முக்கியமானவர்களாக உணரச் செய்வதற்கான வழிகளை நீங்கள் தேடும்போது, நீங்கள் பிரபலமாவீர்கள், எல்லோராலும் வரவேற்கப்படுவீர்கள். நீங்கள் அதிக ஆரோக்கியமும் மகிழ்ச்சியும் பெறுவீர்கள். வாழ்வில் இருந்து மற்றவர்களைவிட அதிகத் திருப்தியைப் பெறுவீர்கள். குறைந்த மனஅழுத்தமும் அதிக ஆற்றலும் உள்ளவராகச் செயல்படுவீர்கள். எல்லாவற்றுக்கும் மேலாக, உங்களை நீங்கள் அதிகமாக மதிப்பீர்கள், அதிக மனஅமைதியையும் அனுபவிப்பீர்கள்.

அடுத்தவர்களிடம் சுயமதிப்பை உருவாக்குதல்

அடுத்தவர்களின் சுயமதிப்பை அதிகரிப்பதற்கான முதற்படி, அவர்களது சுயமதிப்பைக் குறைக்காமல் இருப்பது. அவர்களுடைய சுயமதிப்பைக் குறைக்கும் எதையும் செய்வதையும் கூறுவதையும் உடனடியாக நிறுத்துங்கள். குறைந்தபட்சம், எதுவும் கூறாமல் இருங்கள்.

வேறு எந்தவொரு நடத்தையைக் காட்டிலும், அழிவுபூர்வமான விமர்சனம் ஒருவரது சுயமதிப்பை வேகமாகக் குறைப்பதோடு, அதிகமான உறவுகளையும் ஆளுமைகளையும் பாதிக்கின்றது அல்லது சீரழிக்கின்றது.

அழிவுபூர்வமான விமர்சனம் மனித ஆளுமையின் மைய ஆதாரத்தைத் தாக்கி, குற்ற உணர்வு, தாழ்வு மனப்பான்மை ஆகிய உணர்வுகளையும், தான் தகுதியில்லாதவர் என்ற உணர்வையும் தூண்டுகிறது. ஒரு நபர் மோசமாக விமர்சிக்கப்படும்போதும், சில சமயங்களில் 'ஆக்கபூர்வமான விமர்சனம்' என்ற பெயரில் விமர்சிக்கப்படும்போதும், அவர் உடனடியாகக் கோபம் கொண்டு, தன்னைத் தற்காத்துக் கொள்ளும் முயற்சியில் பதில் தாக்குதலில் ஈடுபட விரும்புகிறார். அடுத்தவர்களைக் காயப்படுத்தும் விதத்தில் நீங்கள் ஏதேனும் கூறினாலோ அல்லது செய்தாலோ, குறிப்பாக அது அவர்களது சுயமதிப்பைத் தாக்குவதாக இருந்தால், உங்களைப் பழிதீர்ப்பதற்காக அவர்கள் உங்களைத் திருப்பித் தாக்க விரும்பக்கூடும், அல்லது அது அவர்களுக்குத் தேவைப்படவும்கூடும்.

ஏதேனும் ஒரு காரணத்திற்காக ஒருவர் நம்மை விமர்சித்தாலோ அல்லது நமக்கு ஒப்புதல் வழங்க மறுத்தாலோ அதிகமாக உணர்ச்சிவசப்படுவதற்கு நாம் குழந்தைப் பருவம் முதலாகவே பழக்கப்படுத்தப்பட்டு வந்துள்ளோம். நாம் விமர்சிக்கப்படும்போது நமது உணர்ச்சிகளின் கை மேலோங்குகிறது. நமது சுயமதிப்பு தரைமட்டமாகிறது. நம்மை விமர்சிக்கும் நபர் குறித்து நமது உணர்வுகளும் மனப்போக்குகளும் உடனடியாக எதிர்மறையாக மாறுகின்றன.

அடுத்தவர்களை விமர்சிப்பதை நிறுத்துவதுதான் நீங்கள் எடுக்கக்கூடிய மிகச் சிறந்த தீர்மானம். அழிவுபூர்வமான விமர்சனத்தை உங்கள் அகராதியில் இருந்தும், உங்கள் உரையாடல்களில் இருந்தும் முற்றிலுமாக நீக்கிவிடுங்கள். மக்களை வீழ்த்துவதற்குப் பதிலாக அவர்களைக் கைதூக்கிவிட உதவும் விஷயங்களை மட்டுமே பேசுவதன் மூலம் ஒரு நேர்மறையான நபராக உருவாகுங்கள்.

நீங்கள் சந்திக்கும் மக்களில் பெரும்பாலானவர்கள் தங்களிடம் உள்ளவற்றைக் கொண்டு தங்களால் இயன்ற அளவு சிறப்பாகச் செயல்படுகின்றனர். வெகுசிலரே வேண்டுமென்று தவறு செய்கின்றனர் அல்லது சிறப்பாகச் செயல்படாமல் இருக்கின்றனர். உண்மையில், ஒரு விஷயத்தைச் சரியாகச்

செய்வது எப்படி என்று ஒருவருக்குத் தெரிந்திருக்கும்போது, அதை வேண்டுமென்றே தவறாகச் செய்வது கிட்டத்தட்ட இயலாத காரியம் என்ற வகையில்தான் நம் மூளை வடிவமைக்கப்பட்டுள்ளது. ஒரு தவறு, அது எப்படிப்பட்டதாக இருந்தாலும், தான் தகுதியற்றவர் என்ற உணர்வை ஒருவருக்கு ஏற்படுத்தும். அப்போது அவரது சுயமதிப்பு வீழ்ச்சியடையும், தன்னைப் பற்றி அவர் கொண்டிருக்கும் கருத்து மோசமடையும். யாரும் இதை வேண்டுமென்றே தங்களுக்குத் தாங்களே செய்து கொள்வதில்லை.

அடுத்தவரைச் சீர்தூக்கிப் பார்ப்பது, குறைகூறுவது, அல்லது ஏதோ ஒரு வழியில் தன்னை அவரைவிட மேலானவராகக் கருதுவது போன்ற காரணங்களால்தான் பெரும்பான்மையான விமர்சனங்கள் ஒருவரிடமிருந்து வருகின்றன. அடுத்தவர்களை எடைபோட்டுப் பார்ப்பது, அவர்கள் உங்களை இன்னும் தீவிரமாக எடைபோடுவதற்குக் காரணமாகிறது. விமர்சனத்தால் ஏற்படும் எதிர்மறை விளைவுகள் உங்களுக்குள்ளும் ஏற்படுகின்றன. நீங்கள் அடுத்தவரை விமர்சித்தால், அவரும் உங்களை விமர்சிப்பது தவிர்க்க முடியாததாகிவிடுகிறது.

கிட்டத்தட்ட அனைத்து எதிர்மறை உணர்ச்சிகளுமே அடுத்தவர்களை எடைபோடுவது மற்றும் அவர்களைக் குறைகூறுவதிலிருந்துதான் துவங்குகின்றன. எனவே, நீங்கள் விமர்சனத்தைத் தவிர்ப்பதற்கான காரணம் முற்றிலும் சுயநலமான ஒன்று. நேர்மறையாகவும், அடுத்தவர்களுக்கு ஆதரவாகவும் நீங்கள் நடந்து கொள்வது, நீங்கள் தொடர்ந்து மகிழ்ச்சியாகவும் நேர்மறையாகவும் இருப்பதற்கு உதவுகின்றது. விமர்சிப்பதைத் தவிர்ப்பதன் மூலம், நீங்கள் அதில் உணர்ச்சிரீதியாக ஈடுபடுவதற்குப் பதிலாக, ஒதுங்கி இருப்பதற்கு வழிவகுக்கிறது.

விமர்சிப்பது, குறை கண்டுபிடிப்பது போன்ற பழக்கங்களுக்கு அடிமையாவது மிகவும் சுலபம். பலரின் ஒட்டுமொத்த உரையாடல்கள், புறங்கூறுதல் மற்றும் விமர்சித்தல் ஆகியவற்றைச் சுற்றியே இருக்கும். ஆனால், வாழ்வில் வெற்றி பெறுவதற்குத் தேவையான ஆளுமையை உருவாக்கிக் கொள்வதில் நீங்கள் உண்மையிலேயே தீவிரமாக இருந்தால், இந்தப் பழக்கத்தை நீங்கள் கண்டிப்பாக உடைத்தெறிந்தாக வேண்டும். அவர் என்ன செய்திருந்தாலும் சரி, அது எவ்வளவு தூரம் தவறு என்று நீங்கள் நினைத்தாலும்

சரி, உங்கள் அபிப்பிராயங்களை நீங்கள் உங்களுக்குள்ளேயே வைத்துக் கொள்ளுங்கள். அவரை மன்னித்து, உங்கள் சிந்தனையில் இருந்து விடுவித்துவிடுங்கள்.

பேசுபவரிடத்திலும், அதைக் கேட்டுக் கொண்டு இருப்பவரிடத்திலும் சுயமதிப்பைக் குறைக்கும் மற்றொரு நடத்தை, குறைகூறும் பழக்கம். குறைகூறுவது பலருக்கு இயற்கையாகவே வருகிறது. "விலை எவ்வளவு அதிகம் பார்த்தீர்களா?" அல்லது "அவர் இப்படிச் செய்தது நியாயமா?" அல்லது "ஆனாலும் அவர் உங்களை இப்படிப் பேசியிருக்கக்கூடாது" போன்றவற்றை அவர்கள் கூறுவர். ஒருவருக்கொருவர் இன்னும் மோசமான விஷயங்களை அடுக்கிக் கொண்டே போவர்.

"ஒருபோதும் குறைகூறாதீர்கள், ஒருபோதும் விளக்கம் கொடுக்காதீர்கள்," என்று ஹென்றி ஃபோர்டு கூறியுள்ளார். குறைகூறும் பழக்கம், அதே பழக்கத்தைக் கொண்ட மற்றவர்களை உங்கள் வாழ்விற்குள்ளும் உங்கள் சமூக வட்டத்திற்குள்ளும் இழுத்து வருகிறது. நீங்கள் தொடர்ந்து எதன்மீது கவனம் செலுத்துகிறீர்களோ, அது உங்கள் யதார்த்தமாக மாறுகிறது என்பதற்கேற்ப, நீங்கள் எவ்வளவு அதிகமாகக் குறைகூறுகிறீர்களோ, குறைகூறுவதற்கு நீங்கள் எவ்வளவு அதிகமான விஷயங்களைக் கண்டுபிடிக்கிறீர்களோ, உங்களோடு சேர்ந்து குறைகூறும் மக்களையும் நீங்கள் அதிகமாக உங்களிடம் ஈர்ப்பீர்கள்.

மேன்மக்கள் குறைகூறுவதே இல்லை. அவர்களுக்கு ஒரு பிரச்சனை இருந்து, அவர்களால் அது குறித்து ஏதேனும் செய்ய முடிந்தால், அவர்கள் உடனடியாகத் தகுந்த நடவடிக்கை எடுப்பதில் மும்முரமாகிவிடுகின்றனர். அவர்களால் எதுவும் செய்ய முடியாதபோது, அவர்கள் வெறுமனே, "தீர்க்கப்பட முடியாத விஷயத்தைப் பொறுத்துத்தான் ஆக வேண்டும்," என்று கூறுகின்றனர். ஆனால் அவர்கள் ஒருபோதும் குறைகூறுவதில்லை.

உண்மை என்னவென்றால், நீங்கள் முன்வைக்கும் குறைகளில் யாருக்கும் எந்த ஆர்வமும் இல்லை. மக்களுக்குத் தங்கள் சொந்தப் பிரச்சனைகள் ஏராளமாக இருக்கின்றன. பலரது பிரச்சனைகள் உங்களுடைய பிரச்சனைகளைவிட மிகமிக மோசமானவை. நீங்கள் யாரிடம் குறைபட்டுக் கொள்கிறீர்களோ, அவர்களில் 80 சதவீதம் பேர் நீங்கள் கூறுவதைப் பற்றி அக்கறை கொள்வதே இல்லை. மீதி 20

சதவீதம் பேர், "இவனுக்கு இது தேவைதான்," என்று அகமகிழ்வர். "ஒரு நண்பனின் துரதிர்ஷ்டத்தைக் காணும்போது அனுபவிக்கப்படும் உணர்ச்சிதான் மகிழ்ச்சி," என்று ஆம்புரோஸ் பியர்ஸ் 'மகிழ்ச்சியை' வரையறுத்தார். இது முற்றிலும் உண்மை.

விமர்சிப்பது, குறைகூறுவது, மற்றும் கண்டனம் தெரிவிப்பது போன்ற பழக்கங்களை உடனடியாக நிறுத்துவதென்று தீர்மானித்துக் கொள்ளுங்கள். "உங்களால் இனிமையாக ஏதேனும் கூற முடியாவிட்டால், எதுவுமே பேசாதீர்கள்." நீங்கள் உங்கள் உரையாடல்களில் இருந்து அனைத்து விதமான எதிர்மறைகளையும் களைந்துவிட்டால், அதுவே உங்கள் உறவுகளில் ஒரு சக்திவாய்ந்த, நேர்மறையான தாக்கத்தை ஏற்படுத்தும். நீங்கள் உங்களைப் பற்றி நல்லவிதமாக உணர்வீர்கள். மற்றவர்களும் அவ்வாறே உணர்வார்கள்.

உறவுகளை மேம்படுத்துவதற்கான ஏழு வழிகள்

மக்களுடன் நீங்கள் பழகும் விதத்தை மேம்படுத்துவதற்கு ஏழு நேர்மறையான, ஆக்கபூர்வமான, முனைப்புடன்கூடிய நடத்தைகள் உள்ளன. இவை ஒவ்வொன்றும் ஒருவரது ஆழ்மனத் தேவைகளைப் பூர்த்தி செய்கின்றன. அதாவது, தான் முக்கியமானவர், பிறர் தன்னை மதிக்கின்றார் என்ற உணர்வைப் பெறுவதற்கான தேவை ஒவ்வொருவருக்குள்ளும் இருக்கிறது. இந்த ஆழ்மனத் தேவைகள் குழந்தைப் பருவத்திலேயே உருவாகின்றன. அவற்றை உங்களால் திருப்திப்படுத்த முடிந்தால், இன்னும் எவ்வளவு அதிகமான மக்கள் உங்களை விரும்புகின்றனர் என்பதைக் கண்டு நீங்கள் வியந்துபோவீர்கள். அதோடு, நீங்களும் உங்களை அதிகமாக விரும்புவீர்கள்.

ஏற்றுக்கொள்ளக்கூடியவராக இருங்கள்

முதல் நடத்தை, ஏற்றுக்கொள்ளக்கூடியவராக இருப்பது. ஏற்றுக்கொள்ளக்கூடிய மனிதர்களுடன் இருப்பதை மக்கள் விரும்புவர். பல்வேறு வகைப்பட்ட விஷயங்களைப் பற்றி தாராளமாகவும் தயக்கமின்றியும் எளிதாகவும் தாங்கள் பேசக்கூடிய விதத்தில் ஒத்து இயங்கக்கூடியவர்களுடன் இருப்பதை இவர்கள் பெரிதும் விரும்புகின்றனர். ஒருவர் உங்களுடன் பேசிக் கொண்டிருக்கும்போது, அவர் பேசுவதை

நீங்கள் தலையாட்டி, புன்னகைத்து, ஏற்றுக் கொள்ளும்போது, தான் மதிக்கப்படுவதாகவும் தன் கருத்துக்கள் ஏற்றுக் கொள்ளப்படுவதாகவும் அவர் உணர்வார். தான் கூறும் விஷயம் முக்கியமானது என்ற எண்ணமும், அதனால் தானும் முக்கியமானவர் என்ற உணர்வும் அவருக்கு ஏற்படும்.

இது அவரது சுயமதிப்பை உயர்த்தும். அவர் கூறுவதை மறுப்பது அவரது சுயமதிப்பைக் குறைக்கும். நீங்கள் மக்களுடன் விவாதிக்கும்போதும், அவர்களது பேச்சை மறுக்கும்போதும் அவர்களது அறிவையும் புத்திசாலித்தனத்தையும் நீங்கள் சந்தேகிக்கிறீர்கள், அவற்றுக்கு சவால்விடுகிறீர்கள். அவர்கள் கூறுவது தவறு என்றும், அவர்களது அனுபவமும் தீர்ப்பும் அவ்வளவு மதிப்புமிக்கவை அல்ல என்றும் அவர்களிடம் கூறுகிறீர்கள். எனவே, அவர்களும் அவ்வளவு மதிப்பு வாய்ந்தவர்கள் அல்ல என்று மறைமுகமாக அவர்களிடம் கூறுகிறீர்கள்.

நாம் தவறானவர்களாக இருக்க விரும்புவதில்லை, குறிப்பாக அது வெளிப்படையாகத் தெரியும்போது. இது மனித இயல்புதான். ஒரு விஷயத்தில் நாம் தவறாக இருக்கும்போது, நாம் ஒட்டுமொத்தமாகத் தவறானவர்கள் என்ற உணர்வு நமக்கு ஏற்படுகிறது. நமது சுயமதிப்பு அடி வாங்குகிறது. நாம் போதுமானவர்கள் அல்ல என்ற உணர்வு நமக்கு ஏற்படுகிறது. நாம் குறைபாடு கொண்டவர்கள், தகுதியற்றவர்கள் என்று நம்மைப் பற்றி நாமே நினைத்துக் கொள்கிறோம்.

ஒருவர் தவறு செய்வதாக அவரிடம் நீங்கள் கூறும்போது, தன்னைத் தற்காத்துக் கொள்வதுதான் அவரது உடனடி நடவடிக்கையாக இருக்கும். நமது சுயமதிப்பு எளிதில் முறிக்கப்படக்கூடியது என்பதால், நாம் தவறு செய்வதாக நம்மிடம் கூறப்படும்போது, நாம் விரைவாக அதைப் பாதுகாக்கும் செயலில் இறங்கிவிடுகிறோம்.

ஏற்றுக்கொள்ளக்கூடியவராக இருங்கள். மற்றவர்களுடன் சுலபமாக ஒத்திசையும் நபராக இருங்கள். “எதிரியுடன் விரைவில் ஒத்துப் போய்விடுங்கள்,” என்ற வார்த்தைகளை நினைவில் கொள்ளுங்கள். நீங்கள் பழகுவதற்கு சுலபமானவராகவும், ஏற்றுக்கொள்ளக் கூடியவராகவும் மாறும்போது, உங்களுக்கு உதவுவதற்கோ அல்லது உங்களுடன் பழகுவதற்கோ அவர்கள் அவ்வளவாக எதிர்ப்புக் காட்ட மாட்டார்கள். அடுத்தவர் கூறுவது தவறு என்பது வெளிப்படையாகத் தெரிந்தாலும், “இது எந்த அளவுக்கு

முக்கியமானது?" என்று உங்களை நீங்களே கேட்டுக் கொள்ளுங்கள். அது முக்கியமானதல்ல என்றால், அவர் கூறுவதை மறுப்பதற்குப் பதிலாக, அதை விட்டுத்தள்ளுங்கள்.

விவாதிப்பதை நிறுத்துங்கள்

நான் வளர்ந்து வந்த காலத்தில் அதிகமாக விவாதித்தேன். எடுத்ததற்கெல்லாம் எல்லோருடனும் எல்லா விஷயங்களைப் பற்றியும் விவாதித்தேன். நான் சிறப்பாக விவாதிப்பதற்காக, என்னை எதிர்த்து விவாதித்த நபரைவிட அதிகமான தகவல்களைச் சேகரிப்பதற்கு அதிக நேரத்தைச் செலவிட்டேன். அதிகமான தகவல்கள் என்னிடம் இருந்ததால் எப்போதுமே நான் வெற்றி பெற்றேன். என்னை எதிர்த்து விவாதிப்பவர் என்ன கூறினாலும் சரி, அதற்கு ஒருபடி மேலாகக் கூறுவதற்கு என்னிடம் ஏதாவது ஒன்று இருந்தது.

ஆனால், நான் அதிக நேரம் தனிமையில் செலவிட்டதை நான் கண்டேன். மக்கள் வேண்டுமென்றே என்னைத் தவிர்க்கத் துவங்கினர். நான் வேலை பார்த்த இடத்தில் அவர்கள் என்னுடன் நேரம் செலவிட விரும்பவில்லை. வேலை முடிந்த பிறகு என்னுடன் வெளியே பொழுதைக் கழிக்கவும் அவர்கள் விரும்பவில்லை. எல்லா விவாதங்களிலும் நான் வெற்றி பெற்றுக் கொண்டிருந்தபோதிலும், எல்லா நண்பர்களையும் தொலைத்துக் கொண்டிருந்தேன்.

"தன் விருப்பத்திற்கு எதிராக ஒப்புக் கொள்ள வைக்கப்பட்ட ஒருவர், இன்னும் அதே அபிப்பிராயத்தைத்தான் கொண்டிருக்கிறார்," என்று கூறப்படுகிறது. நான் மக்களை ஒப்புக் கொள்ள வைத்துக் கொண்டிருந்தேன். என்னிடம் இருந்த அபரிமிதமான தகவல்களால் அவர்களைத் திணறடித்துக் கொண்டிருந்தேன். ஆனால், உலகத்தின் பார்வையில் நான் பெரிதாகத் தோற்றுக் கொண்டிருந்தேன். "இங்கு எது முக்கியம்?" என்று என்னை நானே கேட்க மறந்துவிட்டேன்.

இங்கு முக்கியமான விஷயம், மற்றவர்களுடன் ஒத்துப் போவதுதான். உறவுகள்தான் முக்கியமே தவிர, சரியாக இருப்பதோ அல்லது விவாதங்களில் வெற்றி பெறுவதோ அல்ல. நீங்களும் இதே அளவீட்டைப் பயன்படுத்தலாம். "நான் சரியாக இருக்க விரும்புகிறேனா அல்லது மகிழ்ச்சியாக இருக்க விரும்புகிறேனா?" என்று எப்போதும் உங்களை நீங்களே

கேட்டுக் கொள்ளுங்கள். மகிழ்ச்சியையே எப்போதும் தேர்ந்தெடுங்கள்!

யாரேனும் உங்களிடம் ஏதேனும் கூறும்போது, அது தவறானது என்று உங்களுக்குத் தோன்றினால், வெறுமனே அதை விட்டுத்தள்ளுவதுதான் சிறந்த கொள்கை. ஆனால் ஏதோ முக்கியமான காரணத்திற்காக அதை உங்களால் ஒதுக்கித் தள்ள முடியாமல் போனால், வேறொரு கற்பனையான நபரின் வாயிலாகக் கேள்வி கேளுங்கள். எடுத்துக்காட்டாக, “நாம் இதைச் செய்வது நம் வாடிக்கையாளர்களுக்குத் தெரிந்தால், அவர்கள் என்ன கூறுவார்கள் என்று நினைக்கிறீர்கள்?” அல்லது “நமது இந்த நடவடிக்கை குறித்து நமது வங்கியாளர்கள் எப்படி நடந்து கொள்வார்கள் என்று நினைக்கிறீர்கள்?” என்று உங்களிடம் வாதிடுபவரிடம் கேளுங்கள். இந்த இரண்டு விஷயங்களிலும், நீங்கள் உங்கள் எதிராளியுடன் ஒத்துப்போய்க் கொண்டே, உங்கள் மனத்தில் உள்ள கேள்வியையும் அவரிடம் உங்களால் எழுப்ப முடியும். கேள்வியை வேறொருவர் வாயிலாகக் கேட்க வேண்டும், அவ்வளவுதான்.

இந்த வழிமுறையில் உள்ள அனுகூலம் என்னவென்றால், உங்கள் எதிராளியிடம் உங்கள் கேள்விக்கான ஒரு நல்ல பதில் இருந்தால், அவர் கூறுவதை மறுக்காமல் உங்களால் அவருடன் இசைவாகச் செல்ல முடியும். ஒருவேளை அவரால் உங்கள் கேள்விக்கு விடையளிக்க முடியாவிட்டால், அவமானத்திற்கு ஆளாகாமல் அவரால் தன் மனத்தை மாற்றிக் கொள்ள முடியும். ஏனெனில், இந்தக் ‘கேள்வியைக் கேட்கும் நபர்’ உங்கள் மத்தியில் இல்லை.

அனைவருடனும் சகஜமாகப் பழகக்கூடியவராகவும் ஒத்துப்போகக்கூடியவராகவும் இருப்பதென்று நீங்கள் செய்யும் தீர்மானம் உங்கள் மனஅழுத்தத்தைக் குறைத்து, மற்றவர்கள் உங்களுக்கு உதவுவதற்கு அவர்களை ஊக்கப்படுத்தும் உங்கள் திறனை அதிகரிக்கும். நீங்கள் மற்றவர்களின் சுயமதிப்பைக் கூட்டுவீர்கள், உங்களைப் பற்றியும் நல்லவிதமாக உணர்வீர்கள்.

ஏற்றுக் கொள்ளப் பழகுங்கள்

சுயமதிப்பை உருவாக்குவதிலுள்ள இரண்டாவது நடத்தை, ஏற்றுக் கொள்ளப் பழகுவது. அடுத்தவர்களின் ஒப்புதலைப் பெற்றே ஆக வேண்டும் என்று நாம் ஒவ்வொருவரும் சிறுவயதிலிருந்தே பழக்கப்படுத்தப்பட்டு இருக்கிறோம். தன்

பெற்றோர் தன்னை உண்மையிலேயே நேசிக்கிறார்களா, மதிக்கிறார்களா, விரும்புகிறார்களா என்பதைத் தெரிந்து கொள்வதற்காக ஒரு குழந்தை தன் தாயின் அல்லது தந்தையின் முகத்தை ஏறிட்டுப் பார்க்கிறது. நாம் வளரும்போது, நாம் எவ்வாறு செயல்பட்டுக் கொண்டிருக்கிறோம் என்பதைத் தெரிந்து கொள்வதற்காக நாம் அடுத்தவர்களின் முகங்களைப் பார்க்கிறோம். மற்றவர்களால் ஏற்றுக் கொள்ளப்பட வேண்டும் என்ற ஆழமான தேவை நம் எல்லோருக்குள்ளும் இருக்கிறது — அவர்களை நமக்குத் தெரிந்திருக்காவிட்டாலும்கூட.

எடுத்துக்காட்டாக, இரண்டு பேர் சந்திக்கும்போது, அது முதன்முறையாக இருக்கலாம் அல்லது தொடர் சந்திப்பாக இருக்கலாம். அவர்கள் இருவருக்குமிடையே நிலைப்படுத்தப்பட வேண்டிய முதல் விஷயம், இருவரும் ஒருவரை ஒருவர் ஒரு குறிப்பிட்ட அளவு ஏற்றுக் கொள்வது. நாம் அடுத்தவருடைய கண்களையும், புன்னகையையும், முகத்தையும், உடல்மொழியையும் பார்த்து, அவர் நம்மை ஏற்றுக் கொள்கிறாரா, நம் முன்னிலையில் அவர் மகிழ்ச்சியாக இருக்கிறாரா என்று பார்க்கிறோம். நாம் ஏற்றுக் கொள்ளப்பட்டுள்ளோம் என்ற உணர்வு நமக்கு ஏற்படும்போதுதான் நாம் ஆசுவாசமடைகிறோம்.

தங்களைத் தங்கள் சொந்த நிபந்தனைகளின்படி மற்றவர்கள் ஏற்றுக் கொள்ள வேண்டும் என்று தனிநபர்களும் குழுக்களும் கூக்குரல் இடுவதால்தான் பல சமூகப் பிரச்சனைகள் ஏற்படுகின்றன. அடுத்தவர் குறித்து நீங்கள் உண்மையான, நியாயமான, நிபந்தனையற்ற ஒப்புதலை வழங்கும்போது, அவரது சுயமதிப்பை நீங்கள் உயர்த்துகிறீர்கள், அவரைப் பற்றி அவர் கொண்டுள்ள சுயகருத்தை மேம்படுத்துகிறீர்கள், உங்கள் முன்னிலையில் அவர் ஆசுவாசமாகவும் பாதுகாப்பாகவும் உணர உதவுகிறீர்கள்.

புன்னகை புரியுங்கள்

நீங்கள் ஒருவரை ஏற்றுக் கொள்வதை அவரிடம் வெளிப்படுத்துவதற்கு என்ன செய்ய வேண்டும்? அது மிகவும் எளிதானது. புன்னகை புரியுங்கள், அவ்வளவுதான்! புன்னகைப்பதற்கு வெறும் 13 தசைகள் மட்டுமே தேவை, ஆனால் இறுக்கமாக இருப்பதற்கு 112 தசைகள் தேவை. ஒருவரைப் பார்த்து வீசும் உண்மையான புன்னகையில் ஏராளமான விஷயங்கள் அடங்கியுள்ளன. "எந்த

நிபந்தனையுமின்றி நான் உங்களை அப்படியே ஏற்றுக் கொள்கிறேன்," என்று அது கூறுகிறது. நீங்கள் ஒருவரைப் பார்த்துப் புன்னகைக்கும்போது, தான் மதிக்கப்படுவதாகவும், முக்கியமானவராகவும், மதிப்பு வாய்ந்தவராகவும் அவர் உணர்கிறார். தன்னைப் பற்றி அவர் சிறப்பாக உணர்கிறார். அதற்கு நீங்கள் செய்ய வேண்டியதெல்லாம், உண்மையான பரிவை வெளிப்படுத்தும் ஓர் எளிய புன்னகையை வீசுவதுதான்.

"புன்னகைக்கத் தெரியாதவன் ஒரு கடையைத் திறக்கக்கூடாது," என்று ஒரு சீனப் பழமொழி கூறுகிறது. விற்பனையாளர்கள், தொழிலதிபர்கள் போன்று, பிறரது ஆதரவைச் சார்ந்து வாழ்க்கை நடத்தும் எவரொருவரும் தங்கள் உறவுகளில் இந்த 'ஏற்றுக்கொள்ளுதலை'க் கடைபிடிக்க வேண்டியது அவசியம்.

புன்னகை மற்றும் நேர்மறையான வரவேற்பின் மூலம் நீங்கள் மக்களை நல்லவிதமாக உணரச் செய்யும்போது, அவர்களும் பதிலுக்கு உங்களை அதே வழியில் நடத்த விரும்புவார்கள். 'டெத் ஆஃப் எ சேல்ஸ்மேன்' என்ற புத்தகத்தில், "மக்களால் நீங்கள் விரும்பப்படுவதுதான் இங்கு முக்கியம்," என்று வில்லி லோமேன் குறிப்பிடுகிறார். மக்கள் உங்களை விரும்பும்போது, உங்களுடன் ஒத்துழைக்க அவர்கள் அதிக ஆர்வம் காட்டுவர். நீங்கள் மக்களால் விரும்பப்பட வேண்டும் என்றால், முதலில் நீங்கள் அவர்களை விரும்ப வேண்டும். நீங்கள் ஒருவரை விரும்புகிறீர்கள் என்பதை வெளிப்படுத்துவதற்கான வழி, அவரை நீங்கள் சந்திக்கும்போது ஒரு பரிவான, இதயபூர்வமான புன்னகையை அவருக்குத் தெரிவிப்பதுதான்.

உங்களுக்குப் புன்னகைக்க விருப்பம் இல்லாத நேரத்தில் புன்னகைப்பது மிகவும் சிரமமானது. ஆனால் அந்த நேரத்தில் குறிப்பாக நீங்கள் நேர்மறையாக உணராவிட்டாலும், நீங்கள் சந்திக்கும் நபர்களைப் பார்த்து வலுக்கட்டாயமாக ஒருசில நிமிடங்கள் உண்மையிலேயே புன்னகைக்கும்போது, நீங்கள் மீண்டும் நல்லவிதமாக உணரத் துவங்குவீர்கள். உங்களிடம் உள்ள எதிர்மறைகள் விலகி ஓடிவிடும். மெல்ல மெல்ல, உங்கள் புன்னகைகள் உண்மையானவையாக மாறிவிடும். புன்னகையின் மூலம் நீங்கள் அடுத்தவரின் சுயமதிப்பை உயர்த்த முயற்சிப்பதன் வாயிலாக நீங்கள் உங்கள் சுயமதிப்பையும் உயர்த்திக் கொள்கிறீர்கள்.

நன்றி மனப்போக்கு

அடுத்தவர்களுடைய சுயமதிப்பை உயர்த்துவதற்கு நீங்கள் செய்யக்கூடிய மூன்றாவது விஷயம், பாராட்டுக்களை வெளிப்படுத்துவது. பிறரால் பாராட்டப்பட வேண்டும் என்ற தேவை, மனித இயல்பின் மிக ஆழமான விருப்பங்களில் ஒன்று. ஒருவர் செய்துள்ள ஏதேனும் ஒரு விஷயத்திற்காக நீங்கள் அவரைப் பாராட்டும்போது, தான் மதிப்புமிக்கவர், தகுதி வாய்ந்தவர் என்ற உணர்வை நீங்கள் அவரிடத்தில் ஏற்படுத்துகிறீர்கள்.

வெறுமனே "நன்றி" என்று கூறுவது, பாராட்டுக்களை வெளிப்படுத்துவதற்கான எளிய வழியாகும். நான் எண்பது நாடுகளுக்கும் அதிகமாகப் பயணம் செய்திருக்கிறேன், பல நாடுகளில் வேலை பார்த்திருக்கிறேன். நீங்கள் எங்கு சென்றாலும் சரி, "தயவு செய்து" மற்றும் "நன்றி" ஆகிய வார்த்தைகளைக் கொண்டு உங்களுக்கு வேண்டியவற்றை சாதித்துக் கொள்ளலாம் என்பதைக் கற்றுக் கொண்டுள்ளேன்.

"நன்றி" என்று கூறுங்கள்

"நன்றி" என்ற வார்த்தைக்கு அபரிமிதமான சக்தி உள்ளது. நீங்கள் ஒருவரிடம் நன்றி என்று கூறும் ஒவ்வொரு முறையும், அவரது சுயமதிப்பு உயர்கிறது. நீங்கள் தெரிவிக்கும் நன்றி அவரது நடத்தையைப் பாராட்டி வலியுறுத்துகிறது. அவர் எதைச் செய்ததற்காக நீங்கள் அவருக்கு நன்றி கூறினீர்களோ, அதை அவர் மீண்டும் செய்வதற்கான வாய்ப்பு அதிகரிக்கிறது. மக்கள் உங்களுக்காகச் செய்யும் சிறு விஷயங்களுக்காக நீங்கள் அவர்களுக்கு நன்றி தெரிவிக்கும்போது, விரைவில் அவர்கள் உங்களுக்காகப் பெரிய விஷயங்களைச் செய்வார்கள்.

எவரொருவருக்கும், அவர்கள் செய்யும் எந்தவொரு காரியத்திற்கும் "நன்றி" கூறும் பழக்கத்தை உருவாக்கிக் கொள்ளுங்கள். உங்கள் வாழ்க்கைத் துணைவர் உங்களுக்காகச் செய்யும் அனைத்து விஷயங்களுக்காகவும் அவருக்கு நன்றி கூறுங்கள். உங்கள் குழந்தைகள் உங்கள் வீட்டில் செய்யும் சிறு சிறு வேலைகளுக்காக அவர்களுக்கு நன்றி கூறுங்கள். உங்கள் வாழ்க்கைத் துணைவருக்கும் உங்கள் குழந்தைகளுக்கும் நீங்கள் எவ்வளவு அதிகமாக நன்றி கூறுகிறீர்களோ, அவர்கள் தங்களைப் பற்றி அவ்வளவு அதிக நேர்மறையாகவும் மகிழ்ச்சியாகவும் உணர்வார்கள். உங்களிடமிருந்து பாராட்டைப்

பெறுவதற்காக அவர்கள் இன்னும் ஏராளமான விஷயங்களைச் செய்ய ஆர்வம் காட்டுவார்கள்.

நாள் முழுவதும், மக்கள் உங்களுக்காகச் செய்யும் விஷயங்கள் குறித்து அவர்களுக்கு நன்றி கூறுங்கள். தங்களைச் சந்திப்பதற்கு உங்களுக்கு நேரம் ஒதுக்குவதற்காக அவர்களுக்கு நன்றி தெரிவியுங்கள். அர்ப்பணிப்புடன் வேலை செய்வதற்காக அவர்களுக்கு நன்றி தெரிவியுங்கள். அவர்களுடைய தாராள குணத்திற்காக அவர்களுக்கு நன்றி கூறுங்கள். அவர்களுடைய உதவிக்காக அவர்களுக்கு நன்றி தெரிவியுங்கள். உங்களால் சிந்திக்கக்கூடிய அனைத்து விஷயங்களுக்காகவும் அவர்களுக்கு நன்றி கூறுங்கள்.

மக்களுக்கு "நன்றிக் குறிப்பு"களை அனுப்புங்கள். உறவுகளை உருவாக்குவதற்கும், சுயமதிப்பை வளர்ப்பதற்குமான மிகவும் சக்திவாய்ந்த கண்டுபிடிப்புகள் இவை. நீங்கள் ஒருவருக்கு ஒரு நன்றிக் குறிப்பை அனுப்பும்போது, அவை ஒருசில வார்த்தைகளைக் கொண்டு எழுதப்பட்டிருந்தாலும்கூட, அதைப் பெறும் நபர் உங்களை எப்போதும் நேர்மறையாக நினைவில் வைத்திருப்பார். வெவ்வேறு விதமாக நீங்கள் உங்கள் நன்றியை வெளிப்படுத்துவதன் மூலம் உங்களுக்கென்று ஒரு தனி முத்திரையைப் பதித்து, சராசரி மக்களிடமிருந்து நீங்கள் உங்களை வேறுபடுத்திக் காட்டிக் கொள்கிறீர்கள்.

நன்றி மனப்போக்கை உருவாக்கிக் கொள்ளுங்கள். தங்கள் வாழ்வில் நிகழும் விஷயங்களுக்காகவும், தாங்கள் சந்திக்கும் நபர்களுக்காகவும் உண்மையிலேயே நன்றியுடன் இருக்கும் மக்கள்தான் மிகவும் மகிழ்ச்சியான மனிதர்கள். உங்களது நன்றி மனப்போக்கு உங்களுக்கென்று ஒரு பாதையைத் திறந்துவிடுகிறது. ஆரோக்கியமான ஆளுமைக்கும் உயர்ந்த சுயமதிப்பிற்கும் அது உத்தரவாதம் அளிக்கிறது. நீங்கள் உங்கள் வாழ்வில் பெற்றிருக்கும் விஷயங்களுக்காக எவ்வளவுக்கு எவ்வளவு நன்றியுடன் இருக்கிறீர்களோ, அவ்வளவுக்கு அவ்வளவு நன்றியுடன் இருப்பதற்கான வாய்ப்புகளை நீங்கள் பெறுவீர்கள்.

ஒப்புதலுக்கான ஏக்கம்

மற்றவர்களின் சுயமதிப்பை அதிகரிப்பதற்கும், அதிக முக்கியத்துவம் வாய்ந்தவர்களாக அவர்களை உணர வைப்பதற்குமான நான்காவது வழி, சாத்தியப்படும் ஒவ்வொரு

தருணத்திலும் அவர்களுக்கு உங்கள் ஒப்புதலை வெளிப்படுத்துவது. ஒப்புதலை வெளிப்படுத்துவது அல்லது பாராட்டுவது, மக்களை மகிழ்ச்சியாகவும் பெருமையாகவும் உணர வைப்பதற்கான மிக வேகமான, மிகவும் நம்பகமான வழிகளில் ஒன்று. அடுத்தவர்களுக்குப் பாராட்டுக்களையும் அங்கீகாரத்தையும் கொடுப்பது அவர்களுடைய சுயமதிப்பை அதிகரிப்பதற்கும், அவர்களது நடத்தையை வலியுறுத்துவதற்கும், உங்களுக்கு உதவவும் உங்களுடன் ஒத்துழைக்கவும் அவர்களை விருப்பம் கொள்ளச் செய்வதற்குமான நிச்சயமான வழியாகும்.

பாராட்டிற்குத் தான் தகுதியானவர் என்று ஒருவர் எவ்வளவு தூரம் உணர்கிறார் என்பது சுயமதிப்பிற்கான வரையறைகளில் ஒன்று. ஒருவர் மற்றவரிடம் இருந்து பாராட்டைப் பெறும்போது, அவரது சுயமதிப்பு வேகமாக அதிகரிக்கிறது. "மக்கள் எதைச் சரியாகச் செய்கிறார்கள் என்பதைக் கண்காணித்துக் கொண்டே இருங்கள். அவர்கள் அவ்வாறு செய்யும்போது, உடனடியாக அவர்களைப் பாராட்டுங்கள்," என்று 'ஒன் மினிட் மேனேஜர்' என்ற தனது புத்தகத்தில் கென் பிளான்சார்டு பரிந்துரைக்கிறார். நீங்கள் அதை எவ்வளவு அதிகமாகச் செய்கிறீர்களோ, அவ்வளவு அதிக பயனுள்ளவர்களாகவும் தகுதியானவர்களாகவும் அவர்கள் உணர்வார்கள். எந்த நடத்தைக்காக அவர்களுக்கு அந்தப் பாராட்டு உங்களிடமிருந்து கிடைத்ததோ, மீண்டும் மீண்டும் அவர்கள் அவ்வாறு நடந்து கொள்வதற்கான வாய்ப்பும் அதிகரிக்கிறது.

களைப்புற்றிருக்கும் குழந்தைகள், தங்கள் பெற்றோரிடம் இருந்தோ அல்லது ஆசிரியர்களிடம் இருந்தோ தங்களுக்குப் பாராட்டுக்களும் ஒப்புதலும் கிடைக்கும்போது, தாங்கள் இழந்த ஆற்றலை மீண்டும் பெறுகின்றனர். தாங்கள் மதிக்கும் ஒருவரால் தாங்கள் உண்மையிலேயே புகழப்படும்போது, அவர்களுடைய உற்சாகம் அதிகரிக்கிறது, தங்களைப் பற்றி அவர்கள் மிகவும் சிறப்பாக உணர்கிறார்கள். ஒருவர் செய்துள்ள அல்லது கூறியுள்ள விஷயத்திற்காக அவருக்குக் கிடைக்கும் உண்மையான பாராட்டையும் ஒப்புதலையும்விட, அவரது சுயமதிப்பை உயர்த்தும் சக்தி வேறு எதற்கும் இல்லை.

நேர்மறையான புகழ்ச்சிக்கான மூன்று முக்கிய விஷயங்கள்

புகழ்தல் என்பது ஒரு கலை. மாபெரும் தலைவர்கள், வெற்றிகரமான தொழிலதிபர்கள், தலைசிறந்த பெற்றோர்கள்

ஆகியோர் பிறரைப் புகழ்வதில் வல்லவர்கள். மற்றவர்களைப் புகழ்வதிலிருந்து உச்சபட்சப் பலனைப் பெறுவதற்கு நீங்கள் செய்யக்கூடிய மூன்று விஷயங்கள் இவை:

முதலில், உங்கள் புகழ்ச்சி உடனடியானதாக இருக்க வேண்டும். ஒருவரை அவரது ஒரு நடத்தை குறித்து நீங்கள் எவ்வளவு விரைவாகப் புகழ்கிறீர்களோ, அந்தப் புகழ்ச்சியின் தாக்கம் அவ்வளவு சிறந்ததாக இருக்கும். சில நிறுவனங்கள், ஒரு வருடத்திற்கு ஒருமுறையோ அல்லது இருமுறையோதான் தங்கள் ஊழியர்களை மதிப்பீடு செய்கின்றனர். ஆனால், ஒரு நிகழ்ச்சி நடந்து முடிந்து வெகு காலம் ஆன பிறகு, அது குறித்து ஒருவரைப் புகழ்வது அவர்கள்மீதோ அல்லது அவர்களது எதிர்கால நடவடிக்கைகள்மீதோ எந்தத் தாக்கத்தையும் ஏற்படுத்தாது. எனவே, உடனடியாகப் பாராட்டுங்கள் அல்லது முடிந்த அளவு சீக்கிரமாகப் பாராட்டுங்கள்.

இரண்டாவது, ஒரு குறிப்பிட்ட விஷயத்திற்காக ஒருவரைப் பாராட்டுங்கள். ஒரு குறிப்பிட்டச் செயலுக்காகவோ அல்லது நடத்தைக்காகவோ நீங்கள் ஒருவரைப் புகழும்போது, குறிப்பிட்ட அந்தச் செயலோ அல்லது நடத்தையோ மீண்டும் நிகழ்வதை நீங்கள் உறுதி செய்கிறீர்கள். ஆனால், சிலரைப்போல் நீங்கள் பொதுப்படையாகப் புகழ்ந்தால், நீங்கள் யாரைப் புகழ்கிறீர்களோ, அவர்கள்மீது உங்கள் பாராட்டு எந்தவிதமான தாக்கத்தையும் ஏற்ப்டுத்தாது. எடுத்துக்காட்டாக, “நீங்கள் சிறப்பாகச் செயல்பட்டுக் கொண்டிருக்கிறீர்கள்,” என்று நீங்கள் உங்கள் செயலாளரிடம் கூறினால், அது ஒரு சராசரியான தாக்கத்தை மட்டுமே அவரிடம் ஏற்படுத்தும். ஆனால், “வியாழக்கிழமையன்று நீங்கள் தட்டச்சு செய்து கொடுத்த அறிக்கை பிரமாதமாக இருந்தது,” என்று கூறினால், எதிர்காலத்தில் உங்களுடைய அறிக்கைகள் அனைத்தும் சிறப்பாகத் தட்டச்சு செய்யப்பட்டு, குறித்த நேரத்தில் உங்களுக்குக் கொடுக்கப்படும் என்பதில் நீங்கள் உறுதியாக இருக்கலாம்.

குழந்தைகளைப் பாராட்டிப் புகழ்ந்து பேசும்போதும், மேலே கூறப்பட்டுள்ள இரண்டு அம்சங்களும் பொருந்தும். “நீ அருமையான குழந்தை,” என்று கூறுவதற்குப் பதிலாக, “இன்று காலை நீ உன் படுக்கையை அழகாக மடித்து வைத்து, உன் அறையை நன்றாகத் தூய்மைப்படுத்தியுள்ளாய்,” என்று கூறுங்கள். உங்கள் குழந்தை செய்த ஒரு குறிப்பிட்ட விஷயத்தை நீங்கள் புகழ்ந்து பாராட்டும்போது, அவன் அதை மீண்டும்

செய்வதற்கான வாய்ப்புகள் அதிகம். நீங்கள் பின்பற்ற வேண்டிய விதி இதுதான்: எந்தவொரு விஷயம் மீண்டும் மீண்டும் நிகழ வேண்டும் என்று நீங்கள் விரும்புகிறீர்களோ, அந்த விஷயம் முதன்முறையாக நிகழும்போது அதை உடனடியாகப் பாராட்டுங்கள், அதைக் குறிப்பிட்டுப் பாராட்டுங்கள்.

மூன்றாவது, முடிந்தபோதெல்லாம் பிறர் முன்னிலையில் பாராட்டுங்கள். ஒரு நபரைத் திருத்த வேண்டும் என்றால், அவரைத் தனியாக அழைத்து எடுத்துக்கூறுங்கள். ஆனால், ஒருவரைப் புகழ்ந்து பாராட்ட வேண்டுமென்றால், பலரது முன்னிலையில் அவரைப் புகழ்ந்து கூறுங்கள். நீங்கள் ஒருவரை எவ்வளவு அதிகமான நபர்களின் முன்னிலையில் பாராட்டிப் பேசுகிறீர்களோ, அந்த நபரின் சுயமதிப்பு அவ்வளவு அதிகமாக உயர்கிறது. பெருந்திரளாகக் கூடியிருக்கும் சக ஊழியர்களின் முன்னிலையில் கொடுக்கப்படும் பட்டங்களும் அங்கீகாரமும், ஒரு நபரின் சுயமதிப்பின்மீதும் அவரது எதிர்கால நடத்தையின்மீதும் மாபெரும் தாக்கத்தை ஏற்படுத்துகின்றன.

அதிகப் பணத்திற்காக மக்கள் மிகவும் கடினமாக உழைக்கக்கூடும், ஆனால் பாராட்டையும் அங்கீகாரத்தையும் பெறுவதற்கு, கண்ணாடித் துண்டுகள் சிதறிக் கிடக்கும் தரையில் தவழ்ந்து போகவும் அவர்கள் தயங்க மாட்டார்கள். பெருந்தலைவர்கள் அனைவரும் இதை நன்கு அறிந்துள்ளனர். தங்கள் பதவியைப் பயன்படுத்தி, அவர்கள் தாராளமாகப் புகழ்கின்றனர். “மக்கள் அங்கீகாரத்திற்காகத் தங்கள் உயிரையும் கொடுப்பார்கள் என்ற ஒரு குறிப்பிடத்தக்க உண்மையை நான் கண்டுகொண்டுள்ளேன்,” என்று நெப்போலியன் கூறினார்.

இரண்டுவிதமான புகழ்ச்சி

தன் அறையைச் சுத்தப்படுத்துவது அல்லது குறித்த நேரத்தில் வேலைக்கு வருவது போன்ற ஒரு பழக்கத்தை ஒரு நபர் தன்னிடம் உருவாக்கிக் கொள்ள வேண்டும் என்று நீங்கள் விரும்பினால், அவர் ஒவ்வொரு முறை அவற்றைச் செய்யும்போதும் நீங்கள் அவரைப் பாராட்ட வேண்டும். “தொடர்ச்சியான வலியுறுத்தல்” என்று இதற்குப் பெயர். எந்த நடத்தையை நீங்கள் மீண்டும் மீண்டும் அவரிடம் பார்க்க விரும்புகிறீர்களோ, அதை நீங்கள் தொடர்ந்து புகழும்போது, அவர் அதை மீண்டும் மீண்டும் செய்வார். இறுதியில் அந்த நடத்தை அவரது ஒரு பழக்கமாக மாறிவிடும். அது அவருடைய

பழக்கமாக மாறியவுடன், "தொடர்ச்சியற்ற வலியுறுத்தல்" முறைக்கு நீங்கள் மாறலாம். தொடர்ச்சியற்ற வலியுறுத்தல் என்றால், அந்த நடத்தை ஒவ்வொரு மூன்றாவது அல்லது நான்காவது முறை நிகழும்போது அது குறித்து அந்த நபரைப் புகழ்வதாகும்.

ஒரு நடத்தை குறித்த ஒரு பழக்கம் ஒருவரிடம் உருவான பிறகு, தொடர்ச்சியான வலியுறுத்தல் பின்பற்றப்பட்டால், அது உண்மையற்றதுபோல் தோன்றக்கூடும். அதோடு, அது அவரை உற்சாகமிழக்கச் செய்யவும்கூடும். அவர் இவ்வாறு தொடர்ந்து புகழப்படும்போது, அந்த நடத்தையை ஒட்டுமொத்தமாக அவர் கைவிடக்கூடிய சாத்தியம் உள்ளது. ஆனால் ஒரு பழக்கம் ஏற்பட்டப் பிறகு, அவ்வப்போது கொடுக்கப்படும் பாராட்டு, அந்த நடத்தை மீண்டும் மீண்டும் தொடர்ந்து நிகழ்வதை உறுதி செய்யும்.

எடுத்துக்காட்டாக, உங்கள் குழந்தைகள் தங்கள் அறையைத் தூய்மையாக வைக்க வேண்டும் என்று நீங்கள் விரும்பினால், அவர்களுடைய அறையில் ஏதேனும் ஒரு சிறு பொருளை அவர்கள் தூய்மைப்படுத்தினால்கூட, அதற்காக அவர்களைப் பாராட்டுங்கள். அவர்களது செயலைப் பற்றி எல்லோர் முன்னிலையிலும் புகழ்ந்து பேசுங்கள். உங்கள் குழந்தைகள் தாங்களாகவே தங்கள் அறையைச் சுத்தப்படுத்தும் அளவுக்கு வரும்வரை, நீங்கள் இந்தப் புகழ்ச்சியைத் தொடருங்கள். அறையைச் சுத்தப்படுத்துவது அவர்களுடைய பழக்கமாகிவிட்டால், நான்கு முறைக்கு ஒருமுறை மட்டும் அவர்களை அது குறித்துப் பாராட்டுங்கள். அந்தப் பழக்கம் அவர்களிடம் தொடர்ந்து நீடிப்பதற்கு அது போதும்.

மெச்சுதல்

மற்றவர்களின் சுயமதிப்பை அதிகரிப்பதற்கும், அவர்களை முக்கியமானவர்களாக உணரச் செய்வதற்கும் நீங்கள் கடைபிடிக்கக்கூடிய ஐந்தாவது நடத்தை, மெச்சுதல். ஒருவரது சாதனைக்காகவோ அல்லது அவரிடம் உள்ள ஏதேனும் ஒரு பண்புநலனுக்காகவோ அல்லது அவர் கைவசப்படுத்தியிருக்கும் பொருட்களுக்காகவோ நீங்கள் அவரை மெச்சும்போது, அவருடைய சுயமதிப்பை நீங்கள் அதிகரிக்கிறீர்கள். மெச்சுதல் என்பது மனித உறவுகளில் ஒரு சக்திவாய்ந்த கருவியாகும். "எல்லோரும் ஒரு பாராட்டை விரும்புகின்றனர்," என்று

ஆபிரகாம் லிங்கன் கூறினார். ஒருவரை எந்தவொரு சூழ்நிலையிலும், எந்த இடத்திலும் உங்களால் மெச்ச முடியும். இதன் விளைவாக, தான் அதிக முக்கியத்துவம் வாய்ந்தவர் என்ற உணர்வு அவருக்குள் ஏற்படும் என்பது உறுதி.

ஒருவரிடமுள்ள குண்நலன்களை அல்லது அவரது ஆளுமையின் அம்சங்களை உங்களால் மெச்ச முடியும். நேரம் தவறாமை, தயாள குணம், விடாமுயற்சி, மனஉறுதி ஆகியவற்றுக்காக நீங்கள் ஒருவரை மெச்சும்போது, அதிக மதிப்பானவராகவும் அதிக முக்கியமானவராகவும் அவரை நீங்கள் உணர வைக்கிறீர்கள். நம்மிடமுள்ள நேர்மறையான பண்புகள் குறித்து நாம் அனைவருமே பெருமிதம் கொள்கிறோம். நாம் யாராக உருவாகி இருக்கிறோமோ, அது குறித்து நாம் வழக்கமாகப் பெருமைப்படுகிறோம். இந்தப் பண்புகளுக்காக மற்றவர்கள் நம்மை அங்கீகரித்து மெச்சும்போது, நம்மைப் பற்றி நாம் மிகவும் சிறப்பாக உணர்கிறோம்.

மக்கள் கைவசப்படுத்தியிருக்கும் பொருட்களுக்காக நீங்கள் அவர்களை மெச்சலாம். தங்களிடம் உள்ள பொருட்கள் குறித்து மக்கள் அதிகமாக உணர்ச்சிவசப்படுவது பொதுவான விஷயம்தான். எடுத்துக்காட்டாக, தங்கள் வீட்டிற்காக நாற்காலிகள், மேசைகள், சோபாக்கள், கட்டில்கள், மற்றும் அலங்காரப் பொருட்களை வாங்கும்போது, பெரும்பாலான மக்கள் அதிகமாக சிந்தித்துச் செயல்படுவர். அவர்கள் வீட்டு வரவேற்பறை மிகவும் கவர்ச்சிகரமாக உள்ளதாக நீங்கள் பாராட்டும்போது, நீங்கள் அவர்களது சுயமதிப்பை உயர்த்தி இருப்பீர்கள்.

மக்கள் தங்களுக்கான உடைகளை வாங்கும்போதும் பலமாக சிந்தித்தே வாங்குகின்றனர். ஒரு பெண்ணின் ஆடையணிகலன்களை நீங்கள் மெச்சும்போது, அவரை மிகவும் சிறப்பாக உணர வைத்திருப்பீர்கள் என்பது உறுதி.

ஓர் ஆணின் ஆடைகள், குறிப்பாக அவரது காலணிகள் மற்றும் ‘டை’கள் குறித்து அவரை நீங்கள் பாராட்டும்போதும் இதே விளைவைத்தான் நீங்கள் பெறுவீர்கள். காலணிகளை வாங்கும்போதும், ‘டை’களைத் தேர்ந்தெடுக்கும்போதும் ஆண்கள் அதிகமாக சிந்தித்தே வாங்குகின்றனர். அவற்றை நீங்கள் மெச்சும்போது அவர்கள் ஆச்சரியமும் மகிழ்ச்சியும் அடைவார்கள்.

மக்களுடைய சாதனைகளையும் நீங்கள் மெச்சலாம். அவர்கள் பெற்றுள்ள கல்வித் தகுதிக்காகவும், தங்கள் தொழில்வாழ்க்கையில் அவர்கள் அடைந்துள்ள பதவிக்காகவும், அவர்கள் உருவாக்கியுள்ள வியாபாரங்களுக்காகவும், அவர்களது வேறு பிற சாதனைகளுக்காகவும் நீங்கள் அவர்களை மெச்சலாம்.

மக்களின் சாதனைகளை மெச்சுவது அவர்களது சுயமதிப்பை அதிகரித்து, உங்களைப் பற்றிய ஒரு நல்லுணர்வை அவர்களிடம் உருவாக்குகிறது. ஏதேனும் ஒரு விஷயத்திற்காக நீங்கள் ஒருவரை உண்மையிலேயே மெச்ச விரும்பினால், அதற்கான ஏராளமான வாய்ப்புகள் இருப்பதை நீங்கள் காண்பீர்கள். நீங்கள் மெச்சுவதற்குத் தகுந்த ஏதோ ஒன்றை ஒவ்வொருவரும் நிச்சயமாக அடைந்திருப்பார்கள். அதைக் கண்டுபிடித்து அவரைப் பாராட்டுவதுதான் உங்கள் வேலை.

ஆனால், உங்களுக்கு நான் ஓர் எச்சரிக்கை விடுக்க விரும்புகிறேன். ஒரு விஷயம் உண்மையிலேயே உங்கள் மனத்தைக் கவரும்போது மட்டுமே அது குறித்தப் பாராட்டுதலையும், ஒப்புதலையும், அல்லது பிரமிப்பையும் நீங்கள் வெளிப்படுத்த வேண்டும். மற்றவர்களுடைய சுயமதிப்பை அதிகரிக்க வேண்டும் என்ற முயற்சியில் உண்மையற்றப் பாராட்டுக்களைக் கொடுக்காதீர்கள். நீங்கள் பொய்யுரைக்கிறீர்கள் என்பதை அவர்கள் சுலபமாகக் கண்டுபிடித்துவிடுவார்கள். ஒரு கூட்டமான அறையில்கூட உங்கள் உண்மையின்மையை மிக எளிதில் அவர்கள் கண்டுபிடித்துவிடுவார்கள். நீங்கள் அதில் மாட்டிக் கொள்ளாதீர்கள்.

இதற்கு ஒரே ஒரு விதிவிலக்கு மட்டும் உள்ளது: ஒருவரைக் கண்டு உண்மையிலேயே முகம் சுளிப்பதைவிட, ஒரு பொய்யான புன்னகையை உங்கள் முகத்தில் படரவிடுவது சிறந்தது. ஆனால் மற்ற எல்லா விஷயங்களிலும், உங்கள் பாராட்டுக்களும் புகழ்ச்சியும் உண்மையானவையாக இருக்க வேண்டும். நீங்கள் உண்மையை மட்டுமே கூற வேண்டும். நீங்கள் அவ்வாறு செய்யாவிட்டால், தங்களிடம் நீங்கள் ஏதோ காரியம் சாதிக்க நினைப்பதாக அவர்கள் கருதுவார்கள். அவர்கள் அவ்வாறு உணர்ந்தால், நீங்கள் எதிர்பார்த்ததற்கு நேரெதிரான விளைவைப் பெறுவீர்கள். அவர்களுடைய சுயமதிப்பு கீழ்நோக்கிச் செல்வதோடு, அவர்கள் உங்கள்மீது நம்பிக்கையிழந்து, தங்களைத் தற்காத்துக் கொள்ளும் விதத்தில் நடந்து கொள்வார்கள்.

ஏற்றுக் கொள்ளக்கூடியவராக இருப்பது, ஒப்புதலை வெளிப்படுத்துவது, நீங்கள் சந்திக்கும் நபரைப் பார்த்துப் புன்னகைப்பது, பாராட்டுவது, ஒவ்வொரு சந்தர்ப்பத்திலும் 'நன்றி' கூறுவது, அனுமதி வழங்குவது, மற்றவர்கள் செய்யும் நேர்மறையான விஷயங்களுக்காக அவர்களைப் பாராட்டுவது மற்றும் அங்கீகரிப்பது, அவர்களது சாதனைகள், குணநலன்கள், அல்லது அவர்கள் கைவசப்படுத்தியுள்ள பொருட்கள் குறித்து அவர்களை மெச்சுவது ஆகியவை மற்றவர்களுடனான உங்கள் நல்ல உறவுகளுக்கான அடித்தளமாகும். நீங்கள் இவற்றைக் கடைபிடிக்கும் ஒவ்வொரு முறையும், பிறர் உங்களைப் பற்றியும் தங்களைப் பற்றியும் நல்லவிதமாக உணர்வதற்கு நீங்கள் உதவுவீர்கள். அதோடு, உங்களைப் பற்றி நீங்களும் நல்லவிதமாக உணர்வீர்கள்.

கவனம் செலுத்துங்கள்

மற்றவர்களை முக்கியமானவர்களாக உணர வைப்பதற்கு நீங்கள் மேற்கொள்ளக்கூடிய ஆறாவது நடவடிக்கை 'கவனம் செலுத்துவது.' உங்களுக்கு முக்கியமான விஷயங்கள்மீதும், நீங்கள் மதிக்கும் விஷயங்கள்மீதும், உங்களுக்கு ஆர்வத்தைத் தூண்டும் விஷயங்கள்மீதும் நீங்கள் கவனம் செலுத்துகிறீர்கள். உங்கள் கவனம்தான் உங்கள் வாழ்க்கை. உங்கள் கவனம் எங்கே செல்கிறதோ, உங்கள் எண்ணங்களும், உங்கள் உணர்வுகளும், உங்கள் வாழ்க்கையும் அங்கேதான் செல்கின்றன.

மற்றவர்களுடனான உங்கள் உறவில், அவர்கள்மீது நீங்கள் எவ்வளவு கவனம் செலுத்துகிறீர்கள் என்பது, அவர்கள் உங்களுக்கு எவ்வளவு முக்கியமானவர்கள் என்பதைச் சுட்டிக்காட்டும். பொதுவாக நீங்கள் மிகவும் மதிக்கின்ற மக்களிடத்திலும் பொருட்களிடத்திலும் நீங்கள் அதிகமான கவனம் செலுத்துவீர்கள். கவனம் செலுத்துவதற்கு நேரெதிரானது புறக்கணிப்பது. உங்களுக்கு மதிப்பற்ற அல்லது முக்கியமற்றப் பொருட்களையும் நபர்களையும் நீங்கள் புறக்கணிக்கிறீர்கள்.

நீங்கள் ஒரு நபரிடம் கவனம் செலுத்தும்போது, "நீங்கள் எனக்கு மதிப்புமிக்கவர். உங்களை முக்கியமானவராக நான் கருதுகிறேன்," என்று கூறாமல் கூறுகிறீர்கள். நீங்கள் ஒருவரைப் புறக்கணிக்கும்போது, "நான் உங்களை முக்கியமற்றவராகவும், குறைவான மதிப்புடையவராகவும் கருதுகிறேன்," என்று பறைசாற்றுகிறீர்கள். ஒரு நபரிடம் கவனம் செலுத்துவது

அவரது சுயமதிப்பை அதிகரிக்கிறது, ஒருவரைப் புறக்கணிப்பது அதைக் குறைக்கிறது. ஒருவர் புறக்கணிக்கப்படும்போதோ அல்லது உதாசீனப்படுத்தப்படும்போதோ அவருக்குக் கோபம் ஏற்படுவதால், தன்னைத் தற்காத்துக் கொள்ளும் விதத்தில் நடந்து கொள்வதற்கு அது அவரைத் தூண்டுகிறது.

மக்கள் நம்மைப் புறக்கணிக்கிறார்கள் என்ற உணர்வுதான் எதிர்மறை உணர்ச்சிகளுக்கான ஒரு முக்கியக் காரணம். நம் வாழ்க்கைத் துணைவரோ, உயரதிகாரியோ, உறவினரோ அல்லது ஹோட்டலில் உணவு பரிமாறுபவரோ நம்மை உதாசீனப்படுத்தும்போது, அது நம் மதிப்பைக் குறைத்து, நம்மை ஒன்றுமில்லாதவராக உணரச் செய்கிறது. அதனால்தான், மனித உறவுகளில் சிறந்து விளங்குபவர்கள், மற்றவர்களிடம் முறையாக கவனம் செலுத்த வேண்டியதன் அவசியம் குறித்து அதிக விழிப்புணர்வுடன் உள்ளனர்.

மக்களிடம் எவ்வாறு முறையான கவனம் செலுத்துவது? காதுகொடுத்துக் கேட்கும் பழக்கத்தை நீங்கள் உருவாக்கிக் கொள்ள வேண்டும். காதுகொடுத்துக் கேட்பதுதான் மனித உறவுகளைப் பொறுத்தவரை, கவனத்திற்கான உண்மையான அளவீடு. ஒருவர் கூறுவதைக் கவனத்துடன் காதுகொடுத்துக் கேட்பது, அவரையும் அவர் கூறுவதையும் நீங்கள் எவ்வளவு தூரம் மதிக்கிறீர்கள் என்பதை நீங்கள் அவர்களுக்குக் காட்டும் வழி. அவர் கூறுவதை நீங்கள் உண்மையிலேயே கவனமாகக் கேட்கும்போதுதான், அவர் மதிப்புவாய்ந்தவர் என்பதையும், முக்கியமானவர் என்பதையும் நீங்கள் அவருக்கு எடுத்துக் கூறுகிறீர்கள். தலைசிறந்த தலைவர்களும், விற்பனையாளர்களும், மேலாளர்களும், நண்பர்களும், மற்றவர்கள் கூறுவதைச் செவிமடுப்பதில் கைதேர்ந்தவர்கள்.

காதுகொடுத்துக் கேட்கும் கலையில் நீங்கள் தேர்ச்சி பெறுவதால் மூன்று நன்மைகள் ஏற்படுகின்றன. முதலாவதாக, காதுகொடுத்துக் கேட்பது நம்பிக்கையை வளர்க்கிறது. நாம் கூறுவதை யாரேனும் கவனமாகக் கேட்கும்போது, அவர்மீது நாம் அதிகமாக நம்பிக்கை கொள்ளத் துவங்குகிறோம். இரு நபர்களுக்கிடையே நம்பிக்கை உருவாவதற்கு விரைவான வழி, ஒருவர் கூறுவதை மற்றவர் கவனமாகவும் பிரமிப்போடும் கேட்பதாகும். நீங்கள் உன்னிப்பாகக் கேட்கும்போது, அடுத்தவர் உங்களை அதிகமாக விரும்புகிறார், அதிகமாக நம்புகிறார். உங்கள் தாக்கத்திற்கு உட்படத் தயாராக இருக்கிறார்.

இரண்டாவதாக, உன்னிப்பாகக் கேட்பது சுயமதிப்பை வளர்க்கிறது. ஒரு நபர் உங்களிடம் பேசும்போது நீங்கள் எச்சரிக்கையாகவும் உன்னிப்பாகவும் கவனிக்கும்போது, அவரது சுயமதிப்பு உயர்கிறது. நீங்கள் கூறுவதை வேறொருவர் உன்னிப்பாகக் கேட்கும்போது, உங்கள் சுயமதிப்பும் அதிகரிக்கிறது. நீங்கள் அதிக முக்கியமானவராக உணர்கிறீர்கள். நீங்கள் அதிக மதிப்புவாய்ந்தவராக உணர்கிறீர்கள்.

மூன்றாவதாக, அது சுயஒழுக்கத்தை வளர்க்கிறது. அடுத்தவர் கூறுவதைக் கவனமாகக் காதுகொடுத்துக் கேட்பதற்கு ஏராளமான சுயகட்டுப்பாடு தேவை. ஒரு சராசரி நபர், நிமிடத்திற்கு சுமார் 150 வார்த்தைகளைப் பேசுகிறார். ஆனால், ஒரு நிமிடத்தில் கிட்டத்தட்ட 600 வார்த்தைகளை உங்களால் செவிமடுக்க முடியும். உன்னிப்பாகக் கவனிப்பது என்பது, உங்கள் கவனத்தைக் கட்டுப்படுத்தி, பேசிக் கொண்டிருக்கும் நபரின்மீது உங்கள் ஒட்டுமொத்தக் கவனத்தையும் குவிப்பதாகும். எந்த கவனச்சிதறலும் இன்றி உன்னிப்பாகக் கவனிப்பதற்கு நீங்கள் உங்களை எவ்வளவு அதிகமாக ஒழுங்குபடுத்திக் கொள்கிறீர்களோ, உங்கள் வாழ்வின் பிற பகுதிகளிலும் நீங்கள் அவ்வளவு சிறப்பாகச் செயல்படுவீர்கள்.

வெறுமனே உட்கார்ந்திருக்காதீர்கள்!

கவனமாகக் கேட்பதன் முதல் பகுதி உன்னிப்பாகக் கேட்பது. ஒருவர் பேசும்போது நீங்கள் அவரது முகத்திற்கு நேராக இருக்கும்படி அமர்ந்து கொள்ளுங்கள். அவரை நோக்கிச் சற்று முன்னே சாய்ந்து உட்காருங்கள். நீங்கள் நின்று கொண்டிருந்தால், கால்களை நன்றாகத் தரையில் ஊன்றி நில்லுங்கள். பேசுபவரின் வாயையும் கண்களையும் உன்னிப்பாகப் பாருங்கள். அவர் கூறும் விஷயத்தின்மீது நீங்கள் முழுமையான கவனம் செலுத்துவதை இது அவருக்கு உணர்த்தும். உங்கள் உரையாடலில் நீங்கள் முழுமையாக ஈடுபட்டுள்ளதை இது அவருக்குத் தெள்ளத் தெளிவாக எடுத்துரைக்கும்.

கவனமாகக் கேட்பதன் இரண்டாவது பகுதி, அடுத்தவர் பேசும்போது குறுக்கிடாமல் இருப்பது. அடுத்தவர் பேசும்போது பெரும்பாலான மக்கள் உண்மையில் கவனிப்பதே இல்லை. அவர் சற்று மூச்சு வாங்கும் நேரத்தில், அடுத்ததாகத் தாங்கள்

என்ன கூற வேண்டும் என்பதைப் பற்றி அவர்கள் மும்முரமாகச் சிந்தித்துக் கொண்டிருப்பர். எனவே, அவர் கூறுவது இவர்கள் காதுகளை எட்டியே இருக்காது.

தான் பேசும்போது, தன் எதிரில் உள்ளவர் வேறு ஏதோ யோசனையில் மூழ்கியிருப்பதாகவோ, அல்லது குறுக்கிட்டுப் பேசுவதற்கு அல்லது பதிலுக்கு ஏதாவது கூறுவதற்குக் காத்துக் கொண்டிருப்பதாகவோ ஒருவர் உணர்ந்தால், அவருக்கு எரிச்சலும் அசௌகரியமும் ஏற்படும். மேலும், அவர்கள் தன்னை அவமானப்படுத்துவதாகவும் அவர் நினைப்பார். ஆனால், அவர்கள் தான் கூறுவதை உன்னிப்பாகக் கேட்பதாக அவர் உணர்ந்தால், தன்னை அதிக மதிப்பானவராக அவர் கருதுவார். எனவே, அடுத்தவர் பேசும்போது, அக்கணத்தில் உலகில் வேறு எதுவுமே முக்கியமல்ல என்பதுபோல் பொறுமையாகவும் அமைதியாகவும் கேளுங்கள்.

கவனமாகக் கேட்பதன் மூன்றாவது பகுதி, பதில் கூறுவதற்கு முன் சற்று நிறுத்துவது. ஒருவர் பேசி முடிக்கும்போது, நீங்கள் எதையாவது கூறுவதற்கு முன் மூன்றிலிருந்து ஐந்து வினாடிகள் பொறுங்கள். இந்த இடைவெளியில் மூன்று விஷயங்கள் நிகழும்.

முதலில், அடுத்தவர் கூறுவதை நீங்கள் உண்மையிலேயே நன்றாகக் கேட்பீர்கள். அவர் கூறிய விஷயம் உங்கள் மனத்திற்குள் புகுவதற்கு அனுமதிக்கும் விதத்தில் நீங்கள் ஒருசில வினாடிகள் காத்திருக்கும்போது, அவரை நீங்கள் உண்மையிலேயே இன்னும் முழுமையாகப் புரிந்து கொள்வீர்கள்.

இரண்டாவதாக, ஒருசில வினாடிகள் பொறுமையாக நீங்கள் காத்திருக்கும்போது, அவர் தன் எண்ணங்களை ஒன்றுதிரட்டுவதற்காக ஓரிரு வினாடிகள் மௌனம் காக்கும் நேரத்தில் நீங்கள் குறுக்கிடுவதை இது தவிர்க்கிறது. ஒருசில வினாடிகள் நீங்கள் காத்திருப்பது, அவர் தன் பேச்சைத் தொடர்வதற்கு வாய்ப்பளிக்கிறது. இப்படிச் செய்யும்போது, ஒருவரது சிந்தனையோட்டத்திற்கு அல்லது அவரது பேச்சிற்கு இடையூறு விளைவிப்பது போன்ற, ஒருவரை எரிச்சலடையச் செய்யும் விஷயங்கள் அல்லது அவமானப்படுத்தும் விஷயங்கள் ஏதும் நடைபெறுவதில்லை.

மூன்றாவதாக, நீங்கள் பதில் கூறுவதற்கு முன் சற்று நிறுத்துவதன் மூலம், அவர் கூறியது முக்கியம் என்று நீங்கள் கருதுவதாக உங்கள் மௌனத்தின் மூலம் அவருக்கு

எடுத்துரைக்கிறீர்கள். அவர் கூறியதை நீங்கள் கவனமாகக் கருத்தில் கொள்கிறீர்கள். அவர் கூறியதற்கு பதில் கூறுமுன், அவர் பேசியதைப் பற்றி நீங்கள் அமைதியாகச் சிந்திப்பது, அவருக்கு நீங்கள் கொடுக்கக்கூடிய மிகச் சிறந்த பாராட்டு, உங்கள் பதில் என்னவாக இருந்தாலும் சரி.

கவனமாகக் கேட்பதன் நான்காவது பகுதி, தெளிவுபடுத்திக் கொள்வதற்காகக் கேள்வி கேட்பது. அடுத்தவர் என்ன கூறுகிறார் என்பதை முழுமையாகப் புரிந்து கொள்வதற்கு நீங்கள் கேள்விகள் கேட்க வேண்டும். “தவறான அனுமானங்கள்தான் ஒவ்வொரு தோல்விக்குமான அடித்தளம்” என்று ஒரு கூற்று உள்ளது. ஒருவர் கூறியதைத் தெளிவுபடுத்திக் கொள்ளாமல், அதை நீங்கள் புரிந்து கொண்டுவிட்டதாக நீங்கள் அனுமானிக்கும்போது, அவர் கூறியதை நீங்கள் பெரும்பாலும் புரிந்து கொண்டிருக்கவே மாட்டீர்கள். குறிப்பாக, ஆண்களுக்கும் பெண்களுக்கும் இடையே நடக்கும் உரையாடல்களில் இது நிகழ்கிறது.

கவனமாகக் கேட்பதன் ஐந்தாவது பகுதி, அடுத்தவர் கூறியதை உங்கள் சொந்த வார்த்தைகளில் அவரிடமே கூறுவது. அவ்வாறு நீங்கள் செய்யும்போது, அவரை நீங்கள் பாராட்டுகிறீர்கள். அவரது பேச்சில் நீங்கள் எவ்வளவு தூரம் கவனம் செலுத்தியிருக்கிறீர்கள் என்பதை அது காட்டுகிறது. உண்மையில், அவர் கூறியதன் பொருளை உங்களால் சரியாகத் திருப்பிக் கூற முடியவில்லை என்றால், அதை நீங்கள் புரிந்து கொள்ளவே இல்லை என்று அர்த்தம்.

ஒருவர் கூறுவதைக் கவனமாகக் கேட்டு, அதன் பொருளறிந்து, அதை மீண்டும் அவரிடம் உங்கள் சொந்த வார்த்தைகளைக் கொண்டு எடுத்துரைக்க முயற்சிப்பதன் மூலம், உங்கள் கருத்துப் பரிமாற்றத் திறனை நீங்கள் அதிகரித்துக் கொள்கிறீர்கள். உங்கள் இருவருக்கும் இடையே நம்பிக்கையை வளர்க்கிறீர்கள். இதன் மூலம், அடுத்தவரது சுயமதிப்பை அதிகரிக்கிறீர்கள், உங்களிடம் சுயஒழுங்கை உருவாக்கிக் கொள்கிறீர்கள்.

பரிவோடு கவனித்துக் கேட்பது

பரிவோடு கவனித்துக் கேட்பது என்பது, அடுத்தவருடைய பிரச்சனைகளை நீங்கள் தீர்க்க முயற்சிப்பதற்குப் பதிலாக, அவர் கூறுவதை உண்மையான அக்கறையோடும் பரிவோடும் கேட்பது.

ஒருவர் கூறியதை வேறு வடிவத்தில் அவரிடமே திருப்பிக் கூறுவதன் மூலம் மனநல மருத்துவர்கள் இந்த உத்தியைப் பயன்படுத்துகின்றனர். எடுத்துக்காட்டாக, "என் வேலை எனக்கு உண்மையிலேயே எரிச்சலூட்டுவதாக உள்ளது," என்று ஒருவர் கூறினால், "நீங்கள் கூறுவதைக் கேட்டால், உங்கள் வேலையில் உள்ள விஷயங்களின் போக்கு உங்களைத் திக்குமுக்காடச் செய்வதுபோல் தோன்றுகிறது," என்று நீங்கள் பதிலளிக்கலாம்.

ஒருவருடைய வார்த்தைகளை நீங்கள் வேறு வடிவில் அவரிடமே திருப்பிக் கொடுக்கும்போது, அவர் தன் பிரச்சனையைச் சிறப்பாகப் புரிந்து கொள்வதற்கு அவருக்கு உதவுவதோடு, அவருக்கு அதற்கான தீர்வு குறித்த உள்நோக்குகள் கிடைக்கவும் நீங்கள் உதவுகிறீர்கள்.

பரிவுடன் கேட்பதில் இரண்டு வகை உள்ளது. முதல் வகையில், ஒருவர் கூறியதை எந்த விதத்திலும் ஜோடனைப்படுத்தாமல், அதில் எந்த உள்ளர்த்தத்தையும் தோண்டிப் பார்க்காமல், உங்களது சொந்த வார்த்தைகளில் அதை அப்படியே அவரிடம் திருப்பிக் கூறுவது.

"எனக்கு உண்மையிலேயே கவலையாக இருக்கிறது," என்று ஒருவர் கூறினால், "நீங்கள் உண்மையிலேயே கவலையாக இருப்பது தெரிகிறது," என்று நீங்கள் கூறலாம்.

இரண்டாவது வகையில், அவர் கூறுவதிலிருந்து உங்களுக்குக் கிடைக்கும் செய்தியை நீங்கள் அவரிடம் தெரிவிப்பது. "உங்கள் வேலையில் உங்களை ஏதோ வருத்திக் கொண்டிருப்பதுபோல் தோன்றுகிறது. உங்கள் உயரதிகாரி உங்களுக்கு ஏதேனும் பிரச்சனை கொடுக்கும் விதத்தில் நடந்து கொள்கிறாரா?" என்று நீங்கள் கேட்கலாம்.

இந்த வகையான உரையாடலில், உங்களால் இரு விஷயங்களைச் செய்ய முடியும். முதலில், அடுத்தவர் கூறுவதை நீங்கள் தொகுத்துக் கூறலாம். பிறகு அவர் கூறியதில் ஒளிந்திருக்கும் உணர்ச்சிகளை நீங்கள் அடையாளம் காணலாம். எடுத்துக்காட்டாக, அவரது செய்தியில் கோபத்தையோ அல்லது எரிச்சலையோ உங்களால் அடையாளம் காண முடியலாம். "இந்தச் சூழ்நிலையில் நீங்கள் உண்மையிலேயே கோபமாகவோ அல்லது எரிச்சலாகவோ இருப்பதுபோல் தெரிகிறது," என்று நீங்கள் கூறலாம். வேறு ஏதேனும் ஆழமான ஒரு பொருளை நீங்கள் அதில் புகுத்தக்கூடாது.

இரண்டாவதாக, அவர் கூறியிராத, ஆனால் அவர் கூறவரும் உண்மையான செய்தி இதுதான் என்று நீங்கள் நினைக்கின்ற அவரது எண்ணங்களையும் உணர்வுகளையும் நீங்கள் உங்கள் சொந்த வார்த்தைகளில் கூறுவது. அதாவது, இங்கு நீங்கள் அறிகுறியைப் பற்றிக் கவலைப்படுவதற்குப் பதிலாக, அவரது மையப் பிரச்சனையைக் கையாள முயற்சிக்கிறீர்கள்.

எடுத்துக்காட்டாக, என்னுடைய மகன் மைக்கேல் பதினெட்டு மாதக் குழந்தையாக இருந்தபோது, என் ஐந்து வயது மகள் கிறிஸ்டினா ஒருநாள் அழுது கொண்டே எங்கள் சமையலறைக்குள் வந்து, "என் தம்பியை நான் வெறுக்கிறேன்," என்று கூறினாள்.

மேற்கூறப்பட்டுள்ள கவனிப்பு முறைகளை நான் தெரிந்து கொள்வதற்கு முன்பு, "இல்லையில்லை, நீ உன் தம்பியை நேசிக்கிறாய். அது உனக்கு நன்றாகத் தெரியும்," என்பதுபோல் ஏதாவது கூறியிருக்கக்கூடும். மாறாக, குழந்தைகளுக்கு இடையேயான போட்டி மனப்பான்மையைப் புரிந்து கொண்டு, "நாங்கள் உன் தம்பியின்மீது அதிக அக்கறை காட்டுவதாகவும், உன்மீது அவ்வளவு அக்கறை காட்டவில்லை என்றும் உனக்குத் தோன்றுகிறதா?" என்று நான் கேட்டேன்.

அப்போது அவள் பெருங்குரலெடுத்து அழுதவாறே, "ஆமாம், சில சமயங்களில் நீங்கள் என்னைவிட அவனை அதிகம் நேசிப்பதாக எனக்குத் தோன்றுகிறது," என்று கூறினாள். அவள் உண்மையில் மைக்கேலை வெறுக்கவில்லை. நாங்கள் அவளை நேசிக்கிறோம் என்ற மறுஉத்தரவாதம் மட்டுமே அவளுக்கு எங்களிடமிருந்து தேவைப்பட்டது.

பரிவுடன்கூடிய இந்த வகையான செவிமடுப்பு மிகவும் உதவிகரமானது. பேசுபவரது வார்த்தைகளின் ஆழத்திற்குச் சென்று, அவர் உணரும் விதத்திற்கான உண்மையான காரணங்களைப் பார்ப்பது இதில் அவசியம்.

இவ்வாறு கேட்பதன் மூலம், நீங்கள் உங்கள் குடும்ப உறுப்பினர்களுக்கு உதவியாக இருப்பதோடு மட்டுமல்லாமல், உங்கள் நண்பர்களுக்கும், உங்களுடன் பணிபுரிபவர்களுக்கும் உதவுவீர்கள். சில சமயங்களில், உண்மையிலேயே ஒருவருக்குத் தேவைப்படுவதெல்லாம், தன்னுடைய பிரச்சனைகளைத் தீர்ப்பதற்கு உதவும் ஓர் உள்நோக்கு ஓர் உண்மையான நண்பனின் வாயிலாகத் தனக்குக் கிடைப்பதுதான். காதுகொடுத்துக் கேட்கும் கலையில் கைதேர்ந்தவராக

இருப்பதன் மூலம் இந்த உள்நோக்குகளை உங்களால் அவருக்குக் கொடுக்க முடியும்.

பூமராங் கோட்பாடு

மற்றவர்களுடைய சுயமதிப்பை அதிகரிப்பதற்கான ஏழாவது வழி, பூமராங் கோட்பாட்டைப் பயன்படுத்துவது. "ஒருவரிடம் நீங்கள் வெளிப்படுத்தும் எந்தவோர் உண்மையான உணர்ச்சியும், என்றேனும் ஒருநாள் பூமராங்கைப்போல் உங்களிடம் திரும்பி வரும்," என்று அக்கோட்பாடு கூறுகிறது.

"ரோஜாவை எறிந்தவரின் கையில் அதன் மணம் வீசிக் கொண்டிருக்கும்," என்று ஷேக்ஸ்பியர் எழுதினார். யாரேனும் ஒருவரைப் பற்றி அல்லது யாரேனும் ஒருவரிடம் நீங்கள் ஒரு நேர்மறையான கருத்தை வெளிப்படுத்தும்போது, ஒரு பூமராங்கைப்போல் அது உங்களிடம் திரும்பி வரும். நீங்கள் ஓர் எதிர்மறையான கருத்தையோ அல்லது யோசனையையோ வெளிப்படுத்தும்போது, அதுவும் உங்களிடம் திரும்பி வரும். எனவே, எது உங்களிடம் திரும்பி வர வேண்டும் என்று நீங்கள் விரும்புகிறீர்களோ, அதையே அடுத்தவர்களிடமும் பேசுங்கள்.

விமர்சிப்பது, கண்டிப்பது, அல்லது குறைகூறுவதைத் தவிர்த்துவிடுங்கள். ஏற்றுக் கொள்ளுதலையும் ஒப்புதல் அளிப்பதையும் கடைபிடியுங்கள். பாராட்டு, அனுமதி, பிரமிப்பு ஆகியவற்றை வெளிப்படுத்துங்கள். அடுத்தவர்கள் பேசும்போது உன்னிப்பாகக் கேளுங்கள். பூமராங் கொள்கை இதிலும் வேலை செய்யும். இவை அனைத்தையும் நீங்கள் செய்தால், மற்றவர்கள் தங்களைப் பற்றிப் பிரமாதமாக உணர்வதற்கு நீங்கள் உதவியிருப்பீர்கள். நீங்கள் செல்லுமிடமெல்லாம் உங்களுக்கு வரவேற்பு வழிமேல் விழிவைத்துக் காத்திருக்கும்.

உரையாடற்கலை

இதுவரை நாம் இந்த அத்தியாயத்தில் பார்த்துள்ள அனைத்தும் உரையாடற்கலையில் சிறப்பாக ஒளிவீசுகின்றன. மற்றவர்களுடனான உரையாடலில், அந்த எளிமையான விட்டுக்கொடுத்தலில், தகவல்கள், அபிப்பிராயங்கள் மற்றும் யோசனைகளின் பரிமாற்றத்தில்தான் ஒரு மனிதனுடைய ஆளுமையின் தரம் வெளிப்படுகிறது. எந்தவொரு சூழலிலும், அது உங்கள் அலுவலகமாக இருந்தாலும் சரி, உங்கள் சமூகமாக இருந்தாலும் சரி, நீங்கள் ஒரு சிறந்த உரையாடலாளராக

இருப்பதற்கு உதவக்கூடிய சில யோசனைகள் கீழே கொடுக்கப்பட்டுள்ளன.

விதிகளைப் பின்பற்றுங்கள்

நல்ல உரையாடலுக்கான முதல் விதி, உங்களுடன் உரையாடும் நபருக்குப் பிடித்தமான விஷயத்தைப் பற்றிப் பேசுவது. அவரிடம் பேசும்போது, அவருக்கு ஆர்வமூட்டுகின்ற விஷயங்களைப் பற்றிப் பேசுங்கள். அவருக்கு விருப்பமிருந்தால், அரசியல் மற்றும் மதத்தைப் பற்றியும் நீங்கள் பேசலாம். ஆனால், நீங்கள் பேசும் ஏதோ ஒரு குறிப்பிட்ட விஷயத்திற்கு அவரிடமிருந்து எந்த பதிலும் இல்லையென்றால், உடனடியாக அதைப் பற்றிப் பேசுவதை நிறுத்திவிட்டு வேறு விஷயத்திற்குச் செல்லுங்கள்.

"நீங்கள் என்ன வேலை செய்கிறீர்கள்?" என்று கேட்பது ஓர் உரையாடலைத் துவக்குவதற்கான சிறந்த வழிகளில் ஒன்று. அவர் எந்தத் துறையில் இருக்கிறார், எந்தப் பதவியில் இருக்கிறார் என்று பொதுவாக உங்களுக்குத் தெரிந்தால், "அதில் குறிப்பாக உங்கள் வேலை என்ன?" அல்லது "வேலை எப்படிச் சென்று கொண்டிருக்கிறது?" என்று கேளுங்கள்.

அவர் எந்த வேலையில் இருந்தாலும் சரி, நீங்கள் அவரிடம் கேட்கக்கூடிய ஒரு சுவாரசியமான கேள்வி, "அந்தத் தொழிலுக்குள் நீங்கள் எப்படி நுழைந்தீர்கள்?" என்பது.

தங்கள் தொழில்வாழ்க்கை தொடர்பான கதைகளைப் பற்றிப் பேசுவது பெரும்பாலான மக்களுக்கு மிகவும் பிடித்த விஷயம். பேசுபவர் சற்று நிறுத்தும்போது, "அதன் பிறகு நீங்கள் என்ன செய்தீர்கள்?" என்று கேட்டு, அந்த சுவாரசியம் குறையாமல் பார்த்துக் கொள்ளுங்கள்.

"அந்தத் தொழிலுக்குள் நீங்கள் எப்படி நுழைந்தீர்கள்?" மற்றும் "அதன் பிறகு நீங்கள் என்ன செய்தீர்கள்?" ஆகிய கேள்விகள் ஓர் உரையாடல் தொடர்ந்து நிகழ்வதை உறுதி செய்யும்.

அடுத்தவர் எவ்வளவு தூரம் நீங்கள் பேசும் விஷயத்தில் ஆர்வம் காட்டுகிறார் என்பது, அந்த உரையாடலை நீங்கள் எவ்வளவு தூரம் தொடர வேண்டும் என்பதை உங்களுக்கு எடுத்துக்கூறும். நீங்கள் அவரது கவனம் சிதறுவதைக் கண்டாலோ, அல்லது அவர் தன் இருக்கையில் நெளிந்தாலோ, உங்கள் பேச்சை மாற்ற வேண்டிய நேரம் வந்துவிட்டது என்பதை நீங்கள் தெரிந்து கொள்ளலாம்.

இது நிகழும்போது, ஒரு கணம் நிறுத்திவிட்டு, என்ன? ஏன்? எங்கே? எப்போது? எப்படி? அல்லது யார்? போன்ற வார்த்தைகளில் தொடங்கும் கேள்விகளைக் கேளுங்கள். "எவ்வளவு காலமாக நீங்கள் அங்கே வசித்தீர்கள்?" "நீங்கள் எந்தப் பள்ளிக்குச் சென்றீர்கள்?" "நீங்கள் அந்த நிறுவனத்தை எப்போது துவக்கினீர்கள்?" போன்ற கேள்விகளைக் கேட்கலாம்.

ஒரு நல்ல உரையாடலுக்கான இரண்டாவது விதி, நீங்கள் பேசுவதற்கான உங்கள் முறை வரும்வரை பொறுமையாகக் காத்திருப்பது. அதாவது, அடுத்தவர்கள் பேசும்போது குறுக்கிடாமல் இருப்பது. ஆனால், நீங்கள் பேசிக் கொண்டிருக்கும்போது வெளியிலிருந்து யாரோ ஒருவர் திடீரென்று உங்கள் குழுவில் வந்து சேர்வதாலோ அல்லது வேறு ஏதோ காரணத்திற்காகவோ உங்கள் பேச்சுக்கு இடையூறு ஏற்படும்போது, நீங்கள் செய்யக்கூடிய மிகப் பணிவான செயல், உங்கள் வாயை மூடிக் கொள்வதுதான். மற்றவர்கள் விரும்பிக் கேட்காதவரை அல்லது வற்புறுத்தாதவரை, நீங்கள் கூறிக் கொண்டிருந்ததை நீங்கள் தொடர வேண்டியதில்லை.

மேலும், நீங்கள் எந்த இடையூறும் இன்றித் தொடர்ந்து மூன்று நிமிடங்களாகப் பேசியிருக்கிறீர்கள் என்றால், நீங்கள் மட்டுமே ஆர்வம் கொண்டுள்ள ஒரு விஷயத்தைப் பற்றி நீங்கள் பேசிக் கொண்டிருக்கிறீர்கள் என்பதை நீங்கள் உறுதியாக நம்பலாம். நாம் அனைவருமே இத்தவறைச் செய்கிறோம். ஓர் உரையாடலில், அடுத்தவர்கள் எதுவும் பேசாமல், நீங்கள் மட்டுமே பேசிக் கொண்டிருக்கிறீர்கள் என்றால், அது உரையாடலே அல்ல, அது வெறுமனே நீங்கள் நிகழ்த்திக் கொண்டிருக்கும் ஓர் உரை, அவ்வளவுதான்.

நல்ல உரையாடல் என்றால், அது எந்தத் தொய்வும் இன்றித் தங்குதடையின்றி நடைபெறும். பேசுவதற்கும், பிறர் பேசுவதைக் கவனிப்பதற்கும் ஒவ்வொருவருக்கும் அதில் வாய்ப்பு இருக்கும். யாரேனும் ஒருவருக்குப் பேசுவதற்கு வாய்ப்புக் கிடைக்கவில்லை என்றால், அந்த உரையாடல் ஒருதலைபட்சமானதாக மாறிவிடும். பேச வாய்ப்புக் கிடைக்காத நபருக்கு அந்த உரையாடல் சலிப்பூட்டுவதாக அமையும்.

நல்ல உரையாடலுக்கான மூன்றாவது விதி, சிந்தித்துப் பேசுவது. பிறருக்கு அசௌகரியத்தையோ, வருத்தத்தையோ, அல்லது தர்மசங்கடத்தையோ ஏற்படுத்துகின்ற எந்தவொரு விஷயத்தையும் கூறுவதை கண்டிப்பாகத் தவிர்த்துவிடுங்கள்.

மற்றவர்களுடைய உணர்வுகளையும் உணர்ச்சிகளையும் கவனத்தில் எடுத்துக் கொண்டு சாமர்த்தியமாகப் பேசுங்கள்.

சாமர்த்தியத்திற்கு நேரெதிரானது சிந்தனையற்றப் பேச்சு. இதைத் தவிர்ப்பதற்குச் சிறந்த வழி, எந்தவொரு விஷயத்தைக் குறித்தும் விடாப்பிடியாக இல்லாமல் இருப்பது. "எனக்கு இப்படித் தோன்றுகிறது," அல்லது "சிலர் இவ்வாறு கூறுகிறார்கள்" என்ற வார்த்தைகளுடன் தன் பேச்சைத் துவக்கியதன் மூலம் தன் ஆளுமையையும், மற்றவர்களுடனான தனது உறவையும் தான் ஒட்டுமொத்தமாக மாற்றிய விதத்தைப் பற்றி பெஞ்சமின் ஃபிராங்க்ளின் தன் வாழ்க்கை வரலாற்றில் குறிப்பிட்டுள்ளார். நீங்கள் கூறுவது தவறாக இருப்பதற்கான வாய்ப்புகள் உள்ளதை நீங்கள் ஏற்றுக் கொள்ளத் தயாராக இருப்பதைத் தெரிவிக்கும் விதத்தில் மற்றவர்களிடத்தில் நீங்கள் உங்கள் அபிப்பிராயங்களை முன்வைக்கும்போது, அவர்கள் உங்கள் பேச்சைக் கேட்பதை அது சுலபமாக்குவதோடு, உங்கள் யோசனைகளையும் கருத்துக்களையும் அவர்கள் திறந்த மனத்துடன் வரவேற்பார்கள்.

உங்கள் சொந்தக் கண்ணோட்டங்களும் ரசனைகளும் எவ்வளவு நியாயமானவையோ, அதேபோல் மற்றவர்களுடைய கண்ணோட்டங்களும் ரசனைகளும் நியாயமானவை என்று நீங்கள் நம்புவதை மற்றவர்களுக்கு உணர்த்தத் தவறாதீர்கள். மக்கள் தங்கள் தனிப்பட்ட அபிப்பிராயங்களை வெளிப்படுத்துவதற்கான வாய்ப்புகள் இருக்கும் விஷயங்களில், இதுதான் சரி, இது சரியல்ல என்று எதுவும் கிடையாது. அரசியல், மதம், ஊட்டச்சத்து, அல்லது பல்வேறு கண்ணோட்டங்கள் இருக்கின்ற பிற விஷயங்கள்மீது நீங்கள் கொண்டிருக்கும் கண்ணோட்டம் உங்களுடையது மட்டுமே. மற்றவர்களது யோசனைகளுக்கும் அபிப்பிராயங்களுக்கும் நீங்கள் திறந்த மனத்துடன் இருப்பதை நீங்கள் அவர்களிடம் தெளிவுபடுத்தினால், நீங்கள் கூறும் கருத்துக்களுக்கு அவர்களும் திறந்த மனத்துடன் இருப்பார்கள்.

நல்ல உரையாடல் நிகழ வேண்டும் என்றால், அடுத்தவர்களுடைய தனிப்பட்ட விஷயங்களில் நீங்கள் அதிகமாக மூக்கை நுழைக்காமல் இருக்க வேண்டும். அதோடு, நீங்களும் உங்களுடைய தனிப்பட்ட விஷயங்களில் மூக்கை நுழைப்பதற்கு மற்றவர்களுக்கு இடம் கொடுக்காதீர்கள். அடுத்தவர்களுடைய வாழ்வில் தங்களுக்குத் துளிகூடத் தொடர்பில்லாத விஷயங்களைப் பற்றி ஏராளமான கேள்விகள்

கேட்டு அவர்களைத் துளைத்தெடுப்பது சிலரிடம் உள்ள ஒரு மோசமான பழக்கம். கேள்விகள் பொதுப்படையானவையாக இருக்குமாறும், ஒருவரது தனிப்பட்ட வாழ்க்கையைப் பற்றி இல்லாதிருக்குமாறும் பார்த்துக் கொள்ளுங்கள். தன் சொந்த விஷயங்களைப் பற்றி மற்றவர்களிடம் பகிர்ந்து கொள்ள வேண்டுமா அல்லது வேண்டாமா என்பதைத் தீர்மானிக்கும் வாய்ப்பை அவர்களுக்குக் கொடுங்கள்.

உங்களுக்கு அவ்வளவாகப் பரிச்சயமில்லாத நபர்களிடம் உங்களுடைய பிரச்சனைகளைப் பற்றிப் புலம்பி அவர்களைத் திணறடிக்காதீர்கள். கேளிக்கை விருந்துகளில் ஒவ்வொருவரும் தங்கள் பிரச்சனைகள் அனைத்தையும் மற்றவர்களிடம் பகிர்ந்து கொண்டு, அவர்களைத் திக்குமுக்காடச் செய்வது எல்லா இடங்களிலும் நிகழும் விஷயம்தான். யாரையும் ஒருபோதும் விமர்சிக்காதீர்கள், கண்டிக்காதீர்கள், குறைகூறாதீர்கள். நேர்மறையாகவும் மகிழ்ச்சியாகவும் இருங்கள். உங்கள் பிரச்சனைகள் உங்களுக்குள்ளேயே இருக்கட்டும்.

நீங்கள் கூறும் அனைத்தையும் மற்றவர்களால் உங்களுக்கு எதிராகப் பயன்படுத்த முடியும் என்பதை நினைவில் கொள்வது உங்களுக்கு உதவும். "எல்லோருக்கும் எல்லாம் தெரியும்" என்று பர்ன்ஹாம் விதி கூறுகிறது. எந்தவொரு சூழலிலும் நீங்கள் கூறும் எந்தவொரு விஷயமும், இறுதியில் எல்லோருக்கும் தெரிந்துவிடும். குறிப்பாக அது யார் காதுகளை எட்டக்கூடாது என்று நினைக்கிறீர்களோ, அவர்களுக்கு உங்கள் செய்தி நிச்சயமாகப் போய்ச் சேரும். நீங்கள் என்ன கூறுகிறீர்கள் என்பது குறித்து எச்சரிக்கையாக இருங்கள். சமூக வாழ்விலோ அல்லது உங்கள் தொழில்வாழ்க்கையிலோ இரகசியங்கள் எதுவும் கிடையாது. இரகசியம் என்பது 'ஒரு நேரத்தில் ஒருவரிடம் மட்டும் நீங்கள் கூறும் ஏதோ ஒரு விஷயம்' என்று சிறப்பாக வரையறுக்கபட்டுள்ளது. பிறருடன் பகிர்ந்து கொள்ள முடியவில்லை என்றால், இரகசியங்களுக்கு எந்த மதிப்பும் இல்லை.

இறுதியாக, நீங்கள் ஒரு சிறந்த உரையாடலாளராக இருக்க விரும்பினால், இயல்பாக இருங்கள். நீங்கள் நீங்களாகவே இருங்கள். உங்கள் ஆளுமை சிறப்பாக வெளிவரட்டும். நீங்கள் எதைக் கூறுவதற்குப் பிரியப்படுகிறீர்களோ, எதைக் கூறுவது உங்களுக்கு சங்கடத்தை ஏற்படுத்தவில்லையோ, அதை மட்டுமே பேசுங்கள். ஏதோ ஒரு காரணத்திற்காக, நீங்கள் பேச வேண்டாம் என்று உங்கள் உட்குரல் உங்களிடம் கூறினால்,

அதைக் காதுகொடுத்துக் கேளுங்கள். சுலபமாகவும் தங்குதடையின்றியும் பேசுங்கள். மற்றவர்களை உங்களை மெச்ச வைக்க முயற்சிக்கவோ அல்லது அவர்களைப் பார்த்து நீங்கள் பிரமிக்க முயற்சிக்கவோ தேவையில்லை. உங்கள் மனத்தில் இயல்பாகத் தோன்றும் விஷயங்களை மட்டுமே பேசுங்கள்.

ஆசுவாசமாகவும், நேர்மறையாகவும், முற்றிலும் இயல்பாகவும் உள்ள நபர்களே சிறந்த உரையாடலாளர்கள். அவர்கள்தான் பிறருக்கு அதிக மகிழ்ச்சியூட்டும் மனிதர்கள்.

ஆடுகளம் உங்களுடையது

உங்கள் ஆளுமைத் திறமைகளை மிக உயர்ந்த அளவுக்கு வளர்த்துக் கொள்வதற்கு உரையாடற்கலை உங்களுக்கு உதவும். பிறரை முக்கியமானவர்களாக உணர வைப்பதற்கு இந்த அத்தியாயத்தில் நாம் விவாதித்துள்ள அனைத்துப் பரிந்துரைகளையும் நீங்கள் கடைபிடிக்கலாம். மற்றவர்களுடன் உரையாடும்போது, விமர்சிப்பதையும், கண்டிப்பதையும், குறைகூறுவதையும் நீங்கள் தவிர்க்கலாம். அடுத்தவருடைய கண்ணோட்டத்தை நீங்கள் ஒப்புக் கொள்ளாதபோதுகூட, 'ஏற்றுக் கொள்ளும் தன்மை'யுடன் நீங்கள் நடந்து கொள்ளலாம். தனிப்பட்ட வளர்ச்சிக்கான ஒரு பயிற்சியாக, ஓர் ஒழுங்குமுறையாக நீங்கள் இதைச் செய்யலாம்.

நீங்கள் சந்திக்கும் நபர்களைப் பார்த்துப் புன்னகைத்து, அவர்களைக் கண்ணோடு கண் பார்ப்பதன் மூலம் 'ஏற்றுக் கொள்ளுதலை' நீங்கள் பயிற்சி செய்யலாம். எல்லோரும் உங்களுக்காகச் செய்யும் எல்லாவற்றுக்கும் அவர்களுக்கு 'நன்றி' கூறுவதன் மூலம் நீங்கள் அவர்களைப் 'பாராட்டலாம்.' மற்றவர்களின் சாதனைகளுக்காக அவர்களைப் புகழ்ந்து பாராட்டுவதன் மூலம் 'ஒப்புதலையும்' அங்கீகாரத்தையும் நீங்கள் பயிற்சி செய்யலாம். தங்களைப் பற்றிக் கூறுமாறு மக்களிடம் கேட்டு, அதன் பிறகு அவர்களுடைய பண்புகளையும், குணநலன்களையும், சாதனைகளையும் 'மெச்சுவதன்' மூலம், உங்களுடைய பிரமிப்பை நீங்கள் வெளிப்படுத்தலாம்.

எல்லாவற்றுக்கும் மேலாக, அவர்கள் கூறுவதை நீங்கள் உன்னிப்பாகக் காதுகொடுத்துக் கேட்கலாம். இந்தப் பழக்கத்தை மட்டும் நீங்கள் கற்றுக் கொண்டால், உங்களைச் சுற்றி எப்போதும் ஒரு கூட்டம் இருந்து கொண்டே இருக்கும்.

டேல் கார்னகியைப் பற்றிக் கூறப்பட்டு வரும் ஒரு பிரபலமான கதை இது. ஒருமுறை நியூயார்க் நகரில் நடைபெற்ற ஒரு கேளிக்கை விருந்தில் கலந்து கொள்வதற்கு டேல் கார்னகிக்கு அழைப்பு விடுக்கப்பட்டது. ஆப்பிரிக்காவில் பயணத்தை முடித்துவிட்டு வந்திருந்த ஒரு செல்வச் சீமாட்டியைக் கௌரவப்படுத்துவதற்காக அந்த விருந்து ஏற்பாடு செய்யப்பட்டு இருந்தது.

டேல் கார்னகி அங்கு சென்றபோது, அவரை அப்பெண்ணிற்கு அறிமுகம் செய்து வைத்தனர். அப்பெண் உடனடியாக, "திரு. கார்னகி அவர்களே, நியூயார்க் நகரில் உள்ள மிக அருமையான உரையாடலாளர்களில் நீங்க ஒருவர் என்று நான் கேள்விப்பட்டிருக்கிறேன். வாழ்த்துக்கள்!" என்று கூறினார்.

அதற்கு பதிலளிக்கும் விதமாக டேல் கார்னகி, "நன்றி. நீங்கள் ஆப்பிரிக்கா சென்றுவிட்டு இப்போதுதான் திரும்பியிருப்பதாக நான் கேள்விப்பட்டேன். ஆப்பிரிக்கா செல்ல வேண்டும் என்று ஏன் தீர்மானித்தீர்கள்?" என்று கேட்டார்.

தான் அங்கு சென்றதற்கான காரணத்தை அப்பெண் கூறியபோது, கார்னகி மேலும் பல கேள்விகளைக் கேட்டார்: "ஆப்பிரிக்காவிற்கு உங்களுடன் யாரை அழைத்துச் சென்றீர்கள்?" "எப்போது அங்கு சென்றீர்கள்?" "எப்போது திரும்பி வந்தீர்கள்?" "ஆப்பிரிக்காவில் இருந்தபோது நீங்கள் எந்த இடங்களுக்கெல்லாம் சென்றீர்கள்?" "ஆப்பிரிக்காவிற்கு எப்படிப் போனீர்கள்?" "அங்கு இருந்தபோது நீங்கள் என்னவெல்லாம் செய்தீர்கள்?"

அவர்கள் இருவரும் கிட்டத்தட்ட இருபது நிமிடங்கள் உரையாடினர். அதில், கார்னகியின் கேள்விகளுக்கு விடையளிக்கும் விதமாக அப்பெண்மணி 95 சதவீத நேரம் பேசினார். அடுத்த நாள், நியூயார்க்கின் பிரபல செய்தித்தாள் ஒன்றில், "திரு. டேல் கார்னகி அவர்கள் நிச்சயமாக நியூயார்க்கிலுள்ள மிக அருமையான உரையாடலாளர்களில் ஒருவர்," என்று அப்பெண் பேட்டியளித்திருந்தார்.

எவ்வாறு பேச வேண்டும் என்பதையும், அடுத்தவர் பேசுவதை எவ்வாறு கவனித்துக் கேட்க வேண்டும் என்பதையும் கற்றுக் கொள்வதன் மூலம் உங்களாலும் ஒரு சிறந்த உரையாடலாளராக உருவாக முடியும்.

மற்றவர்களுடன் எவ்வாறு கலந்து பழகுவது என்பதுதான் நீங்கள் கற்றுக் கொள்ளக்கூடிய மிக முக்கியமான விஷயம். நான் வளர்ந்து வந்த காலத்தில், நான் அவ்வளவு பிரபலமானவனாக இல்லை. எனக்கு ஒருசில நண்பர்கள் மட்டுமே இருந்தனர். அவர்களும் என்னைப் போன்றே எதற்கும் லாயக்கற்றவர்களாக இருந்தனர். மற்றவர்கள் என்னை விரும்பும் விதத்தில் என்னால் நடந்து கொள்ள முடியவில்லை என்பது பல வருடங்களாக என்னை வாட்டியது. பின்னர் ஒருநாள், உறவுகளுக்கான மாபெரும் இரகசியத்தை நான் கண்டறிந்தேன்.

இரண்டு விஷயங்களைச் செய்வதன் மூலம் உங்களால் பிரபலமாகவும் முடியும், மற்றவர்கள் விரும்புபவராக மாறவும் முடியும். முதலில், உங்களைப் பற்றி மட்டுமே சிந்திப்பதை நிறுத்திவிட்டு, மற்றவர்களுடைய வாழ்க்கையில் அக்கறையும் ஆர்வமும் காட்டுங்கள். அவர்களிடம் உண்மையிலேயே ஆர்வத்துடன் நடந்து கொள்ளுங்கள். அவர்களிடம் கேள்விகள் கேளுங்கள். அவர்கள் கூறுவதைக் கவனமாகக் கேளுங்கள். அவர்களுக்கு உதவக்கூடிய வழிகளைப் பற்றிச் சிந்தியுங்கள். மற்றவர்கள் உங்களுக்கு என்ன செய்ய வேண்டும் என்று நீங்கள் நினைக்கிறீர்களோ, அதை நீங்கள் அவர்களுக்குச் செய்யுங்கள்.

இரண்டாவது, உங்கள்மீதும் உங்கள் இலக்குகள்மீதும் செயலாற்றத் துவங்குங்கள். உங்களுடைய தனித்திறமைகளை வளர்த்துக் கொள்ளுங்கள். நீங்கள் செய்யும் காரியங்களைச் சிறப்பாகச் செய்யக் கற்றுக் கொள்ளுங்கள். உங்களுக்கு முக்கியமான விஷயங்களைச் செய்வதில் நீங்கள் எவ்வளவு சிறப்பாக இருக்கிறீர்களோ, அவ்வளவு அதிகமாக நீங்கள் உங்களை விரும்புவீர்கள். உங்களை நீங்கள் எவ்வளவு அதிகமாக விரும்புகிறீர்களோ, மதிக்கிறீர்களோ, மற்றவர்களிடம் அவ்வளவு பயனுள்ளவராகவும் அதிக சௌகரியமாகவும் நீங்கள் இருப்பீர்கள்.

உங்கள் இலக்குகளை மனக்காட்சிப்படுத்தி, சுயபிரகடனம் செய்யுங்கள். அவை ஏற்கனவே உண்மையாகிவிட்டதுபோல் நடந்து கொள்ளுங்கள். மிகவும் நேர்மறையான, மிகவும் பயனுள்ள ஒருவராக உங்களால் உருவாக முடியும். இந்த யோசனைகளை நீங்கள் உங்களுடைய அனைத்து உறவுகளிலும் நடைமுறைப்படுத்தும்போது நிச்சயமாக நீங்கள் அவ்வாறு ஆவீர்கள்.

10

உறவுகளைக் கையாள்வதில் கைதேர்ந்தவராதல்

நீண்ட, அன்னியோன்யமான உறவுகளில் ஈடுபட்டு, அவற்றை நீண்ட காலம் பராமரிக்கக்கூடிய திறனைப் பெற்றிருப்பது, முழுமையாகப் பக்குவமடைந்த நபரிடமுள்ள மிகச் சிறந்த பண்புநலன்களில் ஒன்று. ஒருவருக்கொருவர் அனுசரணையாகவும் இணக்கமாகவும் சேர்ந்திருக்கும் திறனைப் பெற்றிருப்பவர்கள் ஆரோக்கியமான ஆளுமைகளைக் கொண்டவர்கள்.

வேறு எந்தவொரு காரணியைவிடவும், உங்கள் வாழ்க்கைத் துணைவர் மற்றும் உங்கள் குடும்ப வாழ்வின் தரம் ஆகியவற்றில் நீங்கள் மேற்கொள்ளும் தேர்ந்தெடுப்புதான், ஒரு மனிதரென்ற முறையில் உங்கள் வெற்றியைத் தீர்மானிக்கின்றது. உங்கள் உறவுகள் உங்கள் இயல்பின் நேரடியான ஒரு வெளிப்பாடு. உங்கள் புறவாழ்வில் உள்ள உறவுகள் உங்கள் அகவாழ்வில் நிலவும் எண்ணங்கள் மற்றும் உணர்வுகளுக்கேற்ப அமைகின்றன. உங்கள் அகவுலகம் நேர்மறையானதாகவும்

அன்பானதாகவும் இருந்தால், வெளியுலகில் உங்கள் உறவுகள் மகிழ்ச்சியானவையாகவும் திருப்திகரமானவையாகவும் இருக்கும்.

"பொதுவாழ்வில் உள்ள எந்த வெற்றியும் குடும்பத்தில் ஏற்படும் தோல்வியை ஈடு செய்ய முடியாது," என்று பத்தொன்பதாம் நூற்றாண்டில் இங்கிலாந்தின் பிரதமராக இருந்த பெஞ்சமின் டிஸ்ரேலி கூறியுள்ளார். மற்ற அனைத்தையும்விட உங்கள் தனிப்பட்ட உறவுகளுக்குத்தான் முன்னுரிமை வழங்கப்பட வேண்டும். நீங்கள் சிறப்பானவராக வளரும்போது, உங்கள் உறவுகளும் அதே அளவுக்கு வளரவும் மேம்படவும் வேண்டும்.

ஈர்ப்புவிதிப்படி, உங்கள் இயல்புகளைக் கொண்ட, உங்களைப்போலவே சிந்திக்கவும் உணரவும் செய்கின்ற மக்களைத்தான் உங்கள் வாழ்வில் நீங்கள் ஈர்ப்பீர்கள். நீங்கள் அதிக நேர்மறையானவராகவும், அதிக நன்னம்பிக்கை கொண்டவராகவும், அதிக அன்பானவராகவும் ஆகும்போது, அதே போன்ற மக்களைத்தான் உங்கள் வாழ்வில் நீங்கள் கவர்ந்திழுப்பீர்கள்.

நீங்கள் எதை விதைக்கிறீர்களோ, அதையே பெறுவீர்கள். உங்கள் உறவுகளைப் பொறுத்தவரை இது முற்றிலும் உண்மை. பிறருடனான உங்கள் தொடர்புகளிலும் உரையாடல்களிலும் நீங்கள் இதைக் காணலாம்.

உங்கள் திருமண வாழ்விற்குள் நீங்கள் எதை விதைக்கிறீர்களோ, துல்லியமாக அதையே நீங்கள் பெறுகிறீர்கள். உங்கள் இல்லற வாழ்வில் உங்களை முழுமையாக அர்ப்பணித்துக் கொள்ளும்போது, அதிக அன்பையும், திருப்தியையும், மகிழ்ச்சியையும் அதிலிருந்து நீங்கள் பெறுவீர்கள். ஆண்களும் பெண்களும் முழுமையானவர்களாகப் பிறக்கவில்லை. அவர்கள் முழுமையடைவதற்குப் பரஸ்பரம் அடுத்தவரின் தேவை உள்ளது. அடுத்தவரிடமுள்ள குறையை ஈடுசெய்வதற்குரிய பண்புகளுடனும் குணநலன்களுடனும் அவர்கள் பிறந்துள்ளனர். வாழ்க்கை பரிபூரணமடைவதற்கு ஒருவருக்கு அடுத்தவர் தேவைப்படுகிறார். மகிழ்ச்சியான உறவுகள் அமையும்போது, மனஅமைதி, நீண்ட ஆயுள், ஆரோக்கியம், மகிழ்ச்சி, மற்றும் அபரிமிதம் ஆகியவை தாமாகவே ஏற்படுகின்றன. மகிழ்ச்சியான உறவுகளைப் பெற்றிருக்கும் மக்களுடன் ஒப்பிடும்போது, மோசமான உறவுகளைக் கொண்ட

அல்லது உறவுகளே இல்லாதவர்கள் நோய்க்கு ஆளாகி, இளமையிலேயே இறந்துவிடுகின்றனர்.

சமூகத்துடன் இணைந்து வாழும் மனிதர்கள், சமூகத்திலிருந்து ஒதுங்கி வாழும் மனிதர்களைவிட மூன்று மடங்கு காலம் அதிகமாக உயிர்வாழ்வதாக 'லுக்கிங் அவுட், லுக்கிங் இன்' புத்தகத்தின் ஆசிரியர்களான ரொனால்டு ஆட்லரும் நீல் டௌனும் அதில் குறிப்பிட்டுள்ளனர். திருமணமான ஆண்களுடன் ஒப்பிடுகையில், விவாகரத்தான ஆண்கள் இருதய நோய், புற்றுநோய், மற்றும் வாதநோய் ஆகியவற்றுக்குப் பலியாவதற்கான சாத்தியக்கூறு இருமடங்கு அதிகமாக உள்ளது. நீங்கள் நீண்ட ஆயுளுடன் மகிழ்ச்சியாக வாழ விரும்பினால், உங்கள் வாழ்வில் உள்ள முக்கியமான நபர்களுடன் அற்புதமான உறவுகளை வளர்த்துக் கொள்வதிலும், அவற்றைப் பராமரிப்பதிலும் தீவிரக் கவனம் செலுத்த வேண்டியது அவசியம்.

அது எங்கே தொடங்குகிறது

உங்கள் சுயமதிப்பு, அதாவது, நீங்கள் உங்களை எவ்வளவு தூரம் மதிக்கிறீர்கள், விரும்புகிறீர்கள் என்பது, உங்கள் ஆளுமையையும் உங்கள் மகிழ்ச்சியின் அளவையும் தீர்மானிக்கின்றது. உயர்ந்த சுயமதிப்பு உங்கள் வாழ்வின் ஒவ்வொரு பகுதியிலும் உயர்ந்த செயற்திறனுக்கும் வெற்றிக்கும் வழிவகுக்கிறது. குறைந்த சுயமதிப்பு பெரும்பாலான தோல்விக்கும் விரக்திக்கும் வழிவகுக்கிறது.

சுயமதிப்பின் முதற்பகுதி, உணர்ச்சிரீதியான அம்சத்தை உள்ளடக்கியது. நீங்கள் உங்களைப் பற்றி எப்படி உணர்கிறீர்கள் என்பதைப் பற்றியது அது. சுயமதிப்பின் இரண்டாவது பகுதி, நீங்கள் எவ்வளவு தூரம் சிறப்பாகச் செயல்படுகிறீர்கள் என்று உங்களைப் பற்றி நீங்கள் கொண்டிருக்கும் கண்ணோட்டத்தால் தீர்மானிக்கப்படுகிறது. உங்கள் வாழ்வின் முக்கியமான பகுதிகளில் நீங்கள் சிறப்பாகச் செயல்படுவதாக எவ்வளவு தூரம் நீங்கள் உணர்கிறீர்கள் என்பதைப் பற்றியது இது. இது 'செயற்திறன் சார்ந்த சுயமதிப்பு' என்று அழைக்கப்படுகிறது. உங்கள் ஆளுமையின் இன்றியமையாத ஓர் அம்சம் இது.

நீங்கள் செய்யும் காரியத்தைச் சிறப்பாகச் செய்வதாக நீங்கள் உணரும்போது, குறிப்பிட்ட அந்தப் பகுதியில் நீங்கள் உயர்ந்த சுயமதிப்பை அனுபவிக்கிறீர்கள். உங்கள் சுயமதிப்பின் மற்றோர் அம்சமான உங்கள் தனிப்பட்ட மதிப்பை அது

வலியுறுத்துகிறது. நீங்கள் சிறப்பாகச் செயல்பட்டால் சிறப்பாக உணர்வீர்கள்; நீங்கள் சிறப்பாக உணர்ந்தால் சிறப்பாகச் செயல்படுவீர்கள்.

உங்கள் உறவுகள் உங்கள் ஒட்டுமொத்த வாழ்வின் மைய ஆதாரமாக இருப்பதால், நீங்கள் உயர்ந்த சுயமதிப்பைத் தொடர்ந்து அனுபவிக்க வேண்டுமென்றால், அடுத்தவருடன் ஒரு நேர்மறையான, ஆரோக்கியமான, ஆக்கபூர்வமான, அன்பான உறவிற்குள் நுழைந்து, அதைத் தக்க வைத்துக் கொள்ளும் திறன் உங்களிடம் உள்ளது என்பதை உங்கள் இதயபூர்வமாக நீங்கள் அறிந்திருக்க வேண்டும்.

உங்கள் உறவுகளில் நீங்கள் தாழ்வாக உணரும்போதோ அல்லது தகுதியற்றவராக உணரும்போதோ, உங்கள் சுயமதிப்பும் தன்னம்பிக்கையும் வெகுவாகக் குறைகின்றன. உங்கள் வாழ்வில் உங்களுக்கு முக்கியமானவர்களுடன் ஒத்திசைவாகப் பழகுவதற்கு உங்களுக்கு உதவுவதற்கு நீங்கள் செய்யக்கூடிய அனைத்தும் உங்கள் சுயமதிப்பை மேம்படுத்துகின்றன. மற்றவர்களுடன் நீங்கள் சிறப்பாகச் செயல்படும்போது, நீங்கள் அதிகத் தகுதியுடையவராகவும் முழுமையானவராகவும் உணர்வீர்கள். கூடவே, உங்கள் வாழ்வின் பிற பகுதிகளிலும் நீங்கள் சிறப்பாகச் செயல்படுவதற்கு அது உங்களை அனுமதிக்கிறது.

உங்கள் உறவுகளின் தரத்திற்கும் உங்கள் சுயமதிப்பு மற்றும் சுயஏற்பின் அளவிற்கும் இடையே ஒரு நேரடித் தொடர்பு உள்ளது. நீங்கள் உங்களை எந்த அளவுக்கு முழுமையாக ஏற்றுக் கொள்கிறீர்களோ, அந்த அளவுக்குத்தான் உங்களை நீங்கள் விரும்புவீர்கள். மற்றவர்கள் உங்களை எவ்வளவு தூரம் ஏற்றுக் கொள்வதாக நீங்கள் உணர்கிறீர்கள் என்பதுதான் உங்களை நீங்கள் எவ்வளவு தூரம் விரும்புகிறீர்கள் என்பதைப் பெரிதும் தீர்மானிக்கிறது.

நம்மில் பலர் நம் பெற்றோர்களால் நிபந்தனையுடன் ஏற்றுக் கொள்ளப்பட்டும், ஏராளமான சமயங்களில் நிராகரிக்கப்பட்டும் ஒப்புதல் மறுக்கப்பட்டும் வளர்க்கப்பட்டு இருக்கிறோம். பிறகு, குழந்தைகளாக இருந்தபோது நமக்கு மறுக்கப்பட்ட நிபந்தனையற்ற அன்பையும் ஒப்புதலையும், நாம் வளர்ந்த பிறகு மற்றவர்களிடமிருந்து எதிர்பார்க்கிறோம், குறிப்பாக, நமது வாழ்க்கைத் துணைவரிடமிருந்து. நமது மனஆரோக்கியம் அதைச் சார்ந்துள்ளது.

சுயஏற்பு

உங்களை நீங்கள் முழுமையாக ஏற்றுக் கொள்ளாதவரை, உங்கள் வலிமைகளையும் பலவீனங்களையும் நீங்கள் ஒட்டுமொத்தமாக ஏற்றுக் கொள்ளாதவரை, உங்களை நீங்கள் உண்மையாக ஒருபோதும் விரும்ப மாட்டீர்கள். உங்களை நீங்கள் முழுமையாக ஏற்றுக் கொள்ள வேண்டும் என்றால், நீங்கள் மதிக்கின்ற, நீங்கள் பார்த்து பிரமிக்கின்ற, நீங்கள் நேசிக்கின்ற ஒருவராவது உங்களை எந்தவிதமான நிபந்தனையுமின்றி ஏற்றுக் கொள்ள வேண்டும். அவ்வாறு ஒருவர் உங்களை ஏற்றுக் கொள்ளும்போதுதான் உங்களால் ஆசுவாசமாக இருக்க முடியும், மதிப்பானவராக உணர முடியும்.

சுயவிழிப்புணர்வு

சுயஏற்பை நீங்கள் அனுபவிக்க வேண்டுமென்றால், முதலில் நீங்கள் சுயவிழிப்புணர்வை உருவாக்கிக் கொள்ள வேண்டும். நீங்கள் இப்போது சிந்திப்பதுபோல் ஏன் சிந்திக்கிறீர்கள், இப்போது உணர்வதுபோல் ஏன் உணர்கிறீர்கள், இப்போது நடந்து கொள்வதுபோல் ஏன் நடந்து கொள்கிறீர்கள் என்பதை நீங்கள் புரிந்து கொள்ள வேண்டும். உங்கள் வாழ்வின் ஆரம்பகால அனுபவங்கள் உங்கள்மீது ஏற்படுத்தியுள்ள தாக்கங்கள் குறித்து நீங்கள் விழிப்புணர்வு பெற வேண்டும். நீங்கள் இன்று எப்படிப்பட்ட நபராக இருக்கிறீர்களோ, அப்படிப்பட்டவராக நீங்கள் எவ்வாறு உருவானீர்கள், ஏன் உருவானீர்கள் என்பதை நீங்கள் புரிந்து கொள்ள வேண்டும்.

நீங்கள் உயர்ந்த சுயவிழிப்புணர்வு நிலையை அடையும்போதுதான், உயர்ந்த சுயஏற்பு நிலையை எட்டுவீர்கள். உண்மையிலேயே நீங்கள் யார் என்ற விழிப்புணர்வு உங்களுக்கு ஏற்படும்போதுதான், உங்களால் உங்களை ஏற்றுக் கொள்ள முடியும். ஓர் உயர்ந்த சுயஏற்பு நிலை உங்களிடம் இருக்கும்போதுதான், உங்களால் சுயமதிப்பை அனுபவிக்க முடியும். ஒரு மகிழ்ச்சியான, ஆரோக்கியமான ஆளுமைக்கான இரகசியம் உங்கள் சுயமதிப்புதான்.

சுயவெளிப்பாடு

சுயவிழிப்புணர்வு சுயவெளிப்பாட்டைச் சார்ந்துள்ளது. குறைந்தபட்சம் ஒரு நபரிடமாவது உங்களைப் பற்றி எவ்வளவு

தூரம் உங்களால் வெளிப்படையாகப் பகிர்ந்து கொள்ள முடிகிறதோ, அந்த அளவுக்குத்தான் உங்களை நீங்கள் உண்மையாகப் புரிந்து கொண்டிருப்பீர்கள். முறையான பகிர்ந்து கொள்ளுதல் என்பது, உங்களுக்கு ஒப்புதல் மறுக்கப்படும் அல்லது நீங்கள் நிராகரிக்கப்படுவீர்கள் போன்ற எந்தவிதமான பயமும் இன்றி, நீங்கள் முழுமையாக நம்பும் ஒருவரிடம் உங்கள் உணர்வுகளையும் எண்ணங்களையும் வெளிப்படுத்துவது என்று பொருள்படும்.

மனநலச் சிகிச்சை சுயவெளிப்பாட்டின் அடிப்படையில் அமைந்ததுதான். மனநல மருத்துவர்களால் தங்கள் நோயாளிகளை எவ்வளவு தூரம் மனம் திறந்து பேச வைத்து, அவர்கள் செயலற்றவர்களாகவும் மகிழ்ச்சியற்றவர்களாகவும் இருப்பதற்கான காரணத்தை அவர்கள் வாயிலிருந்தே வெளிக்கொணர முடிகிறதோ, அந்த அளவுக்குத்தான் அம்மருத்துவர்கள் வெற்றி பெறுகிறார்கள்.

சமீபத்தில் ஓர் உளவியலாளர் இவ்வாறு கூறினார்: "மற்றவர்கள் கூறுவதை உண்மையிலேயே காதுகொடுத்துக் கேட்பதற்கு எல்லோரும் கற்றுக் கொண்டால், அமெரிக்காவில் உள்ள மனநல மருத்துவர்களில் 75 சதவீதம் பேர் அடுத்த புதன்கிழமைக்குள் தங்கள் மருத்துவமனையை இழுத்து மூட வேண்டி இருக்கும்." அடுத்தவரிடம் நீங்கள் உண்மையாக உங்களை வெளிப்படுத்திக் கொள்ள வேண்டும் என்றால், அவரை நீங்கள் நம்ப வேண்டும். அவர் உண்மையிலேயே உங்கள்மீது அக்கறை கொண்டிருக்கிறார் என்றும், கடந்தகாலத்தில் நீங்கள் கூறிய அல்லது செய்த ஏதோ ஒன்றின் காரணமாக அவர் உங்களை எடைபோட மாட்டார் அல்லது கண்டிக்க மாட்டார் என்றும் நீங்கள் தெரிந்து கொள்ள வேண்டும்.

குற்றவுணர்வுதான் இருபதாம் நூற்றாண்டின் மிகப் பெரிய உணர்ச்சிரீதியான பிரச்சனை. அழிவுபூர்வமான விமர்சனம் மற்றும் கடந்தகாலத்தில் நீங்கள் செய்துள்ள தவறுகளின் விளைவாக ஏற்படும் 'நான் எதற்கும் பிரயோஜனமற்றவன்' என்ற உணர்வில் இருந்துதான் குற்ற உணர்வு எழுகிறது. இன்று நாம் வருத்தப்படும் பல விஷயங்களை நம்மில் பெரும்பாலானவர்கள் செய்திருக்கிறோம், கூறியிருக்கிறோம். நாம் மற்றவர்களைக் காயப்படுத்தியுள்ளோம். அதற்காக நாம் வருந்துகிறோம். நாம் செய்த அல்லது கூறிய இந்த விஷயங்களை வேறொருவரிடம் மனம்விட்டுப் பேசுவதன் மூலம் இந்த

எதிர்மறை உணர்வுகளில் இருந்து நம்மால் விடுபட முடியும். இந்த வகையான தூய்மைப்படுத்துதல் நம்மை விடுவித்து, நம் வாழ்வைத் தொடர வழிவகுக்கிறது. செய்த தவறு குறித்து வருந்துவது நல்லது மட்டுமல்லாமல், அது நம் ஆன்மாவிற்கும் நீண்டகால மகிழ்ச்சிக்கும் இன்றியமையாததும்கூட.

நேர்மையான சுயவெளிப்பாடு சில சமயங்களில் அச்சுறுத்துவதாக இருக்கும். நீங்கள் துணிந்து முயற்சிப்பதை அது எதிர்பார்க்கிறது. ஆனால் மனஆரோக்கியத்திற்கான அடிப்படைத் தேவை இது. உங்கள் எண்ணங்களையும் உணர்வுகளையும் இன்னொருவரிடம் நீங்கள் நேர்மையாகவும் வெளிப்படையாகவும் மனம்விட்டுத் தெரிவிக்கும்போது, நீங்கள் உங்களை இன்னும் சிறப்பாகப் புரிந்து கொள்கிறீர்கள். உண்மையிலேயே நீங்கள் யார் என்பது குறித்து அதிக விழிப்புணர்வு பெறுகிறீர்கள். நீங்கள் உங்களையும் உங்கள் வாழ்க்கையையும் ஒரு சிறந்த கண்ணோட்டத்தில் பார்க்கிறீர்கள்.

நீங்கள் அதிக சுயவிழிப்புணர்வு கொண்டவராக மாறும்போது, உங்களை அதிகமாக ஏற்றுக் கொள்ளவும் துவங்குகிறீர்கள். நீங்கள் உங்களை நிபந்தனையின்றி ஏற்றுக் கொள்ளும்போது, உயர்ந்த சுயமதிப்பை அனுபவிப்பதோடு, நீங்கள் செய்யும் அனைத்திலும் உங்களைப் பற்றி மிகவும் சிறப்பாக உணர்வீர்கள். உங்கள் முன்னேற்றத்தைத் தடுக்கும் வகையில் உங்களை இழுத்துப் பிடித்து வைத்திருக்கும் எதிர்மறையான உணர்வுகளில் இருந்து விடுதலை பெறுவீர்கள். சுயவெளிப்பாட்டின் மூலம் உங்கள் மனத்தில் உள்ள சுமையை இறக்கி வைத்துவிட்டு, உங்கள் வாழ்க்கையில் மற்ற விஷயங்களை உங்களால் கவனிக்க முடியும்.

அன்னியோன்யமும் வளர்ச்சியும் ஒன்றாகக் கைகோர்த்துச் செல்லும்

உங்கள் முழுமையான திறனை வெளிப்படுத்தும் வகையில் நீங்கள் பரிணாம வளர்ச்சி அடைவதற்கான வாய்ப்பை உங்களுக்குக் கொடுப்பது, அன்னியோன்யமான திருமண வாழ்வின் நோக்கங்களில் ஒன்று. இருவருக்கிடையே நிலவும் பரிபூரண நம்பிக்கையுடன்கூடிய ஓர் உறவில், கடந்தகாலத்தில் நீங்கள் செய்துள்ள விஷயங்களையும், நிகழ்காலத்தில் நீங்கள் கொண்டிருக்கும் சிந்தனைகளையும் உணர்வுகளையும் வெளிப்படையாக உங்களால் அடுத்தவரிடம் கூற முடியும்.

உங்கள் வாழ்வில் உள்ள விஷயங்களை நேர்மையாகப் பகிர்ந்து கொள்வதன் மூலம், உங்கள் மனிதாபிமானத்தைப் பற்றி நீங்கள் ஆழமாகப் புரிந்து கொள்கிறீர்கள். பிறரிடமுள்ள பலவீனங்கள் குறித்து நீங்கள் அதிக சகிப்புத்தன்மையும் அதிக ஏற்புத்தன்மையும் உடையவராகவும் ஆகிறீர்கள். முழுமையான அன்புடன்கூடிய ஓர் உறவில் உங்களுடைய ஆளுமையின் பல அம்சங்களை நீங்கள் உருவாக்கிக் கொள்கிறீர்கள். அந்த உறவு இல்லாமல் போகும்போது, இந்த வளர்ச்சி சாத்தியமற்றதாக ஆகிவிடுகிறது.

அன்பைப் பெறுவதற்காகவோ அல்லது அன்பின்மையை ஈடுசெய்வதற்காகவோதான் நம் வாழ்வில் நாம் பெரும்பாலான விஷயங்களைச் செய்கிறோம். நிபந்தனையற்ற அன்பும் ஒப்புதலும் தரக்கூடிய ஒருவராவது நம் ஒவ்வொருவருக்கும் தேவை. இந்த வகையான உணர்ச்சிரீதியான பாதுகாப்புத் தேவை நிறைவேற்றப்படும்போதுதான், வெளியுலகில் உங்களுக்கு சாத்தியமானவற்றைச் சாதிப்பதற்கு உங்கள் மனத்தையும் இதயத்தையும் குவிப்பதற்கான சுதந்திரத்தை நீங்கள் உணர்கிறீர்கள். அன்பு என்பது பணத்தைப் போன்றது. அது உங்களிடம் ஏராளமாக இருக்கும்போது, அதைப் பற்றி நீங்கள் அவ்வளவாக சிந்திப்பதில்லை. ஆனால் ஒரு குறிப்பிட்டக் காலத்திற்கு அது உங்களிடமிருந்து நிறுத்தி வைக்கப்பட்டால், அதைத் தவிர வேறு எதைப் பற்றியும் நீங்கள் சிந்திக்கப் போவதில்லை.

குற்றவாளிகளுக்குக் கொடுக்கப்படும் தண்டனைகளிலேயே மிகக் கொடுமையான தண்டனை, மற்றவர்களிடமிருந்து அவர்களை ஒட்டுமொத்தமாக விலக்கி வைத்துத் தனிமைச் சிறையில் அடைப்பதுதான். சக மனிதர்களுடன் தொடர்பு கொள்ள முடியாமல் போகும் ஒரு நிலைதான் ஒருவருக்கு ஏற்படக்கூடிய மிக மோசமான நிலை.

உங்கள் வாழ்வில் ஓர் அன்பான உறவைக் கவர்ந்திழுக்கும்படியான நபராக உருவாவதுதான் உங்களுடைய உயர்ந்த லட்சியமாக இருக்க வேண்டும். உங்களுக்காகப் படைக்கப்பட்ட மகிழ்ச்சியையும் ஆனந்தத்தையும் நீங்கள் அனுபவிப்பதை இந்த உறவு உங்களுக்கு சாத்தியமாக்குகிறது.

மனித உறவுகளைச் சிறப்பாகக் கையாள்வது குறித்து முந்தைய அத்தியாயத்தில் கொடுக்கப்பட்டுள்ள அனைத்தும் உங்கள் அன்பான உறவுகளுக்குப் பொருந்தும். அதோடு, உங்கள் வாழ்வில் உள்ள அந்த முக்கியமான நபருடன் நீங்கள்

ஒத்திசைவாக வாழ்வதை உறுதி செய்வதற்கு நீங்கள் செய்யக்கூடிய இன்னும் பல விஷயங்களும் உள்ளன. உறவுகளில் வெற்றி கிட்டுவதற்கான ஆறு விதிகளுடன் இப்போது நாம் துவங்கலாம்.

வெற்றிகரமான உறவுகளுக்கான ஆறு விதிகள்

முதலாவது, ஒத்தவை ஒத்தவற்றை ஈர்க்கும். உங்களுடைய அதே ஆர்வங்கள், ரசனைகள், மற்றும் மதிப்பீடுகளைக் கொண்டிருக்கும் இன்னொரு நபருடன் இருக்கும்போது, நீங்கள் எப்போதும் மிகவும் மகிழ்ச்சியாகவும் இணக்கமாகவும் இருப்பீர்கள்; உங்களுடைய மனப்போக்குகள் மற்றும் நம்பிக்கைகளுடன் இணக்கமாக இருக்கும் ஒருவரிடம் நீங்கள் ஈர்க்கப்படுவீர்கள் என்று ஈர்ப்புவிதி கூறுகிறது.

திருமண வாழ்வில் ஒப்புமை தேவைப்படும் முதல் பகுதி, பணம் குறித்த மனப்போக்குகள் — அது எவ்வாறு சம்பாதிக்கப்படுகிறது, எவ்வாறு சேமிக்கப்படுகிறது, எவ்வாறு செலவிடப்படுகிறது ஆகியவை குறித்த மனப்போக்குகள். இரண்டாவது பகுதி, குழந்தைகள் குறித்த மனப்போக்குகள் — குழந்தைகள் வேண்டுமா அல்லது வேண்டாமா, எத்தனைக் குழந்தைகள், எவ்வாறு அவர்களை வளர்ப்பது போன்றவை குறித்த மனப்போக்குகள். மூன்றாவது, தாம்பத்திய உறவைக் குறித்த மனப்போக்குகள். நான்காவது, மதம். ஐந்தாவது, அரசியல் மற்றும் சமூகப் பிரச்சனைகள் குறித்த மனப்போக்குகள். மக்கள், சமூக நடவடிக்கைகள், மற்றும் ஓய்வு நேரத்தை எவ்வாறு கழிப்பது ஆகியவற்றைக் குறித்த மனப்போக்குகளும் ஒப்புமைக்கான முக்கிய அளவீடுகள். ஆன்மீகத்தைப் பொறுத்தவரையும் ஒப்புமைகள் இரு நபர்களை ஈர்க்கின்றன. சில சமயங்களில், இந்தப் பகுதி பிற பகுதிகளைவிட முகவும் முக்கியமானதாக இருக்கும்.

மேற்குறிப்பிடப்பட்டுள்ள ஒவ்வொரு விஷயத்திலும், உங்கள் சொந்த அடிப்படை நம்பிக்கைகள் மற்றும் மதிப்பீடுகளுடன் ஒப்புமை கொண்ட நம்பிக்கைகளையும் மதிப்பீடுகளையும் கொண்டிருக்கும் ஒரு நபருடன் நீங்கள் மிகவும் மகிழ்ச்சியாகவும் இணக்கமாகவும் இருப்பீர்கள். திருமண வாழ்வில் ஏற்படும் பெரும்பாலான மகிழ்சியின்மையும் உடன்பாடின்மையும், வாழ்வின் அடிப்படை விஷயங்களைப் பற்றிய அடிப்படை உடன்பாடின்மையால் ஏற்படுபவையே.

நேரெதிரான மனப்போக்குகள் ஈர்க்கும் என்பது வெற்றிகரமான உறவுகளுக்கான இரண்டாவது விதி. இயற்கை எப்போதும் சமநிலையையும் இணக்கத்தையும் எதிர்பார்க்கிறது. திருமண உறவில் இணைந்து இருக்கும் இருவரது மனப்போக்குகளிலும் சமநிலை இருக்க வேண்டியது மிகவும் முக்கியம்.

உங்களுடைய அன்னியோன்யமான உறவில் ஒப்புமை உள்ளதா என்பதைத் தெரிந்து கொள்வதற்காக நீங்கள் பயன்படுத்தக்கூடிய ஓர் எளிய பரிசோதனை உள்ளது. அதற்கு 'உரையாடல் பரிசோதனை' என்று பெயர். ஓர் உறவில் இருக்கும் இருவருடைய மனப்போக்குகள் ஒத்துப்போகும்போது, அவர்களுக்கிடையே தங்குதடையற்ற உரையாடல்கள் நிகழும். தங்களுக்குத் தேவையான அளவு அவர்கள் ஒவ்வொருவராலும் பேச முடியும். அடுத்தவர் கூறுவதை வேண்டிய மட்டும் கவனமாகக் கேட்க அவர்கள் இருவருக்கும் வாய்ப்புக் கிடைக்கும்.

இந்தச் சமநிலை மிகவும் முக்கியம். அவர்கள் இருவரும் ஆரோக்கியமாகவும் முழுமையாகவும் உணர்வதற்கு, ஒருவரோடு ஒருவர் பேசுவதற்கு ஒரு குறிப்பிட்ட அளவு நேரம் அவர்கள் இருவருக்கும் கிடைக்க வேண்டும். தங்கள் அன்புக்குரியவரிடம் பேசுவதற்கான வாய்ப்பு மக்களுக்குக் கிடைக்காமல் போகும்போது, பேசுவதற்கான தங்கள் தேவையை அவர்கள் வேறோரிடத்தில் பூர்த்தி செய்து கொள்ளத் துவங்குவார்கள். திருமணத்திற்கு வெளியே ஏற்படும் முறையற்ற உறவுகள் அனைத்தும், மனம்விட்டுப் பேசுவதற்கான தேவையில் இருந்துதான் துவங்குகின்றன.

மக்களுடைய மனப்போக்கு சமநிலையில் இருக்கும்போது, அவர்கள் சேர்ந்து செலவழிக்கும் நேரத்தில் 90 சதவீதம் சுலபமான உரையாடல்களால் நிறைந்திருக்கும். மீதி 10 சதவீதம் ஆனந்தமான அமைதியால் நிறைந்திருக்கும். ஆனால் ஒரு நபர் 70 சதவீத நேரம் பேசவும், 20 சதவீத நேரம் அடுத்தவர் பேசுவதைக் கேட்கவும் வேண்டியிருந்து, அதே நேரத்தில், அடுத்தவருக்கும் அதேபோல் தேவைப்படும்போது, அங்கு முரண்பாடு ஏற்படுகிறது. யார் அதிக நேரம் பேசப் போகிறார்கள் என்பது பற்றி அவர்கள் தொடர்ந்து போராடுவர்.

இந்த வகையான உறவில், ஒருவர் அதிகமாகவும் ஒருவர் குறைவாகவும் நேசிப்பார். அதிகமாக நேசிப்பவர், குறைவாக

நேசிப்பவரை அனுசரித்துப் போகும் எண்ணத்தில், தன்னைக் கட்டுப்படுத்திக் கொண்டு அடுத்தவரே எல்லாவற்றையும் பேச அனுமதிப்பார். குறைவாக நேசிப்பவர் அந்த உறவைக் கட்டுப்படுத்துவார்.

ஆனால், இது ஒரு தற்காலிகமான தீர்வுதான். இறுதியில், அதிகமாக அன்பு செலுத்துபவரை விரக்திக்கும் மகிழ்ச்சியின்மைக்கும் அது இட்டுச் செல்லும். ஒடுக்கப்பட்ட இந்த உணர்வுகள் இறுதியில் உடல்நலப் பிரச்சனைகளிலோ அல்லது தீங்கு விளைவிக்கும் நடத்தையிலோ போய் முடியும்.

இந்தப் பரிசோதனையை உங்கள் நண்பர்களுடனான உங்கள் உறவுகளிலும் நீங்கள் பயன்படுத்திப் பார்க்கலாம். யாருடன் உங்களால் சுலபமான உரையாடல்களிலும் சுலபமான மௌனங்களிலும் ஈடுபட முடிகிறதோ, அவர்கள்தான் உங்களது சிறந்த நண்பர்கள். இவர்களுடன்தான் நீங்கள் அதிக இணக்கமாக இருக்கிறீர்கள். ஆனால், உங்கள் திருமண வாழ்வில் நீங்கள் மகிழ்ச்சியாக இருக்க விரும்பினால், உரையாடல்களில் உங்கள் வாழ்க்கைத் துணைவருக்கும் உங்களுக்கும் இடையே இணக்கமும் ஒப்புமையும் நிச்சயமாக இருக்க வேண்டும்.

வெற்றிகரமான உறவுகளுக்கான மூன்றாவது விதி, ஓர் உறவில் உள்ள இருவரும் தங்களை முழுமையாக அர்ப்பணித்துக் கொள்ளுதல். தங்கள் உறவை வெற்றிகரமாக ஆக்குவதென்று அவர்கள் இருவரும் இதயபூர்வமாகத் தீர்மானிக்க வேண்டியது இங்கு அவசியம். அவர்கள் இருவருடைய அடிப்படை மதிப்பீடுகளும் மனப்போக்குகளும் ஒப்புமையுடன் இருந்தால், வாழ்நாள் முழுவதற்குமான அர்ப்பணிப்பை அவர்களால் வழங்க முடியும். முழுமையான அர்ப்பணிப்பு என்பது பிரிவைப் பற்றியோ அல்லது விவாகரத்தைப் பற்றியோ அவர்களில் ஒருவர்கூட நினைத்துப் பார்க்காமல் அல்லது பேசாமல் இருப்பதைக் குறிக்கிறது. முரண்பாடுகளைக் களைந்து அந்த உறவை வெற்றிகரமாக ஆக்குவதைப் பற்றி மட்டுமே அவர்கள் கருதுவதை அது எதிர்பார்க்கிறது.

அன்பிற்கான அழகான வரையறையை “த ரோட் லெஸ் டிராவல்டு” என்ற தனது புத்தகத்தில் ஸ்காட் பெக் கொடுக்கிறார். “அடுத்தவருடைய ஆற்றலை முழுமையாக உருவாக்குவதற்கு ஒட்டுமொத்தமாகத் தன்னை அர்ப்பணித்துக் கொள்வதுதான் அன்பு,” என்று அவர் கூறுகிறார். நீங்கள்

ஒருவரை உண்மையாக நேசிக்கும்போது, அவர் தன்னுடைய முழுமையான ஆற்றலைப் பயன்படுத்திக் கொள்ள வேண்டும் என்று விரும்புவீர்கள். அவர் சிறப்புற வேண்டும் என்று விரும்புவீர்கள். தன் வாழ்க்கைத் துணைவர் வளர்வதற்கு அல்லது மேம்படுவதற்கான ஒவ்வொரு வாய்ப்பிலும் அவருக்குத் தன் ஆதரவைக் கொடுக்க ஒருவர் மறுக்கின்றார் அல்லது தயங்குகின்றார் என்றால், அது உண்மையான அன்பாக இருக்க முடியாது.

பிற எதையும் கருதாமல், ஒருவருக்கு இதயபூர்வமாக நம்மை அர்ப்பணித்துக் கொள்ளும்போது மட்டுமே நாம் உணர்ச்சிரீதியாக விடுதலை பெறுகிறோம் என்பது மனித உயிர்களைப் பற்றிய ஓர் அற்புதமான விஷயம். மனிதர்களாக நாம் முழுமையாகப் பரிணாம வளர்ச்சி அடைவதற்குத் தேவையான ஓர் உயர்தரமான உறவை உருவாக்குவதற்கான திறன் அப்போதுதான் நமக்குக் கிடைக்கிறது.

வெற்றிகரமான உறவுகளுக்கான நான்காவது விதி, விரும்புவது. நம் வாழ்க்கைத் துணைவரிடம் காதல் வயப்பட்டிருப்பதைக் காட்டிலும், அவர்மீது உண்மையான விருப்பம் கொண்டிருப்பது அதிக முக்கியமானது, அதிகத் திருப்தியளிப்பது. ஒருவரிடம் மற்றவர் கொண்டிருக்கும் உணர்ச்சிரீதியான ஈர்ப்பின் தீவிரம் காலப்போக்கில் மாறுபடும். ஏதோ காரணத்திற்காக, அடுத்தவரை விரும்புவதையோ அல்லது மதிப்பதையோ ஒருவர் கைவிடும்போது, அந்த உறவு முறிந்து போய்விடும். ஆனால் அவர்கள் இருவரும் ஒருவரையொருவர் விரும்பும்போதும் மதிக்கும்போதும், அந்த உறவு என்றென்றும் நிலைத்திருக்கும்.

சிறந்த நண்பருக்கான பரிசோதனை

நீங்கள் சரியான உறவில் இருக்கிறீர்களா என்பதைப் பரிசோதிப்பதற்குச் சிறந்த வழி "சிறந்த நண்பருக்கான பரிசோதனை." ஒரு கச்சிதமான உறவில், உங்கள் வாழ்க்கைத் துணைவர்தான் உங்களுடைய சிறந்த நண்பராக இருப்பார். அவரைத் தவிர இவ்வுலகில் வேறு யாருடனும் நீங்கள் பேசவோ, பகிர்ந்து கொள்ளவோ, அல்லது நேரம் செலவிடவோ விரும்ப மாட்டீர்கள்.

ஏதோ காரணத்திற்காக உங்கள் வாழ்க்கைத் துணைவர் உங்களுடைய சிறந்த நண்பராக இல்லை என்ற உணர்வு

உங்களுக்கு ஏற்பட்டால், உங்கள் உறவில் ஏதோ கோளாறு உள்ளது என்பதைத்தான் அது சுட்டிக்காட்டுகிறது.

நீண்டகாலமாகக் கணவன் மனைவியாக இருந்து வந்துள்ள தம்பதியரைப் பேட்டி காணும்போது, தங்கள் வாழ்க்கைத் துணைவர்தான் தங்களது சிறந்த நண்பர் என்று அந்தக் கணவனும் மனைவியும் விவரிக்கின்றனர்.

நீங்கள் உங்களது மிகச் சிறந்த நண்பரைச் சந்தித்துவிட்டீர்கள் என்ற உணர்வு உங்களுக்கு ஏற்படுவதுதான், ஒரு நீண்டகாலக் காதலுக்கான துவக்கம். நீங்கள் இருவரும் சேர்ந்து எவ்வளவு சிரிக்கிறீர்கள் என்பது இதைச் சுட்டிக்காட்டும் விஷயங்களில் ஒன்று. ஓர் உறவில் கேட்கும் சிரிப்பொலியின் அளவுதான், அந்த உறவின் ஆரோக்கியத்திற்கான அளவீடு. இரண்டு பொருத்தமான நபர்கள், வாழ்க்கையில் ஒன்றுசேரும்போது, ஒரே விஷயங்கள் குறித்து அவர்கள் இருவரும் சேர்ந்து அதிகமாகச் சிரிப்பார்கள். ஏதோ காரணத்திற்காக அவர்கள் இருவரும் பொருத்தமற்றவர்களாக இருந்தால், சேர்ந்து சிரிப்பதற்கு அவர்களுக்குப் பொதுவான எந்த விஷயமும் இருக்காது.

ஒரே மாதிரியான சுயகருத்துக்கள் ஒன்றையொன்று ஈர்க்கும், அதிக ஒப்புமையுடன் இருக்கும் என்பது வெற்றிகரமான உறவுகளுக்கான ஐந்தாவது விதி. உங்களைப்போல் நேர்மறையாகவும் மகிழ்ச்சியாகவும் இருக்கும் ஒரு நபரிடம் நீங்கள் எப்போதும் ஈர்க்கப்படுவீர்கள், அவருடன் எப்போதும் ஒத்திசைவாக இருப்பீர்கள்.

நேர்மறையான சுயகருத்துக்களைக் கொண்ட இருவர் ஒருவருக்கொருவர் ஈர்க்கப்படுவதுபோல், எதிர்மறையான சுயகருத்துக்களைக் கொண்டவர்களும் ஒருவருக்கொருவர் ஈர்க்கப்படுவது சுவாரசியமான விஷயம். அவர்கள் திருமணம் செய்து கொண்டு, பல வருடங்கள் ஒன்றாக வாழ்க்கை நடத்துவர். இருவருமே எதிர்மறையான ஆளுமைகளைக் கொண்டவர்கள் என்பதன் அடிப்படையில்தான் அவர்களது உறவு அமைந்திருக்கும். சுயகருத்துக்கள் நேர்மறையானவையாக இருந்தாலும் சரி, எதிர்மறையானவையாக இருந்தாலும் சரி, ஒத்தக் கருத்துக்கள் ஒன்றையொன்று ஈர்க்கும்.

உங்கள் வாழ்க்கைத் துணைவர் எவ்வளவு சதவீத நேரம் நேர்மறையாகவும் நன்னம்பிக்கை கொண்டவராகவும் இருக்கிறார், எவ்வளவு சதவீத நேரம் எதிர்மறையானவராகவும் அவநம்பிக்கை கொண்டவராகவும் இருக்கிறார் என்பதை 1

முதல் 100 வரையில் உள்ள ஓர் எண்ணைக் கொண்டு அளவிடுங்கள். பிறகு நீங்களும் இப்பரிசோதனையைச் செய்யுங்கள். நீங்கள் மகிழ்ச்சியானவராக இருந்தால், மகிழ்ச்சியான நபர்களிடம் நீங்கள் அதிக சகஜமாக இருப்பதையும், நீங்கள் மகிழ்ச்சியற்றவராக இருந்தால், மகிழ்ச்சியற்ற நபர்களிடம் அதிக சகஜமாக இருப்பதையும் நீங்கள் காண்பீர்கள். அதனால்தான், "ஒரே இனத்தைச் சேர்ந்த பறவைகள் ஒன்றாகவே பறக்கும்" என்றும், "துயரம் துணையை விரும்பும்" என்றும் கூறப்படுகிறது.

ஓர் உறவில் இருக்கும் இருவரில், ஒருவர் மற்றவரைவிட அதிக மகிழ்ச்சியாக இருந்தால், அந்த உறவில் அனைத்து விதமான முரண்பாடுகளும் மகிழ்ச்சியின்மையும் இருக்கும். தம்பதியினரின் சுயகருத்துக்கள் சமநிலையில் இல்லாததன் விளைவாகப் பெரும்பாலான திருமணங்கள் தோல்வியில் முடிகின்றன.

அமெரிக்காவில் நிகழும் ஒவ்வோர் 5 விவாகரத்துக்களிலும் நான்கு விவாகரத்துக்களை, "தங்கள் கணவன்மீது கடுமையாக இருக்கின்ற, இனிமேல் பொறுத்துக் கொள்ளத் தயாராக இல்லாத" பெண்கள்தான் கோருகின்றனர் என்று ஓர் ஆய்வில் கண்டுபிடிக்கப்பட்டு உள்ளது. தங்களுடைய வாழ்க்கைத் துணைவர்களின் எதிர்மறையான போக்கினால் தாங்கள் ஒரே இடத்தில் சிக்கிக் கொண்டுவிட்டதாக நினைக்கும் கணவர்கள் மற்றும் மனைவியரின் எண்ணிக்கை நம்மை வியப்பில் ஆழ்த்துகிறது. அமெரிக்காவில் இன்றைய உறவுகளில் உள்ள தீவிரப் பிரச்சனை இது. இதற்கு எளிமையான தீர்வு எதுவும் கிடையாது.

வெற்றிகரமான உறவுகளுக்கான ஆறாவது விதி, கருத்துப் பரிமாற்றத்தில் சிறந்தவர்களாக இருப்பது. தம்பதியர் தங்களுக்கிடையே சிறப்பான கருத்துப் பரிமாற்றத்தைக் கொண்டிருப்பதுதான் திருமண வாழ்க்கை வெற்றிகரமாக அமைவதற்கான முதன்மைக் காரணம். அவர்கள் ஒரே அலைவரிசையில் இருக்கின்றனர். அடுத்தவர் என்ன சிந்திக்கிறார், எவ்வாறு உணர்கிறார் என்பதை அவர்கள் ஒவ்வொருவராலும் உணர்ந்து கொள்ள முடியும். இறுதியில் அவர்கள் இருவரும் தனித்தனியாக ஒரே தீர்மானத்திற்கு வருகின்றனர். அவர்கள் நடந்து கொள்ளும் விதம், ஒரே மூளையை இருவரும் பகிர்ந்து கொள்வதுபோல் இருக்கும்.

மோசமான கருத்துப் பரிமாற்றம்தான் உறவுகளில் தோல்வி ஏற்படுவதற்கான முதன்மைக் காரணம். தம்பதியர் ஒருவரையொருவர் தவறாகப் புரிந்து கொண்டு, சிறிய பிரச்சனைகள் மற்றும் பெரிய பிரச்சனைகளைப் பற்றித் தொடர்ந்து விவாதிக்கின்றனர். தவறு அடுத்தவர்மீதுதான் என்று இருவரும் உறுதியாக நம்புகின்றனர். முறையாகப் பரிசீலிக்கப்பட்டால், தங்கள் இருவரின் கண்ணோட்டங்களுமே சரியானவையாக இருக்கக்கூடும் என்ற யோசனையை ஏற்றுக் கொள்ள அவர்கள் தயாராக இருப்பதில்லை.

ஓர் உறவில் உயர்தரமான கருத்துப் பரிமாற்றத்தை உருவாக்கி, அதைப் பராமரிப்பதற்கு, அதிக அளவில் தரமான நேரத்தை இருவரும் சேர்ந்து செலவிட வேண்டும். தம்பதியர் எந்தவித இடையூறும் இன்றி சேர்ந்து தனியாக இருக்க வேண்டும். தங்களுக்கிடையேயான கருத்துப் பரிமாற்றம் என்றென்றும் சிறப்பாக நீடிப்பதற்கு, நீண்ட நேரம் அவர்கள் பேச வேண்டும், அடுத்தவர் பேசுவதைக் கவனமாகக் கேட்க வேண்டும். ஒருவரோடு ஒருவர் பேசுவதற்குக்கூட நேரமின்றி இருவரும் தத்தம் வேலைகளில் மும்முரமாக இருந்தால், விரைவில் அவர்கள் பிரச்சனைகளை எதிர்கொள்ள நேரிடும் என்பதை நீங்கள் உறுதியாகக் கூறலாம்.

கருத்துப் பரிமாற்றக் கலையில் சிறந்து விளங்குவதற்கு, பேசும் திறமையும், காதுகொடுத்துக் கேட்கும் திறமையும் அவசியம். இவை இரண்டையும் உங்களால் கற்றுக் கொள்ள முடியும். ஆனால் ஓர் ஆணுக்கும் ஒரு பெண்ணுக்கும் இடையே அற்புதமான கருத்துப் பரிமாற்றம் நிலவுவதற்கு, ஆண்—பெண் என்ற முறையில் தங்களுக்கிடையே நிலவும் முக்கியமான வேறுபாடுகளை அவர்கள் இருவரும் புரிந்திருப்பது அவசியம்.

ஆண்-பெண் வேறுபாடுகள்

ஆண்களும் பெண்களும் பல வழிகளில் வேறுபட்டவர்கள் என்பதால் அவர்களுடைய கருத்துப் பரிமாற்ற முறையும் வெகுவாக வேறுபட்டிருக்கும். பொதுவாக, ஆண்கள் நேரடியாகவும், பெண்கள் மறைமுகமாகவும் பேசுவர். விளைவுகளின்மீதும் முடிவின்மீதும் ஆண்கள் பெண்களைவிட அதிக கவனம் செலுத்துவர். பெண்கள் தங்கள் உறவுகளைப் பற்றியும், கருத்துப் பரிமாற்றச் செயல்பாட்டைப் பற்றியும் ஆண்களைவிட அதிக அக்கறையுடன் இருப்பார்கள்.

அடிப்படையான தவறான புரிதல்களுக்கு இது அடிக்கடி வழிவகுக்கிறது.

மூன்று மணிநேரமாக ஒரு காரில் பிரயாணம் செய்து கொண்டிருக்கும் ஒரு கணவனையும் மனைவியையும் எடுத்துக் கொள்ளுங்கள். அவர்கள் ஒரு மெக்டொனால்ட்ஸ் கடையைக் கடந்து செல்லும்போது, அந்தப் பெண், "உங்களுக்குத் தாகமாக இருக்கிறதா?" என்று தன் கணவனிடம் கேட்கிறாள்.

அவன் சுற்றுமுற்றும் பார்க்காமல், வெறுமனே, "இல்லை," என்று கூறிவிட்டுத் தொடர்ந்து காரை ஓட்டுகிறான். அவள் தன் உதட்டைக் கடித்துவிட்டு, தன் உணர்வுகளைப் புரிந்து கொள்ளாத அவனது பக்குவமின்மையால் காயப்படுகிறாள். அவள் உண்மையிலேயே என்ன கேட்கிறாள் என்பது குறித்த யோசனை அவனுக்குத் துளிகூட இல்லை. அவள் இப்போது வருத்தமாக இருக்கிறாள் என்பதும் அவனுக்குத் தெரியவில்லை.

அவள் மறைமுகமாக, "எனக்குத் தாகமாக இருக்கிறது. அந்தக் கடையின் அருகே நிறுத்தி, தாகத்தைத் தணிப்பதற்கு ஏதேனும் வாங்கி வாருங்கள்," என்று கூறினாள். ஆனால் அவள் அதைக் கேட்ட விதம், அவள் உண்மையிலேயே கூற விரும்பிய செய்தியை அவன் புரிந்து கொள்ள முடியாமல் செய்துவிட்டது. அவன் அவளது மனத்தைப் புரிந்து கொள்ளத் தவறிவிட்டான்.

இருவரின் அணுகுமுறையும் வெவ்வேறு என்பதற்கான இன்னோர் எடுத்துக்காட்டு, கடைக்குச் செல்வது. பொதுவாக ஆண்களுக்குக் கடைவீதிக்குச் செல்வது அவ்வளவாகப் பிடிக்காது. அதை அவர்கள் அசௌகரியமாக உணர்கிறார்கள். எவ்வளவு விரைவாக அதைச் செய்து முடிக்க முடியுமோ, அவ்வளவு விரைவாக அதை முடிப்பதில் குறியாக இருப்பார்கள். அவனைப் பொறுத்தவரை, பொருட்கள் வாங்குவது என்பது ஒரு கடைக்குள்ளே சென்று தனக்கு வேண்டியதை விறுவிறுவென வாங்கிவிட்டு விரைவாக அவ்விடத்தைவிட்டு வெளியேறுவதாகும்.

ஆனால் பெண்களுக்கு, அது ஒரு பெரிய விஷயம். அது அவர்களுக்கு ஒரு பொழுதுபோக்கு விஷயமும்கூட. கடைக்குள் சென்றாலும், எதையும் வாங்க வேண்டிய கட்டாயம் அவர்களுக்கு இல்லை.

கடைவீதிக்குச் செல்வது என்பது ஒரு பெண்ணுக்கு ஓர் உணர்வுபூர்வமான அனுபவம். இன்னொருவருடன் சேர்ந்து அவள் கடைக்குச் செல்லும்போது, அது அவளுக்கு ஒரு சமூக அனுபவமாகவும் ஆகிவிடுகிறது. அவள் வாங்கும் பொருட்கள்

அவளுக்கு எவ்வளவு முக்கியமானவையோ, அதேபோல், அவர்களுக்கிடையே நிகழும் உரையாடலும் அவளைப் பொறுத்தவரை அவ்வளவு முக்கியமானதுதான். இதைப் புரிந்து கொள்வதற்கு ஆண்கள் மிகவும் கஷ்டப்படுகிறார்கள்.

இருவரும் கருத்துக்களைப் பரிமாறிக் கொள்ளும் விதம் வேறு வேறு என்பதற்கான இன்னோர் எடுத்துக்காட்டு இது. ஆண்கள் ஒரு விஷயத்தை நிறைவேற்றுவதில் அல்லது பூர்த்தி செய்வதில் குறியாக இருப்பார்கள். ஒரு பெண் தன் பிரச்சனையைப் பற்றி அவனிடம் கலந்து பேசத் துவங்கும்போது, தனக்குப் பகுத்தறிவுரீதியாகச் சரியானதாகத் தோன்றுகின்ற ஒரு தீர்வை அவளுக்கு வழங்குவதற்கு அவன் உடனடியாகத் தூண்டப்படுகிறான்.

“நீ ஏன் இதை முயற்சித்துப் பார்க்கக்கூடாது?” என்று அவன் கேட்பான். பிறகு செய்தித்தாளைப் படிக்கப் போய்விடுவான் அல்லது தன் கவனத்தை வேறு ஏதேனும் ஒரு விஷயத்தில் செலுத்துவான். தான் அவளுக்கு உண்மையிலேயே உதவி செய்துள்ளதாகவும், அவளது பிரச்சனையை முறையாகத் தீர்த்துள்ளதாகவும் அவன் நினைப்பான்.

ஆனால், அவள் பொதுவாக எவ்விதத் தீர்வையும் தன்னிடமிருந்து எதிர்பார்ப்பதில்லை என்பதையும், அவளுக்குத் தன்னுடைய அறிவுரையோ அல்லது பரிந்துரைகளோ தேவையில்லை என்பதையும் அவன் புரிந்து கொள்வதில்லை. அவளுக்குத் தேவையெல்லாம் தனது சூழ்நிலையைப் பற்றி அவனுடன் கலந்து பேசி, தன் வாழ்க்கைத் துணைவனுடனான அந்த உரையாடல் வாயிலாகத் தன் பிரச்சனையை அலசுவதற்கான ஒரு வாய்ப்பு மட்டும்தான். தான் என்ன செய்யப் போகிறோம் அல்லது என்ன செய்யப் போவதில்லை என்பதை அவள் ஏற்கனவே அறிந்திருக்கக்கூடும். குறிப்பிட்ட இந்தச் சூழ்நிலையை அல்லது பிரச்சனையை உரையாடலுக்கான அடித்தளமாக வைத்து, அவனுடன் தன் கருத்துக்களைப் பகிர்ந்து கொள்வதற்கான ஒரு வாய்ப்பை மட்டுமே அவள் தேடுகிறாள்.

தன் மனைவியுடனான பேச்சுவார்த்தையை மேம்படுத்திக் கொள்வதற்கு ஓர் ஆண் செய்யக்கூடிய விஷயங்களில் ஒன்று, அவளுக்குத் தனது அறிவுரை தேவை என்பது திட்டவட்டமாகத் தெரியாதவரை, அவளுக்கு எந்த அறிவுரையையும் கொடுக்காமல் இருப்பது. மாறாக, அவள் கூறுவதைக் கவனமாகக் கேட்டு, நிதானமாக யோசித்து,

கேள்விகள் கேட்டு, அவள் கூறிய விஷயத்தைத் தான் தெளிவாகப் புரிந்து கொண்டுள்ளதை உறுதி செய்து கொள்வதற்காக அதைத் தன் சொந்த வார்த்தைகளில் மீண்டும் அவளிடம் எடுத்துரைப்பது.

அவளுக்கு அன்றைய தினம் எவ்வாறு அமைந்திருந்தது என்று அவளிடம் கேளுங்கள்

மாலையில் தன் மனைவியுடன் சேர்ந்திருக்கும்போது அல்லது இரவில் வீடு திரும்பும்போது ஒரு கணவன் தன் மனைவிக்குச் செய்யக்கூடிய மிகச் சிறந்த விஷயங்களில் ஒன்று, அவளுக்கு அன்றைய தினம் எவ்வாறு அமைந்திருந்தது என்று அவளிடம் கேட்பது.

நாகரீகம் ஏற்பட்டக் காலம் முதலாக, தங்களுடைய வேலைநாள்தான் தங்களுக்குக் கிடைத்துள்ள மிக அற்புதமான அனுபவம் என்று பெரும்பாலான ஆண்கள் கருதுகின்றனர். ஆனால் அன்று தனக்குக் கிடைத்த அனுபவங்களைத் தன் மனைவியிடம் பகிர்ந்து கொள்வதற்கு முன்பு, அவளுக்கு அன்றைய நாள் எவ்வாறு அமைந்திருந்தது என்று அவன் கேட்கும்போது, தன்னைவிட அவளுக்கு அது அதிக சுவாரசியமாக அமைந்திருந்ததைக் கண்டு அவன் வியந்து போகிறான்.

அன்றைய நாள் எப்படி அமைந்திருந்தது என்பதைத் தன் மனைவியிடம் ஒரு கணவன் முதன்முறையாகக் கேட்கும்போது, அவள் அதிர்ச்சியடையக்கூடும். பிறகு ஏதோ ஒரு மழுப்பலான பதிலைக் கொடுக்கக்கூடும். அவனுக்கு உண்மையிலேயே தன் விஷயத்தில் ஆர்வம் உள்ளது என்று அவள் நம்ப மாட்டாள். அவன் வெறுமனே தன்னிடம் பரிவாக நடந்து கொள்ள முயற்சிப்பதாக மட்டுமே அவள் நினைப்பாள். ஆனால் அவன் தொடர்ந்து முயற்சிக்க வேண்டும். “நான் வேலைக்குச் சென்றேன், மதியம் என் தோழியுடன் உணவருந்தினேன், மாலையில் வீட்டிற்கு வந்துவிட்டேன்,” என்று அவள் மழுப்பும்போது, அவன் ஒரு துப்பறிவாளரைப்போல் “காலையில் நீ என்ன செய்தாய்? மதியம் உணவிற்கு எங்கே சென்றாய்? அதன் பிறகு என்ன செய்தாய்? உன் சக ஊழியருடனான பிரச்சனை தீர்ந்துவிட்டதா?” என்று பல கேள்விகளைக் கேட்க வேண்டும். அவன் துருவித் துருவிக் கேட்கும்போது, அவளுடைய நாள் தன்னுடையதைவிட சுவாரசியமாக அமைந்திருப்பதை அவன் கண்டுகொள்வான்.

அவள் தன்னுடைய நாளைப் பற்றிப் பேசி முடித்தப் பிறகு, அவன் தன்னுடைய வேலையைப் பற்றிக் குறைவாகப் பேசுவது இந்த அணுகுமுறையில் உள்ள ஒரு பெரிய அனுகூலம். ஓர் உரையாடலில் எதைப் பற்றிப் பேசப்படுகிறது என்பது முக்கியமல்ல. அந்த உரையாடல் சரியாக நடைபெறுவதுதான் முக்கியம். உங்கள் வாழ்க்கைத் துணைவரின்மீது உண்மையான ஆர்வத்தை வெளிப்படுத்தி, அவர் பேசும்போது உன்னிப்பாகக் கவனித்துக் கேட்பது, உங்களுக்கிடையேயான புரிதலை ஆழப்படுத்தி, கருத்துப் பரிமாற்றங்களை மேம்படுத்துகிறது. இந்த வழியில்தான் உங்கள் உறவை ஜீவனுடன் வைத்திருக்க முடியும், அதை வளர்க்க முடியும்.

முக்கியக் கேள்வி

ஓர் உறவை வெற்றிகரமாக வைத்திருப்பதற்கு, "இங்கு எது முக்கியம்?" என்ற கேள்வியை நீங்கள் உங்களிடம் தொடர்ந்து கேட்க வேண்டும், அதற்கு விடையளிக்கவும் வேண்டும்.

உரையாடலில் உள்ள முக்கியமான விஷயம், அதில் வெற்றி பெறுவதோ அல்லது சரியாக இருப்பதோ அல்ல, மாறாக, உறவின் தரத்தை உயர்த்துவதுதான். நீங்கள் இருவரும் தொடர்ந்து ஒருவர்மீது ஒருவர் அன்பையும் மதிப்பையும் வெளிப்படுத்தி, அமைதியாகவும் இணக்கமாகவும் சேர்ந்து வாழ்வதுதான் இங்கு முக்கியம்.

"இங்கு எது முக்கியம்?" என்று தொடர்ந்து நீங்கள் கேட்கும்போது, விஷயங்களை அதிகத் தெளிவாக நீங்கள் பார்ப்பீர்கள். மேலும், மிகவும் பொருத்தமானவற்றைக் கூறுவதற்கும் செய்வதற்கும் நீங்கள் வழிகாட்டப்படுவீர்கள்.

உறவுகளுக்கான பொன்விதியைக் கடைபிடியுங்கள். "என் வாழ்க்கைத் துணைவரை நான் எவ்வாறு நடத்துகிறேனோ, அதேபோல் என் வாழ்க்கைத் துணைவர் என்னை நடத்தினால் என் வாழ்க்கை எப்படி இருக்கும்?" என்று உங்களிடம் அடிக்கடிக் கேளுங்கள்.

உங்கள் வாழ்க்கைத் துணைவர் உங்களுக்கு என்ன செய்ய வேண்டும் என்று நீங்கள் எதிர்பார்க்கிறீர்களோ, அதை நீங்கள் அவருக்குச் செய்தால், அவர் உங்களிடம் என்ன கூறக்கூடாது அல்லது செய்யக்கூடாது என்று நீங்கள் நினைக்கிறீர்களோ, அதை நீங்கள் அவரிடம் கூறாமலும் செய்யாமலும் இருந்தால், உங்கள் வார்த்தைகளும் நடத்தையும் ஏற்படுத்தும் தாக்கத்தைப் பற்றி நீங்கள் அதிக விழிப்புணர்வுடன் இருப்பீர்கள்.

விழிப்புணர்வுதான் இங்கு முக்கியம். கவனம் குறித்த ஆய்வுதான் வாழ்க்கை. உங்கள் உறவிலுள்ள சிறு சிறு விஷயங்கள்மீது நீங்கள் கவனம் செலுத்தும்போது, பெரிய விஷயங்கள் தாமாகவே தம்மைப் பார்த்துக் கொள்ளும்.

உறவுகளிலுள்ள ஆறு பிரச்சனைகளும், அவற்றைத் தீர்க்கும் வழியும்

உறவுகள் ஏன் வேலை செய்வதில்லை என்பதற்கு ஓராயிரம் காரணங்கள் உள்ளன. ஆனால் அவை அனைத்தையும் பெரும்பாலும் ஆறு முக்கியமான பகுதிகளில் அடக்கிவிடலாம். இந்த ஆறு பிரச்சனைகளும்தான் பெரும்பாலான வாக்குவாதங்கள், முரண்பாடுகள், மற்றும் விவாகரத்துகளுக்கான மூலகாரணங்கள். இவை அனைத்துமே, கணவன் அல்லது மனைவி அல்லது அவர்கள் இருவரின் சுயமதிப்பு மற்றும் சுயஉருவத்தின் விளைவாக ஏற்படுபவைதான்.

உறவுகளிலுள்ள முதலாவது முக்கியப் பிரச்சனை, அர்ப்பணிப்பின்மை. இவர்களது உறவில், முழு அர்ப்பணிப்பிற்குப் பதிலாக, அரைகுறை அர்ப்பணிப்பு நிலவுகிறது. எடுத்துக்காட்டாக, திருமணம் முடிந்தவுடன் கணவன் தனக்கென்று தனியாக ஒரு வங்கிக் கணக்கை வைத்திருக்கிறான், மனைவி தனக்கென்று ஒன்றைத் தனியாக வைத்திருக்கிறாள். வீட்டுச் செலவுகளை இருவரும் தங்களுக்கிடையே சரிசமமாகப் பகிர்ந்து கொள்கின்றனர். ஒவ்வொரு சில்லறையும் கணக்குப் பார்க்கப்படுகிறது. அவர்கள் ஒருவருக்கொருவர் கடன்கூடக் கொடுத்துக் கொள்கின்றனர். அதற்கு சரியாகக் கணக்கு வைத்துக் கொள்கின்றனர். எனக்குத் தெரிந்த ஒருவருடைய குடும்பத்தில், ஒவ்வொரு காசும் கணக்கு வைக்கப்படுவதை நான் பார்த்திருக்கிறேன் — காசோலையைத் தபாலில் அனுப்புவதற்காக ஒட்டப்படும் அஞ்சல்தலைக்கான விலை உட்பட.

என் நண்பர்கள் மேரியும் ஜோவும் திருமணத்திற்கு முன் பதினோரு வருடங்கள் சேர்ந்து வாழ்ந்து வந்தனர். அவர்கள் திருமணம் செய்து கொள்வதைப் பற்றி எப்போதும் பேசி வந்தனர், ஆனால் அது குறித்த ஒரு தீர்மானத்தை அவர்களால் ஒருபோதும் எடுக்க முடியவில்லை. ஆனாலும், அவர்கள் இருவரும் ஒன்றாகச் சேர்ந்து வாழத் துவங்கிய நேரத்திலிருந்து,

ஒவ்வொருவரும் தங்களுக்குத் தேவையான வீட்டுப் பொருட்களைத் தங்கள் சொந்தச் செலவில் வாங்கினர். அவர்களுடைய வீட்டில் இருந்த ஒவ்வொரு பொருளின் பின்னாலும், அது யாருக்குச் சொந்தம் என்பதைக் குறிக்கும் ஒரு குறிப்பு ஒட்டப்பட்டிருந்தது. அவர்கள் இருவருமாகச் சேர்ந்து எதையும் வாங்கவில்லை. பதினோரு வருடங்களுக்குப் பிறகு, அவர்கள் பிரிவதென்று முடிவு செய்தபோது, இரண்டு மணிநேரத்திற்குள் அவர்கள் தங்களுக்குச் சொந்தமான பொருட்களைத் தனித்தனியாகப் பிரித்துக் கொண்டனர். தங்கள் உறவிற்குத் தங்களை முழுமையாக அர்ப்பணித்துக் கொள்ளாததன் மூலம், தத்தம் வழியில் செல்வதற்கு அவர்கள் தங்களையும் அறியாமல் பதினோரு வருடங்களாகத் திட்டமிட்டு வந்துள்ளனர்.

அரைகுறை அர்ப்பணிப்பிற்கான இன்னோர் எடுத்துக்காட்டு, திருமண ஒப்பந்தம் செய்து கொள்வது. இந்த ஒப்பந்தங்களைப் படிப்பது சுவாரசியமான அனுபவமாக இருக்கும். இந்த ஒப்பந்தங்களின் முதல் பத்தி பொதுவாக இவ்வாறு அமைந்திருக்கும்: "காதல் வயப்பட்டுள்ள, தங்கள் வாழ்நாள் முழுவதும் இணைந்து மகிழ்ச்சியாக வாழத் திட்டமிட்டுள்ள இந்த இரு நபர்களும் இந்த ஒப்பந்தத்திற்கு சம்மதிக்கின்றனர்."

அந்த ஒப்பந்தத்திலுள்ள மற்ற விஷயங்கள், அவர்கள் இருவரும் பிரியும்போது சொத்துக்கள் எவ்வாறு பிரிக்கப்படும் என்பதை விலாவாரியாக விளக்கும். இதில் வேடிக்கை என்னவென்றால், திருமண உறவிற்குள் காலெடுத்து வைப்பதற்கு முன்பே, பிரிவைப் பற்றி அவர்கள் திட்டமிடுகின்றனர்.

இருவரில் ஒருவர் தங்கள் உறவிற்குத் தங்களை முழுமையாக அர்ப்பணித்துக் கொள்ளத் தயாராக இல்லாதபோது, அடுத்தவர் தான் நிராகரிக்கப்படுவதாகவும் மதிப்பற்றவராகவும் உணர்கிறார். தான் போதுமானவரல்ல என்ற உணர்வு அவருக்கு ஏற்படுகிறது. அதனால்தான் தன் வாழ்க்கைத் துணைவர் தன்னை முழுமையாகவும் வெளிப்படையாகவும் அர்ப்பணித்துக் கொள்ளவில்லை என்று அவர் நினைக்கிறார்.

அர்ப்பணிப்பின்மையில் இருந்து மீள்வதற்கான வழி, அந்த உறவிற்கு நீங்கள் உங்களை முழுமையாக அர்ப்பணித்துக் கொள்வதுதான். முழுமூச்சுடன் அதில் இறங்குங்கள். உங்கள்

பந்தம் தோல்வியில் முடியும் என்று ஒருபோதும் கருதாதீர்கள். ஆனால் நீங்கள் உங்களை முழுமையாக அர்ப்பணித்தும்கூட ஒருவேளை அது தோற்றுவிட்டால், குறைந்தபட்சம் நீங்கள் குற்ற உணர்விலிருந்து தப்பித்துக் கொள்ளலாம்.

உறவுகளில் உள்ள இரண்டாவது முக்கியப் பிரச்சனை, அடுத்தவரை மாற்ற முயற்சிப்பது அல்லது அடுத்தவர் மாற வேண்டும் என்று எதிர்பார்ப்பது. இது ஒரு வகையான நிராகரிப்பு. “நீ தற்போது இருக்கும் நிலையில் எனக்குப் போதுமானவல்ல,” என்று கூறுவது போன்றது அது.

நீங்கள் அடுத்தவரை மாற்ற முயற்சிக்கும்போது, அவர் மதிப்பற்றவர் என்ற உணர்வை அவருக்கு ஏற்படுத்துகிறீர்கள். அவரிடம் கோபத்தையும் வெறுப்பையும் தூண்டுகிறீர்கள். உண்மை என்னவென்றால், மக்கள் அவ்வளவாக மாறுவதில்லை. நீங்கள் திருமணம் செய்து கொள்ள நினைக்கும் ஆணோ அல்லது பெண்ணோ, நீங்கள் உங்கள் வாழ்க்கைத் துணைவராகப் பெற விரும்பும் நபராக இல்லாமல் போனால், திருமணம் நடைபெறுவதற்கு முன்பே அது குறித்து ஏதேனும் செய்யுங்கள், திருமணத்திற்குப் பிறகு அல்ல.

அடுத்தவர் தனது உடல் எடையைக் குறைத்துக் கொள்ள வேண்டும், புகைபிடிப்பதை நிறுத்த வேண்டும், உடற்பயிற்சி செய்ய வேண்டும், அதிக நேர்மறையானவராக ஆக வேண்டும் என்று நிர்ப்பந்திப்பதன் மூலம் அவரை மாற்ற நீங்கள் மேற்கொள்ளும் முயற்சி நிச்சயமாக ஒரு பிரச்சனைதான். அதற்கான சரியான தீர்வு, அவரை உள்ளபடியே ஏற்றுக்கொள்வதுதான். அடுத்தவருடைய நடத்தையையும் ஆளுமையையும் உங்களால் ஏற்றுக்கொள்ள முடியவில்லை என்றால், அது ஏதோ ஒன்றை உங்களுக்குத் தெரிவிக்கிறது. ஏற்றுக்கொள்ளுதல் பெருமளவில் ஒப்புமையால்தான் தீர்மானிக்கப்படுகிறது.

சில சமயங்களில், அடுத்தவரை மாற்ற முயற்சிப்பதை நிறுத்துவிட்டு, நிபந்தனையற்ற முறையில் அவரை நீங்கள் ஏற்றுக் கொள்ளும்போது, அவர் தானாகவே மாறத் துவங்குவார். மனிதர்களால் வக்கிரமானவர்களாகவும் இருக்க முடியும். நீங்கள் தொடர்ந்து அவரை மாற்ற முயற்சித்துக் கொண்டிருப்பதால், உங்களுக்கு எரிச்சலூட்டும் விதத்தில் அவர்கள் தொடர்ந்து நடந்து கொள்வார்கள். நீங்கள் அவர்களை மாற்றும் முயற்சியைக் கைவிடும்போது, தாமாகவே அவர்கள் மனமுவந்து மாறுவார்கள்.

உறவுகளிலுள்ள மூன்றாவது முக்கியப் பிரச்சனை பொறாமை. குறைந்த சுயமதிப்பு மற்றும் போதாமையுணர்வு ஆகியவற்றிலிருந்து எழுவதுதான் இந்தக் கொடூரமான எதிர்மறை உணர்ச்சி.

பொறாமை கொள்ளும் நபருக்கு, ஒரு மனிதராகத் தான் மதிப்புவாய்ந்தவரா என்ற சந்தேகம் எழுகிறது. "நான் இப்படிப்பட்டவனாக இருப்பதால், ஒருவராலும் என்னை உண்மையிலேயே நேசிக்க முடியாது," என்று அவர் உணர்கிறார்.

இப்படிப்பட்டவர் தன் குழந்தைப் பருவத்தில் அழிவுபூர்வமான விமர்சனத்தினாலும், வளர்ந்த பிறகு எதிர்பாலினருடன் தனக்கு ஏற்பட்ட எதிர்மறையான அனுபவங்களாலும் துன்புற்றிருக்கக்கூடும். குழந்தைப் பருவத்தில் தன் பெற்றோரிடமிருந்து நிபந்தனையற்ற அன்பு அவருக்குக் கிடைக்காமல் போயிருந்தாலோ அல்லது தன் பெற்றோரால் அவர் நிராகரிக்கப்பட்டிருந்தாலோ அல்லது அவருக்கு ஒப்புதல் மறுக்கப்பட்டிருந்தாலோ, அவர் வளர்ந்த பிறகு மற்றவர்களுடைய முழுமையான அன்பு மற்றும் ஒப்புதல் குறித்து அதிக உணர்ச்சிவசப்படுபவராக இருப்பார்.

பொறாமைக்கான மாற்று மருந்து, இதில் அடுத்தவரின் பங்கு ஏதுமில்லை என்பதை உணர்வது. பொறாமையுணர்வால் துன்புறுகின்றவரிடம் உள்ள குறைந்த சுயமதிப்பே இதற்குக் காரணம். "நான் என்னை நேசிக்கிறேன், நான் என்னை நேசிக்கிறேன்," என்று தொடர்ந்து கூறுவதன் மூலம் சுயமதிப்பை உயர்த்திக் கொள்வதுதான் பொறாமையிலிருந்து மீள்வதற்கான வழி.

உங்கள் சுயமதிப்பு போதுமான அளவு உயர்ந்திருக்கும்போதும், உங்களைப் போதுமான அளவு நீங்கள் விரும்பும்போதும், மதிக்கும்போதும், எவரொருவரும் செய்யும் எந்தவொரு காரியமும் உங்கள் தனிப்பட்ட மதிப்பைப் பற்றிய சந்தேகத்தை உங்களுக்கு எழுப்பாது. அடுத்தவர் உங்களிடம் நடந்து கொள்ளும் விதம், உங்களை எந்த விதத்திலும் உணர்ச்சிவசப்பட வைக்காது.

வேண்டுமென்றே ஒருவருக்குப் பொறாமை ஏற்படுத்துவது புத்திசாலித்தனமான அல்லது சாமர்த்தியமான காரியம் அல்ல. பொறாமை என்பது அதிக வலியை ஏற்படுத்துகின்ற, ஓர் அழிவுபூர்வமான உணர்ச்சி. ஒரு நண்பர் இன்னொரு நண்பருக்கு இந்த உணர்ச்சியை நிச்சயமாக ஏற்படுத்த மாட்டார். நாம் முழுமையாக ஈடுபட்டுள்ள உறவில் நாம்

ஒவ்வொருவரும் பாதுகாப்பாக உணர வேண்டியது அவசியம். வேண்டுமென்றே ஒருவருக்குப் பொறமையூட்டுவது நம் பாதுகாப்புணர்வை நிலைகுலைய வைக்கிறது. பொறாமை நமக்கு மகிழ்ச்சியின்மையையும் துயரத்தையும் விளைவிக்கிறது.

உறவுகளிலுள்ள நான்காவது முக்கியப் பிரச்சனை சுயபச்சாதாபம். உங்கள் வாழ்க்கைத் துணைவர் உங்களுக்குச் செய்த அல்லது செய்யத் தவறிய ஏதேனும் ஒரு விஷயம் குறித்து உங்களை நீங்களே வருத்திக் கொள்ளும்போது இது நிகழ்கிறது. பொதுவாக, மக்கள் இதைத் தங்கள் பெற்றோர்களிடமிருந்துதான் கற்றுக் கொள்கின்றனர்.

சுயபச்சாதாபத்தில் ஈடுபடுவோர் வழக்கமாக, தங்கள் வாழ்க்கைத் துணைவர்கள் தங்கள் வேலையில் மும்முரமாகவோ மகிழ்ச்சியாகவோ இருக்கும்போது, தாங்கள் தனித்து விடப்பட்டுவிட்டதாக உணர்கின்றனர். உங்கள் வாழ்க்கைத் துணைவரை ஒரு வேலையைச் செய்ய வைப்பதோ அல்லது அவர் செய்து கொண்டிருக்கும் ஏதோ ஒன்றை நிறுத்தச் செய்வதோ உங்கள் சுயபச்சாதாபத்திற்கான தீர்வு அல்ல. உங்களைக் குறித்து வருந்துவதற்கு உங்களுக்கு நேரமில்லாத அளவுக்கு உங்கள் சொந்த இலக்குகளை நிறைவேற்றுவதைக் குறித்து மும்முரமாகச் செயலில் இறங்குவதுதான் சுயபச்சாதாபத்திற்கான மாற்று மருந்து.

உங்களுடைய சொந்த உணர்சிகளுக்கு நீங்கள்தான் பொறுப்பு. உங்களுடைய மகிழ்ச்சிக்கோ அல்லது மகிழ்ச்சியின்மைக்கோ நீங்கள்தான் காரணம். யாராலும் உங்களுக்கு எந்த உணர்வையும் ஏற்படுத்த முடியாது. நீங்கள் சுயபச்சாதாபத்தை அனுபவிக்கிறீர்கள் என்றால், உங்களைக் குறித்து வருந்துவதை நீங்கள் தேர்ந்தெடுத்துள்ளதுதான் அதற்குக் காரணம். நீங்கள் விரும்பினால், வேறு ஏதேனும் ஒரு பதில்நடவடிக்கையைத் தேர்ந்தெடுக்கலாம். உங்கள் மகிழ்ச்சிக்கு வேறு யாரோ ஒருவர்தான் காரணம் என்ற தவறான யோசனைதான் சுயபச்சாதாபத்திற்கான அடிப்படை.

சுயபச்சாதாபம் என்பது ஒருவகையான பலவீனம், ஒருவிதமான உண்மையின்மை. ஒரு முழுமையான மனிதராக ஆவதிலிருந்து அது உங்களைத் தடுக்கிறது. உங்கள் வாழ்க்கைத் துணைவர் சுயபச்சாதாபம் கொள்பவராக இருந்தால், உங்களால் முடிந்தவரை அவரிடம் பரிவோடும் புரிதலோடும் நடந்து கொண்டு, பிறகு தன் மனத்திற்குப் பிடித்த ஏதோ ஒரு விஷயத்தில் அவர் ஈடுபடுவதற்கு அவரை ஊக்கப்படுத்துங்கள்.

உறவுகளில் உள்ள ஐந்தாவது முக்கியப் பிரச்சனை, எதிர்மறையான எதிர்பார்ப்புகள். உங்களுக்கு ஏமாற்றத்தை ஏற்படுத்தக்கூடிய ஏதோ ஒன்றை உங்கள் வாழ்க்கைத் துணைவர் செய்யப் போவதாக நீங்கள் எப்போதும் எதிர்பார்க்கும்போது இது நிகழ்கிறது. உங்கள் எதிர்பார்ப்புகள் நிறைவேற்றப்படுகின்றன என்பதுதான் உண்மை. நல்ல விஷயங்கள் நிகழும் என்று நீங்கள் எதிர்பார்த்தால், நல்ல விஷயங்களே நடக்கும். உங்கள் வாழ்க்கைத் துணைவர் உங்களுக்கு ஏமாற்றத்தை ஏற்படுத்துவார் என்று நீங்கள் எதிர்பார்த்தால், அதுவும் நிஜமாகும்.

உங்கள் வாழ்க்கைத் துணைவரிடம் எப்போதும் சிறந்தவற்றையே எதிர்பாருங்கள். "நான் உன்னை நேசிக்கிறேன். நான் உன்மீது பரிபூரண நம்பிக்கை கொண்டுள்ளேன்," என்பதுதான் ஒருவர் அடுத்தவரிடம் கூறக்கூடிய மிக அற்புதமான வார்த்தைகள். தான் மனது வைக்கும் விஷயங்களைச் செய்து முடிக்கக்கூடிய அவரது திறன்மீது உங்களுக்கு முழுமையான நம்பிக்கை உள்ளது என்பதை அவரிடம் எப்போதும் தெரிவியுங்கள்.

காலையில் வீட்டிலிருந்து புறப்பட்டு வேலைக்குச் செல்லும்போது, உங்கள் வாழ்வில் உள்ள மிக முக்கியமான நபர் உங்களை முற்றிலுமாக நம்புகிறார் என்ற அறிதலுடன் செல்வது அற்புதமான உணர்வை உங்களுக்குக் கொடுக்கும். மாலையில் வேலை முடிந்து வீடு திரும்பியவுடன், எத்தனைத் தடைகள் வந்தாலும் நீங்கள் வெற்றி பெறுவீர்கள் என்று உங்கள்மீது முழுமையாக நம்பிக்கை வைத்திருக்கும் ஒருவரை சந்திப்பது அற்புதமானது. அபரிமிதமாக வெற்றி பெற்றுள்ள மனிதர்கள், தங்கள் வாழ்க்கைத் துணைவரின் அசைக்க முடியாத நேர்மறை எதிர்பார்ப்புகள்தான் தங்கள் வெற்றிக்குக் காரணம் என்று கூறுகின்றனர்.

உறவுகளில் உள்ள ஆறாவது முக்கியப் பிரச்சனை, ஒப்புமையின்மை. இது ஒரு சிக்கலான விஷயம். பெரும்பாலான மக்கள் இதைப் பற்றிப் பேசக்கூட விரும்புவதில்லை. ஆனால், உறவுகளில் ஏற்படக்கூடிய மிகவும் பொதுவான பிரச்சனைகளில் ஒன்று இது. மக்கள் தங்கள் திருமண வாழ்வில் மகிழ்ச்சியின்றி இருப்பதற்கான மிகப் பொதுவான காரணமும் இதுதான்.

வழக்கமாக, இரண்டு பேர் காதல் வயப்படும்போது, அவர்களுக்கிடையே உள்ள பொதுவான விஷயங்களால்தான்

ஒருவரிடம் ஒருவர் ஈர்க்கப்படுகின்றனர். ஆனால் நாட்கள் செல்லச் செல்ல, அவர்கள் மாறுகிறார்கள். பெரும்பாலும் அவர்கள் வெவ்வேறு திசைகளில் வளர்கிறார்கள். புதிய ஆர்வங்கள், புதிய ரசனைகள், புதிய அபிப்பிராயங்கள் ஆகியவற்றை அவர்கள் வளர்த்துக் கொள்கின்றனர். அவர்கள் முதன்முதலில் சந்தித்தபோது அவர்களுக்கு எது முக்கியமாக இருந்ததோ, அது இப்போது அவர்களுக்கு அவ்வளவு முக்கியமாக இல்லாமல் போய்விடுகிறது. அவர்களை ஒன்றிணைப்பதற்கு அதற்கு இப்போது எந்த சக்தியும் இல்லை.

இருபத்தெட்டு வயதிற்கும் முப்பத்திரண்டு வயதிற்கும் இடைப்பட்ட நேரத்தில்தான் திருமண வாழ்க்கையில் ஒப்புமையின்மை மிகப் பொதுவாக ஏற்படுகின்றது. தங்களுடைய இருபதுகளில், மக்கள் மிக வேகமாக வளர்கிறார்கள், மிக வேகமாக மாறுகிறார்கள். இருபதுகளின் துவக்கத்தில் திருமணம் செய்து கொள்ளும் தம்பதியர், முப்பதைத் தொடும்போது தங்களுக்கிடையே அவ்வளவு பொதுவான விஷயங்கள் இல்லை என்பதைக் கண்டுகொள்வர். தங்கள் இருவருக்கும் ஒப்புமையில்லை என்று அவர்கள் உணர்வர்.

எச்சரிக்கைச் சமிக்கைகள்

ஒரு தம்பதியர் ஒப்புமையின்றி இருப்பதை உணர்த்தும் முதல் எச்சரிக்கைச் சமிக்கை, சிரிப்பு அவர்களுடைய உறவிலிருந்து காணாமல் போய்விடுவது. இருவரும் சேர்ந்து வேடிக்கையாகப் பேசுவதில்லை அல்லது தங்கள் இருவருக்கும் பொதுவான வேடிக்கையான விஷயங்கள் இல்லை என்பதை அவர்கள் காண்பர்.

இரண்டாவது சமிக்கை, உரையாடல் வற்றிவிடுவது. பேசுவதற்கு அவர்களிடையே அவ்வளவாக ஏதுமில்லை. வீடு என்பது அன்பையும் இணக்கத்தையும் பகிர்ந்து கொள்வதற்கான இடமாக இருந்ததுபோய், வெறுமனே தங்குவதற்கு அவர்கள் வந்து போகும் ஓர் இடமாக மாறிவிடுகிறது.

கணவனும் மனைவியும் தத்தம் வேலைகளில் அல்லது குழந்தைகளைக் கவனிப்பதில் அல்லது வேறு ஏதேனும் ஒன்றில் தங்களை மூழ்கடித்துக் கொள்கின்றனர். நண்பர்கள் மற்றும் அண்டைவீட்டார் முன்னிலையில் ஒற்றுமையான கணவன் மனைவியைப்போல் வேஷமிடுகின்றனர்.

தங்கள் திருமண வாழ்க்கையில் மகிழ்ச்சியற்று இருக்கும் பலர் தங்கள் வேலையில் மூழ்கிப் போய்விடுகின்றனர். ஒரு நாளைக்குப் பன்னிரண்டு முதல் பதினான்கு மணிநேரம் வரை வேலை செய்கின்றனர். எனவே, வீட்டிற்குப் போக வேண்டிய அவசியமே இல்லாமல் போய்விடுகிறது. அவர்கள் இருவரும் சேர்ந்து எவ்வளவு குறைவான நேரத்தைச் செலவிடுகின்றனரோ, அவர்களது உறவு அவ்வளவு மோசமடையும். அவர்கள் இருவருக்குமிடையே உள்ள பொதுவான விஷயங்கள் குறைந்து கொண்டே வரும்.

சிரிப்பும் உரையாடலும் உங்கள் உறவிலிருந்து வெளியேறிக் கொண்டிருப்பதை நீங்கள் கண்டால், நடவடிக்கை எடுப்பதற்கான நேரம் வந்துவிட்டது என்று அர்த்தம். உங்கள் இருவருக்குமிடையே உள்ள பொதுவான விஷயங்கள் குறைந்து கொண்டே வருவதை நீங்கள் கண்டால், உங்கள் உறவை மறுசீரமைப்பதற்கான எல்லா முயற்சிகளையும் நீங்கள் மேற்கொண்டாக வேண்டும். உங்கள் வாழ்க்கைக்கு ஆபத்து விளைவிக்கின்ற ஒரு தீவிரமான பிரச்சனை உருவாகியுள்ளதைக் கண்டுகொண்டு, இருவருமாகச் சேர்ந்து அதைப் பற்றிக் கலந்தாலோசிக்க வேண்டும். முன்பு உங்கள் வாழ்வில் நிலவிய வசந்தத்தை மீண்டும் உருவாக்குவதற்கு நீங்கள் அனைத்து முயற்சிகளையும் மேற்கொள்ள வேண்டும்.

சிறிது நாட்கள் உங்கள் வேலையிலிருந்து விடுப்பு எடுத்துக் கொண்டு எங்கேனும் சுற்றுலாப் பயணம் சென்று வாருங்கள். அடுத்தவருடைய நடவடிக்கைகளில் ஆர்வம் காட்டுங்கள் அல்லது உங்கள் இருவருக்கும் பொதுவான புதிய ஆர்வங்களை உருவாக்கிக் கொள்ளுங்கள். உங்கள் உறவை வளர்ப்பதற்கு உங்கள் நேரத்தையும் உணர்ச்சிகளையும் நீங்கள் முதலீடு செய்துள்ளீர்கள் என்றால், குறிப்பாக உங்களுக்குக் குழந்தைகள் இருக்கும்பட்சத்தில், உங்கள் உறவைக் காப்பதற்கு நீங்கள் உங்களாலான அனைத்தையும் செய்தாக வேண்டும்.

காதலை எவ்வாறு மீண்டும் தழைக்கச் செய்வது

ஒருவரை நீங்கள் காதலிக்கிறீர்கள் என்றால், அன்பான விஷயங்களை நீங்கள் அவருக்காகவும் அவரோடும் சேர்ந்து செய்ய வேண்டும். சிறு சிறு விஷயங்களில்கூட கவனம் செலுத்துவது, சிறிய உபகாரங்களைச் செய்வது, பரிசுகள் கொடுப்பது, பரிவுடன் நடந்து கொள்வது, மற்றும் அடுத்தவரை மகிழ்ச்சிப்படுத்தும் பிற விஷயங்களைச் செய்வது ஆகியவை

அவரை நீங்கள் இன்னும் அதிகமாக நேசிப்பதற்கு உதவும். நீங்கள் இச்சிறு விஷயங்களைச் செய்வதை நிறுத்தும்போது, அவர்மீதான உங்கள் காதல் குறையத் துவங்குகிறது. உங்கள் இருவருக்கும் இடையே உள்ள உணர்ச்சிப் பிணைப்பு உடைகிறது. காதல் நெருப்பு அணைகிறது.

நடவடிக்கை எடுப்பதன் மூலம் அன்பை மீண்டும் தூண்டிவிடும் செயல்முறைக்கு கிரேக்க மொழியில் பிராக்சிஸ் என்ற வார்த்தையைப் பயன்படுத்துகின்றனர். பிராக்சிஸ் கோட்பாட்டின்படி, நீங்கள் உங்களுக்குள் எந்த உணர்ச்சியைத் தூண்ட விரும்புகிறீர்களோ, அந்த உணர்ச்சி கொழுந்துவிட்டு எரியும்வரை, அந்த உணர்ச்சிக்குப் பொருத்தமான விஷயங்களை மீண்டும் மீண்டும் செய்வதன் மூலம் அந்த உணர்ச்சியை உங்களால் உருவாக்கிக் கொள்ள முடியும். அந்த உணர்ச்சி உங்களிடம் ஏற்கனவே இருப்பதுபோல் நீங்கள் நடந்து கொள்ள வேண்டும்.

காதலித்தக் காலத்தில் நீங்கள் செய்த விஷயங்களை மீண்டும் ஒருமுறை இப்போது செய்வதன் மூலம் உங்கள் உறவிற்குள் காதலை மீண்டும் தூண்ட முடியும். உங்கள் வாழ்க்கைத் துணைவரிடம் அதிக அக்கறையும் அதிக கவனிப்பும் காட்டுங்கள். அதிகமான புரிதலோடும் அதிகப் பரிவோடும் நடந்து கொள்ளுங்கள். ஓர் அன்பான வாழ்க்கைத் துணைவராக நீங்கள் நடந்து கொள்ளும்போது, உங்கள் துணைவர் குறித்து நீங்கள் கொண்டுள்ள உணர்வுகள் நல்லவிதமாக மாறுவதை நீங்கள் காண்பீர்கள். உங்கள் உறவில் காதலை மீண்டும் தழைக்கச் செய்வீர்கள்.

அடுத்தவரைப் பற்றி அன்பான எண்ணங்களை எண்ணுவதன் மூலமும், அவரிடம் அன்பான வழியில் பேசுவதன் மூலமும், உங்கள் இருவரையும் முதன்முதலில் இணைத்த உணர்வுகள் மீண்டும் தலைதூக்குவதை நீங்கள் அறிவீர்கள். அவரிடம் நீங்கள் முன்பு மெச்சிய நல்ல பண்புகளை இப்போது அவரிடம் தேடுங்கள். அவர் செய்துள்ள தவறுகளை மன்னித்து மறந்துவிடுங்கள். எல்லாவற்றுக்கும் மேலாக, உங்கள் உறவில் அன்பை மீண்டும் தூண்டுவதற்கு நீங்கள் முயற்சி மேற்கொள்ள வேண்டும் என்றால், அந்த நபருடன் நீங்கள் உண்மையிலேயே சேர்ந்து குடும்பம் நடத்த விரும்புகிறீர்கள் என்பதையும், இந்த உறவை நீங்கள் உண்மையிலேயே மறுசீரமைத்துப் பாதுகாக்க விரும்புகிறீர்கள் என்பதையும் நீங்கள் உறுதி செய்து கொள்ள வேண்டும்.

உங்கள் உறவைப் பாதுகாக்க முடியாவிட்டால் என்ன செய்வது?

உங்கள் உறவு ஜீவனற்றுப் போவது நிகழக்கூடிய ஒரு விஷயம்தான். அது அடிக்கடி நிகழ்ந்து கொண்டுதான் இருக்கிறது. தங்கள் திருமண உறவைப் பாதுகாப்பதற்குத் தேவையான உணர்ச்சிரீதியான தியாகங்களைச் செய்வதற்கான விருப்பம் அவர்களிடமிருந்து போய்விடுகிறது. இதன் விளைவாக, கணவனும் மனைவியும் ஒப்புமையற்றவர்களாக ஆகிவிடுகின்றனர்.

உணவகங்களில் அமர்ந்திருக்கும் தம்பதியர் ஒருவருக்கொருவர் ஒரு வார்த்தைகூடப் பேசிக் கொள்ளாமல் அமைதியாக உணவருந்துவதை நீங்கள் கவனித்திருக்கக்கூடும். அல்லது காரில் செல்லும்போது அவர்கள் ஒருவருக்கொருவர் பேசிக் கொள்ளாமல் வெளியே வேடிக்கை பார்த்தபடி சென்று கொண்டிருப்பதை நீங்கள் அடிக்கடிப் பார்த்திருப்பீர்கள். தம்பதியர்கள் ஒப்புமையற்றவர்களாக இருக்கிறார்கள் என்பதற்கான அறிகுறிகள் இவை.

ஏற்றுக் கொள்ளுதலுடன் துவங்குங்கள்

இரண்டு பேர் ஒப்புமையற்றவர்களாக மாறும்போது, அவர்கள் செய்யக்கூடிய மிகச் சிறந்த விஷயம் அந்த உண்மையை ஏற்றுக் கொள்வது. "எந்தவொரு சிரமத்தையும் கையாள்வதிலுள்ள முதற்படி, அந்தச் சிரமத்தை ஏற்றுக் கொள்ளத் தயாராக இருப்பது," என்று ஹார்வர்டு பல்கலைக்கழகத்தைச் சேர்ந்த வில்லியம் ஜேம்ஸ் கூறுகிறார்.

உங்கள் உறவில் ஏதோ பிரச்சனை உள்ளது என்ற உண்மையை ஏற்றுக் கொள்ள மறுப்பதன் காரணமாகத்தான் பெரும்பாலான மகிழ்ச்சியின்மையும் மனநோய்களும் ஏற்படுகின்றன. மறுப்பு அல்லது உள்ளார்ந்த எதிர்ப்பு மனஅழுத்தத்தையும் மனச்சோர்வையும் ஏற்படுத்துகின்றது. ஒருவருடைய சுயமதிப்பிற்கு அச்சுறுத்தலாக அமைகின்ற எந்தவொரு விஷயத்தையும் கையாள்வதற்கு நீங்கள் தயாராக இல்லாதபோதுதான், தூக்கமின்மை, தலைவலி போன்ற நோய்கள் தோன்றுவதற்கும், எரிச்சல், கோபம், விரக்தி போன்ற எதிர்மறை உணர்ச்சிகளை வெளிப்படுவதற்கும் வழி பிறக்கிறது. உங்கள் உறவில் ஒப்புமை இல்லை என்ற அடிப்படைக் காரணத்தைச் சுட்டிக்காட்டுகின்ற அறிகுறிகள்தான் இவை.

அடுத்தவருடன் ஓர் உறவிற்குள் நீங்கள் அடியெடுத்து வைப்பதற்கான முக்கியக் காரணம், அந்த உறவுக்கு வெளியே உங்களுக்குக் கிடைக்கும் மகிழ்ச்சியைவிட, அந்த உறவில் நீங்கள் அதிக மகிழ்ச்சியாக இருப்பீர்கள் என்று நீங்கள் நம்புவதுதான். பலர் திருமணம் செய்து கொள்வது, அதிக மகிழ்ச்சியையும் அதிக மனநிறைவையும் அனுபவிப்பதற்குத்தான். ஆனால், திருமணத்திற்குப் பிறகு அவர்கள் மகிழ்ச்சியற்றவர்களாகவும் குறைந்த மனநிறைவு பெற்றவர்களாகவும் ஆகிவிடுகின்றனர். பிறகு, தாங்கள் எதற்காகத் திருமணம் செய்து கொண்டோம் என்ற காரணத்தை மறந்துவிட்டு, தவறுதலாக அந்த உறவில் வெறுமனே ஒட்டிக் கொண்டிருக்கின்றனர்.

தனியாக இருப்பதற்குப் பதிலாக ஒருவரைத் திருமணம் செய்து கொள்வதென்று நீங்கள் தீர்மானித்ததற்கான காரணம், உங்கள் வாழ்க்கையைச் சிறப்பானதாகவும், செழிப்பானதாகவும், அதிக மகிழ்ச்சி நிறைந்ததாகவும் ஆக்கிக் கொள்வதற்காகத்தான்; துன்புறுவதற்கும் துயரப்படுவதற்கும் அல்ல. வேறு எந்தவொரு விஷயத்தைக் காட்டிலும், மகிழ்ச்சியற்ற ஓர் உறவு உங்கள் மகிழ்ச்சியைப் பறித்து, உங்கள் ஆற்றலைக் குன்றிப்போகச் செய்துவிடுகிறது.

பலர் தங்களுடைய மோசமான உறவுகளில் தொடர்ந்து நீடிப்பதற்குக் காரணம், மற்றவர்கள் என்ன கூறுவார்களோ என்ற பயம்தான். தங்கள் பெற்றோரின் முகத்தை நேருக்கு நேர் பார்க்க அவர்கள் பயப்படுகிறார்கள். தங்கள் நண்பர்கள் மற்றும் சக ஊழியர்களிடம் என்ன கூறுவது என்று நினைத்து பயப்படுகிறார்கள். மற்றவர்கள் முன்பு தாங்கள் மகிழ்ச்சியாக இருப்பதுபோல் வேடமிட்டுக் கொண்டு, தனிமையில் அவர்கள் துன்புறுகின்றனர். மற்றவர்களின் ஏளனப் பேச்சிற்கு ஆளாகாமல் அந்த உறவிலிருந்து வெளியேற முடியாததால்தான், அவர்கள் அதில் சிக்கிக் கொண்டிருக்கின்றனர்.

உங்கள் உறவைப் பற்றி உங்களைத் தவிர வேறு யாருக்கும் உண்மையில் அக்கறை இல்லை என்பதுதான் நிதர்சனமான உண்மை. பெரும்பாலானவர்களின் விஷயங்களில், உங்கள் திருமணம் தோல்வியில் முடிந்துவிட்டது என்பதைக் கேட்டு யார் மிகவும் மனமொடிந்து போவார்கள் என்று நீங்கள் நினைத்தீர்களோ, அவர்கள் அதைப் பற்றித் துளிகூடக் கவலைப்படவில்லை என்பதை நீங்கள் கண்டுகொள்வீர்கள். பெரும்பாலான மக்களுக்குத் தங்கள் சொந்தப் பிரச்சனைகளே அதிகமாக உள்ளதால், உங்களைப் பற்றியும் உங்களுடைய

பிரச்சனைகளைப் பற்றியும் சிந்திப்பதற்கு அவர்களுக்கு அதிக நேரமோ ஆற்றலோ இல்லை. பெரும்பாலான மக்கள் ஒவ்வொரு நாளும் தங்களைப் பற்றி மட்டுமே பெரும்பான்மையான நேரம் சிந்தித்துக் கொண்டிருக்கின்றனர் என்பதுதான் உண்மை. நீங்கள் உங்கள் மகனுடனோ, மகளுடனோ, அல்லது ஒரு சிறந்த நண்பருடனோ மிகவும் நெருக்கமாக இருந்தாலும், அவர்கள் உங்களைப் பற்றிச் சிந்திப்பதற்கு மிகக் குறைவான நேரத்தையே செலவிடுகின்றனர்.

உங்கள் ஒட்டுமொத்த வாழ்வும் நிலைகுலைந்து சரிந்து கொண்டிருந்தாலும், பெரும்பாலான மக்களுக்கு அன்று மதியம் தாங்கள் என்ன சாப்பிடப் போகிறோம் என்பது உங்கள் பிரச்சனைகளைவிட அதிக முக்கியமானதாக இருக்கும். பெரும்பாலான மக்கள் தங்கள் மகிழ்ச்சியற்ற உறவிலிருந்து விலகப் போவதாக இறுதியில் தீர்மானிக்கும்போது, தங்களது தீர்மானம் தங்களைச் சுற்றி இருக்கும் மக்கள்மீது எந்தத் தாக்கத்தையும் ஏற்படுத்தவில்லை என்பதைக் காண்பார்கள். மற்றவர்களுக்கு அது பற்றி எந்த அக்கறையும் இல்லை. அவர்கள் உங்களிடம் அனுதாபத்துடன் ஒருசில கேள்விகளைக் கேட்டுவிட்டு, தங்கள் வேலையைக் கவனிக்கச் சென்றுவிடுவர்.

விட்டுத்தள்ளுங்கள்

ஆயிரக்கணக்கான தனிநபர்களுக்கும் தம்பதியினருக்கும் நான் நடத்தியுள்ள பயிலரங்குகளின் அடிப்படையில் நான் கண்டுகொண்டுள்ள முக்கியமான விஷயம் இது: ஒரு மோசமான உறவைவிட்டு விலகினால் யாரோ ஒருவர் காயப்படக்கூடும் அல்லது ஏமாற்றமடையக்கூடும் என்ற நினைப்பால் அந்த உறவில் நீங்கள் ஒட்டிக் கொண்டிருப்பதுதான் நீங்கள் செய்யக்கூடியதிலேயே மிகவும் முட்டாள்தனமான காரியமாக இருக்கும்.

அச்சமயத்தில் உணர்ச்சிரீதியாக சுயநலத்துடன் இருப்பதுதான் நீங்கள் செய்யக்கூடிய மிகவும் சாமர்த்தியமான விஷயம். ஓர் உறவில் நீங்கள் மகிழ்ச்சியாக இல்லை எனும்போது, அந்த உறவை உங்களால் காப்பாற்ற முடியாது எனும்போது, தயவு செய்து உங்களையாவது காப்பாற்றிக் கொள்ளுங்கள். உங்களை மகிழ்ச்சிப்படுத்தும் விஷயங்களைச் செய்யுங்கள். நீங்கள் துன்புற்றுக் கொண்டிருக்கும்போது, மற்றவர்களை உங்களால் ஒருபோதும் மகிழ்ச்சியாக வைத்திருக்க முடியாது. மற்றவர்களின் மகிழ்ச்சிக்காக உங்களை

ஒருபோதும் தியாகம் செய்யாதீர்கள். அவ்வாறு செய்தால் நீங்களும் மகிழ்ச்சியாக இருக்க மாட்டீர்கள், மற்றவர்களுக்கும் நீங்கள் மகிழ்ச்சியைக் கொடுக்க மாட்டீர்கள்.

அன்புதான் மிக முக்கியமான விஷயம்

ஓர் அன்பான உறவிலிருந்து கிடைக்கும் மகிழ்ச்சியும் பாதுகாப்பும்தான் ஓர் ஆணும் ஒரு பெண்ணும் அனுபவிக்கக்கூடிய மிக அற்புதமான விஷயம். காதுகொடுத்துக் கேட்பது, நன்றியை வெளிப்படுத்துவது, பாராட்டுவது, அவர்களைப் பரிவோடும், பணிவன்போடும், மென்மையாகவும், பொறுமையாகவும், மனிதாபிமானத்தோடும் நடத்துவது ஆகியவை உட்பட, உங்கள் வாழ்க்கைத் துணைவருடன் ஓர் அன்பான உறவை வளர்த்துக் கொள்வதற்கும், அதைப் பராமரிப்பதற்கும் உங்களால் முடிந்த எல்லாவற்றையும் நீங்கள் செய்ய வேண்டும். நிரந்தரமாக இருக்கக்கூடிய ஓர் அன்பான உறவை உருவாக்க உங்களால் முடிந்த அனைத்தையும் நீங்கள் செய்ய வேண்டும்.

ஆனால் அது வேலை செய்யவில்லை என்றால், மனித வாழ்வில் எதுவும் கச்சிதமானதோ அல்லது நிரந்தரமானதோ அல்ல என்பதை ஏற்றுக் கொள்ளும் துணிச்சலையும் உறுதியையும் நீங்கள் வளர்த்துக் கொள்ள வேண்டும். மற்றவர்களுக்கு நீங்கள் செய்யக்கூடிய மிகவும் அன்பான விஷயம், உங்கள் சொந்த மகிழ்ச்சியை அடைவதுதான் என்பதை நேர்மையாக ஒத்துக் கொள்ளுங்கள். வாழ்வை உள்ளவாறே ஏற்றுக் கொள்வதன் மூலம் நீங்கள் உங்களுக்கும் உங்கள் வாழ்வில் இடம்பெற்றிருக்கும் மக்களுக்கும் உண்மையாக இருக்கிறீர்கள்.

செயல்முறைப் பயிற்சி

மகிழ்ச்சியான உறவுகள் உங்கள் சுயமதிப்பிற்கும் மகிழ்ச்சிக்கும் மையம் என்பதால், உங்கள் உறவைக் கச்சிதமாக வைத்துக் கொள்வதென்று தீர்மானியுங்கள். உங்கள் வாழ்க்கைத் துணைவருடன் அமர்ந்து, “நம் உறவை அற்புதமானதாக வைத்துக் கொள்வதற்கு நாம் என்னவெல்லாம் செய்யலாம்?” என்று அவரிடம் கேளுங்கள்.

தேவைப்பட்டால் உங்கள் முன்னுரிமைகளையும் மதிப்பீடுகளையும் மறுபரிசீலனை செய்து, அவற்றை மீண்டும்

வரிசைப்படுத்திக் கொள்ளுங்கள். வேறு எதையும்விட உங்கள் உறவிற்கு அதிக முக்கியத்துவம் கொடுங்கள். உங்கள் குடும்பத்தின் தரத்தையும் ஸ்திரத்தன்மையையும், உங்கள் வாழ்க்கைத் துணைவரின் உணர்ச்சிரீதியான ஆரோக்கியத்தையும் பாதுகாப்பதற்குத் தேவையான தியாகங்களையும் மாற்றங்களையும் செய்ய ஆர்வமாக இருங்கள்.

ஒரு திடமான, ஆதரவான, அன்பான உறவு, நீங்கள் ஓர் அற்புதமான வாழ்க்கையை உருவாக்குவதற்கான அடித்தளமாக அமையும். அது உங்களுடைய அற்புதமான இயல்பின் உண்மையான வெளிப்பாடு. அது உங்கள் ஆரோக்கியத்திற்கும் மகிழ்ச்சிக்கும் இன்றியமையாதது. உங்கள் உறவு உண்மையிலேயே நீங்கள் யார் என்பதன் பிரதிபலிப்பாகவும், ஒரு மாபெரும் எதிர்காலத்திற்கான உத்தரவாதமாகவும் உள்ளது.

11

குழந்தை வளர்ப்புக் கலையில் கைதேர்ந்தவராதல்

நீங்கள் ஒரு குழந்தையை இவ்வுலகிற்குள் கொண்டுவரும்போது மிக முக்கியமான, நிரந்தரமான ஓர் உறவிற்குள் அடியெடுத்து வைக்கிறீர்கள். வருமானம், வேலைகள், உறவுகள், ஆரோக்கியம், மற்றும் திருமணங்கள்கூட வரும் போகும். ஆனால் நீங்கள் உயிரோடு இருக்கும்வரை ஒரு பெற்றோராக நீங்கள் என்றென்றும் நிலைத்திருப்பீர்கள். உங்கள் குழந்தைகளை நீங்கள் வளர்க்கும் விதம், உங்கள் குழந்தைகள்மீதும் அவர்களது குழந்தைகள்மீதும் தாக்கத்தை ஏற்படுத்தும். குழந்தை வளர்ப்புதான் ஒரு நபர் ஏற்றுக் கொள்ளக்கூடிய மிக ஆழமான பொறுப்பு.

பிறக்கும்போதே வெற்றிகரமாகக் குழந்தைகளை வளர்க்கும் திறமையுடன் எவரும் பிறப்பதில்லை. நாம் எல்லோரும் கற்றுக்குட்டிகளாகத்தான் துவங்குகிறோம். அதிர்ஷ்டவசமாக, ஒரு சிறந்த பெற்றோராக இருப்பது எப்படி என்பதைப் பற்றிப்

புத்தகங்களைப் படித்தும், உங்கள் நண்பர்கள், உறவினர்கள், மருத்துவர்கள், மற்றும் அத்துறையில் உள்ள வல்லுனர்களிடம் கேட்டும் தெரிந்து கொள்ளலாம். நீங்கள் விரும்பும்படியான பெற்றோராக இருப்பதற்கு உங்களுக்குப் பெரிதும் உதவக்கூடிய பல அறிவுரைகளும் உள்நோக்குகளும் அடங்கிய பல அருமையான புத்தகங்களும், இதழ்களும், கட்டுரைகளும் உள்ளன.

பெற்றோராக இருப்பதில் உங்களது முக்கியப் பொறுப்பு எது?

உங்கள் குழந்தைகளை நேசித்து, அவர்களைப் பராமரித்து, அவர்களிடம் உயர்ந்த சுயமதிப்பையும் தன்னம்பிக்கையையும் உருவாக்குவதுதான் உங்களுடைய முக்கியமான பொறுப்பு. தங்களைப் பற்றி மிகச் சிறப்பாக உணர்பவர்களாக அவர்களை நீங்கள் உருவாக்கினால், உலகை வெற்றி கொள்ளத் துடிக்கும் உற்சாகம் நிறைந்தவர்களாக அவர்களை நீங்கள் வளர்த்தால், ஒரு பெற்றோராக நீங்கள் உங்கள் பொறுப்பைச் சிறப்பாக நிறைவேற்றிவிட்டீர்கள் என்று அர்த்தம். மாறாக, உங்கள் குழந்தைக்கு அனைத்து விதமான செல்வத்தையும் உருவாக்கிக் கொடுத்து, அதே நேரத்தில் அவனை சுயமதிப்பற்றவனாகவும் தன்னம்பிக்கை அற்றவனாகவும் நீங்கள் உருவாக்கியிருந்தால், உங்கள் முக்கியப் பொறுப்பில் நீங்கள் தோற்றுவிட்டீர்கள் என்று அர்த்தம்.

ஒரு சராசரி நபர், தன் வாழ்வின் முதல் ஐந்து வருடங்களில் ஏற்பட்ட அனுபவங்களிலிருந்து மீள்வதற்கு ஐம்பது வருடங்களைச் செலவிடுகிறார். நாம் இரண்டு முக்கிய வகையான தேவைகளை நிறைவேற்றுவதற்குக் கடுமையாக முயற்சிப்பதாக ஆபிரகாம் மாஸ்லோ கூறுகிறார். முதலாவது, நம்மிடம் இருக்கும் ஆற்றலைகளை முழுமையாகப் பயன்படுத்துவதற்கான தேவை. இரண்டாவது, நம்மிடம் இருப்பதாக நாம் நினைத்துக் கொண்டிருக்கும் பற்றாக்குறைகளை அல்லது போதாமைகளைப் பூர்த்தி செய்வதற்கான தேவை. போதுமான அன்பு இல்லாமல் வளர்க்கப்படும் ஒரு குழந்தை, தன்னிடமுள்ள ஆற்றலை முழுமையாக வளர்த்துக் கொள்வதை விட்டுவிட்டு, குழந்தைப் பருவத்தில் தனக்கு மறுக்கப்பட்ட அன்பைத் தன் வாழ்நாள் முழுவதும் தேடி அலைகிறான். ஒரு பெற்றோர் தங்கள்

குழந்தைக்குச் செய்யக்கூடிய மிக அன்பாக செயல், அக்குழந்தை வளர்வதற்கும், தன் வாழ்வில் தழைப்பதற்கும் தேவையான அன்பையும் உணர்ச்சிரீதியான ஆதரவையும் அவனுக்குக் கொடுப்பதும், தன் வாழ்வில் உள்ள முக்கியமான நபர்கள் தன்னை நேசிக்கிறார்கள் என்ற உணர்வு அவனுக்கு ஏற்படுவதற்கான ஒரு சூழலை உருவாக்குவதும்தான்.

ஒரு வளரும் குழந்தைக்குக் கிடைக்கும் அன்பின் அளவு மற்றும் தரத்திற்கும், அதன் ஆளுமையின் ஆரோக்கியத்திற்கும் இடையே ஒரு நேரடித் தொடர்பு உள்ளது. ஒரு செடி வளர்வதற்கு எவ்வாறு சூரிய ஒளியும் மழையும் தேவைப்படுகிறதோ, அதேபோல் ஒரு குழந்தையின் வளர்ச்சிக்கு அன்பும் பராமரிப்பும் தேவை.

எல்லா விஷயங்களிலும் பெற்றோர்கள் தங்கள் குழந்தைகளுக்குச் சிறந்தவற்றையே விரும்புவர். தங்கள் குழந்தைகள் மகிழ்ச்சியாகவும் ஆரோக்கியமாகவும் வளர வேண்டும் என்று விரும்புவார்கள். அப்படியிருந்தும், பல குழந்தைகள் ஏன் போதுமான அன்பு தங்களுக்குக் கிடைக்கவில்லை என்ற உணர்வுடன் வளர்கின்றனர்? பெற்றோர்கள் தங்களுடைய குழந்தைகளின் ஆரோக்கியமான வளர்ச்சிக்குத் தேவையான அன்பைக் கொடுக்க ஏன் மறுக்கின்றனர்?

பெற்றோர்கள் ஏன் போதுமான அன்பு செலுத்துவதில்லை

பெற்றோர்கள் தங்கள் குழந்தைகளைப் போதுமான அளவு நேசிக்கத் தவறுவதற்கு இரண்டு முக்கியக் காரணங்கள் உள்ளன. முதலில், அவர்கள் தங்களை நேசிப்பதில்லை. குறைவான சுயமதிப்பைக் கொண்ட பெற்றோர்கள், தங்கள்மீது தாங்கள் காட்டும் அன்பைவிட அதிகமான அன்பைத் தங்கள் குழந்தைகளிடம் காட்டுவதற்கு மிகவும் கஷ்டப்படுகின்றனர்.

பெற்றோர்கள் தங்கள் குழந்தைகளிடம் போதுமான அன்பு செலுத்தாததற்கான இரண்டாவது காரணம், தங்கள் எதிர்பார்ப்புகளை நிறைவேற்றுவதற்காகத்தான் தங்கள் குழந்தைகள் இருக்கின்றனர் என்ற தவறான யோசனையைக் கொண்டிருப்பது. குழந்தைகளுக்கும் பெற்றோர்களுக்கும் இடையே பூசல் ஏற்படுவதற்கான ஒரு முக்கியக் காரணம், தங்கள் குழந்தைகள் தங்கள் எதிர்பார்ப்பிற்கேற்ப நடந்து கொள்ளவில்லை என்று அவர்கள் கருதுவதுதான்.

பல பெற்றோர்கள் தங்கள் குழந்தைகளை ஒருவகையான உடமையாகப் பார்க்கின்றனர். தங்கள் குழந்தைகள் தங்கள் சொற்படி நடக்கும்போதுதான் முறையாக நடந்து கொள்வதாக அவர்கள் நினைக்கின்றனர். ஒரு குழந்தையின் நடத்தை அவனது பெற்றோரின் எதிர்பார்ப்புகளிலிருந்து வேறுபட்டு இருக்கும்போது, அவனது தாயோ அல்லது தந்தையோ அவனை விமர்சிக்கின்றனர். தங்களையும் அறியாமல் அவர்கள் அவன்மீது அன்பு செலுத்துவதை நிறுத்தி வைக்கின்றனர், ஒப்புதலளிக்கவும் மறுக்கின்றனர். தங்கள் குழந்தையின் உணர்ச்சியுடன் அவர்கள் விளையாடிவிடுகின்றனர். தான் நேசிக்கப்படவில்லை என்ற உணர்வு அக்குழந்தைக்கு ஏற்படுகிறது. பின்னாளில் அவன் ஆளுமைப் பிரச்சனைகளைச் சந்திப்பதற்கு அது வழிவகுக்கிறது. எதிர்மறையான அல்லது சமூகத்திற்குப் புறம்பான அவனது நடத்தை அனைத்தும் உதவிக்கான ஒரு கூக்குரல்தான்; தன் குழந்தைப் பருவத்தில் தனக்குக் கிடைத்த விமர்சனத்தில் துவங்கிய குற்றவுணர்வு, கோபம், மற்றும் வெறுப்பு போன்ற உணர்வுகளிலிருந்து தப்பித்துக் கொள்ள அவன் மேற்கொள்ளும் முயற்சிதான்.

குழந்தைகள் உடமைகளல்ல

உங்கள் குழந்தைகள் உங்களுடைய உடமைகளல்ல என்பதை உணர்வதுதான் அற்புதமான குழந்தைகளை வளர்ப்பதற்கான முதற்படி. உங்கள் குழந்தைகள் அவர்களுக்குச் சொந்தமானவர்கள். அவர்கள் கடவுளிடமிருந்து உங்களுக்குக் கிடைத்துள்ள ஒரு பரிசு. அது ஒரு தற்காலிகமான பரிசு.

என் குழந்தைகள் கடவுள் எனக்கு அனுப்பி வைத்திருக்கும் பரிசுகள் என்றும், அவர்கள் வளர்ந்து ஆளாகும்வரை அவர்களை நேசிப்பதும் பராமரிப்பதும் என் வேலை என்றும் என் குழந்தைகளிடம் நான் கூறுகிறேன். ஒரு குறிப்பிட்ட நேரத்திற்கு மட்டுமே என் வசம் இருக்கப் போகின்ற மிக உயர்ந்த பொக்கிஷங்கள் அவர்கள் என்பதுபோல் நான் அவர்களிடம் நடந்து கொள்கிறேன். என் எதிர்பார்ப்புகளுக்கு அவர்களை அடிபணியச் செய்வது என் வேலையல்ல. மாறாக, தங்கள் சொந்தத் தனித்துவத்தையும் தனித்திறமையையும் வளர்த்துக் கொள்வதற்கு அவர்களை ஊக்குவிப்பதுதான் என் தலையாய பொறுப்பு.

ஒவ்வொரு குழந்தையும் மற்றக் குழந்தைகளிடமிருந்து முற்றிலும் வேறுபட்டது. அது தனக்கென்று ஒரு பிரத்யேகமான

நோக்கத்துடனும், சிறப்புத் திறமைகளுடனும், ஆர்வங்களுடனும், திறன்களுடனும் இவ்வுலகிற்குள் அடியெடுத்து வைக்கிறது. உங்கள் குழந்தையால் என்னவாக ஆக முடியும், அவன் என்னவாக ஆவான் என்பதைத் துவக்கத்திலேயே எவராலும் கூற முடியாது. தன் பெற்றோர்களின் எதிர்பார்ப்புகளுக்கு உட்பட்டு நடப்பது ஒரு குழந்தையின் வேலையல்ல. மாறாக, தன்னால் என்னவாக ஆக முடியுமோ, அதுவாக வளர்ந்து, பூத்துக் குலுங்க வேண்டியதுதான் அவனது வேலை.

'த ப்ராஃபெட்' என்ற தனது புத்தகத்தில் கலீல் ஜிப்ரான் இக்கருத்தை மிக அழகாக இவ்வாறு வெளிப்படுத்தியுள்ளார்: "உங்கள் குழந்தைகள் உங்களுடைய குழந்தைகள் அல்ல. வாழ்க்கை தனக்காகக் கொண்டிருக்கும் ஏக்கத்திற்கான புதல்வர்களும் புதல்விகளும் அவர்கள். அவர்கள் உங்கள் ஊடாக வருகிறார்கள், உங்களுக்குள் இருந்து அல்ல. அவர்கள் உங்களுடன் இருந்தாலும், அவர்கள் உங்களுக்குச் சொந்தமல்ல. நீங்கள் உங்கள் அன்பை அவர்களுக்குக் கொடுக்கக்கூடும், ஆனால் உங்கள் எண்ணங்களை அவர்களுக்குக் கொடுக்க முடியாது. ஏனெனில், அவர்கள் தங்களுக்கென்று சொந்தமான எண்ணங்களைக் கொண்டுள்ளனர். உங்களால் அவர்களுடைய உடல்களுக்குத் தங்க இடம் கொடுக்க முடியும், அவர்கள் ஆன்மாக்களுக்கு அல்ல. ஏனெனில், அவர்களுடைய ஆன்மாக்கள் 'நாளை' என்னும் வீட்டில் வசிக்கின்றன. உங்கள் கனவுகளில்கூட உங்களால் அந்த இடத்திற்குள் நுழைய முடியாது. நீங்கள் அவர்களைப்போல் இருக்க முயற்சிக்கக்கூடும், ஆனால் அவர்களை உங்களைப்போல் மாற்ற முயற்சிக்காதீர்கள். ஏனெனில், வாழ்க்கை பின்னோக்கிப் போவதில்லை. நீங்கள் வெறும் வில் மட்டுமே. உங்கள் குழந்தைகள் அதிலிருந்து ஏவப்படும் வாழும் அம்புகள்."

குழந்தைகள் மாபெரும் பொக்கிஷங்கள்

குறைந்த காலம் மட்டுமே உங்களால் அனுபவிக்க முடிகின்ற மாபெரும் பொக்கிஷங்களாக நீங்கள் உங்கள் குழந்தைகளைப் பார்க்கும்போது, ஒரு பெற்றோராக உங்கள் பொறுப்பை நீங்கள் வேறு விதமாகப் பார்க்கத் துவங்குகிறீர்கள். நீங்கள் உங்கள் குழந்தையின் தனிச்சிறப்பான இயல்புகளையும் ஆளுமையையும் கொண்டாடும்போதும் பாராட்டும்போதும், சூரிய ஒளியில் பூத்துக் குலுங்கும் மலரைப்போல் உங்கள் குழந்தை வளர்வாள். ஆனால் உங்கள் குழந்தையின் இயல்பை

மாற்றி அவளை வேறொரு நபராக உருவாக்குவதற்கு நீங்கள் முயற்சிக்கும்போது, அவளது ஆன்மா உலர்ந்துவிடும், இலையுதிர்காலச் சருகைப்போல் அவளது மகிழ்ச்சி மடிந்துவிடும்.

உங்கள் அகவுலகில் நிலவும் சிந்தனை மற்றும் உங்களது உண்மையான ஆளுமைக்கு ஏற்பவே வெளியுலகில் நீங்கள் கொண்டுள்ள உறவுகள் அமைந்திருக்கும். உங்கள் குழந்தைகள் எப்படிப்பட்டவர்களாக இருக்கிறார்கள் என்பதும், அவர்கள் யாராக ஆவார்கள் என்பதும், ஒரு தனிநபராக நீங்கள் எப்படி இருக்கிறீர்கள் என்பதன் பிரதிபலிப்பாகத்தான் இருக்கும். உங்கள் குழந்தையுடன் உங்களுக்குப் பிரச்சனை ஏற்படும்போதெல்லாம், உங்களுக்குள் பார்த்து, "என்னிடமுள்ள எந்த விஷயம் இந்தச் சூழ்நிலையை உருவாக்கிக் கொண்டிருக்கிறது?" என்று உங்களை நீங்களே கேட்டுக் கொள்ளுங்கள்.

தங்களுக்குப் பிடிக்காத விஷயங்களைத் தங்கள் குழந்தைகள் செய்யும்போது, பெரும்பாலான பெற்றோர்கள் அவர்களைக் குறைகூறுகின்றனர், விமர்சிக்கின்றனர். ஆனால், மேன்மையான பெற்றோர்கள் தங்கள் குழந்தைகளின் நடத்தைக்குத் தங்களையே பிரதான காரணமாகக் கருதிக் கொள்கின்றனர்.

ஒரு குழந்தை நல்லவிதமாக நடந்து கொண்டாலும் சரி, மோசமாக நடந்து கொண்டாலும் சரி, அவனது பெற்றோர்களும் அவனைச் சுற்றியுள்ளவர்களும் அவனை நடத்தும் விதம்தான் அவன் அவ்வாறு நடந்து கொள்ள அவனைத் தூண்டுகிறது. தன் குழந்தையின் நடத்தைக்கு அவனது பெற்றோர்கள் பொறுப்பேற்றுக் கொள்ளத் துவங்கும்போது, அவன் அனுபவித்துக் கொண்டிருக்கக்கூடிய பிரச்சனைகளைத் தீர்ப்பது சாத்தியமாகிறது.

அன்புதான் வித்தியாசத்தை ஏற்படுத்துகிறது

அற்புதமான குழந்தைகளை வளர்ப்பதில் நீங்கள் மிக முக்கியமாகக் கருத்தில் கொள்ள வேண்டிய விஷயம், அவர்கள் எவ்வளவு அன்பைப் பெறுகிறார்கள் என்பது. மலர்ச்செடிகளுக்கு நீர் எவ்வளவு அவசியமோ, அதேபோல் குழந்தைகளுக்கு அன்பு அவசியப்படுகிறது. ஒரு குழந்தைக்கு நீங்கள் கொடுக்கக்கூடிய அன்பிற்கு எல்லையே கிடையாது. ஒரு குழந்தைக்குத் தன் பெற்றோரிடமிருந்து தொடர்ந்து கிடைக்கும்

அன்பும் ஒப்புதலும்தான், அவனது உணர்ச்சிரீதியான ஆரோக்கியத்திற்கும் உடல்ரீதியான ஆரோக்கியத்திற்குமான உயிர்நாடி. ஒரு குழந்தை அனுபவிக்கும் கிட்டத்தட்ட அனைத்துப் பிரச்சனைகளுக்கும் காரணம், தன் பெற்றோர்கள் தன்னை முழுமையாக நேசிக்கவில்லை, ஏற்றுக் கொள்ளவில்லை என்ற உணர்வை அவன் கொண்டிருப்பதுதான்.

தன்மீது அன்பு காட்டப்படவில்லை என்று ஒரு குழந்தை நினைத்தாலும் சரி, அல்லது அந்த நினைப்பு உண்மையானதாக இருந்தாலும் சரி, தனக்கு அன்பு கிடைக்கவில்லை என்ற உணர்வு ஒரு குழந்தையின் வாழ்வில் தீவிரமான விளைவுகளை ஏற்படுத்துகின்றது. அன்பின் பற்றாக்குறை பல உடல்நோய்களுக்கும், மனநோய்களுக்கும், மரணத்திற்கும்கூடக் காரணமாக அமையும். ஒரு குழந்தையிடமிருந்து அன்பு விலக்கிக் கொள்ளப்பட்டாலோ, அல்லது அவனிடம் குறைவாக அன்பு செலுத்தப்பட்டாலோ, அவன் ஆளுமையின்மீது அது நீண்டகால, அழிவுபூர்வமான தாக்கத்தை ஏற்படுத்தும். உணர்ச்சிப் பிரச்சனைகளால் துன்புறும் மக்கள் அனைவரும், குழந்தைப் பருவத்தில் தங்கள் பெற்றோர்களிடமிருந்து போதிய அன்பு கிடைக்கப் பெறாதவர்களே.

பிறந்து சில நாட்களே ஆன குழந்தைகளை அதிகமான நபர்கள் வந்து பார்த்தால் அக்குழந்தைகளுக்குப் பல்வேறு நோய்த்தொற்றுக்கள் வருவதற்கு வாய்ப்புகள் அதிகம் என்றும், அதனால் அவர்களது ஆரோக்கியம் பாதிக்கப்படும் என்றும் கடந்த நூற்றாண்டின் துவக்கத்தில் குழந்தை வளர்ப்புக் குறித்து ஒரு கோட்பாடு இருந்தது. இதன் அடிப்படையில், மருத்துவமனையில் புதிதாகப் பிறந்துள்ள குழந்தைகளைச் சந்திப்பதில் தீவிரக் கட்டுப்பாடுகள் விதிக்கப்பட்டன. பெற்றோர்களின் வருகையும் மட்டுப்படுத்தப்பட்டது. உடை மாற்றுவது, பால் கொடுப்பது ஆகியவற்றுக்கான நேரங்களை தவிர, மற்ற நேரங்களில் அக்குழந்தைகள் தனியாகத் தங்கள் தொட்டில்களில் படுக்க வைக்கப்பட்டனர். ஆனால் ஒரு மோசமான விஷயம் நிகழத் துவங்கியது. தொட்டுத் தூக்கப்படாமல், செவிலியர்களின் கவனிப்பில் வளர்ந்த குழந்தைகள் ஊட்டச்சத்துக்களை ஏற்றுக் கொள்ள மறுத்தன. எந்தவொரு விஷயத்தாலும் அவர்களைத் தூண்ட முடியவில்லை. விரைவில் அவர்களது ஆரோக்கியம் குன்றத்

துவங்கியது. சில குழந்தைகள் இறந்து போயினர். இந்த நோய்க்கு 'மயாஸ்மா' என்று பெயர்.

பிறந்து சில நாட்கள் மற்றும் சில மாதங்கள்வரை அன்பும் தொடுதலும் மறுக்கப்பட்டக் குழந்தைகள், வாழ்வதற்கான அனைத்து விருப்பத்தையும் இழந்தன. அதிர்ச்சியளிக்கும் விதத்தில் அவர்கள் அதிக எண்ணிக்கையில் மடிந்து கொண்டிருந்தனர்.

நியூயார்க் நகரில் ஓர் அனாதை இல்லத்தில், ஐம்பது குழந்தைகளில் நாற்பத்தெட்டுக் குழந்தைகள் ஆறு மாத காலத்திற்குள் இறந்தன. இறுதியில், குழந்தைகளுக்குப் பெரியவர்களின் அரவணைப்பும் கதகதப்பும் தேவை என்பதை மருத்துவர்களும் செவிலியர்களும் உணர்ந்தனர். பிறகு, குழந்தைகளைச் செவிலியர்கள் தொட்டுத் தூக்கி வைத்துக் கொள்ளத் துவங்கியபோது, 'மயாஸ்மா' நோய் மறையத் துவங்கி, குழந்தைகள் இயல்பாக வளரத் துவங்கினர்.

ஓர் உளவியல் இதழில் ஒரு சிறுவனைப் பற்றிய பிரபலமான செய்தி ஒன்று வெளியிடப்பட்டு இருந்தது. அவனுக்கு மூன்று வயதாக இருந்தபோது, அவனது பெற்றோர்கள் அவனை ஒரு குழந்தைப் பராமரிப்பாளரின் பாதுகாப்பில் விட்டுவிட்டு, இரவு உணவிற்காக வெளியே சென்றுவிட்டனர். துரதிர்ஷ்டவசமாக, அவர்கள் இருவரும் சாப்பிட்டுவிட்டு வீட்டிற்குத் திரும்பி வரும் வழியில், அவர்களது கார் விபத்துக்கு உள்ளாகி, அவர்கள் இறந்துவிட்டனர். பிறகு, சமூக சேவை நிறுவனத்தினர் வந்து அச்சிறுவனை வேறொரு குடும்பத்தினரிடம் ஒப்படைத்தனர். என்ன நடந்தது என்பதைப் புரிந்துகொள்ள முடியாத வயது அவனுக்கு.

அவன் அந்த வீட்டில் மிகவும் வித்தியாசமாக நடந்து கொண்டான். தன் படுக்கையில் சிறுநீர் கழித்தான். மற்றக் குழந்தைகளுடன் சண்டையிட்டான். பிரச்சனையான முறையில் நடந்து கொண்டான். இதனால், அவன் அந்த வீட்டிலிருந்து வேறொரு வீட்டிலுள்ளோரின் கவனிப்பில் விடப்பட்டான். இவ்வாறு பல்வேறு குடும்பங்களின் கண்காணிப்பில் அவன் வளர்க்கப்பட்டான். அப்போது ஒரு குறிப்பிடத்தக்க விஷயம் நிகழ்ந்தது. அவனது வளர்ச்சி நின்றுவிட்டது. அடுத்த நான்கு வருடங்கள், அவன் ஒவ்வொரு குடும்பமாக மாற்றப்பட்டான். ஒவ்வொரு குடும்பத்திலும் அவனுக்குப் பிரச்சனைகள் ஏற்பட்டன. அவனது ஏழாவது

வயதில் அவனது உடலின் அளவு, மூன்று வயதுச் சிறுவனின் அளவைப் போலவே இருந்தது.

பிறகு ஓர் அற்புதமான விஷயம் நிகழ்ந்தது. அவன் ஒரு குடும்பத்தில் இருந்தபோது, அங்கு விஜயம் செய்த ஓர் அன்பான தம்பதியர் அவனைத் தத்தெடுத்துக் கொண்டனர். அவனைத் தங்கள் வீட்டிற்குக் கூட்டி வந்து, அவன்மீது அன்பையும் பரிவையும் பொழிந்தனர். அவனைத் தூக்கிக் கொஞ்சினர், அவனோடு பேசினர், வெளியே காலாற நடப்பதற்கு அழைத்துச் சென்றனர், அன்பு மழையில் மூழ்கடித்தனர், நிபந்தனையற்ற ஒப்புதலைக் கொடுத்தனர். அவனைக் கட்டியணைத்து முத்தமிட்டனர். அவனுடன் கைகோர்த்துக் கொண்டனர்.

ஒருசில வாரங்களுக்குள் அவன் மீண்டும் வளரத் துவங்கினான். அடுத்த ஒன்பது மாதங்களில், ஒரு வருடத்திற்குரிய உயரத்தையும் எடையையும் பெற்றான். தனது புதிய பெற்றோர்களின் ஆதரவுடன், முதல் வருட முடிவில், தன் வயதுக்குரிய உயரத்தையும் எடையையும் அடைந்தான். அன்பின் சக்தி ஒரு குழந்தையின் வாழ்வில் ஏற்படுத்தும் தாக்கம் அற்புதமானது!

அன்பு விலக்கிக் கொள்ளப்பட்டதால் உடல்ரீதியாக வளராமல் போன குழந்தைகளைப் பற்றிப் பல எடுத்துக்காட்டுகள் உள்ளன. தாங்கள் வளர்ந்து வந்த காலத்தில், தங்களிடமிருந்து அன்பு விலக்கிக் கொள்ளப்பட்டதாலோ அல்லது தங்களிடம் குறைவான அன்பு செலுத்தப்பட்டதாலோ உணர்ச்சிரீதியாகவும் மனரீதியாகவும் வளராமல் போன குழந்தைகளுக்கான ஏராளமான எடுத்துக்காட்டுகளும் உள்ளன.

இந்த உணர்ச்சிப் பிரச்சனைகளும் உளப்பிரச்சனைகளும் முறையற்ற நடத்தை, ஆளுமைக் கோளாறு, நரம்புத் தளர்ச்சி, மனநோய், வாழ்வில் தோல்வி போன்றவற்றின் வடிவத்தில் வெளிப்படும். தன் ஆரம்பக் காலங்களில் ஒரு குழந்தை அனுபவிக்கக்கூடிய மிகத் தீவிரமான பிரச்சனை நிச்சயமாக அன்பின்மைதான்.

நிபந்தனையற்ற அன்பு மற்றும் ஒப்புதல்

குழந்தைகளுக்கு நிபந்தனையற்ற அன்பையும் ஒப்புதலையும் தொடர்ந்து கொடுத்து வருவதுதான், அற்புதமான குழந்தைகளை வளர்ப்பதற்கான இரகசியம். உங்கள் குழந்தை என்ன செய்தாலும் சரி, அவனிடம் நீங்கள் காட்டும் அன்பு

ஒருபோதும் இம்மியளவுகூடக் குறையாது என்பதை அவனிடம் தெளிவாகக் கூறுங்கள். என்ன நிகழ்ந்தாலும் சரி, அவன் என்ன செய்தாலும் சரி, நீங்கள் அவனை முழுமையாக நேசிக்கிறீர்கள் என்ற உறுதியான நம்பிக்கையை உங்கள் குழந்தைக்குக் கொடுப்பதுதான், நீங்கள் அவனுக்குக் கொடுக்கக்கூடிய மிக அற்புதமான பரிசு.

என் குழந்தைகளில் யாரேனும் ஒருவரை ஒழுங்குபடுத்த வேண்டியிருந்தாலோ அல்லது திருத்த வேண்டியிருந்தாலோ, நான் எப்போதும், "நான் உன்னை மிகவும் நேசிக்கிறேன். ஆனால் நீ செய்தது சரியான காரியமல்ல. நீ இவ்வாறு நடந்து கொள்வதை நிறுத்த வேண்டும்," என்று துவங்குவேன். என் குழந்தையின் நடத்தைதான் எனக்கு வருத்தத்தைக் கொடுக்கிறது என்பதையும், என் குழந்தையின்மீது எனக்கு எந்த வருத்தமும் இல்லை என்பதையும் நான் என் குழந்தையிடம் எப்போதும் தெளிவாக எடுத்துக் கூறுகிறேன். இதை அவர்கள் முழுமையாகப் புரிந்து கொள்வதற்கு நான் அவர்களுக்குப் பயிற்சி அளித்துள்ளேன்.

என் மகள் கிறிஸ்டினா சிறுமியாக இருந்தபோது, "அப்பா உன்னை எவ்வளவு நேசிக்கிறார்?" என்று கேட்பேன். அவள் தன் கைகளை அகலமாக விரித்துக் கொண்டு, "நீங்கள் என்னை இவ்வளவு நேசிக்கிறீர்கள்," என்று பதிலளிப்பாள். பிறகு, "நான் உன்னைப் படுக்கைக்குப் போகும்படிக் கூறும்போது நான் உன்னை எவ்வளவு நேசிக்கிறேன்?" என்று கேட்பேன். "அப்போதும் நீங்கள் என்னை இவ்வளவு நேசிப்பீர்கள்," என்று தன் கைகளை அகலமாகத் திறந்து வைத்துக் கொண்டு கூறுவாள்.

பிறகு நான் அவளிடம், "நான் உன் கையில் அடித்து, உன் பொம்மைகளைப் பிடுங்கிக் கொண்டு, உன்னை உன் படுக்கையறைக்குப் போகச் சொல்லும்போது உன்னை எவ்வளவு நேசிக்கிறேன்?" என்று கேட்பேன்.

"அப்பா, நீங்கள் அப்போதும் என்னை இவ்வளவு நேசிப்பீர்கள்," என்று மீண்டும் தன் கைகளை அகலமாகத் திறந்து வைத்துக் கொண்டு கூறுவாள்.

பிறகு, சற்று ஆச்சரியப்படுவதுபோல் நடித்து, "அது எப்படி முடியும்?" என்று கேட்பேன். "அப்பா, நான் என்ன செய்தாலும் சரி, நீங்கள் என்னை எப்போதும் 100 சதவீதம் நேசிக்கிறீர்கள்," என்று அவள் பதிலளிப்பாள்.

"நீங்கள் என்னை நேசிக்கிறீர்களா இல்லையா?" என்று ஏதோ ஒரு விதத்தில் உங்கள் குழந்தை உங்களைக் கேட்டுக் கொண்டே இருக்கிறது என்று 'ஹௌ டு ரியலி லவ் யுவர் சைல்டு' என்ற தனது புத்தகத்தில் டாக்டர் ராஸ் கேம்பெல் கூறுகிறார். இங்கு மாறக்கூடிய ஒரே விஷயம் உங்கள் பதில் மட்டும்தான்.

சில சமயங்களில், நீங்கள் உண்மையிலேயே தன்னை நேசிக்கிறீர்களா என்பதை சோதிப்பதற்காக உங்கள் குழந்தை வேண்டுமென்றே தவறாக நடந்து கொள்கிறான். குழந்தைகள் வளர வளர, அவர்களது பக்குவம் அதிகரிக்கும்போது, "நீங்கள் என்னை நேசிக்கிறீர்களா?" என்ற கேள்வியை அவர்கள் மிகவும் நாசூக்காகக் கேட்பார்கள். ஆனால் கேள்வி எப்போதும் அதுவாகத்தான் இருக்கும். எல்லா விதத்திலும், "ஆமாம், நான் உண்மையிலேயே உன்னை நேசிக்கிறேன்," என்று கூறும் பெற்றோர்தான் மிகவும் அற்புதமான பெற்றோர்.

அவர்களுக்கு எவ்வாறு தெரிவிப்பது

நீங்கள் அற்புதமான குழந்தைகளை வளர்க்க விரும்பினால், நீங்கள் அவர்களை நேசிப்பதாக ஒவ்வொரு நாளும் அவர்களிடம் கூறுங்கள். "நான் உன்னை நேசிக்கிறேன்," என்று நீங்கள் எத்தனை முறை கூறினாலும், அதை உங்கள் குழந்தைகள் விரும்புவார்கள். நீங்கள் அவ்வாறு கூறத் தேவையில்லை என்பதுபோல் அவர்கள் பாவனை செய்து நடந்து கொண்டாலும், அதை நம்பாதீர்கள். "நான் உன்னை நேசிக்கிறேன்' என்ற வார்த்தைகளை உங்கள் குழந்தை செவிமடுக்கும் ஒவ்வொரு முறையும், அவன் அதிக பாதுகாப்பையும் தன்னம்பிக்கையையும் உணர்கிறான். அவனது சுயமதிப்பு அதிகரிக்கிறது. நீங்கள் அவர்களை நேசிக்கிறீர்கள் என்பதை அவர்கள் எவ்வளவு அதிகமாக அறிந்துள்ளனரோ, அவர்கள் தங்கள்மீது அவ்வளவு தாராளமாக அன்பு செலுத்துவார்கள்.

நீங்கள் உங்கள் குழந்தைகளை நேசிக்கிறீர்கள் என்பதை அவர்களிடம் தெரிவிப்பதற்கு மூன்று முக்கியமான வழிகள் உள்ளன. முதலில், அவர்களை நீங்கள் நேசிப்பதாகக் கூறும்போது அவர்களுடைய கண்களைப் பார்த்துப் பேசுங்கள். நீங்கள் ஒவ்வொரு முறை உங்கள் குழந்தையின் கண்களை அன்புடன் பார்க்கும்போது, அவன் தன்னைப் பற்றி

அற்புதமாக உணர்வான். பிறந்து ஆறு வாரங்களிலிருந்தே, அன்போடும் பரிவோடும் தங்களைப் பார்த்துப் புன்னகைக்கின்றவர்களுடைய கண்களைப் பார்ப்பதில் குழந்தைகள் அலாதி ஆர்வம் கொண்டுள்ளனர்.

தங்கள் பெற்றோரின் அன்புப் பார்வை கிடைக்காத குழந்தைகள், தாங்கள் உண்மையிலேயே நேசிக்கப்படுவதாக உணர்வதில்லை. தங்களிடமும், தங்கள் பெற்றோர்களுடனான தங்கள் உறவிலும் ஏதோ தவறு இருப்பதாக அவர்கள் நினைக்கின்றனர். அவர்கள் பாதுகாப்பின்மை உணர்வை வெளிப்படுத்துகின்றனர். தங்கள் பெற்றோருக்குப் பிடிக்காத ஏதோ ஒரு விஷயத்தைத் தாங்கள் செய்துவிட்டதாக அவர்கள் நினைக்கின்றனர். ஆனால் அது எந்த விஷயம் என்று தெரியாமல் குழம்புகின்றனர்.

நம் சமூகத்தில், தொடர்ந்து ஒருவரது கண்களைப் பார்ப்பது, அவரை விமர்சிக்கும்போதோ அல்லது குறைகூறும்போதோ மட்டுமே வழக்கமாக நிகழ்கிறது. நம் குழந்தைகள்மீது நாம் கோபமாக இருக்கும்போது, நம் கண்கள் அவர்களது கண்களைச் சந்திக்கின்றன. ஆனால் அன்பை வெளிப்படுத்துவதற்கு நாம் அதை எப்போதாவதுதான் செய்கிறோம். கண்களை நேருக்கு நேர் பார்ப்பதைப் பெரும்பாலான குழந்தைகள் அசௌகரியமானதாகக் கருதுகின்றனர். அதை ஒரு கொடுமையான செயலாகக் கருதி, அதைத் தவிர்ப்பதற்காக அவர்கள் வேறு திசையில் பார்க்கின்றனர்.

ஓர் ஆணும் ஒரு பெண்ணும் காதல் வயப்படும்போது, இருவரும் பரஸ்பரம் அடுத்தவருடைய கண்களை நீண்ட நேரம் ஊடுருவிப் பார்க்கின்றனர். “நான் நேசிக்கிறேன்,” என்று பெரியவர்கள் ஒருவருக்கொருவர் கூறிக் கொள்ளும் விதம் இதுதான். உங்கள் குழந்தைகளின் கண்களை நேருக்கு நேர் அன்புடன் பார்ப்பதால் ஏற்படும் விளைவுகளைக் கண்டு நீங்கள் அசந்து போவீர்கள், குறிப்பாக அவர்களுக்குச் சில காலம் அது கிடைத்திருக்காதபோது.

இரண்டாவது வழி, தொடுதல் மூலம் உங்கள் நேசத்தை அவர்களுக்கு வெளிப்படுத்துவது. கட்டியணைப்பதும் முத்தமிடுவதும் உங்கள் குழந்தைகளை நீங்கள் நேசிப்பதையும் மதிப்பதையும் அவர்களிடம் தெரியப்படுத்துவதற்கான அற்புதமான வழி. குழந்தைகள் உயிர்பிழைத்து இருப்பதற்கு நாளொன்றுக்கு நான்கு அரவணைப்புகளும், அவர்கள்

ஆரோக்கியமாக இருப்பதற்கு நாளொன்றுக்கு எட்டு அரவணைப்புகளும், அவர்களது வளர்ச்சிக்கு நாளொன்றுக்குப் பன்னிரண்டு அரவணைப்புகளும் தேவை என்று குடும்பநல சிகிச்சையாளரான விர்ஜீனியா சாடிர் கூறுகிறார். அவர்கள் வளர்ந்து வரும் காலத்தில், நீங்கள் எவ்வளவு அதிகமான அரவணைப்புகளை அவர்களுக்குக் கொடுத்தாலும் தகும்.

பெற்றோர்களால் அரவணைக்கப்படாத, முத்தமிடப்படாத குழந்தைகள், இறுதியில், தாங்கள் அவற்றுக்குத் தகுதியற்றவர்கள் என்ற நம்பிக்கையை வளர்த்துக் கொள்கின்றனர். அவர்கள் பாதுகாப்பற்றவர்களாக உணர்கின்றனர். அவர்களுடைய சுயமதிப்பு குறைகிறது. அவர்களுடைய ஆளுமைகள் பாதிக்கப்படுகின்றன. அழிவுபூர்வமான நடத்தையில் அவர்கள் ஈடுபடுகின்றனர்.

ஆண் குழந்தைகளும் பெண் குழந்தைகளும் தாங்கள் பிறந்ததிலிருந்து ஒரு வருடம்வரை சம அளவிலான அரவணைப்பைப் பெறுவதாக ஆய்வுகள் தெரிவிக்கின்றன. அதன் பிறகு, பெண் குழந்தைகள் தொடர்ந்து அதே அளவு அரவணைப்பைப் பெறுகின்றனர். ஆனால் ஆண் குழந்தைகளுக்குக் கிடைக்கும் அரவணைப்பின் எண்ணிக்கை கணிசமாகக் குறைந்துவிடுகிறது. ஓர் ஐந்து வயதுப் பெண் குழந்தைக்குக் கிடைக்கும் அரவணைப்பில் சுமார் 20 சதவீதம் மட்டுமே அதே வயது கொண்ட ஓர் ஆண் குழந்தைக்குக் கிடைக்கிறது.

ஆண் குழந்தைகளுக்கு அதிகப்படியான அரவணைப்புகளைக் கொடுத்து வளர்த்தால், அவர்கள் மனத்தளவில் பலவீனமானவர்களாக வளர்வார்கள் என்று சில பெற்றோர்கள் நம்புகின்றனர். ஆனால் இதற்கு நேரெதிரானதுதான் உண்மை. எராளமான அரவணைப்புகளும் முத்தங்களும் கொடுக்கப்பட்டு வளர்க்கப்படும் ஆண் குழந்தைகள் தன்னம்பிக்கை மிக்கவர்களாகவும், வலிமையானவர்களாகவும், திடகாத்திரமானவர்களாகவும் வளர்கின்றனர். தங்கள் பெற்றோரிடமிருந்து போதுமான அளவு அரவணைப்பைப் பெறாத ஆண் குழந்தைகள் பாதுகாப்பற்ற உணர்வுடனும், தாங்கள் நேசிக்கப்படவில்லை என்ற உணர்வுடனும், தன்னம்பிக்கை அற்றவர்களாகவும் வளர்கின்றனர். வளர்ந்து வரும் காலத்தில் ஆண் குழந்தைகள் வெளிப்படுத்தும் அதிகப்படியான முரட்டுத்தனம், அவர்களுக்குக் கிடைக்காத அரவணைப்பு மற்றும்

தொடுதலுடன் நேரடியாகத் தொடர்புடையது என்று ஒரு கருத்து உள்ளது.

நீங்கள் உங்கள் குழந்தையை நேசிப்பதை அவனிடம் தெரிவிப்பதற்கான மிக சக்திவாய்ந்த மூன்றாவது வழி, அவனிடம் ஒருமித்தக் கவனம் செலுத்துவது. உங்கள் மகனுடனோ அல்லது மகளுடனோ எந்த இடையூறும் இன்றி நேரம் செலவிடுவது இதில் முக்கியமானது. குழந்தைகள் தங்கள் பெற்றோர்களுடன் இருக்க வேண்டியது அவசியம். அவர்கள் வளர்ந்து வரும் காலத்தில் தங்கள் பெற்றோர்களுடன் பேச வேண்டியதும், தங்களை அவர்களோடு தொடர்புபடுத்திப் பார்ப்பதும், அவர்களைச் சுற்றி வருவதும் அவசியம் தேவை. ஆரோக்கியமான வளர்ச்சிக்கு உணவு எவ்வளவு அவசியமோ, அதேபோல் பெற்றோருடன் செலவு செய்யும் இந்த நேரமும் அவர்களது வளர்ச்சிக்கு அவசியம்.

உங்கள் மகனுடனோ அல்லது மகளுடனோ நீங்கள் அதிக நேரத்தைச் செலவிட வேண்டியதில்லை; அவர்களுடன் குறைவான நேரத்தைச் செலவிட்டாலும், அது தரமான நேரமாக இருந்தால் போதும் என்ற பொதுவான ஒரு கருத்து நிலவி வருகிறது. ஆனால் அது சரியல்ல. உங்கள் குழந்தைகளுக்கும் உங்களுக்கும் இடையே உள்ள உறவு சிறப்பாகவும், உயர்ந்த தரம் கொண்டதாகவும் இருப்பதற்கு நீங்கள் அடிக்கடி அவர்களுடன் அதிகமான நேரத்தைச் செலவிடுவதற்கு ஈடு இணையே கிடையாது. தங்களுக்கு முக்கியமானவர்களிடம் தங்களுடைய உணர்வுகளையும் எண்ணங்களையும் பகிர்ந்து கொள்ள வேண்டியது குழந்தைகளுக்கு மிகவும் அவசியம். ஒரு பெற்றோர் என்ற முறையில், நீங்கள்தான் உங்கள் குழந்தையின் வாழ்வில் உள்ள அந்த மிக முக்கியமான நபராக இருக்க வேண்டும்.

குழந்தைகளுடன் அமர்ந்து, அவர்கள் பேசுவதைக் கேட்பதற்குப் பெற்றோர்கள் நேரம் ஒதுக்கிக் கொள்ளவில்லை என்றால், அக்குழந்தைகள் தங்கள் நண்பர்களுடன் அதிக நேரத்தைச் செலவிடத் துவங்குவர். அவர்கள் தங்கள் நண்பர்களிடமிருந்து அனுமதியையும் ஒப்புதலையும் எதிர்பார்ப்பார்கள். அந்த நண்பர்களின் நடத்தை மற்றும் முன்னுரிமைகளை இவர்களும் பின்பற்றுவார்கள்.

உங்கள் குழந்தைக்குத் தேவைப்படும் அன்பு, ஆதரவு, மற்றும் மதிப்பு ஆகியவற்றுக்கான மூலமாக நீங்கள் இருப்பதுதான், உங்கள் பருவ வயதுக் குழந்தையின்மீது நீங்கள்

ஏற்படுத்தக்கூடிய மிக நேர்மறையான தாக்கமாகும். இந்த அன்பும் ஆதரவும் உங்கள் குழந்தைக்கு உங்களிடமிருந்து கிடைக்காவிட்டால், அவனது நடத்தையின்மீது நல்லவிதமான தாக்கத்தை ஏற்படுத்துவதற்கான உங்கள் திறன் மிக விரைவில் குன்றிப் போய்விடும். உங்களுக்கும் உங்கள் குழந்தைக்கும் இடையே ஓர் இடைவெளி ஏற்படும். உங்கள் அறிவுரையையும், உங்கள் மதிப்பீடுகளையும், உலகத்தைப் பற்றிய உங்கள் கண்ணோட்டத்தையும் அவன் நிராகரிப்பான்.

புகழ்ச்சியும் ஊக்குவிப்பும்

உங்கள் குழந்தைகள் செய்யும் நேர்மறையான விஷயங்களுக்காக, அவை சிறிய விஷயங்களாக இருந்தாலும்கூட, அவர்களுக்குத் தொடர்ந்து உங்கள் பாராட்டையும் ஊக்குவிப்பையும் கொடுங்கள். அவர்கள் எதை மீண்டும் மீண்டும் செய்ய வேண்டும் என்று நீங்கள் விரும்புகிறீர்களோ, அவர்கள் அதைச் செய்யும் ஒவ்வொரு முறையும் அவர்களைப் பாராட்டுங்கள். அவர்களுடைய தன்னம்பிக்கையும் சுயமதிப்பும் வளர்வதற்காக அவர்களைப் பாராட்டுங்கள்.

உங்கள் குழந்தை தனது பள்ளித் தேர்வில் பெற்றுள்ள நல்ல மதிப்பெண்கள் குறித்து முதலில் அவனைப் பாராட்டுங்கள். பிறகு, அவன் குறைவான மதிப்பெண்களைப் பெற்றுள்ள பகுதிகளில் அல்லது பலவீனமாக உள்ள பகுதிகளில் அடுத்த முறை சிறப்பாகச் செய்வதற்கு அவனுக்கு ஊக்கத்தைக் கொடுங்கள். உங்கள் குழந்தையின் மனரீதியான ஆரோக்கியத்திற்குப் புகழ்ச்சி அமுதத்தைப் போன்றது. உங்களிடமிருந்து உங்கள் குழந்தைக்குக் கிடைக்கும் அன்பும் பாராட்டும்தான் அவனது ஆளுமையை உருவாக்குகின்றன. அவன் பெற்ற வெற்றிகளுக்காக நீங்கள் அவனைப் பாராட்டும்போதும், ஊக்கப்படுத்தும்போதும், இன்னும் பெரிய வெற்றிகளைப் பெறுவதற்கு அவனை நீங்கள் ஊக்குவிக்கிறீர்கள்.

புகழ்ச்சி உங்கள் குழந்தையின் சுயமதிப்பை உயர்த்துகிறது. அவன் தன்னைப் பற்றிக் கொண்டிருக்கும் அபிப்பிராயத்தை மேம்படுத்துகிறது. அது அவனுக்குள் தன்னம்பிக்கையை வளர்த்து, இன்னும் பெரிய, இன்னும் சிறப்பான விஷயங்களை முயற்சிப்பதற்கு அவனுக்கு நம்பிக்கையைக் கொடுக்கிறது.

விமர்சனங்கள் ஆபத்தானவை

உங்கள் குழந்தைகள்மீது அழிவுபூர்வமான விமர்சனத்தை ஒருபோதும் பயன்படுத்தாதீர்கள். உங்களிடமிருந்து வரும் எந்தவோர் எதிர்மறையான விமர்சனமும் அவர்களை பாதிக்கும். அவர்களுக்கு ஏற்படும் காயம் வெளியே தெரியாவிட்டாலும்கூட, தங்கள் வாழ்வில் உள்ள முக்கியமான நபர்களால் தாங்கள் விமர்சிக்கப்படும் ஒவ்வொரு முறையும் அவர்கள் தங்கள் மனத்திற்குள் அதிக வலியை அனுபவிக்கின்றனர்.

யுத்தங்கள் ஏற்படுத்தும் அழிவுகளைவிட, அழிவுபூர்வமான விமர்சனங்கள் ஏற்படுத்தும் அழிவு ஏராளம். வளர்ந்தவுடன் நாம் எதிர்கொள்ளும் ஆளுமைப் பிரச்சனைகளில் பெரும்பாலானவை, சிறு வயதில் நம் பெற்றோர்களிடமிருந்து நமக்குக் கிடைத்த அழிவுபூர்வமான விமர்சனங்களினால் உருவானவைதான். நமது குழந்தைகளை நாம் விமர்சிக்கும் ஒவ்வொரு முறையும், அவர்கள் பாதுகாப்பற்றவர்களாகவும், நேசிக்கப்படாதவர்களாகவும், தகுதியற்றவர்களாகவும் உணர்வார்கள். உள்ளுக்குள் புழுங்கி மடிவார்கள். ஊக்கமிழந்து, மனச்சோர்வை அனுபவிப்பார்கள்.

குழந்தைகளின் செயற்திறனை அதிகரிப்பதற்கான ஒரு முயற்சியாகத்தான் பெற்றோர்கள் அடிக்கடித் தங்கள் குழந்தைகளை விமர்சிக்கின்றனர். ஆனால், அழிவுபூர்வமான விமர்சனம் உண்மையில் உங்கள் குழந்தைகளின் சுயமதிப்பையும் சுயகருத்தையும் குறைக்கின்றது. உங்கள் குழந்தையின் சுயகருத்து குறையும்போது, அவனது அல்லது அவளது செயற்திறன் அதற்கேற்பக் குறைகிறது. விமர்சனம் எந்த வகையானதாக இருந்தாலும் சரி, ஒரு செயலைச் செய்வதையே ஒட்டுமொத்தமாக அவர்கள் தவிர்க்கும் அளவிற்கு அது உங்களுடைய குழந்தையின் செயற்திறனைக் குறைத்துவிடுகிறது. பிறகு, உங்கள் குழந்தைகள் மோசமாகிக் கொண்டேதான் போவார்கள்.

ஒவ்வொரு பெற்றோரும் நினைவில் வைத்துக் கொள்ள வேண்டிய ஓர் அற்புதமான அறிவுரையை டோரத்தி நோல்டி கொடுத்துள்ளார். “குழந்தைகள் எதை வாழ்கிறார்களோ, அதையே கற்றுக் கொள்கிறார்கள்” என்ற தலைப்பின்கீழ் அது இவ்வாறு அமைந்துள்ளது:

ஒரு குழந்தை விமர்சனத்துடன் வாழ்ந்தால்,
அவன் கண்டிக்கக் கற்றுக் கொள்கிறான்.

ஒரு குழந்தை எதிர்ப்புடன் வாழ்ந்தால்,
அவன் சண்டையிடக் கற்றுக் கொள்கிறான்.

ஒரு குழந்தை ஏளனத்துடன் வாழ்ந்தால்,
அவன் கூச்சத்துடன் இருப்பதற்குக் கற்றுக்
கொள்கிறான்.

ஒரு குழந்தை அவமானத்துடன் வாழ்ந்தால்,
அவன் குற்றவுணர்வு கொள்ளக் கற்றுக் கொள்கிறான்.

ஒரு குழந்தை சகிப்புத்தன்மையுடன் வாழ்ந்தால்,
அவன் பொறுமையாக இருக்கக் கற்றுக் கொள்கிறான்.

ஒரு குழந்தை ஊக்கத்துடன் வாழ்ந்தால்,
அவன் தன்னம்பிக்கையுடன் இருக்கக் கற்றுக்
கொள்கிறான்.

ஒரு குழந்தை புகழ்ச்சியுடன் வாழ்ந்தால்,
அவன் பாராட்டக் கற்றுக் கொள்கிறான்.

ஒரு குழந்தை நியாயத்துடன் வாழ்ந்தால்,
அவன் நியாயத்தைக் கற்றுக் கொள்கிறான்.

ஒரு குழந்தை பாதுகாப்புடன் வாழ்ந்தால்,
அவன் நம்பிக்கையுடன் இருக்கக் கற்றுக் கொள்கிறான்.

ஒரு குழந்தை அனுமதியுடன் வாழ்ந்தால்,
அவன் தன்னை விரும்பக் கற்றுக் கொள்கிறான்.

ஒரு குழந்தை ஒப்புதலுடனும் நட்புடனும் வாழ்ந்தால்,
அவன் இவ்வுலகில் அன்பைக் கண்டுபிடிக்கக் கற்றுக்
கொள்கிறான்.

எது முக்கியம் என்று உங்களை நீங்களே கேட்பதற்குக் கற்றுக் கொள்ளுங்கள்

உங்கள் குழந்தை தொடர்பாக ஒரு சவாலான சூழ்நிலையை நீங்கள் எதிர்கொள்ள நேரிடும்போதெல்லாம், "இங்கு எது முக்கியம்?" என்ற கேள்வியை நீங்கள் உங்களிடம் கேட்பது எப்போதையும்விட மிகவும் அவசியமாகிறது. உங்கள் குழந்தையை உயர்ந்த சுயமதிப்புடனும் தன்னம்பிக்கையுடனும் வளர்ப்பதுதான் உங்களுடைய உண்மையான குறிக்கோள்,

உண்மையான வேலை. உங்கள் குழந்தையை உங்கள் எதிர்பார்ப்புகளுக்கு அடிபணியச் செய்வது உங்கள் வேலை அல்ல. மகிழ்ச்சியானவனாகவும், ஆரோக்கியமானவனாகவும், தன்னம்பிக்கை கொண்டவனாகவும் அவனை நீங்கள் உருவாக்குவதுதான் உங்கள் பொறுப்பு.

உங்கள் உள்ளுணர்வு கூறுவதைக் கேளுங்கள். அனைத்துப் புத்தகங்களைப் படித்தப் பிறகும், அனைத்து அறிவுரைகளைக் கேட்டப் பிறகும், ஓர் அன்பான பெற்றோரின் உள்ளுணர்வு மற்ற அனைத்தையும்விட எப்போதும் மேன்மையானது என்பதில் சந்தேகமில்லை. உங்கள் குழந்தைக்கு எது சரி என்பதை நீங்கள் எப்போதும் உங்கள் இதயத்தின் ஆழத்தில் அறிந்திருப்பீர்கள். உங்களது ஒவ்வொரு தீர்மானமும் நடத்தையும் அன்பால் வழிகாட்டப்படும்வரை, நீங்கள் எப்போதும் சரியான காரியத்தைத்தான் செய்து கொண்டிருப்பீர்கள்.

எந்தச் சூழ்நிலைகள் உயர்ந்த சாதனையாளர்களை உருவாக்குகின்றன?

'த அச்சீவிங் சொசைட்டி' என்ற புத்தகத்தின் ஆசிரியரான, ஹார்வர்டு பல்கலைக்கழகத்தைச் சேர்ந்த டாக்டர் டேவிட் மெக்லீலேன்ட், குழந்தை வளர்ப்பைப் பற்றியும், பெற்றோர்கள் தங்கள் குழந்தைகளை வளர்க்கும் பல்வேறு விதங்கள் அவர்களிடம் இருக்கும் சாதனைகளைப் படைப்பதற்கான ஊக்கத்தின்மீது ஏற்படுத்துகின்ற தாக்கத்தைப் பற்றியும் பல ஆண்டுகள் ஆய்வு செய்தார். குடும்பத்தில் உள்ள இரண்டு முக்கியமான பண்புநலன்கள் உயர்ந்த சாதனையாளர்களைப் படைக்கின்றன என்பதை அவர் கண்டறிந்தார். 'தங்கள் பருவ வயதிலும், இருபதுகளின் துவக்கத்திலும் குறிப்பிடத்தக்க சாதனைகளைப் படைத்தச் சிறுவர்களும் சிறுமியரும்தான்' உயர்ந்த சாதனையாளர்கள் என்று வரையறுக்கப்படுகின்றனர்.

ஒரு ஜனநாயகச் சூழல்

அதிஅற்புதமான குழந்தைகளையும், மிக உயர்ந்த சாதனையாளர்களையும் உருவாக்குவதற்கு, குடும்பத்திலும் சரி, குழந்தை வளர்க்கும் முறையிலும் சரி, ஜனநாயகச் சூழல் நிலவ வேண்டும். இப்படிப்பட்டச் சூழல் நிலவிய வீடுகளில், குழந்தைகளிடம் அபிப்பிராயங்கள் கேட்கப்பட்டன, அவை

மதிக்கப்பட்டன. மிகச் சிறிய வயதிலிருந்தே, குடும்பத்தில் எடுக்கப்படும் தீர்மானங்கள் குறித்துக் கருத்துக்களைக் கூறுவதற்கு அவர்கள் ஊக்குவிக்கப்பட்டனர். அவர்கள் அத்தீர்மானங்கள் குறித்து என்ன நினைக்கின்றனர், எவ்வாறு உணர்கின்றனர் என்று அவர்களிடம் கேட்கப்பட்டது. அவர்களுடைய கருத்துக்கள் கவனமாகப் பரிசீலிக்கப்பட்டன. குழந்தைகளின் அபிப்பிராயங்கள் எல்லா விஷயங்களிலும் நடைமுறைப்படுத்தப்படவில்லை என்றாலும்கூட, அவர்களது கருத்துக்களும் யோசனைகளும் மதிக்கப்பட்டன. விஷயங்களை அலசும்போது, மொத்தக் குடும்பமும் ஒன்றாக அமர்ந்து தீர்மானங்களை மேற்கொண்டது.

தான் புத்திசாலி, சிறப்பாகச் சிந்திக்கும் திறமை தனக்கு இருக்கிறது என்ற உணர்வு ஒரு குழந்தைக்கு ஏற்படும் விதத்தில் அவனது பெற்றோர்கள் அவனிடம் நடந்து கொள்வது, வேறு எந்தவொரு விஷயத்தைவிடவும் அவனுக்குச் சிறப்பான உணர்வைக் கொடுக்கும். குழந்தைகள் முக்கியமானவர்கள், புத்திசாலிகள் என்ற கண்ணோட்டத்தில் நீங்கள் அவர்களை நடத்தும்போது, அவர்கள் தங்கள் சாமர்த்தியத்தாலும் உள்நோக்குகளாலும் உங்களை வியப்பில் ஆழ்த்துவார்கள்.

வேலையில் என்னால் தீர்க்க முடியாத பிரச்சனை ஏதேனும் இருந்தால், இரவில் நாங்கள் குடும்பத்தோடு அமர்ந்து உணவு அருந்தும்போது, என் பன்னிரண்டு வயது மகள் கிறிஸ்டினாவிடம் அதை எளிய வார்த்தைகளில் விளக்கிவிட்டு, அவளது அறிவுரையைக் கேட்பேன். பெரும்பாலான சமயங்களில் அவள் குறிப்பிடத்தக்க உள்நோக்குகளை வழங்குவாள். குழந்தைகள் சில சமயங்களில் ஒரு சூழ்நிலையைத் தங்கள் பெற்றோர்களைவிட மிகத் தெளிவாகவும் பாரபட்சமின்றியும் பார்ப்பார்கள். எந்தவொரு சூழ்நிலையிலும் உங்கள் குழந்தையின் அறிவுரையை நீங்கள் கேட்கும்போது, அவர்களிடமிருந்து கிடைக்கும் தரமான பதிலைக் கண்டு நீங்கள் ஆச்சரியப்படுவீர்கள். ஆனால், நீங்கள் அவர்களிடம் கேட்க வேண்டியதுதான் இங்கு முக்கியமான விஷயம். இது அக்குழந்தையின் சுயமதிப்பை அதிகரித்து, அவன் தன்னைப் பற்றிக் கொண்டிருக்கும் எண்ணத்தை மேம்படுத்தும். உங்கள் குழந்தையின் அறிவுரையை அல்லது அபிப்பிராயங்களைக் கேட்பது, நீங்கள் எவ்வளவு தூரம் அவனை மதிக்கிறீர்கள் என்பதற்கான அடையாளம். அது அவனது சுயமதிப்பை உயர்த்துகிறது.

நேர்மறையான எதிர்பார்ப்புகள்

உயர்ந்த சாதனையாளர்களை உருவாக்கும் பெற்றோர்களிடம் உள்ள இரண்டாவது பண்புநலன், நேர்மறையான எதிர்பார்ப்புகள். தங்கள் குழந்தைகளைத் தாங்கள் மிகவும் நம்புவதாகவும், அவர்கள் சிறந்த சாதனைகளைப் படைக்கப் போகிறார்கள் என்பதில் தாங்கள் உறுதியாக இருப்பதாகவும் தங்கள் குழந்தைகளிடம் தொடர்ந்து கூறி வரும் பெற்றோர்களின் வீட்டில் வளரும் குழந்தைகள்தான் உயர்ந்த சாதனையாளர்களாக உருவாகின்றனர்.

"உன்னால் முடியும்," அல்லது "உன்மீது எனக்கு நம்பிக்கை உள்ளது," என்று நீங்கள் உங்கள் குழந்தையிடம் கூறும்போது, நீங்கள் அவனை ஊக்கப்படுத்துகிறீர்கள், அவனுக்குத் தன்னம்பிக்கை ஊட்டுகிறீர்கள். உங்களுடைய ஊக்குவிப்பு வார்த்தைகள் இல்லாதபோது அவன் எவ்வளவு முயற்சிகள் மேற்கொள்வானோ, அதைவிட அதிகமான முயற்சிகளை மேற்கொள்வதற்கு நீங்கள் அவனை ஊக்குவிக்கிறீர்கள். நேர்மறையான எதிர்ப்பார்ப்புகளை எதிர்கொண்டு வளரும் குழந்தைகள், தாங்கள் முயற்சிக்கும் அனைத்திலும் எப்போதும் சிறப்பாகச் செயல்படுவார்கள்.

உங்களுக்கான ஒரு முக்கியமான விஷயம் இது. நேர்மறையான எதிர்பார்ப்புகளும் கண்டிப்பான எதிர்பார்ப்புகளும் ஒன்றல்ல. பல பெற்றோர்கள் தங்கள் குழந்தைகள் ஒரு குறிப்பிட்டத் தரத்துடன் செயல்பட வேண்டும் என்ற கண்டிப்பான எதிர்பார்ப்புகளை வெளிப்படுத்திவிட்டு, நேர்மறையான எதிர்பார்ப்புகளை வெளிப்படுத்துவதாக நினைத்துக் கொண்டிருக்கின்றனர். கண்டிப்பான எதிர்பார்ப்பு என்பது எப்போதும் நிபந்தனையுடன்கூடிய அன்புடன் தொடர்புடையது. ஒரு குழந்தை தன் பெற்றோரின் எதிர்பார்ப்புகளுக்கு ஏற்பச் செயல்படாவிட்டால், அவர்களுடைய அன்பும் ஆதரவும் அவனிடமிருந்து விலக்கிக் கொள்ளப்படும் என்ற யோசனையை அது அவனுக்குக் கொடுக்கிறது.

உங்கள் குழந்தைகள் சிறப்பாகச் செயல்பட்டாலும் சரி, மோசமாகச் செயல்பட்டாலும் சரி, நீங்கள் அவர்களை முழுவதுமாகவும் நிபந்தனையற்றும் நேசிக்கிறீர்கள் என்பதை உங்கள் குழந்தைகளுக்குத் தெரியப்படுத்த வேண்டியது

முக்கியம். தான் மோசமாகச் செயல்பட்டால் தன்னிடமிருந்து அன்பு பறிக்கப்படும் என்று ஒரு குழந்தை உணர்ந்தால், அவன் பாதுகாப்பற்றவனாகவும் பதற்றமாகவும் உணர்வான். அவன் சிறப்பாகச் செய்தாலும்கூட, தன்னுடைய வெற்றியிலிருந்து அவனுக்கு எந்தவிதமான மகிழ்ச்சியோ அல்லது நிரந்தரமான திருப்தியோ கிடைக்காது.

வீட்டுப்பாடமும் கல்வியும்

உயர்ந்த சாதனைகளைப் படைக்கும் இளைஞர்களை வளர்க்கும் பெற்றோர்கள், வீட்டுப்பாடம் குறித்து ஒரு குறிப்பிட்ட மனப்போக்கைக் கொண்டுள்ளனர். வீட்டுப்பாடத்தின் முக்கியத்துவத்தைப் பற்றியும், பள்ளியில் சிறப்பாகச் செயல்படுவதன் முக்கியத்துவத்தைப் பற்றியும் அவர்கள் மிகவும் தெளிவாக இருக்கின்றனர். வீட்டுப்பாடங்களைக் குறித்த நேரத்தில் செய்து முடிக்க வேண்டும் என்று அவர்கள் தங்கள் குழந்தைகளை வலியுறுத்துகின்றனர். ஒரு குழந்தை கல்வியில் சிறந்தவனாகத் திகழ்வதற்கு, கற்பது குறித்து அவனது பெற்றோர்கள் கொண்டிருக்கும் மனப்போக்கும், அவர்கள் அவனது கல்வியில் எவ்வளவு தூரம் ஈடுபாட்டுடன் இருக்கின்றனர் என்பதும் முக்கியமான காரணிகள் என்று ஒவ்வோர் ஆய்விலும் கண்டுபிடிக்கப்பட்டுள்ளது.

வீட்டுப்பாடம் எங்கு வைத்துச் செய்யப்படுகிறது, எப்போது செய்யப்படுகிறது என்பது அது எவ்வளவு சிறப்பாகச் செய்து முடிக்கப்படுகிறது என்பதைத் தீர்மானிக்கின்றன. உயர்ந்த சாதனையாளர்களை உருவாக்கிய வீடுகளில், குழந்தைகள் தங்கள் வீட்டுப்பாடத்தைத் தங்கள் பெற்றோர்களின் முன்னிலையில் சாப்பாட்டு மேசையில் வைத்துச் செய்தனர். அந்த நேரத்தில் தொலைக்காட்சி அணைக்கப்பட்டிருந்தது. தங்கள் குழந்தைகள் வீட்டுப்பாடத்தைச் செய்து முடிப்பதற்குப் பெற்றோர்கள் உதவ முன்வந்தனர். தேவையானபோது, அவர்கள் என்னென்ன வீட்டுப்பாடங்களைப் படிக்கின்றனர், எழுதுகின்றனர் என்பது குறித்தும் பெற்றோர்கள் தெரிந்து கொண்டனர்.

குறைவாக சாதித்தக் குழந்தைகளின் வீடுகளில், பெற்றோர்கள் தங்கள் குழந்தைகளை அவர்களது அறைகளுக்கு அனுப்பி வைத்து, வீட்டுப்பாடங்களை அங்கேயே செய்யும்படிக் கூறினர். குழந்தைகளை அவர்களது அறைகளுக்கு அனுப்பி

வைக்கும்போது, வீட்டுப்பாடமும் பள்ளிப்பாடமும் அவ்வளவு முக்கியமானவையல்ல என்ற செய்தி அவர்களுக்குக் கிடைக்கிறது. வீட்டுப்பாடங்களை முழுமையாகச் செய்து முடிப்பதைப் பத்து வயதிற்குள் கற்றுக் கொள்ளாத குழந்தைகளால், பின்னாளில் பள்ளியிலும் கல்லூரியிலும் சிறப்பாகச் செயல்பட முடியாது.

உங்கள் குழந்தைகள் தங்கள் பள்ளியில் சிறப்பாகக் கற்க வேண்டும் என்று நீங்கள் விரும்பினால், அவர்களுடைய கல்வியின் ஒவ்வொரு நிலையிலும் நீங்கள் முழுமையான ஈடுபாட்டுடன் இருக்க வேண்டும். நீங்கள் பொக்கிஷமாக மதிக்கும் ஒரு விஷயத்தின்மீது எப்போதும் அதிகமான கவனம் செலுத்துவீர்கள். உங்கள் குழந்தையின் பள்ளிப் பாடங்களிலும் நடவடிக்கைகளிலும் நீங்கள் அதிகமான கவனம் செலுத்தும்போது, அந்த நடவடிக்கைகளின்மீது உங்கள் குழந்தைக்கும் அதிக மதிப்பும் முக்கியத்துவமும் ஏற்படும். நீங்கள் அவனது வீட்டுப் பாடங்களையோ அல்லது பள்ளிப் பாடங்களையோ புறக்கணிக்கும்போது, அவை முக்கியமானவை அல்ல என்ற செய்தியை அவனுக்குக் கொடுக்கிறீர்கள் என்பதால், அவனும் அவற்றைப் புறக்கணித்துவிடுவான்.

அவர்களுடைய சுயமதிப்பை உருவாக்குங்கள்

சிறு வயதிலிருந்தே, "நான் என்னை நேசிக்கிறேன்," என்று கூறுவதற்கு உங்கள் குழந்தைக்குக் கற்றுக் கொடுப்பதன் மூலம் அவனுடைய சுயமதிப்பை உருவாக்குவதற்கு உங்களால் உதவ முடியும். என் குழந்தைகளை நான் ஒரு கண்ணாடியின் முன்னால் நிற்க வைத்து, "நான் என்னை நேசிக்கிறேன்," என்று திரும்பத் திரும்பக் கூற வைக்கிறேன். தங்கள் சுயமதிப்பைத் தாங்களாகவே உருவாக்கி, அதைப் பராமரிக்கும் குழந்தைகள், அவ்வாறு செய்யாத குழந்தைகளைவிடச் சிறந்த சுயகருத்துக்களைக் கொண்டிருப்பார்கள்.

உயர்ந்த, நேர்மறையான சுயகருத்துக்களைக் கொண்ட குழந்தைகள் பள்ளியில் சிறப்பாகச் செயல்படுகின்றனர். அவர்கள் எந்தவிதமான வன்முறையிலும் ஈடுபடுவதில்லை, எந்தவிதமான பிரச்சனைக்கும் ஆளாவதில்லை. தங்கள் உடலுக்குக் கேடு விளைவுக்கும் எந்தவிதமான செயல்களையும் செய்வதில்லை. தங்கள் நண்பர்களின் எதிர்மறைத் தாக்கங்களுக்கு அடிபணிந்து போகாமல் இருப்பதற்கான திறன்

அவர்களிடம் உள்ளது. அவர்கள் வலிமையான நடத்தையைக் கொண்டுள்ளனர்.

உயர்ந்த சுயகருத்துக்களையும் உயர்ந்த சுயமதிப்பையும் கொண்டிருக்கும் குழந்தைகள் சுயமாக சிந்திக்கும் திறனைப் பெற்றுள்ளனர். தங்களைக் குறித்தும், தங்களுடைய வெற்றி, சாதனை, மற்றும் தனிப்பட்ட மனநிறைவு ஆகியவற்றைக் குறித்தும் அவர்கள் தாங்களாகவே சிந்திக்கின்றனர். தங்களிடம் உள்ள பற்றாக்குறைகளை ஈடுசெய்வதற்குப் பதிலாக, தங்கள் ஆற்றலை முழுமையாகப் பயன்படுத்துவதில் அவர்கள் அதிக அளவில் கவனம் செலுத்துகின்றனர்.

உங்கள் குழந்தைகள் தங்களைப் பற்றி மிகவும் சிறப்பாக உணரும்போது, காலப்போக்கில் தங்களுக்கு நன்மை தரக்கூடிய விஷயங்களைச் சீர்தூக்கிப் பார்க்கக்கூடிய திறன் அவர்களிடம் உருவாகும். எதிர்காலத்தில் சிறந்த வெகுமதிகளை அனுபவிப்பதற்காக, குறுகிய காலத்தில் கிடைக்கக்கூடிய விஷயங்களைத் தாமதிக்கும் திறனை அவர்கள் வளர்த்துக் கொள்கின்றனர்.

ஒரு நல்ல எடுத்துக்காட்டாக இருங்கள்

உங்கள் குழந்தைகளை நீங்கள் உண்மையிலேயே மகிழ்ச்சியான, ஆரோக்கியமான, தன்னம்பிக்கை நிறைந்த குழந்தைகளாக வளர்க்க விரும்பினால், அவர்கள் எப்படிப்பட்டவர்களாக உருவாக வேண்டும் என்று நீங்கள் விரும்புகிறீர்களோ, அப்படிப்பட்ட ஒரு நபராக, அவர்கள் பார்த்துப் பின்பற்றக்கூடிய ஒரு முன்மாதிரியாக நீங்கள் உருவாக வேண்டும்.

குழந்தைகள் தங்களது ஆரம்பக் காலங்களில் பெரும்பாலும் மற்றவர்களைப் பார்த்துக் கற்றுக் கொள்கின்றனர். அவர்கள் நீங்கள் நடந்து கொள்ளும் விதத்தையும் பேசும் விதத்தையும் உன்னிப்பாகக் கவனித்து, உங்கள் நடத்தையையும் உங்கள் வார்த்தைகளையும் அப்படியே பிரதிபலிக்கின்றனர்.

உங்களுக்கு ஒரு குழந்தை பிறந்து, உங்கள் குழந்தைக்கான முன்மாதிரியாக நீங்கள் உங்களை அமைத்துக் கொள்ளும்போது, உங்கள் விருப்பம்போல் பேசுவதற்கும் நடந்து கொள்வதற்குமான சுதந்திரத்தை நீங்கள் இழந்துவிடுகிறீர்கள். உங்கள் நடத்தையைக் குறித்தும், அது உங்கள் குழந்தைகள்மீது ஏற்படுத்தக்கூடிய தாக்கங்களைக் குறித்தும் நீங்கள் அதிக விழிப்புணர்வுடன் இருக்க வேண்டியது அவசியம்.

உங்கள் குழந்தைகள் ஆரோக்கியத்திற்கான நல்ல பழக்கங்களுடன் வளர வேண்டும் என்று நீங்கள் விரும்பினால், சரியான உணவுகளை உண்பதன் மூலமும், சரியான உணவு வகைகள் உங்கள் வீட்டில் இருக்குமாறு பார்த்துக் கொள்வதன் மூலமும் நீங்கள் உங்களை ஒரு முன்மாதிரியாக ஆக்கிக் கொள்ள வேண்டும். மது அருந்துவது, புகைபிடிப்பது, மற்றும் பிற மோசமான பழக்கங்களுக்கு அடிமையாவது ஆகியவற்றை உங்கள் குழந்தைகள் தவிர்க்க வேண்டும் என்று நீங்கள் விரும்பினால், இந்தப் பழக்கங்கள் உங்களிடம் இல்லாதவாறு பார்த்துக் கொள்ள வேண்டும். தொலைக்காட்சி நிகழ்ச்சிகளைப் பார்ப்பதற்குப் பதிலாக, புத்தகங்களைப் படிப்பதில் உங்கள் குழந்தைகள் அதிக நேரத்தைச் செலவிட வேண்டும் என்று நீங்கள் விரும்பினால், உங்களுக்குக் கிடைக்கும் ஒவ்வொரு வாய்ப்பிலும் நீங்கள் புத்தகங்களைப் படித்து, அவர்களுக்கு அதற்கான ஓர் எடுத்துக்காட்டாக விளங்க வேண்டும். பொறுமை, அமைதி, சுயகட்டுப்பாடு ஆகிய பண்புகளை உங்கள் குழந்தைகள் உருவாக்கிக் கொள்ள வேண்டும் என்று நீங்கள் விரும்பினால், சூழ்நிலைகள் எவ்வளவு சவாலானவையாக இருந்தாலும்கூட, நீங்கள் இப்பண்புகளை வெளிப்படுத்தி அவர்களுக்கு ஒரு முன்மாதிரியாக இருக்க வேண்டும்.

தாங்கள் எவ்வாறு நடந்து கொள்ள வேண்டும் என்பதற்குக் குழந்தைகள் எப்போதும் தங்கள் பெற்றோரின் உதவியை எதிர்பார்க்கின்றனர். நீங்கள் அவர்களுக்கு ஒரு முன்மாதிரியாக இருப்பதன் மூலம், வேறு எந்தவொரு விஷயத்தைவிடவும் உங்களால் அவர்களது வாழ்வில் மாபெரும் தாக்கத்தை ஏற்படுத்த முடியும்.

உங்கள் வாழ்க்கைத் துணைவரை நேசியுங்கள்

ஓர் ஆண் தன் குழந்தைகளுக்குச் செய்யக்கூடிய மிக அன்பான விஷயம் அவர்களது தாயாரை நேசிப்பதுதான். ஒரு தாய் தன் குழந்தைகளுக்குச் செய்யக்கூடிய மிக அன்பான விஷயம் அவர்களது தந்தையை நேசிப்பதுதான். அன்பு தாராளமாக வெளிப்படுத்தப்பட்டு, தடையின்றிப் பகிர்ந்து கொள்ளப்படும் வீடுகளில் வளர்வதன் மூலம் குழந்தைகள் அன்பைப் பற்றிக் கற்றுக் கொள்கின்றனர். தங்கள் பெற்றோர்களுக்கு இடையேயான அன்பை உன்னிப்பாகக்

கவனிப்பதன் மூலம் தாங்கள் எவ்வாறு அன்பு மிக்கவர்களாக இருக்க வேண்டும் என்பதை அவர்கள் கற்றுக் கொள்கின்றனர்.

இவ்விஷயங்களைப் பற்றி அதிகமான விழிப்புணர்வு இல்லாத பெற்றோர்களால் நீங்கள் வளர்க்கப்பட்டிருக்கக்கூடும். அவர்கள் உங்களை வளர்க்கும்போது பல தவறுகளைச் செய்திருக்கக்கூடும். எடுத்துக்காட்டாக, அழிவுபூர்வமான விமர்சனங்களை அவர்கள் உங்களிடம் பயன்படுத்தி இருக்கக்கூடும். உங்களுக்குத் தேவையான அன்பையும் பரிவையும் அவர்கள் ஒருபோதும் கொடுத்திருக்காமல் போயிருக்கக்கூடும்.

நீங்கள் பழக்கத்திற்கு அடிமையானவர்கள். ஒரு பெற்றோர் என்ற முறையில், சிறு வயதில் உங்களுக்குச் செய்யப்பட்ட விஷயங்களை உங்கள் குழந்தைகளுக்குச் செய்ய நீங்கள் இயல்பாகத் தூண்டப்படுவீர்கள். நீங்களும் அதே தவறுகளைச் செய்வீர்கள். உங்களைக் காயப்படுத்திய அதே விஷயங்களை நீங்கள் அவர்களுக்குச் செய்வீர்கள், பிறகு அது குறித்து வருத்தப்படுவீர்கள். ஆனால், இப்போதுகூடக் காலதாமதம் ஆகிவிடவில்லை. உங்கள் குழந்தைகளிடம் அழிவுபூர்வமான விமர்சனத்தைப் பயன்படுத்தும் பழக்கம் உங்களுக்கு இருந்தால், அந்தச் சூழ்நிலைக்கு இக்கணமே தீர்வு கண்டு, உங்கள் குழந்தையின் சுயமதிப்பை உயர்த்துவதற்கு நீங்கள் செய்யக்கூடிய ஒரு விஷயம் உள்ளது.

திரும்பப் பெற்றுக் கொள்ளுங்கள்

உங்கள் குழந்தைகளுடன் சேர்ந்து அமர்ந்து கொண்டு, ஆழமாக சுவாசியுங்கள். பிறகு, நீங்கள் அவர்களுக்குக் கொடுத்துள்ள அழிவுபூர்வமான விமர்சனங்கள் அல்லது உடல்ரீதியான தண்டனைகள் அனைத்திற்கும் அவர்களிடம் மன்னிப்புக் கேளுங்கள். அவர்களைக் காயப்படுத்திய அல்லது அவர்களைத் தங்களைப் பற்றி ஏதோ ஒரு விதத்தில் மோசமாக உணரச் செய்த உங்களுடைய விமர்சனங்கள் அல்லது செயல்கள் அனைத்திற்கும் அவர்களிடம் மன்னிப்புக் கேளுங்கள்.

தங்களுடைய தவறுகளுக்காகவோ, காயப்படுத்தும் வித்ததில் தாங்கள் செய்துள்ள அல்லது கூறியுள்ள விஷயங்களுக்காகவோ தங்கள் பெற்றோர்கள் ‘என்னை மன்னித்துவிடு’ அல்லது ‘என் தவறுக்கு நான் வருந்துகிறேன்’

என்று ஒருபோதும் கூறுவதில்லை என்பதுதான் அனைத்து வயதுக் குழந்தைகளும் கூறும் ஒரு குறை. குழந்தைகளைப் பொறுத்தவரை நியாயம் மிகவும் முக்கியமானது. காரணம் எதுவாக இருந்தாலும் சரி, தாங்கள் நியாயமின்றி நடத்தப்பட்டதாகவோ அல்லது அநியாயமாகத் தங்கள்மீது பழி சுமத்தப்படுவதாகவோ அவர்கள் உணரும்போது, அவர்களுக்குக் கோபமும் வருத்தமும் ஏற்படுகிறது. அவர்களது மனம் காயப்படுகின்றது. இது உடனடியாகத் தீர்க்கப்படாவிட்டால், இந்தக் கோபம் பல வருடங்கள் தொடர்ந்து நீடிக்கிறது.

நீங்கள் உங்கள் குழந்தைகளிடம் மன்னிப்புக் கேட்பதற்கான நோக்கம், உங்கள் குழந்தைகளுக்குக் குற்றவுணர்வு ஏற்படும்படி நீங்கள் கூறிய வார்த்தைகளுக்கு அல்லது செய்த விஷயங்களுக்கு நீங்கள் முழுமையான பொறுப்பு ஏற்றுக் கொள்வதுதான். நீங்கள் மன்னிப்புக் கேட்கும்போது, நீங்கள் பலவீனங்கள் கொண்ட ஒரு சாதாரண மனிதர்தான் என்பதை உங்கள் குழந்தைக்கு வெளிப்படுத்துகிறீர்கள். நீங்கள் கச்சிதமானவர் அல்ல. நீங்கள் செய்தது தவறு என்பதை ஒத்துக்கொள்ளக்கூடிய துணிச்சலும் பண்பும் உங்களுக்கு இருக்கிறது என்பதை நீங்கள் வெளிப்படுத்துகிறீர்கள்.

தங்கள் குழந்தைகள் தங்களை மதிக்க மாட்டார்கள் என்ற பயத்தில் பல பெற்றோர்கள் மன்னிப்புக் கேட்க மறுக்கின்றனர். தங்களால் தவறிழைக்கவே முடியாது என்ற ஒரு மாயையை அவர்கள் தங்கள் குழந்தைகளிடம் வெளிப்படுத்தியாக வேண்டும், இல்லையென்றால் தங்களது குழந்தைகள் தங்களை அவர்களுக்கு அனுகூலமாகப் பயன்படுத்திக் கொள்வர் என்று அவர்கள் நினைக்கின்றனர். மன்னிப்புக் கேட்பது என்பது பலவீனத்திற்கான ஓர் அறிகுறி என்று அவர்கள் பயப்படுகின்றனர். மன்னிப்புக் கேட்பதைக் கருத்தில் கொள்ளக்கூட முடியாத அளவுக்கு அவர்களுடைய அகங்காரங்கள் தலைவிரித்து ஆடுகின்றன.

ஆனாலும், இதற்கு நேரெதிரானதுதான் உண்மை. நீங்கள் உங்கள் குழந்தைகளிடம் மன்னிப்புக் கேட்கும்போது, உங்கள்மீது அவர்கள் கொண்டிருக்கும் அன்பும் மதிப்பும் உயர்கின்றன. எதிர்காலத்தில் அவர்கள் உங்களுடன் ஒத்துழைப்பதற்கான சாத்தியக்கூறும் அதிகரிக்கின்றது. நீங்கள் தவறிழைக்கும்போது மன்னிப்புக் கேட்காமல் இருந்தால், அது உங்கள் குழந்தைக்குக் கோபத்தையும் வெறுப்பையும்

ஏற்படுத்துகிறது. அவர்கள் கண்முன் நீங்கள் உங்கள் சொந்த மதிப்பை இழந்துவிடுகிறீர்கள்.

நீங்கள் உங்கள் குழந்தையிடம் மன்னிப்புக் கேட்கும்போது, கடந்தகாலத்தில் நீங்கள் பயன்படுத்திய அழிவுபூர்வமான விமர்சனங்களால் உங்கள் குழந்தை சுமந்து கொண்டிருக்கும் குற்றவுணர்வு, எதிர்மறைத் தன்மை, மற்றும் தான் மதிப்பற்றவன் என்ற உணர்வு ஆகியவற்றை அவனிடமிருந்து நீக்குகிறீர்கள். நீங்கள் தவறாக நடந்து கொண்டதை ஒப்புக் கொண்டு மன்னிப்புக் கேட்கும்போது, உங்கள் குழந்தையை இந்தச் சுமைகளிலிருந்து விடுவிக்கிறீர்கள். “உன் மனத்தைக் காயப்படுத்தும்படி நான் செய்துள்ள காரியங்களுக்காகவும் கூறியுள்ள விஷயங்களுக்காகவும் நான் வருந்துகிறேன்,” என்று எளிமையாக மன்னிப்புக் கேட்பது உடனடியான, அற்புதமான விளைவை ஏற்படுத்தும்.

தங்கள் குழந்தைகளுடன் உட்கார்ந்து, “கடந்தகாலத்தில் உன் மனத்தைக் காயப்படுத்தும்படி நான் கூறியவற்றுக்காகவும் செய்தவற்றுக்காகவும் நான் மிகவும் வருந்துகிறேன்,” என்று மன்னிப்புக் கேட்டதன் விளைவாக, ஒரே இரவில் தங்கள் குழந்தைகளின் வாழ்வில் பரிபூரண மாற்றம் ஏற்பட்டதைப் பல பெற்றோர்கள் கண்டுள்ளனர்.

மாதக்கணக்கிலும் வருடக்கணக்கிலும் தங்கள் பெற்றோரிடமிருந்து விலகி இருந்த குழந்தைகள்கூட, அவர்களது பெற்றோர்கள் துணிவோடு தங்கள் செயலுக்குப் பொறுப்பேற்று மன்னிப்புக் கேட்டவுடன், கிட்டத்தட்ட உடனடியாக ஒன்றுசேர்ந்துள்ளனர்.

நீங்கள் மன்னிப்புக் கேட்டப் பிறகு, அழிவுபூர்வமான விமர்சனத்தை இனி நீங்கள் ஒருபோதும் பயன்படுத்துவதில்லை என்று உறுதி பூணுங்கள். நீங்கள் அவ்வப்போது அதிலிருந்து தவறும்போது, அதை உங்களுக்கு நினைவூட்ட உங்கள் குழந்தைகளுக்கு அனுமதி அளியுங்கள். பிறகு, உங்கள் வாக்குறுதியிலிருந்து நீங்கள் தவறும்போதும், கோபத்தில் ஏதோ செய்யும்போதும், உடனடியாக, “என்னை மன்னித்துவிடு,” என்று கூறுங்கள்.

குழந்தைகள் வளைந்து கொடுத்துப் போகும் திறன் கொண்டவர்கள். அவர்களுக்குத் தங்கள் பெற்றோரின் அன்பும் மதிப்பும் அதிக அளவில் தேவை என்பதால், அவர்கள் தங்கள் பெற்றோர்களை எப்போதும் மன்னிப்பார்கள். நீங்கள் ஒரு குழந்தையிடம் மன்னிப்புக் கேட்டு, அக்குழந்தை உங்களை

மன்னித்துவிட்டால், கணக்கு சரியாகிவிட்டது என்று அர்த்தம். உங்கள் குழந்தையும் விடுவிக்கப்படுகிறது, நீங்களும் விடுவிக்கப்படுகிறீர்கள்.

நீங்கள் உங்கள் குழந்தைகளிடம் மன்னிப்புக் கேட்கும்போது, தாங்களும் தவறு செய்வதை அவர்கள் ஒப்புக் கொள்வதற்கு நீங்கள் அவர்களுக்கு அனுமதியளிக்கிறீர்கள். பெரும்பாலான நபர்கள் செய்வதைப்போல் உங்கள் குழந்தைகளும் தங்கள் தவறுகளை மறைப்பதற்கு ஏராளமான உணர்ச்சிரீதியான ஆற்றலைச் செலவிட்டு, தங்களைத் தற்காத்துக் கொள்ள வேண்டியதில்லை. உங்கள் தவறுகளை ஒப்புக் கொள்வதற்கான துணிச்சலும் பண்பும் உங்களிடம் இருப்பதை நீங்கள் வெளிப்படுத்தும்போது, உங்கள் குழந்தைகளிடத்தில் அந்தத் துணிச்சலும் பண்பும் உருவாவதற்கு நீங்கள் ஓர் எடுத்துக்காட்டாகத் திகழ்கிறீர்கள். தங்கள் பெற்றோர்களால் ஏற்றுக் கொள்ளப்படுவதற்குத் தாங்கள் கச்சிதமானவர்களாக இருக்க வேண்டியதில்லை என்று அவர்கள் உணர்கின்றனர். உங்கள் குழந்தைகள் தற்போது உள்ளபடியே மதிப்பும் தகுதியும் கொண்டவர்கள்தான்.

உங்களுடைய குழந்தைகளுடன் மட்டும்தான் நீங்கள் நிரந்தரமான உறவை அனுபவிக்கிறீர்கள். நீங்கள் உயிருடன் இருக்கும்வரை இந்த உறவு தொடரும். உங்கள் குழந்தைகளை நீங்கள் அன்போடும், பொறுமையோடும், புரிதலோடும் நடத்தினால், உங்கள் வாழ்நாள் முழுவதும் வெகுமதிகளைப் பெற்றுக் கொண்டே இருப்பீர்கள்.

ஒரு விரைவான தொகுப்பு

முதலாவதாக, குழந்தைகளை உயர்ந்த சுயமதிப்பும் தன்னம்பிக்கையும் நிறைந்தவர்களாக உருவாக்குவதுதான் பெற்றோரின் தலையாயக் கடமை. அக்குழந்தைகள் வளர்ந்த பிறகு மகிழ்ச்சியையும் சாதனைகளையும் அனுபவிக்க இது அவர்களைத் தயார்படுத்துகின்றது.

இரண்டாவதாக, குழந்தைகளுக்குத் தங்கள் பெற்றோர்களிடமிருந்து நிபந்தனையற்ற அன்பும், ஒப்புதலும், ஏற்றுக் கொள்ளுதலும் தொடர்ந்து எப்போதும் தேவைப்படுகின்றன. அவர்களுடைய ஆரோக்கியமான வளர்ச்சிக்கு இது அத்தியாவசியத் தேவை. இது அவர்களுக்குக் கிடைக்காவிட்டால், தங்கள் வாழ்நாள் முழுதும் அவர்கள் இதைத் தேடிக் கொண்டே இருப்பார்கள்.

மூன்றாவதாக, உங்கள் குழந்தைகளை நீங்கள் நேசிப்பதை வார்த்தைகள் மூலமாகவும் செயல்கள் மூலமாகவும் ஒவ்வொரு நாளும் அவர்களுக்குத் தெரியப்படுத்துங்கள். அவர்களது கண்களை அன்போடு பாருங்கள், அவர்களைக் கட்டித் தழுவுங்கள், அவர்கள்மீது ஒருமித்தக் கவனம் செலுத்துங்கள். அவர்களுடன் ஏராளமான நேரம் செலவிடுங்கள். வெளியே காலாற நடப்பதற்கும், திரைப்படங்களுக்கும், சிற்றுலாக்களுக்கும், உணவகங்களுக்கும் அவர்களை உடனழைத்துச் செல்லுங்கள். வேறு எந்தவொரு விஷயத்தைவிடவும், நீங்கள் அவர்களுடன் ஏராளமான நேரத்தைச் செலவிடுவது, அவர்கள்மீது நீங்கள் கொண்டிருக்கும் அன்பை அவர்களுக்குத் தெளிவாக எடுத்துரைக்கும்.

நான்காவதாக, உங்கள் குழந்தையின் கல்வி மற்றும் வீட்டுப்பாடங்களில் முழுமையாக ஈடுபடுவதன் மூலம், உயர்வாக சாதிப்பதற்கான ஒரு சூழலை உங்கள் குழந்தைக்கு ஏற்படுத்திக் கொடுங்கள். அவர்கள் தங்களால் இயன்ற அளவுக்குச் சிறப்பாகச் செய்வார்கள் என்ற நேர்மறையான எதிர்பார்ப்புகளைக் கொண்டிருங்கள். நீங்கள் அவர்கள்மீது நம்பிக்கை கொண்டுள்ளதாக அவர்களிடம் கூறுங்கள். அவர்களது அபிப்பிராயங்களை மதித்து, உங்கள் குடும்ப விவகாரங்களைப் பற்றிய தங்களது எண்ணங்களையும் உணர்வுகளையும் அவர்கள் தாராளமாகப் பகிர்ந்து கொள்வதற்கு அவர்களை ஊக்குவியுங்கள். அவர்களை மதிப்புடன் நடத்துங்கள். அப்போது அவர்கள் தங்களை மதிக்கக் கற்றுக் கொள்வார்கள்.

ஐந்தாவதாக, நீங்கள்தான் உங்கள் குழந்தையின் முதன்மையான முன்மாதிரி என்பதை நினைவில் கொள்ளுங்கள். அறிந்தோ அறியாமலோ, உங்கள் குழந்தை தன் வாழ்நாள் முழுவதும் உங்களைப்போலவே இருப்பதற்கு முயற்சி செய்வான். அதோடு, நீங்கள் அவனை எவ்வாறு நடத்துகிறீர்களோ, மற்றவர்களையும் அவன் அவ்வாறு நடத்துவான். உங்கள் குழந்தையை அன்போடும், பொறுமையோடும், பரிவோடும், மதிப்போடும், ஒப்புதலோடும் நீங்கள் நடத்தும்போது, உங்கள் குழந்தை ஒரு முழுமையான மனிதனாக உருவாவான். இதைவிட அதிகமாக உங்களால் கேட்க முடியாது, இதைவிடக் குறைவாகவும் உங்களால் திருப்திப்பட்டுக் கொள்ள முடியாது.

செயல்முறைப் பயிற்சி

நீங்கள் உங்கள் சொந்தக் குழந்தையாக இருந்தால் எப்படி இருக்கும் என்று நினைத்துப் பாருங்கள். உங்கள் குழந்தைகளின் நிலையில் உங்களை வைத்து ஒரு பெற்றோராக உங்களை மதிப்பீடு செய்யுங்கள். உங்கள் பலங்கள் எவை? உங்கள் பலவீனங்கள் எவை? நீங்கள் எதைச் சிறப்பாகச் செய்கிறீர்கள், எதை மோசமாகச் செய்கிறீர்கள்? உங்கள் குழந்தைகள் குறைந்த சுயமதிப்புடன் வளர்வதற்கு நீங்கள் எவற்றைச் செய்து கொண்டிருக்கிறீர்கள், எவற்றைச் செய்யாமல் இருக்க விரும்புகிறீர்கள்? நீங்கள் ஓர் அன்பான, சிறந்த பெற்றோராக இருப்பதற்கு இன்றிலிருந்து துவங்கி உங்களால் என்ன செய்ய முடியும்?

நீங்கள் ஒரு சிறந்த பெற்றோராக இருப்பதற்கு உங்களால் வேறு என்ன செய்ய முடியும் என்று உங்கள் குழந்தைகள் நினைக்கிறார்கள் என்று அவர்களிடம் கேளுங்கள். அவர்களுக்கு விருப்பமில்லாத விஷயங்கள் எவற்றையேனும் நீங்கள் செய்கிறீர்களா என்று அவர்களிடம் கேளுங்கள். அவர்களது பதில்களையும் கருத்துக்களையும் கவனமாகக் கேளுங்கள். அவர்கள் பேசும்போது குறுக்கிடாதீர்கள், எந்தவிதமான விளக்கமும் கொடுக்காதீர்கள், உங்களைத் தற்காத்துக் கொள்ள முயற்சிக்காதீர்கள். அவர்களுக்கு பதிலளிப்பதற்கு முன் அவர்கள் கூறுவதைத் தெளிவாகப் புரிந்து கொள்ளுங்கள்.

அவர்கள் கூறுவதை உங்கள் சொந்த வார்த்தைகளில் தொகுத்துக் கூறுங்கள். இறுதியாக, அவர்கள் கூறியவற்றின்மீது ஏதேனும் நடவடிக்கை எடுப்பதற்கு உங்களுக்கு நீங்களே உறுதியளித்துக் கொள்ளுங்கள். வெறும் வார்த்தைகளால் எந்தப் பிரயோஜனமும் இல்லை. செயல் வாயிலாக விடையளிப்பதுதான் மதிப்பானது.

ஒரு தன்னிகரற்றப் பெற்றோராக உருவாக வேண்டும் என்று தீர்மானிப்பதன் மூலமும், இப்புத்தகத்தில் கொடுக்கப்பட்டுள்ளவற்றை நடைமுறைப்படுத்துவதன் மூலமும் உங்களால் ஒரு தன்னிகரற்றப் பெற்றோராக ஆக முடியும். நீங்கள் மேற்கொள்ளக்கூடிய மிக முக்கியமான தீர்மானம் இதுதான். உங்களுக்கு அதிஅற்புதமான வெகுமதிகளை அள்ளித் தரக்கூடிய தீர்மானமும் இதுதான்.

12

அன்பின் சக்தியைப் பயன்படுத்துவதில் கைதேர்ந்தவராதல்

நான் பருவ வயதினனாக இருந்தபோது, வெளியுலகிற்குள் நான் காலெடுத்து வைத்ததற்கு முன், வாழ்வின் அர்த்தத்தைப் பற்றிச் சிந்திப்பதற்கு அதிக அளவில் நேரத்தைச் செலவிட்டேன். "நான் ஏன் இங்கு இருக்கிறேன்? என் வாழ்வின் நோக்கம் என்ன? என் இருத்தலுக்கான காரணம் என்ன? நான் யார்? நான் எங்கிருந்து வந்தேன்? நான் எங்கே போய்க் கொண்டிருக்கிறேன்?" போன்ற கேள்விகளை நான் என்னிடம் கேட்டேன். இப்புவியில் தங்கள் இருத்தலுக்கான காரணங்கள் குறித்து எல்லோரும் ஏதோ ஒரு நேரத்தில் வியந்துள்ளனர் என்று நான் உறுதியாக நம்புகிறேன்.

நான் இளைஞனாக இருந்த சமயத்திலேயே, அன்பு ஒன்றுதான் உலகிலேயே மிக முக்கியமான விஷயம் என்ற முடிவுக்கு வந்திருந்தேன். எட்டு வருடங்களில் நான் எண்பது

நாடுகளுக்கு மேல் பயணம் செய்தேன். அங்கு வெவ்வேறு வேலைகளைச் செய்தேன், வெவ்வேறு மொழிகளைக் கற்றேன், வெவ்வேறு சூழ்நிலைகளை எதிர்கொண்டு அவற்றிலிருந்து வெளிவந்தேன். ஆனால் இந்த எல்லா நேரங்களிலும்கூட, அன்பு ஒன்றுதான் உலகிலேயே மிக முக்கியமான விஷயம் என்பதை நான் உறுதியாக உணர்ந்தேன்.

வாழ்வில் மிக முக்கியமான விஷயம் எது என்று நான் அடிக்கடி யாரேனும் ஒருவரைக் கேட்பது வழக்கம். இதற்கு அவர் கொடுக்கும் பதிலைக் கொண்டு, உணர்ச்சிரீதியாக அவர் எவ்வளவு பக்குவம் வாய்ந்தவர் என்பதை உங்களால் கூற முடியும் என்று நான் நம்புகிறேன். என்னைப் பொறுத்தவரை, அந்தக் கேள்விக்கான ஒரே சரியான விடை, அன்புதான். பல முன்னணித் தொழிலதிபர்கள், தொழில்முறை வல்லுனர்கள், மற்றும் பல்வேறு துறைகளைச் சேர்ந்தவர்களிடம் நான் இந்தக் கேள்வியைக் கேட்டிருக்கிறேன். செல்வத்தையும் பௌதீகப் பொருட்களையும் மட்டுமே தங்கள் இலக்காகக் கொண்டிருக்கும் மக்கள்கூட, வேறு எதைவிடவும் அன்புதான் மிகவும் முக்கியம் என்பதை இதயபூர்வமாக நம்புகின்றனர்.

வெற்றி என்பது ஏழு வெவ்வேறு அம்சங்களின் கலவை என்று முதலாவது அத்தியாயத்தில் நான் வரையறுத்தேன். இந்த அம்சங்கள் ஒவ்வொன்றும், தன்னைக் குறித்தும் இவ்வுலகத்தைக் குறித்தும் ஒவ்வொரு நபரும் கொண்டிருக்கும் அன்பின் அளவால் பாதிக்கப்படுகின்றது.

அனைத்தும் அன்பைச் சார்ந்துள்ளன

நீங்கள் உங்களையும் மற்றவர்களையும் எந்த அளவுக்கு நேசிக்கிறீர்களோ, அந்த அளவுக்கு மனஅமைதியைக் கொண்டிருக்கிறீர்கள். உங்களை நீங்களும் மற்றவர்களும் எந்த அளவுக்கு நேசிக்கிறீர்களோ, ஏற்றுக் கொள்கிறீர்களோ, அந்த அளவுக்கு உயர்ந்த ஆற்றலையும் ஆரோக்கியத்தையும் நீங்கள் அனுபவிக்கிறீர்கள். நீங்கள் உங்களிடமும் மற்றவர்களிடமும் எந்த அளவுக்கு அன்பு செலுத்துகிறீர்களோ, அந்த அளவுக்கு அன்பான உறவுகளை நீங்கள் அனுபவிப்பீர்கள். பல விஷயங்களில், வாழ்வில் உங்கள் பொருளாதாரச் சாதனைகளின் மைய ஆதாரமாக விளங்குவது அன்புதான். சுயமாக செல்வந்தர்களான அனைவரும் தாங்கள் விரும்புவதைத்தான் செய்து கொண்டிருக்கின்றனர். நீங்கள் உங்களையும் உங்களது வேலையையும் எவ்வளவு தூரம்

நேசிக்கிறீர்களோ, அந்த அளவுக்கு நீங்கள் உங்களுக்கென்று அதிக சவாலான, மதிப்பான இலக்குகளை அமைத்துக் கொள்வீர்கள். சுயஅன்பும் சுயஏற்பும் சிறந்த சுயஅறிவையும் சுயபுரிதலையும் நீங்கள் பெறுவதை சுலபமாக்கும். இறுதியாக, நீங்கள் உங்களையும் மற்றவர்களையும் நிபந்தனையின்றி எந்த அளவுக்கு நேசிக்கிறீர்களோ, ஏற்றுக் கொள்கிறீர்களோ, அந்த அளவுக்கு நீங்கள் நிரந்தரமான மனநிறைவையும் சுயவெளிப்பாட்டையும் அடைவீர்கள்.

அன்பையும் "விதி"களையும் தொடர்புபடுத்துதல்

நீங்கள் மனரீதியான ஒரு படைப்பு. கிட்டத்தட்ட உங்களுக்கு நிகழும் அனைத்துமே உங்கள் சிந்தனையின் விளவுதான். நீங்கள் உங்கள் சிந்தனையின் தரத்தை மாற்றினால் அல்லது மேம்படுத்தினால், உங்கள் வாழ்வின் தரம் தானாகவே மாறும், மேம்படும். இப்புத்தகத்தில் குறிப்பிடப்பட்டுள்ள பல மனவிதிகள், அன்பின் முக்கியத்துவத்தையும், ஓர் ஆரோக்கியமான ஆளுமையின் முக்கியத்துவத்தையும் எடுத்துரைப்பதாக அமைந்துள்ளன. இவை மதிப்புமிக்க இலக்குகளையும் ஆழ்விருப்பங்களையும் அடைவதில் அங்கம் வகிக்கின்றன.

நீங்கள் எதை உணர்வுபூர்வமாக நம்புகிறீர்களோ, அது உங்கள் யதார்த்தமாக மாறுகிறது என்று நம்பிக்கை விதி கூறுகிறது. நீங்கள் உங்கள்மீதோ அல்லது உங்கள் ஆற்றல்மீதோ சந்தேகம் கொள்வதற்குப் பதிலாக, உங்களை நேசித்து, மதித்து, மாபெரும் சாதனைகளைப் படைப்பதற்கான திறன் உங்களிடம் இருப்பதாக நம்பினால், நீங்கள் நினைப்பதைவிட அதிக அளவில் சாதிப்பீர்கள் என்பது நிச்சயம்.

உறுதியான நம்பிக்கையுடன் நீங்கள் எதை எதிர்பார்க்கிறீர்களோ, அது நிச்சயமாக உங்கள் வாழ்வில் தோன்றும் என்று எதிர்பார்ப்பு விதி கூறுகிறது. நீங்கள் உங்களிடமிருந்தும் மற்றவர்களிடமிருந்தும் சிறந்தவற்றை எதிர்பார்த்தால், சிறந்தவற்றையே பெறுவீர்கள். எல்லோரிடமும் சிறந்தவற்றை எதிர்பார்ப்பதுதான் அன்பான மனப்போக்கைக் கொண்டிருப்பவர்களின் இயல்பாகும். நல்ல விஷயங்கள் மட்டுமே உங்களுக்கு நிகழும் என்று உறுதியாக எதிர்பார்த்து, அதற்கேற்ப நடந்து கொண்டால், மிக அதிகமான விஷயங்கள் உங்கள் கைவசப்படும்.

உங்கள் மனத்தில் ஆதிக்கம் செலுத்தும் எண்ணங்களுடன் ஒத்திசைவாக உள்ள மக்களையும் சூழல்களையுமே நீங்கள் உங்கள் வாழ்வில் கவர்ந்து இழுக்கிறீர்கள் என்று ஈர்ப்புவிதி கூறுகிறது. நீங்கள் உங்களைப் பற்றியும் மற்றவர்களைப் பற்றியும் அன்பான, பரிவான எண்ணங்களை எண்ணும்போது, அன்பான, பரிவான மக்களை நீங்கள் உங்களிடம் ஈர்க்கிறீர்கள். இவர்கள் உங்கள் வாழ்க்கையை ஆனந்தமயமாக்குவார்கள். உங்கள் வாழ்வை மகிழ்ச்சியால் நிரப்புவார்கள். உங்கள் வேலையில் முழுமையான மனநிறைவையும், உங்கள் தனிப்பட்ட உறவுகளில் திருப்தியையும் இவர்கள் உறுதி செய்வார்கள்.

உங்கள் புறவுலகம் உங்கள் அகவுலகத்தின் பிரதிபலிப்பு என்று தொடர்பு விதி கூறுகிறது. நீங்கள் அன்பும், பரிவும், மென்மையும் கொண்டவராக இருந்தால், வெளியுலகில் உள்ள உங்கள் உறவுகள், செல்வம், மற்றும் ஆரோக்கியம் குறித்த வெற்றி, உங்களுக்கு மகிழ்ச்சியையும், ஆரோக்கியத்தையும், செழிப்பையும் கொண்டுவரும்.

நீங்கள் எதன்மீது கவனம் செலுத்துகிறீர்களோ, அது வளர்கிறது என்று கவனக்குவிப்பு விதி கூறுகிறது. உங்களைப் பற்றியும் மற்றவர்களைப் பற்றியும் நீங்கள் தொடர்ந்து அன்பான எண்ணங்களை எண்ணுவதைத் தேர்ந்தெடுத்தால், உங்கள் வாழ்வின் ஒவ்வொரு பகுதியிலும் நீங்கள் அதிக அன்பான உறவுகளை உருவாக்குவீர்கள்.

ஓர் எதிர்மறை எண்ணத்தை நேர்மறை எண்ணத்தால் இடமாற்றம் செய்துவிடலாம் என்று இடமாற்று விதி கூறுகிறது. உங்கள் வெளிமனத்தில் தோன்றும் எண்ணங்களை சுயநினைவுடன் நீங்களாகவே தேர்ந்தெடுத்து, அன்பு, பொறுமை, சகிப்புத்தன்மை, மற்றும் மன்னிப்பின்மீது உங்கள் எண்ணங்களை ஒருமுகப்படுத்தும்போது, உங்கள் மனஅமைதியைப் பறிக்கின்ற, உங்கள் ஆரோக்கியத்தையும் ஆற்றலையும் மழுங்கடிக்கின்ற, உங்கள் உறவுகளுக்குத் தீங்கு விளைவிக்கின்ற எதிர்மறை எண்ணங்களை நீங்கள் விரட்டிவிடுகிறீர்கள்.

அன்பு நமக்கு எதிர்ப்பின்மையைப் பற்றிக் கற்றுக் கொடுக்கிறது. "உங்களைத் தங்கள் நலனுக்காகப் பயன்படுத்துபவர்களுக்காகப் பிரார்த்தனை செய்யுங்கள்," என்று பைபிள் கூறுகிறது. உங்களிடம் வெளிப்படுத்தப்படும் கோபத்தையும் எதிர்மறைத் தன்மையையும் நீங்கள் அன்பாலும்

பரிவாலும் எதிர்கொள்ளும்போது, உங்கள் உணர்ச்சிகளை உங்கள் கட்டுப்பாட்டில் வைத்து, ஒரு நேர்மறையான மனப்போக்கை வெளிப்படுத்துவதோடு மட்டுமல்லாமல், அடுத்தவருக்கும் நீங்கள் உதவுகிறீர்கள்.

தாங்கள் மோசமாக நடத்தும் ஒரு நபர் தங்களிடம் மென்மையாகவும், பணிவாகவும், பரிவாகவும் நடந்து கொள்வதைவிட வேறு எதுவும் ஒருவருக்கு ஆச்சரியத்தை ஏற்படுத்துவதில்லை. அவர் தன் விமர்சனப் போக்கைக் கைவிட்டுவிட்டு, நல்லவிதமாக நடந்து கொள்ள அது அவருக்கு உதவுகிறது.

உங்கள் வெளிமனத்தில் நீங்கள் தொடர்ந்து நிலைநிறுத்தும் எந்தவொரு திட்டமோ, எண்ணமோ, இலக்கோ, அல்லது யோசனையோ, உங்கள் முடிவில்லாப் பேரறிவால் யதார்த்தமாக்கப்படுகிறது என்று பிரபஞ்ச விதி கூறுகிறது. உங்களுக்கு எது வேண்டாம் என்பதில் கவனம் செலுத்துவதை விட்டுவிட்டு, உங்கள் வாழ்வில் உண்மையிலே நீங்கள் விரும்பும் விஷயங்களைப் பற்றித் தொடர்ந்து சிந்திப்பதன் மூலம், ஆரோக்கியமும், ஆற்றலும், ஆனந்தமும், அன்பான உறவுகளும் நிறைந்த ஒரு மகிழ்ச்சியான, அற்புதமான வாழ்க்கையை உங்களால் வாழ முடியும்.

அன்புதான் விடை

எப்போதும் அன்புதான் விடை. அளவுக்கதிகமான அன்பு என்று எதுவும் கிடையாது. அன்பின்மையோ அல்லது அன்பு விலக்கிக் கொள்ளப்படுதலோதான் பெரும்பான்மையான தனிப்பட்டத் தகராறுகளுக்கும் நடத்தைப் பிரச்சனைகளுக்கும் மூல காரணமாக அமைகிறது. அன்பு என்பது விடை மட்டுமல்ல, வாழ்வின் பெரும்பாலான பிரச்சனைகளுக்கான தீர்வும் அதுதான்.

மகிழ்ச்சியைத் திருடும் உணர்ச்சிக் கள்வன்

ஒருவரது சமய நம்பிக்கைகள் எதுவாக இருந்தாலும் சரி, பைபிளில் கூறப்பட்டுள்ள பல போதனைகளின் உலகளாவிய உண்மையை மறுப்பது கடினம். பைபிளின் புதிய ஏற்பாட்டில் உள்ள மிக அழகான வரிகளில் ஒன்று இது: "அன்பில் எந்த பயமும் இல்லை. கச்சிதமான அன்பு பயத்தைப் போக்குகிறது."

இந்த உண்மைகள் நமக்கு மிகவும் முக்கியம். ஏனெனில், பயம்தான் மனிதகுலத்தின் மகிழ்ச்சியைச் சூறையாடும் மாபெரும் கள்வனாக எப்போதும் இருந்து வருகிறது. தோல்வி பயம், நிராகரிப்பு மற்றும் விமர்சனம் குறித்த பயம், யாரோ ஒருவரின் அன்பையோ மதிப்பையோ இழந்துவிடுவோம் என்ற பயம், உடல்நலக் குறைவு ஏற்பட்டுவிடுமோ என்ற பயம், அடுத்தவர்களுடைய எதிர்பார்ப்புகளுக்கு ஏற்ப நம்மால் செயல்பட முடியாமல் போய்விடுமோ என்ற பயம், நாம் போதுமானவர்களல்ல என்ற பொதுவான பயம் போன்றவை நமது மகிழ்ச்சியைக் கொள்ளையடிக்கும் பல்வேறு வகையான பயங்களில் சில.

உங்கள் வாழ்விலும், நீங்கள் மேற்கொள்ளும் தீர்மானங்களிலும் பயத்தின் பங்கை மெல்ல மெல்லக் குறைத்து, அதை ஒட்டுமொத்தமாக வெளியேற்றுவதுதான், ஒரு மனிதராக உங்களது ஆற்றலை முழுமையாகப் பூர்த்தி செய்வதற்கான ஒரே வழி. உங்களுக்கு எதைப் பற்றியும் பயமில்லை என்ற நிலையை எட்டுவதுதான் உங்களுடைய குறிக்கோளாக இருக்க வேண்டும். பயத்தைக் களையும்போது, நீங்கள் பரிபூரணமான தன்னம்பிக்கை கொண்டவராக ஆகிறீர்கள், உங்கள் ஒட்டுமொத்த உலகமும் உங்கள் கண்முன் விரிகிறது. பயத்தைக் கரைத்து, இறுதியில் அதை உங்கள் வாழ்விலிருந்து ஒட்டுமொத்தமாக நீக்குவது அன்புதான்.

சுயநேசத்தின் சக்தி

சுயமதிப்புதான் உண்மையிலேயே ஆரோக்கியமான ஆளுமை கொண்டவரிடம் உள்ள அடிப்படைப் பண்பாகும். உங்கள் சுயமதிப்பை உயர்த்துவதற்காக நீங்கள் செய்யும் அனைத்தும் உங்களை ஒரு மகிழ்ச்சியான மனிதராக உருவாக்குவதில் பங்கு வகிக்கும். துவக்கத்தில் உங்கள் சுயமதிப்பு எவ்வளவு குறைவாக இருந்தாலும் சரி, இப்புத்தகத்தில் கொடுக்கப்பட்டுள்ள பல உத்திகளைப் பயன்படுத்தி, மெல்ல மெல்ல அதை உங்களால் உயர்த்திக் கொள்ள முடியும்.

நீங்கள் எப்போதும் உங்களிடம் நேர்மறையாகப் பேசுங்கள். உங்களால் எப்படிப்பட்டச் சிறந்த நபராக இருக்க முடியுமோ, அப்படிப்பட்ட நபராக உங்களை உங்கள் மனத்தில் காட்சிப்படுத்துங்கள். நம்பிக்கை மற்றும் உத்வேகம் குறித்த நேர்மறையான செய்திகளால் உங்கள் மனத்தை நிரப்புங்கள்.

மகிழ்ச்சியான, நன்னம்பிக்கை கொண்ட, இலக்குகளை நிர்ணயித்து அவற்றை அடைவதைப் பழக்கமாகக் கொண்ட மக்களுடன் தொடர்பை ஏற்படுத்திக் கொள்ளுங்கள். உங்களைப் பற்றிய நல்ல உணர்வுகளை உங்களுக்கு நீங்களே தொடர்ந்து வலியுறுத்திக் கொள்வதற்காக உங்கள் வாழ்வின் ஒவ்வொரு பகுதியையும் ஒழுங்கமைத்துக் கொள்ளுங்கள்.

நீங்கள் உங்களை எவ்வளவு அதிகமாக விரும்புகிறீர்களோ அல்லது நேசிக்கிறீர்களோ, மற்றவர்களை நீங்கள் அவ்வளவு அதிகமாக விரும்பவும் நேசிக்கவும் செய்வீர்கள். மற்றவர்கள் குறித்து நீங்களும், உங்கள்மீது அவர்களும் கொண்டிருக்கும் அன்பு மற்றும் மதிப்பின் அளவு, உங்களுக்காக நீங்கள் கொண்டுள்ள அன்பின் அளவோடு நேர் விகிதத்தில் உள்ளது.

உணர்வுகள் நடவடிக்கைகளுக்கு வழிவகுப்பதுபோல், நடவடிக்கைகளும் உணர்வுகளுக்கு வழிவகுக்கின்றன. உங்கள் வார்த்தைகளும் செயல்களும் நீங்கள் உங்களை நேசிப்பதுடன் ஒத்திசைவாக இருந்தால், விரைவில் உண்மையிலேயே நீங்கள் உங்களை நேசிக்கத் துவங்குவீர்கள், உங்களைக் குறித்து நேர்மறையாக உணர்வீர்கள். உங்கள் வார்த்தைகளும் செயல்களும் உங்களுக்கு விருப்பமான விளைவுகளுடன் ஒத்திசைவாக இருந்தால், அப்படிப்பட்ட விளைவுகளே உங்களைச் சுற்றி உருவாகும். உங்களிடத்திலும், உங்களைச் சுற்றி இருக்கும் மக்களிடத்திலும், சூழ்நிலைகளிடத்திலும் உள்ள சிறந்தவற்றைத் தூண்டுவது அன்புதான்.

உங்கள் நடவடிக்கைகள்தான் உங்கள் நம்பிக்கைகளுக்கான உண்மையான அளவீடு. நீங்கள் என்ன கூறுகிறீர்கள் என்பதோ, எதை விரும்புகிறீர்கள் என்பதோ, எது நடக்க வேண்டும் என்று நம்புகிறீர்களோ, அது ஒரு பொருட்டே அல்ல. நீங்கள் உண்மையிலேயே என்ன செய்கிறீர்கள் என்பதுதான் இங்கு முக்கியம். வார்த்தைகள் இங்கு முக்கியமல்ல, செயல்கள்தான் முக்கியம். அனைத்தையும் சாத்தியமாக்குகின்ற சுயமதிப்பை உங்களுக்குள் வளர்ப்பதற்கு நீங்கள் செய்யக்கூடிய பல குறிப்பிட்ட விஷயங்கள் உள்ளன. அவை அனைத்தும் சேர்ந்து உங்கள் சுயமதிப்பை உயர்த்துகின்றன.

தனிப்பட்ட சாதனைக்கான இரகசியங்கள்

முதலாவதாக, கடந்தகாலத்தில் நீங்கள் என்ன செய்திருந்தாலும் சரி, செய்திருக்காவிட்டாலும் சரி, நீங்கள் உங்களை நிபந்தையின்றி ஏற்றுக் கொள்வதாகத் தீர்மானித்துக்

கொள்ளுங்கள். உங்களிடம் உள்ள சிறப்பான பண்புநலன்களையும் தனித்திறமைகளையும் பாராட்டுங்கள். உங்களிடம் உள்ள நல்ல விஷயங்களை வலியுறுத்துங்கள். நீங்கள் அவ்வளவாகச் சிறப்பாகச் செயல்படாத பகுதிகளைப் புறக்கணித்துவிடுங்கள். உள்ளபடியே இன்று நீங்கள் உங்களை விரும்புங்கள், மதியுங்கள். நீங்கள் நினைக்கும் நபராக நீங்கள் மாறிய பிறகுதான் உங்களை விரும்புவீர்கள், மதிப்பீர்கள் என்று அடம் பிடிக்காதீர்கள். சுயஏற்புதான் சுயமதிப்பின் அடிப்படை.

இரண்டாவதாக, நீங்கள் உங்களது வாழ்க்கைக்கும், உங்களுடைய செயல்களின் விளைவுகளுக்கும் முழுமையாகப் பொறுப்பேற்பதன் மூலம் உங்கள் சுயமதிப்பை உங்களால் உயர்த்த முடியும். தற்சார்புடைய ஒரு பொறுப்பான மனிதராக நீங்கள் உருவாகும்போது, நீங்கள் மற்றவர்களைக் குறைகூறவோ விமர்சிக்கவோ மாட்டீர்கள். உங்கள் வாழ்வில் நீங்கள் விரும்பாத விஷயங்களுக்காக சாக்குப்போக்குகளைக் கூறமாட்டீர்கள். உங்கள் சூழ்நிலைக்கு மற்றவர்களைக் குறைகூறுவதிலும், சாக்குப்போக்குகளைக் கண்டுபிடிப்பதிலும் உங்கள் படைப்பாற்றலை விரயம் செய்வதற்குப் பதிலாக, நீங்கள் மகிழ்ச்சியற்று இருக்கும் பகுதிகளில் கவனம் செலுத்த வேண்டும். சுயமாகப் பொறுப்பேற்கும் மனப்போக்கு என்பது உயர்ந்த சுயமதிப்பு, சுயஅன்பு, மற்றும் தனிப்பட்டச் செயற்திறன் ஆகியவற்றின் அடிப்படை அம்சமாகும். இவை ஒவ்வொன்றும் ஒன்றையொன்று வலியுறுத்துகின்றன.

மூன்றாவதாக, உங்களுக்கென்று உன்னதமான இலக்குகளை நிர்ணயித்துக் கொள்ளுங்கள். உங்களுக்காக ஒரு பெரிய இலக்கை நிர்ணயித்துக் கொள்வதே உங்கள் சுயமதிப்பை உயர்த்தும் ஒரு செயலாக அமையும். தன்னை விரும்புகின்ற, தன்மீது நம்பிக்கை கொண்ட ஒருவரால் மட்டுமே உற்சாகமாக ஓர் இலக்கை நிர்ணயிக்க முடியும். அந்த இலக்கை எழுதி வைத்துக் கொள்வது, உங்களை நீங்கள் மேலும் விரும்புவதற்கும் நம்புவதற்கும் உதவுகிறது. ஓர் இலக்கை நிர்ணயிப்பது, நீங்கள் எப்படிப்பட்டவராக உருவாக விரும்புகிறீர்களோ, அப்படிப்பட்டவராக ஆவதற்கான துவக்கமாக அமைகிறது. சுயமாகப் பொறுப்பேற்கும் மனப்போக்கு உங்களிடம் இருப்பதை அது வெளிப்படுத்துகிறது. உங்கள் வாழ்க்கையை உங்கள் கட்டுப்பாட்டிற்குள் கொண்டு வருவதற்கும், உங்களைப் பற்றி நீங்கள் மிகவும் அற்புதமாக உணர்வதற்குமான திறவுகோல் இதுதான்.

சுயமதிப்பை வளர்த்துக் கொள்வதற்கான நான்காவது வழி, உங்கள் உடல்நிலையின்மீது அக்கறை செலுத்துவது. நீங்கள் ஆரோக்கியமான, சத்தான உணவுகளை உட்கொண்டு, நன்றாகத் தூங்கி, முறையாக உடற்பயிற்சி செய்யும்போது, உங்களைப் பற்றி மிகவும் அற்புதமாக உணர்வீர்கள். நீங்கள் உங்களை எவ்வளவு நன்றாக கவனித்துக் கொள்கிறீர்களோ, அவ்வளவு அதிகமான சுயமதிப்பும் சுயஅன்பும் உங்களிடம் இருக்கும். இந்த உணர்வு மற்றவர்களுடனான உங்கள் உறவுகளிலும் படரும். நீங்கள் உங்களை நல்லவிதமாக நடத்தும்போது, மற்றவர்களையும் நல்லவிதமாக நடத்துவீர்கள்.

ஐந்தாவதாக, உங்கள் ஆழ்மனத்தில் நன்றாகப் பதியும்வரை, "நான் என்னை நேசிக்கிறேன், நான் என்னை நேசிக்கிறேன்," என்று, நாளொன்றுக்கு ஐம்பதிலிருந்து நூறு முறை திரும்பத் திரும்பக் கூறுவது உங்கள் சுயமதிப்பை மேம்படுத்துவதற்கான மிக விரைவான வழி. இறுதியில், உங்கள் ஆழ்மனம் இந்த உத்தரவை முழுமையாக ஏற்றுக் கொண்டுவிடுகிறது. பிறகு அந்த வித்தியாசத்தை நீங்கள் காண்பீர்கள். உங்கள் உடல்மொழி, மனப்போக்கு, முகபாவங்கள், மற்றும் உங்கள் குரலின் தொனி ஆகியவை நல்லவிதமாக மாறும். நீங்கள் செய்யும் அனைத்துக் காரியங்களைப் பற்றியும் அதிக நேர்மறையாகவும் உற்சாகமாகவும் உணர்வீர்கள். உங்களைப் பற்றி நல்லவிதமாக உணர்வது உங்கள் இயல்பாக மாறிவிடும்.

மகிழ்ச்சிக்கான இரகசியம்

தங்களைச் சுற்றி இருக்கும் மக்களிடம் அன்பையும், பரிவையும், பாசத்தையும் பொழிவதற்குத் தொடர்ந்து வாய்ப்புகளைத் தேடுபவர்கள்தான் மிகவும் மகிழ்ச்சியான மனிதர்கள். அவர்கள் மற்றவர்களால் அதிகமாக நேசிக்கப்படுவதோடும் மதிக்கப்படுவதோடும் மட்டுமல்லாமல், எல்லோரைவிடவும் அதிக ஆரோக்கியமானவர்களாகவும் அதிகமாக ஆசீர்வதிக்கப்பட்டவர்களாகவும் உள்ளனர்.

நீங்கள் எவ்வளவு அதிகமாகக் கொடுக்கிறீர்களோ, அவ்வளவு அதிகமாகப் பெறுவீர்கள். அதேபோல், நீங்கள் எவ்வளவு குறைவான அன்பை வெளிப்படுத்துகிறீர்களோ, அவ்வளவு குறைவான அன்பையே உங்களிடத்தில் கொண்டிருப்பீர்கள். நீங்கள் அன்பை வெளிப்படுத்துவதே இல்லை என்றால், நீங்கள் உங்களுக்கு எதிராகத் திரும்பி, கோபத்தையும் மகிழ்ச்சியின்மையையும் அனுபவிப்பீர்கள்.

நீங்கள் உங்கள் அன்பை வெளிப்படுத்தக்கூடிய, உங்கள் உதவி தேவைப்படுகின்ற யாரேனும் ஒருவரைத் தேடிக் கண்டுபிடிப்பதுதான் பயம், சந்தேகம், மற்றும் குறைந்த சுயமதிப்பு ஆகியவற்றுக்கான மாற்று மருந்து. வேறொருவரை மகிழ்ச்சிப்படுத்துவதுதான் உங்களுடைய சொந்த மகிழ்ச்சியின்மைக்கான தீர்வாகும்.

பெரும்பாலான மக்கள் இதற்கு நேரெதிராக நடந்து கொள்கின்றனர். தாங்கள் மகிழ்ச்சியற்றவர்களாகவோ அல்லது நேசிக்கப்படாதவர்களாகவோ உணரும்போது, வேறு யாரோ ஒருவர் தங்களை மகிழ்ச்சிப்படுத்த வேண்டும், தங்களை நேசிக்க வேண்டும், தங்கள் பிரச்சனைகளைத் தீர்க்க வேண்டும் என்று நினைக்கின்றனர். ஆனால் நீங்கள்தான் உங்களை நேசிக்க வேண்டும். அன்பு என்பது நேர்மறையான, ஆக்கபூர்வமான நடத்தையின்மூலம் மற்றவர்களிடம் வெளிப்படுத்தப்படுகிறது. அன்பை வெளிப்படுத்துவதை நீங்கள் பயிற்சி செய்தால், அந்த அன்பைத் திரும்பப் பெறுவதிலும், உங்கள் வாழ்க்கையை அன்பால் நிரப்புவதிலும் உங்களுக்கு எந்தப் பிரச்சனையும் இருக்காது. மற்றவர்களுக்கு நீங்கள் எவ்வளவு அன்பைக் கொடுக்கிறீர்கள் என்பதை வைத்து, உங்கள் வாழ்வில் உள்ள அன்பின் அளவை நீங்கள் கட்டுப்படுத்துகிறீர்கள். அன்பைக் கொடுப்பதில் தாராளமாக இருங்கள்!

உங்களை விடுவித்துக் கொள்ளுங்கள்

உங்கள் மனத்திலும் இதயத்திலும் நீங்கள் சேகரித்து வைத்துள்ள எதிர்மறைகளை ஒரே ஒரு தீர்மானமான நடவடிக்கையின் மூலம் உங்களால் அகற்ற முடியும். ஏதோ ஒரு வழியில் தங்கள் செயல்களாலும் வார்த்தைகளாலும் உங்களைக் காயப்படுத்தியுள்ளவர்களை எந்த நிபந்தனையுமின்றி ஒட்டுமொத்தமாக மன்னித்துவிடுவதுதான் அது.

அன்பும் மகிழ்ச்சியும் நிறைந்த வாழ்க்கைக்கு இட்டுச் செல்வது மன்னிப்புதான். மற்றவர்களை தாராளமாக மன்னிப்பதும், உங்கள் காயங்களை உங்கள் மனத்திலிருந்து தூக்கி எறிவதும், உங்களிடம் நாணயமும், துணிவும், பண்பும், முழுமையாக வளர்ச்சியடைந்துள்ள ஓர் ஆளுமையும் குடிகொண்டிருப்பதற்கான அடையாளமாகும்.

மற்றவர்கள் தங்களுக்கு ஏற்படுத்திய காயங்கள் தங்களுக்கு அதிகமான வலியையும் துயரத்தையும் ஏற்படுத்தியுள்ளதால்,

அவர்களை மன்னிப்பது தங்களுக்கு இயலாத காரியம் என்று நினைத்துப் பலர் தங்கள் கோபங்களை விடாமல் பற்றிக் கொண்டிருக்கின்றனர். சில சமயங்களில், மக்களின் ஒட்டுமொத்த வாழ்க்கையும் அவர்களது கடந்தகாலக் காயங்கள் மற்றும் துன்பங்களைச் சுற்றி உருவாக்கப்படுகிறது. பேசுவதற்கு அவர்களுக்கு வேறு எதுவும் இல்லாமல் போய்விடுவதால், அவர்கள் தங்களுக்கு நேர்ந்த எதிர்மறை அனுபவங்களைப் பற்றியே தொடர்ந்து சிந்திக்கின்றனர்.

இறுதியில், அவர்கள் தங்களை உடல்ரீதியாகவும் உளரீதியாகவும் நோய்வாய்ப்படுத்திக் கொள்கின்றனர். அவர்கள் அடக்கி வைத்துள்ள கோபமும் எதிர்மறைகளும் என்றேனும் ஒருநாள் குமுறிக் கொண்டு வெளியேறி, அவர்கள் உருவாக்க நினைக்கும் புதிய உறவுகளையும் வேரோடு சாய்த்துவிடுகின்றன. அவர்கள் தங்கள் சொந்த எதிர்காலத்தையும் பாழாக்கிக் கொள்கின்றனர். இதற்கு ஒரே ஒரு விடை மட்டுமே உள்ளது: எல்லாவற்றையும் மன்னித்து, மறந்துவிடுவதுதான் அது.

மற்றொருவரை மன்னிப்பது முழுக்க முழுக்க ஒரு சுயநலமான செயல். நீங்கள் சுதந்திரமாக இருப்பதற்காக நீங்கள் அவரை மன்னிக்கிறீர்கள். நீங்கள் எதற்காகப் படைக்கப்பட்டீர்களோ, அந்த மகிழ்ச்சியையும் ஆனந்தத்தையும் அனுபவிப்பதற்காக நீங்கள் அவரை மன்னிக்கிறீர்கள். உங்களுக்கான ஒரு சிறு பரிசோதனை இது: நீங்கள் ஒருவரை உண்மையிலேயே மன்னித்துவிட்டீர்கள் என்றால், அவருக்கு ஓர் உபகாரம் செய்வதன் மூலம் அல்லது ஒரு பரிசை அனுப்பி வைப்பதன் மூலம் அதை வெளிப்படுத்துங்கள். அவரைப் பற்றிய அனைத்து எதிர்மறை உணர்ச்சிகளையும் நீங்கள் உங்கள் மனத்திலிருந்தும் இதயத்திலிருந்தும் முற்றிலுமாக விடுவித்துவிட்டீர்கள் என்பதை உங்களுக்கு நீங்களே நிரூபித்துக் கொள்வதற்கான ஒரே வழி இதுதான்.

உங்கள் உலகத்தை மாற்றுங்கள்

உலகத்தை உங்களால் மாற்ற முடியாது, ஆனால் ஒரு மேம்பட்ட மனிதரை இவ்வுலகிற்கு உங்களால் வழங்க முடியும்: அந்த மனிதர் நீங்கள்தான். நீங்கள் மெச்சும் நபராக, நீங்கள் மதிக்கும் நபராக உங்களை மாற்றுவதற்கு உங்கள்மீது உங்களால் நடவடிக்கை எடுக்க முடியும். நீங்கள் ஒரு முன்மாதிரியாக

உருவாகி, மற்றவர்களுக்கு ஒரு தரத்தை உங்களால் நிர்ணயிக்க முடியும். ஏதோ காரணங்களுக்காக மற்றவர்களைக் குறித்து எதிர்மறையான வழியில் பேச அல்லது நடந்து கொள்ளத் தூண்டப்படுவதிலிருந்து உங்களை உங்களால் கட்டுப்படுத்தவும் ஒழுங்குபடுத்தவும் முடியும். எல்லாவற்றையும் அன்பான வழியில் செய்வதை உங்களால் வலுக்கட்டாயமாகத் தேர்ந்தெடுக்க முடியும்.

மற்றவர்களைப் பற்றி அன்பான, பரிவான எண்ணங்களை எண்ணுவதன் மூலம் உங்கள் மனத்தை அமைதியாகவும் நேர்மறையாகவும் உங்களால் வைத்துக் கொள்ள முடியும். உங்களைக் காயப்படுத்தியவர்களைப் பற்றி அன்பாக சிந்திப்பதன் மூலம் உங்கள் கோபத்தை உங்களால் தகர்க்க முடியும். அவர்கள் உங்களுக்கு எவ்வளவு தூரம் எரிச்சலூட்டுகிறார்கள் என்று சிந்திப்பதற்குப் பதிலாக, "கடவுள் அவரை ஆசீர்வதிக்கட்டும்," என்று கூறுவதன் மூலம், உங்களுடைய எதிர்மறை உணர்ச்சிகளைச் செயலிழக்கச் செய்து, உங்கள் அமைதியை மீட்டெடுத்து, உங்கள் மனத்திற்கு அதிகத் தெளிவை வழங்க உங்களால் முடியும். தன்னிரகரற்ற ஒரு மனிதராக ஆவதற்கான பாதையில் நீங்கள் மற்றுமோர் அடியெடுத்து வைக்கிறீர்கள்.

உங்கள் வாழ்வின் ஒவ்வொரு பகுதியிலும், நீங்கள் செய்யும் அனைத்திலும் நீங்கள் உண்மையிலேயே மகிழ்ச்சியையும் வெற்றியையும் அடைய விரும்பினால், ஒவ்வொரு சந்தர்ப்பத்திலும் அன்பை நீங்கள் கடைபிடிக்க வேண்டும். சுவாசிப்பது உங்களுக்கு எவ்வளவு இயல்பாக வருகிறதோ, அதேபோல் அன்பை வெளிப்படுத்துவதும் பரிவுடன்கூடிய காரியங்களைச் செய்வதும் உங்களுக்கு அவ்வளவு இயல்பாக வர வேண்டும்.

சில வருடங்களுக்கு முன் நான் ஓர் அன்பான பெண்மணியைச் சந்தித்தேன். அவருக்குப் பேரன் பேத்திகள் இருந்தனர். அவர் ஓர் அற்புதமான கதையை என்னிடம் கூறினார். அவர் உண்மையிலேயே அன்பான பெற்றோர்கள் இருந்த ஒரு குடும்பத்தில் வளர்ந்தவர். மற்றவர்கள் எப்படி நடந்து கொண்டாலும் சரி, அனைவரிடமும் அன்பை வெளிப்படுத்துவது மற்றும் அவர்கள் குறித்து அன்பை உணர்வது ஆகியவற்றின் முக்கியத்துவத்தை அவரது பெற்றோர்கள் அவருக்கும் அவரது சகோதர சகோதரிகளுக்கும் எப்போதும் கற்றுக் கொடுத்து வந்திருந்தனர்.

அவருடைய தாயார் காலமானபோது, தங்கள் பெற்றோர்களின் உடமைகளைப் பங்கு போட்டுக் கொள்வதற்காக அவரது சகோதரர்களும் சகோதரிகளும் கூடினர். இந்தப் பெண்மணி ஒரு செல்வந்தருக்கு வாழ்க்கைப்பட்டு இருந்ததால், இவருக்குப் பொருளாதாரத் தேவைகள் எதுவும் இருக்கவில்லை. உண்மையில், தன் பெற்றோரின் வீட்டிலிருந்து இவர் ஒரே ஒரு பொருளை மட்டுமே பெற விரும்பினார். அவர் வளர்ந்து வந்த காலத்தில், அவருடைய பெற்றோரின் வீட்டு வரவேற்பறைச் சுவர் ஒன்றில் தொங்கவிடப்பட்டு இருந்த அற்புதமான வாசகம் ஒன்று பொறிக்கப்பட்டிருந்த பலகைதான் அது. யாரேனும் ஒருவருடன் ஏதேனும் பிரச்சனை ஏற்பட்டால், அவரது பெற்றோர்கள் அந்தப் பலகையைச் சுட்டிக்காட்டுவது வழக்கம். அந்தப் பலகையில் இருந்த அறிவுரைதான் இப்பெண்மணியைத் தன் வாழ்நாள் முழுவதும் வழிநடத்தி வந்துள்ளது. அந்த அறிவுரை இதுதான்:

ஒரே ஒரு வாழ்க்கை மட்டுமே உள்ளது,
அதுவும் விரைவில் கடந்து போய்விடும்;
அன்போடு செய்யப்பட்ட விஷயங்கள்
மட்டுமே நிலைத்திருக்கும்.

காலத்தால் அழியாத சிந்தனையாளர்கள் அனைவரின் ஒட்டுமொத்த ஞானமும் இதில் அடங்கியுள்ளது. நீங்கள் இந்த சக்திவாய்ந்த யோசனையைப் பின்பற்றி வாழ்ந்தால், நிச்சயமாக இனி எந்தவொரு தவறையும் செய்ய மாட்டீர்கள்.

உங்கள் வாழ்க்கையை நீங்கள் திரும்பிப் பார்க்கும்போது, நீங்கள் நேசித்த மற்றும் உங்களை நேசித்த நபர்கள் குறித்து நீங்கள் கொண்டிருக்கும் எண்ணங்களும் நினைவுகளும்தான் உங்களுடைய விலைமதிக்க முடியாத சொத்துக்கள் என்பதை உணர்வீர்கள்.

உங்களுடைய மாபெரும் தவறுகள் மற்றும் மாபெரும் வருத்தங்கள் அனைத்தும் அன்பு தொடர்பானவைதான். ஒன்று, நீங்கள் போதிய அளவுக்கு மற்றவர்களை நேசித்திருக்கவில்லை; அல்லது, உங்களுக்குப் போதிய அளவு அன்பு கிடைத்திருக்கவில்லை.

அன்புதான் துவக்கம், அதுதான் முடிவும். ஒரு முழுமையான அன்பான நபராக உருவாவதுதான் உங்கள்

வாழ்வின் நோக்கம். வாழ்க்கை என்பது முன்னுரிமைகள் மற்றும் தேர்ந்தெடுப்புகளைப் பற்றியது. நீங்கள் நிர்ணயிக்கும் முன்னுரிமைகள் மற்றும் நீங்கள் கவனம் செலுத்தத் தேர்ந்தெடுக்கும் விஷயங்கள்தான் உங்கள் வாழ்க்கையை உருவாக்குகின்றன. மகிழ்ச்சியாக வாழ்வதுதான் உங்கள் நோக்கமாக இருக்க வேண்டும். அன்பு, பரிவு, மற்றும் மன்னிப்பு ஆகிய எண்ணங்களால் உங்கள் மனத்தை நிரப்புவதன் மூலம் மட்டுமே உங்களுக்கு அது சாத்தியப்படும்.

இதுதான் காலத்தால் அழிக்க முடியாத இரகசியம். மனித மகத்துவத்தின் உண்மையான அடைப்படையும் இதுவே. தன்னிரகரற்ற மனிதர்களின் உயிர்நாடியும் இதுதான். உங்களால் உங்கள் வாழ்வை அன்பால் நிரப்ப முடியும். நீங்கள் அது குறித்து வெறுமனே தீர்மானிக்க வேண்டும், அவ்வளவுதான். விருப்பத்தேர்வு உங்களுடையது.

உங்களுக்கு வெற்றியும் மகிழ்ச்சியும் உண்டாக எனது மனமார்ந்த வாழ்த்துக்கள். எல்லாவற்றுக்கும் மேலாக, உங்கள் வாழ்வில் அன்பு தழைத்தோங்குவதற்கு என் இதயபூர்வமான வாழ்த்துக்கள்.

நாகலட்சுமி சண்முகம்

மொழிபெயர்ப்பாளர்

நாகலட்சுமி மிகச் சிறந்த ஊக்குவிப்புப் பேச்சாளர். மக்களிடம் பரிபூரண மாற்றம் கொண்டுவரும் கருத்தரங்குகளை இவர் நடத்தி வருகிறார். அமெரிக்காவின் ஊக்குவிப்புப் பயிற்சியாளர்களில் தலைசிறந்தவராக விளங்கி வருபவரும், 'சிக்கன் சூப் ஃபார் த ஸோல்' புத்தகங்களின் இணையாசிரியரும், **ஜாக் கேன்ஃபீல்டிடம்** அமெரிக்கா சென்று நேரடிப் பயிற்சி பெற்றவர். முழுநேரப் பேச்சாளராக ஆவதற்கு முன்பு, பத்து வருடங்கள் கணினித் துறையில் தலைமைப் பொறுப்பு உட்பட, பல பதவிகளை வகித்தவர்.

தமிழ் நாடகத் துறை முன்னோடி மேதைகளான டிகேஎஸ் சகோதரர்களில் ஒருவரான திரு முத்துசாமி அவர்களின் பேத்தியான நாகலட்சுமியிடம் இருந்த இயல்பான தமிழ் ஆர்வம் அவரைத் தமிழ் மொழிபெயர்ப்புத் துறைக்கு இழுத்து வந்துள்ளது. அவருடைய சமீபத்திய மொழிபெயர்ப்பு நூல்களில், **ரோன்டா பைர்னின்** 'சக்தி,' **டாக்டர் ஜோசப் மர்ஃபியின்** 'ஆழ்மனத்தின் அற்புத சக்தி,' **ஜான் மேக்ஸ்வெல்லின்** 'உங்களுக்குள் இருக்கும் தலைமைத்துவத்தை வளர்த்தெடுக்க,' **டாக்டர் ஸ்பென்சர் ஜான்சனின்** 'என் சீஸை நகர்த்தியது யார்?' **நார்மன் வின்சென்ட் பீலின்** 'நேர்மறைச் சிந்தனையின் வியத்தகு சக்தி,' ஜான் கிரேயின் 'ஆண்களின் பூர்வீகம் செவ்வாய், பெண்களின் பூர்வீகம் சுக்கிரன்,' **கேரி சேப்மேனின்** மிகப் பிரபலமான 'காதல் மொழிகள் ஐந்து,' ஜாக் கேன்ஃபீல்டின் 'துணிந்தவனுக்கே வெற்றி,' **டேல் கார்னகியின்** 'நண்பர்களை எளிதாகப் பெறுவதும் மக்களிடம் செல்வாக்குடன் விளங்குவதும் எப்படி,' மற்றும் 'கவலையை விட்டொழித்து மகிழ்ச்சியாக வாழ்வது எப்படி' ஆகிய நூல்களும் அடங்கும்.

நாகலட்சுமி தனது கணவர் ரிஷிகேஷ் குமாரசாமி மற்றும் தன் மகன்கள் சித்தார்த் மற்றும் மனோரஞ்சனுடன் தற்போது மும்பையில் வசித்து வருகிறார்.

பிரையன் டிரேசி

ஊக்குவிப்புப் பேச்சாளர், சுயமுன்னேற்ற நூலாசிரியர்

அமோகமாக விற்பனையாகிக் கொண்டிருக்கும் 45 நூல்களின் ஆசிரியர் பிரையன் டிரேசி. அவரது புத்தகங்கள் பல மொழிகளில் மொழிபெயர்க்கப்பட்டுள்ளன.

1944ம் ஆண்டு கனடாவில் பிறந்த அவர் 1,000க்கும் மேற்பட்டப் பெருநிறுவனங்களுக்கு ஆலோசனைகள் வழங்கியுள்ளார். அமெரிக்கா, கனடா மற்றும் 55க்கும் மேற்பட்ட இதர நாடுகளில் அவர் நிகழ்த்திய 5,000க்கும் மேற்பட்டக் கருத்தரங்குகள் மற்றும் சொற்பொழிவுகள் வாயிலாக, அவர் 50 இலட்சம் பேரைச் சென்றடைந்துள்ளார். ஒரு மேடைப் பேச்சாளர் மற்றும் கருத்தரங்குகளை நடத்துபவர் என்ற முறையில் ஒவ்வொரு வருடமும் 250,000க்கும் மேற்பட்ட மக்களிடம் பேசி வருகிறார்.

ஆறு கண்டங்களில் பரந்து கிடக்கும் 80க்கும் மேற்பட்ட நாடுகளுக்கு பிரையன் டிரேசி பயணம் செய்துள்ளார். அவர் 4 மொழிகளில் பேசக்கூடியவர்.

உங்களுடைய தனிப்பட்ட மற்றும் தொழில் சார்ந்த இலக்குகளை நீங்கள் ஒருபோதும் கற்பனை செய்திராத விதத்தில் எளிதாகவும், விரைவாகவும் சாதிக்க உதவுவதை அவர் தன்னுடைய இலக்காகக் கொண்டுள்ளார்.

அவர் தனது மனைவியுடனும் நான்கு குழந்தைகளுடனும் மகிழ்ச்சியாகக் குடும்பம் நடத்தி வருகிறார்.